ഉച്ചാടനം

Uchadanam
Novel

Adv. A Naseera

CHINTHA PUBLISHERS
Thiruvananthapuram

First Edition
October 2021

Second Impression
February 2022

Second Edition
September 2024

Published & Typesetting
Chintha Publishers, Thiruvananthapuram

Printed at
Repro India Ltd, Mumbai

Cover Design
Vinod Mangoes

ISBN : 978-93-90301-82-9

CR - 3493 / 6962

₹ 420

Email: chinthapublishers@gmail.com
Website: www.chinthapublishers.com

A version is available at National Libraries
Kolkata, Mumbai, Chennai and Delhi

Distribution
DESHABHIMANI BOOKHOUSE
H O Thiruvananthapuram 695035

Branch
Head Office Kunnukuzhi • Statue Thiruvananthapuram
Saphalyam Complex Thiruvananthapuram
Machingal Lane Thrissur • IG Road Kozhikode
Mavoor Road Kozhikode • NGO Union Building Kannur
Central Bus Terminal Complex Thavakkara Kannur

ഉച്ചാടനം

അഡ്വ. എ നസീറ

ചിന്ത പബ്ലിഷേഴ്സ്
തിരുവനന്തപുരം-695 035
വില : ₹ 420

അഡ്വ. എ നസീറ

തിരുവനന്തപുരം ജില്ലയിൽ നെടുമങ്ങാട് താലൂക്കിൽ കരകുളത്ത് ഷാഹുൽ ഹമീദിന്റെയും ആയിഷാ ബീവിയുടേയും മകളായി ജനിച്ചു. ചരിത്രത്തിൽ ബിരുദവും തിരുവനന്തപുരം ഗവ. ലോകോളേജിൽനിന്നും എൽ എൽ ബിയും നേടി. നെടുമങ്ങാട് കോടതിയിൽ പ്രാക്ടീസ് ചെയ്യുന്നു. ആനുകാലികങ്ങളിൽ കഥയും ലേഖനങ്ങളും എഴുതുന്നു. കേരള കലാകേന്ദ്രയുടെ കമലാസുരയ്യ പുരസ്കാരം 'അപൂർവ്വങ്ങളിൽ അപൂർവ്വം' എന്ന കഥയ്ക്ക് (2015), *ഹറാത്ത്* എന്ന നോവലിന് കേരള പന്തിരുകുല പുരസ്കാരം (2015), തുളുനാട് പുരസ്കാരം (2015), സംസ്കാര കലാസാഹിത്യവേദി പുരസ്കാരം എന്നിവ ലഭിച്ചു.
കൃതികൾ: *സുറുമപുല്ലുകൾ, ഹറാത്ത്* (നോവൽ)

ഭർത്താവ് : നൗഷാദ്
മക്കൾ : നൈനാൻ നൗഷാദ്
നൈഷം നൗഷാദ്
വിലാസം : എൻ എൻ മാൻഷൻ
T C No 7/3374
MRA (A) 340
മെഡിക്കൽകോളേജ് പി ഒ
തിരുവനന്തപുരം 695011
ഫോൺ : 9744849766
Email : nannu231999@gmail.com

പ്രസാധകക്കുറിപ്പ്

രണ്ടു മതക്കാരായ മാതാപിതാക്കൾക്കു ജനിച്ച്, മതനിരപേക്ഷ പാരമ്പര്യത്തിൽ വളർന്ന്, യാഥാസ്ഥിതിക പശ്ചാത്തലമുള്ള ഒരു വീട്ടിലേക്ക് വിവാഹം ചെയ്തുകൊടുക്കപ്പെടുന്ന പൂജാമ്പാനു എന്ന പെൺകുട്ടി. ആവോളം സ്വാതന്ത്ര്യം നുകർന്നു വളർന്ന പൂജ അകപ്പെട്ട മതാന്ധത എന്ന തടവറയിൽ അവൾ നടത്തുന്ന കുതറലുകൾ യഥാർത്ഥത്തിൽ സ്വാതന്ത്ര്യത്തിനുവേണ്ടി മനുഷ്യർ നടത്തുന്ന പിടച്ചിലുകൾ തന്നെയാണ്. കടുത്ത മതനിഷ്ഠതയുടെ മറവിൽ കോമ്പല്ലുകളാഴ്ത്തുന്ന നൃശംസതയെ നസീറ അനാവരണം ചെയ്യുന്നു. മതസ്ഥാപനങ്ങളുമായി ബന്ധപ്പെട്ടു പ്രവർത്തിക്കുന്ന കാരുണ്യകേന്ദ്രങ്ങളും അത്ഭുത രോഗവിമുക്തി തടവറകളും എത്രമാത്രം പുരുഷകേന്ദ്രീകൃതവും സ്ത്രീവിരുദ്ധവുമാണെന്ന് ഈ നോവൽ വ്യക്തമാക്കുന്നു. ഉള്ളിൽ എരിയുന്ന തീയുണ്ടെങ്കിൽ ഏതു മതവിലക്കുകളെയും എരിച്ചുകളയാൻ മനുഷ്യർക്കാവുമെന്ന് അടിവരയിടുന്ന കൃതി.

ചിന്ത പബ്ലിഷേഴ്സ്

ഒന്ന്

രാജവീഥിയിലെ നീണ്ട വെയിൽ നാവുകൾ പേപിടിച്ച നായയുടേതുപോലെ വളഞ്ഞു പുളഞ്ഞു. ഉച്ചമയക്കത്തിന്റെ ഭ്രാന്ത് പുലമ്പി തെരുവോരത്തെ കടകൾ കോട്ടുവായിട്ട് ഉഷാറാകാൻ തിരക്കുകൂട്ടി. വാഹനത്തിന്റെ അകത്തളം ശീതീകരിച്ചതാണെങ്കിലും ഉള്ളുനിറയെ കൂടുവെച്ച് പതിയിരുന്ന ഉഷ്ണമേഘങ്ങൾ അവയെ അനുഭവിക്കാനനുവദിച്ചില്ല.

"ചോദിക്കുമ്പം ചോദിക്കുമ്പം എടുത്തുതരാൻ ഞാനെങ്ങും കക്കാനൊന്നും പോണില്ല."

ആമിൻഷായുടെ കടുത്ത വാക്കുകളിൽ ഇന്നും അസ്വാഭാവികതയൊന്നുമില്ലായിരുന്നു. പുറത്തേക്കുള്ള തന്റെ സഞ്ചാരം ഒന്നുകിൽ അടിവസ്ത്രങ്ങൾ പഴകി കീറുമ്പോൾ അല്ലെങ്കിൽ നാപ്കിൻ തീരെ ഇല്ലാതെ വരുമ്പോൾ മാത്രമാണെന്ന് അവനറിയാം. അപ്പോഴത്തെ അവനിലെ അവസ്ഥ നിശ്ചയിക്കാൻ അങ്ങോട്ടുമിങ്ങോട്ടും നടന്ന് ഒളികണ്ണിട്ട് നോക്കി യാത്രാനുമതിക്കായ് നാവിനെ തരപ്പെടുത്തും. അവന്റെ മുഖത്ത് കാറും കോളുമാണോ, കത്തിതിളയ്ക്കുന്ന ഉച്ചച്ചൂടാണോ, അതല്ല നിലാവിന്റെ നറുവെട്ടമാണോ ഏതാണെന്ന് ഉറപ്പുവരുത്തേണ്ടത് യാത്രയുടെ ഒന്നാം ഘട്ടത്തിന് ആവശ്യമാണ്. ചിലപ്പോൾ തെളിയുന്ന പുലരിയുടെ നിലാവുകണ്ട് ഒരുക്കങ്ങൾ തുടങ്ങും. ഒരുക്കങ്ങളെന്ന് പറയാൻ ഒന്നുമില്ല. വീട്ടിൽ ധരിക്കുന്ന മുഷിഞ്ഞ നീളൻ കുപ്പായത്തെ വലിച്ചെറിഞ്ഞ് അതുപോലുള്ള അല്പം വെടിപ്പെന്നു തോന്നുന്ന മറ്റൊന്നു ധരിക്കുക. ഉറപ്പുവരുത്തലും വസ്ത്രം മാറലും കഴിഞ്ഞ് അവൻ വച്ചു നീട്ടുന്ന ഭിക്ഷക്കാശിനായ് കാത്തിരിക്കുമ്പോൾ പല ദിനങ്ങളിലും ഒന്നും മിണ്ടാതെ പുറത്തേക്ക് പോകുകയോ തന്റെ പുറപ്പാട് കണ്ടിട്ടും ഗൗനിക്കാത്ത മട്ടിൽ വഴിപോക്കരോട് ദീർഘനേരം സംസാരിച്ചു നില്ക്കുകയോ ചെയ്യും.

അപ്പോഴേക്കും ആരിൽ നിന്നെങ്കിലും വിളി ഉയരും. അമ്മായി അമ്മയുടേതോ നാത്തൂന്റേതോ അല്ലെങ്കിൽ വേലക്കാരിയുടേതോ ആകാം. മുഷിഞ്ഞ കുപ്പായത്തെ വീണ്ടും എടുത്തണിഞ്ഞ് നടക്കുമ്പോൾ നിന്റെ തയ്യാറെടുപ്പോ ആയതിന്റെ ഉപേക്ഷിക്കലോ ഞാനറിഞ്ഞില്ലെന്ന ഭാവത്തോടെ അവൻ എതിരേ വരും. പല്ലുകൾ ഞെരിയുന്നപോലുള്ള 'ങ്ഹും' എന്ന ശബ്ദം കലശലായി വേദനിപ്പിക്കുമെങ്കിലും ഒന്നും മിണ്ടാതെ അടുക്കളയിൽ വ്യാപൃതയാകാൻ ശ്രമിക്കും.

"ചേട്ടത്തി ഇറങ്ങണില്ലേ"

കൂറ്റൻ വസ്ത്രവ്യാപാരശാലയിലെ ഉള്ളറയിലെ കനത്ത തൂണുകൾക്കിടയിൽ വാഹനത്തെ തിരുകിക്കയറ്റി ഫെയ്സി ചോദിച്ചു. തലങ്ങും വിലങ്ങും ഓടുന്ന സുരക്ഷാ ജീവനക്കാർ. അവരുടെ ചൂളം വിളികൾ ഭിത്തികൾക്കിടയിൽ വട്ടമിട്ട് മുഴങ്ങി കാതുകളെ അലോസരപ്പെടുത്തി. ചന്തത്തിൽ വസ്ത്രം ധരിച്ച് നടന്ന ഒരുകൂട്ടം പെൺകുട്ടികൾ ചുവന്ന ഫിഗോ കാറിന്റെ വാതിലുകൾ ഒന്നൊന്നായ് തുറന്ന് കലപിലകൂട്ടി. ഫെയ്സി അവർക്കുനേരെ കണ്ണുകളെറിഞ്ഞു. അവരുടെ പൊട്ടിച്ചിരികൾ ഉള്ളറകളിൽ സംഗീതം പൊഴിക്കുന്നതായി തോന്നി. ഫെയ്സിയെ കാത്തുനില്ക്കാതെ പടികൾ കയറി; പർച്ചേസിങ് കഴിയുന്നതുവരെ അവൻ എവിടെയെങ്കിലും ചുറ്റിയടിച്ചോട്ടെ എന്നു കരുതി.

"നീ ഒറ്റയ്ക്ക് പോകണ്ട ഫെയ്സിയെ കൂട്ടിപൊയ്ക്കോ"

ആ വിലക്ക് എന്നു മുതലായിരുന്നു?

തെരഞ്ഞെടുക്കുന്നതിൽ അഭിപ്രായം പറയുകയോ കുറ്റപ്പെടുത്തുകയോ ചെയ്തില്ലെങ്കിലും വിവാഹം കഴിഞ്ഞ ആദ്യനാളുകളിൽ ആമിൻഷ ഒപ്പം കൂടുമായിരുന്നു. ധൃതിപ്പെടുത്തിയില്ലെങ്കിലും ആ മുഖത്തെ അക്ഷമ കണ്ട് ഇഷ്ടപ്പെടാത്ത പലതും തെരഞ്ഞെടുത്ത് തിരികെ പോരും. എന്നോ ഒരുദിവസം കാത്തിരുന്നിട്ടും കൂടെവരാൻ കൂട്ടാക്കാത്തതിനാൽ അവനോടു ചോദിച്ചു.

"ഞാൻ ഒറ്റയ്ക്ക് പൊയ്ക്കോട്ടെ"

അവന്റെ കണ്ണുകൾ തുറിച്ചു ഭീകരമാകുന്നതു കണ്ടു. സിഗരറ്റ് കത്തിച്ച് ആർത്തിയോടെ ആഞ്ഞുവലിച്ച് അങ്ങോട്ടുമിങ്ങോട്ടും നടന്നപ്പോൾ പുകച്ചുരുളുകൾ തനിക്കു നേരെ കൊത്താനൊരുങ്ങി അന്തരീക്ഷത്തിലൂടെ പറന്നടുക്കുന്നതായി തോന്നി.

"ഞാൻ നിക്കാഹ് ചെയ്ത പെണ്ണാണ് നീ. ഒറ്റയ്ക്ക് കറങ്ങി നടക്കണ്ട''

ഭിത്തിയിൽ ഞാത്തിയിരുന്ന താക്കോൽ വലിച്ചെടുത്ത് കാറിൽ കയറി അവനന്ന് പെട്ടെന്ന് ഓടിച്ചുപോയപ്പോൾ വല്ലാത്ത ആശ്ചര്യം തോന്നി. നിക്കാഹ് പെണ്ണിനെ ഒറ്റയ്ക്ക് സഞ്ചരിക്കാനുള്ള വിലക്കാണോവെന്നും സംശയിച്ചു.

കാറിൽനിന്നും ഉതിരുന്ന സംഗീതത്തിന്റെ തോഴിയായി അവ ചുണ്ടത്തേറ്റുപിടിച്ച് ഒറ്റയ്ക്കങ്ങനെ ഡ്രൈവ് ചെയ്യുക, തെരുവോരങ്ങളിൽ

നിർത്തി വാണിഭക്കാരോട് വിലപേശി പിണങ്ങിപിരിഞ്ഞിട്ട് തിരികെ പോരുക, എന്നിട്ട് അല്പംകൂടി വിലകൂട്ടി വാങ്ങുമ്പോൾ കല്ലുവെച്ച മൂക്കുത്തിയണിഞ്ഞ ബീഹാരി പെണ്ണിന്റേയും ചെമ്പിച്ച മുടിയുള്ള ചെറുക്കന്റെയും ചുണ്ടിൽ വിടരുന്ന പുഞ്ചിരിയോടൊപ്പം പങ്കുചേരുക, ആവശ്യമില്ലെങ്കിലും വലിയ വലിയ ഷോപ്പുകളിൽ കയറി വിലപേശി തിരികെ ഇറങ്ങുക, അങ്ങനെ പലതും പഴയകാല കുസൃതികളിൽ ചിലതുമാത്രമായിരുന്നു.

ആമിൻഷായുമായുള്ള ബന്ധം ലംഘനങ്ങളുടെ കരാറായിരുന്നു. വിവാഹം ഒരു കരാറെന്നാണ് സമ്മതിക്കുന്നതെങ്കിൽ ആ കരാറിൽ ഇരുകൂട്ടർക്കും തുല്യമായ അവകാശങ്ങളില്ലേ? സ്വാതന്ത്ര്യമില്ലേ? അരുതായ്മകളുണ്ട്. ചുമതലകളുണ്ട്. ബാദ്ധ്യതകളുണ്ട്. എന്നിട്ടുമെന്തേ ഈ വിലക്കുകൾ?

ആമിൻഷായുടെ ഉള്ളിലിരിപ്പിന്റെ ചെറു സ്ഫുരണങ്ങൾ മാത്രമായിരുന്നു അത്. അവൻ തിരികെ എത്തിയപ്പോൾ തന്റെ കലങ്ങിയ കണ്ണുകൾ കണ്ടു ചോദിച്ചു.

“കണ്ണീരൊഴുക്കാൻ ഇവിടെ ആരെങ്കിലും ചത്താ. പോണ്ടാന്ന് പറഞ്ഞാൽ പോണ്ട തന്നെ. ഭർത്താവെന്ന നിലയ്ക്ക് എനിക്കും ചില നിയന്ത്രണാധികാരങ്ങളുണ്ട്.”

അവൻ സ്വയം നിർമ്മിച്ച നിയന്ത്രണാധികാരത്തിൽ ചവിട്ടി നിന്നുള്ള വാക്കുകൾ.

ചില പുരുഷൻമാർ തങ്ങളുടെ ധനത്തിൽനിന്നും അവർക്ക് സ്ത്രീകൾക്ക് ചെലവുചെയ്യുന്നതുകൊണ്ടും പുരുഷന്മാർ സ്ത്രീകളേക്കാൾ ഉൽകൃഷ്ടരായതുകൊണ്ടുമാണ് അത്തരത്തിൽ നിയന്ത്രണാധികാരങ്ങൾ കാട്ടുന്നതെന്ന് പലതവണ തർക്കിക്കണമെന്ന് തോന്നിയിട്ടുണ്ട്.

ഒരായുസ്സ് മുഴുവൻ അനുഭവിക്കാനുള്ള ധനവും സ്വർണ്ണവും പണവും നല്കിയാണ് ബാപ്പ നിക്കാഹ് എന്ന ബന്ധത്തെ വിലയ്ക്കു വാങ്ങിയത്. പോരെങ്കിലോ; അറബി നാട്ടിൽ പോയി ഒരിക്കലെന്തോ സമ്പാദിച്ചു എന്നതല്ലാതെ തുല്യപങ്കാളിത്തമുള്ള ഈ കരാറിൽ അധികാര മേല്ക്കോയ്മ അവകാശപ്പെടാൻ ആമിൻഷായ്ക്കു എന്തർഹതയാണുള്ളത്?

“ഹായ്”

പർച്ചേയ്സിങ് കഴിഞ്ഞ് താഴേക്കിറങ്ങിവന്ന ബാലൻ കടന്നുപോകുന്നവരെ നോക്കി അഭിവാദ്യം ചൊല്ലുന്നു. കുസൃതിക്കുട്ടിക്ക് ഒരു പുഞ്ചിരി സമ്മാനിക്കാൻ മനസ്സുവെമ്പി. എന്നാൽ തന്റെ ചിരി അവനെങ്ങനെ കാണുമെന്ന യാഥാർത്ഥ്യത്തിൽ തിരിഞ്ഞു നടന്നു. രണ്ടാം നിലയിൽ സാരി ധരിച്ചുനില്ക്കുന്ന ഡമ്മികൾ. കണ്ണുകൾ ചിത്രശലഭത്തെപ്പോലെ ആ വസന്തവർണ്ണങ്ങളിൽ പാറി നടന്നു. പ്രൗഢയായ ഒരു സ്ത്രീയുടെ സാരിയുടെ അലകൾ നീളൻ കുപ്പായത്തെ ഉരസിയപ്പോൾ വർണ്ണം പൂശിയ അവരുടെ ചുണ്ടുകൾ വിടർന്നു.

"സോറി ആന്റി"

തന്നെക്കാൾ എത്രയോ പ്രായം കൂടിയ സ്ത്രീ.

മറയ്ക്കുള്ളിൽ ഒളിച്ചിരിക്കുന്ന പ്രായമായൊരു സ്ത്രീ; അപരിചിതയായ ആ സ്ത്രീക്ക് മുന്നിൽ തെളിയുന്ന തന്റെ വ്യക്തിത്വം അതാകാമെന്ന ചിന്തയിൽ നിശ്വാസമുയർത്തി പുറത്തു കാണാവുന്ന പത്തു വിരലുകളെ സൂക്ഷ്മതയോടെ നോക്കി. ഒരുകാലത്ത് മിനുക്കി ക്യൂട്ടക്സ് പുരട്ടി വെടിപ്പാക്കിയിരുന്ന നഖങ്ങൾ. പായൽപിടിച്ചും കാരത്തിന്റെ ആധിക്യത്താലും അവകൾക്കിപ്പോൾ എൺപത് വയസ്സ് തോന്നിക്കും.

"ഹായ്മാഡം ഏതാ വേണ്ടത്."

ഉപഭോക്താക്കളുടെ ചിന്തകളിൽ മായാപ്രപഞ്ചം സൃഷ്ടിച്ച് അഭിരുചികളെ മാറ്റിമറിച്ച് അവരെക്കൊണ്ട് ഏതെങ്കിലും വസ്ത്രമെടുപ്പിക്കുന്ന പെൺകുട്ടികൾ. അവരുടെ വാക്ചാതുരിയിൽ അകപ്പെട്ട് പലപ്പോഴും ഇഷ്ടപ്പെടാത്ത പലതും വാങ്ങിയിട്ടുണ്ട്. ഒരായിരം പ്രാവശ്യം തിരിച്ചും മറിച്ചും നോക്കി ബോധിച്ചില്ലെങ്കിൽ താനും ഒരു മായാജാലം അവരോട് കാണിക്കുമായിരുന്നു. വസ്ത്രത്തിന്റെ വശത്തെവിടെയെങ്കിലും പോറലേല്പിച്ച് പിറ്റേന്ന് തിരികെ ഏല്പിച്ച് കളവ് പറയും;

"ഡാമേജാണ് മാറ്റിത്തരണം."

ഖേദം പ്രകടിപ്പിച്ച് അവർ മറ്റൊന്ന് തെരഞ്ഞെടുക്കാൻ പറയുമ്പോൾ തലേദിവസം ചിന്തകളിൽ ഹരംപിടിപ്പിച്ചത് സെലക്ട് ചെയ്ത് സന്തോഷത്തോടെ മടങ്ങും.

"മാഡം ഏതാ വേണ്ടത്" - വിടർത്തിയ ചുണ്ടുകളിൽ അല്പവും അക്ഷമ കാട്ടാതെ പെൺകുട്ടി ചോദിച്ചു. കച്ചവടതന്ത്രങ്ങൾ ആ പെൺകുട്ടിയുടെ കണ്ണിലും ചുണ്ടിലും കവിഞ്ഞൊഴുകുന്നുണ്ടായിരുന്നു.

"ഇതുപോലുള്ള വസ്ത്രങ്ങൾ എവിടെയാണ്."

ധരിച്ചിരുന്നവയെ തൊട്ടുകാണിച്ചുകൊണ്ടാരാഞ്ഞു.

"നാലാം നിലയിലാണ് മാഡം. ലിഫ്റ്റിൽ പൊയ്ക്കോളൂ."

പെൺകുട്ടിക്ക് നന്ദി പറഞ്ഞ് വീണ്ടും പടവുകൾ കയറി. നാലാം നിലയിലെ പ്രവേശന കവാടത്തിൽ വിവിധ വർണ്ണങ്ങളിലുള്ള നീളൻ കുപ്പായങ്ങൾ, ഞൊറിപിടിപ്പിച്ച ശിരോവസ്ത്രങ്ങൾ, നേത്രങ്ങൾ മാത്രം അന്യർക്ക് കാണാവുന്നവ, നേത്രങ്ങളുൾപ്പെടെ മറച്ചുവയ്ക്കുന്നവ. അവ ധരിച്ച ഡമ്മിയുടെ കണ്ണുകൾ മൂങ്ങയുടേതുപോലെ ഉരുണ്ട് ഭീതിപ്പെടുത്തുന്നപോലെ തോന്നി.

തന്നെ കാണുമ്പോഴും മറ്റുള്ളവർക്ക് ഇത്തരം തോന്നലാണോ? പെട്ടെന്നൊരു ചോദ്യം ഉള്ളിൽ നുരപൊട്ടി.

നിയന്ത്രണാധികാരങ്ങൾ പ്രഖ്യാപിക്കുന്നതിനുമുമ്പുതന്നെ ആമിൻഷ അവ നടപ്പിലാക്കുന്നതിൽ വിജയിച്ചിരുന്നു.

നിക്കാഹെന്ന ആ മഹാ ചടങ്ങുകഴിഞ്ഞുള്ള ആദ്യ വിരുന്നു സൽക്കാരം അമ്മായിയുടെ സഹോദര വസതിയിലായിരുന്നു. വിവാഹ സമ്മാനമായി സുഹൃത്തുക്കളാരോ സമ്മാനിച്ച വാടാമല്ലിയുടെ നിറമുള്ള

സാരി അന്ന് പെട്ടിയിൽനിന്നും തെരഞ്ഞെടുത്ത് കട്ടിലിൽ എടുത്തു വച്ചു. വസ്ത്രത്തിന്റെ നിറത്തിന് ചേർന്ന ആഭരണം, ചെരുപ്പ്, തോൽസഞ്ചി എല്ലാം എടുത്തുവച്ചു. കുളികഴിഞ്ഞ് പുറത്തിറങ്ങുമ്പോൾ ചെറുചിരിയാൽ ആമിൻഷായുടെ കണ്ണുകൾ പകുതിയടഞ്ഞിരുന്നു. ഒരാഴ്ചകൊണ്ട് മുങ്ങി നീന്തുകയായിരുന്ന ആ ചിരിയിൽ പങ്കുചേർന്ന് തല തുവർത്തുന്നതിനിടയിൽ അവൻ ആവേശത്തോടെ ചേർത്തുനിർത്തിയപ്പോൾ തണുത്ത ദേഹത്ത് അവന്റെ ചൂടുള്ള കാറ്റു പടർന്നു.

"ദേ നോക്ക് എന്റെ വീട്ടിലെ സ്ത്രീകളെല്ലാം പുറത്തിറങ്ങുമ്പോൾ അന്തസ്സിൽ വസ്ത്രം ധരിച്ചേ നടക്കൂ. നിനക്കും അങ്ങനെ ആയിക്കൂടെ" അവനന്ന് സന്ദേഹത്തോടെ മൊഴിഞ്ഞു.

"ഞാൻ ധരിക്കുന്ന വസ്ത്രത്തിന് എന്താ അന്തസ്സ്കേട്? അവ നഗ്നത മറയ്ക്കുന്നില്ലേ. പ്രൗഢമായ് തോന്നുന്നില്ലേ. അശ്ലീലമായ് അതിൽ ഒന്നുമില്ലല്ലോ." അവനോടു ചേർന്നുനിന്ന് മറുപടി പറഞ്ഞു.

"നിന്നെ വിഷമിപ്പിക്കാൻ പറഞ്ഞതല്ല. ദേ നോക്ക് അവർ നിനക്കായ് ആ അലമാര നിറയെ പുതു വസ്ത്രങ്ങൾ സൂക്ഷിച്ചിട്ടുണ്ട്."

അവൻ കിടപ്പുമുറിയിലെ ഭിത്തിക്കു നേരെ നടന്ന് ചിത്രപ്പണികൾ ചെയ്ത അലമാരയുടെ വാതിൽ മലർക്കെതുറന്ന് അതുവരേയും ധരിച്ചിട്ടില്ലാത്ത നീളൻ കുപ്പായങ്ങൾ വലിച്ചെടുത്തു.

"ഇതിഷ്ടായോ അതോ ഇതോ" അവൻ അവയെ കട്ടിലിന് പുറത്തിട്ട് ഓരോന്നുമെടുത്താരാഞ്ഞു.

"ദേ ഇതുകൊള്ളാം. അല്ലെങ്കിൽ ഇതു നിനക്ക് നല്ലചേരും." ഏതോ ഒരെണ്ണം തനിക്കു നേരെ നീട്ടി.

"ഒന്നിട്ടു നോക്കൂ" -

ശിരസ്സിലൂടെ വലിച്ചു കയറ്റി കണ്ണാടിക്കുനേരെ നിർത്തിക്കൊണ്ട് അവൻ സന്തോഷം പ്രകടിപ്പിച്ചു.

"എന്ത് സുന്ദരമായിരിക്കുന്നു. ഇപ്പോൾ ഏതോ സുൽത്താനയെപ്പോലുണ്ട്. നീ എന്റെ പൊന്ന് സുൽത്താനയല്ലേ."

അവൻ കവിളുകളിൽ മുത്തമിട്ടപ്പോൾ ഫാൻ ശക്തിയോടെ തിരിയുന്നുണ്ടെങ്കിലും കൈക്കുഴികളിൽ നിന്നും ഉഷ്ണ തുള്ളികൾ ഒലിച്ചിറങ്ങുന്നതറിഞ്ഞു. ഉഷ്ണക്കാറ്റിന്റെ അലകൾ കഴുത്തിലും നെഞ്ചത്തും ശക്തിയോടെ ആഞ്ഞടിക്കുന്നതും.

വേണ്ട എനിക്കുവേണ്ട. വല്ലാതെ ചൂടെടുക്കുന്നു - അങ്ങനെ അവനോടു പറയാൻ നാവെടുത്തെങ്കിലും മുന്നിൽ നില്ക്കുന്ന അവന്റെ മുഖത്ത് വല്ലാത്ത സംതൃപ്തി കണ്ടു. തന്നെ നോക്കി അവൻ അങ്ങനെ തന്നെ നില്ക്കുന്നു. അതുകണ്ട് പറയാനെടുത്ത വാക്കുകൾ നാവിൽ തന്നെ മരിച്ചു വീണു.

ആദ്യത്തെ തോറ്റുകൊടുക്കലായിരുന്നു അത്. ആ തോൽവി പിന്നെ ഒരുപാടൊരുപാട് തോറ്റുകൊടുക്കലിന്റെ തുടക്കമായി. വിരുന്നു വസതിയിലേക്ക് യാത്രയായപ്പോൾ ആമിൻഷായുടെ ബന്ധുക്കൾ തന്നെ നോക്കി

വെളുക്കെച്ചിരിച്ചിരുന്നു.

- പാവപ്പെട്ട വീട്ടിലെ പെൺകുട്ടിയാകുമ്പം നമ്മള് പറയുംപോലെ കേക്കും.

പെണ്ണുകാണൽ ചടങ്ങിനെത്തിയ ആമിൻഷായുടെ ബന്ധുഗണത്തിലാരോ പറഞ്ഞവാക്ക് അറംപറ്റുന്ന പോലെയായി.

അവരുടെ അഭിരുചികൾ, വിധാനങ്ങൾ, വ്യവസ്ഥിതി എല്ലാം തന്നിൽ അടിച്ചേല്പിക്കാനുള്ള ശ്രമമായിരുന്നുവെന്ന് പിന്നീടാണ് മനസ്സിലായത്. ഇണയെ സന്തോഷിപ്പിക്കാൻ ആമിൻഷ യാത്രയിലുടനീളം പലതും പറഞ്ഞിരുന്നു. എങ്കിലും ഏതോ ഗഹ്വരത്തിലകപ്പെട്ട അസ്വസ്ഥതയായിരുന്നു. മൂടപ്പെട്ട ചെവികളിൽ കടലിന്റെ ഇരമ്പൽ കേട്ടു. കത്തുന്ന ചൂളയ്ക്കുള്ളിൽനിന്നും പുറത്തേക്കു നീണ്ട അനേകം നാവുകൾ കഴുത്തിന് ചുറ്റും ഒരുമിച്ച് കെട്ടിവരിഞ്ഞു കൊണ്ടിരുന്നു. വിരുന്നു വീട്ടിൽ വച്ച് ശിരോവസ്ത്രത്തിന്റെ താടിക്ക് താഴോട്ടുള്ള കുടുക്കുകൾ പതുക്കെ അഴിച്ചു വിടർത്തിയിട്ടപ്പോൾ ആമിൻഷായുടെ കനത്ത നോട്ടം കഴുത്തിൽ പതിപ്പിച്ച് അവൻ പറഞ്ഞു.

“അന്യപുരുഷന്മാരുള്ള വീടാണ്. കഴുത്ത് കാണാതെ മറച്ചുവയ്ക്ക്.” മറ്റാരും കേൾക്കാതെ പതിയെ പറയാൻ അന്നൊക്കെ അവൻ ശ്രദ്ധിക്കുമായിരുന്നു.

“കഴുത്തിൽ വിയർപ്പുകെട്ടിയാൽ ചൊമ പിടിക്കും.” - അപ്പോൾ അങ്ങനെ പറയാനേ തോന്നിയുള്ളൂ.

“ശീലമാകുമ്പോൾ മാറിക്കൊള്ളും.”

വെറുപ്പും വിഷമവും എല്ലാംകൂടി അടിഞ്ഞുകൂടി അസ്വസ്ഥതമായ മനസ്സുമായി എങ്ങനെയെങ്കിലും വീടെത്തിയാൽ മതിയെന്നായി. സ്വതന്ത്രമായ ജീവിത വഴിയിൽ മറ്റാരുടെയോ ശീലങ്ങൾ വിതറിയപ്പോൾ അവ കൂർത്ത മുള്ളുകൾപോലെ അങ്ങിങ്ങ് കുത്തി മുറിവേറ്റു. ആരും കാണാതെ മറച്ചുവച്ചപ്പോൾ ആമിൻഷായും അവന്റെ ബന്ധുക്കളും കൂടുതൽ കൂടുതൽ ശീലങ്ങൾ അടിച്ചേല്പിച്ചുകൊണ്ടിരുന്നു.

“ഉമ്മയ്ക്ക് ഇത് നന്നായിരിക്കും.”

പളപളാ തിളങ്ങുന്ന കുപ്പായത്തെ മുന്നിലിട്ട് പർദ്ധ ധരിച്ച മദ്ധ്യവയസ്കയായൊരു സ്ത്രീ മുഖാവരണം നോക്കി അഭിപ്രായപ്പെട്ടപ്പോൾ നിഷേധത്തോടെ മറ്റൊരിടത്തേക്ക് നടക്കാൻ കാലുകൾ വെമ്പി.

മറ്റാർക്കോവേണ്ടി എടുത്തണിഞ്ഞെങ്കിലും ഒരിക്കൽ പോലും അവ വാങ്ങാൻ താല്പര്യം കാണിക്കുകയോ വാങ്ങുകയോ ചെയ്തിട്ടില്ല. ഒന്നുകിൽ ആമിൻഷ വാങ്ങി സമ്മാനിക്കും. ആരുടെയെങ്കിലും വിവാഹം പ്രമാണിച്ചോ മറ്റെന്തെങ്കിലും ആഘോഷങ്ങൾക്കോ അവന്റെ വീട്ടുകാർ വലിയൊരു വാങ്ങൽ മേള നടത്താറുണ്ട്. അപ്പോൾ തനിക്കുള്ളതും കൂടി തെരഞ്ഞെടുത്ത് അവർ ആമിൻഷായെ ഏല്പിക്കും.

കമ്മീസ് ധരിച്ച സെയിൽസ് ഗേളിനടുത്തേക്ക് നടന്ന് ശിരോവസ്ത്രം ആവശ്യപ്പെട്ടു. കോട്ടൺ തുണിയിൽ നെയ്തതായിരിക്കണമെന്ന് നിർബ്ബ

ന്ധമുണ്ടെന്നറിയിച്ചു. അപൂർവ്വമായേ അത്തരത്തിലുള്ളത് എത്താറുള്ളൂവെന്ന് പറഞ്ഞെങ്കിലും പെൺകുട്ടി ഒന്നുരണ്ടെണ്ണം എടുത്തു കാണിച്ചതിൽ ഒരെണ്ണം വലിച്ചെടുത്ത് കൗണ്ടറിൽ ഏല്പിക്കുമ്പോൾ മൂടപ്പെട്ട മുഖത്തുനിന്നും കണ്ണുകൾ ചാഞ്ചാടി പല പല നിറത്തിലുള്ള തുകൽ സഞ്ചികളിലും പാദരക്ഷകളിലും കൺമഷി കൂട്ടുകളിലും പിന്നെ പല പല വർണ്ണകൂട്ടുകളിലും മാറി മാറി പാറി പറന്നുകൊണ്ടിരുന്നു.

– എന്തിനാ നീ എന്നെ നോക്കുന്നത് നീ ഇപ്പോൾ ഇതൊന്നും അണിയുന്നില്ലല്ലോ! നീ ഇപ്പോൾ ഇതൊന്നും പുരട്ടുന്നില്ലല്ലോ.

ഓരോന്നും തന്നെ നോക്കി കളിയാക്കി. കൗണ്ടറിൽ പണമടച്ചു. കൺപോളകളിൽ നേർപ്പിച്ച് കൺമഷി പുരട്ടിയ പെൺകുട്ടി പണം സ്വീകരിച്ച് നന്ദി പറഞ്ഞു. പകരം അവൾക്കൊരു പുഞ്ചിരി സമ്മാനിക്കാമെന്നു കരുതി ചുണ്ടുകൾ വിടർത്തിയെങ്കിലും താൻ നല്കുന്ന തന്റെ പുഞ്ചിരി ആ പെൺകുട്ടി എങ്ങനെ കാണാനെന്നു ചിന്തിച്ച് പെട്ടെന്ന് ചുണ്ടുകൾ കോട്ടി, മൂക്കു വികസിപ്പിച്ചു.

"നിന്റെ നന്ദി ഞാൻ സ്വീകരിച്ചിരിക്കുന്നു" – താൻ പറഞ്ഞ വാക്കുകൾ കൃത്രിമമായിരുന്നുവെന്നത് തന്നെപ്പോലെ ആ പെൺകുട്ടിയും മനസ്സിലാക്കിയിരിക്കുന്നു. കൺമഷിയണിഞ്ഞ പെൺകുട്ടി പകരം കൃത്രിമമായി തന്നെ ചിരിച്ചെന്നു തോന്നി.

ഉള്ളറകളിൽനിന്നും ശക്തമായ് ഉടലെടുക്കുന്ന വികാരങ്ങൾ ആർക്കും കാണാനാകാതെ ഉറവിടത്തിൽ തന്നെ പൊട്ടിച്ചിതറി വികൃതമാകും. രാത്രിയിൽ ആമിൻഷായ്ക്കു മാത്രം കാണാൻ തന്റെ ശരീരത്തിന്റെ ആവരണങ്ങൾ അഴിക്കുമ്പോൾ ഈട്ടിത്തടിയിൽ പണിത ചിത്രപണികളുള്ള അലമാരയിൽ പതിപ്പിച്ച കണ്ണാടിയിൽ തന്റെ മുഖം തെളിയും. ചുണ്ടിന്റെ കോണിലെവിടെയെങ്കിലും പൊന്തിവരുന്ന ഇത്തിരി പുഞ്ചിരിക്കായ് പ്രതിഛായയിൽ നോക്കി ഏറെ നില്ക്കും. നിരാശയുടെ പത്തികൾ കൊത്താനോങ്ങി നില്ക്കുമ്പോഴായിരിക്കും പ്രതിഛായയുടെ പിന്നിൽ ആമിൻഷായുടെ മുഖം തെളിയുക. അപ്പോഴേക്കും അല്പം വിടർന്ന ആ പുഞ്ചിരി മരിച്ചു വീഴും.

ഡെലിവറി സെക്ഷനിൽ രസീത് കാണിച്ചു സാധനം കൈപ്പറ്റി തിരികെ നടന്നു. മൂന്നാം നിലയിൽ നിറയെ സ്റ്റാന്റിൽ ഞാത്തിയിരിക്കുന്ന കുർത്തയും പൈജാമയും. അവിടെ കോളേജിൽ നിന്നെത്തിയ പെൺകുട്ടികളുടെ കൂട്ടമായ നിര. താഴേക്കു നടക്കാൻ കാലുകൾ മടി കാട്ടി. ആ പെൺകുട്ടികൾക്കിടയിൽ തനിക്ക് പ്രിയപ്പെട്ടവരായി ആരൊക്കെയോയുണ്ടെന്ന് തോന്നി. തന്റേടിയായ നീല കണ്ണുകളുള്ള നീലിമ. അവളുടെ കണ്ണുകളിലെ നീലിമ കണ്ടിട്ടാണ് രക്ഷിതാക്കൾ അവൾക്കങ്ങനെ പേരിട്ടതത്രെ! ലജ്ജാശീലയും ഇത്തിരിശ്ശേ മടിച്ചിയുമായ ശാരിക. പിന്നെ തന്റെ പ്രിയപ്പെട്ട ഹേമ. വിവാഹം കഴിഞ്ഞതിന് തൊട്ടടുത്ത നാളുകളിൽ പലപ്പോഴും ഹേമ വീട്ടിൽ വിളിച്ചിരുന്നത്രെ! ഭർത്തൃ ഗൃഹത്തിലെ ഫോൺ നമ്പർ നല്കിയിരുന്നെന്ന് അമ്മ പറഞ്ഞിരുന്നു. അളന്നു മുറിച്ച് മാത്രം

സംസാരിക്കുന്ന കോളേജിലെ ബുജികളിൽ ഒരുവളായ പൂജാബാനു. ആശയങ്ങൾ അവളുടെ തലയ്ക്കുള്ളിൽ ഏറ്റുമുട്ടുമ്പോഴും സൗന്ദര്യം സംരക്ഷിക്കുന്നതിൽ പ്രത്യേകം ശ്രദ്ധ ചെലുത്തിയിരുന്ന പൂജാബാനു വിനെയും ആ പെൺകുട്ടികൾക്കിടയിൽ തിരഞ്ഞു. അവൾ പിങ്ക് നിറ ത്തിലുള്ള പൈജാമ ധരിക്കാൻ ഇഷ്ടപ്പെട്ടവളായിരുന്നു. അതിനു ചേർന്ന ലിപ്സ്റ്റിക്, മാല, വള എല്ലാം എല്ലാം കൂടുതൽ കൂടുതൽ വശ്യത നല്കി യിരുന്നു ഒരുനാൾ അവൾക്ക്.

വസ്ത്ര കൂമ്പാരങ്ങൾക്കിടയിലെ പെൺകുട്ടികളെ കടന്ന് ഭൂതകാ ലത്തിൽനിന്നും തിരികെ നടന്നപ്പോൾ മനസ്സിലായി അവരിൽ നീലിമ യില്ല, ശാരികയില്ല, ഹേമയുമില്ല. പൂജാബാനു മാത്രം ദേ ഈ മറയ്ക്കു ള്ളിൽ ജീവിക്കുന്നു.

പെട്ടെന്നാണ് ഹാങ്കറിൽ തൂക്കിയ വസ്ത്രവുമായി തനിക്കുനേരെ നടക്കുന്നവളെ ശ്രദ്ധിച്ചത്. മിനുസമാർന്ന സമൃദ്ധമായ മുടിയിഴകൾ തോളത്ത് വിതറി നേർത്ത പട്ടിൽ നെയ്ത സാരിക്കുള്ളിലെ രൂപം. അത് തന്റെ പ്രിയപ്പെട്ട സുഹൃത്ത് ഹേമയാണെന്ന് തിരിച്ചറിഞ്ഞപ്പോൾ ഉള്ളിൽ ആഹ്ലാദം നുരപൊട്ടി. എന്നാൽ അല്പം മുമ്പ് പെൺകുട്ടികൾക്കിടയിൽ ശാരികയെ കണ്ടതുപോലെ, നീലിമയെ കണ്ടതുപോലെ ഹേമ തന്റെ മുന്നിൽ നില്ക്കുന്നതും മിഥ്യാബോധത്തിന്റെ പേകൂത്തുകളാണോയെന്ന് തെല്ലു സംശയിച്ചുകൊണ്ട് മുന്നിൽ നിന്നവളെ സ്പർശിച്ചു നോക്കി. അതേ! ഇത് തന്റെ പ്രിയ സുഹൃത്ത് ഹേമ തന്നെ. ഡിഗ്രിക്കും പിന്നെ ബി എഡിനും ഒരുമിച്ചു പഠിച്ച ഹേമ. തങ്ങളിരുവരുമായി എത്രയെത്ര കടകളിൽ കയറിയിറങ്ങിയിട്ടുള്ളതാണ്. പൈജാമയ്ക്കു ചേർന്ന കമ്മൽ. കമ്മലിനു ചേർന്ന വള. വളയ്ക്കുചേർന്ന ഹെയർപിന്നുകൾ. എല്ലാം നേടി യെടുത്ത് തലയുയർത്തി ഉല്ലാസത്തോടെ നടന്നിരുന്ന ആ വൈകുന്നേര ങ്ങൾ. അന്ന് ആ നഗരം തങ്ങളുടേതായിരുന്നു. അവിടുത്തെ ചക്രവർത്തി നിമാരായി നഗരത്തിന്റെ തിരക്കിനിടയിൽ അഹങ്കാരത്തോടെ നടന്നിരു ന്നത് ചില സഹപാഠികളിൽ അസൂയ ജനിപ്പിച്ചിരുന്നു,

"ഹേമാ" - പതിയെ വിളിച്ചു. പുറത്തുവരാഞ്ഞിട്ടോ അതോ കൂറ്റൻ വ്യാപാരശാലയിലെ ആരവങ്ങൾക്കിടയിൽ ശബ്ദം ദുർബ്ബലമായതിനാ ലോയെന്തോ? ഹേമ ഗൗനിക്കാതെ ട്രയൽ റൂമിലേക്കു കയറാൻ ശ്രമി ക്കുന്നതു കണ്ടു.

"ഹേമാ ഇത് ഞാനാണ് നിനക്കെന്നെ മനസ്സിലായില്ലേ."

വീണ്ടും പറഞ്ഞപ്പോൾ ഹേമ മുഖാവരണത്തിലേക്കു നോക്കി ആശ്ച ര്യത്തോടെ നിന്നു. ആത്മാക്കൾക്ക് ഭീമാകാരമായ നരിച്ചീറുകളുടെ രൂപ മുണ്ടെന്ന് അവളെന്നോ പറഞ്ഞത് അപ്പോൾ ഓർമ്മയിൽ തെളിഞ്ഞു. അവൾ തന്റെ മുഖാവരണത്തിനിടയിലുള്ള കണ്ണുകളിലേക്കു തറച്ചു നോക്കി നിന്നെങ്കിലും ഒന്നും മിണ്ടിയില്ല.

"ഞാൻ നിന്റെ പൂജാബാനു. എന്നെ നീ കാണുന്നില്ലേ"

വസ്ത്രശാലയിൽ അങ്ങിങ്ങ് ചിമ്മിനിന്ന പ്രകാശ കിരണങ്ങൾ ഹേമ

യുടെ കണ്ണുകളിലേക്ക് ഇരച്ചുകയറിയപോലെ തോന്നി. തുണിക്കൂട്ടങ്ങളിൽ ചിതറിക്കിടന്ന വർണ്ണക്കൂട്ടുകൾ അവളുടെ ചുണ്ടുകളിൽ പുതിയൊരു ചായം തീർത്തതുപോലെയും.

"പൂജാബാനു നീയോ. നീ എത്ര മാറിപ്പോയി പെണ്ണേ. നീ എന്താ ഇങ്ങനെ."

- ഞാനിപ്പോൾ ആരുടെയൊക്കെയോ അടിമയാണ് ഹേമാ. ഭർത്താവിന്റെ, അവന്റെ കുടുംബക്കാരുടെ, അവരുടെ ശീലങ്ങളുടെ, അവരുടെ വ്യവസ്ഥിതിയുടെയൊക്കെ - വേണ്ട. മനസ്സുവിലക്കി അവളോടു ചോദിച്ചു.

"നീ ഇവിടെ"

ഹേമ വാചാലയായി. അവൾ ആ നഗരത്തിലെ സ്കൂളിൽ അദ്ധ്യാപികയായി ജോലി നോക്കുന്നു. ഭർത്താവ് ബാങ്കിലെ ഉദ്യോഗസ്ഥൻ. കുട്ടികൾ രണ്ടുപേർ. നഗരത്തിലെ സ്കൂളിലെ വിദ്യാർത്ഥികൾ. ഒറ്റ ശ്വാസത്തിൽ അവളെല്ലാം പറഞ്ഞപ്പോൾ ഒന്നാം റാങ്കുകാരിയാണെന്ന് തന്നിൽ നിലനിന്ന അഹന്ത ഉദ്യോഗസ്ഥയായ ഹേമയുടെ മുന്നിൽ തരിപ്പണമാകുന്നതറിഞ്ഞു.

"നിന്റെ ആവരണം ഒന്നുമാറ്റൂ. ചിരിക്കുമ്പോൾ പടരുന്ന നിന്റെ കവിളിന്റെ ശോണിമ, അവയ്ക്കു നടുവിലെ നുണക്കുഴി വട്ടങ്ങൾ, നീ ചിരിച്ച് സന്തോഷിക്കുമ്പോൾ നിന്റെ കണ്ണിൽനിന്നും പുറപ്പെടുന്ന ആനന്ദ ബാഷ്പം എല്ലാം കാണാൻ ഞാനേറെ ആഗ്രഹിക്കുന്നു പൂജാ"

ഹേമയിലെ ആ പഴയ കവിഭാവത്തിന് യാതൊരു വ്യത്യാസവുമില്ലാതെ കവിഞ്ഞൊഴുകുന്നതിൽ അത്ഭുതം തോന്നി. അവളുടെ കവിതാ വിഷയങ്ങൾ പ്രേമവും സൗന്ദര്യവുമായിരുന്നു. തന്റെ വിപ്ലവാശയങ്ങൾ അവൾക്ക് പലപ്പോഴും ഉൾക്കൊള്ളാനാകുന്നില്ലെന്നും പറയുമായിരുന്നു.

വിവാഹശേഷം വായനാശീലം മരവിച്ചുകിടന്നെങ്കിലും ഒരിക്കൽ ഡോക്ടറുടെ ഊഴത്തിനായ് ആശുപത്രിയിൽ കാത്തിരുന്നപ്പോൾ ടീപ്പോയിൽ കിടന്നൊരു സാഹിത്യ മാസിക വെറുതെ മറിച്ചുനോക്കി. അതിൽ പ്രേമത്തെക്കുറിച്ചുള്ള ഹേമയുടെ കവിത.

"പൂജാ ഒന്നു മാറ്റൂ നിന്റെയീയാവരണം." -

"ഇല്ല ഹേമാ. ഇത് പൊതുസ്ഥലമാണ്. എന്റെ സൗന്ദര്യം എന്റെ പുരുഷന് മാത്രമേ കാണാനവകാശമുള്ളൂ. ഇവിടെ ധാരാളം അന്യപുരുഷന്മാർ നില്പുണ്ട്. ഞാനീ ആവരണം വലിച്ചുമാറ്റിയാൽ എന്റെ സൗന്ദര്യം അവർ കാണും. അവരിൽ മോഹമുദിക്കും. അത് പാടില്ലെന്നാണ് ആമിൻഷായും അവന്റെ ബന്ധുക്കളും പറയുന്നത്."

ഹേമ അല്പനേരം സ്തബ്ധയായി. അവളിൽ വന്നുചേർന്ന സംഭ്രമം തന്നെ വല്ലാതെ കുഴക്കി. പിന്നീടുള്ള ഹേമയുടെ വാക്കുകളിൽ നിറഞ്ഞുനിന്നത് നീരസമായിരുന്നു.

"ഓ ലോകത്ത് നിനക്ക് മാത്രമല്ലേയുള്ളൂ ഈ സൗന്ദര്യം. ദേ നോക്ക് നിന്നെക്കാൾ പതിന്മടങ്ങ് എത്രയോ സുന്ദരിമാരായ സ്ത്രീകളെ"

അവൾ ചുറ്റും കണ്ണോടിച്ചു പറഞ്ഞു.

തുകൽ സഞ്ചിയിൽ സെൽഫോണിന്റെ അലർച്ച കേട്ടപ്പോൾ പെട്ടെന്ന് ഞെട്ടലുളവായി. ധൃതിയിൽ കാതോടു ചേർത്തു.

"എന്താ കഴിഞ്ഞില്ലെ. ഇത്രയും നേരം അവിടെ എന്തു ചെയ്യുന്നു."

ആമിൻഷായുടെ വാക്കുകൾ. അവ വല്ലാതെ ചൊടിപ്പിച്ചു. ഇപ്പോഴിങ്ങോട്ട് പോന്നതേയുള്ളൂ. എന്നിട്ടും വൈകുന്നുവെന്നോ?

"നിന്റെ അമ്മ നല്കിയ നമ്പരിൽ വിളിച്ചപ്പോഴൊക്കെ ആരോ എടുത്ത് റോംഗ് നമ്പർ പറയുമായിരുന്നു."

വിവാഹശേഷമുള്ള ആദ്യനാളുകളിൽ വീട്ടിൽ പോകുമ്പോൾ അമ്മയുടെ പരിഭവവും അതു തന്നെയായിരുന്നു. ഫോൺകാളുകളെല്ലാം സ്വീകരിക്കുക ആമിൻഷായോ മറ്റാരെങ്കിലുമോ ആയിരിക്കും. തന്നെ മേൽവിലാസമില്ലാത്തവളാക്കി മാറ്റുന്നത് അവരുടെ അധീശത്വത്തിന്റെ മറ്റൊരു ഹുങ്കായി തോന്നിയിട്ടുണ്ട്. തുകൽ സഞ്ചിയിൽ കിടക്കുന്ന ഈ സെൽഫോണും സ്വന്തമല്ല. പുറത്തേക്കു പോകുമ്പോൾമാത്രം തന്നുവിടും.

"നിന്റെ ചിരിയൊന്നു കാണാൻ ഞാൻ ഏറെ ആഗ്രഹിക്കുന്നു."

"ഹേമാ ഇത് പൊതുസ്ഥലമല്ലേ. ആരൊക്കെയോ കെട്ടിയുണ്ടാക്കിയതാണെങ്കിലും എനിക്ക് വ്യവസ്ഥിതികളെ മറികടക്കാനാകുമോ. ഞാനിന്ന് ഒരാളുടെ ഭാര്യയാണ്. അവന് എന്നിൽ ചില അധികാരങ്ങളുണ്ട്. അതിൽനിന്നും ഞാനെങ്ങനെ വ്യതിചലിക്കും ഹേമാ."

ഹേമ ചുണ്ടുകോട്ടി നാസിക ചലിപ്പിച്ചു. അവളുടെ മുഖത്ത് വല്ലാത്ത ക്ഷോഭം ഇരച്ചുകയറി.

"ആരു പറഞ്ഞു നിനക്ക് മോചിതയാകാനാവില്ലെന്ന്. ആരും നിന്നെ അടിമയാക്കിയിട്ടില്ല. നീ അടിമയാണെന്നുള്ളത് നിന്റെ തോന്നൽ മാത്രമാണ്. നീ നിന്റെ ശരീരത്തെ അടിമയാക്കി. നിന്റെ ശരീരം നിന്നിലെ സ്വാതന്ത്ര്യത്തെ അടിമയാക്കി. നിനക്ക് ചില അവകാശങ്ങളുണ്ടെന്ന സത്യത്തെ ഒളിച്ചുവച്ച് നീ നിന്നെ തന്നെ നിഷേധിക്കുകയാണ്."

ഹേമയുടെ വാക്കുകളിലെ കരുത്തും തന്നോടുള്ള അവളിലെ പ്രതിഷേധവും മാറ്റൊലിപോലെ കർണ്ണങ്ങളിൽ പ്രകമ്പനം കൊണ്ടു. പതിയെ കവിളുകളെ മറയ്ക്കുന്ന, കണ്ണുകളെ ഒളിപ്പിച്ചു വയ്ക്കുന്ന ആവരണമുയർത്തി അവളെ നോക്കി. ഹേമ പെട്ടെന്ന് പഴയ കാലത്തിലേക്ക് തിരിച്ചുപോയതുപോലെ തോന്നി. അവളുടെ കണ്ണുകളിലെ കൗതുകം അത്രത്തോളമായിരുന്നു.

അതു കണ്ടപ്പോൾ ഹേമയുടെ മുന്നിൽ ഹൃദയം തുറന്നു ചിരിക്കുക തന്നെ ചെയ്തു.. ഏറെനാളായ് അടക്കിപ്പിടിച്ചു മൂടിവെച്ച ചിരി. എന്നാൽ ഹേമ നിർന്നിമേഷയായ് നോക്കി നിന്നു.

തന്റെ ചിരിയെ അവൾ സ്വാഗതം ചെയ്യുന്നില്ലെന്നോ! ഹേമയുടെ ചുണ്ടുകൾ അല്പാല്പമായി കൂമ്പുന്നുവെന്നോ!

"എന്താ പെണ്ണേ നിന്റെ ചുണ്ടുകൾ കൊളുത്തുകളാൽ ബന്ധിച്ചിരിക്കുന്നോ? എന്താ ഇനിയും ചിരിക്കാത്തത്." ഹേമ പരിഭവം കാട്ടി

ചോദിച്ചു.

ബാപ്പയും അമ്മയും കുഞ്ഞുന്നാളിൽ പലതും പറഞ്ഞു ചിരിപ്പിച്ചു. എന്നിട്ടതിനായ് സ്വാതന്ത്ര്യം തന്നു. നീ ചിരിച്ചോ ധാരാളം ചിരിച്ചോ. തന്റെ ചിരി വീട്ടുകാർക്കും ബന്ധുക്കൾക്കും സുഹൃത്തുക്കൾക്കും ഏറെ കൗതുകമായി. പൂജകുട്ടീ എന്റെ ചിരിക്കുടുക്കേ എന്നായി സംബോധന. പൂജയിലെ പ്ലസ് പോയിന്റ് അവളുടെ ചിരിയാണെന്ന് ഹേമയും സൂസനും നീലിമയും പറഞ്ഞു.

"എന്താ നിന്റെ ചുണ്ടുകൾ വിടരാത്തത്?" പെട്ടെന്ന് ഹേമയുടെ ഭാവം മാറി.

"ഞാനിതാ ഹൃദയം തുറന്നു ചിരിക്കുന്നത് നീ കണ്ടില്ലേ." ഹേമയുടെ മുഖത്തേക്ക് നോക്കി ആവർത്തിച്ചു.

"നോക്കൂ, എന്റെ കണ്ണുകളിലെ തിളക്കം നീ കാണുന്നില്ലേ. എന്റെ ചുണ്ടുകൾ വിടർന്നിരിക്കുന്നതും നീ കാണുന്നില്ലേ. നിന്റെ ചെവികൾ ഇങ്ങോട്ട് തിരിച്ചുവയ്ക്ക് പെണ്ണേ. ചിലങ്കകൾ പോലെന്ന് നീ പറയുന്ന എന്റെ ശബ്ദം നീ കേൾക്കുന്നില്ലെന്നോ."

" നീ എന്നെ കളിയാക്കുന്നോ" - ഹേമ അരിശം കൊണ്ടു.

ഹൃദയത്തിൽ കൂടുതൽ ആനന്ദം നിറച്ച് ഹേമയെ ആവേശത്തോടെ നോക്കി വീണ്ടും ചിരിച്ചു. പിന്നെ രണ്ടു കൈകൾകൊണ്ടും അവളുടെ വലതുകരം ഇറുകെ പിടിച്ചപ്പോൾ ഹേമ തന്റെ കണ്ണുകളിലേക്ക് നോക്കി സംഭ്രമിക്കുന്നതറിഞ്ഞു. സംശയത്തിന്റെ രശ്മികൾ അവളുടെ കണ്ണുകളിൽ നിന്നും ഒഴുകുന്ന പോലെയും തോന്നി. അവൾ പൊടുന്നനെ അവിടെനിന്നും മാറി വസ്ത്രക്കാടുകൾക്കിടയിലെങ്ങോ മറയുന്നതു കണ്ടപ്പോൾ അവളെ പിൻതുടരുന്നതിനിടയിൽ മറമാറ്റിയ തന്റെ മുഖത്തിന്റെ പ്രതിഛായ ആ വസ്ത്രശാലയിലെ കണ്ണാടിയിലൊന്നിൽ പ്രതിബിംബിച്ചു.

കൂമ്പിയടഞ്ഞ അല്പംപോലും വിടരാത്ത ചുണ്ടുകൾക്കിടയിൽ രണ്ടു തേറ്റകൾ. പിന്നെ തുറിച്ച രണ്ടു കണ്ണുകളും. തുടർന്ന് ഹേമയെ തിരയാൻ തോന്നിയില്ല. തിടുക്കത്തിൽ ആവരണം മാറ്റിയ വദനത്തോടെ തന്നെ പടികൾ ചവിട്ടി വാഹനത്തിനരികിലേക്കു നടന്നപ്പോൾ ഫെയ്സി സംഭ്രമത്തോടെയാരാഞ്ഞു.

"ചേട്ടത്തീ. നിങ്ങൾക്കെന്തുപറ്റി"

അനാവൃതമായ തന്റെ മുഖത്തേക്കു പാറി വീണു അവന്റെ കണ്ണുകൾ. താഴത്തെ നിലയിലെ സൂപ്പർ മാർക്കറ്റിൽനിന്നും വാങ്ങിയ ഐസ്ക്രീം ചുണ്ടോടു ചേർത്തുപിടിച്ച ഇടനാഴിയിലൂടെ നടക്കുന്ന പെൺകുട്ടികളെ നോക്കി നില്ക്കുകയായിരുന്നു അവൻ; വല്ലപ്പോഴുമുള്ള തന്റെ യാത്രയിലെ സാരഥി. ഒരുവീട്ടിലെ താമസക്കാരാണ് തങ്ങളിരുവരുമെങ്കിലും ഫെയ്സി തന്റെ മുഖമോ അതിലെ ഭാവമോ കണ്ടത് വളരെ നാളുകൾക്കുമുമ്പാണ്. ഭർത്താവിന്റെ അനുജൻ എന്ന നിലയിൽ തന്റെ മുഖം അവൻ കാണാൻ പാടില്ല. ഫെയ്സി ഇപ്പോൾ യുവാവാണ്. സൗന്ദര്യം കവിഞ്ഞൊഴുകുന്ന സ്ത്രീയുടെ അവയവങ്ങൾ വെളിപ്പെടു

മ്പോൾ പുരുഷനിൽ അശ്ലീല ചിന്ത ജനിക്കും. അത്തരം വികാരങ്ങൾ ജനിപ്പിക്കുകയോ ഉത്തേജിപ്പിക്കുകയോ ചെയ്യുന്നതിനുത്തരവാദികൾ സ്ത്രീകളാണ്. ആയതിനാൽ സ്ത്രീകൾ അവരുടെ ശരീരാവയവങ്ങൾ എല്ലാം തന്നെ പൊതിഞ്ഞുവയ്ക്കുന്നതിൽ ബാദ്ധ്യസ്ഥരുമാണ്.

ആദ്യമാദ്യം പുറത്തേക്കു പോകുമ്പോൾ മാത്രമേ വസ്ത്രവിധാനത്തിൽ നിയന്ത്രണങ്ങളുണ്ടായിരുന്നുള്ളൂ. റസിയയുടെ ഭർത്തൃബന്ധുക്കൾ പലപ്പോഴും ആ വലിയ വീട്ടിൽ അതിഥികളായെത്താറുണ്ട്. ഇല്യാസ് വിദേശത്തായതിനാൽ ഏറെ ദിവസവും റസിയ കുട്ടികളുമായി സ്വന്തം വീട്ടിലാണ് താമസിക്കുന്നത്. അന്യപുരുഷൻമാർ വീട്ടിൽ വരുമ്പോൾ റസിയയിൽ ഒരു നിയന്ത്രണവും താനിതുവരേയും കണ്ടിട്ടില്ല. എന്നാൽ അവളുടെ ഭർത്തൃബന്ധുക്കൾ വരുമ്പോൾ മാത്രം റസിയ നല്ലപിള്ള പറയിപ്പിക്കാൻ നീളൻ കുപ്പായം ചുറ്റി ശിരസ്സ് മറച്ച് ഒതുങ്ങി നില്ക്കുന്നതു കാണാം. ഒരിക്കൽ അവളുടെ അമ്മായിയും വിദേശത്തായിരുന്ന അവിവാഹിതനായ ഭർത്തൃസഹോദരനും ഡ്രൈവറെയുംകൂട്ടി വീട്ടിൽ വന്നു. അന്ന് ചായ തയ്യാറാക്കി സൽക്കരിച്ചത് താനായിരുന്നു. തന്റെ സ്വതന്ത്രമായ്കിടക്കുന്ന കൈകളിലും മുഖത്തും ശിരസ്സിലും അമ്മായിയുടെ കനത്ത നോട്ടം പതിച്ചു. എന്തിനാണവർ തുറിച്ചുനോക്കുന്നതെന്ന് അപ്പോൾ മനസ്സിലായില്ല.

“ആ ഡ്രൈവറ് ചെറുക്കന്റെ നോട്ടം കണ്ടോ?”

അതിഥികൾ പോയിക്കഴിഞ്ഞപ്പോൾ അമ്മായി തുടക്കമിട്ടു.

“അയിന് തൊലീം ഉരിച്ച് നിന്നാ ആണുങ്ങള് നോക്കാണ്ടിരിക്ക്വോ”

റസിയ ഉമ്മയെ പിന്താങ്ങി. ആമിൻഷാ അന്ന് സ്വകാര്യമായ് പറഞ്ഞു.

“നിനക്ക് അവരെപ്പോലെ നിന്നൂടായിരുന്നോ.”

ഭർത്തൃവീട്ടിൽ നിന്നല്ലാതുള്ള അതിഥികളെത്തുമ്പോൾ റസിയ ‘തൊലിയുരിഞ്ഞ്’ തന്നെയാണ് ഇപ്പോഴും നില്ക്കാറുള്ളത്. ബന്ധുക്കളായും സംബന്ധക്കാരായും ഒത്തിരിപ്പേർ എത്താറുള്ള ആ വീട്ടിൽ അതിഥികളെത്തുമ്പോൾ മാറ്റിയൊരുങ്ങാനുള്ള സന്ദർഭവും സമയവും തനിക്കില്ലായിരുന്നു. പരിചാരകരേറെയുണ്ടെങ്കിലും അതിഥികളെ സൽക്കരിക്കേണ്ടത് മരുമകൾ തന്നെയായിരിക്കണമെന്ന് അമ്മായിക്കു നിർബ്ബന്ധമുണ്ടായിരുന്നതിനാൽ മറ്റു വസ്ത്രങ്ങൾ ഉപയോഗിക്കുന്നതിൽ നിന്നും പിന്തിരിഞ്ഞ് സദാസമയം നീളൻ കുപ്പായത്തിൽ ഒതുങ്ങിക്കൂടി. അതു കണ്ട് പിന്നീട് ബന്ധുക്കളായ് പലരുമെത്തുമ്പോൾ അമ്മായി അവരോടായ് പറയും.

“എന്റെ മരുമോള് ഇബാദത്തൊള്ളോളാ.”

“അതുപിന്നെ മൈമുതാത്താന്റെ കൈയില് കിട്ടിയാ അങ്ങനല്ലേ വരൂ.”

വരുന്നവർ അമ്മായിയെ അമിത പ്രശംസയാൽ ഉച്ചികൊമ്പിലെത്തിക്കുമ്പോൾ, കസേരയിൽ ചാരി ഇരിക്കുന്ന അമ്മായി ഈട്ടികട്ടിലിലേക്ക്

കാലെടുത്തുവച്ച് വിളിക്കും.

"മരുമോളേ കുളിയപെട്ടി ഇങ്ങെട്"

കട്ടിലിന്റെ തൊട്ടരികിലാണ് ഗുളിക നിറച്ച വെള്ളിപാത്രത്തിന്റെ സ്ഥാനമെങ്കിലും മരുമകൾ തന്റെ കാര്യത്തിൽ അതീവ ശ്രദ്ധാലുവാണെന്നും താൻ പറയുന്നത് അപ്പടി അനുസരിക്കുന്നവളാണെന്നും കാട്ടാനാണ് അങ്ങനെ ചെയ്യാറുള്ളതെന്ന് ഒരുപക്ഷേ, അതിഥികൾക്കും മനസ്സിലാകും.

"ചേട്ടത്തി ആരെങ്കിലും കണ്ടാൽ....."

ഉള്ളറയിൽനിന്നും വണ്ടി തിരിച്ചു മുന്നിൽ നിർത്തി ഫെയ്സി ചോദിച്ചു. കൈയിൽ ഞാന്നു കിടന്ന മുഖാവരണമുൾപ്പെടെയുള്ള ശിരോവസ്ത്രത്തെ നോക്കി അവൻ സങ്കോചപ്പെട്ടു. ഭീതിയോടെ അവൻ ചുറ്റുപാടും കണ്ണോടിക്കുന്നുണ്ടായിരുന്നു. അന്യപുരുഷന്മാർ കണ്ട ചേട്ടത്തിയുടെ സൗന്ദര്യത്തെപ്പറ്റി ഇക്കായോട് ആരെങ്കിലും പറഞ്ഞുകൊടുക്കുമോയെന്നാണ് അവന്റെ പേടി.

"ചേട്ടത്തി അതൊന്നണിയൂ"

-നീ ഭീരുവാണ്. നിന്റെ അമ്മയും അച്ഛനും അവരുടെ പിതാമഹരും വെച്ചുവിളമ്പിയ മാമൂലുകൾ വിമ്മിഷ്ടത്തോടെ ഭക്ഷിക്കുന്ന ഭീരുക്കൾ. ചിലപ്പോൾ ഛർദ്ദിച്ച് ഛർദ്ദിച്ച് വശംകെടുമെങ്കിലും വീണ്ടും അവ കഴിക്കാൻ നിർബ്ബന്ധിതരാകുന്ന ഉച്ചിഷ്ട ഭോജികൾ, അങ്ങനെ മന്ത്രിച്ചുകൊണ്ട് വാഹനത്തിൽ കയറാൻ കൂട്ടാക്കാതെ അങ്ങോട്ടുമിങ്ങോട്ടും നടന്ന് പാർക്കിങ്ങിൽ കിടന്ന ഓരോ വാഹനത്തിന്റേയും കണ്ണാടിയിൽ പ്രതിബിംബിക്കുന്ന രൂപത്തിൽ വളർന്നിറങ്ങുന്ന തേറ്റകളെ നോക്കി. എന്നിട്ട് സർവ്വശക്തിയുമെടുത്ത് കൈയിൽ തൂങ്ങിയാടിയ വസ്ത്രത്തെ കൂറ്റൻ തൂണുകൾക്കിടയിൽ ഇരുൾ പതിയിരിക്കുന്ന ഉള്ളറയ്ക്കുള്ളിലേക്ക് വലിച്ചെറിഞ്ഞപ്പോൾ ചുണ്ടുകൾ വീണ്ടും മന്ത്രിച്ചു:

-ഒരിക്കലും നീ മോചിതയാകാതിരിക്കട്ടെ. മുഖത്ത് മിന്നി തെളിഞ്ഞ പുഞ്ചിരിയെ അവയിൽ ഉയിർകൊണ്ട ഒരായിരം വാക്കുകളെ ആർക്കും കൈമാറാതെ തടഞ്ഞുവച്ച് തന്റെ ചുണ്ടുകൾക്ക് മറ തീർത്ത നിന്നെ എനിക്കു വേണ്ടാ. എത്രയോ നാളുകളായ് നീ എന്നെ നിന്റെ ഇരുണ്ട മറയ്ക്കുള്ളിൽ പുതപ്പിച്ചു. ഇനി നീ ഈ വെളിച്ചം കടക്കാത്തിടത്ത് ആരാലും ശ്രദ്ധിക്കപ്പെടാതെ കിടന്നോ.

"വേണ്ട എനിക്കു വേണ്ട"

വാക്കുകൾ ഉച്ചത്തിലായപ്പോൾ ഫെയ്സി സംഭ്രമത്തോടെ തുറിച്ചു നോക്കി. എന്തോ ചോദിച്ചെന്നു തോന്നി.

"വേണ്ട ഫെയ്സി എനിക്കിത് വേണ്ട. എനിക്കിത് വലിച്ചെറിഞ്ഞേ മതിയാകൂ." അവനോടായ് പറഞ്ഞു.

"ചേട്ടത്തി വണ്ടിയിൽ കയറിയാട്ടെ." അവൻ തന്നെ കാറിലേക്ക് തള്ളിയിട്ട് വണ്ടി താഴിട്ടതും സുരക്ഷാ ജീവനക്കാരും പർച്ചേയ്സിങ് കഴിഞ്ഞിറങ്ങിയവരും വാഹനത്തിനടുത്തേക്ക് ഓടിക്കൂടുന്നപോലെ തോന്നി.

ഫെയ്സി വണ്ടിയെ പുറത്തേക്കെടുത്തപ്പോൾ സ്വതന്ത്രമായ മുഖത്തെ കണ്ണുകൾ അപ്പോഴും ഹേമയെന്ന സുഹൃത്തിനെ തിരഞ്ഞുകൊണ്ടി രുന്നു. എന്നാൽ വാഹനത്തിന്റെ മുന്നിലെ കണ്ണാടിയിൽ മുഖം പ്രതി ബിംബിച്ചപ്പോൾ മനസ്സു വിലക്കി; വേണ്ട ഹേമയെ ഇപ്പോൾ കാണണ്ട.

തേറ്റകൾ ഇളകിപ്പൊഴിയുന്ന ഒരുകാലത്ത് പരസ്പരം കണ്ടുമുട്ടാം.

രണ്ട്

ബലവത്തായ ഗേറ്റ് എപ്പോഴും അടഞ്ഞാണ് കിടക്കാറ്. വീട് സുര ക്ഷിതമാക്കുന്നതിൽ ആമിൻഷ പ്രത്യേക ശ്രദ്ധാലുവായിരുന്നു. ആയാ സപ്പെട്ട് അവ തുറന്നപ്പോൾ ഫെയ്സിയുടെ കണ്ണുകളിലെ സംഭ്രമം ശ്രദ്ധിച്ചു. കുറ്റവാളിയുടേതുപോലുള്ള അവനിലെ വികാരത്തെ പരിഹ സിക്കാൻ തോന്നി. വണ്ടിയിൽ കയറിയപ്പോൾ തെരുവിന്റെ മൂലയിലേക്ക് വലിച്ചെറിഞ്ഞ നീളൻ കുപ്പായത്തെ നോക്കി അവൻ സന്ദേഹത്തോടെ ചോദിച്ചിരുന്നു.

“എന്താ ചേട്ടത്തി എന്താണിങ്ങനെയൊക്കെ”

വീട്ടിലെ മാമൂലുകൾ അവനിൽ രൂഢമായതുകൊണ്ടാകാം ചേട്ടത്തി യുടെ ചെയ്തികളെ നോക്കി അവൻ ഭീരുത്വത്തോടെ വേവലാതിപ്പെട്ടത്.

“വേണം ഫെയ്സി എല്ലാം വലിച്ചെറിയണം. നീ വെളിയിലേക്കു നോക്കിയേ അവരുടെ കാലുകൾ സ്വതന്ത്രമായ് സഞ്ചരിക്കുന്നത് കാണുന്നില്ലേ.”

താൻ പറയുന്നതെന്തെന്ന് അവന് മനസ്സിലാകാഞ്ഞിട്ടോ എന്തോ അവൻ തന്നെ തുറിച്ചുനോക്കിയിട്ട് വേഗത്തിൽ വാഹനമോടിക്കുകയാ യിരുന്നു.

ഫെയ്സിയോടൊപ്പം പൊയ്ക്കൊള്ളൂവെന്ന് പറയാറുണ്ടെങ്കിലും സംശയത്തിന്റെ കരിനിഴൽ ആമിൻഷായുടെ കണ്ണുകളിൽ പലപ്പോഴും കാണാറുണ്ട്. ഒപ്പം പോന്നാൽ കീശയിലെ പണം ഏറെ ചെലവാക്കേ ണ്ടിവരുമെന്നുള്ള മുൻകരുതലായിരുന്നു അവന്റെ ഒഴിവാകൽ. ആറോ എട്ടോ മാസം കൂടുമ്പോൾ കഷ്ടിച്ച് മുന്നൂറോ നാന്നൂറോ തന്നിട്ട് ഇത്രയും തന്നെ വേണ്ടിവരില്ലെന്ന താക്കീതും തന്ന് പറഞ്ഞുവിടും. അവശ്യസാ ധനങ്ങൾ തെരഞ്ഞെടുത്ത് ബില്ലിടുമ്പോഴായിരിക്കും ഞെട്ടുന്നത്. കൈയിൽ കരുതിയ പണം ഒരെണ്ണത്തിനുപോലും തികയില്ലായിരിക്കും. തിരികെ നല്കി മറ്റൊരു കടയിലേക്കു പോകുമ്പോൾ ഫെയ്സി ചോദി ക്കുമായിരുന്നു

“എന്താ ചേട്ടത്തി ഒന്നും വാങ്ങണില്ലേ.”

“അത്രയ്ക്ക് പിടിച്ചില്ല” - അവനോടു കളവു പറയും. അവനിൽ നിന്നും തന്നിലെ ഇല്ലായ്മ മറച്ചുപിടിച്ച് നടക്കുമ്പോൾ ഉള്ളം കലുഷിത മാകും.

- നിനക്കു കിട്ടിയ തൊഴിലിനെ നീയെന്തിന് ഉപേക്ഷിച്ചു. നീയെന്തിന് ഭിക്ഷതെണ്ടുന്നു - പൂജാബാനുവെന്ന ആ പഴയ വിപ്ലവകാരി പലപ്പോഴും കുറ്റപ്പെടുത്തും. എങ്കിലും പ്രതികരിക്കാനാവാതെ ജീവിച്ചു. സ്വകാര്യ സ്കൂളിലാണെങ്കിലും തന്റെ ആവശ്യങ്ങൾക്ക് ആരുടെ മുന്നിലും ഓച്ചാനിച്ച് നില്ക്കേണ്ടതില്ലായിരുന്നുവെന്ന യാഥാർത്ഥ്യത്താൽ തന്നെ.

വണ്ടിയിൽനിന്നും പുറത്തേക്കിറങ്ങിയപ്പോൾ അടിവസ്ത്രമായ് ധരിച്ചിരുന്ന ചുരിദാറിന്റെ മുതുകത്തും വലതുകൈക്കുഴിക്കു താഴെയും പിഞ്ഞലുകൾ കണ്ടു.

ബാഹ്യമായ അണിയലുകളിലും അവയുടെ ധാരാളിത്വത്തിലും പിന്നെ ചിലതുകളുടെ ലംഘനങ്ങൾക്കും ഉത്തരവിടുന്ന ആമിൻഷ അവൻ വച്ചുനീട്ടിയ ആവരണത്തിനുള്ളിലെ വിള്ളലുകൾ കാണാതെപോയത് പെട്ടെന്ന് ഓർത്തുപോയി. പുറത്തേക്കു പോകുമ്പോൾ കരുതാറുള്ള വലിയൊരു ഷോൾ; തുകൽ സഞ്ചിയിൽ നിന്നെടുത്ത് തോളത്തൂടെ നിവർത്തിയിട്ടു നടന്നപ്പോൾ കേട്ടു.

"എന്റെ റബ്ബേ ഇവളെന്താ കാട്ടണേ" പിന്നാമ്പുറത്തുനിന്നും ഓടിക്കിതച്ചെത്തിയ റസിയയുടെ വലിയവായിലെ കൂവൽ.

"എടാ ഫെയ്സീ'

തിരിഞ്ഞുനിന്ന ഫെയ്സിയോട് അംഗവിക്ഷേപത്തോടെ അവൾ എന്തോ ആരായുന്നതു കണ്ടു. ഫെയ്സി അവന്റെ ഭീതിതമായ മുഖത്തെ മറുപടിക്കായ് തിട്ടപ്പെടുത്തുന്നതിലുള്ള തയ്യാറെടുപ്പിലായിരുന്നു അപ്പോൾ. യാത്രകഴിഞ്ഞ് പോർച്ചിലെത്തിയാൽ പൂമുഖത്ത് പ്രവേശിക്കാതെ പുറം വാതിലിലൂടെ മുറിയിൽ എത്തുകയാണ് പതിവ്. പതിവു തെറ്റിച്ച് മുന്നിലെ പൂങ്കാവനത്തിലൂടെ നടന്നപ്പോൾ വർണ്ണശലഭങ്ങളും അനേകമനേകം പൂക്കളും ഉറ്റുനോക്കുന്നതായി തോന്നി. അവരുടെ കണ്ണുകളിൽ അപരിചിതത്വം നിഴലിച്ചിരുന്നു. എങ്കിലും അവ ആർദ്രമായിരുന്നു. തോട്ടത്തിന് നടുവിലെ കൃത്രിമ തടാകത്തിൽ നീന്തിക്കളിക്കുന്ന താറാക്കൂട്ടങ്ങൾ ക്ഹ്വാ ക്ഹ്വാ വിളിച്ച് എരുത്തിലിനപ്പുറത്തേക്ക് പായുന്നതു കണ്ടു. അടുക്കളതോട്ടത്തിലെ പുഴുക്കളെ കൊത്തിപറിച്ചു നിന്ന തള്ളക്കോഴി കുഞ്ഞുങ്ങളെ ചിറകിനടിയിലൊതുക്കി നില്ക്കുന്നതും.

തന്നിലെ ആവരണത്തെ മാത്രമേ അവകൾക്ക് പരിചയമുണ്ടായിരുന്നുള്ളൂ. അതുകൊണ്ടാകാം അപരിചിതയായ തന്നെ നോക്കി അവകൾ പേടിച്ചകലുന്നത്. സംഭ്രമിച്ച് തുറിച്ചുനോക്കുന്നത്.

ആരാണ് തന്നെ ഇത്രയുംകാലം ഒളിപ്പിച്ചു വെച്ചത്. ഇവർക്ക് മുന്നിൽ കാട്ടികൊടുക്കാത്തത്. ഇതാ ഇവൾ നിങ്ങളുടെ ചങ്ങാതിയെന്ന് പരിചയപ്പെടുത്തികൊടുക്കാത്തത്. അങ്ങനെ പല പല ചോദ്യങ്ങൾ ഉള്ളിൽ മുളപൊട്ടിയപ്പോൾ പഴയ പൂജാബാനു ശകാരിച്ചു.

- ഹേ നീയല്ലേ ഇരുളിൽ മറഞ്ഞു നില്ക്കുന്നത്.

"എന്റെ ഇലാഹേ"

മുന്നിലെ വീതികൂടിയ വാതായനത്തിലൂടെ അമ്മായിഅമ്മ ഞെരിഞ്ഞമർന്ന് ഇഴഞ്ഞിറങ്ങി മുന്നിൽവന്നുനിന്ന് ഉദ്വേഗത്തോടെ അടിമുടി നോക്കി നിലവിളിച്ചപ്പോൾ മനസ്സിലായി; ഇവരെല്ലാം തന്നെ ഭയക്കുന്നു. വസ്ത്രശാലയിലെ കണ്ണാടിയിൽ പ്രതിബിംബിച്ച തന്റെ രൂപത്തിലെ ചുണ്ടുകൾക്കിടയിലെ തേറ്റകളെ ഭയക്കുന്നു.

റസിയയുടെയും അമ്മായിയുടെയും മുറവിളി കേട്ടിട്ടായിരിക്കാം ഒന്നാം നിലയിൽ മയങ്ങിക്കിടന്ന ആമിൻഷ കിടപ്പുമുറിയിൽനിന്നും പുറത്തേക്ക് ചെരിഞ്ഞു നോക്കി. അവന്റെ കണ്ണുകൾ ഫെയ്സിയിലേക്കും തന്നിലേക്കും ധ്രുതഗതിയിൽ സഞ്ചരിച്ചുകൊണ്ടിരുന്നു. പലവിധ ജോലികളിൽ ഏർപ്പെട്ടിരുന്ന പരിചാരകരും സഹവാസികളും മുന്നിൽ വന്ന് വട്ടമിട്ടുനിന്നു. തോട്ടക്കാരൻ ചെക്കൻ പുൽത്തകിടിയെ കോതിമിനുക്കുന്നതു നിർത്തി അങ്ങോട്ടുമിങ്ങോട്ടും കണ്ണുകൾ പായിച്ചു. കഥയില്ലാത്ത ആ ചെക്കൻ എവിടേയും നോക്കി വാപൊളിച്ച് നില്ക്കുക പതിവാണ്.

“ഇങ്ങനെ മോന്തേം കാട്ടി നടന്നാ ചെറുപ്പക്കാര് ചെക്കൻമാര് നോക്കാണ്ടിരിക്കോ.”

ഒരിക്കൽ ചെക്കന്റെ അർത്ഥശൂന്യമായ നോട്ടത്തെ കണ്ട് ആമിൻഷ വല്ലാതെ കയർത്തിരുന്നു. ഒന്നാം നിലയിൽ വെയിലേല്ക്കാതെ വളർത്തിയ ചിത്രശലഭചിറകുകൾ പോലുള്ള ഓർക്കിഡ് ചെടിയിൽ മൊട്ടുമുളച്ചത് നോക്കി താനന്ന് നിന്നപ്പോൾ താഴെ പൂവിടാതെ നിന്ന ബൊഗയിൻവില്ലയിൽ പടർന്നേറിയ നീണ്ട ശിഖരങ്ങൾ അരിയുകയായിരുന്ന ചെക്കന്റെ കണ്ണുകൾ ചന്തമുള്ള ഭാര്യയിൽ തട്ടിയത് ആമിൻഷായ്ക്കു പിടിച്ചില്ല. അന്നു മുതലാണെന്നു തോന്നുന്നു പൂജാബാനു തന്റെ മുഖത്തിന് കനത്തൊരു കവചം തീർത്തത്. വീട്ടിലും പുറത്തും തന്നെ ആരും കാണേണ്ടെന്നു കരുതി പകയോടെ എടുത്തണിഞ്ഞ മൂടുപടം കണ്ട് ആമിൻഷായുടെ കണ്ണുകൾ അന്ന് പതിവിലേറെ തിളങ്ങിയിരുന്നു. അമ്മായിഅമ്മ വിരുന്നുകാരോട് അനുസരണയുള്ള മരുമോളെക്കുറിച്ച് വാതോരാതെ സംസാരിക്കുമ്പോൾ റസിയ അവളുടെ മോന്ത വീട്ടിലെത്തുന്നവരെ കാട്ടി വെളുക്കനെ ചിരിച്ച് സഹോദര ഭാര്യയുടെ അഴക് സഹോദരൻ മാത്രം കാണുന്നതിൽ അഭിമാനംകൊള്ളുമായിരുന്നു.

മനോഹരമായ കാഴ്ചകൾ കാണാൻ, ഇമ്പമുള്ള സംഗീതം കേൾക്കാൻ, സൗഗന്ധികങ്ങളുടെ മാസ്മരികതയിൽ ലയിച്ചുചേരാൻ മനുഷ്യർ എവിടെയെല്ലാം പോകും. ഭൂമിയിലേക്കു സൗന്ദര്യം പടച്ചിറക്കിയ സ്രഷ്ടാവ് അവ ആസ്വദിക്കുന്നതിൽ പ്രത്യേകം വിലക്കുകൾ ഏർപ്പെടുത്തിയിട്ടുണ്ടോവെന്നും പെണ്ണിന്റെ മുഖലാവണ്യം പുറത്തുകണ്ടാൽ പുരുഷന്റെ വികാര സീമകൾ അനുസരണക്കേട് കാട്ടി അവന്റെ സദാചാര ചിന്തകൾ കയറുപൊട്ടിക്കുമോയെന്നും പലപ്പോഴും സ്വയം ആരാഞ്ഞിട്ടുണ്ട്.

തന്റെ കണ്ണിലെ നീലിമ, പുഞ്ചിരിയിലലിയുന്ന നനവ്, കവിളിലെ ശോണിമ ഒന്നുമൊന്നും ആമിൻഷായുടെ വികാരങ്ങൾക്ക് വിശിഷ്ടമാ

യിരുന്നില്ലെങ്കിലും എന്റെ പ്രിയപ്പെട്ടവളേ നിന്നെ ഞാനെത്ര സ്നേഹിക്കുന്നുവെന്ന വാക്കുകൾക്കായി മൂടപ്പെട്ടവയെങ്കിലും ഇരുചെവികളും കൂർപ്പിച്ചു നിന്നിട്ടുണ്ട്.

ഇല്ല. ഒരിക്കൽപോലുമുണ്ടായിട്ടില്ല.

രാത്രിയിൽ തന്നിലേക്കു മറിയുമ്പോൾ അവന്റെ ദേഹത്തിന്റെ ഭാരം ശരിക്കും അറിയാറുണ്ട്. അപ്പോൾ അവന്റെ വികാര തള്ളിച്ചകൾക്കിടയിലെങ്കിലും മധുരമുള്ള ഒരേ ഒരു വാക്കിനായ് വെറുതേ മോഹിക്കും.

എന്റെ ഓമനേ..........

ആ മധുര സംഗീതത്തിൽ ഭാരമില്ലാതെ ഒരു തൂവൽപോലെ പറന്നു പറന്നു സഞ്ചരിക്കാൻ.

ഇല്ല ഒരിക്കലുമുണ്ടായിട്ടില്ല. ഒരേ മുറിയിൽ വളരെ വളരെ ദൂരത്ത് താമസിക്കുന്ന രണ്ടു ജീവികൾ മാത്രമാണിരുവരും.

"എന്താ ഇത്രേം താമസിച്ചത്."

ഒന്നാം നിലയിൽനിന്നും പോർച്ചിലേക്കിറങ്ങിവന്ന ആമിൻഷ ഫെയ്സിയോടും തന്നോടുമായി തിരക്കിയപ്പോൾ ചുറ്റും കൂടി നിന്നവരുടെ കണ്ണുകളിലും പുതിയൊരു ഭാവം കണ്ടു. ഒന്നും പറയാതെ ബാംബൂകർട്ടനുകൾക്കടിയിൽ നിരത്തിയ വരാന്തയിലെ അലങ്കാരച്ചെടികളെ നോക്കി ഒരു നിമിഷം നിന്നു. ആമിൻഷ നല്ലൊരു ചെടി സ്നേഹിയാണെന്ന് വിവാഹം കഴിഞ്ഞ നാളുകളിൽത്തന്നെ മനസ്സിലാക്കിയിരുന്നു. അവൻ തെരഞ്ഞെടുത്തിരുന്നത് വീട്ടിനകത്തു വളർത്തുന്ന ചെടികളെ മാത്രമായിരുന്നു. കാറ്റും വെളിച്ചവുമേല്ക്കാതെ മുറികൾക്ക് അലങ്കാരം നല്കുന്ന ചെടികൾ വല്ലപ്പോഴും ടെറസിന്റെ മുകളിൽ കൊണ്ടുപോയി അല്പനേരം സൂര്യപ്രകാശമേല്പിക്കും. ഇലകൾ തുടച്ച് വൃത്തിയാക്കും.

കാറ്റേല്ക്കാതെ അനക്കമില്ലാതിരുന്ന ആ ചെടികളെ കണ്ടപ്പോൾ കഷ്ടം തോന്നി. ചട്ടിയോടെ വലിച്ചെടുത്ത് പുറത്തേക്കു നടന്നപ്പോൾ കരുതി; പൂന്തോപ്പിലെ വൃക്ഷങ്ങൾക്കിടയിൽ സ്ഥാപിച്ചാൽ പടർന്നുപന്തലിച്ചു നില്ക്കുന്ന വാകച്ചെടിയിൽ നിന്നോ കുളമ്പിൻ മാവിൽ നിന്നോ തണൽ ലഭിച്ചേക്കും. ആ തണലിൽ അവ വളർന്നു കൊള്ളും.

അതിഥികളും സന്ദർശകരും വന്നിരിക്കാറുള്ള വിശാലമുറിയുടെ ഫർണ്ണിച്ചറുകൾക്കരികിൽ നിരത്തിയ വിലപിടിപ്പുള്ള തിളക്കമാർന്ന പൂച്ചട്ടികളിൽ നിറച്ച പനച്ചെടികളെ വെയിൽ വീഴുന്ന വരാന്തയിൽ മാറ്റിവയ്ക്കാനൊരുമ്പെട്ടപ്പോൾ ആരോ തടയുവാൻ വന്നു. അവരെ തട്ടി മാറ്റി അവയേയും പുറം കാണാൻ കൊണ്ടുപോയി. എന്നിട്ട് വീട്ടിനകത്തു വളർത്തിയ അലങ്കാര മത്സ്യങ്ങളെ ചെറിയ ടാങ്കിൽനിന്നും മാറ്റി പുറത്തെ കൃത്രിമ തടാകത്തിലേക്കിട്ടു. വർണ്ണക്കിളികളുടെ കൂട്ടിനരികിലേക്കു പോയി കിളിവാതിൽ തുറന്നിട്ടു. അവ കലപില കൂട്ടി നാനാദിക്കിലേക്കും പറന്നപ്പോൾ കൂടി നിന്നവർ പരസ്പരം നോക്കി പിറുപിറുക്കുന്നതു കണ്ടു.

“ഇവൾക്കെന്താ മതിഭ്രമം പിടിപെട്ടോ.”

ആമിൻഷ ശകാരിച്ചു. അതു കേട്ട് അമ്മായിഅമ്മ ഭീതിയോടെ തന്നെ നോക്കി പിറകോട്ടുമാറി. അപ്പോഴാണ് അവരിരുവരിലും ജന്മനാ മുളപൊട്ടിയ ഭ്രാന്തിന്റെ വേരുകൾ ദൃഷ്ടിയിൽപ്പെട്ടത്; കണ്ണുകളിലൂടെയും വാക്കുകളിലൂടെയും പുറത്തേക്ക് തള്ളിവന്ന വേരുകൾ. അവരുടെ മുന്നിലേക്കു നടന്ന് ആ വേരുകൾ പറിച്ചെടുക്കാനാഞ്ഞുവെങ്കിലും ആമിൻഷ തന്നെ തള്ളി പൊടുന്നനെ കിടപ്പറ മുറിയിലേക്കു കൊണ്ടുപോയി ചോദിച്ചു

“നിന്റെ വസ്ത്രങ്ങളിൽ എങ്ങനെ വിള്ളലുണ്ടായി.”

“പഴകിയാൽ വസ്ത്രം കീറാതിരിക്കുമോ. ഇത് ഏറെ പഴകിയതാണ്. നിങ്ങളോർക്കുന്നോ നമ്മുടെ വിവാഹനാളിലെപ്പോഴോ വാങ്ങിയതാണിത്.” ആമിൻഷായെ ഓർമ്മപ്പെടുത്താൻ ഉത്സാഹം കാട്ടി.

“ഞാനുമായുള്ള വിവാഹം ഏറെ പഴകിയെന്നാണോ നീ പറയുന്നത്.”

അങ്ങനെ പറഞ്ഞ് അവൻ കണ്ണുകൾ തുറിച്ചു കാട്ടിയപ്പോൾ മുളപൊട്ടിയ വേരുകൾ പുറത്തേക്ക് തുളച്ചിറങ്ങി. തന്നെ നോക്കി ഞെരിച്ച അവന്റെ പല്ലുകൾക്കിടയിൽനിന്നും പാറക്കൂട്ടങ്ങൾ അടർന്നുവീഴുന്ന ശബ്ദം കേട്ടു. കൂറ്റൻ ശിലകൾക്കിടയിൽ പതിയിരുന്ന സിംഹകൂട്ടങ്ങൾ അപ്പോൾ അലർച്ചയോടെ പുറത്തേക്കു ചാടുന്നപോലെ തോന്നി; തന്റെ മേൽ ചാടി വീണ് വസ്ത്രങ്ങൾ വലിച്ചുകീറി തൊലി മാന്തുന്നു, കടിച്ചു മുറിക്കുന്നു.

“നീ ഇനി ഇടണത് കാണട്ട്.”

ഉടനെ ചിത്രപ്പണികളുള്ള അലമാര തുറക്കുന്ന ശബ്ദം കേട്ടു. പച്ച മാംസം വലിച്ചുതിന്നിട്ട് ഉപേക്ഷിക്കുന്ന എല്ലിൻ കൂട്ടങ്ങളിൽ വൻമരങ്ങൾ ഒന്നൊന്നായ് പതിക്കുന്നപോലുള്ള തോന്നൽ. അന്ധകാരത്തിലാണ്ടതുപോലെ.

“ഞാൻ പഴകിയതായതുകൊണ്ടാണോ വസ്ത്രം വലിച്ചെറിഞ്ഞ് തൊലിയുരിച്ച് അഴിഞ്ഞാടാൻ നടക്കണത്.” - ചുമരിലെ ഘടികാരത്തിലേക്കു നോക്കി വീണ്ടും പല്ലുഞെരിച്ചിട്ട് അവൻ തുടർന്നു.

“എത്രമണിയായി പോയിട്ട് - ആരോടെടീ നീ അഴിഞ്ഞാടിയ ....”

അലമാരയിൽനിന്നും ദേഹത്തേക്കു വലിച്ചെറിഞ്ഞ ആ വസ്ത്ര കൂമ്പാരത്തെ ശക്തിയോടെ നാനാ ഭാഗത്തേക്കു വലിച്ചെറിഞ്ഞ് എഴുന്നേറ്റു.

ഏറെനേരം കണ്ണും കണ്ണും നോക്കിയിരുന്ന് ചുണ്ടോട് ചുണ്ട് കോർക്കാൻ ആഗ്രഹിച്ചിരുന്ന തന്റെ കണ്ണുകൾ അവന്റെ വേരുകൾ പിടിച്ച കണ്ണുമായി ഏറ്റുമുട്ടിയപ്പോൾ അമർഷം തോന്നി. ഏറെ സാധനങ്ങൾ സൂക്ഷിക്കുന്ന തന്റെ പേടകത്തിന്റെ താക്കോൽ അവൻ കരസ്ഥമാക്കുന്നതുകണ്ടപ്പോൾ പ്രതിഷേധത്തോടെ തട്ടിപ്പറിക്കാനൊരുമ്പെട്ടു. ആ പേടകത്തിനുള്ളിലെ നിറമാർന്ന വസ്ത്രങ്ങൾ, കുപ്പിവളകൾ, ചുണ്ടിലും

മുഖത്തും പുരട്ടാനുള്ള ചായങ്ങൾ അവയെല്ലാം പുറത്തെടുക്കാൻ വെമ്പിയെങ്കിലും അവൻ അമർഷത്തോടെ എല്ലാം നിരാകരിച്ചു.

"ഇതിന്റെ താക്കോൽ താ" - അവനോട് യാചിച്ചു.

"നിനക്ക് നാണമുണ്ടോടീ" - അവൻ തന്റെ ദേഹത്ത് നോക്കി പരിഹസിച്ചപ്പോഴാണ് താൻ നഗ്നയാണെന്ന് മനസ്സിലായത്. അവന്റെ പ്രഹരം കൊണ്ട് തന്റെ ദേഹത്ത് അങ്ങിങ്ങ് മുറിവുകൾ തീർത്തിരിക്കുന്നു. എങ്കിലും സഹതാപമോ ക്ഷമാപണമോ അല്പംപോലും കാട്ടാനൊരുമ്പെടാതെ അവൻ നഗ്നതയെ നോക്കി പുച്ഛിച്ചു.

"നിന്റെ മുന്നിൽ എനിക്കെന്തു നാണം. നീ എന്റെ ഭർത്താവല്ലേ നിന്റെ മുന്നിൽ മാത്രമല്ലേ എന്റെ ശരീരവും മുഖവും തുറന്നു കാട്ടാനാകൂ."

അങ്ങനെ പറഞ്ഞപ്പോൾ ശരീരത്തിന്റെ വേദന അല്പമൊന്നയഞ്ഞു. ജാലകത്തിലൂടെ വഴുതിയിറങ്ങി സ്വതന്ത്രമായ് പറന്നുപറന്ന് സഞ്ചരിക്കാൻ ചിറകു മുളച്ചെങ്കിലെന്നാശിച്ചു തെല്ലു നേരം കിടന്നു. എന്നാൽ ആമിൻഷ വസ്ത്രകൂമ്പാരത്തിൽനിന്നും വലിച്ചെടുത്ത നീളൻ കുപ്പായത്തെ തന്റെ മേൽ അണിയിക്കാൻ ശ്രമിച്ചപ്പോൾ ഭയന്നു പോയി; അവ തന്നിൽ ആവൃതമാക്കിയാൽ തന്റെ ചിറകുകൾ വീണ്ടും മൂടപ്പെടും.

അതു പാടില്ല. അതുകൊണ്ടുതന്നെ ശക്തിയോടെ ആമിൻഷായുടെ കൈകൾ തള്ളിമാറ്റാനൊരുമ്പെട്ടു. എന്നാൽ അവൻ ഉറക്കെ ഒച്ചവച്ച് കട്ടിലിലേക്ക് തള്ളിയിട്ടു.

അടച്ചിട്ട വാതിലിൽ ആരൊക്കെയോ മുട്ടുന്നുണ്ട്. അമ്മായിയുടെ ഉറക്കെയുള്ള ശകാരവും. റസിയയുടെ തൊണ്ട തുറന്നുള്ള നിലവിളി. ഫെയ്സിയുടെ ചേട്ടത്തീയെന്നുള്ള സഹതാപം. എല്ലാംകൂടി അസ്സഹനീയമായ് തോന്നി. ഏവരും ഒറ്റപ്പെടുത്തുന്നപോലെ. നിരാശ്രയത്വം വല്ലാതെ പിടികൂടുന്നു. ഇല്ല പാടില്ല. ആമിൻഷായുടെ അധീനതയിൽ അവന്റെ മാമൂലുകളുടെ മാമുണ്ട് ജീവിക്കാൻ ഇനിയും വയ്യ. നഗ്നത മറയ്ക്കാൻ വീണ്ടും തന്റെ പെട്ടിയുടെ താക്കോൽ തെരഞ്ഞപ്പോൾ അവൻ പറഞ്ഞു.

"ദേ ഇത് ധരിക്ക്"

ആമിൻഷയുടെ വാക്കുകളിൽ അനുനയത്തിന്റെ താളം.

- വേണ്ട എനിക്കുവേണ്ട. എനിക്കെന്റെ പേടകത്തിന്റെ ഉള്ളറ കാണണം. അവിടെ എന്റെ വർണ്ണച്ചെപ്പുകളുണ്ട്. സ്വപ്നങ്ങൾ വിതറിയ നനുത്ത തൂവലിൽ നെയ്ത കുപ്പായങ്ങളുണ്ട്. ശ്രവ്യമധുരമായ വീചികൾ പുറപ്പെടുന്ന സംഗീതപ്പെട്ടികളുണ്ട്. വാസന തൈലങ്ങൾ ഒഴുകുന്ന പളുങ്കുകുപ്പികളുണ്ട്. അസ്പർശ്യമായ് അവ എന്റെ പേടകത്തിൽ കിടന്ന് വീർപ്പുമുട്ടുന്നത് സഹിക്കാനാകുന്നില്ല.

തന്റെ കാതുകളിൽ തന്റെ തേങ്ങലുകൾ മാത്രം അലയടിച്ചു. അടഞ്ഞ വാതിലിന്റെ പഴുതുകൾ നീക്കാനുള്ള ശ്രമത്തെ തടഞ്ഞ ആമിൻഷ നഗ്നതയെ ഒരിക്കൽ കൂടി ചൂണ്ടി കാട്ടി പറഞ്ഞു.

"പുറത്താരെങ്കിലും കാണും മുമ്പ്"

അവൻ ശക്തിയോടെ അവന്റെ കൈയിൽ കരുതിയ കുപ്പായത്തെ ശിരസ്സിലൂടെ അണിയിക്കാനൊരുങ്ങിയപ്പോൾ തേങ്ങലുകൾ അലർച്ച യായി മാറി. എന്നാൽ പെട്ടെന്ന് വന്നുചേർന്ന ശക്തിയാൽ അവനിൽ നിന്നും തട്ടിയെടുത്ത് അതിനെ അവന്റെ തന്നെ ശിരസ്സിലൂടെ മുഖ ത്തേക്കു വലിച്ചിട്ടുകൊണ്ട് താഴോട്ട് നീക്കി ശരീരമാകെ ആവൃതമാക്കി.

"ശ്വാസം മുട്ടുന്നു."

വലിച്ചെടുക്കാൻ പാടുപെടുന്നതിനിടയിൽ ആമിൻഷ കിതപ്പോടെ അലറി.

"ശീലമായിക്കൊള്ളും."

അവനെ മെല്ലെ സാന്ത്വനപ്പെടുത്തിയിട്ട് മൂടപ്പെട്ട അവന്റെ മനോഹ രമായ വദനത്തിലെ കണ്ണുകളിലെ അന്ധതയെ തന്റെ സ്വതന്ത്രമായ കണ്ണുകൾ ചൂഴ്ന്നുനോക്കി കൊണ്ടിരുന്നു.

"ശ്വാസം കിട്ടണില്ല." - കൈകൾ ചുറ്റും പരതി അവൻ ഭിത്തിയിൽ മാന്താനൊരുങ്ങി.

"ഞാനും നീയും ശ്വസിക്കുന്ന പ്രാണവായുവിന് വ്യത്യാസമുണ്ടോ? നിനക്ക് മാത്രം ശ്വാസം മുട്ടാൻ എന്തേ. വെറുതേ പറയല്ലേ എന്റെ പൊന്നേ" സ്നേഹ വായ്പോടെ അവനോട് ചേർന്നുനിന്നു വീണ്ടും സാന്ത്വനിപ്പിച്ചു.

"ഇതിന്റെ തുറന്ന ഭാഗം എവിടെ.... വലിച്ച് മാറ്റെടീ" ആമിൻഷാ യുടെ ഉത്തരവ് അലർച്ചയായ് ആ മുറിയിൽ പ്രതിദ്ധ്വനിച്ചു. ചിത്രപ്പണി കളുള്ള അലമാരയിലെ വസ്ത്രങ്ങൾക്കിടയിൽനിന്നും കണ്ടെടുത്ത താക്കോൽകൂട്ടത്തിൽ ഒരെണ്ണം തന്റെ പേടകത്തിന്റേതായിരുന്നു. കിനാ ക്കൾ നിറഞ്ഞ തന്റെ ആ പെട്ടിക്കുള്ളിൽ വർണ്ണപൂക്കൾ ചിതറിക്കിട ക്കുന്ന ചിത്രങ്ങളുള്ള സാരിയും ബ്ലൗസും ഭദ്രമായിരുന്നു. ആവേശ ത്തോടെ അതെടുത്ത് ധരിച്ചിട്ട് വാതിൽ തുറന്നതും പുറത്തുനിന്നും ഇര ച്ചുകയറിയ ജനക്കൂട്ടം ആമിൻഷായെ തിരയുന്നതു കണ്ടു.

"ഇതൊന്നു മാറ്റൂ എനിക്ക് ശ്വാസമെടുക്കാൻ കഴിയുന്നില്ല." ആമിൻഷ വിളിച്ചു കൂവി.

അമ്മായി മറയിൽ കിടന്ന് ഞെരിപിരികൊള്ളുന്ന മകനെ കണ്ട് തന്റെ നേരെ തിരിഞ്ഞിട്ട് ആമിൻഷായെ സ്വതന്ത്രമാക്കാനൊരുങ്ങി.

"ഇവൾ എന്നെ കൊല്ലാൻ ശ്രമിക്കുന്നു." അവന്റെ വാക്കുകൾ കേട്ട് എല്ലാ കണ്ണുകളും തന്നിലേക്കു തിരിഞ്ഞപ്പോൾ ഭീതിതമായ ചിലകണ്ണു കൾ ഭീകരവും തീവ്രമാകുന്നതും കണ്ടു.

"ശീലമായിക്കൊള്ളും." - എല്ലാപേരോടും സാന്ത്വനപ്പെടുത്താനെ ന്നോണം പറഞ്ഞു.

"ഇവൾക്ക് മുഴുഭ്രാന്താണ്." - ആമിൻഷ കയർത്തു.

"വസ്ത്രങ്ങൾ വലിച്ചെറിഞ്ഞിട്ട് തേവിടിച്ചികളെപ്പോലെ അണി ഞ്ഞൊരിങ്ങിയിരിക്കുന്നത് കണ്ടില്ലേ. ഇവൾക്ക് മറ്റേ പ്രാന്താണ്." റസി

യയുടെ കുറ്റപ്പെടുത്തൽ.

അനുനിമിഷം എല്ലാവരും ചേർന്ന് തന്നെ വലിച്ചിഴച്ച് അടുക്കളയോട് ചേർന്ന കുടുസ്സുമുറിയിലേക്കു കൊണ്ടുപോയി. അത് എന്തിനാണെന്ന് മനസ്സിലായില്ലെങ്കിലും താനും ആമിൻഷായും അമ്മായിയും റസിയയും മറ്റെല്ലാപേരും ശ്വസിക്കുന്ന പ്രാണവായു വ്യത്യസ്തമായിരുന്നോയെന്ന് ചിന്തിച്ചുകൊണ്ടിരുന്നു. താൻ ധരിച്ച മുഖാവരണം അണിഞ്ഞപ്പോൾ അവൻ പുരുഷനു മാത്രം ശ്വാസം കിട്ടാതെയായത് എങ്ങനെയെന്നും ആരാഞ്ഞുകൊണ്ടിരുന്നു.

മൂന്ന്

പ്രഭാതത്തിലുണർന്ന് ജാലകവിരി നീക്കിയാൽ, കുളമ്പുമാവിൻ ചോട്ടിൽ പടുത്തുയർത്തിയ കല്ലുകെട്ടിനകത്തെ ചെറുനന്ത്യാർവട്ടത്തിലെ വെള്ളപ്പൂക്കളിൽ വന്നുചേരുന്ന വർണ്ണ ശലഭങ്ങളെയാണ് കണി കാണാറ്. പിന്നെ പൂന്തോപ്പിൽ സ്ഥാപിച്ച നെടുങ്കൺ കമ്പിത്തൂണിലൂടെ ആകാശ ത്തിലേക്കു പറന്നുകയറുന്ന വള്ളിച്ചെടികളിൽ നിറയെ വിരിഞ്ഞു നില്ക്കുന്ന പൂക്കളെയും. രാവിലെ വെളുത്തു വിരിയുന്ന അവ സൂര്യതാ പമേറ്റ് നിറംമാറി ഉച്ചയോടെ ചുവന്നു തുടുക്കും. എന്നാൽ ഇന്ന് തന്റെ പ്രഭാതം മാറിയിരിക്കുന്നു. പച്ചപ്പ് കാണാത്ത, ആകാശപൊൻ തിളക്കം കാണാതെയുള്ള പ്രഭാതം. ഇന്നലെവരെ തന്റെ ചലനങ്ങളെങ്കിലും സ്വത ന്ത്രമായിരുന്നു; കിടപ്പറമുറിയിൽ നിന്നും അടുക്കളയിലേക്ക്. പിന്നെ ഈ വലിയ ബംഗ്ലാവിന്റെ മുറികളിലും ഇടനാഴിയിലും ഒന്നാം നിലയിലെ സിറ്റൗട്ടിലുമൊക്കെ. വദനത്തെയും ദേഹത്തിന്റെ വീർപ്പുമുട്ടലുകളെയും താൻ സ്വതന്ത്രമാക്കിയപ്പോൾ അവർ തന്റെ ചലനങ്ങൾക്ക് തടയിട്ടിരി ക്കുന്നു.

പ്രാവിന്റെ കുറുകൽ വല്ലാതെ ഭീതിപ്പെടുത്തുന്നുണ്ട്. അവയുടെ വിസർജ്ജ്യവും എത്ര അസ്സഹനീയം. ജാലകമില്ലാത്ത നാലു ചുവരു കൾക്കിടയിൽ വെളിച്ചം കടക്കാൻ ചെറുവിരൽ കടത്താൻ തക്കമുള്ള നാലഞ്ചു സുഷിരങ്ങൾ. കൊട്ടാര സദൃശ്യമായ ഈ വീട്ടിൽ ഇങ്ങനെ യൊരു മുറി എന്തിനു പണിതുവെന്നത് പലപ്പോഴും ആലോചിച്ചിട്ടുണ്ട്. ചിലന്തിവല പൊതിഞ്ഞ പിഞ്ഞാണഹോൾഡറിൽ തെളിയുന്ന ബൾബിന്റെ മങ്ങിയവെളിച്ചം നിഴലിനെ ഇരുണ്ടതാക്കി പ്രദർശിച്ചപ്പോൾ അല്പമൊന്നു ഭയന്നു. ഈർപ്പംവീണ ഭിത്തികൾ പലവിധത്തിലുള്ള ചിത്ര ങ്ങൾ തീർത്തിരിക്കുന്നു. നിശ്വാസത്തിന്റെ ശബ്ദവും കൂടെക്കൂടെയുള്ള ഗൗളിയുടെ ഒച്ചയുമല്ലാതെ ജീവന്റേതായ ഒന്നും അവിടെയില്ല.

എന്തിനാണിവരെന്നെ ഈ മുറിയിൽ ബന്ധനസ്ഥയാക്കിയത്? ഇവിടെനിന്നുകൊണ്ട് തനിക്ക് ഉറക്കെ നിലവിളിക്കാം. അല്ലെങ്കിൽ താഴിട്ടു പൂട്ടിയ വാതിലിൽ ശക്തിയായി ഇടിച്ച് ഒച്ചവയ്ക്കാം. എന്തുചെയ്താലും

ഭ്രാന്തിന്റെ ലക്ഷണമാണെന്ന് പറഞ്ഞ് കൂടുതൽ കൂടുതൽ പീഡനമുറകൾ പ്രയോഗിക്കുകയേയുള്ളു. അതുകൊണ്ട് സംയമനം അതാണിപ്പോഴത്തെയാവശ്യം.

ഈ മുറി അവരുടെ മാമൂലുകൾക്കെതിരായി ശബ്ദിക്കുന്നവരെ പാർപ്പിക്കുന്ന തടവുമുറിയായിരുന്നോ?

തനിക്കുമുമ്പും ഈ ബംഗ്ലാവിൽ സ്വതന്ത്ര മോഹികൾ ഉണ്ടായിരുന്നുവെന്നോ?

ഉത്തരവുകൾക്ക് അധികാര പരിവേഷം നല്കി ശിക്ഷ നടപ്പാക്കുന്ന കാരാഗൃഹമായിരുന്നോ ഇത്? തനിക്കുമുമ്പും ഈ ബംഗ്ലാവിൽ ഭ്രാന്തികളെ സൃഷ്ടിച്ചിരുന്നിരിക്കാം. തന്നെപ്പോലെ അധികം ധനമികവില്ലാത്ത വിദ്യാസമ്പന്നയായ പെൺകുട്ടികൾ മരുമകളായി വന്നിട്ടുണ്ടോ ഇവിടെ? തന്റെ പിതാവ് ഇവരോളം ധനികനല്ലെങ്കിലും ദരിദ്രനല്ലായിരുന്നു. മകളെ അന്തസ്സോടെ വളർത്തി ആവോളം വിദ്യയും അറിവും നല്കി സമ്പന്നയാക്കി. എങ്കിലും അദ്ദേഹത്തിന് പിഴവ് സംഭവിച്ചത് എവിടെയാണ്? ആമിൻഷായുടെ ആകാരലാവണ്യത്തിലായിരുന്നോ, അവന്റെ കുടുംബത്തിലെ ധനസമൃദ്ധിയിലായിരുന്നോ? പേരുകേട്ട തറവാട്ടുകാർ, സ്വഭാവശുദ്ധിയുള്ള പയ്യൻ, അവനെക്കുറിച്ച് ഏവർക്കും നാലു നാവാണ്- ചെറുക്കൻ വീട്ടരെക്കുറിച്ചുള്ള അഭിപ്രായം ബാപ്പയെ പ്രലോഭിപ്പിച്ചുവെന്നു തോന്നുന്നു. മകൾ വളർന്ന് വിവാഹപ്രായമെത്തുമ്പോൾ പിതാവിലെ മനഃസംസ്കൃതി ചോർന്നുപോയതിനുദാഹരണമായിരുന്നു തന്റെ പിതാവ്. തന്റെ മകളെ അവൾക്കിഷ്ടമുള്ളവനെക്കൊണ്ട് വിവാഹം ചെയ്യിപ്പിക്കുമെന്ന് പറഞ്ഞ ആ പഴയ മിശ്രവിവാഹിതൻ മകളുടെ പങ്കാളിയെ തെരഞ്ഞെടുക്കുന്നതിൽ സ്വാർത്ഥനായത് സങ്കുചിതത്വമല്ലാതെന്താ. മാതാവിനെ അമ്മയെന്നും പിതാവിനെ ബാപ്പയെന്നും ഉരുവിടാൻ പഠിപ്പിച്ച നാവുതന്നെ പറഞ്ഞു

"അവർ പേരുകേട്ട തറവാടികളാണ്."

എന്തുകൊണ്ട് അമ്മയുടെ മതത്തിൽനിന്നുള്ള ഒരുവനെ മകൾക്കായി തെരഞ്ഞെടുത്തില്ല? പലപ്പോഴും സ്വയം ആരാഞ്ഞിട്ടുണ്ട്. ജനിച്ചുവളർന്ന സംസ്കാരത്തിൽനിന്നും ബാപ്പ വ്യതിചലിക്കുന്നത് ഇന്നേവരെ താൻ കണ്ടിട്ടില്ല. അമ്മയുടെ സംസ്കാരത്തിൽ ജീവിക്കുകയോ അവരുടെ ആഘോഷങ്ങളിൽ പങ്കെടുക്കുകയോ അവരുടെ ആരാധനാമൂർത്തികളിൽ വിശ്വസിക്കുകയോ ചെയ്യുന്നതും കണ്ടിട്ടില്ല. അവരുടെ വിവാഹനാളിൽ അങ്ങനെയൊക്കെയുണ്ടായിട്ടുണ്ടെന്ന് അമ്മ പറഞ്ഞു കേട്ടിട്ടുണ്ട്. ഒരുപക്ഷേ, നവവധുവിനെ തൃപ്തിപ്പെടുത്താനുള്ള പഴയ കാമുകനിലെ ആവേശമായിരുന്നിരിക്കാം അതൊക്കെ.

രക്ഷകർത്താക്കളിൽ ആരുടെയെങ്കിലും മതം തെരഞ്ഞെടുക്കേണ്ടത് ജീവിതമുന്നേറ്റത്തിന് ആവശ്യമാണെന്ന് ബാപ്പ കൂടെക്കൂടെ പറയാറുണ്ടെങ്കിലും മകൾക്കായി തെരഞ്ഞെടുത്തത് അമ്മയുടെ മതമായിരുന്നില്ലല്ലോ. പിതാവെന്ന പുരുഷന്റെ മതം തന്നെയായിരുന്നു തെരഞ്ഞെ

ടുത്തത്.

തന്നെ ആദ്യമായി വിദ്യാലയത്തിൽ ചേർക്കാനുള്ള തയ്യാറെടുപ്പിനായി നഗരത്തിലെ പ്രശസ്തമായ വിദ്യാലയത്തിൽനിന്നും ഫാറം വാങ്ങി ബാപ്പ വീട്ടിലെത്തിയിട്ട് കുട്ടിയുടെ മതം ഏതെന്ന് ആരായുന്നിടത്ത് എന്തെഴുതുമെന്നായി.

ജാതിമതഭേദമന്യേ എല്ലാ പൗരന്മാർക്കും അവകാശങ്ങൾ ഉറപ്പുവരുത്തുന്ന സമത്വം വാഗ്ദാനം ചെയ്യുന്ന ഭരണകൂടം എന്തിനാണ് പൗരന്റെ ജാതി തിരക്കുന്നത്? മതമേതെന്ന് അന്വേഷിക്കുന്നത്? മിശ്രവിവാഹത്തെ പ്രോത്സാഹിപ്പിക്കുന്നതോടൊപ്പം ഇത്തരം അർത്ഥശൂന്യമായ പൂരിപ്പിക്കലുകളുടെ ആവശ്യകതയെന്ത്? ഇന്നും ഉത്തരം കിട്ടാത്ത ചോദ്യങ്ങളായി അവശേഷിക്കുന്നു.

വിരലുകൾക്കിടയിൽ തിരുകിയ പേനയിൽ ചൂണ്ടുവിരൽ തട്ടി ഫാറം പൂരിപ്പിക്കാതെ വല്ലാത്ത പിരിമുറുക്കത്തിലിരുന്ന പിതാവിനെയാണ് അന്നു താൻ കണ്ടത്.

ഭരണകൂടം വാഗ്ദാനം ചെയ്യുന്ന മൗലികാവകാശങ്ങളുടെ അർത്ഥവും വ്യാപ്തിയും അവയിലെ പൊരുത്തക്കേടുകളെ കുറിച്ചുമാകാം ഒരുപക്ഷേ, അദ്ദേഹം അപ്പോൾ ചിന്തിച്ചിരുന്നതും. ന്യൂനപക്ഷം, ഭൂരിപക്ഷം എന്നിങ്ങനെ മതാടിസ്ഥാനത്തിലുള്ള പൗരന്മാരുടെ തരം തിരിവിനെക്കുറിച്ചോർത്ത് ആ മിശ്രവിവാഹിതൻ ലജ്ജിച്ചിരുന്നുവോ? അമ്മയും ഉൽക്കണ്ഠാകുലയായിരുന്നു. തന്റെ കൊച്ചു ചിന്തയിലും അന്ന് ചോദ്യങ്ങളും ഉത്തരങ്ങളും പരസ്പരം ഏറ്റുമുട്ടിയിരുന്നു.

നമുക്ക് അഭിമാനിക്കാവുന്ന നമ്മുടെ രാഷ്ട്രത്തിന്റെ നാമം, ദേശത്തിന്റെ നാമം, ഭാഷയുടെ ധാരാളിത്വം എല്ലാമെല്ലാം പൂരിപ്പിക്കാനുണ്ടെന്നിരിക്കെ, പൗരനെ വിഭജിക്കുന്ന അവരുടെ അവകാശലംഘനത്തിന് ഹേതുവാകുന്ന മതമേത്, ജാതിയേത് എന്ന സമസ്യയെ പൂരിപ്പിക്കേണ്ടതിന്റെ കാർക്കശ്യം എന്തിന്? നമ്മുടെ രാഷ്ട്രത്തിന്റെ വ്യക്തിത്വം, സംസ്കാരം എന്നിവ മതേതരത്വമാണെങ്കിൽ ജാതിയേതെന്ന, മതമേതെന്ന ഭരണകൂടത്തിന്റെ ചോദ്യത്തിന്റെ പ്രസക്തി എത്രമാത്രം. മുസൽമാന് ഹിന്ദുവിനെ തെരഞ്ഞെടുക്കാം. ഹിന്ദുവിന് നസ്രാണിയെ തെരഞ്ഞെടുക്കാം. എന്നാൽ താന്താങ്ങളുടെ മതനിയമങ്ങൾ ആ തെരഞ്ഞെടുക്കലിനെ അംഗീകരിക്കുന്നുമില്ല. ഇത്തരം വ്യക്തി സ്വാതന്ത്ര്യങ്ങളെ അംഗീകരിക്കാത്ത നിയമങ്ങൾക്ക് ഭരണകൂടം സാധുത നല്കുന്നതും അത്തരം പങ്കാളികളിൽ ജനിക്കുന്ന കുട്ടികളെ മിശ്രവിവാഹിതരിൽ ജനിച്ച കുട്ടികളായ് തലോടിയിട്ട് നിങ്ങളുടെ മതമേത് ജാതിയേത് എന്ന് ഉറക്കെ ചോദിക്കുന്നതും അർത്ഥശൂന്യമല്ലേ. മതത്തിന്റെ കോളത്തിൽ മതമില്ലാത്തവൻ എന്നെഴുതിയാൽ എത്രത്തോളം അംഗീകരിക്കപ്പെടും. രക്ഷകർത്താക്കളിലാരുടെയെങ്കിലും മതം തെരഞ്ഞെടുക്കേണ്ടിവരുന്നതിലൂടെ മിശ്രവിവാഹ ദമ്പതികളെ വീണ്ടും മതത്തിലേക്ക് വലിച്ചടുപ്പിക്കുകയല്ലേ ചെയ്യുന്നത്! വിശ്വാസങ്ങളല്ല ഇവിടെ സംരക്ഷിക്കപ്പെ

ടുന്നത്, മറിച്ച് മതങ്ങൾക്ക് ഔദ്യോഗിക പരിവേഷം നല്കുകയാണ്.

ഒടുവിൽ ബാപ്പ തന്റെ ഫാറത്തിൽ അദ്ദേഹത്തിന്റെ മതനാമം എഴുതിച്ചേർത്തു. പുരുഷാധിപത്യത്തിന് നല്ലൊരുദാഹരണമായിരുന്നു അത്. അമ്മയുടെ മാനസിക സമ്മർദ്ദം തന്നെ വല്ലാതെ വീർപ്പുമുട്ടിച്ചു. ഏറെ നേരം സ്തബ്ധയായിരുന്ന അമ്മ എന്തെങ്കിലും സംസാരിച്ചെങ്കിലെന്നാശിച്ചു.

"എന്നെ നിങ്ങൾ എത്രത്തോളം അംഗീകരിക്കുന്നുവെന്ന് ഇപ്പോഴെനിക്ക് മനസ്സിലായി. എല്ലാം നിങ്ങളുടേത്. എന്നെയും നിങ്ങളുടേതാക്കി. എന്റേതായതെല്ലാം അർത്ഥശൂന്യവും പാഴ്‌വസ്തുക്കളും അല്ലേ." ചിരിച്ചുകൊണ്ടാണെങ്കിലും അമ്മ അങ്ങനെ പറഞ്ഞപ്പോൾ ഏറെ നാളുകളായ് കെട്ടിക്കിടന്ന മലിനജലം പൊട്ടിയൊഴുകുമ്പോൾ വമിക്കാവുന്ന ദുർഗ്ഗന്ധത്തെ അഭിമുഖീകരിക്കുന്ന അസഹ്യതയായിരുന്നു ബാപ്പയുടെ മുഖത്ത്.

"എന്റേതെന്ന് പുച്ഛിക്കുന്നതിനൊക്കെ എന്താ കുറവ്."

ബാപ്പയും അമ്മയെനോക്കി ചെറുതായൊന്നു ചിരിച്ചതേയുള്ളൂ. വയസ്സാകുന്തോറുമുള്ള ബാപ്പയുടെ യുക്തിബോധത്തിന്റെ ചോർന്നുപോക്ക് അന്ന് തന്നെ വല്ലാതെ ഞെട്ടിച്ചു. ഭാര്യയെയും മകളേയും അദ്ദേഹത്തിന്റെ സ്വത്താക്കി മാറ്റി കഴിഞ്ഞു. അദ്ദേഹത്തിന്റെ തീരുമാനങ്ങളിൽ അവരെ തൃപ്തരാക്കി, അവരുടെ ചിന്തയും അഭിപ്രായവും ആണുടലിന്റെ അധീശത്വത്തിൽ അങ്ങനെ ഇല്ലാതായി. അങ്ങനെയാണ് താനന്ന് ഭരണകൂടം ആവശ്യപ്പെട്ട മതത്തിന്റെ അടിമയായതും.

പുറത്തെ കൊളുത്തിന്റെ കരച്ചിൽ കേട്ടതും ചെവി വട്ടം പിടിച്ചു. ആരോ വാതിൽ തല്ലിപൊളിക്കുന്നു. ഭൂമിയുടെ ഇത്തിരിവെട്ടം അല്പം തുറന്ന കവാടത്തിലൂടെ കണ്ണുകളിൽ പതിച്ചപ്പോൾ ചെരിഞ്ഞുനിന്ന അമ്മായിയെ കണ്ടു. ആ മുഖത്ത് തലേന്നത്തെ ക്രോധം അശേഷമില്ല. സഹതാപത്തിന്റെ നിറകൂട്ട് മുഖമാകെ പൂശിക്കൊണ്ട് തന്റെ മുന്നിലേക്കു വരാനുള്ള ശ്രമമാണ്. ഭീതിയെ അവർ മറച്ചുപിടിച്ചിരിക്കുന്നു. അമ്മായിയുടെ പുറകിലായി പതുങ്ങി നില്ക്കുന്ന ഹസീനയെന്ന പെൺകുട്ടി. അവൾ ഒളിഞ്ഞു നോക്കി പറയുന്നതു കേട്ടു.

"എന്റെ ബീമാപള്ളി ഉമ്മച്ചാ ഈ താത്താക്ക് എന്തര് പറ്റി."

ഹസീനയുടെ മനോഹരമായ കണ്ണുകളിലേക്കു നോക്കി തന്റെ ചുണ്ടുകൾ വിടർന്നപ്പോൾ ഹസീന അവളുടെ നേർത്ത ചുണ്ട് വശത്തേക്കു ചരിച്ച് പിറകോട്ടു മാറി.

"ഇന്നാ മോളേ ഇത് കുടിക്ക്. നീ അങ്ങ് അപ്പുറത്തേക്ക് പോ പെണ്ണേ."

വലതു കരത്തിൽ താങ്ങിയ ചായകപ്പ് മുന്നിലേക്കു നീട്ടിക്കൊണ്ട് അമ്മായി ഹസീനയെ നോക്കി ശകാരത്തോടെ പറഞ്ഞെങ്കിലും അവൾ പോകാൻ കൂട്ടാക്കാതെ തന്നെനോക്കി ദൂരെ മാറി നിന്നു.

"ഏതാ കാഫിരീന്റെ ജിന്ന് എന്റെ കുട്ടീര ദേഹത്ത് കൂടിയതായി

രിക്കും." അമ്മായി തന്നിൽ അലിവു ചൊരിഞ്ഞു വീണ്ടും തുടർന്നു.

"അതുകൊണ്ടല്ലേ ഗർഭം പോലും പിടിക്കാത്തത്"

രണ്ടു പ്രാവശ്യം തന്റെ ഉദരത്തിൽ പുതുജീവൻ പ്രവേശിച്ചതും അവ നിർജ്ജീവമായതും ജിന്നിന്റെ ആക്രമണം കൊണ്ടാണെന്നാണ് അമ്മാ യിയുടെ വിശ്വാസം. വിമ്മിട്ടമനുഭവിച്ച ആ രാത്രികളിൽ ആമിൻഷായുടെ സാമീപ്യം, അവനിലെ പുരുഷ മണം വല്ലാതെ തികട്ടലുണ്ടാക്കുമായിരു ന്നു. ഭർത്താവിന്റെ മൃദുസമീപനവും തേനൂറുന്ന ആശ്വാസവചനങ്ങളും കൊതിച്ച രാത്രിയിൽ തന്റെ മേലാകെ താണ്ഡവമാടി അവൻ ആനന്ദി ക്കുമ്പോൾ താല്പര്യമില്ലാതെ തിരിയും. എന്നാൽ വാശിയോടെയുള്ള കീഴ്പ്പെടുത്തലിൽ അവന്റെ ഉടലിന്റെ ഭാരം താങ്ങാനാവുന്നതായിരുന്നില്ല.

"അടക്കോം ഒതുക്കോള്ള പെണ്ണായിരുന്നോളാ. ഇപ്പോ ദാ ഉടുതു ണിപോലും വലിച്ചെറിയണത് കഫീറിന്റെ ജിന്നിന്റെ ശല്യം തന്നെ" അമ്മായി ചായകോപ്പ് ഇടതു കൈയിൽപ്പിടിച്ച് വലതുകൈകൊണ്ട് തന്റെ തലയിൽ തഴുകി ആശ്വാസവാക്കുകളോതി. അപ്പോൾ ഹസീന ഇടനാ ഴിയിലൂടെ അങ്ങോട്ടുമിങ്ങോട്ടും നടന്നു. ഇളകിയുയർന്ന അവളുടെ വസ്ത്രം കാൽമുട്ടിന് താഴെയുള്ള ഭാഗത്തെ സ്വതന്ത്ര്യമാക്കിയപ്പോൾ അമ്മായി അവളെ തിരിഞ്ഞു നോക്കി ശാസിച്ചു.

"കാലിട്ടടിച്ച് നടക്കല്ലേ പെണ്ണേ" -

പാദങ്ങൾ പതുക്കെ ചലിപ്പിച്ച് വസ്ത്രങ്ങളിളകാതെ നടക്കണമെന്ന് ആമിൻഷായും പറയാറുണ്ട്. സ്ത്രീകൾ വേഗത്തിൽ നടന്നാൽ വസ്ത്ര ങ്ങളിളകി അവരിലെ അലങ്കാരങ്ങൾ വെളിപ്പെടുമത്രെ. ആമിൻഷ സമ്മാ നിച്ച ഒരു ജോഡി കാലുറകൾ ധരിച്ചു നടന്നപ്പോൾ യൂണിഫോം ധരിച്ചു നടക്കുന്ന സ്കൂൾ കുട്ടിയിലെ കൗതുകമാണ് ആദ്യം തോന്നിയത്. കുട്ടി കളെക്കൊണ്ട് കാലുറകൾ ധരിപ്പിക്കുന്നത് ശുചിത്വബോധം അവരിലുള വാക്കാനാണെങ്കിൽ ആമിൻഷ ആഗ്രഹിച്ചത് തന്റെ പാദത്തിന്റെ അഴക് അന്യപുരുഷന്മാർ കാണാതിരിക്കാനാണ്. ധൃതിയിലെങ്ങാനും കാലിളകി തന്റെ നീളൻ കുപ്പായത്തിന്റെ അരിക് ഉയർന്നാൽ ഞെരിയാണിയെ മറ യ്ക്കുന്ന ബോട്ടത്തിന് താഴെയുള്ള ഉപ്പൂറ്റിയും പാദത്തിന്റെ പുറം ഭാഗവും അന്യർ കാണും; അതവരെ ഉത്തേജിതരാക്കും.

"മുസലിയാര് വന്ന് തലയുഴിഞ്ഞിട്ട് തീരുമാനിക്കട്ട് എന്തുചെയ്യ ണോന്ന്. മോള് ഈ ചായ കുടിച്ചിറക്ക്"

അമ്മായി ചായക്കപ്പ് വീണ്ടും തന്റെ നേരെ നീട്ടി. വിലപിടിപ്പുള്ള ഓട്ടുകിണ്ണത്തിലും സ്ഫടികം പോലെ തിളങ്ങുന്ന കോപ്പയിലുമാണ് ആ ബംഗ്ലാവിലുള്ളവർ ചായ കുടിക്കുക. നിലത്തിട്ടാൽ പൊട്ടാത്തതും ശരീ രത്തിന് മുറിവേല്ക്കാത്തതുമായ വിലകുറഞ്ഞ ഡിസ്പോസിബിൾ കിണ്ണ ത്തിൽ പകർന്നു തന്ന ഇളം ചൂടുചായയിൽ പാട കെട്ടിയിരിക്കുന്നു.

"നീ പോയില്ലേ പെണ്ണേ" - ഹസീനയെ കോപത്തോടെ നോക്കി അമ്മായി കനത്ത വാതിൽ അടയ്ക്കാൻ ശ്രമിച്ചു.

"പാവം ആ താത്തായെ അടച്ചിടല്ലേ" - ഹസീന പറഞ്ഞു.

അമ്മായി എന്തോ പിറുപിറുത്തുകൊണ്ട് അവരുടെ കുറുകിയ കൈകളുടെ സമ്മർദ്ദത്താൽ ബലവത്തായ വാതിൽ വലിച്ചടച്ചു. അപ്പോൾ ആ പലകമേൽ ശക്തിയായി ഇടിക്കാൻ തോന്നിയെങ്കിലും സംയമനം പാലിച്ചു. അങ്ങനെ ചെയ്താൽ തന്നിൽ കണ്ടെത്തിയ ബാധയെ അവർ കൂടുതൽ പൊലിപ്പേറ്റി പ്രചരിപ്പിച്ചേക്കും.

മച്ചിന്റെ താഴ്വാരത്തിലുള്ള അഴിജാലകത്തിലൂടെ തള്ളിവന്ന ചക്രവാള വെട്ടം ഭിത്തിക്കുനേരെ തീയമ്പുപോലെ പാഞ്ഞു വന്നു. വലം കൈ അവയ്ക്കുനേരെ പിടിച്ചു അങ്ങോട്ടുമിങ്ങോട്ടും ചലിപ്പിച്ചു. പൊള്ളിയിളകുന്ന ചുവരിലെ കുമ്മായത്തിന്റെ അടരുകളിൽ അങ്ങിങ്ങ് കരുവാളിപ്പ് പടർന്നിരിക്കുന്നു. പൊള്ളലേറ്റ് വൈകൃതം പൂണ്ട ഒരു സ്ത്രീയുടെ മുഖത്തിന്റെ രൂപം അവയിൽ കണ്ടു. കൂടെക്കൂടെ തന്നിൽ ലജ്ജയുളവാകുന്ന മുഖം. കാഞ്ചനയെന്ന പോരാളിയുടെ മുഖമായിരുന്നു അത്.

ഒന്നാം നിലയിലെ സിറ്റൗട്ടിൽ ജൂട്ടും ബാംബൂവും ഇടകലർത്തി നെയ്ത വിലകൂടിയ തിരശ്ശീലകൾ വകഞ്ഞുമാറ്റിയാൽ പൂന്തോപ്പ് കഴിഞ്ഞപ്പുറത്ത് ദൂരെ റബ്ബർ മരങ്ങൾ നിരനിരയായ് നില്ക്കുന്നതു കാണാം. പണിയെടുക്കുന്നവരുടെ കൂട്ടത്തിൽ റബ്ബർ കറപുരണ്ട അലുമിനിയം തൊട്ടിയുമേന്തി കാഞ്ചനയുമുണ്ടാകും. മുഖപടമണിഞ്ഞ തികഞ്ഞ മതവിശ്വാസിയാണെന്നാണ് നവവധുവായെത്തിയ നാളിൽ കാഞ്ചനയെക്കുറിച്ച് ധരിച്ചിരുന്നത്. എന്നാൽ പിന്നീടറിഞ്ഞു; സംശയാലുവായ ഭർത്താവിനാൽ ആസിഡിന്റെ വീര്യത്തിന് ഇരയായവളാണവൾ. ദുരന്തത്തിൽ വേദനിച്ച് ആദ്യമാദ്യം പുറത്തിറങ്ങാതെ അന്തർമുഖിയായി വീട്ടിൽ ഒതുങ്ങി കൂടിയിരുന്നുവത്രെ. ഭീതിതമായ അവളുടെ വൈകൃതത്തെ പലരും ആട്ടിയോടിച്ചിരുന്നു. കണികാണാൻ കൊള്ളാത്തവളെന്നു പറഞ്ഞ് സ്വന്തം കുടുംബക്കാർ പോലും ശാപവാക്കുകൾ ചൊരിഞ്ഞിരുന്നു. കുട്ടികളുടെ പട്ടിണിക്കരച്ചിൽ നിലയ്ക്കാതായപ്പോൾ അവൾ വൈകൃതത്തിന് ആവരണം തീർത്ത് അപ്രത്യക്ഷമായതെന്നു കരുതിയ ജീവിതം തിരിച്ചുപിടിച്ചു. വ്രണിതമായ മനസ്സിനെ ഉത്തേജിപ്പിച്ച് അവൾ പണിയെടുത്തു.

ബംഗ്ലാവ് എസ്റ്റേറ്റിലെ ടാപ്പിങ് കഴിഞ്ഞ് തുണികൾ അലക്കുമ്പോൾ, വിറക് വെട്ടിക്കീറുമ്പോൾ, മുറ്റമടിക്കുമ്പോൾ അവൾ മുഖാവരണം മേൽപ്പോട്ടുയർത്തും. അവളിലെ വൈകൃതം കണ്ട് അമ്മായി ഭീതിയോടെയും ഏറെ വെറുപ്പോടെയും പറയുന്നത് കേട്ടിട്ടുണ്ട്.

“മുഖം മറച്ച് നട കാഞ്ചനേ”

അതിലാവണ്യത്തിൽ അസൂയപ്പെടുന്ന മനസ്സുകൾ അതിവൈകൃതത്തെയും ഭയപ്പെടുമെന്ന് അപ്പോൾ തോന്നിയിരുന്നു. വസ്ത്രത്തിലെ വെറും കീറൽപോലെ കാഞ്ചന പിന്നെ പിന്നെ അവളുടെ വൈകൃതത്തെ കണക്കാക്കിയത്രെ! പുറംതൊലിക്ക് മാത്രമേ വിള്ളൽ സംഭവിച്ചുള്ളൂവെന്ന് അവളാശ്വസിച്ചു. ഇനിയും ബാക്കികിടക്കുന്ന ജീവിതം വേദനിക്കാനുള്ളതല്ലെന്നു മനസ്സിലാക്കി, മറ തീർത്ത് അവയ്ക്കുള്ളിൽ ഒതു

ങ്ങേണ്ടവളല്ലെന്ന തിരിച്ചറിവിൽ അവൾ ഒരു നാൾ മൂടുപടം വലിച്ചെറിഞ്ഞു. യാഥാസ്ഥിതികയായ അമ്മായി അവളുടെ മുഖം ഒരു അപശകുനമായ് കണ്ട് വീട്ടിലെ പണികളിൽനിന്നും പാടെ അവളെ ഒഴിവാക്കി. എന്നാൽ അവൾക്കത് കൂടുതൽ കരുത്തേകുകയായിരുന്നു. ബംഗ്ലാവ് വീട് വിട്ട് ഒട്ടേറെപ്പേരുടെ റബ്ബർ എസ്റ്റേറ്റിൽ പുലർച്ചെ നാലുമണി മുതൽ പണിയെടുത്തിട്ട് പത്തു മണിയാകുമ്പോൾ സ്വന്തമായി വാങ്ങിയ ഓട്ടോയുടെ സാരഥിയുമാകും. അവളുടെ ജീവിതം പലരുടെ മുന്നിലും ഒരത്ഭുതമായി മാറി. പ്രാഥമിക വിദ്യാഭ്യാസം മാത്രമുള്ള കാഞ്ചന; കേറിക്കിടക്കാൻ വീടുണ്ടാക്കി. കുട്ടികൾക്ക് വിദ്യാഭ്യാസം നല്കി അന്തസ്സോടെ ജീവിക്കുന്നു. ബി എഡ് കാരിയായ താനോ ഈ തടവറയ്ക്കുള്ളിലും.

– നിന്റെ ജീവിതം നീ തന്നെ ഉപയോഗശൂന്യമാക്കുന്നു. നീ ആരുടെയൊക്കെയോ അടിമയാകുന്നു. മറ്റുള്ളവരുടെ ചെയ്തികൾക്ക് വശംവദയാകുന്നു. ഇതിനേക്കാൾ നല്ലത് നീ പോയി തുലയുന്നതല്ലേ.

ലജ്ജയോടെയാണ് പലപ്പോഴും കാഞ്ചനയെ നോക്കാറുള്ളത്. അവളേക്കാൾ വിദ്യാഭ്യാസമുള്ളവൾ, വിജ്ഞാനമുള്ളവൾ, നാലാളുകളുടെ മുന്നിൽ നിവർന്നു നില്ക്കാൻ വ്യക്തിത്വമുള്ളവൾ. കാഞ്ചനയെക്കാൾ പിന്നെയും എന്തൊക്കെയോ അധികമായുള്ളവൾ. എന്നിട്ടും വിവാഹമെന്ന ചരടിൽ കുടുങ്ങി വീർപ്പുമുട്ടുന്നു. പുരുഷന്റെ അധികാരത്തിന്റെ അടിമയാകുന്നു. അവന്റെ മതം അവൾക്ക് ലംഘനം ഏർപ്പെടുത്തുന്നു.

– മോചനം വേണം. എനിക്കു മോചനം വേണം.

അറിയാതെ പിറുപിറുത്തു. തണുത്തിരുന്ന ചായക്കോപ്പ ചുവരിലേക്കു വലിച്ചെറിഞ്ഞ് പല്ലുഞെരിച്ചു. എന്നിട്ട് കതകിൽ ശക്തിയായി ഇടിച്ചു.

"എന്നെ തുറന്നുവിടൂ"

തന്റെ ഒച്ച ആ മുറിയിൽ പ്രതിദ്ധ്വനിച്ച് പുറത്തേക്കു ഒഴുകിയിട്ടാകാം ആരുടെയൊക്കെയോ കാലൊച്ചകൾ അടുത്തടുത്ത് വന്നു. ക്രമേണ പൂട്ട് കരഞ്ഞു. തുറന്ന വാതിലിനപ്പുറത്ത് അമ്മായിയും ആമിൻഷയും റസിയയും പിന്നെയും ആരൊക്കെയോ വന്നു നില്ക്കുന്നു. പുറത്തേക്കു കുതിച്ച് ഇടനാഴിയിലൂടെ എങ്ങോട്ടെങ്കിലും ഓടാനൊരുങ്ങിയപ്പോൾ ആരോ ശക്തിയായി തലമുടി വലിച്ചു പിടിച്ചു. തൊണ്ട പൊട്ടുമാറ് ഒച്ചവെച്ച് ആമിൻഷായെ തള്ളി മാറ്റാനൊരുങ്ങിയപ്പോൾ അവന്റെ കൈയിൽ ചുറ്റിയ തന്റെ മുടിയിഴകൾ വിടർത്താനാകാത്ത കുരുക്കിൽപ്പെട്ടു. അപ്പോൾ അനങ്ങാതെ അവനോടു ചേർന്നു നില്ക്കാനേ കഴിഞ്ഞുള്ളൂ.

"എന്നെ വിടൂ എനിക്ക് പോണം."

റസിയ അമ്മായിയുടെ അരുകിൽ ചേർന്നുനിന്ന് എന്തോ പതിയെ പറഞ്ഞു.

"കുടിച്ചു കാണൂല എങ്കി ഒറങ്ങിയേന"

തന്റെ സന്ദേഹം ശരിയായിരുന്നു. അമ്മായി കാട്ടിയ കനിവിന്റെ പിന്നിൽ എന്തോ കാര്യസാദ്ധ്യതയ്ക്കുള്ള തന്ത്രമായിരുന്നു.

റസിയയുടെ ആഭരണത്തിന്റെ ധാരാളിത്വത്തിൽ വീമ്പു പറയാറുള്ള അമ്മായി, വിവാഹങ്ങൾക്കോ മറ്റു വിശേഷങ്ങൾക്കോ റസിയ ഭർത്തൃ വീട്ടിൽ പോകുമ്പോൾ അവളുടേതായ് ഒന്നും അണിയുന്നത് ഇതുവ രേയും കണ്ടിട്ടില്ല. തന്നെ സമീപിച്ചിട്ട് പറയും;

“മരുമോളേ നിന്റേയാ ഉലുവാ മാലയില്ലേ അതൊന്ന് തന്നാട്ടെ. റസി യയ്ക്ക് അത് നല്ല എണങ്ങും.”

അല്ലെങ്കിൽ

“മരുമോളേ നിന്റേയാ പഴുതാര മാലയില്ലേ അതൊന്നെടുത്താട്ടെ റസിയയ്ക്കു നല്ല എണങ്ങും.”

അലിവോടെയുള്ള സ്നേഹവായ്പിൽ റസിയയ്ക്ക് ‘എണങ്ങണ’ പല ആഭരണങ്ങളും തിരികെ തരാറില്ല.

അല്പം മുമ്പ് തന്നോടു കാട്ടിയ അലിവിലും മായം ചേർന്നിരിക്കുന്നു. തന്നെ മയക്കി കിടത്താനുള്ള ഔഷധപ്രയോഗമായിരുന്നു അലിവിന്റെ പിന്നിൽ.

തലമുടിയിലെ ആമിൻഷായുടെ പിടുത്തം അല്പം അയഞ്ഞപ്പോൾ കുതറി മുന്നോട്ടോടി. കാലുകൾ വല്ലാതെ ശക്തിപ്രാപിച്ചതും ഇടനാഴി യിലൂടെ അല്പം ഓടിയ തന്റെ വലതുകാലിന്റെ ഞെരിയാണിയിൽ എന്തോ പതിച്ചപോലെ തോന്നി. അസഹ്യമായ വേദനയാൽ മുന്നിൽ തെറിച്ചുവീണ പലകത്തുണ്ടിലേക്കു മറിഞ്ഞു വീണു. ആരാണ് തന്റെ നേരെ അതു പ്രയോഗിച്ചത്? ആമിൻഷായുടെ മുഖത്ത് എന്തോ നേടി യെടുത്ത ആശ്വാസം കണ്ടു. കൂടി നിന്നവർ താന്താങ്ങളുടെ സ്ഥാനത്ത് നിശ്ചലമായി നിന്നു. അസഹ്യമായ വേദനയെ കടിച്ചുപിടിച്ച് ആമിൻഷാ യുടെ നേർക്കു നടന്ന് അവന്റെ ഷർട്ടിൽ തന്റെ ഇരു കൈകളും പതിയെ മുറുക്കി.

“നീയൊന്ന് അടങ്ങ്. അവൻ നിന്റെ കെട്ടിയോനല്ലേ. അവനെ വിട്.”

“കെട്ടിയോൻ എന്നാൽ സ്ത്രീയുടെ സർവ്വ സ്വാതന്ത്ര്യങ്ങൾക്കും കുരുക്കിട്ടവൻ എന്നാണോ? കെട്ടിയോൻ എന്നാൽ ഭാര്യയുടെ അധികാരി എന്നാണോ” അമ്മായിയോടാരാഞ്ഞു.

മുറിവിലെ ചോര നിലത്ത് പാടുകൾ തീർത്തു.

“ഭാര്യയെ മർദ്ദിക്കാൻ ഭർത്താവിന് എവിടെ നിന്നും കിട്ടി ഈ ധീരത. ഇന്ത്യൻ ശിക്ഷാ നിയമപ്രകാരം ഭാര്യയെ മർദ്ദിക്കുന്നവനും ശിക്ഷാർഹ നല്ലേ?” ആമിൻഷയോടു തിരക്കി.

“അനുസരണക്കേട് കാട്ടിയാൽ ഭർത്താവ് ഭാര്യയെ തല്ലുന്നതിൽ ഒരു തെറ്റൂല്ല” - അമ്മായി ആരോടെന്നില്ലാതെ പറഞ്ഞു.

ആ അധികാരം ആരാണ് അവന് നല്കിയത്? അഞ്ചുനേരം കൃത്യ മായി നമസ്കരിക്കുകയും മതത്തിൽ അടിയുറച്ച് വിശ്വസിക്കുന്നുവെന്ന് പറയുകയും ചെയ്യുന്ന ‘സ്ത്രീയായ’ അമ്മായി തന്നെയാണോ പെണ്ണി നോട് കാട്ടുന്ന ക്രൂരതയെ ന്യായീകരിക്കുന്നത്.

പൊറുക്കാൻ പറ്റാത്ത തെറ്റുചെതാൽ ആദ്യം അവളെ പറഞ്ഞുപ

ദേശിക്കുക. അതിലും വകവച്ചില്ലെങ്കിൽ ലഘുവായി അടിക്കുക. അങ്ങനെ ചില പണ്ഡിതന്മാർ പറയുന്നുപോൽ.

എന്തിനും മതത്തിന്റെ പിന്തുണയുണ്ടെന്നു പറഞ്ഞ് ന്യായീകരിക്കുന്ന പുരുഷന്മാരുടെ അധികാര ഹുങ്ക്. മദ്യലഹരിയിൽ ഭാര്യയെ പൊതിരെ തല്ലുന്നവനും ഭാര്യയുടെ താല്പര്യമില്ലാതെ അവളെ പ്രാപിക്കുന്നവനും ഈ വേദാന്തങ്ങളിലൂടെ സഞ്ചരിക്കാമെന്നോ. അപ്പോൾ അനുസരണക്കേട് കാട്ടുമ്പോൾ ഭാര്യക്കും ഭർത്താവിനെ ലഘുവായി അടിക്കാമല്ലോ?

ഷർട്ടിൽ പിടികൂടിയ കൈകൾ കൂടുതൽ ശക്തമായപ്പോൾ ഏതോ കാഫീരിന്റെ ജിന്നാണ് എല്ലാം ചെയ്യിപ്പിക്കണതെന്ന് പറഞ്ഞ അമ്മായിയുടെ തനതു നിറം പുറത്തു ചാടി.

"വിടെടീ എന്റെ മോനേ" - അവർ ആക്രോശിച്ചു. മാതാവിന്റെ പിൻതാങ്ങലിൽ ആമിൻഷായുടെ അധികാരത്തിന് ആക്കം കൂടി. മുഷ്ടിച്ചുരുട്ടി തന്റെ ഇടതു തോളിൽ അവൻ പ്രഹരിച്ചു.

- എനിക്ക് എന്നെ രക്ഷിക്കണം.

കാലിൽ തട്ടിയ പലകത്തുണ്ട് പൊടുന്നനെ കൈയിലെടുത്തതും. ചുറ്റും കൂടിനിന്നവരുടെ കണ്ണുകൾ വല്ലാതെ ഭീതിതമായി.

"എന്റെ ഇലാഹേ അവള് വൈലന്റാവണ്" -

റസിയയുടെ വിലാപം കേട്ട് ചിതറി നിന്നവർ ചുറ്റും നിരന്നുനിന്ന് തന്റെ ചലനങ്ങൾക്കു വേലി കെട്ടി. കൈയുകൾ പിറകിലേക്കു വലിച്ച് കയറിനാൽ ബന്ധിച്ചു. നിലത്തേക്കു ചാഞ്ഞെങ്കിലും പുരുഷന്റെ കരുത്തും സ്വാർത്ഥതയും പൂജാബാനുവെന്ന പെണ്ണിനെ അശക്തയാക്കി. അവർ തന്റെ ദേഹം പോർച്ചിലേക്കു വലിച്ചിഴച്ചു.

ഭർത്തൃപക്ഷക്കാരുടെ അധികാര വിജയം.

പണിക്കാരികൾ കൊണ്ടുവന്ന നീളൻ കുപ്പായത്തെ തട്ടിത്തെറിപ്പിക്കാനാകാത്ത വിധം ആരോ ശിരസ്സിലൂടെ വലിച്ചിറക്കിയപ്പോൾ സ്വതന്ത്രമായിരുന്ന കണ്ണുകൾ മൂടപ്പെട്ടു. വൈവിദ്ധ്യമാർന്ന ശബ്ദങ്ങൾ വേർതിരിച്ചറിയാനാകാതെ പരുക്കൻ മുഖാവരണം ചെവികളെ ഞെരുക്കി കളഞ്ഞു.

വാഹനത്തിന്റെ ചലനം വൈദ്യുതിപോലെ തന്റെ ദേഹത്തു പ്രവഹിച്ചുകൊണ്ടിരുന്നപ്പോൾ ആരോടെന്നില്ലാതെ തിരക്കി; എവിടേക്കാണ് കൊണ്ടുപോകുന്നത്?

"വാ ഇറങ്ങ്"

വാഹനം നിലച്ചതും തന്റെ ദേഹത്ത് മുറുകിയിരുന്ന ശക്തമായ കൈയുകൾ അയച്ച് റസിയ എങ്ങോട്ടോ ആനയിച്ചു. സാമ്പ്രാണിയുടേയും മരുന്നിന്റേയും സമ്മിശ്രമായ ഗന്ധം മൂക്കിൽ തുളച്ചുകയറിയപ്പോൾ മൂടുപടം വലിച്ചെടുത്ത് കൈയിൽ ഞാത്തി. പരിസരം കണ്ടതും മനസ്സിലായി എതോ ചികിത്സാകേന്ദ്രത്തിലാണ് തന്നെ കൊണ്ടുവന്നത്. മുറിയിൽ താനും നീണ്ട താടിക്കാരനായ ഒരുവനും മാത്രം. അയാളുടെ നെഞ്ചോളം

നീണ്ട താടിയിഴകളിൽ ചിലതിന് മൈലാഞ്ചി വർണ്ണമായിരുന്നു. ആമിൻഷായുമായുള്ള 'ബന്ധം' എത്രത്തോളം സുഖകരമാണെന്ന ചോദ്യത്തോടൊപ്പം അയാളിൽ നിറഞ്ഞ രതി സുഖം നോട്ടത്തിലൂടെ ഒഴുകി. ആമിൻഷായിൽനിന്നും കിട്ടുന്ന ലൈംഗിക സുഖം, തന്നെ തൃപ്തിപ്പെടുത്താത്തതാണ് അസുഖത്തിന് കാരണമത്രെ! വസ്ത്രം വലിച്ചെറിയുന്നതും, ശരീരം പുറത്തു കാട്ടുന്നതും ലൈംഗികാവശ്യം 'എക്സ്പോസ്' ചെയ്യാനാണു പോൽ. അയാളുടെ കണ്ടെത്തലുകൾ കേട്ട് ചിരിയോടെ എഴുന്നേറ്റ് മുറിയുടെ ഒരു കോർണറിൽ സ്ഥാപിച്ച കണ്ണാടിയിൽ തെളിഞ്ഞ ബിംബത്തിൽ ചിരി പരതി.

തേറ്റകൾ പുറത്തു ചാടിയ അശ്ലേഷം ചിരിയില്ലാത്ത വദനം. ഉള്ളറകളിൽനിന്നും ഉടലെടുത്ത വികാരം എവിടേക്ക് പോയെന്ന ആശങ്കയാൽ പരിശോധകനെ തുറിച്ചു നോക്കിയിട്ട് കസേരയിൽ ഞാത്തിയിരുന്ന മുഖാവരണം വലിച്ചെടുത്ത് അയാളുടെ ശിരസ്സിലൂടെ മുഖത്തേക്കു വലിച്ചിട്ടു കൊടുത്തു.

"എന്താ ഈ കാട്ടണ എന്താ ഈ കാട്ടണ എനിക്ക് ശ്വാസം മുട്ടണ്" - അയാൾ അങ്കലാപ്പോടെ ആ വസ്ത്രത്തെ വലിച്ചെടുക്കാൻ പാടുപെട്ടു.

"എനിക്കൊന്നിനേയും കാണാനാകണില്ല." അയാൾ ഉറക്കെ പറഞ്ഞു. ചുറ്റും പരതി അയാൾ വാതില്ക്കലേക്ക് നടന്നിട്ട് മേശയ്ക്കരികിലേക്ക് വന്നു കാളിങ് ബെല്ലമർത്തി. അപ്പോൾ സാമ്പ്രാണി മണമുള്ള ഒരു വയസ്സൻ മുറിയിൽ പ്രത്യക്ഷപ്പെട്ടു.

"എന്താണപ്പാ ഇവിടെ കാട്ടണ" - ആഗതൻ മൂക്കത്തു വിരൽ വച്ചു.

"തങ്ങളെ എന്നെ സ്വതന്ത്രമാക്കൂ - ഇവള്... ഇവൾക്ക് മുഴു ഭ്രാന്താണ്." സാമ്പ്രാണി മണമുള്ളയാൾ മുഖം മൂടി വലിച്ചുമാറ്റിയപ്പോൾ വീർപ്പടക്കി നിന്നയാൾ നേരേ ശ്വസിക്കാൻ തുടങ്ങിയതും കസേര വലിച്ചിട്ട് അയാൾക്കഭിമുഖമായി ഇരുന്നുകൊണ്ടു ചോദിച്ചു.

"ഒരു നിമിഷം നിങ്ങൾ ഈ മൂടുപടത്തിനുള്ളിലായപ്പോൾ സഹിക്കേണ്ടി വന്ന അസ്വസ്ഥതയെക്കുറിച്ച് വിവരിക്കാമോ."

ഭീതിയോടെ അയാൾ മൂടുപടത്തിലേക്ക് നോക്കിയിട്ട് സാമ്പ്രാണി മണമുള്ള വയസ്സനോട് ആജ്ഞാപിച്ചു.

"ഈ പിശാചിനെ ഒഴിപ്പിക്കൽ മുറിയിലേക്കു കൊണ്ടുപോകൂ."

നാല്

"മൂന്നോസം അന്നപാനീയം ഒഴിവാക്കണം." വലിയ തങ്ങളേയെന്ന് ആമിൻഷ സംബോധന ചെയ്തയാൾ സാമ്പ്രാണി തങ്ങളോട് പറഞ്ഞു.

"പിഞ്ഞാണി വെള്ളം നല്ലൊരൗഷധമായിരിക്കും" - വലിയ തങ്ങൾ തുടർന്നു.

പുതുതായെത്തിയ രോഗിയിൽ പ്രവേശിച്ച ബാധ കാഫീറിന്റേതാണെന്ന് ആശ്ചര്യപ്പെട്ട സാമ്പ്രാണി തങ്ങൾ കത്തിയെരിയുന്ന അഗർബ

ത്തിയും പിടിച്ച് അങ്ങോട്ടുമിങ്ങോട്ടും നടന്നു. മേശ തുറന്ന് വലിച്ചെടുത്ത നിറംമങ്ങിയോരോട്ടുപാത്രം വലിയതങ്ങളുടെ മുന്നിൽ പ്രതിഷ്ഠിച്ചു. കൂടെയൊരു ചെപ്പും. ക്ലാവ് പിടിച്ച ചെപ്പു തുറന്നാൽ പലവർണ്ണ പൊടികൂട്ടുകൾ. വലിയ തങ്ങൾ അവകൾ തമ്മിൽ ചാലിച്ചപ്പോൾ ലോഹത്തിന്റെ മണം. നേർത്ത ഈർക്കിൽ മുക്കി ഓട്ടുപിഞ്ഞാണത്തിന്റെ പ്രതലത്തിൽ പലപല അക്ഷരങ്ങൾ കോറിയിട്ടു. വെള്ള പ്രതലത്തിൽ കറുകറുത്ത അറബ് വാക്കുകൾ. മൂക്കത്തുവിരൽ ചേർത്തുപിടിച്ച് സാമ്പ്രാണി തങ്ങൾ മൂലയ്ക്ക് സ്ഥാപിച്ചിരുന്ന പായൽപടർന്ന മൺകുടത്തിന്റെ മൂടി തുറന്നു. പഴകിയ മണം. വലിയ തങ്ങൾ മന്ത്രങ്ങൾ ചൊല്ലി ഓട്ടുപിഞ്ഞാണത്തിൽ ഊതി. മന്ത്രത്തോടൊപ്പം ഉമിനീർ കുമിളകളും. മന്ത്രം ശക്തി പ്രാപിച്ചപ്പോൾ വലിയ തങ്ങളുടെ ശ്വാസഗതി കൂടി. അംഗഭംഗം സംഭവിച്ച അക്ഷരങ്ങൾ കെട്ടിപ്പിടിച്ചും തമ്മിൽ തല്ലിയും പുറത്തേക്ക് ചാടാനൊരുങ്ങി. എന്നാൽ സാമ്പ്രാണി തങ്ങൾ അവയെ വെള്ളി കോപ്പയിലേക്ക് തള്ളിയിട്ട് കുടത്തിലെ വെള്ളം ചേർത്ത് ചൂണ്ടുവിരലിട്ട് കറക്കി എന്നിട്ടു പറഞ്ഞു.

"ങ്ഹും കുടിച്ചോ. ഏത് ശക്തിയുള്ള ബാധയായാലും ഒഴിഞ്ഞു പോകും. ഇത് കട്ടായം."

താൻ നിഷേധത്താൽ തലകാട്ടിയപ്പോൾ ആമിൻഷായും റസിയയും കൈകൾ കൂപ്പി വലിയ തങ്ങളെ ബഹുമാനിച്ചു.

"ങ്ഹും ഇങ്ങള് കൊടുക്കീം" -

സമ്പ്രാണി തങ്ങൾ കോപ്പ ആമിൻഷായെ ഏല്പിച്ചു.

അവൻ മുറുകെ പിടിച്ചിരുന്ന തത്ത്വശാസ്ത്രങ്ങൾ ഒഴുകിപ്പോകുമോ? തെല്ലൊന്നു ആശ്ചര്യപ്പെട്ടു. അത്ഭുതസിദ്ധികളുണ്ടെന്ന് പ്രചരിപ്പിച്ചിരുന്ന ആരാദ്ധ്യബിംബങ്ങളുടെ കേന്ദ്രങ്ങളിലോ സിദ്ധൻമാരെന്ന് മറ്റുള്ളോർ പറയുന്ന ശവകുടീരങ്ങളിലോ വിശ്വാസികൾ എത്തപ്പെടുന്ന പേരുകേട്ട പള്ളികളിൽ പോലുമോ ഇതുവരേയും ആമിൻഷ പോയതായി കേട്ടിട്ടില്ല. തികഞ്ഞൊരു ഏക ദൈവ വിശ്വാസിയെന്നാണ് പറയാറ്. എന്നിട്ടുമെന്തേ തന്നെ ഇവിടേക്ക് വലിച്ചിഴച്ചു? ഈ ദുർമന്ത്രവാദിയുടെ മുന്നിൽ. ആമിൻഷ അല്പം തന്നോടു ചേർന്നു നിന്നതുപോലെ തോന്നിയപ്പോൾ ആശിച്ചു; അവൻ സ്നേഹാർദ്രമായ വാക്കുകളോതിയെങ്കിലെന്ന്.

എന്തെങ്കിലും ആവശ്യം നിറവേറ്റാൻ മാത്രമാണ് അവൻ കപടനാട്യം നടത്താറുള്ളതെങ്കിലും എത്രയോ വേളകളിൽ അവന്റെ പ്രേമം നിറഞ്ഞ വാക്കുകൾക്കായി കാതോർത്തിട്ടുണ്ട്. അവനായ് ആവരണമഴിക്കുമ്പോൾ ആ കണ്ണുകൾ തന്റെ കണ്ണുകളിലേക്ക് തറച്ച് അല്പനേരമെങ്കിലും നില്ക്കാൻ. പിന്നെപ്പിന്നെ മധുരമുള്ള വാക്കുകളാൽ പൊതിയാൻ. അങ്ങനെ ഒരിക്കൽ പോലും ഉണ്ടായിട്ടില്ല. ലാടമടിക്കാൻ മൃഗത്തെ നിലത്തേക്കു തള്ളിയിടുന്നപോലെ കിടപ്പറയിലേക്ക് വലിച്ചിടുകയാണ് പതിവ്.

"ങ്ഹും കുടിക്ക്. നീ എന്റെ ഭാര്യയാണ്." മയമില്ലാത്ത പഴയ വാക്കുകൾ.

അല്പം മുമ്പ് ആമിൻഷായിൽ കണ്ട അഭിനയം; തന്നോട് സഹതാപമുണ്ടെന്ന് കാട്ടാൻ വെമ്പിയ ചെറിയ അഭിനയം അതിപ്പോൾ പാടെ മാറിയിരിക്കുന്നു. പരാജയത്തിന്റെ വക്കത്തെത്തുമ്പോൾ അല്പംപോലും കൂസലില്ലാതെ അവൻ പറയുക പതിവാണ്; നീ എന്റെ ഭാര്യയാണ്. നീയെന്റെ ഭാര്യയാണ്. കേട്ടുകേട്ടു മടുത്തു. ഭാര്യ എന്ന പദം കൊണ്ട് അടിമയെന്നാണ് അർത്ഥമാക്കുന്നതെന്നറിയാം. അതുകൊണ്ടുതന്നെ തിരിച്ചഭിനയിക്കാൻ തീരുമാനിച്ച് അവനോടല്പം ചേർന്നുനിന്ന് ആ കൈകളിൽ തലോടി പറഞ്ഞു:

“പ്രിയപ്പെട്ടവനേ. നിന്റെ വിശ്വാസങ്ങളിലെ വൈരുദ്ധ്യമാണ് എന്നെ കുഴപ്പിക്കുന്നത്. സ്രഷ്ടാവിൽ മാത്രം വിശ്വസിച്ച എന്റെ ഓമനയ്ക്ക് എന്തുപറ്റി. ഈ ദുർമ്മന്ത്രവാദിയിൽ വിശ്വസിക്കാൻ മാത്രം നീ അന്ധനായോ.” അവനെ ശ്ലേഷം ചെയ്തുകൊണ്ട് ചോദിച്ചപ്പോൾ അവൻ അകന്നുമാറാൻ ശ്രമിച്ചു. മഹാപണ്ഡിതനും വേദങ്ങൾ മനഃപാഠമാക്കിയവനും ലോകം ചുറ്റി സ്രഷ്ടാവിന്റെ സന്ദേശങ്ങൾ വിശ്വാസികളിലെത്തിക്കുന്ന അമാനുഷികനെന്ന വലിയതങ്ങളെ ദുർമ്മന്ത്രവാദിയെന്ന് വിളിച്ചതിൽ ആമിൻഷ തെല്ലൊന്നു കുണ്ഡിതപ്പെട്ടു. പോരെങ്കിലോ അദ്ദേഹം ഒരു ഭിഷഗ്വരനാണുപോലും. ഏതോ പുണ്യ ഗ്രന്ഥത്തിന്റെ അടിസ്ഥാനത്തിൽ ശുശ്രൂഷ നടത്തുന്ന പണ്ഡിതനായ ഭിഷഗ്വരൻ.

ഇന്ന് പലരും എടുത്തു കാട്ടാൻ ആവേശപ്പെടുന്നതും ഇതാണ്. ശാസ്ത്രവും മതവും തമ്മിലുള്ള പൊരുത്തങ്ങൾ.

ഉഷ്ണമകറ്റാൻ പുറത്തിറങ്ങി തിരിച്ചുവന്ന റസിയയുടെ കണ്ണുകളിൽ കോപം ഇരച്ചുകയറുന്നതുകണ്ട് അവളെ നോക്കി തെല്ലൊന്നു ചിരിക്കാൻ ശ്രമിച്ചെങ്കിലും അവൾ ബലമായി പിടിച്ച് തന്നെ ആമിൻഷായിൽ നിന്നകറ്റി നിർത്തി പറഞ്ഞു;

“ഇവളെന്താ കാട്ടണ ആൾക്കാര് നില്ക്കുമ്പോഴാണോ” - അർത്ഥവിരാമത്തോടെ റസിയ വലിയ തങ്ങളെ ഒളികണ്ണാൽ നോക്കി സ്വരം താഴ്ത്തി.

“ഭാര്യഭർത്തൃബന്ധം ഗോപ്യമായിരിക്കണം.” വലിയ തങ്ങൾ ആരോടെന്നില്ലാതെ മൊഴിഞ്ഞു.

“എന്താ ഞങ്ങൾ വേഴ്ചയിൽപ്പെട്ടോ.” -

അങ്ങനെ ചോദിച്ചപ്പോൾ തന്റെ വാക്കുകൾ മ്ലേഛമാണെന്നു പറഞ്ഞു ആമിൻഷ കുറ്റപ്പെടുത്തി. എന്നിട്ട് നീങ്ങിനിന്നുകൊണ്ട് പതിയെ പറഞ്ഞു.

“നീയീ ആവരണം അണിയ്.” അവൻ കുപ്പായത്തെ തന്റെ നരെ നീട്ടിയിട്ട് തുടർന്നു

“പിന്നേ ഈ അന്യപുരുഷന്റെ മുന്നിൽ വച്ചുള്ള നിന്റെയീ കൊഞ്ചികുഴയലും തൊട്ടുതലോടലുമുണ്ടല്ലോ അവരെ പ്രകോപ്പിക്കാനാണോ നിന്റെ ശ്രമം.”

ആമിൻഷായുടെ അഭിപ്രായത്തിൽ വലിയ തങ്ങൾ ആത്മീയാചാ

ര്യനാണ്. ഇന്ദ്രിയങ്ങളെ അടക്കിയവനാണ്. അന്യ സ്ത്രീകളിൽ ലവലേശം താല്പര്യമില്ലാത്തവനുമാണ്. അത്തരത്തിലുള്ള ആളായാൽപോലും പുരുഷനിലെ വികാരത്തെ ഉത്തേജിപ്പിക്കാതെ സൂക്ഷിക്കേണ്ടത് സ്ത്രീയാണു പോൽ. അതിനാൽ പോംവഴി ഒന്നേയുള്ളുവത്രെ. അവൾ മാളത്തിൽ ഒളിച്ചിരിക്കണം.

ഭാര്യാഭർത്തൻമാർ തമ്മിലുള്ള അല്പമാത്ര തലോടൽ, സ്നേഹപ്രകടനം അവയും നിയന്ത്രിക്കപ്പെടണം. അപ്പോൾ തോന്നി ഈ ദേഷ്യവും ഒരു വികാരമല്ലേയെന്ന് ഫെയ്സിയും തോട്ടക്കാരനും മറ്റു പരിചാരകരായ യുവതീയുവാക്കളും നോക്കിനില്ക്കെ ആമിൻഷ കാട്ടുന്ന ദേഷ്യം, പീഡനം; അത്തരം വികാരങ്ങളാൽ ഉത്തേജിക്കാതിരിക്കാൻ പുരുഷനും സൂക്ഷിക്കേണ്ടതല്ലേ.

സ്വന്തം വർഗ്ഗത്തിലെ ആണുംപെണ്ണും നോക്കിനില്ക്കെ മറ്റേതൊരു ജന്തുഗണങ്ങളും ഇണചേരുന്നുണ്ട്. കണ്ടു നില്ക്കുന്ന ആ പ്രാണികൾക്ക് ഉത്തേജനമുണ്ടാകാറുണ്ടോ? ഇണചേരുന്ന അവയുടെ വർഗ്ഗക്കാർ ആട്ടിയോടിക്കാറുണ്ടോ? അവയ്ക്കുമീതെ ആക്രമകാരികളാകുമോ? വിവേകസമ്പന്നനായ മനുഷ്യരെക്കാളും എത്രയോ കരുതലുള്ളവരാണവർ. എന്നാൽ മനുഷ്യവർഗ്ഗത്തിന്റെ കാര്യമോ? അവിടെ സ്ത്രീകളാണ് പാപികൾ. അവർ ഉത്തേജനമുണ്ടാക്കുന്നവരത്രെ! അയഞ്ഞ കമ്മീസാൽ പൊതിയപ്പെട്ട, മക്കനകൾ കൊണ്ടു മാറുകൾ മറച്ചുവെച്ച ഉമ്മലുവിനോടു തോന്നിയ യജമാനന്റെ വികാരം; അവൾ മുഖം മറച്ചിരുന്നിട്ടും അവനിൽ എങ്ങനെ ഉത്തേജനമുണ്ടായി?

ആമിൻഷ എന്ന യജമാനൻ ഒന്നാം നിലയിലേക്കുള്ള പടവുകൾ കയറവെ ഇരു പടവുകളിലായി കാലുറപ്പിച്ച് നിലം തുടയ്ക്കുകയായിരുന്നു ഉമ്മലുവെന്ന പണിക്കാരി. അവൾ കറുത്ത അയഞ്ഞ കമ്മീസാൽ പൊതിയപ്പെട്ടിരുന്നു. മക്കനകൾ കൊണ്ട് മാറു മറച്ചിരുന്നു. മുഖത്ത് ആവരണം ധരിച്ചിരുന്നു.

ആമിൻഷായുടെ കണ്ണിനോ അതോ ഉമ്മലുവിന്റെ നിതംബത്തിനോ ഉത്തേജനമുണ്ടായത്. അവൻ അവളുടെ നിതംബത്തിൽ തോണ്ടുന്നതു കണ്ട് മൗനത്തോടെ ബാൽക്കണിയിൽ ചെന്നുനിന്നു. താൻ കണ്ടെന്നു സംശയിച്ചിട്ട് ആമിൻഷ അരുകിലേക്കു വന്ന് എന്തൊക്കെയോ സമർത്ഥിക്കാൻ പാടുപെട്ടു.

"യജമാനന് അടിമയെ പ്രാപിക്കാം. എന്നാൽ ഞാനങ്ങനെയൊന്നും ചെയ്യാൻ ഉദ്ദേശിക്കുന്നില്ല. ഒരുവളോട് ലൈംഗികാഗ്രഹം തോന്നിയാൽ പുരുഷനവളെ വിവാഹം ചെയ്യാം. അല്ലാതെ അവന്റെ ആസക്തി മാറ്റാൻ ചീത്ത സ്ത്രീകളെ പ്രാപിച്ച് മാറാരോഗങ്ങൾ വിളിച്ചുവരുത്തി സ്വന്തം ഭാര്യയിലും പിറക്കാൻ പോകുന്ന കുട്ടികൾക്കും രോഗങ്ങൾ സമ്മാനിക്കുകയല്ല വേണ്ടത്?" ആമിൻഷ സമർത്ഥിക്കാൻ മിടുക്കുകാട്ടാറുണ്ട്.

അപ്പോൾ ഉമ്മലുവിൽ താങ്കൾക്ക് ആഗ്രഹമുണ്ടോയെന്ന് തമാശയെന്നോണം ചോദിച്ചു.

"ഏയ് ഇല്ലില്ല. സദാചാരം അനുശാസിക്കുന്നത് ഞാൻ പറഞ്ഞെന്നേയുള്ളൂ." - അവൻ ഒഴിഞ്ഞുമാറി.

അതു കേട്ട് ഒന്നും പറയാതെ ഉദ്യാനത്തിൽ കള പറിക്കുകയായിരുന്ന തോട്ടക്കാരനെ നോക്കി കുറെനേരം നിന്നു. പയ്യന്റെ കണ്ണുകൾ തന്നിലേക്കു സഞ്ചരിക്കുന്നുവെന്ന് മനസ്സിലാക്കിയപ്പോൾ മുഖാവരണം മാറ്റി അവനെ നോക്കി മനഃപൂർവ്വം ചിരിച്ചു കാണിച്ചു. അതുകണ്ട് ആമിൻഷ കയർത്തു.

"ഛീ താഴ്ത്തിയിട്"

"അവന്റെ മുഖം അനാവരണമായതിനാൽ എനിക്കവനോട് എന്തോ തോന്നി." അങ്ങനെ പറഞ്ഞതും ആമിൻഷായുടെ പല്ലുകൾ കൂട്ടിയിടിക്കുന്നതു കണ്ടു.

"എന്റെ പൊന്നേ ദേ എനിക്കവനോടു തോന്നിയത് കൗതുകം മാത്രം." ചുണ്ടുകൾ വെറുതെ വിടർത്തി ചിരിച്ചു കാട്ടികൊടുത്ത് അവനെയന്നാശ്വസിപ്പിച്ചു.

"ഈ ഔഷധം കുടിപ്പിച്ചിട്ട് സഹോദരന് പോകാം." വലിയ തങ്ങൾ അങ്ങനെ പറഞ്ഞതും വെള്ളി കോപ്പയെടുത്ത് ആമിൻഷ തന്റെ ചുണ്ടോട് ചേർത്തു പിടിച്ചു. വിമ്മിഷ്ടത്തോടെ മുഖം തിരിച്ചപ്പോൾ സാമ്പ്രാണി തങ്ങൾ ആമിൻഷായെ നോക്കി മിഴികൾ ചലിപ്പിച്ച് ആംഗ്യം കാട്ടി. അയാൾ തന്റെ രണ്ടു കൈകളെയും വലിയ തങ്ങൾ താടിയെയും ബലമായി പിടിച്ച് ഔഷധം കുടിപ്പിക്കാൻ പാടുപെടുന്നതു കണ്ട് എല്ലാവരേയും തട്ടി മാറ്റികൊണ്ട് ആമിൻഷയോടാരാഞ്ഞു.

"ഇവർ അന്യ പുരുഷൻമാരല്ലേ. അവർ എന്നെ സ്പർശിക്കുന്നു. അവരുടെ ശരീര ഭാഗങ്ങൾ എന്റെ ശരീരത്തിൽ മുട്ടിയുരുമ്മുന്നു. അവർക്ക് ഉത്തേജനമുണ്ടാകാൻ ഇതൊക്കെ കാരണമാകില്ലേ" -

അതുകേട്ട് കൂടി നിന്നവർ ലജ്ജയാൽ തലകുനിച്ചു. അതു കണ്ടപ്പോൾ തോന്നി; അവർ ചെയ്യുന്ന പ്രവൃത്തികൾ ലജ്ജാകരമല്ലത്രെ. തന്റെ വാക്കുകളാണ് ലജ്ജാകരം. പുരുഷനിൽ ഉളവാകുന്ന ഉത്തേജനമല്ല ലജ്ജാകരം. സ്ത്രീയുടെ മുഖം അനാവൃതമാകുന്നതാണ് ലജ്ജാകരം.

"ഇത് വചന ശുശ്രൂഷയിലേ തീരു; മൂന്നിസം ഇവിടെ പാർത്തോട്ടെ." അങ്ങനെ പറയുമ്പോൾ വലിയ തങ്ങളുടെ മുഖത്ത് വല്ലാത്തൊരു തൃപ്തി കണ്ടു.

"അന്യപുരുഷൻമാർ മാത്രമുള്ളിടത്ത്" - വാക്കുകളിൽ പരിഹാസം നിറച്ച് ആമിൻഷായോടാരാഞ്ഞു.

"അപ്പുറത്ത് ധാരാളം സ്ത്രീകളെ പാർപ്പിച്ചിട്ടുണ്ട്." സാമ്പ്രാണി തങ്ങൾ പുറത്തേക്കു ചൂണ്ടി പറഞ്ഞു.

"ദേ ഈ മുടി പാറികിടക്കുന്നതു കണ്ടില്ലേ. ഒരു രോമം പോലും അന്യപുരുഷൻ കണ്ടുകൂടെന്ന് ഞാൻ പല തവണ പറഞ്ഞിട്ടുള്ളതല്ലേ" ഈ അവസ്ഥയിലും ഭാര്യയെ പൂർണ്ണമായും ഒളിപ്പിച്ച് വയ്ക്കാനുള്ള അവനിലെ ആവേശം കണ്ടപ്പോൾ ലജ്ജ തോന്നി.

എത്ര നീളമുള്ള മുടിയായിരുന്നു. അല്പം എണ്ണ പുരട്ടി കോതി നീളത്തിൽ പിന്നിയിട്ട് വസ്ത്രത്തിന് ചേർന്ന കുഞ്ചലം കെട്ടി നടന്നിരുന്ന കാലം. കോളേജിൽ പഠിക്കുമ്പോൾ പലരും നോക്കി അസൂയപ്പെട്ടിരുന്നു; ഈ നൂറ്റാണ്ടിലെ പെൺകുട്ടി ഇത്രയും മുടി നീട്ടി വളർത്തുമോ? അപൂർവ്വം തന്നെ. പലരും ആശ്ചര്യപ്പെട്ടിരുന്നു.

"എന്റെ പൊന്നല്ലേ ചെറുരോമം പോലും പുറത്തു കാട്ടിക്കൂട." - ആദ്യമൊക്കെ അങ്ങനെയായിരുന്നു അനുനയം.

സ്ത്രീയുടെ ചെറുരോമത്തിൽപോലും സൗന്ദര്യം കവിഞ്ഞൊഴുകുന്നുണ്ടെന്ന് പറഞ്ഞ് വിലക്കുമായിരുന്നു.

അത്തരം വിലക്കു കാരണം ആദ്യമാദ്യം പിന്നികെട്ടിയ മുടിയെ ശിരോവസ്ത്രത്തിനുള്ളിൽ ഒളിപ്പിച്ചു വച്ചു. ആവരണമഴിക്കുമ്പോൾ അവനു മുന്നിൽ തുറന്നിടാൻ കാത്തു സൂക്ഷിച്ചു.

അല്പം പാറി വീണ മുടിയിഴകളിലേക്കു നോക്കി ആമിൻഷ വീണ്ടും എന്തോ പറയാനൊരുമ്പെട്ടപ്പോൾ ചെറുതായ് അവന്റെ കൈ തട്ടി മാറ്റി. എന്നിട്ട് അവനെ നോക്കി വശ്യമായി ചിരിക്കാനൊരുങ്ങി.

ചിരിക്കണം പൊട്ടി പൊട്ടി ചിരിക്കണം. ചിരിച്ച് ചിരിച്ച് അവൻ മുളപ്പിച്ച ദംഷ്ട്രം കൊഴിക്കണം.

ചുറ്റും നിന്നവർ പകച്ചെന്നു കണ്ടപ്പോൾ കോർണറിലെ കണ്ണാടിയിൽ മുഖം തിരഞ്ഞു. തന്റെ തേറ്റകൾ ഇവർ കണ്ടുകാണുമോയെന്ന ആശങ്കയാൽ അവരെ പകച്ചു നോക്കി. ഇല്ല. അവർക്ക് കാണാനാകില്ല. കാരണം അവർ അത്രത്തോളം അന്ധരാണ്. തനിക്ക് കാണാനാകും. തന്റെ ഹേമയ്ക്കും കാണാനാകും. പിന്നെ ആമിൻഷായെപ്പോലുള്ള പുരുഷൻമാരുടെ അടിമകൾക്കും കാണാനാകും.

"തങ്ങളേ പെട്ടെന്നുതന്നെ വചനശുശ്രൂഷയ്ക്കുള്ള ഒരുക്കങ്ങൾ ചെയ്യൂ."

വലിയ തങ്ങളുടെ വാക്കുകൾ കേട്ട് ആജ്ഞ നടപ്പാക്കുവാനായി സാമ്പ്രാണി തങ്ങൾ പേടകത്തിനടുത്തേക്കു നടന്നു.

കഴുക്കോലിൽ ഞാത്തിയിരുന്ന പേടകത്തിൽനിന്നും ശബ്ദം ഒഴുകാൻ തുടങ്ങിയതും പലരും നിശ്ചലരായി. മനുഷ്യ നിർമ്മിതമായൊരു ഉപകരണത്തിൽ നിന്നും ബഹിർഗ്ഗമിക്കുന്ന ശബ്ദം. അവ രോഗങ്ങൾ ഭേദമാക്കുമത്രെ! ഏതാഗ്രഹവും നിറവേറ്റുമത്രെ. ഭ്രാന്തമായ മനസ്സിന് വെളിവേകുമെന്നും കേട്ടിട്ടുണ്ട്. വലിയ തങ്ങൾ അത്ഭുത മനുഷ്യനെന്ന് വിശ്വസിക്കുന്ന വിധത്തിലാണ് അന്നാട്ടിൽ അദ്ദേഹത്തിനുള്ള പ്രചരണം.

കൂടെക്കൂടെ വലിയ തങ്ങളെപ്പറ്റി അമ്മായിയമ്മ പടാച്ചി പറയാറുണ്ട്. വിവാഹാനന്തരം ആ നാടിന്റെ കഥകേൾക്കാൻ കാതുകൾ ജാഗ്രമായപ്പോൾ അമ്മായിയമ്മ തടിച്ച് കുറുകിയ കൈകൾ നീട്ടി അങ്ങിങ്ങ് എഴുന്നേറ്റുനില്ക്കുന്ന കുറ്റിരോമങ്ങൾ തടവി പറയുമായിരുന്നു.

"വലിയ തങ്ങളുടെ അത്ഭുതങ്ങൾ പറയാൻ തുടങ്ങിയപ്പോൾ കണ്ടാ മരുമോളെ രോമം തരിക്കണത്."

കഥ കേൾക്കാനുള്ള മരുമകളിലെ ഉത്സാഹം മനസ്സിലാക്കി അമ്മായി കാലുകൾ നീട്ടി നാലടി വീതിയിൽ തീർത്ത കട്ടിലിൽ അവയെ കിടത്തും. എന്നിട്ട് മുതുകത്ത് തലയണചേർത്ത് ചുവരിൽ ചാരിയിരിക്കും.

“ആ കാലൊന്ന് തിരുമ്മ് മരുമോളേ.”

അനുസരണയുള്ളവളാണ് തന്റെ മരുമകളെന്ന് കാട്ടാൻ ഭർത്തൃ ഗൃഹത്തിൽ പ്രവേശിച്ച അന്നുമുതൽ അമ്മായി അമ്മ ഇത്തരം ശ്രുശ്രൂ ഷകൾ എല്പിച്ചിരുന്നു

അമ്മായിയങ്ങനെ കഥ പറയാൻ തുടങ്ങും. പോരിഷതങ്ങളുടെ കഥ. അവരെ ആർക്കും കാണാനാകൂല. എന്നാൽ അവർക്ക് എല്ലാരേം കാണാം. എല്ലാം കേൾക്കാം. എല്ലാം അറിയാം. കഥയ്ക്കിടയിൽ തടിച്ച വടവൃക്ഷം പോലുള്ള കാലുകളിൽ തന്റെ കൈകൾ തേൻവള്ളിപോലെ പടരും.

“പിന്നേ മരുമോളേ ഈ വലിയ തങ്ങളുണ്ടല്ലോ ആദ്യം കുട്ടികളെ ഓതിപ്പിക്കാനിരുത്തിയത് നമ്മുടെ ഈ പെരേലായിരുന്നു.” നിലത്തു നിന്നും നാലടി പൊക്കത്തിൽ പണിത പത്തായപ്പുര ചൂണ്ടി അമ്മായി അല്പം അഹങ്കാരത്തോടെ പറയും.

“അന്നേ അവര് നൂലോതും, വെള്ളമോതും. തലപിടിച്ചോതും. പിന്നെ അവരെക്കുറിച്ച് ഒരു വിവരോല്ലാരുന്നു. ആ വല്ല്യ കെട്ടിടം പൊങ്ങി വന്നപ്പോഴാണ് പലരും അറിഞ്ഞത് അത് വലിയ തങ്ങൾക്ക് പോരിഷതങ്ങൾ നല്കിയതെന്ന്.”

ആകാശം കൈയെത്തിപ്പിടിക്കാവുന്ന ഈ നെടുങ്കൻ കെട്ടിടത്തെ പലപ്പോഴും കണ്ടിട്ടുണ്ട്.

“ആ കെട്ടിടം ഒറ്റ ദിവസം കൊണ്ടുണ്ടായതത്രെ.”

അമ്മായിയുടെ കഥയിൽ അത്ഭുതങ്ങൾ കടന്നുകയറും. ഒരു പതിന്നാലാം രാവിൽ വലിയ തങ്ങളെ ആരോ തട്ടിയുണർത്തി. കുറുകിയ ഒരു രൂപം. അതുപിന്നെ വലുതായി വലുതായി ആകാശത്തെ തൊട്ടു. മാനത്തുദിച്ചുനിന്ന അമ്പിളി തലകീഴായി ആ രൂപത്തിന് തലപ്പാവു തീർത്തു. ഭൂമി ആ പാദത്തിൽ കുമ്പിട്ടുനിന്നു. നീണ്ട കൃതാവ് മാമരങ്ങൾപോലെ പടർന്നു പന്തലിച്ചു വിരിഞ്ഞ മാറിടത്തിൽ ചിതറിക്കിടന്നു. വലിയ തങ്ങൾ വാപൊളിച്ചു നില്ക്കേ ആ രൂപം എങ്ങോ അപ്രത്യക്ഷമായി. കൺ തുറന്നു നോക്കിയപ്പോൾ ഈ വലിയ കെട്ടിടം രൂപം കൊണ്ടു. സ്വദേശത്തുനിന്നും ദൂരദേശത്തുനിന്നും ആളുകളുടെ പ്രവാഹമാണവിടെ. ചുട്ടകോഴിയെ പറപ്പിക്കുന്നു. ഊമയെ സംസാരിപ്പിക്കുന്നു. മച്ചിയെ പ്രസവിപ്പിക്കുന്നു. അമ്മായിയുടെ കഥ അങ്ങനെയങ്ങനെ നീണ്ടു പോകും.

മച്ചിൽ തൂങ്ങുന്ന വചന ശുശ്രൂഷാപകരണം വലിയ തങ്ങൾക്ക് പോരിഷതങ്ങൾ നേരിട്ടിടക്കി കൊടുത്തതാണത്രെ.

ഒരു പടുകൂറ്റൻ കെട്ടിടം ഒറ്റദിവസം കൊണ്ടുണ്ടാകുക, മനുഷ്യ നിർമ്മിതമായ ഉപകരണത്തിൽ അത്ഭുതങ്ങൾ നിറയ്ക്കുക, ചോദ്യങ്ങൾ

ധാരാളം രൂപംകൊണ്ടെങ്കിലും ഒന്നും ചോദിച്ചില്ല. വിശ്വാസത്തെ ചോദ്യം ചെയ്യുന്നത് വിരുദ്ധമല്ലേ. അതുകൊണ്ട് വാപൊത്തി മിണ്ടാതിരിക്കുമായിരുന്നു.

പേടകത്തിനു ചുറ്റും സാമ്പ്രാണി തങ്ങൾ സുഗന്ധമുള്ള തിരി പുകച്ചു വച്ചു. നിലത്ത് കുന്തിരിക്കം വിതറി. സംഗീതം മനസ്സിനെ സുഖപ്പെടുത്തുമെന്ന് കേട്ടിട്ടുണ്ട്. വചന ശുശ്രൂഷയെന്നത് സംഗീത സാന്ദ്രമാണെങ്കിൽ അവ ആശ്വാസമേകുമെന്നതിൽ സംശയമില്ല. നാദവീചികൾ ശരീരത്തിന്റെ നാഡീ കോശങ്ങളിൽ തുളച്ചുകയറി മാസ്മരികമാക്കും. മനസ്സിപ്പോൾ അശാന്തമാണ്. സാന്ത്വനിപ്പിക്കാൻ ആരുമില്ലതാനും. അതുകൊണ്ട് ആവേശത്തോടെ കാതോർത്തു കാത്തിരുന്നു.

എന്നാൽ പ്രതീക്ഷിച്ചപോലെ അതൊരു സംഗീതപ്പെട്ടിയായിരുന്നില്ല. അർത്ഥമറിയാത്ത ഭാഷയിലുള്ള വെറും വാണീവർഷം. അല്പനേരം ശ്രവിച്ചാൽ നൂറ്റാണ്ടുകളായ് വ്രതമനുഷ്ഠിച്ച് ഏകാഗ്രത നേടിയ മാമുനിമാരുടെ മനസ്സുപോലും കോപാവിഷ്ടമാകുമെന്നു തോന്നി. ആരെയും മുഴുഭ്രാന്തിലേക്കു തള്ളിയിടാൻ യോജ്യവുമാണ്. മച്ചിൽ കുടിയിരിക്കുന്നൊരു പിശാചിനെപ്പോലെ തോന്നി ആ പേടകം കണ്ടപ്പോൾ. അതുകൊണ്ടുതന്നെ സാമ്പ്രാണി തങ്ങളുടെ ഇരിപ്പിടത്തിന് മേലെ ചുവരിൽ തൂങ്ങി നിന്ന ശീലക്കുട വലിച്ചെടുത്ത് അതിലൊരു കുത്തുകൊടുത്തതും ആ ദിവ്യപേടകം നിലം പതിച്ചു. അതുകണ്ട് ചുറ്റുമുള്ളവർ ഭയചകിതരായി അങ്ങോട്ടുമിങ്ങോട്ടുമോടി വലിയ തങ്ങളെ വലിയ തങ്ങളെ എന്നും മറ്റും മുറവിളി കൂട്ടി ആൾ ദൈവത്തിന്റെ മായക്കഥകളിൽ അടിമപ്പെട്ട് പേക്കോലമാടുന്ന ജനത. പോരിഷ തങ്ങളെന്ന സങ്കല്പത്തെക്കാളും വലിയ തങ്ങളെന്ന ആചാര്യനെക്കാളും അപകടകാരികളാണെന്നു തോന്നി പറഞ്ഞുപോയി

"അന്ധവിശ്വാസികൾ" -

"ഏതോ അവിശ്വാസിയുടെ ജിന്നാണ് ഈ സഹോദരിയിൽ കുടിയേറിയത്." - സാമ്പ്രാണി തങ്ങൾ തെറ്റിദ്ധരിച്ചു.

മുറിയുടെ പടിഞ്ഞാറേ നിലത്ത് ചുവന്ന പട്ടിൽ വിവിധ വർണ്ണ സാമ്പ്രാണികൾ കുന്നുകൂടി കിടന്നിരുന്നു. സാമ്പ്രാണി തങ്ങൾ ഒരെണ്ണം വലിച്ചെടുത്ത് തീപ്പെട്ടിയുരച്ചു തീപിടിപ്പിച്ചു. പേടകം സ്ഥിതി ചെയ്തിരുന്ന മച്ചിൽ തലങ്ങും വിലങ്ങും പല വലിപ്പത്തിലുള്ള മുളവടികൾ സ്ഥാപിച്ചിരുന്നു. വലിയ തങ്ങൾ കനമുള്ളതൊന്നു വലിച്ചെടുത്തു അന്തരീക്ഷത്തിൽ കറക്കി. കസേരയിൽ ഇരുത്താൻ വലിയ തങ്ങൾ ആരോടോ കല്പിച്ചു. പിന്നെ എല്ലാം ദ്രുതഗതിയിലായി. ആരൊക്കെയോ കൈകൾ കെട്ടി, കാലുകൾ കെട്ടി മുഖം മറപ്പിച്ചു. അപ്പോഴൊക്കെ വലിയ തങ്ങളുടെ ചോരക്കണ്ണുകൾ മാത്രം ഓർമ്മയിൽ തങ്ങിനിന്നു. സാമ്പ്രാണി തങ്ങൾ ഉച്ചത്തിലുച്ചത്തിൽ ഇരു ചെവികളിലും കൂക്കിട്ടു. ഇടയ്ക്കിടയ്ക്ക് ഹും ഒഴിഞ്ഞു പോ ഹും ഒഴിഞ്ഞുപോ - എന്നും മറ്റും ആക്രോശിച്ചു. വലിയ തങ്ങൾ ഉച്ചത്തിൽ സൂക്തങ്ങളോതി. ആമിൻഷയെന്ന നവവിപ്ല

വകാരിയുടെ വിശ്വാസപ്രമാണങ്ങൾ ദുർമ്മന്ത്രവാദിയുടെ മുന്നിൽ ഒലിച്ചുപോകുന്നുവോയെന്നു ഒരു നിമിഷം ചിന്തിക്കേണ്ടി വന്നു. ഇപ്പോൾ അവന്റെ മുഖം സന്തോഷത്താൽ പ്രസന്നമായിരിക്കും. കണ്ണുകളിൽ നിഗൂഢമായ വിജയ ഭാവമുണ്ടാകും. താൻ പരാജയപ്പെട്ടെന്ന് കാണുമ്പോൾ തന്റെ ഇണ വേദനിക്കുന്നുവെന്ന് തോന്നുമ്പോൾ കിട്ടുന്ന സാഡിസം; അതവനിലെ അപകർഷതാബോധത്തിന്റെ മറച്ചു വയ്ക്കലിൽ നിന്നുണ്ടായതാണെന്ന് പലവട്ടം തോന്നിയിട്ടുണ്ട്. ദുർമ്മന്ത്രവാദത്തിനുപോലും അവൻ ശാസ്ത്രത്തിന്റെ പരിവേഷം നല്കി; പ്രകോപിപ്പിക്കുക. അതിലൂടെ ഒഴിപ്പിക്കുക.

"ഇതുവരേം എളകീല തങ്ങളേ"- കൂക്ക് നിർത്തിയ സാമ്പ്രാണി തങ്ങളുടെ വാക്കുകളിൽ കടുത്ത നിരാശ. വലിയ തങ്ങൾ അപ്പോഴും മന്ത്രമോതിക്കൊണ്ടിരുന്നു. കൂടെക്കൂടെ നീട്ടി തുപ്പുന്നതിന്റെ ശബ്ദവും കേട്ടു.

"ങ്ഹും ഒഴിഞ്ഞുപോ- ഒഴിഞ്ഞുപോ" ശരീരത്തിലങ്ങിങ്ങ് മുളവടിയുടെ പ്രഹരം. കാലിലെ ഉറകൾ ആരോ വലിച്ചൂരി. പാദത്തിനടിയിൽ എണ്ണിയെണ്ണി അടിക്കുന്നതിന്റെ ശബ്ദം.

"നീ ഇനിയെങ്കിലും ഒഴിഞ്ഞുപോകുമോ." - വലിയ തങ്ങൾ ആവർത്തിച്ചു ചോദിച്ചു.

"നിങ്ങളിലേറ്റ ബാധയാണ് ആദ്യം ഒഴിയേണ്ടത്."

"അപ്പോൾ നീ പോകാനുദ്ദേശിക്കുന്നില്ലേ."

"നിങ്ങളല്ലേ എനിക്കു ആവരണം സൃഷ്ടിച്ചത്. എന്നെ വരിഞ്ഞു മുറുക്കിയിരിക്കുന്നത്. സ്വാതന്ത്ര്യം നിഷേധിച്ചിരിക്കുന്നത്."

"നിന്റെ കൈയിലെ തന്ത്രങ്ങളങ്ങ് കൈയിലിരിക്കട്ടെ"-

"ഒന്ന് രണ്ട് മൂന്ന്......" സാമ്പ്രാണി തങ്ങൾ വീണ്ടും വീണ്ടും തുടർന്നു.

"തള്ള വിരൽ മുതൽ തലവരെ ഉഴിഞ്ഞോ. എവിടെയോ പതുങ്ങിയിരിക്കയാകും. ആ കള്ളഹമുക്ക്."

പുകച്ച സാമ്പ്രാണി ദേഹത്താകമാനം കുത്തിയിറക്കുന്ന വേദന. ഒന്നും കാണാനാകുന്നില്ല. വേദനയുടെ വിളി അന്തരീക്ഷത്തിലാകെ പ്രകമ്പനം കൊണ്ടു. എന്നിട്ടും പ്രഹരം നിർത്തിയില്ല. വേദന. എവിടെയും വേദന. പിന്നൊന്നും ഓർമ്മയില്ല.

ആരോ പതിയെ പതിയെ കണ്ണിലെ ആവരണം മാറ്റി. ആമിൻഷ തൊട്ടു മുമ്പിലുണ്ട്. ഒന്ന് ആശ്വസിപ്പിച്ചിരുന്നെങ്കിൽ; വെറുതെയെങ്കിലും. പൊട്ടിക്കരയാൻ തോന്നി. മാനസിക പീഡനം ഇതാ ശരീരത്തിലേക്കും. എന്നാൽ അവൻ ഒന്നും ഉരിയാടിയില്ല. അവന്റെ മുഖത്ത് നിറഞ്ഞ സംതൃപ്തി.

"യാ റബ്ബേ എനിക്കു വേദനിക്കുന്നു." അറിയാതെ വിളിച്ചു പോയി.

"ദാ ഒഴിഞ്ഞു പോകുന്നു. ദാ ഒഴിഞ്ഞു പോകുന്നു."

കൂടി നിന്നവരുടെ കണ്ണുകളിൽ എന്തെന്നില്ലാത്ത സന്തോഷം കണ്ടു.

തന്റെ വേദനകണ്ടുള്ള സന്തോഷമോ അതോ അവരുടെ പ്രക്രിയകളിലെ വിജയഭാവമോ? അറിയില്ല. ഒന്നുമറിയില്ല.

അഞ്ച്

ഇതെന്തൊരു തണുപ്പ്. വല്ലാത്ത ശീതകാലം തന്നെ. കിടക്കയിൽ ആരോ വലിച്ചെറിഞ്ഞ പരുപരുത്ത പുതപ്പ് ശരീരത്തിലിഴഞ്ഞപ്പോൾ ചുളുചുളാ പൊള്ളി. ആരുടെയോ ആശ്വാസപ്പെടുത്തലിനായ് മനം കൊതിച്ചു; വേദനിക്കുന്നുവോ എന്നാരാഞ്ഞെങ്കിൽ, ലേപനത്താലല്പം തഴുകിയെങ്കിൽ; ഒരു നിമിഷമെങ്കിലും തോളത്തൊന്ന് ചാഞ്ഞ് പൊട്ടിക്കരയാമായിരുന്നു. സർവ്വംസഹയാകാൻ താൻ ശക്തയല്ല. വേദനകൾ ഇറക്കിവയ്ക്കണം. സ്വയം സമാശ്വസിക്കണം. അതിനായ് ഒരു ചുമടുതാങ്ങി വേണം. പ്രാർത്ഥിക്കാം. മനം തുറന്ന് പ്രാർത്ഥിക്കാം. അങ്ങനെ ആകാതിരിക്കാൻ അതീന്ദ്രിയങ്ങളെ കീഴടക്കിയവളല്ലല്ലോ താൻ- യുക്തിവാദിയാകാനുള്ള ജ്ഞാനവുമില്ല.

"എന്റെ നാഥാ എന്റെ റബ്ബേ"

വല്ലാത്തൊരാശ്വാസം. വേദനിപ്പിച്ച് കൊണ്ടിരുന്ന ഓരോ നാഡികളിലും ചെറുകാറ്റ് തഴുകുന്നപോലെ തോന്നി. ക്ഷതങ്ങൾക്കൊരു സഹനം.

"ഒഴിയണ് ഒഴിയണ്"

ചുറ്റും കൂടി നിന്ന് ഇടതടവില്ലാതെ അല്പം ഈണത്തിൽ എന്തോ ചൊല്ലിക്കൊണ്ടിരുന്ന സ്ത്രീകളിലൊരുവൾ അവളുടെ ദൗത്യം നിർത്തി ഉറക്കെ പറഞ്ഞു. അവർ ഉരുവിടുന്നതിന്റെ സാരാംശം എന്താണ്? അവർക്കറിയാമെന്നുണ്ടോ? അങ്ങനെ അറിയേണ്ട ആവശ്യമില്ലെന്നാണ് ആചാര്യ വിശ്വാസം.

പുറത്തുനിന്നും വീക്ഷിക്കുന്നതിനേക്കാൾ വിശാലമായിരുന്നു ചെറുവായുള്ള ആ ചെകുത്താൻ കോട്ടയുടെ ഉള്ളറകൾ. പടിപ്പുര വാതിലിനടുത്ത് ശുശ്രൂഷാ മുറിയിൽ എത്തപ്പെട്ടപ്പോൾ കണ്ടതിനേക്കാൾ എത്രയോ വിസ്തൃതം. ഒരാൾക്ക് മാത്രം പാർക്കാവുന്ന ചെറുചെറു മുറികൾ. ഒത്തിരിപ്പേർക്ക് ഒരുമിച്ച് വസിക്കാനുള്ള വിശാലമുറികൾ. ഏറ്റവും അടിത്തട്ടായിരുന്നു അവിടം. ഭർത്തൃഗൃഹത്തിൽ തളച്ചിട്ട മുറിയിലെ ഭീതിദമായ ഇരുട്ട് ഇവിടെയും അധികാരം സ്ഥാപിച്ചിരിക്കുന്നു.

ഇത്തരം മുറികളെ എന്നും വെറുത്തിരുന്നു. ആകാശത്തിന്റെ വെളിച്ചം കണ്ട് ജീവിക്കാൻ, വിശാലമായ ഉദ്യാനത്തിലെ പച്ചക്കുതിരകൾ ചാടുന്ന പുൽത്തകിടിയിൽ മലർന്നു കിടന്ന് മാനം നോക്കാൻ എന്നും മോഹിച്ചിരുന്നു. അപ്പോൾ ചുറ്റും നില്ക്കുന്ന വൃക്ഷങ്ങളിൽ പടർന്നു കയറുന്ന വല്ലികളിൽ വിടരുന്ന പൂക്കളുടെ സുഗന്ധം തന്നെ മത്തു പിടിപ്പിക്കണം. കാറ്റിൽ പറന്നിറങ്ങുന്ന ഇലകളും പൂക്കളും തന്നെയാകെ പൊതിയണം. അവയ്ക്കിടയിൽ കിടന്ന് നനുത്ത മേഘങ്ങൾക്കിടയിലൂടെ ഒരു

സഞ്ചാരിയാകണം. അതിരുകളില്ലാത്ത സഞ്ചാരം.

കെട്ടിവരിഞ്ഞുകൊണ്ടിരിക്കുന്ന ചങ്ങലക്കൂട്ടങ്ങൾ; ആമിൻഷായുടേത് അവന്റെ മാമൂലുകളുടേത്. ഇപ്പോഴിതാ ആത്മീയാചാര്യനെന്ന വലിയതങ്ങളുടേത്. അവ പൊട്ടിച്ചെറിയണം ഊക്കോടെ വളരെ ഊക്കോടെ പൊട്ടിച്ചെറിയണം. അതിനായ് ശക്തി താ.

"എന്റെ റബ്ബേ"

"സാമ്പ്രാണി തങ്ങളേ ഒഴിയാൻ തുടങ്ങണ്" മൂക്കു പതിഞ്ഞൊരു സ്ത്രീ അവളുടെ മുഖാവരണം മാറിലേക്കു വലിച്ചിട്ട് ജാലകം തുറന്നു പറഞ്ഞു.

"കാഫ്രീന്റെ ജിന്ന് ഒഴിഞ്ഞെന്ന് തോന്നണ്. റബ്ബിനെ വിളിച്ചത് കേട്ടില്ലേ."

മറ്റൊരു സ്ത്രീ ജാലകത്തിലൂടെ അവളുടെ ആവൃത ശിരസ്സ് പുറത്തേക്കിട്ട് പറഞ്ഞു.

ജാലകപ്പഴുതിലൂടെ ഇത്തിരി ആകാശത്തെ തിരഞ്ഞു. ഇല്ല. ഇടനാഴിയിൽ ഇരുട്ട് കട്ടപിടിച്ചുകിടക്കുന്നു. ലോകം വല്ലാതെ ഇരുണ്ടിരിക്കുന്നുവെന്ന് മനസ്സിലായി. കൂവലും പേക്കൂത്തുകളും ഒന്നൊന്നായി നിലച്ചുവെങ്കിലും കാതുകളിൽ അവ പ്രകമ്പിതമാകുന്നുവെന്ന തോന്നൽ വല്ലാതെ അലോസരപ്പെടുത്തി. ചുറ്റുംനിന്ന സ്ത്രീകൾ ഇവിടം വിടുന്ന ലക്ഷണമില്ല. ആരുടെയോ ആജ്ഞാനുവർത്തികളായ അവറ്റകളുടെ മുഖം കാണണ്ട. അതുകൊണ്ട് ചുമരിനഭിമുഖമായി തിരിഞ്ഞു കിടക്കാനൊരുങ്ങി. വേദന വല്ലാത്ത വേദന. ശരീരം അനക്കാൻ കഴിയുന്നില്ല. തന്നിലേല്പിച്ച പ്രഹരങ്ങൾ വേദനിക്കില്ലത്രെ. വലിയ തങ്ങളിലെ ആ വിശ്വാസത്തെ ആമിൻഷായും മുറുകെ പിടിച്ചു. ഒരുപക്ഷേ, വേദനിക്കുന്നെങ്കിൽ തന്നെ അത് താൻ അവിശ്വാസിയായതിനാലാണത്രെ.

ചോരയും നീരുമുള്ള ഏതു ജന്തുവിനെയാണ് ഈ പ്രഹരങ്ങൾ വേദനിപ്പിക്കാത്തത്?

"എന്റെ ദൈവമേ ഈ അവിശ്വാസികളോട് നീ പൊറുക്കേണമേ" - അറിയാതെ ചുണ്ടുകൾ വിതുമ്പി.

"അതാ വീണ്ടും കാഫീരിനെപ്പോലെ പ്രാർത്ഥിക്കണ്" - ആരോ പറഞ്ഞു. അതു കേട്ടപ്പോൾ സ്ത്രീകൾ കൂട്ടത്തോടെ ചെറു ഗ്രന്ഥങ്ങൾ തുറന്നുവച്ച് വീണ്ടും പാരായണം തുടങ്ങി.

പദം മാറുമ്പോൾ മതവും മാറുമെന്നോ?

നിരാകാരനായ സ്രഷ്ടാവിനെ നമിക്കാൻ മാതൃഭാഷ ഉപയോഗിച്ചപ്പോൾ ആ പദത്തെ അവർ വല്ലാതെ ഭയക്കുന്നതു കണ്ടു.

"ഇല്ല ഈ കാഫീര് പെട്ടെന്നങ്ങനെ ഒഴിയൂല." സാമ്പ്രാണി തങ്ങൾ പറഞ്ഞു.

ഒരു യഥാർത്ഥ വിശ്വാസി ഭാഷയിലും അടിയുറച്ച് വിശ്വസിക്കണമെന്ന് ആമിൻഷായും താക്കീതു ചെയ്യാറുണ്ട്.

മധുവിധുനാളുകളിൽ അവന്റെ മാത്രം ബന്ധുഗൃഹങ്ങളിൽ വിരുന്നു

പോകുകയെന്നത് ആമിൻഷായെപ്പോലെ അമ്മായിയമ്മയ്ക്കുമുണ്ടായിരുന്നു നിർബ്ബന്ധം.

പുതുജീവിതം ഊഷ്മളമാക്കാൻ യുവമിഥുനങ്ങൾ പലപല വിനോദകേന്ദ്രങ്ങളിൽ പോകും, സിനിമാശാലകളിൽ പോകും, എന്നൊക്കെയുള്ള ധാരണകളുടെ തിരുത്തൽ കൂടിയായിരുന്നു മധുവിധു കാലം.

വിദ്യാഭ്യാസകാലത്ത് ശാരികയും ഹേമയും പൂജാബാനുവുമടങ്ങുന്നതായിരുന്ന ഉല്ലാസയാത്രകളിൽ അദ്ധ്യാപകരും മറ്റു സഹപാഠികളും ചേർന്നുള്ള വേളയിൽ മാനവും മാമലയും തൊട്ടുരുമ്മുന്ന കാഴ്ചകളിൽ രമിക്കുമ്പോൾ മനസ്സിൽ മോഹങ്ങൾ കെട്ടുപിണയുമായിരുന്നു. ഒരുനാളൊരുനാൾ വിദൂരമായ മഞ്ഞുമലകളെ നോക്കി പുൽമേടുകളിലെവിടെയെങ്കിലും തണുത്ത ചുണ്ടുകൾ കൂട്ടിയുരുമ്മി തോളോട് തോളുചേർന്നിരിക്കണം. മഞ്ഞിൻ കണങ്ങൾ കൈക്കുമ്പിളിൽ കോരി പരസ്പരം ദേഹത്തെറിയണം. മുടിയിൽ ചിതറിക്കിടക്കുന്ന ഹിമബിന്ദുക്കൾ പെറുക്കിയെടുക്കുമ്പോൾ മഞ്ഞണിഞ്ഞ മാമലകൾ നനുത്ത മേഘങ്ങളെ പുല്കുന്നതു കാണും. മടിയിൽ തലചായ്ച്ച് കിടന്നു അപ്പോൾ ചോദിക്കണം.

"എന്താണ് തോന്നുന്നത്."

- ഒന്നു ചേർന്നിരിക്കൂ - അവൻ പറയുമായിരിക്കും.

ആ വാക്കുകളിൽ അതൃപ്തയായ് അവൾ പറയും

- എനിക്കൊരു മോഹമുണ്ട്, വലിയൊരുമോഹം

- ങ്ഹും പറയൂ.

- എനിക്കും നിനക്കും ചിറകുതീർക്കണം.

- എന്നിട്ട്.

- പറന്നുപറന്നങ്ങനെ പോകണം. ചിലപ്പോൾ നീ മുന്നിൽ ഞാൻ പിന്നിൽ. അല്ലെങ്കിൽ ഞാൻ മുന്നിൽ നീ പിന്നിൽ. കെട്ടുപിണഞ്ഞ വല്ലികളിലൂയലാടിയും പുൽമേടുകളിൽ ഇണചേരുന്ന മാനിണകളെ കണ്ടും കുയിലിന്റെ മധുരാരവം ശ്രവിച്ചും അങ്ങനെ പറന്ന് പറന്ന് പോകണം. ദൂരെ ദേ ആ കാണുന്നില്ലേ മഞ്ഞുമലകൾ. അവിടേക്ക് ഏറ്റവും ഉച്ചിയിൽ. തിങ്ങിനിറഞ്ഞ മാമരങ്ങൾക്ക് മുകളിലൂടെ കെട്ടിമറിഞ്ഞ് യൂറോകോൺ പാകിയതുപോലുള്ള തേയിലക്കാടുകളിലെത്തണം. എന്നിട്ടെന്നിട്ട് ഈ പുൽത്തകിടിയിൽ എത്തുമ്പോൾ എന്തൊരാശ്വാസമായിരിക്കും.

അവൾ അങ്ങനെ പറയുമ്പോൾ അവൻ വിസ്മയം നിറഞ്ഞ കണ്ണുകളോടെ അവളെയങ്ങനെ നോക്കിയിരിക്കണം.

ബന്ധുഗൃഹ സന്ദർശനങ്ങൾ മാത്രമായൊതുങ്ങുമ്പോഴും സ്വപ്നങ്ങളിൽ ഓളങ്ങളുണ്ടായിരുന്നു. എപ്പോഴെങ്കിലും ഒരിക്കലെങ്കിലും. എന്നാൽ ആതിഥേയർ അവരുടെ പൊങ്ങച്ചങ്ങൾ പുതുമണവാട്ടിയിൽ പ്രദർശിപ്പിക്കുന്നതുമാത്രം കണ്ടു മടുത്തു. പുതുപെണ്ണേ ഈ കട്ടില് എങ്ങനേണ്ട്. ആറടി വീതിയിൽ ഈട്ടിയിൽ തീർത്തതാ. അല്ലെങ്കിൽ ഈ ഫ്രിഡ്ജ് അങ്ങ് ദുബായീന്ന് കെട്ടിയോൻ കൊണ്ടുവന്നതാ. മറ്റു ചിലർ ആഭരണങ്ങളുടെ പുതുമ കാട്ടലായി. പുതിയ ഫാഷനാ. ലൈറ്റ് വെയിറ്റാ.

അങ്ങനെയങ്ങനെ. വീട്ടുകാരുണ്ടാക്കുന്ന വിഭവങ്ങളത്രയും രുചിച്ച് നോക്കിയില്ലെങ്കിൽ ചോദിക്കും; വിശേഷം വല്ലതും. ചിലയിടങ്ങളിൽ അമ്മായിയമ്മയും കെട്ടിയൊരുങ്ങി പുറപ്പെടും. അതു കാണുമ്പോൾ റസിയയ്ക്കും കൂടെപ്പോരാൻ തോന്നും.

അന്ന് ആ വീട്ടിലെ അതിഥികൾ താനും ആമിൻഷായും മാത്രമായിരുന്നു. ചെന്നപാടെ ഗൃഹനാഥയോട് നമസ്കാരം പറഞ്ഞു.

'വ അലൈയ്ക്കുമസ്സലാം' - അങ്ങനെ പറഞ്ഞുകൊണ്ട് ആതിഥേയ സ്ത്രീ പുരികം ചുളിച്ചു.

"നിന്റെ കെട്ടിയോള് ഇല്മില്ലാത്തോളാണെന്ന് തോന്നണ്. ഇപ്പഴത്തെ പുതിയ പക്കാരങ്ങള്" - ആതിഥേയ സ്ത്രീ തുടർന്നു.

ആമിൻഷ പല്ലുഞെരിക്കുന്നുണ്ടായിരുന്നു. പരിഷ്കാരി എന്ന വാക്കിനെ 'പക്കാരി' എന്നാക്കി കളിയാക്കിയവൾ പിന്നീടുപയോഗിച്ച പദമെല്ലാം മാതൃഭാഷയിലായിരുന്നു. ആമിൻഷായിലെ സംസ്കാരം അന്ന് വളരെയൊന്നും ചോർന്നുപോകാത്തതിനാൽ മടക്കവേളയിൽ താക്കീതു ചെയ്തു.

- അസ്സലാമുഅലൈയ്ക്കും എന്ന വാക്കുമാത്രമേ അഭിവാദ്യത്തിനുപയോഗിക്കാവൂ.

ഭർത്തൃഗൃഹത്തിലെ ഫോൺ റിസീവർ ചില സന്ദർഭങ്ങളിൽ കൈയിലെടുക്കുമ്പോൾ കേൾക്കുന്നതും ഈ വാക്കുകളാണ്. അവിശ്വാസികളാണത്രെ 'ഹെലോവെന്നും' 'നമസ്കാരം' എന്നും മറ്റുമുള്ള പദങ്ങൾ ഉപയോഗിക്കുന്നത്. വിശ്വാസികൾ മാത്രം ഉപയോഗിക്കുന്ന ഭാഷയത്രെ അറബ്. അപ്പോൾ അറബ് രാജ്യങ്ങളിലെല്ലാവരും യഥാർത്ഥ മതവിശ്വാസികളാണോയെന്ന ശങ്ക വല്ലാതെ അലട്ടിയിട്ടുണ്ട്. അവർ മറ്റു ഭാഷകൾ ഉപയോഗിക്കുന്നില്ലെന്നുണ്ടോ? 'ഇൽമ്' എന്നാൽ അറിവാണ്. അറിവ് നേടിയെടുക്കുന്നത് മനസ്സിലാവുന്ന ഏത് ഭാഷയിലൂടെയുമാകാം. ഏകൈക നാഥനായ ദൈവം പ്രപഞ്ചത്തിൽ നിറഞ്ഞു നില്ക്കുന്നുവെന്നാണ് വിശ്വാസവും. സർവ്വചരാചരങ്ങളുടേയും സ്രഷ്ടാവായ അദ്ദേഹത്തിന്റെ സൃഷ്ടിയിൽപ്പെട്ട ജീവജാലങ്ങൾ വ്യത്യസ്ത ഭാഷകളുപയോഗിക്കുന്നുമുണ്ട്. ഭാഷയില്ലാതെ വിനിമയം നടത്തുന്നതും സാധാരണമാണ്. അപ്പോൾ ഭാഷയെ മതവല്ക്കരിക്കുന്നതെന്തിന്?

"എന്റെ ദൈവമേ" വീണ്ടും ഏകൈകനാഥനെ വിളിച്ചു പോയി.

"ഇല്ല ഇത് പെട്ടെന്ന് ഒഴിയണതല്ല. നിങ്ങള് പുറത്തുപോയീം"

ജനാലയിലൂടെ മുഖം കടത്തി സാമ്പ്രാണി തങ്ങൾ അങ്ങനെ പറഞ്ഞതും സ്ത്രീകളെല്ലാം ആരോടോക്കെയോ സലാം പറഞ്ഞ് മക്കനകൾ നേരെയാക്കി എങ്ങോ പുറപ്പെട്ടു. അവസാനമിറങ്ങിയവൾ പുറത്തുനിന്നും വാതിൽ താഴിട്ടു. സർവ്വരും പുറത്തിറങ്ങിയപ്പോൾ വല്ലാത്തൊരാശ്വാസം തോന്നി. ഇനി ഈ ഏകാകിനിയുടെ നൊമ്പരച്ചാക്ക് എവിടെയെങ്കിലും ഇറക്കി വയ്ക്കണം. മെല്ലെയെഴുന്നേറ്റപ്പോൾ തൊലിയിലുരയുന്ന വസ്ത്രങ്ങൾ ഭാരമായി തോന്നി. അകത്തെ താഴ് ഭദ്രമാക്കണം.

വരരുത്. ആരും ഇങ്ങോട്ടേക്ക് വരരുത്. ഒരു കണ്ണുകളും ചൂഴ്ന്ന് നോക്കുകയുമരുത്. വസ്ത്രം മെല്ലെ നീക്കി. കണ്ണുകൾക്ക് എത്താവുന്നിടമത്രയും പരതി. പെരുക്കാലട്ടപോലുള്ള ചുവന്ന പാടുകൾ. അവ കാണെകാണെ കണ്ണുകൾ ദുർബ്ബലമായി. വേണ്ട ഒന്നും കാണേണ്ട. മാതാപിതാക്കൾ ഒരു പൂ പോലും നുള്ളിയിടാത്ത ദേഹമായിരുന്നു.

കണ്ണുകളടച്ച് കിടക്കയിലേക്കു മറിഞ്ഞു. പുതപ്പിനെ ശിരസ്സിലൂടെ വലിച്ചിട്ടു. ഇപ്പോൾ പൂർണ്ണമായും ആവരണത്തിനുള്ളിൽ.

ഇതുകണ്ടാൽ അവൻ എത്രമാത്രം സന്തോഷിക്കുമെന്നോ! സൗന്ദര്യം വെളിപ്പെടുന്നില്ല. ചലനങ്ങൾ ആരാലും ശ്രദ്ധിക്കപ്പെടുന്നില്ല. ആരോടും സംസാരിക്കുന്നില്ല. വീട്ടിൽ വരുന്ന അതിഥികളോടുപോലും സംസാരിക്കുന്നത് അവനത്ര ഇഷ്ടമുള്ള കാര്യമല്ല.

പലപ്പോഴും അവനോടു പറയാൻ തോന്നിയിട്ടുണ്ട്; വലിയൊരു സ്ത്രീപാവയെ മുറിയിലൊരു കോണിൽ പ്രതിഷ്ഠിക്കാമായിരുന്നില്ലേ. വികാര തൃപ്തിക്കായി അവയിൽ ചില സുഷിരങ്ങൾ തീർക്കാമായിരുന്നില്ലേ. അല്ലെങ്കിൽ കൃത്രിമോർജ്ജം നല്കി തങ്ങളുടെ ഇംഗിതത്തിനനുസരിച്ച് പ്രവർത്തിപ്പിക്കാമായിരുന്നില്ലേ.

അമ്മായി നിങ്ങളുടെ മകൻ എന്നുമുതലാണ് ഇങ്ങനെയൊക്കെയായത്? ഭർത്തൃമാതാവിനോടാരായാനും മനസ്സ് വെമ്പൽ കൊള്ളുമായിരുന്നു. മരുമോളേ എന്റെ ചെറുക്കനെപ്പോലെ ഒന്നിനെ കിട്ടാൻ നൂറ് ജന്മം തപസ്സിരിക്കണം. അത്രയ്ക്ക് സൽസ്വഭാവിയല്ലേ. എത്രയെത്ര ആലോചനകള് വന്നതാ. കുഴിച്ച് മൂടാൻ തക്ക പൊന്നും മൊതലും തരാന്ന് പറഞ്ഞതാ. ങ്ഹും അവൻ പിടികൊടുത്തില്ല. അതൊക്കെ റബ്ബ് മുമ്പേ എഴുതിവച്ചതല്ലേ. ങ്ഹാ പൊന്നുംപണോം കൊറഞ്ഞാലും കൊണ്ടെറങ്ങാൻ യോഗ്യതയൊള്ള കൊച്ചിനെ തന്നെ കിട്ടിയല്ലാ അവന്.

യാതൊന്നും ചോദിക്കാതെ അമ്മായി കൂടെക്കൂടെ ഓർമ്മപ്പെടുത്തി കോൾമയിർകൊള്ളും.

'കൊണ്ടെറങ്ങുന്നത്' പോട്ടെ, ഒറ്റയ്ക്കൊന്ന് പുറത്തിറങ്ങിയാൽ മാനം ഇടിഞ്ഞ് ഭാര്യയുടെ മേൽ പതിച്ചാലോയെന്ന് ആ'സൽസ്വഭാവി' ഭയക്കുന്നു.

വെറുതെ സമയം കളയുന്നതോ അടുക്കളയിൽ ഏറെ നേരം പണിയെടുക്കുന്നതോ കുഞ്ഞുനാൾ മുതൽ ഇഷ്ടപ്പെട്ടിരുന്നില്ല. അതുകൊണ്ട് തന്നെ ഭർത്തൃമാളികയിലെ വാസം തുടക്കത്തിലേ ഏകാന്തമായ് തോന്നി. ഏറെനാൾ ബാപ്പ വിദേശത്തായിരുന്നിട്ടും അമ്മ അതിരുകളൊട്ട് തീർത്തിരുന്നില്ല. ജനസാന്ദ്രമായ പട്ടണത്തിലായിരുന്നു വസിച്ചിരുന്നെങ്കിലും അമ്മയുടെ ഗ്രാമത്തിൽ പലപ്പോഴും പോകാറുണ്ടായിരുന്നു. അക്കാര്യം ചിലപ്പോൾ ബാപ്പയോട് രഹസ്യമായ് വക്കും. എല്ലാ സ്വാതന്ത്ര്യത്തോടും വളർന്നതിൽ ബാപ്പ ഒരതൃപ്തിയും കാണിച്ചിരുന്നില്ലെന്നത് മറ്റു പെൺകുട്ടികളിൽനിന്നും ഭിന്നമായ ഒരാനുകൂല്യമായിരുന്നു. എന്നാൽ അമ്മയുടെ ബന്ധുക്കളോടുള്ള ബാപ്പയുടെ മനോഭാവം എന്നോ മാറി തുടങ്ങിയതി

നാൽ ചില യാത്രകൾ രഹസ്യമാക്കി വച്ചു. നീന്താൻ പഠിച്ചതും നാടൻ കളികൾ വശമാക്കിയതും അമ്മയുടെ നാട്ടിൽ നിന്നായിരുന്നു.

വ്രണിത മനസ്സിനെ സാന്ത്വനപ്പെടുത്താൻ സ്വപ്നങ്ങളുടെ നൂലുകൾ ചേർത്ത് മനോഹരമായ വല നെയ്യുമ്പോൾ നീലകണ്ണുകളുള്ളൊരു കൂട്ടുകാരൻ അതിൽ മയങ്ങികിടക്കും. അവൻ ആരാണ്? അറിയില്ല. അവന്റെ നാമം? അതും ഓർമ്മയിലില്ല. അവന്റെ വാക്കുകളും പ്രവൃത്തികളും വിപ്ലവത്താൽ കമ്പിതമായിരുന്നൂവെന്ന് മാത്രം ഓർക്കുന്നു.

പൂക്കളുടെ മനോഹാരിതയിൽ ലയിച്ച് കുളക്കരയിലൊരുനാൾ നിന്നപ്പോൾ പായൽ പച്ചയ്ക്കിടയിൽ അങ്ങിങ്ങ് തലയുയർത്തി നില്ക്കുന്ന ആമ്പലുകൾ. ഇലകൾക്കിടയിൽ തവളക്കണ്ണുകൾ ഓളം വെട്ടി. കുളത്തിന്റെ ഒത്ത നടുവിലേക്ക് ചാടി സാഹസികനായി അങ്ങോട്ടുമിങ്ങോട്ടും നീന്തിക്കൊണ്ടിരുന്ന അവനെ ഭീതിയോടെ നോക്കി. അക്കരെനിന്നും അവൻ ചോദിച്ചു.

"പൂവേണ്വോ" തലയാട്ടി നിന്നു.

കുളത്തിലേക്കു ചാടി അരികിലേക്ക് വന്നു കരയ്ക്കു കയറാതെ അവൻ പറഞ്ഞു.

"പറിച്ച് തരൂല വേണോങ്കി സഹായിക്കാം"

പെറ്റിക്കോട്ട് മുട്ടോളം പൊക്കി ആദ്യ പടവിൽ കാൽ വെച്ചു.

"പൂജാ ഇറങ്ങരുത് നല്ല ആഴോണ്ട്"- ശ്രീദേവി വിലക്കി. സരസ്വതി വലിയമ്മയുടെ മകൾ. സമപ്രായക്കാരി.

"പേടിത്തൂറികള്. വേണോങ്കി എറങ്ങി പറിച്ചോ"

അവന്റെ കളിയാക്കൽ വാശിപിടിപ്പിച്ചു. ഒന്നൊന്നായി പടവുകളിറങ്ങി വെള്ളത്തിലേക്കു ചാടി. നീന്തലിന്റെ ബാലപാഠമറിയാതെതന്നെ വെള്ളത്തിൽ മുങ്ങാൻകുഴിയിട്ടു. വല്ലാതെ ശ്വാസം മുട്ടി. മൂക്കിലും ചെവിയിലും വെള്ളം ഇരച്ചുകയറി. ഒന്നും കാണാനായില്ല. മങ്ങിയ ആകാശം പോലെ. കണ്ണുകളിൽ പാട കെട്ടിയമാതിരി. എങ്കിലും കൈയിട്ടടിച്ച് മുന്നോട്ടു നീന്തി. പെട്ടെന്ന് ഭയചിന്തകൾ ഓടിയെത്തി. താൻ മുങ്ങി ചത്താൽ ഇവിടെ വന്നത് ബാപ്പ അറിഞ്ഞാലോ? അനുവാദമില്ലാതെ നാട്ടിൽപോയതെന്തിനെന്നാരാഞ്ഞ് അമ്മയെ ശകാരിക്കും. തന്റെ സ്വപ്നങ്ങൾ ഉപേക്ഷിക്കുമ്പോൾ ആമിൻഷയിൽ കാണുന്നപോലെയാണ് അമ്മയുടെ ബന്ധുക്കളെ ഉപേക്ഷിച്ചെന്നറിയുമ്പോൾ ബാപ്പയിൽ കണ്ടിരുന്ന വികാരവും. മൂക്കിലൂടെയും വായിലൂടെയും വെള്ളം വലിച്ചു കയറ്റി നിവരാൻ ശ്രമിച്ചു. ആരോ കാലുകൾ വലിച്ചെന്ന് തോന്നി.

കൈകൾ ദേ ഇങ്ങനെ വെള്ളത്തിലടിച്ച് അവൻ ആംഗ്യേനെ ആവർത്തിച്ചപ്പോൾ ശുഭാപ്തി വിശ്വാസം നാമ്പിട്ടു. അനുകരിച്ച് അങ്ങോട്ടുമിങ്ങോട്ടും നീന്തി.

"മതി പൂജാ മതി" - ശ്രീദേവി കരയ്ക്കിരുന്നു വിളിച്ചു കൂവി. അവളിലെ ഭീതി കൂടുതൽ ആവേശമുയർത്തി. തനിയേ നീന്താനാകുമെന്ന് ബോദ്ധ്യമായതും കുളക്കരയിലിരുന്നവനിൽ മന്ദഹാസമുദിച്ചു.

വശ്യമാർന്ന ചിരി. ആ ചിരി ഒരു ഗുരുവിന്റെ പ്രചോദനമായി തോന്നി. കുളക്കരയിലേക്കു കയറിയപ്പോൾ മുഖം വല്ലാതെ ചുവന്നിരുന്നു.

"ഈ പൂവും ഇതിന്റെ മൊഖോം ഒരുപോല" കൈയിൽ തിരുകിയിരുന്ന നിറം മാറാൻ വെമ്പുന്ന ആമ്പലിനെയും തന്നെയും നോക്കി അവൻ പറഞ്ഞു.

"സഹോദരീ സഹോദരീ" - പുറത്ത് ആരുടേയോ ചെറുസ്വനം. തലയിലേക്കു വലിച്ചിട്ട കമ്പളം മെല്ലെ നീക്കിയപ്പോൾ ജാലകത്തിൽ നഖമിഴയുന്ന ശബ്ദം കേട്ടു. അല്പം മുമ്പ് സൂക്തങ്ങൾ ഉരുവിട്ടുകൊണ്ടിരുന്നവരിൽ ആരെങ്കിലുമാണോ? ഒഴിപ്പിക്കൽ പ്രക്രിയ ഇനിയും തുടരുമെന്നോ?

വേണ്ട.

ഓർമ്മകളെ മാടിവിളിച്ചപ്പോൾ ഓടിവന്ന് പുതപ്പിനടിയിൽ കൂട്ടുകിടന്നു. അവ തന്നെ തഴുകി സമാശ്വസിപ്പിച്ചു. അതുകൊണ്ടുതന്നെ ഈ മുറിയിൽ ആരുടേയും വരവ് ആഗ്രഹിക്കുന്നില്ല. കാതുകളിലേക്ക് വിരലുകൾ തിരുകി കിടന്നു. അല്പം കഴിഞ്ഞപ്പോൾ ആ ശബ്ദം നിലച്ചെന്ന് തോന്നി.

പാദങ്ങളിൽ അരിച്ചെത്തുന്ന തണുപ്പ്. കമ്പളം ഏറെ വിസ്തൃതമല്ല താനും. ശരീരം വളച്ച് അതിനുള്ളിലേക്കു കയറി. പരുപരുത്ത ഇഴകൾ വേദനയുടെ തീവ്രത വർദ്ധിപ്പിച്ചു. അവയെ ഭേദപ്പെടുത്തണം.

ഇനിയും മധുരമുള്ള ഓർമ്മകളെ മാടിവിളിക്കാം.

സരസ്വതി വലിയമ്മയുടെ മരിച്ചീനിപ്പാടം കഴിഞ്ഞുള്ള തേരിപ്പുറത്തെ നാട്ടുമാവിലെ മാങ്ങയോളം മധുരമുള്ള ഓർമ്മകൾ. അവയ്ക്കായി നഗ്നപാദയായ് നടന്ന വഴികളോർത്തു. ശ്രീദേവിയോടൊപ്പം ഷൂസിട്ട് നടന്നപ്പോൾ അവൾ മുന്നറിയിപ്പു തന്നു. കല്ലുകളിൽ തട്ടി മൂക്കുകുത്തി വീഴും പെണ്ണേ. മടമ്പുള്ള പാദരക്ഷകൾ; നിരന്ന മരിച്ചീനി പാടത്തുപേക്ഷിച്ചപ്പോൾ പാദങ്ങൾ ചെറുകല്ലുകളെ തഴുകി. സുഖമുള്ള വേദനയായിരുന്നു.

അവ ഇക്കിളിപ്പെടുത്തുന്നപോലെ തോന്നി.

മനുഷ്യപാദങ്ങളുടെ ഗന്ധമേറ്റ നാട്ടുവഴികൾ. ഇരുവശവും തലപൊക്കിനില്ക്കുന്ന ചെള്ളാടിപ്പച്ചകൾ. ചെറുപൂക്കൾ നുള്ളിയെടുത്തപ്പോൾ ശ്രീദേവി പറഞ്ഞു; ഇലകൾക്കാണ് മണം. കൈപ്പത്തിയിൽ ഞരടി മൂക്കത്തു ചേർത്തു. വല്ലാത്ത സുഗന്ധം തന്നെ. നാട്ടുമാവിൻ ചോട്ടിൽ വീണുകിടക്കുന്ന മാങ്ങകൾ പെറുക്കി കൂട്ടണം; അതായിരുന്നു ലക്ഷ്യം. കൗതുകവും സന്തോഷവും നിറഞ്ഞ ആ യാത്രയിൽ കുന്നിൻ ചെരുവിലെ തുടുത്ത തെച്ചിപ്പഴങ്ങളിൽ, കദളിപ്പൂക്കളിൽ, തെറ്റിപ്പൂക്കളെ വട്ടമിട്ടു പറക്കുന്ന വിവിധ വർണ്ണ ശലഭങ്ങളിൽ മിഴികൾ വട്ടമിട്ടു. മിനുത്ത ചിറകുള്ള ഉണ്ടക്കണ്ണൻ തുമ്പി മുന്നിൽവന്ന് എന്തോ മൊഴിഞ്ഞു. പിന്നെ എങ്ങോട്ടോ പോയി.

ഇലകൾ മറയ്ക്കും വിധമായിരുന്നു മാങ്ങകൾ. ചോട്ടിൽ ധാരാളമുണ്ടാകുമെന്ന പ്രതീക്ഷ വൃഥാവിലായി. ഒരെണ്ണമെങ്കിലും സ്വന്തമാക്കാതെ

മടങ്ങില്ലെന്ന വാശി ദൃഢമായി. ശിഖരങ്ങൾ രണ്ടാൾപ്പൊക്കത്തിനുമുയരത്തിലാണ്. അല്പം കയറിയാൽ അവയിൽ തൂങ്ങി മേൽപ്പോട്ട് കയറാം. പരിസരത്തു കിടന്ന ഓല മടൽ ചായ്ച്ചു കയറാനൊരുങ്ങി. ദേവിയുടെ ഭയവും പ്രതിഷേധവും അവളുടെ കണ്ണുകളിൽ കണ്ടു.

ഇത്രയും വൃക്ഷങ്ങളുണ്ടായിട്ടും ഇന്നാട്ടിൽ ജനിച്ചു വളർന്ന കുട്ടി ഭയക്കുന്നുവെന്നോ?

കയറി കയറി ഉച്ചിവരെ എത്തണം. അവിടെ നിന്ന് ആകാശത്തെ സ്പർശിക്കണം. ചിറകുകൾ മുളച്ചിരുന്നെങ്കിലെന്ന് തീവ്രമായ് ആഗ്രഹിച്ച നിമിഷങ്ങളിലൊന്നായിരുന്നു അതും.

"ഈ കുട്ടി എന്താ കാട്ടണ, എന്റീശ്വര പെമ്പിള്ളേര് ഇങ്ങനെ തുടങ്ങിയാൽ"

കീഴെ സരസ്വതി വലിയമ്മ വെറളി പിടിച്ച് അങ്ങോട്ടുമിങ്ങോട്ടുമോടി. ദേവിയെ തല്ലുവാനൊരുങ്ങിയപ്പോൾ ധൃതിയിൽ ചില്ലകളിൽ കാൽവച്ച് താഴേക്കിറങ്ങി. നിലത്തെത്താറായതും ദേ കിടക്കുന്നു. ശരീരത്തിലങ്ങുമിങ്ങും നീറ്റലനുഭവപ്പെട്ടു. എന്നാൽ വൃക്ഷത്തലപ്പിലിരുന്ന് ആകാശത്തെ കണ്ടതോർത്തപ്പോൾ വേദനയ്ക്കു സുഖം തോന്നി. സരസ്വതി വലിയമ്മ അന്ന് ഒരുപാട് കുറ്റപ്പെടുത്തി. മരഞ്ചാടി പിള്ളേരെന്ന് ആരെങ്കിലും അറിഞ്ഞാൽ അതായിരുന്നു അവരുടെ ഭയം.

എന്തൊക്കെയോ കുറ്റപ്പെടുത്തി അമ്മയോടു കയർത്തു. അമ്മ അപ്പോൾ മൗനം പാലിച്ചിരുന്നെങ്കിലും പിന്നീടെപ്പോഴോ അമ്മ തന്നെ ഉപദേശിച്ചു.

പെൺകുട്ടികൾ മരം കയറുന്നത് നല്ലതല്ല.

ചിലപ്പോഴൊക്കെ അമ്മ ചെറിയ ചെറിയ വിലക്കുകൾ ഏർപ്പെടുത്തും.

സ്കൂൾ തലത്തിൽ എട്ടാം തരത്തിൽ പഠിക്കുമ്പോഴായിരുന്നു ആദ്യ വിലക്ക്. അന്ന് അമ്മ പറഞ്ഞു.

ആറേഴു ദിവസത്തേക്കു സ്കൂളിൽ പോകേണ്ട.

ആ ദിനങ്ങളിൽ ജാലകത്തിലൂടെ പുറത്തേക്ക് നോക്കി ആകാശപറവകളെ കണ്ട് അസൂയപ്പെട്ടുകൊണ്ട് സഹപാഠികളിലൊരുവൾ പറഞ്ഞതിലെ പൊരുൾ തേടി ഇരുന്നു. അവൾ പറഞ്ഞിരുന്നു; ആൺവർഗ്ഗത്തിന് മാത്രമേ ചിറക് വെയ്ക്കൂ. സഹപാഠിയുടെ രക്ഷകർ അങ്ങനെയാണത്രെ അവളെ ധരിപ്പിച്ചിരുന്നത്. ആൺ പെൺ വർഗ്ഗമില്ലാതെ പറവകൾക്കെല്ലാം ചിറകുണ്ട്. ശലഭങ്ങളെല്ലാം പറക്കുന്നു. തുമ്പികൾ സ്വാതന്ത്ര്യത്തോടെ ഒരു പൂവിൽനിന്നും മറ്റൊന്നിലേക്ക് പ്രയാണം ചെയ്യുന്നു.

സഹപാഠിയെ തിരുത്തിയിരുന്നു. പിന്നീട് സരസ്വതി വലിയമ്മയേയും തിരുത്താനൊരുങ്ങിയപ്പോൾ വകതിരിവില്ലാത്ത പെണ്ണായി വളർത്തിയതിന് അവർ അമ്മയെ ശാസിച്ചു.

"അല്ലേലും തള്ള ഒരു കണ്ടം ചാടിയാൽ മകൾ മറുകണ്ടം ചാടും.

അതല്ലേ പ്രമാണം."

പറഞ്ഞു പഴകിയ വാക്കുകൾകൊണ്ട് അമ്മയെ നോക്കി അവർ ആവർത്തിച്ചു. അമ്മയുടെ മുഖത്തെ കാർമേഘങ്ങൾ തന്റെ ഉള്ളിൽ പെയ്തിറങ്ങാനൊരുങ്ങിയപ്പോൾ കൈക്കുടന്നയിലിരുന്ന തെച്ചിപ്പഴങ്ങളിലേക്കു കണ്ണുകൾ സഞ്ചരിച്ചു. അപ്പോൾ അല്പമൊരാശ്വാസം തോന്നി. വഴിയിലെവിടെയോ വച്ചാണ് അവനത് സമ്മാനിച്ച് പറഞ്ഞത്.

"ഈ തെച്ചിപ്പഴോം ഇതിന്റെ ചുണ്ടും ഒര്യോല."

വാക്കുകൾക്ക് പുതുമഴ നനഞ്ഞ നിർവൃതിയുണ്ടായിരുന്നു.

കമ്പളത്തിനുള്ളിൽ ഒപ്പം കിടക്കുന്ന ചിന്തകൾക്കും തെച്ചിപ്പഴത്തിന്റെ മധുരം. അവ വീണ്ടും എങ്ങോട്ടോ കൊണ്ടുപോകുന്നു.

സ്വന്തമായ് അവകാശപ്പെടാൻ ഈ ചിന്തകൾ മാത്രമേയുള്ളൂ.

- ഏത് കാരാഗൃഹത്തിലടച്ചാലും ഒരുവന് സ്വന്തമായെന്നു പറയാൻ ഓർമ്മകൾ മാത്രമാണുള്ളത്. അവയ്ക്കാരും അതിരുകൾ തീർക്കില്ല. വിലക്കുകൾ തീർക്കില്ല; എന്നോ മോഹനൻ വലിയച്ഛന്റെ ഡയറി താളുകൾ മറിച്ചു നോക്കിയപ്പോൾ കണ്ട വാചകങ്ങൾ. അവ എത്ര ശരിയാണെന്നു തന്നെ തോന്നി. ശ്രീദേവി പറഞ്ഞിരുന്നു; അച്ഛൻ കഥയും കവിതയുമെഴുതാറുണ്ട്. കുഞ്ഞുനാൾ മുതൽ അത്തരക്കാരോട് വല്ലാത്ത ആരാധനയായിരുന്നു. അമ്മയുടെ ബന്ധുവായി ബാപ്പയോടെന്നും സഹകരിച്ചിരുന്നത് മോഹനൻ വലിയച്ഛൻ മാത്രമായിരുന്നു. ബാപ്പയും വലിയച്ഛനും തമ്മിൽ ഒത്തുകൂടുമ്പോൾ ഒരുപാട് വിഷയങ്ങളെക്കുറിച്ച് സംസാരിക്കാറുമുണ്ടായിരുന്നു. മതേതരത്വമായിരുന്നു പ്രധാന വിഷയം.

എന്നാൽ പിന്നീടെപ്പോൾ മുതലോ വലിയച്ഛൻ വീട്ടിലെത്തുമ്പോൾ ബാപ്പ എന്തെങ്കിലും തിടുക്കം പറഞ്ഞ് പുറത്തേക്കു പോകുക പതിവായിരുന്നു.

എന്നു മുതലായിരുന്നു അത്തരം മാറ്റങ്ങൾ?

മകൾ വലുതായി വിവാഹ പ്രായമെത്തിയപ്പോൾ അദ്ദേഹത്തിന്റെ കുടുംബത്തിലെ സർവ്വ ചടങ്ങുകൾക്കും പ്രത്യേകിച്ച് മതചടങ്ങുകളിൽ പങ്കെടുക്കാൻ തുടങ്ങിയിരുന്നു.

മതാചാരപ്രകാരം വിവാഹിതരാകാത്തതിനാൽ ബാപ്പയുടെ ബന്ധുക്കളുടെ കണ്ണിൽ അമ്മ കാഫിറും അവിശ്വാസിയുമായിരുന്നു. ആയതിനാൽ അത്തരം സന്ദർശനങ്ങളിൽ ബാപ്പ അമ്മയെ കൂട്ടാറില്ലെന്നു മാത്രമല്ല കുടുംബത്തിലെ സന്ദർശനം ഗോപ്യമാക്കിയും വച്ചിരുന്നു.

സൽസ്വഭാവിയും കുലമഹിമയുള്ളവനെന്ന് വിശേഷിപ്പിച്ചുകൊണ്ട് ആമിൻഷായെ മരുമകനാക്കുന്നത് സംസ്കാര സമ്പന്നനായ പിതാവിന് പറ്റിയ പിഴവാണെന്ന് പറഞ്ഞ് മോഹനൻ വലിയച്ഛൻ ബാപ്പയെ കുറ്റപ്പെടുത്തികൊണ്ട് ഒരിക്കൽ തുറന്നു ചോദിച്ചു.

"ഇത്രയും യഥാസ്ഥിതിക കുടുംബത്തിൽ മോളെ പറഞ്ഞയയ്ക്കണോ" ബാപ്പ മറുപടിയൊന്നും പറയാതിരുന്നപ്പോൾ വലിയച്ഛൻ തന്നെ നോക്കി പരിഹാസത്തോടെ പറഞ്ഞു.

“പൂച്ച കുഞ്ഞേ നിന്റെ പിതാവിന്റെ വിപ്ലവം കെട്ടടങ്ങി കേട്ടോ. ഇനി രക്ഷയില്ല.”

വലിയച്ഛനൊഴിച്ച് അമ്മയുടെ ബന്ധുക്കളാരും തന്നെ തന്റെ പിതാവിനെ അംഗീകരിച്ചിരുന്നില്ല. അന്യമതക്കാരനെ വിവാഹം കഴിച്ചതിനാൽ അമ്മയോടും പുകഞ്ഞ കൊള്ളി പുറത്തെന്ന നിലപാടാണ് അവർ കാണിച്ചത്.

അത്തരം നീരസവും അവഗണനയും തന്റെ പിതാവിനെ സ്വാർത്ഥനാക്കിയതാകുമോ? അതുകൊണ്ടാണോ മോഹനേട്ടനെ ഒന്നു ചെന്നു നോക്കാമോ എന്ന അമ്മയുടെ വാക്കുകളിലെ യാചനയെപ്പോലും ബാപ്പ അവഗണിച്ചിരുന്നത്. വിപ്ലവകാരിയായിരുന്ന പിതാവ് എത്രമാത്രം മാറിയിരുന്നൂവെന്ന് അന്നാണ് താനറിഞ്ഞത്.

“നീ പോകുന്നെങ്കിൽ ഒറ്റയ്ക്ക് പൊയ്ക്കോ” - പത്രത്താളിൽ നിന്നു കണ്ണെടുക്കാതെ ബാപ്പ കോപിഷ്ഠനായി.

“മരണാസന്നനായി കിടക്കുന്ന ഒരാളെ കണ്ടാൽ എന്താ നിങ്ങളുടെ മതം നശിച്ചു പോകുമോ” - അമ്മയും ക്രുദ്ധയായി.

“ഞാൻ എന്റെ മതത്തിലേക്കു നിന്നെ വലിച്ചിഴച്ചില്ലല്ലോ. നിന്റെ ബന്ധുക്കളുമായി ചങ്ങാത്തം കൂടുന്നതും വിലക്കുന്നില്ലല്ലോ.” ബാപ്പ പറഞ്ഞു.

“എന്നാൽ പൂജയെ കൂട്ടി പോകട്ടെ” - അമ്മ അല്പം ഉറക്കെ ചോദിച്ചപ്പോൾ ബാപ്പ വായന നിർത്തി. മൂക്കത്തുനിന്നും കണ്ണട വലിച്ചൂരി ടീപ്പോയിലെ മൃദുവായ വിരിപ്പിൽ വലിച്ചെറിഞ്ഞു. എന്നിട്ട് എഴുന്നേറ്റ് അങ്ങോട്ടുമിങ്ങോട്ടും നടന്നു.

“ഇല്ല അതു പാടില്ല. കല്യാണമുറപ്പിച്ചു കഴിഞ്ഞ പെൺകുട്ടിയാ.” വീർപ്പുമുട്ടലോടെ അദ്ദേഹമത്രയും പറഞ്ഞൊപ്പിച്ചു.

“അതിനെന്താ അതിനെന്താ” - അമ്മ ആശ്ചര്യപ്പെട്ടു.

“ചെറുക്കൻ വീട്ടുകാരറിഞ്ഞാൽ” അല്പം വിരാമമിട്ട് ബാപ്പ തുടർന്നു.

“നിന്റെ മതം ഞാനവരോട് വെളിപ്പെടുത്തിയിട്ടില്ല.”

അമ്മയോടൊപ്പം താനും അന്നു ഞെട്ടി. തന്റെ പിതാവിന് അത്രത്തോളം സ്വാർത്ഥനാകാൻ കഴിയുമോയെന്ന് ആശ്ചര്യപ്പെട്ടു. അക്കാലത്ത് ബാപ്പ ഓരോ നാവുകളേയും ഭയപ്പെട്ടിരുന്നുവെന്ന് പിന്നീടറിഞ്ഞു. ഒരു നാവിൽനിന്നും ചെറുക്കൻ വീട്ടുകാർ ഒന്നും അറിയരുതേയെന്ന് അദ്ദേഹം ആഗ്രഹിച്ചിരുന്നു. ബാപ്പ തനിക്കുവേണ്ടി തെരഞ്ഞെടുത്ത പല നല്ല ബന്ധങ്ങളും മിശ്രവിവാഹ ദമ്പതികളുടെ മകളെന്ന നിലയിൽ മുടങ്ങിയത്രെ! മകളെ മതേതര സംസ്കാരത്തിൽ വളർത്തിയ പിതാവിന്റെ നിരാശയിൽനിന്നും രൂപംകൊണ്ട സ്വാർത്ഥതയാൽ അദ്ദേഹം അദ്ദേഹത്തിന്റെ ആദർശങ്ങളെ മറന്നും വിപ്ലവം മറന്നും. പൂർവ്വികർ അടിച്ചേല്പിച്ച വിശ്വാസത്തിൽ ചായാൻ തുടങ്ങിയത് തനിക്കു വേണ്ടിയായിരുന്നെന്ന് പിന്നീടാണ് മനസ്സിലായത്.

ദുഃഖം വരുമ്പോൾ, ദീനം വരുമ്പോൾ, ഒറ്റപ്പെടലിൽ അദൃശ്യമായ ഏതോ ശക്തിയെ വിളിച്ച് പലരും പ്രാർത്ഥിക്കും. അതൊക്കെ ഓരോരുത്തരിലെ വിശ്വാസം കൊണ്ടാണ്. ആരാധനാമൂർത്തിയിലുള്ള അടിയുറച്ച വിശ്വാസം. അവ സാർവ്വത്രികമാകാം. ആ സാർവ്വത്രികതയിൽ ജാതി-മത തിരിവുകളെന്തിന്? ഹിന്ദുവിന്റേതായ ഗർഭപാത്രത്തിൽ ജനിച്ചവൾ. മുസൽമാന്റെ രക്തത്തിൽ പിറന്നവൾ. ആയതിനാൽ ശുദ്ധമുസൽമാനോ അല്ലെങ്കിൽ ശുദ്ധ ഹിന്ദുവിലോ ജനിച്ചവനെന്ന് വിശ്വസിക്കുന്നവനാൽ വിവാഹിതയാകാൻ പാടില്ലെന്നോ? ജനാധിപത്യ രാജ്യമായിട്ടും മതേതരമെന്നവകാശപ്പെടുന്ന ദേശമായിട്ടും ഹിന്ദുവും ഹിന്ദുവും തമ്മിലുള്ള വിവാഹമേ ഹിന്ദു വിവാഹമാകൂവത്രെ. മാതാവിനെ ഇസ്ലാം മതത്തിലേക്ക് പരിവർത്തനത്തിന് വിധേയമാക്കിയാലേ തന്റെ പിതാവിന്റേയും മാതാവിന്റേയും വിവാഹം ഇസ്ലാം വിവാഹമാകുകയുള്ളൂവത്രെ!

ദൈവം വിവേചന ബുദ്ധി നല്കിയ മനുഷ്യന്റെ നിയമാവിഷ്കാരം എത്ര കേമം.

ആണും പെണ്ണും തമ്മിലുള്ള വിവാഹ ബന്ധത്തിന് ഹിന്ദു വിവാഹം, മുസ്ലീം വിവാഹം, ക്രിസ്ത്യൻ വിവാഹം എന്നിങ്ങനെ പേർ നല്കി വിവേചനം സൃഷ്ടിക്കുന്നു! മതേതരത്വമെന്നാൽ മനുഷ്യനെ വെവ്വേറെ വിഭാഗങ്ങളാക്കി നീ ഹിന്ദുവാണ് ആയതിനാൽ നിന്റെ നിയമങ്ങളിലൂടെ സഞ്ചരിച്ചോ, നീ ക്രിസ്ത്യാനിയാണ് അല്ലെങ്കിൽ മുസ്ലീമാണ്; ആയതിനാൽ നിന്റെ ആചാരങ്ങളെ നീ സംരക്ഷിച്ചോ എന്നാണോ അർത്ഥമാക്കുന്നത്.

വിശ്വാസം വ്യക്തിയിലധിഷ്ടിതവുമാകാം. ഒരു കുടുംബത്തിലെ തന്നെ ഓരോ വ്യക്തിക്കും ഓരോരോ ആരാധനാമൂർത്തികളുണ്ട്. അത അവനിലെ സ്വാതന്ത്ര്യമാണ്. എന്നാൽ നിയമം തന്റെ കണ്ണിലൂടെ സർവ്വരേയും സമന്മാരായി കാണേണ്ടതല്ലേ.

മോഹനൻ വലിയച്ഛനെ കാണാൻ അമ്മ ഒറ്റയ്ക്കന്ന് പുറപ്പെട്ടു. കൂടെ പോകാൻ മനസ്സ് വെമ്പിയെങ്കിലും പിതാവിനോട് വാശിപിടിച്ചില്ല. വാശി പിടിക്കേണ്ട കാരണങ്ങളൊന്നും ഒരിക്കലും ഉണ്ടായിട്ടില്ല. ആമിൻഷായുമായുള്ള ബന്ധം ഉറപ്പിച്ചപ്പോഴും തന്റെ പിതാവിന് പിഴ സംഭവിച്ചില്ലെന്ന് അടിയുറച്ച് വിശ്വസിച്ചിരുന്നു.

- പുരുഷന്റെ സ്വാർത്ഥതയെ നീ അന്ന് ചോദ്യം ചെയ്തിരുന്നെങ്കിൽ ഈ തടവറയിലെ അടിമയായി കഴിയേണ്ടി വരുമായിരുന്നോ? യുഗയുഗാന്തരങ്ങളായി കാട്ടുന്ന അധീശത്വത്തിന്റെ അടിമകളാണ് നീയും നിന്റെ മാതാവുമുൾപ്പെടുന്ന സ്ത്രീ വർഗ്ഗം. ഇനിയെങ്കിലും കണ്ണ് തുറന്ന് നോക്കൂ. ആരോ പറയുന്നപോലെ തോന്നിയപ്പോൾ തന്റെ പിതാവും മാതാവും തമ്മിൽ അഭിപ്രായ വ്യത്യാസങ്ങളുണ്ടായിരുന്നിട്ടും സമൂഹം അവരിലടിച്ചേല്പിച്ച സമ്മർദ്ദങ്ങളാൽ അവർ സ്വയം ചെറുതാകുമ്പോഴും വാക്കുകൾ പരസ്പരം കൈമാറിയിരുന്നൂവെന്നോർത്തു. അവർ വികാരങ്ങൾ പരസ്പരം പകർന്നിരുന്നു. സന്തോഷത്തോടെ ജീവിച്ചിരുന്നു. പൂജാ ബാനുവെന്ന ഭാര്യയും ആമിൻഷയെന്ന ഭർത്താവും ഒരുദിവസം എത്ര

വാക്കുകൾ കൈമാറും? ചികഞ്ഞാരാഞ്ഞു. രാവിലെ കാപ്പിയായോയെന്ന് ഒരേയൊരു വാക്ക്. ഉച്ചയ്ക്ക് ഊണെടുത്ത് വച്ചോവെന്ന് രണ്ടു വാക്കുകൾ. രാത്രിയിൽ എന്താണ് കഴിക്കാൻ എന്നോ മറ്റോ. രാത്രിയിൽ അവന്റെ പട്ടുമെത്തയിൽ കിടക്ക പങ്കിടാൻ വികാര നിർഗ്ഗമനത്തിനായി അല്പം രമിക്കുക പിന്നെ തിരിഞ്ഞൊന്നുറങ്ങുക. ഒരടിമപ്പെണ്ണിനോടു കാട്ടുന്ന ചേഷ്ടകൾ പോലെ.

തന്റെ യജമാനനിപ്പോൾ പട്ടുമെത്തയിലോ അതോ ഉമ്മുലുവിന്റെ കിടപ്പറയിലോവെന്ന് പെട്ടെന്നോർത്തുപോയി! ഓ മറന്നു. ഇന്ന് വ്യാഴാഴ്ചയല്ലേ. പടച്ചോൻ ഐശ്വര്യം കവിഞ്ഞൊഴുക്കുന്ന രാവ്. സ്വന്തം ഇണ മർദ്ദനത്തിരയായി ദുർമ്മന്ത്രവാദിയുടെ തടവറയിൽ ഞരങ്ങുമ്പോൾ വിശുദ്ധ പരവതാനിയിലിരുന്ന് അവൻ പ്രാർത്ഥനയാൽ പുണ്യം തേടുകയായിരിക്കും. മഹ്ഷറയിലെ ചോദ്യം ചെയ്യലിനെ പരിമിതപ്പെടുത്തുകയായിരിക്കും. ഏത് തെറ്റും ഏത് കുറ്റവും ആഴ്ചയിലൊരിക്കലുള്ള പ്രാർത്ഥനയാൽ അറിയാതെ ചെയ്യുന്ന അബദ്ധങ്ങൾ എന്ന ഗണത്തിൽ ഉൾപ്പെടുത്താമത്രെ. കൂട്ടപ്രാർത്ഥനയാൽ ആയിരം മടങ്ങ് പുണ്യം തന്ന് എല്ലാ കുറ്റങ്ങൾക്കും പടച്ചോൻ മാപ്പു നല്കും. അതുകൊണ്ടാണത്രെ വയസ്സായവർ പോലും എല്ലായ്പ്പോഴും പ്രാർത്ഥിച്ചുകൊണ്ടിരിക്കുന്നത്.

അമ്മായിയുടെ കൈയിലും എപ്പോഴുമൊരു ജപമാലയുണ്ടാകും. അതിലെ മുത്തുകൾ നീങ്ങുന്നതോടൊപ്പം അന്യരോട് സംസാരിച്ചുകൊണ്ടിരിക്കുന്നതും കാണാം. സംസാര വിഷയം പലപ്പോഴും പരദൂഷണമാണ്. ഇടയിൽ പരിചാരകരെ കുറ്റപ്പെടുത്തി അശ്ലീല പദങ്ങൾ ഉപയോഗിക്കുന്നതും കേൾക്കാറുണ്ട്.

മരണം എപ്പോഴാണെന്നറിയില്ല മരുമോളേ. അതുകൊണ്ട് എപ്പോഴും പ്രാർത്ഥിക്കുന്നത് നല്ലതാണ്; അമ്മായി കൂടെക്കൂടെ പറയാറുണ്ട്. ചെയ്ത കുറ്റങ്ങൾക്ക് വിടുതൽ നേടാനും പ്രാർത്ഥനയാൽ വിമുക്തി നേടി സ്വർഗ്ഗത്തിലേക്കു പ്രവേശിക്കാനും വെള്ളിയാഴ്ച രാവുകളിലെ കൂട്ട പ്രാർത്ഥന ഫലം ചെയ്യുമെന്ന് ബംഗ്ലാവ് വീട്ടുകാർ അടിയുറച്ച് വിശ്വസിക്കുന്നു.

വെള്ളിയാഴ്ച രാവുകളിലെ പ്രാർത്ഥനയ്ക്കിടയ്ക്ക് കൊടുങ്കാറ്റടിച്ചോട്ടെ, മാനമിടിഞ്ഞ് വന്നോട്ടെ, മച്ചിൽ കറങ്ങുന്ന പങ്ക ഇളകി വീഴട്ടെ, ആമിൻഷായെന്ന ഭക്ത വിശ്വാസി ഒന്നുമറിയില്ല. അത്രയ്ക്കു ഏകാഗ്രമാണ് ആ മനസ്സ്.

അങ്ങനെയുള്ള ഒരു രാവിലായിരുന്നു വിതുമ്പലോടെയുള്ള അമ്മയുടെ കരച്ചിൽ ഫോണിന്റെ അങ്ങേ തലയ്ക്കൽ കേട്ടത്. പരിചാരകരുൾപ്പെടെ പലരും വിശുദ്ധ മുറിയിലായിരുന്നതിനാൽ ഫോണെടുക്കേണ്ടി വന്നു.

ജീവിതത്തിലെ ആ കറുത്ത അദ്ധ്യായം മറക്കാൻ കണ്ണുകൾ പൂട്ടിയടച്ചെങ്കിലും എവിടെനിന്നോ കേട്ട ഫോണിന്റെ ഒച്ച വീണ്ടും ഓർമ്മയെ ഉണർത്തി. "മോളെ ബാപ്പയെ ആരോ "

റിസീവർ എങ്ങോ വലിച്ചെറിഞ്ഞ് ആമിൻഷായെ വിളിക്കാനായി

പ്രാർത്ഥനാ മുറിയിലേക്കോടി. പല പ്രാവശ്യം അവനെ വിളിച്ചു നോക്കി.

ഹേയ് നോക്കൂ. ആരെങ്കിലും ഒന്നു ചെവി തരൂ.

അമ്മായിയമ്മയും ആമിൻഷായും പണിക്കാരികളുടെ ചുണ്ടനങ്ങുന്നോവെന്ന് നോക്കിയും അവരുടെ ശിരോ വസ്ത്രം നീങ്ങുന്നോവെന്ന് ശ്രദ്ധിച്ചുകൊണ്ടും ജപമാല നീക്കിക്കൊണ്ടിരുന്നതല്ലാതെ തന്നെ ശ്രദ്ധിക്കാൻ കൂട്ടാക്കിയില്ല. ആരും ശ്രദ്ധിക്കുന്നില്ലെന്നു കണ്ടപ്പോൾ വിശുദ്ധ മുറി വിട്ട് കിടക്കയിൽ വന്ന് തേങ്ങലടിച്ചു. ഏറെനേരം കഴിഞ്ഞ് അവിടേക്ക് കയറിവന്ന ആമിൻഷ എന്താണെന്നു പോലുമാരായാതെ ഉച്ചത്തിൽ കോപിച്ചു.

"നീ വുളുവെടുത്തിട്ടാണോ അവിടേക്ക് പ്രവേശിച്ചത്. പ്രാർത്ഥനയുടെ ഫലം അശുദ്ധിയിൽ നഷ്ടമാകുമെന്നറിയില്ലേ?"

മാസമുറ സമയത്തുപോലും പത്നിമാർക്കു അശുദ്ധി കല്പിക്കാത്ത പ്രവാചകന്റെ നാമം പലവുരു ഉരുവിട്ടിറങ്ങിയ ആമിൻഷയാണ് തന്നോടപ്പോൾ അശുദ്ധിയെക്കുറിച്ച് പറഞ്ഞ് ബേജാറായത്.

പുറത്താരോ വാതിൽമുട്ടുന്നു. അല്പം മുമ്പ് കേട്ട പോലെ നഖമിഴയുന്ന ശബ്ദവും. മെല്ലെ എഴുന്നേറ്റു.

"ആരാണ്" -

കുടുസ്സു മുറിയിൽ തങ്ങി നിന്ന ശബ്ദം പ്രതിദ്ധ്വനിച്ചതല്ലാതെ പുറത്തേക്കൊഴുകുന്നില്ല. ജാലകം തുറന്നു നോക്കി. കുറ്റാകൂരിരുട്ട്. ഒന്നും തിരിച്ചറിയാനാകാത്തവിധം അന്ധകാരം. ശീതകാറ്റിനോടൊപ്പം ഏതോ വിദേശ സുഗന്ധ ദ്രവ്യത്തിന്റെ മണവും.

"ചെറിയൊരു സൂക്തം ഓതി സഹോദരിയുടെ ദേഹത്തൂതണം. വാതിൽതൊറക്ക്. സഹോദരീടെ ദേഹത്തേറ്റ ബാധ ഈ പാതിരായാമത്തിലാണ് ശക്തമാകണത്. സൂക്തം ഫലിക്കുന്നതും ഇപ്പോഴാണ്." ഇരുട്ടിനെ വകഞ്ഞുമാറ്റി മുറിയിലേക്കൊഴുകിയെത്തിയ ശബ്ദം കേട്ട് ഞെട്ടിത്തരിച്ച് ജാലകം ചാരി.

"വേണ്ട നിങ്ങളിപ്പോൾ പോകൂ."

"തുറക്കൂ സഹോദരീ. ഈ തണുപ്പിൽ" അല്പവിടവിലൂടെ ഒഴുകിയെത്തിയ സ്വരത്തിന് അനുനയത്തിന്റെ താളം.

"ആദ്യം താങ്കളുടെ ബാധയെയകറ്റൂ"

പിന്നീടുള്ള ശബ്ദം അന്ധകാരത്തെ കീറി മുറിക്കുന്നതായിരുന്നു.

"നീ ഇത് തുറന്നില്ലെങ്കിൽ ഞാൻ ചവിട്ടിപൊളിക്കും. ഞാൻ പുരുഷനാണ്. എനിക്കെന്റെ ആഗ്രഹം നിറവേറ്റണം. നിനക്കും ഒപ്പം ആസ്വദിക്കാം."

ഭീതിയോടെ ജാലകം കൊളുത്തിട്ട് കമ്പളത്തിനുള്ളിൽ കയറി കിടന്നപ്പോൾ;

ഇയാൾ, ഈ മതാചാര്യൻ ഇന്ദ്രിയങ്ങളെ കീഴടക്കിയവൻ.......... മനസ്സ് പുലമ്പികൊണ്ടിരുന്നു.

- പ്രിയപ്പെട്ടവനേ ഞാൻ പൂർണ്ണമായും ആവൃതയായിരുന്നു. അതാ

യത് മൂടി പുതച്ച് കിടക്കുകയായിരുന്നു. വാതിൽ താഴിട്ട് ഉറങ്ങുകയായിരുന്നു. എന്റെ മുഖകാന്തി അയാളപ്പോൾ ദർശിച്ചുപോലുമില്ലായിരുന്നു. എന്നിട്ടും എങ്ങനെ ഉത്തേജനമുണ്ടായി ആ പുരുഷന്.

ചോദിക്കണം. ആമിൻഷയോടു ചോദിക്കണം. ആ വാക്കുകൾ ഹൃദയത്തിന്റെ ചെപ്പിൽ താഴിട്ടു വച്ചുകൊണ്ട് കാതുകളിൽ കൈകൾ ഇറുകെ പിടിച്ചു കിടന്നു.

ആറ്

ഈ പാതിരാവിൽ ഓർമ്മകൾ എങ്ങോട്ടോ കൊണ്ടുപോകുന്നു. സ്വന്തമായുള്ളത് ഈ ഓർമ്മകൾ മാത്രമാണ് കുട്ടീ.

മോഹനൻ വലിയച്ഛന്റെ വാക്കുകൾ ചിന്തകളിൽ പിന്നെയും ഓളങ്ങളുണ്ടാക്കിയപ്പോൾ, ഓർക്കരുതേയെന്നാഗ്രഹിച്ചതൊക്കെ ആർത്തലച്ചു.

ചുവന്ന ചായം പുരണ്ട മൺതരികൾ. കണ്ണുകളിൽ പറന്നിറങ്ങി വേദനിപ്പിക്കുന്നവ. അവ വെറുമൊരു ദുഃസ്വപ്നമായിരുന്നെങ്കിലെന്ന് വ്രതാമോഹിച്ച് കണ്ണടയ്ക്കുമെങ്കിലും പലപ്പോഴും അവ തുളച്ച് കയറിക്കൊണ്ടിരിക്കും.

പോരിഷ നിറഞ്ഞ വ്യാഴാഴ്ചയെന്ന് ആമിൻഷ വിശ്വസിക്കുന്ന ആ രാത്രിയിലെ അമ്മയുടെ വാക്കുകളിലും വിലാപത്തിന്റെ സ്വരമുണ്ടായിരുന്നു. മോളേ ബാപ്പയെ - റിസീവർ ചേർത്തു പിടിച്ചപ്പോൾ കൂടിക്കുഴഞ്ഞ ശബ്ദങ്ങൾക്കിടയിൽ അവ്യക്തത മാത്രം. ശകാരങ്ങൾ, അട്ടഹാസങ്ങൾ. റിസീവർ ചേർത്തുവച്ച് വീണ്ടും അമ്മയുടെയോ ബാപ്പയുടെയോ ശബ്ദത്തിനായി കാതോർത്തപ്പോൾ അപരിചിതമായ ശബ്ദവും ഇടയ്ക്ക് ആരുടെയോ വിക്ഷോഭവും കാതുകളിൽ പ്രകമ്പനം കൊണ്ടു.

"ആണും പെണ്ണും കെട്ടവനെ നീ ഹിന്ദുവോ മുസൽമാനോ."

അവസാന പകുതിയിലെ വാക്കുകൾ കുഞ്ഞുനാൾ മുതൽ എത്ര പ്രാവശ്യം കേട്ടിരുന്നു. ബാല്യകാലത്ത് ആ ചോദ്യവുമായി ബാപ്പയെ സമീപിച്ചപ്പോൾ ബാപ്പ പറഞ്ഞു - കുഞ്ഞേ നിനക്ക് മതമില്ല. ഞാനും നിന്റെ അമ്മയും പ്രേമത്താൽ ഒരുമിച്ചവർ. ആ പ്രേമം തന്നെയാണ് നിന്റെ മതവും. ആ വാക്കുകൾ സഹപാഠികളിൽ ചിലരോട് പറഞ്ഞപ്പോൾ അവർ മറ്റെന്തോ അർത്ഥം കൊണ്ട് പരിഹസിച്ചു. കുട്ടികളിലെ അറിവില്ലായ്മയെന്നേ അന്ന് തോന്നിയിരുന്നുള്ളൂ. എന്നാൽ യുവതിയായിരുന്നപ്പോഴും ആ ചോദ്യം പലേടത്തും ആവർത്തിച്ചപ്പോഴും കേൾക്കുന്നവരിലെ അജ്ഞതയിൽ മാറ്റമില്ലാത്തതായി കണ്ടു. അന്ന് ഹേമയുടെ വീട്ടിൽ വച്ച് സംഭവിച്ചതും മറ്റൊന്നായിരുന്നില്ലല്ലോ.

ഹേമ പൂജയെന്നോ പൂച്ച കുട്ടീയെന്നോ മാത്രമാണ് സംബോധന ചെയ്യാറ്. അതിനാലാകാം ഹേമയുടെ മാതാപിതാക്കൾ തനിക്ക് ഹിന്ദുവെന്ന മതചിത്രം ചാർത്തിയിരുന്നത്. ഹേമയുടെ അച്ഛൻ ഡോ. സുരേ

ന്ദ്രമേനോൻ പ്രശസ്തമായൊരു കോളേജിലെ പ്രൊഫസറായിരുന്നു. കോളേജിൽ റിക്കാർഡ് സമർപ്പിക്കുന്നതിന് മുന്നോടിയായി ഹേമ പറഞ്ഞു - അച്ഛനെ ഏല്പിച്ച് നമുക്ക് വെരിഫൈ ചെയ്യാം.

റിക്കാർഡിൽ നിന്നും കണ്ണുകൾ തനിക്ക് നേരെ ഉയർത്തി അദ്ദേഹം അന്ന് ഉൽക്കണ്ഠാകുലനായി ചോദിച്ചു.

"പൂജാ നായർ, പൂജാവർമ്മ എന്നൊക്കെ കേട്ടിട്ടുണ്ട്. ഈ പൂജാ ബാനു" മറുപടി വൈകിയപ്പോൾ അദ്ദേഹം വിസ്മയത്തോടെ വീണ്ടും ആരാഞ്ഞു.

"മോളുടെ മതമേതാ"

"എനിക്കു മതമില്ലച്ഛാ"

അല്പം പരുങ്ങലോടെ അദ്ദേഹം ആവർത്തിച്ചു.

"സ്കൂൾ റിക്കാർഡിൽ"

"ഇസ്ലാംമതം"

കേട്ടുനിന്ന ഹേമയുടെ അമ്മ നെറ്റി ചുളിച്ചു. ഹാളിനോട് ചേർന്ന പൂജാമുറിക്കരികിലിരുന്ന തന്നോടു ആ അമ്മ പറഞ്ഞു.

"കുട്ടി ഒന്നു നീങ്ങി മാറി ഇരിക്കൂ"

സിമന്റും മണ്ണും ഉപയോഗിച്ച് കെട്ടിയുയർത്തിയ പൂജാമുറി, തന്റെ സ്പർശനത്താൽ അശുദ്ധമാകുമത്രെ!. അവിടെ താൻ മലിനജലമൊഴുക്കിയിരുന്നില്ല. മലിനവസ്തുക്കൾ നിക്ഷേപിച്ചിരുന്നില്ല. മലമൂത്രവിസർജ്ജ്യങ്ങൾ നിറച്ചിട്ടുമില്ല. ആർത്തവ രക്തമോ മറ്റൊന്നുമോ വീഴ്ത്തിയിട്ടുമില്ലായിരുന്നു. എന്തിനേറെ ശുദ്ധ രക്തത്തിന്റെ ഒരു തുള്ളിപോലും വീഴാത്തിടം എങ്ങനെ അശുദ്ധമാകുമെന്ന് അപ്പോൾ ചിന്തിച്ചുപോയി.

ഹേമയെപ്പോലെ താനും വസ്ത്രങ്ങളണിഞ്ഞിരുന്നു. ശരീരം ശുദ്ധമാക്കിയിരുന്നു.

താൻ മറ്റൊരു മതത്തിൽപ്പെട്ടവളെന്ന ഹേമയുടെ അമ്മയിലെ വിശ്വാസമാകാം അവരെ അങ്ങനെ ചിന്തിപ്പിച്ചത്. ഹേമയ്ക്കും ശാരിക്കും മതമില്ലെന്ന് പറഞ്ഞിരുന്നെങ്കിൽ ആ അമ്മ അവരിൽ അശുദ്ധി കല്പിക്കുമായിരുന്നോ? എന്നും പൂജാമുറിയിൽ കയറി കളഭം ചാർത്തുന്ന ഹേമയെ എങ്ങനെ അഹിന്ദുവായി കാണും. എല്ലാ മതവിഭാഗങ്ങളിലുമുണ്ടല്ലോ ഈ അശുദ്ധമായ ചിന്തകൾ. ഇവിടെ മതങ്ങളാണോ മതവിശ്വാസികളെന്ന പ്രത്യേക പ്രത്യേക വിഭാഗങ്ങളാണോ അരുതുകളും അല്ലെങ്കിൽ ഭ്രഷ്ടുകളും കല്പിക്കുന്നത്. ഹേമയുടെ രക്ഷിതാക്കളെപ്പോലുള്ള ഒരു കൂട്ടം വിശ്വാസി വിഭാഗങ്ങൾ തന്നെയാകാം. ദൈവം എന്ന ഏക വിശ്വാസമുണ്ടെങ്കിൽ എല്ലാ മതങ്ങളിലും വെളിപ്പെടുത്തുന്ന സാരാംശം ഒന്നു തന്നെയാണെന്നു കാണാം.

ഏകമതം.

എന്തിനാണ് ഹേമയുടെ അമ്മ അവരുടെ ദൈവസങ്കല്പത്തെ മാത്രം ഉയർത്തിപ്പിടിച്ചത്. അതിൽ നിന്നുടലെടുക്കുന്ന ആ സ്ത്രീയിലെ സ്വാർത്ഥതയാകാം തന്നെ അകറ്റി നിർത്തിയതും.

"അമ്മ തികഞ്ഞൊരു ഈശ്വര വിശ്വാസിയാണ് പൂജാ" - ഹേമയ്ക്കു തന്നോടുള്ള സഹതാപം കണ്ട് അന്ന് പൊട്ടിച്ചിരിച്ചു. പിന്നീട് ഹേമ പലപ്പോഴും ക്ഷണിച്ചെങ്കിലും അവിടേക്കു പോകാൻ മടിച്ചു. നല്ല ബന്ധത്തെ ഹിന്ദുവായും ഇസ്ലാമായും വേർതിരിച്ചെങ്കിലും തങ്ങളുടെ ചങ്ങാത്തത്തിന് അല്പംപോലും പോറലേറ്റിരുന്നില്ലായെന്നതാണ് വാസ്തവം. ഒരുമിച്ച് സുന്ദരമായ കലാക്ഷേത്രങ്ങൾ സന്ദർശിച്ചും പ്രാവുകൾ കുറുകുന്ന പള്ളി മിനാരങ്ങളുടെ കീഴിൽനിന്നും വിശുദ്ധ പള്ളികളിലെ നിലത്ത് മുട്ടുകളൂന്നി കുരിശു വരച്ചും സൗഹൃദം ദൃഢമാക്കി.

"നീ ഹിന്ദുവോ മുസൽമാനോ? ഞങ്ങളുടെ വികാരമാണ് വ്രണപ്പെട്ടത്."

നെഞ്ചത്ത് ആഞ്ഞടിച്ച തിരമാലകളുടെ ശബ്ദത്താലാണോ എന്തോ അമ്മയുടെ ശബ്ദം കർണ്ണപുടങ്ങളിലെത്താതെന്നോർത്ത് വീണ്ടും റിസീർവർ ചേർത്ത് മുറുകെ പിടിച്ചപ്പോൾ വീണ്ടും കേട്ടു ആരുടെയോ ഗർജ്ജനം.

ആരെയും വ്രണപ്പെടുത്താതെ ജീവിച്ചിരുന്ന തന്റെ പിതാവും മാതാവും. അവർ വിശ്വസിക്കുന്ന സ്നേഹമെന്ന മതത്താൽ ആരും വ്രണപ്പെടുമെന്നും തോന്നിയിരുന്നില്ല. മകളുടെ കാര്യത്തിൽ അല്പം സ്വാർത്ഥനായിയെന്നത് മാറ്റി നിർത്തിയാൽ തികഞ്ഞൊരു മനുഷ്യസ്നേഹിയായ പിതാവിനെയാണ് ആരോ ശകാരിക്കുന്നതെന്ന് മനസ്സിലായി.

- ഇന്ന് പെട്ടെന്ന് വ്രണപ്പെടുന്ന വികാരമാണ് കുട്ടീ മതവികാരം. അത് പൊട്ടിച്ചിതറി വൻസ്ഫോടനങ്ങളുണ്ടാക്കുന്നു. നാനാത്വത്തിൽ ഏകത്വമെന്ന് ഊക്കം കൊള്ളുന്ന ഈ ജനാധിപത്യ രാഷ്ട്രത്തിനുപോലും തിരികൊളുത്തി മാറിനിന്ന് പൊട്ടിച്ചിരിച്ചും അട്ടഹസിച്ചും മനുഷ്യജീവനുകൾ വെന്തെരിയുന്നതു കണ്ട് പലരും ആനന്ദിക്കുന്നു; മോഹനൻ വലിയച്ഛൻ എപ്പോഴോ പറഞ്ഞത് അന്ന് ഓർക്കാതിരിക്കാനായില്ല.

മനുഷ്യ സ്നേഹത്തിന്റെ ആഴവും പരപ്പും കണ്ടറിഞ്ഞ തന്റെ പിതാവ് ആരെയാണ് വ്രണപ്പെടുത്തിയത്? ഭരണകൂടം അടിച്ചേല്പിച്ച ആവശ്യങ്ങൾക്കു മുന്നിൽ മകൾക്കൊരു മതചിഹ്നം നല്കിയെന്നല്ലാതെ ഒരു മതവിഭാഗത്തിലും ചേരാത്ത തന്റെ പ്രിയപ്പെട്ടവർ ആർക്കാണ് ദ്രോഹം ചെയ്തത്?

കൂട്ടപ്രാർത്ഥന കഴിഞ്ഞിറങ്ങിയ ആമിൻഷ പരിശുദ്ധ വസ്ത്രങ്ങൾ മാറുകയായിരുന്നു. ഏതോ അത്യാഹിത വാർത്തയാലാകാം തന്റെ പത്നി വിലപിച്ചതെന്ന ചിന്തയാലാണെന്നു തോന്നുന്നു അവൻ യാതൊന്നുമാരായാത്തത്.

താൻ ചിരിക്കുന്നതോ സന്തോഷിക്കുന്നതോ കണ്ടാലാണല്ലോ ആമിൻഷയുടെ മുഖത്ത് കാർമേഘങ്ങൾ കൂടുവെയ്ക്കുന്നത്.

അമ്മയല്ലാതെ ഫോണിൽ വിളിക്കാൻ ആരുമില്ലായിരുന്നു. ആവേശപ്പെട്ട് ആദ്യമാദ്യം വിളിച്ചിരുന്ന ബാപ്പ എന്നോ വിളിനിർത്തിയിരുന്നു. അദ്ദേഹത്തിൽ ഉടലെടുത്ത കുറ്റബോധം കൊണ്ടോ എന്തോ? തമ്മിൽ

കാണുമ്പോഴും കണ്ണുകൾ തമ്മിൽ അറിയാതെ ഇടയുമ്പോൾ അദ്ദേഹം പിന്തിരിഞ്ഞ് പോകുമായിരുന്നു. നെഞ്ചകം വിങ്ങുമെങ്കിലും അപ്പോഴൊക്കെ മൗനം പാലിച്ച് നെടുനിശ്വാസമുതിർക്കും. ഏറെ സ്നേഹിച്ച മകളുടെ മുന്നിൽ ആ ഹൃദയം പൊട്ടിത്തകരരുത്, അവളുടെ മുന്നിലെ വിതുമ്പലിൽ തോല്വി സമ്മതിച്ച് മാപ്പപേക്ഷിക്കരുത്; അങ്ങനെയൊരു രംഗത്തിന് ഇടവരുത്താതിരിക്കാൻ പലപ്പോഴും കരുതലെടുത്തിരുന്നു.

വല്ലപ്പോഴും കേൾക്കുന്ന പ്രിയശബ്ദം അവ കാതുകളിൽനിന്നും ചോർന്നു പോകരുതേയെന്നാശിച്ച് അമ്മ വിളിക്കുമ്പോൾ മാത്രം റിസീവർ ചേർത്തു പിടിച്ച് ആമിൻഷയുടെ അഭാവത്തിൽ കിടപ്പറ മുറിയിലേക്കു നടക്കും. ആരും കേൾക്കാതെ അമ്മയോട് മനസ്സ് തുറക്കും. ആ വലിയ ബംഗ്ലാവിന്റെ ചുമരുകൾക്കിടയിലൊരിടത്തും അപ്പോൾ ആരുടേയും സാന്നിദ്ധ്യമുണ്ടായിരിക്കരുതേയെന്നാശിച്ചു പോകും. ചിലപ്പോൾ ഒളിഞ്ഞുനിന്നവന്റെ കണ്ണുകൾ പിന്നാലെ പിന്തുടർന്ന് അവന്റെ കാതുകൾ ശബ്ദം പിടിച്ചെടുക്കും. സന്തോഷത്തിന്റെ അലകൾ തന്റെ കണ്ണുകളിലോ ചുണ്ടിലോ കവിളിലോ കണ്ടെന്ന് വരുകിൽ അവൻ ചോദിക്കും - ഹും ആരാ വിളിച്ചത് എന്തിത്ര സന്തോഷിക്കാൻ.

വല്ലാത്ത വെറുപ്പോടെ ഒരിക്കൽ പറഞ്ഞു പോയി

"എന്നെ വിളിക്കാൻ രഹസ്യക്കാരായ് ആരുമില്ല."

"രഹസ്യക്കാരില്ലാത്തതിനാലാണോ ഇത്രയ്ക്കു ദേഷ്യം"

മകനിലെ ഭാവം കണ്ട് ഒരിക്കൽ അമ്മായി പറഞ്ഞു

"ആര് വിളിച്ചെന്നല്ലേ അവൻ കേട്ടുള്ളൂ. അതിനിത്രയ്ക്ക് തണ്ട് കാണിക്കണതെന്തിന്"

വലിയ തണ്ടുകാരിയെന്ന അമ്മായിയുടെ നിശ്ശബ്ദവാദത്തിൽ ആമിൻഷായുടെ ഹുങ്ക് പലപ്പോഴും വർദ്ധിക്കുകയാണ് പതിവ്.

"ആരാടീ വിളിച്ചത് ആരാടി വിളിച്ചത്."

"എന്റെ ഉറ്റവരല്ലാതെ ആരു വിളിക്കാൻ"

"നിന്റെ ഉറ്റവരോ"

ആശ്ചര്യപ്പെട്ട് ചോദിക്കുമ്പോൾ പലപ്പോഴും ഒഴിഞ്ഞു മാറുകയാണ് ചെയ്യുക. വിവാഹം കഴിഞ്ഞ പെൺകുട്ടിയുടെ ഉറ്റവർ ഭർത്താവും ഭർതൃഗൃഹത്തിലുമുള്ളവരുമാണെന്ന് പലവട്ടം കേട്ടിട്ടും ആ വാക്കുകൾ ആവർത്തിക്കാതിരിക്കാനായില്ല. എന്റെ മാതാവ് നിന്റേതും. എന്റെ പിതാവ് നിന്റെതും. എന്റെ വിശ്വാസം നിന്റേതും. അവൻ ആവർത്തിക്കാറുണ്ട്. എന്തേ എന്റെ അവകാശങ്ങൾ നിന്റേതെന്ന് പറയാത്തത്. എനിക്കുള്ള സ്വാതന്ത്ര്യം നിനക്കുമുണ്ടെന്ന് സമ്മതിക്കാത്തത്?

അന്ന് പരിശുദ്ധ വസ്ത്രങ്ങൾ മാറ്റി തീൻമേശയ്ക്കരികിലേക്കു നടന്നപ്പോൾ അഗാധമായി ആഗ്രഹിച്ചു. ഒന്നു നോക്കിയിരുന്നെങ്കിൽ പറയാമായിരുന്നു.

- എന്റെ ബാപ്പയ്ക്കു എന്തോ പറ്റി. എനിക്കു വീട്ടിൽ പോകണം.

ഇല്ല. ഒന്നും തിരക്കാനുള്ള ഭാവമല്ലായിരുന്നു അവനിൽ. പകരം കഴി

ക്കാനെടുക്കുന്നില്ലേയെന്ന ചോദ്യ ഭാവം മാത്രം.

കൈകഴുകി ആഹാരം കഴിക്കുന്നതിനുമുമ്പുള്ള പ്രാർത്ഥന ചൊല്ലിയിട്ട് തീൻമേശയ്ക്കരികിലിരുന്നപ്പോൾ വിശപ്പിന്റേതല്ലാത്ത ആർത്തിയായിരുന്നു അവന്റെ കണ്ണുകളിൽ. പരിചാരകരിലാരോ മേശപ്പുറത്ത് നിരത്തിയ വെളുത്ത ചൂടാറാത്ത പാത്രത്തിൽ നിന്നും രണ്ടു ഉറട്ടി ഓട്ടുപിഞ്ഞാണത്തിൽ വിളമ്പി അരികിൽ നിന്നു. വ്യാഴാഴ്ച രാത്രിയിലുള്ള കൂട്ടപ്രാർത്ഥനയ്ക്ക് ശേഷത്തെ ഭക്ഷണം എപ്പോഴും സമൃദ്ധമായിരിക്കും. കോഴി ഇറച്ചി, പത്തിരി, പാലപ്പം, കിണ്ണത്തപ്പം അങ്ങനെ പലതും. അല്ലാഹു സർവ്വവും പൊറുത്ത് മാപ്പാക്കിയതിനുള്ള പ്രതിഫലമോ പാപശുദ്ധിയിലെ സന്തോഷമോ എന്തോ?

ഹലാലിൽ കൊന്ന കോഴിയിറച്ചിയുടെ മൊരിഞ്ഞ മണം അന്ന് അവിടമാകെ വ്യാപിച്ചപ്പോൾ അമ്മായി തിരക്കി.

“ഓതി മരിപ്പിക്കണ കണ്ടോ പെണ്ണേ”

ആ ചോദ്യത്തിന് പരിചാരികമാരിലാരോ ഉവ്വെന്ന് പറഞ്ഞു. അമുസ്ലീങ്ങളുടെ ഫാമിൽ ജനിച്ചു വളർന്ന കോഴികളായാലും സ്വന്തം വീട്ടിൽ വളർത്തിയ കോഴികളായാലും മതം മാറ്റിയിട്ടേ കൊല്ലാനനുവദിക്കൂ. അറബ് വാക്കുകൾ ഉപയോഗിച്ച് ഓതി ജലം നല്കുമ്പോൾ കോഴിയായാലും മൃഗമായാലും അവ ഇസ്ലാമാകുന്നൂവെന്നാണ് ആമിൻഷായും അമ്മായിയുമൊക്കെ വിശ്വസിക്കുന്നത്. എന്നിട്ടുമതി അവയുടെ കഴുത്തിൽ കത്തി കയറ്റാനെന്നാണ് അവരുടെ തത്ത്വം.

പുറത്ത് എവിടെനിന്ന് വാങ്ങിയാലും അമ്മായി പരിചാരകരോടു ചോദിച്ച് ഹലാലായതെന്ന് ഉറപ്പു വരുത്തിയിട്ടേ കഴിക്കൂ.

കല്യാണ വീടുകളിൽ പോകുമ്പോൾ അമ്മായി അത്തരം ചോദ്യങ്ങൾ ആരായാതെ കഴിക്കുന്നത് പലപ്പോഴും കണ്ടിട്ടുണ്ട്. എത്ര കോഴികളെ ഹലാലാക്കി മരിപ്പിച്ചിട്ട് ഭക്ഷണത്തിന് ഉപയോഗിക്കുന്നുവെന്ന് ആർ കണ്ടു. ആമിൻഷ പുറത്തേക്കു പോകുമ്പോൾ ഹലാൽ ഭക്ഷണമെന്നെഴുതിയിടത്തു നിന്നേ ആഹാരം ഭക്ഷിക്കൂ. അവിടേയും എത്ര കോഴികൾ അല്ലെങ്കിൽ മാടുകൾ ഇസ്ലാമായി കത്തിക്കു മുന്നിൽ നിന്നൂവെന്ന് ആർ കണ്ടു.

കോഴിയുടെ തുടകൾ ചവയ്ക്കുന്നതിനിടയിൽ ആമിൻഷ എപ്പോഴോ തന്നെയൊന്നു നോക്കി.

ആർത്തിക്ക് അല്പം ശമനമുണ്ടായെങ്കിൽ ഒന്നു പറയാമായിരുന്നു.

- വീട്ടിൽ എന്തോ സംഭവിച്ചിരിക്കുന്നു.

എന്നാൽ കണ്ണുകളിൽ കെട്ടി നിന്ന നീർക്കുമിളകളിലൊന്ന് എന്തോ വിളമ്പാൻ കുനിഞ്ഞതും അവന്റെ കൈയിൽ പതിച്ചു.

“ഹും കരയാൻ ആരെങ്കിലും ചത്തോ.”

ഓട്ടുപാത്രത്തിൽ കൈ പതിപ്പിച്ച് അവൻ മുഖമുയർത്തിയപ്പോൾ നിയന്ത്രിക്കാനാകാതെ പറയേണ്ടി വന്നു.

“ഒന്ന് എന്നോടൊപ്പം പോരൂ.”

എവിടേക്കെന്നോ എന്തിനെന്നോ പോലും അപ്പോഴും ആരും തിരക്കിയില്ല. സ്ഥായിയായ അവനിലെ വികാരം, അവന്റെ പ്രവൃത്തി തടസ്സപ്പെട്ടുവെന്നതിനാൽ ഉടലെടുത്ത മുൻകോപത്താൽ അവൻ വീണ്ടും അട്ടഹസിച്ചു.

“വിശന്നു വന്നിരിക്കുമ്പോൾ......... ഞാൻ പലപ്പോഴും പറഞ്ഞിട്ടുള്ളതാണ് ആഹാരം കഴിക്കുമ്പോൾ തടസ്സപ്പെടുത്തരുതെന്ന്.”

നടക്കുമ്പോൾ, കിടക്കുമ്പോൾ, തിന്നുമ്പോൾ, ഉറങ്ങുമ്പോൾ, വിശ്രമിക്കുമ്പോൾ, പ്രാർത്ഥിക്കുമ്പോൾ എവിടേയും അവന് തടസ്സമരുത്. ഭാര്യയുടെ ആവശ്യങ്ങൾ അവന് തടസ്സങ്ങളാണു പോൽ; അവൾ വികാരങ്ങൾ പ്രകടിപ്പിക്കരുത്. ആഗ്രഹങ്ങൾ വെളിപ്പെടുത്തരുത്. പിന്നെ ഏതു സമയത്താകാം ഇതൊക്കെയെന്ന് പലപ്പോഴും ചോദിക്കാനൊരുങ്ങിയിട്ടുണ്ടെങ്കിലും പലതും കണ്ടും കേട്ടും ക്ഷമിക്കാനായ് പരുവപ്പെടുത്തിയ ശീലം കൈവിടാതെ കാക്കുന്നതിൽ വിജയിച്ചിരുന്നു. എന്നാൽ അന്നവ കൈവിട്ടപ്പോൾ ശബ്ദം അല്പം ഉച്ചത്തിലായി.

“എനിക്കു തനിയേ പോകേണ്ടിവരും.”

അതുകേട്ട് ആവി പറക്കുന്ന പാലപ്പവുമായി മേശയ്ക്കരികിലേക്കു വന്ന പരിചാരിക ഞെട്ടലോടെ നിന്നു. വെള്ളം നിറച്ചു വരാൻ ഒഴിഞ്ഞ ഓട്ടു പാത്രവുമേന്തി അടുക്കളയിലേക്കു നടന്ന മറ്റൊരുവൾ തിരിഞ്ഞു നിന്നു. അമ്മായി ചിത്രപണികളുള്ള കട്ടിലിലിരുന്ന് മൂക്കത്ത് വിരൽ വച്ചു. റസിയ കൈ കുടഞ്ഞ് അങ്ങോട്ടുമിങ്ങോട്ടും നടന്നു. ആമിൻഷ ചാടിയെഴുന്നേറ്റു. അവന്റെ കണ്ണുകളപ്പോൾ മേശപ്പുറത്തെ പാത്രങ്ങൾക്കിടയിൽ പരതി നടന്നു. പിന്നെ വെളുത്ത പ്രതലത്തിൽ നീല പുളിയിലകൾ വിതറിയ ഓട്ടു കിണ്ണത്തിലേക്കു കൈകൾ നീണ്ടു. തനിക്ക് ഇഷ്ടമുള്ളവ നശിപ്പിക്കാനാണവനെന്നുമാവേശം. തന്നോടു മാത്രമല്ല, ആരോട് കോപം തോന്നിയാലും അവന്റെ കൈകൾ തനിക്ക് പ്രിയമായുള്ള വസ്തുക്കളിലേക്കു തിരിയും. ബംഗ്ലാവിന്റെ പഴമയെ വിളിച്ചോതാനുതകുന്നവയും വിവിധ ആകൃതിയിലുള്ളതുമായ എത്രയോ കളിമൺ പാത്രങ്ങൾ നാളുകളായി തീൻമേശയിൽ നിരന്നിരിക്കുന്നു. ചുമരിലെ കൊത്തുപണി നിറഞ്ഞ അലമാരയിൽ സ്ഥാനം പിടിച്ചിരിക്കുന്നു. അവയ്ക്കൊന്നും യാതൊരു കേടുപാടും സംഭവിച്ചിട്ടില്ല. എന്നാൽ വിവാഹ സമ്മാനമായി തനിക്ക് സുഹൃത്തുക്കൾ സമ്മാനിച്ചവ പലപ്പോഴായി ചിന്നിച്ചിതറി. തന്റെ പേടകത്തിൽ സൂക്ഷിച്ച കൗതുകകരവും കലാഭംഗിയുമുള്ള വസ്തുക്കൾ അതും എന്നോ പറമ്പിൽ വീണ് ധൂളികളായി. മേശപ്പുറത്തിരുന്ന ആ കിണ്ണം, നഗരത്തിലെ പ്രദർശന വില്പന ഹാളിൽ വച്ച് ഒരിക്കൽ വാങ്ങിയതായിരുന്നു. വിവാഹം കഴിഞ്ഞുള്ളൊരു വൈകുന്നേരത്ത്. റസിയയുടെ ഭർത്താവ് അന്ന് അവധിക്കായി നാട്ടിലെത്തിയ വേളയായിരുന്നു. പുറത്തേക്കു പോകാമോയെന്ന് ക്ഷണിച്ചപ്പോൾ ആമിൻഷ സഹോദരീഭർത്താവിനെ തൃപ്തിപ്പെടുത്താൻ തയ്യാറായി തന്നെയും കൂട്ടി.

പ്രദർശന ശാലയിലെത്തിയപ്പോൾ അവിടെ ധാരാളം യുവമിഥുന

ങ്ങളുണ്ടായിരുന്നു. വാർദ്ധക്യ ദമ്പതികളും. അവർ കുട്ടികളുമൊത്തും കുടുംബവുമൊത്തുമൊക്കെ താന്താങ്ങളുടെ ഫോട്ടോ പതിച്ച കപ്പു നോക്കി സന്തോഷിക്കുന്നു. യുവദമ്പതികളുടെ ഫോട്ടോക്കു താഴെ "മെയ്ഡ് ഫോർ ഈച്ച് അതർ" എന്ന് വില്പനക്കാരൻ എഴുതി വയ്ക്കുന്നതു കണ്ടപ്പോൾ കൗതുകം തോന്നി. ഒരെണ്ണം തെരഞ്ഞെടുത്തു. കൊക്കുരുമ്മുന്ന ഇണക്കുരുവികളുടെ ചിത്രം ഒരുവശത്ത്. വില്പനക്കാരൻ പറഞ്ഞു.

"സ്റ്റുഡിയോയിൽ പോയി പടമെടുത്ത് വരൂ."

കൈയിൽ കപ്പുമേന്തി ആമിൻഷായെ തിരഞ്ഞു. അവൻ അടുത്ത ചായപീഠികയിലിരുന്ന് മസാല ചേർത്ത കടല തിന്നുകയായിരുന്നു.

"വരൂ നമുക്ക് ഫോട്ടോ എടുക്കാം."

ഓട്ടു കിണ്ണത്തിലേക്കു ചൂണ്ടി അവന്റെ കൈകളിൽ പിടിച്ചു വലിച്ചു. എന്നാൽ കൈ തട്ടി മാറ്റികൊണ്ട് അവൻ ചോദിച്ചു.

"എന്തിന്"

"ഈ കിണ്ണത്തിൽ നമ്മുടെ ചിത്രം പതിപ്പിച്ചു തരും."

"എന്തിന്" അവൻ വീണ്ടും ചോദിച്ചു.

"നമുക്ക് ഷോകേസിലോ കിടപ്പുമുറിയിലെ മേശപ്പുറത്തോ വയ്ക്കാം."

"നിനക്കെന്താ ഭ്രാന്തുണ്ടോ? ജീവനുള്ളവയുടെ ചിത്രം പ്രദർശിപ്പിക്കരുതെന്നറിയില്ലേ. വീട്ടിന്റെ ഉമ്മറത്തോ മുറിയിലെ ചുമരുകളിലോ ഒന്നും ജീവനുള്ളവയുടെ ചിത്രമോ ബിംബമോ ഫോട്ടോയോ പ്രതിമകളോ ഒന്നും പാടില്ല. കാഫിറീങ്ങളാണ് അങ്ങനെയൊക്കെ ചെയ്യുന്നത്."

ആമിൻഷ ആദ്യമായ് വീട്ടിൽ വന്നപ്പോൾ അവന്റെ കണ്ണുകൾ പ്രവേശന ഹാളിലെ മനോഹരമായ ചിത്രങ്ങളിലും ഫോട്ടോകളിലും ഉടക്കി നിന്നത് ശ്രദ്ധിച്ചിരുന്നു. പീന്നീടൊരിക്കൽ അവൻ ചോദിക്കുകയുണ്ടായി.

"നിന്റെ വീട്ടിൽ ബിംബങ്ങളെയും വിഗ്രഹങ്ങളേയും ആരാധിക്കുമോ."

ആരാധനകൊണ്ടല്ല. അവയിലെ കലാഭംഗികൊണ്ടാണ് താനും തന്റെ മാതാപിതാക്കളും അവ വാങ്ങിക്കൂട്ടിയതെന്ന് അന്ന് അവനോടു മറുപടി പറഞ്ഞു. അതിഥിയായെത്തുന്നവരിൽ പലരും അവ നോക്കി അഭിനന്ദിക്കാറുണ്ടെന്നും പറഞ്ഞ് താനന്ന് സന്തോഷിച്ചപ്പോൾ അവൻ മൗനം കൊണ്ടിരുന്നു.

പ്രദർശനശാലയിൽ നിന്നും താൻ തെരഞ്ഞെടുത്ത കിണ്ണം നോക്കി അവനന്നു പറഞ്ഞു.

"ഇതിലും ജീവനുള്ളവയുടെ ചിത്രം. കുരുവിയുടെ പടം. വേണമെങ്കിൽ അടയാളങ്ങളൊന്നുമില്ലാത്ത ഒരെണ്ണമെടുത്തോ."

ആവേശം കെടുത്തുന്ന വാക്കുകൾ കേട്ട് ഇണക്കുരുവികളുടെ ചിത്രമുള്ള കിണ്ണം തിരികെ നല്കുമ്പോൾ വില്പനക്കാരൻ പറഞ്ഞു.

"തെരഞ്ഞെടുത്തത് നല്ലതായിരുന്നല്ലോ."

– നിന്റെയും എന്റെയും ധാരണ അബദ്ധമാണു പോൽ.

ആ ചെറുപ്പക്കാരനോട് അങ്ങനെ പറയാൻ തോന്നിയെങ്കിലും ഒന്നും പറയാതെ തിരികെ നല്കി മടങ്ങാനൊരുങ്ങി.

“മാഡം ദേ മറ്റൊന്ന്.” വില്പനക്കാരൻ വീണ്ടും പ്രലോഭിപ്പിച്ചു.

വെളുത്ത പ്രതലത്തിൽ നീല പുള്ളികൾ വിതറിയവ. പുളിയില പോലുള്ള പുള്ളികൾ. അതിനോടല്പം ഇഷ്ടം തോന്നി. എന്നാൽ ആമിൻഷായോട് തോന്നിയ വെറുപ്പിൽ തിരികെവെച്ചു.

“വേണ്ട. ഇപ്പൊ വേണ്ട.”

റസിയ അപ്പോൾ എന്തൊക്കെയോ വാങ്ങിക്കൂട്ടുന്നുണ്ടായിരുന്നു. അവളുടെ ഭർത്താവ് അവളെ തൃപ്തിപ്പെടുത്താനുള്ള ശ്രമത്തിലും. അതു കണ്ടിട്ടാകാം ആമിൻഷ ചോദിച്ചു.

“ഹും എന്താ എടുക്കുന്നില്ലേ.” എന്നിട്ടവൻ വില്പനക്കാരനോട് വില തിരക്കി കാശു നല്കി എങ്ങോ നടന്നു. പത്രത്താളിൽ അത് പൊതിയുന്നതിനിടയിൽ ചെറുപ്പക്കാരൻ പറഞ്ഞു.

“തെറ്റായ തെരഞ്ഞെടുക്കലായിരുന്നു അല്ലേ ചേച്ചി.”

വില്പനക്കാരൻ മനശ്ശാസ്ത്രം പറയുന്നുവോയെന്ന് അപ്പോൾ ചിന്തിച്ചു പോയി.

പുളിയില പുള്ളികൾ പതിച്ച തൂവെള്ള കിണ്ണം ശക്തിയോടെ നീങ്ങി അമ്മായിയുടെ കുടുവൻ പിഞ്ഞാണത്തിൽ ചെറുതായൊന്നു മുട്ടി.

‘വിശന്നിരിക്കുമ്പോഴാണ് അവളുടെ ആരെയോ”

തരംതാണ രീതിയിലുള്ള സംഭാഷണത്തോടെ ചുമരിന് നേരെ ആ കിണ്ണം വലിച്ചെറിഞ്ഞപ്പോൾ ചില്ലുകൾ അന്തരീക്ഷത്തിൽ അങ്ങുമിങ്ങും ചിതറി മേശയ്ക്കു പുറത്തെ ഭക്ഷണ വിഭവങ്ങളിലും പിന്നെ നിലത്തും വീണു. വേലക്കാരി പെണ്ണുങ്ങൾ ചില്ലുകൾ പെറുക്കിയെടുക്കാൻ ചൂലു തേടി നടന്നു.

“എന്റെ ഇലാഹേ ഇതെല്ലാം വെറുതേ കളയണോ.” മേശപ്പുറത്തിരുന്ന വിഭവ സമൃദ്ധി നോക്കി അമ്മായി വിലപിച്ചുകൊണ്ടിരുന്നു.

“എല്ലാറ്റിനും കാരണം ഇവളാ” റസിയ പറഞ്ഞു.

ശകാരങ്ങളോ കുറ്റപ്പെടുത്തലോ ഗൗനിക്കാതെ ഒറ്റയ്ക്കു സഞ്ചരിക്കാൻ തന്നെ അന്നു തീരുമാനിച്ചു. പിതാവ് വിവാഹ സമ്മാനമായി നല്കിയ കാർ ബംഗ്ലാവ് വീടിന്റെ വിശാലമായ പോർച്ചിൽ കിടന്നിരുന്നു. വരന്റെ പേരിൽ നല്കിയ സ്ത്രീധന സമ്മാനം. താക്കോൽ; കൂട്ടത്തിനിടയിൽ തിരയാൻ നടന്നപ്പോൾ വെളുത്ത മാർബിൾ പ്രതലത്തിൽ ചുവന്ന പാടുകൾ കണ്ടു. ഓട്ടുകിണ്ണത്തിന്റെ ധൂളിയിലൊന്ന് പാദത്തിൽ തുളച്ചിരുന്നു.

അന്ന് വീട്ടിലെത്തിയപ്പോൾ കണ്ടതും മറ്റൊന്നായിരുന്നില്ല. കോൺക്രീറ്റ് കട്ടകൾക്ക് പകരമായി പാകിയ മണൽ മുറ്റത്തെ തരികൾ ചുവന്നിരുന്നു. സിമന്റും കട്ടയുമുപയോഗിക്കാതെ ഇരുമ്പ് കമ്പികൾ ഘടിപ്പിച്ച് നട്ടുവളർത്തിയ കേസരി വള്ളികളാൽ കൂര തീർത്ത ബാപ്പയുടെ

കാർപോർച്ച് അലങ്കോലപ്പെട്ടിരുന്നു. പല പാകത്തിലുള്ള കേസരി പഴങ്ങൾ വെള്ളി മണൽ പുരണ്ട് അങ്ങിങ്ങായി ചിതറിക്കിടന്നിരുന്നു. ബാപ്പയും അമ്മയും ഏറെ നാൾ സഞ്ചരിച്ച വാഹനത്തിന്റെ ചില്ലുകൾ തകർന്നിരുന്നു.

താക്കോൽ തിരഞ്ഞെടുത്ത് വാഹനം തിരിക്കുമ്പോൾ ഫെയ്സി ആരാഞ്ഞു.

"ഈ പാതിരാത്രിയിൽ ചേട്ടത്തി ഒറ്റയ്ക്ക്" - ഒന്നാം നിലയിലെ തുറന്ന ഹാളിൽ നിന്ന ആമിൻഷ ഭാര്യയെ രഹസ്യമായി വീക്ഷിക്കുന്നതു കണ്ടു.

"ഫെയ്സീ നിനക്കെങ്കിലും എന്നെ സഹായിക്കാമോ? എന്റെ വീട്ടിൽ എന്തോ സംഭവിച്ചിരിക്കുന്നു."

ജ്യേഷ്ഠ സഹോദരന്റെ ഭാവം കണ്ടിട്ടാകാം അവനിലെ ഭീരുത്വം ചേട്ടത്തിയോട് സഹതപിച്ചു.

"എടാ കൂടെപോ രാത്രിയിൽ ഒരുപെണ്ണ് ഒറ്റയ്ക്കുവണ്ടിയോടിച്ച് പോയെന്ന് നാട്ടാരറിഞ്ഞാൽ"- അമ്മായി പറഞ്ഞു.

നാട്ടാരറിഞ്ഞാലുള്ള ലജ്ജകൊണ്ടോ എന്തോ ആമിൻഷായും കൂടെപ്പോരാൻ തന്നെ തീരുമാനിച്ചു.

വാഹനത്തിന്റെ പിൻസീറ്റിൽ ഏകയായ് ചാരിക്കിടന്നു ഇടയ്ക്കിടയ്ക്ക് ചില്ലുജാലകത്തിലൂടെ ആകാശം നോക്കി. കൂറ്റൻ കോൺക്രീറ്റ് കെട്ടിടങ്ങൾക്കിടയിൽ തെളിയുന്ന ആകാശത്തിന് അന്ന് ബീഭത്സ ഭാവമായിരുന്നു. പേടിച്ചരണ്ട നക്ഷത്രകുഞ്ഞുങ്ങൾ എങ്ങോ ഒളിച്ചുനിന്നു. അമ്പിളിയുടെ ഇത്തിരിവെട്ടം മേഘച്ചിറകിൽ അഭയം തേടി. ഫെയ്സിയുടെ ഡ്രൈവിങ്ങിന് വേഗത പോരെന്ന് പലപ്പോഴും തോന്നി. ആമിൻഷ നിരത്തിൽ കണ്ണുകൾ നട്ട് മുന്നിലെ ഇടം സീറ്റിൽ. പാത വിജനമായിരുന്നു. നഗരവിളക്കുകൾക്ക് ചുറ്റും ഇയ്യാംപാറ്റകൾ സ്വൈരമായ് വിഹരിച്ചിരുന്നു.

പാതവക്കത്തെ ഇരുവശവുമുള്ള ഇലഞ്ഞിമരങ്ങളുടെ നിഴലുകൾ നിരത്തിന് നടുവിൽ ഇണചേർന്നുകിടന്നു.

എത്ര വൈകുന്നേരങ്ങളിൽ അതുവഴി നടന്നിട്ടുണ്ട്. ഹേമയോട് സൊറപറഞ്ഞ്, ശാരിയുടെ കൈകോർത്ത്. മനോഹരമായ പൂക്കൾ അന്ന് പാതയ്ക്കിരുവശവും ധാരാളം ചിതറികിടക്കുമായിരുന്നു. വിസ്തൃതമായ രാജവീഥിക്ക് നടുവിലെ ഉദ്യാന വള്ളികൾ കോൺക്രീറ്റ് കമ്പികളിൽ പറ്റിക്കേറി സൗഗന്ധിക പൂക്കളൊരുക്കും. അവയ്ക്കു താഴെ കത്രിച്ച് വിട്ട പുല്ലുകളിൽ തങ്ങിനില്ക്കുന്ന നീർമുത്തുകൾ. അപരിചിത മുഖങ്ങൾക്കിടയിലൂടെയുള്ള അന്നത്തെ സഞ്ചാരം എത്ര സുന്ദരമായിരുന്നു.

വിവാഹം കഴിഞ്ഞ നാൾ പലവട്ടം ആമിൻഷായോട് പറയാനൊരുങ്ങിയിട്ടുണ്ട്; നമുക്കാ തണൽ വിരിച്ച വൃക്ഷത്തിനു കീഴേ കൈകോർത്ത് ഇത്തിരി നടക്കാം. അവയിൽ കൂടുകൂട്ടിയ കുഞ്ഞിക്കുരുവികളുടെ കൊഞ്ചൽകേട്ട് കൂടെ ചിരിക്കാം. ഇലഞ്ഞിയും വാകയും മന്ദാരവും പൊഴിക്കുന്ന ദളങ്ങൾ പരസ്പരം പെറുക്കി ദേഹത്തെറിയാം. പൊഴിഞ്ഞ

ഇലകളെടുത്ത് മലർന്നോ കമിഴ്ന്നോ വീഴുന്നതെന്നുനോക്കി ഭാവി പ്രവചിക്കാം.

ഒരിക്കലും പറയാൻ കഴിഞ്ഞിട്ടില്ല.

കേട്ടാൽ അവൻ പറയുമായിരിക്കും.

ധാരാളം ജനങ്ങൾക്കിടയിൽ നാം ഇണകളായ് കൈകോർത്ത് നടന്നാൽ, കൊച്ചു കൊച്ചു ഉല്ലാസങ്ങളിൽ രമിച്ചാൽ പൊതുസമൂഹം കാണില്ലേ. അവരിൽ ലൈംഗിക മോഹികൾ കാണും. അവർ നിന്നെ കാമിച്ചേക്കാം. അവരിൽ ഉത്തേജനമുണ്ടായേക്കാം. പൊതുമദ്ധ്യത്തിലിട്ട് നിന്നെ ബലാത്സംഗം ചെയ്യും പെണ്ണേ അവന്മാർ.

എന്നിട്ടവൻ ആശ്വസിപ്പിക്കുമായിരിക്കും.

ഇഹത്തിൽ നമുക്ക് കിട്ടുന്ന സുഖം കുറച്ചുമതി.

അവൻ കൂടെ കൂടെ ആവർത്തിക്കാറുള്ള വാഗ്ദാനങ്ങളോർത്തപ്പോൾ ലജ്ജ തോന്നി - നീ എന്നോടൊപ്പം പോരുമ്പോൾ മുള്ളില്ലാത്ത ഇലന്തമരം കാട്ടിത്തരാം. അടുക്കടുക്കായി കുലകളുള്ള വാഴ, വിശാലമായ തണൽ, നിലച്ചുപോവാത്തതും തടസ്സപ്പെട്ടുപോവാത്തതുമായ ധാരാളം പഴവർഗ്ഗങ്ങൾ. അതിൽനിന്നും നമുക്ക് വേണ്ടുവോളം ഭക്ഷിക്കാം. അവിടെ വെയിലോ കൊടും തണുപ്പോ കാണില്ലെന്നതാണ് പ്രത്യേകത. ഇഞ്ചിനീരിന്റെ ചേരുവയുള്ള ഒരു കോപ്പ വെള്ളം നമുക്ക് കുടിക്കാൻ കിട്ടും. അവ എത്ര അനുഭൂതിധായകമെന്നോ.

ആദ്യം കേട്ടപ്പോൾ കൗതുകത്തോടെ കാതോർത്തിരുന്നു.

എന്നിട്ട് ചോദിച്ചു.

"എവിടെയാണാ സ്ഥലം. എങ്കിൽ നമുക്കങ്ങോട്ട് പോകാമോ."

- നീ കേട്ടിട്ടില്ലേ സുഖാനുഭൂതിയുടെ സ്വർഗ്ഗത്തോപ്പുകൾ. സ്വർണ്ണത്താലുള്ള ഇഷ്ടികയും വെള്ളിയാലുള്ള ഇഷ്ടികയ്ക്കുമിടയിൽ സുഗന്ധം വമിക്കുന്ന കസ്തൂരികൊണ്ട് നിർമ്മിച്ച സ്വർഗ്ഗം. അതിന്റെ കല്ലുകൾ മുത്തും പവിഴങ്ങളുമാണ്. അതിലെ മണ്ണാകട്ടെ കുങ്കുമവും.

എന്തൊരു മനോഹരമാണാ സ്ഥലം. ആ സ്വപ്ന ഭൂമികയിലെത്താനുള്ള ആഗ്രഹത്തോടെ ആവേശത്താൽ അവനോട് യാചിച്ചു.

"പോകാം പ്രിയപ്പെട്ടവനെ നമുക്കങ്ങോട്ട് പോകാം."

മധുവിധുകാലത്തെ ആദ്യനാളുകളിലെ അത്തരം വാഗ്ദാനങ്ങളിൽ കാത്തുകാത്തിരുന്നിട്ട് എന്നോ ഒരിക്കൽ ചോദിച്ചു.

"താങ്കൾ വാഗ്ദാനം ചെയ്ത ആ സുന്ദര ഭൂമിയിലേക്ക് നാമെന്നാണ് പോകുന്നത്"

"നിന്റെ പ്രവർത്തികളാണ് നിന്നെ അങ്ങോട്ട് കൊണ്ടുപോകുന്നത്. ആ സ്ഥലം ഭൂമിയിലല്ല." അവൻ പറഞ്ഞു.

എന്നിട്ട് പ്രവൃത്തികൾ എന്തൊക്കെയായിരിക്കണമെന്ന് അവൻ വിശദീകരിച്ചു തന്നു; അരുതുകൾ പ്രഖ്യാപിച്ചുകൊണ്ട്. അങ്ങനെ വാഗ്ദത്ത സ്വർഗ്ഗത്തിനായ് അവൻ ഭൂമിയിൽ നരകം തീർത്തു തന്നു. അസഹ്യമായ ഏതോ നിമിഷത്തിൽ അവനോട് ഒരിക്കൽ പറഞ്ഞു.

“ഈ ലോകത്തെയാണ് ആദ്യം സ്വർഗ്ഗമാക്കേണ്ടത്. എന്നിട്ട് നീ നിന്റെ ഇണയെ സന്തോഷിപ്പിക്ക്. അവൾക്ക് റബ്ബ് നല്കിയ സ്വാതന്ത്ര്യം അനുവദിക്ക്. അവൾക്കും സഞ്ചരിക്കണം, സന്തോഷിക്കണം, ആനന്ദിക്കണം. ഇഷ്ടമുള്ളവ തെരഞ്ഞെടുക്കണം. അവളേയും പടച്ചത് ചോരയും നീരുമുള്ള ജീവിയായിട്ടാണ്. വിവേക ബുദ്ധിയുള്ള മനുഷ്യനായിട്ടാണ്.

അവനപ്പോൾ ഒരുപാടൊരുപാട് ആപ്ത വാക്യങ്ങൾ മുന്നിൽ നിരത്തി സമർത്ഥിക്കാനൊരുങ്ങി.

ദുനിയാവിലെ അധിക സുഖം ആഹിറത്തിൽ നാശം വിതയ്ക്കുമത്രെ.

വീട്ടിലേക്കുള്ള യാത്രയിലെപ്പോഴോ വാഹനത്തിലെ ഇരിപ്പിടം ചെരിച്ചിട്ട് ആമിൻഷ അന്ന് നല്ലപോലെ ഉറങ്ങുന്നതു കണ്ടപ്പോൾ മുന്നിൽ രണ്ടുപേരിരുന്നിട്ടും വല്ലാത്തൊരു ഏകാന്തതയാൽ മനസ്സ് കൂടുതൽ അസ്വസ്ഥമായതായി തോന്നി. ആ നെടുനീളൻ സീറ്റിൽ ഒറ്റപ്പെട്ടപ്പോൾ കിടപ്പുമുറിയിലെ വിലപിടിച്ച പട്ടുമെത്തയിൽ അനുഭവപ്പെടുന്ന അതേ ഏകാന്തത തന്നെയായിരുന്നു. മൃദുവായ കിടക്കയിലെ അപരിചിതത്വം തന്നെയായിരുന്നു. മുറിയിൽ ഒന്നുകിൽ പങ്കയുടെ താളമോ അല്ലെങ്കിൽ എ സിയുടെ ചെറു ശബ്ദമോവുണ്ടാകും. അപ്പോഴൊക്കെ മുറി നിശ്ശബ്ദമായിരുന്നെങ്കിലെന്ന് വെറുതേ ആഗ്രഹിക്കും. വൃക്ഷതലപ്പുകളിൽ അന്തിയുറങ്ങാനെത്തുന്ന ഇണക്കിളികളിലാരോ ചെറുമയക്കത്തിൽ ചിറകിട്ടടിക്കുന്നതും നിരത്തുവക്കത്തെ മനുഷ്യകോലാഹലങ്ങളും സിനിമാശാലയിലെ പ്രദർശനം കഴിഞ്ഞ് കടന്നുപോകുന്ന ചെറുപ്പക്കാരുടെ ആഹ്ളാദങ്ങളും ശ്രവിച്ച് എകാന്തതയെ അകറ്റാൻ മനസ്സുവെമ്പും.

കിടപ്പറ മുറിയിലെ ജാലകങ്ങൾ തുറന്നിടുമ്പോൾ ശാസിക്കുക പതിവാണ്.

“പുറത്ത് മുപ്പത് ഡിഗ്രി ചൂടുണ്ട്.”

വൈദ്യുതോപകരണത്തിൽ രേഖപ്പെടുത്തുന്ന അക്കങ്ങളുടെ കണക്കു ചൂണ്ടി ഊഷ്മാവിന്റെ തോതുപറഞ്ഞ് കൃത്രിമമായ് നിർമ്മിച്ച ശീതളിമയിൽ അവൻ മയങ്ങുമ്പോൾ ശരിക്കും ആഗ്രഹിച്ചുപോകും; പൊന്തക്കാടുകളും പുൽമേടുകളും തണൽക്കാവുകളുമുള്ളിടത്തൊരു പർണ്ണശാല കെട്ടണം. കാട്ടുശിലകൾ പെറുക്കികൂട്ടി നിലമൊരുക്കണം. എന്നിട്ടാ ശീതളിമയിൽ മയങ്ങി അവനെ ലജ്ജിപ്പിക്കണം.

ആമിൻഷ മയക്കം വിട്ട് കൂർക്കം വലിക്കാൻ തുടങ്ങിയപ്പോൾ വീടിനെക്കുറിച്ചോർത്ത് വീണ്ടും ഭയാശങ്കകൾ നാമ്പിട്ടു. സംസാര ശേഷി നഷ്ടപ്പെട്ടവരെപ്പോലുള്ള മനുഷ്യർക്കിടയിൽ അവയ്ക്ക് ആക്കം വെച്ചു. ഫെയ്സിയോടൊപ്പം യാത്രചെയ്യുമ്പോൾ അവൻ പലതും സംസാരിക്കാറുണ്ടെങ്കിലും സഹോദരന്റെ സാന്നിദ്ധ്യം അവനെ അന്ന് ഭീരുവാക്കിയിരുന്നു.

ആമിൻഷായോടൊപ്പമുള്ള സഞ്ചാരവേളയിൽ ശബ്ദങ്ങൾക്കൊട്ടു

സ്ഥാനമില്ലായിരുന്നു. അതിനാൽ ഫെയ്സിയോട് പറഞ്ഞ് വാഹനത്തിൽ ഘടിപ്പിക്കാൻ ഒരു ടേപ്പ് റിക്കാർഡർ വാങ്ങി. നഗരത്തിലുള്ള മാളിൽ പോയപ്പോൾ വയലാറിന്റേതുൾപ്പെടെ ഗാനങ്ങളും കവിതകളുമടങ്ങിയ ഏതാനും സിഡികളും കൂടി വാങ്ങി. സംഗീതമൊഴുകുന്ന ആ ഉപകര ണത്തെ വാഹനത്തിൽ കണ്ടപ്പോൾ ആമിൻഷ വല്ലാതെ ക്രുദ്ധനായി.

"എന്ത് ആഭാസത്തരമാണിത്. സംഗീതം നിഷിദ്ധമാണെന്നറിയില്ലേ."

ഗ്രാമ പ്രദേശത്തുള്ളൊരു വീട്ടിൽ, ആമിൻഷായുടെ ബന്ധുവിന്റെ വീട്ടിലേക്കുള്ള യാത്രയിലായിരുന്നു ആ സംഭവം. സംഗീതം നിഷിദ്ധമാ ണെന്നു കേട്ടപ്പോൾ വല്ലാത്ത ആശ്ചര്യം തോന്നി. ഇത്രയും വിശാലമായ വീഥിയിലൂടെ സഞ്ചരിച്ചിട്ടും അവന്റെ ചിന്താഗതിയിലെ ഞെരുക്കം കണ്ട് മൗനം പാലിച്ച് പുറത്തേക്ക് നോക്കി വെറുതെയിരുന്നു. കൈയുംകാലും ഒന്നു വലിച്ചു നീട്ടാൻ അവൻ ഇടയ്ക്കെപ്പൊഴോ പുറത്തിറങ്ങി. കുന്നും താഴ്വാരവും നിറഞ്ഞ സുന്ദരമായൊരു പാതയോരമായിരുന്നു അവിടം. ചുറ്റും ചെറുകിളികളുടെ കൊഞ്ചലും. വിമ്മിട്ടപ്പെട്ടിരുന്ന മനസ്സിനൊരാ ശ്വാസം തോന്നി അന്ന് അവനോടു ചോദിച്ചു.

"ആ കിളിനാദം കേൾക്കുന്നില്ലേ"

"ങ്ഹും അതിലെന്താ ഇത്ര പ്രത്യേകത. പക്ഷികളുള്ളിടത്തെല്ലാം അവയുടെ ശബ്ദമുണ്ടാകും." അവൻ പറഞ്ഞു.

"ആ നാദം സംഗീതസാന്ദ്രമല്ലേ."

അതേയെന്ന് പറയാനായ് അവന്റെ നാവുകൾ മോഹിച്ചെന്ന് മുഖ ഭാവം വ്യക്തമാക്കിയെങ്കിലും എന്തോ ഓർത്ത് അവൻ ഒന്നും പറഞ്ഞില്ല. അവനിലെ വിശ്വാസം ആ സത്യത്തെ മറയ്ക്കാൻ പ്രേരിപ്പിച്ചു. പാത യോരത്തെ സമൃദ്ധമായ വൃക്ഷഛായയിലേക്കവൻ നീങ്ങിനിന്നു. അവ യുടെ ശിഖരങ്ങൾ ചെറുതായനങ്ങി. ഇലകളുടെ മർമ്മര ശബ്ദം ശ്രവിച്ച് അവൻ താഴേക്കു നോക്കി.

"ഇലകളുടെ ഈ ശബ്ദം, ഈ സംഗീതം എത്ര സുന്ദരമാണല്ലേ."

ആ തണലിൽ അവനല്പം ഇരിക്കാൻ മോഹിച്ചെന്ന് തോന്നി. തന്റെ വാക്കുകൾക്ക് മറുപടി പറയാൻ അപ്പോഴും അവൻ പിശുക്കുകാട്ടിയിരുന്നു.

"ആ പുഴക്കരയിലേക്കു പോകാമായിരുന്നെങ്കിൽ ജലകണങ്ങൾ തമ്മിൽ തട്ടിയൊഴുകുന്ന കളകളനാദം കേൾക്കാമായിരുന്നു."

"അതേ" - അവൻ പറഞ്ഞു.

"അപ്പോൾ എന്റെ പൊന്നേ താങ്കൾക്ക് സംഗീതം ഇഷ്ടമാണല്ലേ."

അവൻ കുരുക്കിൽ വീണ വെരുകിനെപ്പോലെ എന്തോ മുരണ്ടു.

പരമ കാരുണ്യവാനായ സ്രഷ്ടാവിൽ വിശ്വസിക്കുന്നെങ്കിൽ അവന്റെ സൃഷ്ടികളെയും വിശ്വസിക്കണം. അവൻ കേട്ട കിളിനാദം, അവൻ കേട്ട ഇലകളുടെ മർമ്മരം, പുഴയിലെ ഓളങ്ങൾ അലതല്ലുന്ന കളകളനാദം എല്ലാറ്റിലും സംഗീതമുണ്ട്. അവ സൃഷ്ടിച്ചത് അവൻ വിശ്വസിക്കുന്ന സൃഷ്ടികർത്താവാണെങ്കിൽ അവ ശ്രവിക്കുന്നതുകൊണ്ട് ആർക്കും ദോഷം സംഭവിക്കുന്നില്ലെങ്കിൽ അവ എങ്ങനെ നിഷിദ്ധമാകും. അതു

പോലെയാണ് അല്പം മുമ്പ് കേട്ട ടേപ്പ്റിക്കാർഡിലെ സംഗീതവും. പ്രഗത്ഭനായ കവിയുടെ ഭാവനയെ സംഗീത സാന്ദ്രമാക്കി ശ്രവ്യമധുരമാക്കുമ്പോൾ അതെങ്ങനെ നിഷിദ്ധമാകും. അവയെ മാനിക്കണ്ട. വാഴ്ത്തണ്ട. നിന്ദിക്കാതിരുന്നാൽ മതി. ഇന്ദ്രിയങ്ങൾ അനുഭൂതിദായകമാക്കുന്നവയെ എന്തിന് നിഷേധിക്കുന്നു?

"നീ കേട്ടില്ലേ ആ പാട്ടിൽ അശ്ലീലതയുണ്ട് അത് ചിലരിൽ" ആമിൻഷ അടവൊന്നു മാറ്റി.

"ഉത്തേജനമുണ്ടാക്കും അല്ലേ."

തന്റെ വാക്കുകൾ കേട്ടപ്പോൾ ആമിൻഷ വല്ലാതെ ആവേശവാനായി.

"അതെ അതെ നിനക്കപ്പോൾ അത് മനസ്സിലായല്ലോ."

"അത് കേൾക്കുന്നവരുടെ മിസ്റ്റേക്കാണ്. നമ്മുടേതു മാത്രമായ ഈ യാത്രയിൽ ഈ ഗാനം കേട്ടിട്ട് നിനക്ക് ഉത്തേജനമുണ്ടായോ? ഞൊടിയിടയിൽ നിന്റെ ഭാര്യയെ പ്രാപിക്കണമെന്ന് തോന്നിയോ."

"എന്താണ് നീ പറയുന്നത്. ഞാൻ വെറുമൊരു ഞരമ്പ് രോഗിയാണെന്ന് കരുതിയോ."

"എനിക്ക് പറയാനുള്ളതും അതുതന്നെയാണ്. വികാരങ്ങളെ അവനവന്റെ വരുതിക്കു നിർത്തിയാൽ ഒന്നിലും അശ്ലീലത കാണാനാകില്ല."

ആമിൻഷായോട് പറഞ്ഞ ആ വാക്കുകൾ തന്നെ വലിയ തങ്ങളോടും ആവർത്തിക്കണം; നീ നിന്റെ വികാരങ്ങളെ നിലയ്ക്ക് നിർത്ത്. എന്റെ വസ്ത്രധാരണത്തിൽ നിനക്ക് ഉത്തേജനമുണ്ടായാൽ അത് നിന്റെ വികാരങ്ങളിലെ ദൗർബല്യമാണ്.

ഏഴ്

ഉറങ്ങാൻ തുടങ്ങിയപ്പോൾ പേടി തോന്നി. അല്പം വെളിച്ചം കണ്ട് കണ്ണുകളടയണം. അല്പം നാദം കേട്ട് കാതുകൾ ശൂന്യമാകണം. ഈ തടവറയിൽ ഒരു മിന്നാമിന്നിന്റെ വെട്ടം പോലുമില്ല. ജീവിതം എന്നു മുതലോ ഇരുട്ടായി തുടങ്ങിയിരുന്നു. അപ്പോഴൊക്കെ കൂടുതൽ കൂടുതൽ പ്രകാശത്തെ കൊതിച്ചു.

മേലാകെ ചൊറിയുന്ന രോമകുപ്പായത്തെ കാലുകൊണ്ട് വലിച്ചു നീക്കി പതിയെ എഴുന്നേറ്റു. അപ്പോൾ ഉള്ളിൽ നിന്നുയർന്ന നെടുവീർപ്പിൽ നിശ്ശബ്ദത ഭഞ്ജിക്കപ്പെട്ടു. ജാലകം തുറന്നിടാൻ പേടി തോന്നിയതിനാൽ പലകയിലെ ചിതൽ വീഴ്ത്തിയ തുളകൾക്കിടയിലൂടെ കണ്ണുകൾ പുറത്തേക്കു പായിപ്പിച്ചുകൊണ്ട് ചുമരിൽ ചാരി നിന്നു. മനുഷ്യകോലങ്ങൾപോലെ കൂരിരുട്ട് അവിടവിടെ പതിയിരിക്കുന്നു. ഏറെ നോക്കി നിന്നപ്പോൾ അവ്യക്തമായ് തെളിയുന്നതെങ്കിലും കാഴ്ചകൾ ദൃശ്യമായി. നിരനിരയായി ചെറുപിരമിഡുകൾ പോലെ ഓലമേഞ്ഞതും ടാർപ്പോളിൻകൊണ്ടു മറച്ചതുമായ ഒട്ടേറെ ചെറുകുടിലുകൾ. കമ്പികൂ

ടുകളിൽ പാർക്കുന്ന നേരംതെറ്റി ഉണർന്ന ഏതോ കോഴിയുടെ കൂവൽ. വെളുത്ത പഞ്ഞികെട്ടുകൾ കുടിലിന് മുന്നിൽ കൂടെക്കൂടെ അനങ്ങുന്നു. കൂടെ നാല്ക്കാലികളുടെ ഞരക്കങ്ങളും.

ആത്മീയാചാര്യന്റെ മണിമാളികയ്ക്കു മുന്നിൽ ഒരുപാടൊരുപാട് ദരിദ്ര കുടിലുകൾ.

അതിനുമപ്പുറത്തെ ചെറുകുന്നുകളിൽ മത്താപ്പൂമാതിരി പ്രകാശം മിന്നിമായുന്നു. നിരത്തിലൂടെയുള്ള വാഹനങ്ങളുടെ യാത്ര. ഈ പാതി രാവിലും വാഹനങ്ങളൊഴുകുന്നുണ്ട്.

ഏതോ ഒരു പൈക്കിടാവ് ഒച്ചവച്ചപ്പോൾ ആട്ടിൻകുട്ടിയും ഉറക്കെ കരഞ്ഞു. അതൊരു ഓർമ്മപ്പെടുത്തലായി തോന്നി; ആവർത്തിച്ചു കൊണ്ടിരിക്കുന്ന ഓർമ്മപ്പെടുത്തൽ.

അടുക്കള തളത്തിലെ വട്ടചരുവത്തിൽ രക്തത്തിൽ മുങ്ങിയ ശിരസ്സിൽ നിർജ്ജീവമായ കണ്ണുകൾ ഓർമ്മയിലേക്കു തള്ളി വന്നു. ആ കണ്ണുകളിൽ കണ്ണുനീർ കട്ടപിടിച്ചിരുന്നു. ഛേദിച്ച കണ്ഠത്തിൽ നിലച്ചിട്ടില്ലാത്ത ചോരയും. വല്ലപ്പോഴും ഒന്നു തലോടുമ്പോൾ മുട്ടിയുരുമ്മി പുറത്തിടാറുണ്ടായിരുന്ന അല്പം നാവ് പാടേ തള്ളിയിരുന്നു. മേഘവർണ്ണങ്ങൾ പടർന്ന നീണ്ടകാതുകൾ രക്തത്തിൽ മുങ്ങിക്കിടന്നിരുന്നു.

ഉറക്കമുണർന്നിട്ട് ബംഗ്ലാവ് വീടിന്റെ മാർബിൾ പടവുകളിറങ്ങുമ്പോൾ ചില്ലുജാലകത്തിലൂടെ പുറം ലോകം നോക്കുക പതിവാണ്. അന്ന് തൊഴുത്തിനപ്പുറത്ത് ആരൊക്കെയോ കൂടി നിന്നിരുന്നു. ആമിൻഷ സുബ്ഹിക്കേ എഴുന്നേറ്റ് നിസ്കരിക്കും. ഭാര്യയെയും ഉണർത്തി നമസ്കരിപ്പിക്കുകയെന്നത് അവന്റെ കടമകളിലൊന്നായി അവൻ കരുതിയിരുന്നു. സമയാസമയങ്ങളിൽ ഇണയെ നമസ്കരിക്കാൻ ഓർമ്മപ്പെടുത്തിയാൽ അവനും കിട്ടുമത്രെ പുണ്യം!

അവനോടൊപ്പം അവളേയും അങ്ങനെ സ്വർഗ്ഗത്തിലേക്കു തള്ളി വിടും.

അന്ന് മാസമുറയിലായതിനാൽ താമസിച്ചായിരുന്നു എഴുന്നേറ്റത്. പടവുകളിറങ്ങുമ്പോൾ പ്രത്യേകമൊരു ഗന്ധം തോന്നി. ചോരയുടെ മണം. വെറും തോന്നലാണെന്ന് മനസ്സിനെ ശാസിച്ചു. മാസമുറയുണ്ടാകുമ്പോഴുള്ള അങ്കലാപ്പാകാമെന്നു കരുതി.

പണിക്കാരികൾ അന്ന് വല്ലാതെ തിരക്കു കൂട്ടിക്കൊണ്ടിരുന്നു. ഹസീന മാത്രം അടുക്കള തളത്തിൽ ഖിന്നയായ് നിന്നിരുന്നു. പ്രഭാതത്തിൽ സാധാരണ തുണിയലക്കലാണ് അവളുടെ പതിവ്. അവളുടെ വിടർന്ന കണ്ണുകൾ വല്ലാതെ കലങ്ങിയിരുന്നതു കണ്ട് ഉമ്മലുവോ സൈനബയോ അവളെ ശകാരിച്ചിട്ടുണ്ടാകാമെന്നു സംശയിച്ച് കൈയുയർത്തി ആംഗ്യത്താൽ അവളോട് സംഗതി ആരാഞ്ഞു. അപ്പോൾ ഹസീന തളത്തിലെ ചരുവത്തിലേക്കു കൈചൂണ്ടി വിതുമ്പി. അതു നോക്കി അറിയാതെ വിളിച്ചു പോയി

"എന്റെ റബ്ബേ"

തന്നിൽ നിന്നുയർന്ന നിലവിളികേട്ട് പരിചാരകർ അന്ധാളിച്ചു നിന്നു. കുഞ്ഞിനെ ഒക്കത്തിരുത്തി കൊഞ്ചിക്കുന്നുണ്ടായിരുന്ന റസിയ ഓടി വന്നു ആശ്ചര്യത്തോടെ തിരക്കി.

"എന്തുപറ്റി എന്തുപറ്റി"

ഹസീന കൈ ചൂണ്ടിയപോലെ അടുക്കളത്തളത്തിലെ വട്ടചരുവ ത്തിലേക്കു കൈചൂണ്ടി കാണിച്ചുകൊടുത്തപ്പോൾ നിർദ്ദയയായി അവൾ കുറ്റപ്പെടുത്തി.

"ഇതിനാണോ ഇത്ര രാവിലെ വിളിച്ചു കൂവണത്."

ഈച്ചകൾ പൊത്തുന്ന ചരുവത്തിലേക്ക് എത്തിനോക്കിയിട്ട് റസിയ കുഞ്ഞിനേയും കൊണ്ട് പിന്നാമ്പുറത്തേക്കു നടന്നതും പണിക്കാരികൾ പിന്നെയും അവരുടെ വേലകളിൽ വ്യാപൃതരായി. അവരന്ന് വല്ലാത്ത സന്തോഷത്തിലായിരുന്നു.

"ചെറിയൊരു കത്തിയെടുക്ക്"

ആമിൻഷ അടുക്കളപ്പുരയുടെ മതിലിൽ തലയിട്ട് ആരോടെന്നില്ലാതെ പറയുന്നതു കേട്ടു. അവന്റെ മുഖവും അന്ന് വല്ലാത്ത സംതൃപ്തിയിലാ യിരുന്നു. എന്തോ ബാദ്ധ്യത കഴിച്ചതിലുള്ള, ചെയ്യേണ്ടത് ചെയ്തു തീർത്തതിലുള്ള തൃപ്തി.

ആമിൻഷയുടെ ആവശ്യമറിഞ്ഞ ഉമ്മുലു മൂർച്ചയുള്ള ഒരു കറി കത്തി മതിൽപ്പുറത്തൂടെ ഉയർത്തി പിടിച്ചപ്പോൾ ആമിൻഷായുടെ കൈകൾ അതു ഏറ്റുവാങ്ങി. പാത്രം കഴുകാനിരുന്ന സൈനബ അതു കണ്ട് ഉമ്മുലുവിലേക്ക് കള്ളകണ്ണുകളെറിഞ്ഞു. എന്നാൽ ഉമ്മുലുവിന്റെ മിഴികൾ തന്റെ നേരെ തിരിയുകയായിരുന്നുവോയെന്ന് സംശയിച്ചുകൊണ്ട് ഹസീനയുടെ അരികിലേക്കു തെല്ലു മാറി നിന്നാരാഞ്ഞു.

"എന്താണ് സംഭവിച്ചത്?"

അടക്കിപ്പിടിച്ച തേങ്ങലായിരുന്നു മറുപടി. പുറത്തുകേൾക്കാതി രിക്കാൻ കൈകൊണ്ട് അവൾ ചുണ്ടുകൾ അമർത്തിപിടിച്ചു. വിതുമ്പ ലാൽ ചെറിയ മാറിടം ഉയരുകയും താഴുകയും ചെയ്തു. കലങ്ങിയ കണ്ണു കളിൽ നിന്നും നീർച്ചാലുകൾ പൊട്ടി തട്ടത്തിൽ വീണപ്പോൾ അറിയാതെ അവളുടെ ശബ്ദം ഉച്ചത്തിലായി.

"മമ്മുവിനെ അവർ"

ചുവന്ന ചരടിൽ ഏലസ് തൂക്കിയിട്ട അല്പം മുളച്ച കൊമ്പ് കുലുക്കി ഓടിവരുന്ന മമ്മുവിനെ അടുക്കള തളത്തിലാകെയാരാഞ്ഞു. വെളുത്ത മേഘവർണ്ണങ്ങളിൽ ചാരനിറംപൂണ്ട ചെറുചെറു പൊട്ടുകൾ വിതറിയ മിനുത്ത രോമങ്ങളുള്ള മമ്മുവിനെ എങ്ങും കാണാൻ കഴിഞ്ഞില്ല. മമ്മുവെന്ന നാമം ഫെയ്സിയാണ് ആദ്യമായി വിളിച്ചത്. റസിയ ഗർഭി ണിയായിരുന്നപ്പോഴായിരുന്നു മമ്മുവിന്റെ ജനനം. അവന്റെ ജനനം ബംഗ്ലാവ് വീട്ടിൽ വലിയ വാർത്തയായിരുന്നു. അവനോടൊപ്പം പിറന്ന മറ്റു രണ്ടുപേരിൽ ഒരാൾ ചാപിള്ളയായിരുന്നെന്നും മറ്റവൾ ഭൂമിയിൽ വീണപ്പോൾ ചത്തുവെന്നും മമ്മു മാത്രം അതിജീവിച്ചുവെന്നുമുള്ള

അത്ഭുത വാർത്തകൾ ബംഗ്ലാവ് വീട്ടിലെ പരിചാരകരുടെ നാവിൽ ഏറെ ദിവസം തങ്ങി നിന്നിരുന്നു. പെറ്റിട്ടയുടനെ അവൻ എഴുന്നേറ്റ് മൂന്നു പ്രാവശ്യം സുജൂദ് ചെയ്തുപോൽ. ഉടനെ തന്നെ തള്ളയുടെ അകിടിൽ നിന്നും പാല് മൊത്തിയത്രെ! സാധാരണ ആടുമാടുകളിൽ നിന്നും അവർ മമ്മുവിന് വ്യത്യസ്തത നല്കി പരിചരിച്ചു. ഗർഭത്തിലായിരുന്നപ്പോഴേ അമ്മായി നേർച്ചക്ടാവാക്കാമെന്ന് സങ്കല്പിച്ചതിലാണത്രെ മമ്മുവിന് പ്രത്യേക കഴിവുകളുണ്ടായതെന്നും അവർ വിശ്വസിച്ചു.

നേർച്ച എന്താണെന്നും എങ്ങനെയെന്നും അന്നൊന്നും ആരാഞ്ഞിരുന്നില്ല. അതൊക്കെ ആദ്യമായി കേൾക്കുന്ന പുതിയ അറിവുകളായിരുന്നു. തന്റെ സംശയങ്ങൾ ബംഗ്ലാവ് വീട്ടുകാർ പുച്ഛിച്ചു തള്ളുകയാണ് പതിവ്. മൂക്കത്തു വിരൽ വച്ച് അത്ഭുതപ്പെടും അവർ. - എന്റെ റബ്ബേ ഇബ്‌ലീസിന്റെ നാക്ക് ഭരിക്കണതല്ലാതെ എന്ത് പറയാൻ.

അങ്ങനെ ഇബ്‌ലീസിനെ ആട്ടിയകറ്റുന്നതു പോലെ മരുമകളുടെ നാവിലെ വാക്കുകളെയും അമ്മായി ശപിച്ചു തള്ളുക പതിവാണ്.

റസിയയുടെ പെൺകുഞ്ഞിന്റെ കന്തറുപ്പിനും അമ്മായി ആ നാവിനെ ഒരുപാട് പ്രാകിയിരുന്നു.

പ്രസവ ശുദ്ധി വരുത്തി കുളിക്കുന്നതിന് നാല്പത് കുളിയെന്നാണ് പറയാറ്. കുഞ്ഞ് ആണാണെങ്കിൽ ഒറ്റ വരുന്ന ദിവസവും പെണ്ണാണെങ്കിൽ ഇരട്ട വരുന്ന ദിവസവുമാണ് നാല്പത് കുളി. റസിയയുടെ കുഞ്ഞ് പെണ്ണായതിനാൽ നാല്പതാം നാളിലേക്കായി ആ ചടങ്ങു വച്ചു. ബന്ധുക്കളൊക്കെ കുഞ്ഞിനെ കാണാൻ അന്ന് സ്വർണ്ണാഭരണങ്ങളുമായി എത്തിയിരുന്നു.

റസിയയുടെ കുഞ്ഞ് അവളുടെ അമ്മായിയുടെ മടിയിൽ കിടന്ന് സുഖമായ് ഉറങ്ങുന്നതും നോക്കി നിന്നു. ചടങ്ങു നടത്തുമ്പോൾ ഭർത്താവിന്റെ ബന്ധുക്കളെ മുന്നിൽ നിർത്തണമെന്നത് അലിഖിത നിയമമായി അവർ വിശ്വസിച്ചിരുന്നു. റസിയയുടെ അമ്മായി കുഞ്ഞിനെ ചേർത്തുപിടിച്ച് അഹങ്കാരത്തിൽ ഞെളിഞ്ഞിരുന്നതും ഒസ്സാത്തി കർമ്മം തുടങ്ങി; കുഞ്ഞിന്റെ ആദ്യ മുടികളയൽ കർമ്മം. ഒസ്സാത്തിത്തള്ള മൂർച്ചയില്ലാത്ത കത്തി പിഞ്ചുശിരസ്സിൽ പതിയെ മാന്തി. കാതിൽ അലുക്കത്തിട്ട തള്ളയുടെ കണ്ണുകളിൽ തിമിരത്തിന്റെ പാട കട്ടപിടിച്ചു കിടന്നിരുന്നു. കിരുകിരെ ശബ്ദിക്കുന്ന സഞ്ചി തുറന്ന് തള്ള ഉരകല്ല് പുറത്തെടുത്ത് അങ്ങിങ്ങ് തുരുമ്പിച്ച കത്തി തിരിച്ചും മറിച്ചും കല്ലിലുരച്ചു. പഴയ മാമൂലിൽ സഞ്ചരിച്ചിരുന്ന ഒരു സ്ത്രീയായിരുന്നു അവർ. കുഞ്ഞിന്റെ നെറ്റിയിൽ അവരുടെ വിരലുകൾ ബലം വച്ചപ്പോൾ കുഞ്ഞിക്കണ്ണുകൾ മെല്ലെ തുറന്നു തെല്ലു ഞരങ്ങി. എണ്ണമിനുപ്പുള്ള കുഞ്ഞിരോമങ്ങൾ അല്പാല്പമായി അമ്മായിയുടെ മടിയിൽ വിരിച്ച തൂവെള്ള തുണിയിൽ ചിതറിവീണുകൊണ്ടിരുന്നു. ചന്തമുള്ള കൈകാലുകൾ മെല്ലെ വിടർത്താൻ തുടങ്ങിയപ്പോൾ അമ്മായി കാലുകളെ ബലമായി പിടിച്ചു വച്ചു. പിന്നെ റസിയയുടെ അമ്മായി കുഞ്ഞിക്കൈകളേ

യും. നേർത്ത കരച്ചിൽ പെട്ടെന്ന് ഉച്ചത്തിലായതും സ്വയമറിയാതെ താനന്ന് നിലവിളിച്ചുപോയി.

"അയ്യോ ചോര"

"തൊണ്ടതുറന്ന് ശ്രദ്ധതെറ്റിക്കല്ലേ."

ഒസ്സാത്തി തള്ള പൊടിഞ്ഞിളകുന്ന ചോരയിലേക്കു കത്തി ഉരസിക്കൊണ്ട് ശാസനയോടെ തന്നെ നോക്കി. എന്നിട്ട് അടുത്തിരുന്ന ഉരകല്ലിലുരച്ച് കത്തിക്ക് വീണ്ടും മൂർച്ച കൂട്ടി. അതുകഴിഞ്ഞ് രക്തം പുരണ്ടിടത്ത് അല്പം എണ്ണ തേച്ചു തടവിവിട്ടു.

"ഹായ് തൊടക്ക് മുടി പോയല്ലോ. ഇപ്പഴല്ലേ എന്റെ പൊന്നാരക്കുട്ടി ശുത്തിയായുള്ളൂ." റസിയയുടെ അമ്മായി സന്തോഷത്താൽ പറഞ്ഞു.

കരച്ചിലകറ്റാൻ അമ്മായി റസിയയുടെ അമ്മായിയിൽനിന്നും കുഞ്ഞിനെ വാങ്ങി കൈയിൽ കിടത്തി അന്തരീക്ഷത്തിലങ്ങോട്ടുമിങ്ങോട്ടും ചലിപ്പിച്ച് വാവാവോ പാടി. അല്പനേരത്തിനകം ആ കൊച്ചുമിഴികളടഞ്ഞെങ്കിലും വിതുമ്പലുകൾ നെഞ്ചത്ത് ഉയരുന്നതുകണ്ടു.

"ഒണരും മുമ്പേ നമ്മക്ക് ആ കർമ്മം കൂടി അങ്ങ് ചെയ്യാം."

ഒസ്സാത്തി റസിയയുടെ അമ്മായിയോടായി പറഞ്ഞു.

"ഇപ്പഴ് തന്നെ വേണ്വാ. അല്പം കൂടി വലുതായിട്ട് പോരേ" അങ്ങനെ പറയുമ്പോൾ റസിയയുടെ മുഖം വല്ലാതെ മ്ലാനമാകുന്നതു കണ്ടു.

"വലുതാവുമ്പം വേദന അറിയും. ഇപ്പഴേ ആവുമ്പം സാരമില്ല. അങ്ങ് സൗദ്യലക്ക പെറ്റ അന്ന് തന്നെ ചെയ്യൂന്നാണ് അവൻ പറഞ്ഞത്. ഇന്നലേം ചെറുക്കൻ വിളിച്ചിരുന്നു. കർമ്മങ്ങൾക്കൊന്നും ഒരു കൊറവും വരുത്തല്ലേ ഉമ്മാന്ന് പറഞ്ഞു."

റസിയ കുഞ്ഞിനെ അവളുടെ അമ്മായിയെ ഏല്പിച്ച് തൊട്ടിൽ മുറിയിലേക്ക് നടക്കുമ്പോൾ കുഞ്ഞ് ഉറക്കത്തിൽ ഒച്ച വച്ചു.

"ഒരു പലക എടുക്കീം."

ഒസ്സാത്തി ആരോടെന്നില്ലാതെ പറഞ്ഞു. വൃത്തിയാക്കി പെയിന്റ് തേച്ച് സൂക്ഷിച്ചിരുന്നൊരു തടിതുണ്ട്, കുഞ്ഞിനെക്കാളും അല്പം നീളത്തിലുള്ളൊരു പലക ആരോ വയസ്സിക്ക് നല്കി.

"എല്ലാരും നീങ്ങി നിക്കീം"

അമ്മായി അങ്ങനെ കല്പിച്ചിട്ടും രംഗം ഒഴിയാൻ താല്പര്യം കാണിക്കാതെ പണിക്കാരികൾ അങ്ങോട്ടുമിങ്ങോട്ടും അല്പം മാറി ചുറ്റിപ്പറ്റി നിന്നു.

"കന്തറുക്കണത് നമ്മക്ക് കാണണ്ട ഇത്താ"

ഹസീന രഹസ്യമായ് തന്നോടു പറഞ്ഞപ്പോൾ ആ പെൺകുട്ടിക്ക് അനിഷ്ടമായതെന്തോവാണ് ഈ കന്തറുക്കലെന്ന് മനസ്സിലായി. അതുകൊണ്ട് വിതുമ്പിയുറങ്ങിയ കുഞ്ഞിന്റെ ഇളം കൈകൾ ചുണ്ടോട് ചേർന്നിരുന്നത് നോക്കി മെല്ലെ മാറി നിന്നു.

"വാവാ നീയും വേണം രംഗത്ത്."

അമ്മായി തന്നെ ആഗതം ചെയ്തപ്പോൾ എന്തോ മഹാകർമ്മമാണ്

നടക്കാൻ പോകുന്നതെന്ന് തോന്നി. അമ്മായി കുഞ്ഞിന്റെ കൈകളെ വീണ്ടും ബലമായ് പിടിച്ചു.

എന്തൊരു സുന്ദരമാണാകാലുകൾ. മനസ്സു മന്ത്രിച്ചു.

റസിയയുടെ അമ്മായി അവ ബലമായ് വിടർത്തി. ഒസ്സാത്തി കൈയിൽ കരുതിയ കത്തി ഒരിക്കൽക്കൂടി ഉരച്ച് മൂർച്ച കൂട്ടിയപ്പോൾ കുഞ്ഞിന്റെ ശരീരത്തിലെ കുഞ്ഞുരോമങ്ങളും പിഴുതെറിയുന്നുവോ വെന്ന് തെല്ലു സംശയിച്ചു. തളർന്നുറങ്ങിയ കുഞ്ഞ് ചെറുതായൊന്നു ഞരങ്ങി. ഒസ്സാത്തി തള്ള കുഞ്ഞിന്റെ ഗുഹ്യഭാഗത്തെ റോസാമൊട്ടു പോലുള്ള ഭാഗത്തെ അവരുടെ നേർത്തു ചുളിഞ്ഞ ഇടംകൈയിലെ രണ്ടു വിരലുകൾക്കിടയിലൊതുക്കി എന്തോ മന്ത്രിച്ചുകൊണ്ട് കത്തി ചേർത്തതും അറിയാതെ നിലവിളിച്ചു പോയി. ആ വിളി കുഞ്ഞിന്റേതു മായി ഇടകലർന്നെങ്കിലും കുഞ്ഞിന്റേതിനായിരുന്നു തീവ്രതയുണ്ടായി രുന്നതെന്ന് തിരിച്ചറിഞ്ഞു. കുഞ്ഞിന്റെ മൂത്രനാളിയിലൂടെ ചോരയൊഴു കുന്നതും നോക്കി സ്തബ്ധയായ് നിന്നപ്പോൾ അനങ്ങുന്ന പിഞ്ചിളം കൈകാലുകൾ രണ്ടു അമ്മായിമാരുടെ ബലിഷ്ഠ കരങ്ങൾക്കുള്ളിലമരു ന്നതു കണ്ടു.

"ഒന്നൂല്ല. ഒന്നൂല്ല. ഇപ്പോഴല്ലേ പൊന്നാരകുട്ടി പെണ്ണായുള്ളൂ."

റസിയയുടെ അമ്മായിയുടെ വാക്കുകൾ. അത് കുഞ്ഞിന്റെ കരച്ചി ലിനിടയിൽ ദുർബ്ബലമായിക്കൊണ്ടിരുന്നപ്പോൾ പണിക്കാരികളിലാരോ പറ ഞ്ഞു.

"പണ്ടൊന്നും ഇങ്ങനേന്നും ഇല്ലായിരുന്നു."

"അന്നൊന്നും ആരുക്കും അറിഞ്ഞൂടാരുന്നു. എന്റെ ആണും പെണ്ണും മക്കളെല്ലാം ഗൾഫിലാണ്. അവര് അവരുടെ കുട്ടികളുക്കൊക്കെ ഈ ചടങ്ങ് ചെയ്തിട്ടുമുണ്ട്." റസിയയുടെ അമ്മായി അഹങ്കാരം പറച്ചി ലിൽ മുഴുകിക്കൊണ്ടിരുന്നു.

"എന്നാലും നമ്മള നാട്ടില് ഇങ്ങനേക്ക. ഗർഫ്കാര കൊറേ പക്കാര ങ്ങളേ."

പണിക്കാരി വീണ്ടും പറഞ്ഞു.

വിദ്യാഭ്യാസം കുറഞ്ഞവളെങ്കിലും ആ പരിചാരികയെ പിന്താ ങ്ങാതെ നില്ക്കുന്നതിൽ നിസ്സംഗത തോന്നി.

കുഞ്ഞ് പെട്ടെന്ന് മൂത്രമൊഴിച്ചു. ചോരയും മൂത്രവും കലർന്ന ജലം വെളുത്ത തുണിയിൽ പടർത്തി കുഞ്ഞ് വാവിട്ടു നിലവിളിച്ചു. അതു കേട്ട് ഓടിവന്ന റസിയയുടെ കണ്ണുകളും വല്ലാതെ കലങ്ങിയിരിക്കുന്നതു കണ്ടു. പിന്നെ മൗനം പാലിക്കാനായില്ല.

"അതേ ഇത് ഗൾഫ് സംസ്കാരത്തിന്റെ കുടിയേറ്റമാണ്. കരയാനും വിസർജ്ജിക്കാനും മുല ഈമ്പാനും മാത്രമറിയാവുന്ന ഈ പാവം കുഞ്ഞിനെ നിങ്ങൾ എന്തു ചെയ്യുന്നു." കൂടി നിന്നവരോടാരാഞ്ഞു.

വെളുത്ത തുണിതുണ്ടിൽ എന്തോ ദ്രാവകം മുക്കി മുറിവിൽ ഒട്ടി

ച്ചിട്ട് ഓസ്സാത്തി തന്റെ നേരേ നോക്കി ക്രുദ്ധയാകാനൊരുങ്ങിയപ്പോൾ

"മരുമോളാ, ആമിൻഷാന്റെ പെണ്ണ്." - അമ്മായി യാചനാ സ്വര ത്തിൽ ഒസ്സാത്തിയോടു പറഞ്ഞു.

"ങ്ഹും ആരായാലെന്താ" - ഒസ്സാത്തി കത്തി കഴുകി ഉറയിൽ തിരുകി എഴുന്നേറ്റെങ്കിലും തിമിരം തളച്ച തള്ളയുടെ നോട്ടം മരുമകളി ലാണെന്നു കണ്ട് അമ്മായി വീണ്ടും പറഞ്ഞു.

"ഹോ ഇബ്‌ലീസ് എന്റെ കുട്ടിയക്കൊണ്ട് അങ്ങന പറയിപ്പിച്ചതാണ്. ശമിക്കീം താത്ത."

അന്യരുടെ സാന്നിദ്ധ്യത്തിൽ അമ്മായിയങ്ങനെ മരുമകളെ ഉയർത്തി കാട്ടിയെങ്കിലും കർമ്മം, കൂടാൻ വന്നവർ പോയ്ക്കഴിഞ്ഞപ്പോൾ മരുമ കളുടെ നാവിൻ തുമ്പത്തെ ഇബിലീസിനു നേരെ ശാപവാക്കുകളെറി ഞ്ഞു കുടിയൊഴിപ്പിക്കാൻ കൂട്ടയോതൽ നടത്തി.

ഭൂമിയിൽ പിറന്നുവീണിട്ട് ഏതാനും ദിവസങ്ങൾ മാത്രമായ കുഞ്ഞിനെ ദ്രോഹിക്കുന്ന കർമ്മം, അവളുടെ കുഞ്ഞിന്റെ അമ്മയെ വേദ നിപ്പിക്കുന്ന കർമ്മം, ആ കർമ്മം പിൻതുടരുന്നവരുടെ ദേഹത്ത് പിടു ത്തമിടുന്ന ഇബ്‌ലീസിനെയാണ് ആദ്യം ഒഴിപ്പിക്കേണ്ടതെന്ന് അവരോ ടായി തർക്കിച്ചു.

മരുമോളിലെ ചെറുചെറു പൊട്ടിത്തെറികൾകണ്ട് അമ്മായി ആമിൻഷായോട് പറഞ്ഞ് ഉസ്താദിനാൽ ഓതിച്ച് ഏലസ്സ് കെട്ടിപ്പിച്ചു. സ്വർണ്ണത്തകിടിൽ തീർത്ത കാൽ പവൻ ഏലസ് കറുത്ത ചരടിൽ കെട്ടി കഴുത്തിൽ അണിയിച്ചു തന്നു. അതുകണ്ടപ്പോൾ *ന്റുപ്പുപ്പാക്കൊരാനയു ണ്ടായിരുന്നു*വിലെ കുഞ്ഞുപാത്തുവിനെയാണ് അന്ന് ഓർമ്മവന്നത്.

മമ്മുവിന്റെ കഴുത്തിലും അത്തരത്തിലുള്ള ചുവന്ന ചരടിൽ കെട്ടിയ ഏലസ്സാണ് തൂക്കിയിരുന്നത്. പിച്ചള തകിടിൽ തീർത്തതും ഉസ്താദിനെ കൊണ്ടോതിപ്പിച്ചതുമായ മന്ത്ര ഏലസ്സായിരുന്നു അത്. എന്നും പ്രഭാത ത്തിൽ കലിമ ചൊല്ലി കുളിപ്പിക്കുക പതിവാണ്. മറ്റു നാല്ക്കാലികൾക്ക് പ്രവേശനമില്ലാത്തിടത്തൊക്കെ മമ്മു കയറിയിറങ്ങിയാലും ആരും പ്രതി ഷേധിക്കാറില്ല. ചിലപ്പോൾ അതിഥികൾ വിശ്രമിക്കുന്ന മുറിയിൽ ഉമ്മുലു അവനെ ആനയിപ്പിക്കും. അമ്മായിയും ആമിൻഷായും അപ്പോൾ ആരാ ധനയോടെ അവനെ നോക്കി സൂക്തങ്ങളോതി മമ്മുവിന്റെ ശിരസ്സിലൂതും. റസിയ പ്രാർത്ഥനയോടെ മുട്ടുകുത്തി മമ്മുവിനെ കുമ്പിടും. റസിയ നിറ ഗർഭിണിയായിരുന്ന വേളയിൽ അവൾക്ക് എന്തെങ്കിലും ഏനക്കേട് തോന്നിയാൽ ഉടനെതന്നെ അമ്മായി അവളുടെ വയറുഴിഞ്ഞ നാണയ തുട്ടുകൾ ശീലയിൽ പൊതിഞ്ഞ് മമ്മുവിന്റെ കഴുത്തിൽ തിരുകുമായി രുന്നു. ഏലസ്സിന് ചുറ്റും നാണയ തുട്ടുകൾ കിലുക്കി അവൻ അങ്ങനെ നടക്കും.

ആമിൻഷയാണ് മമ്മുവിനെ കുളിപ്പിച്ചിരുന്നത്. ആ പ്രാണിയെ ശുദ്ധ മാക്കുന്നതിലൂടെയുള്ള പുണ്യം അവനു കിട്ടുമത്രെ. ആ ജലത്തിലൂടെ പാപങ്ങൾ ഒഴുകിപ്പോകുമത്രെ! അങ്ങനെ ലഭിക്കുന്ന മോക്ഷം പണിക്കാർ

അനുഭവിക്കുന്നതെന്തിന്?

മമ്മുവിന്റെ പിന്നാലെ എപ്പോഴും ഹസീനയുണ്ടാകും. അവനെ മറ്റു കാലികൾ ആക്രമിക്കാതെ നോക്കണം. സമയാസമയങ്ങളിൽ ആഹാരം കൊടുക്കണം. പുറത്തെങ്ങും പോകാതെ സംരക്ഷിക്കണം. അതൊക്കെ അവളുടെ ചുമതലയിൽപ്പെട്ടതായിരുന്നു. മറ്റു പണിക്കാരത്തികൾ ശണ്ഠ പറയുമ്പോൾ, അമ്മായി അവളുടെ കേൾവിക്കുറവിനെ കുറ്റം പറഞ്ഞ് പിടിച്ചു തള്ളുമ്പോൾ, റസിയയവളെ മർദ്ദിക്കുമ്പോൾ ഹസീന മമ്മുവിനെ തിരയും. അവനരികിൽനിന്ന് ഹസീന പലതും പിറിപിറുക്കുന്നതു കേൾക്കാമായിരുന്നു.

- വേലക്കള്ളിക്കു പിള്ളസാക്ഷി.

ഏപ്പോഴും നീ അതിന്റെ പെറകേ നടക്കേന്നും വേണ്ട പെണ്ണേ.

അങ്ങനെ പലതും പറഞ്ഞ് ഹസീനയെ പണിക്കാരികൾ കുറ്റപ്പെടുത്തും.

പാവം തോന്നും ആ കുട്ടിയോട്.

കുന്നോളം തുണികളാണ് അവൾ ഒരു ദിവസം അലക്കിയെടുക്കുന്നത്. പുറത്തെ കുളിപ്പുരയ്ക്കു നേരെയുള്ള തിണ്ണയിൽ പണിക്കാരികളാരെങ്കിലും വലിച്ചെറിയുന്ന മുഷിഞ്ഞ തുണികൾ ഓരോന്നായി വെള്ളത്തിൽ താഴ്ത്തുമ്പോഴാകും വെള്ളം കോര് പെണ്ണേയെന്നുള്ള മറ്റൊരു വിളി. യഥേഷ്ടം പൈപ്പുണ്ടെങ്കിലും കുറച്ചുവെള്ളമെങ്കിലും തൊട്ടിയിൽ കോരിയെടുക്കണമെന്നത് അമ്മായിയുടേതായ ശാസനയാണ്. എങ്കിലേ വെള്ളം ഊറുകയുള്ളുവത്രെ. ആ പണി എപ്പോഴും ഹസീനയാണ് ചെയ്യാറ്.

യജമാനത്തിയുടേതോ യജമാനൻമാരുടേതോ മാത്രമല്ല ആ പെൺകുട്ടി കഴുകി തീർക്കുന്നത്. പണിക്കാരത്തികളുടേതുമുണ്ടാകും അക്കൂട്ടത്തിൽ. മുറ്റമടിക്കുക, തുണികൾ വിരിച്ചിടുക അങ്ങനെയങ്ങനെയുള്ള ചെറുജോലികളേ ഹസീനയ്ക്കുള്ളുവെന്നാണ് അമ്മായിയുടെ പക്ഷം. വലിയ കട്ടിലിൽ കാലുനീട്ടി ചുമർചാരിയിരുന്ന് സദാസമയവും വെറ്റില താമ്പാളത്തിൽ കൂട്ടുകൾ തിരയുന്ന അമ്മായി അടുക്കളപ്പുറത്തെ വിശേഷങ്ങളാരായാൻ വല്ലപ്പോഴും മാത്രമേ പുത്തിറങ്ങാറുള്ളൂ. അന്ന് ബംഗ്ലാവ് വീട് കിടുങ്ങുകയും വേലക്കാരികൾ നിശ്ശബ്ദരാകുകയും ചെയ്യും. ചീത്ത വിളി കൂടുതലും ഹസീനയ്ക്കാണ് കേൾക്കേണ്ടി വരുന്നത്. പല വേലക്കാരികളും അമ്മായിയോട് ശണ്ഠകൂടി പിരിഞ്ഞു പോയതിനാൽ ഇപ്പോൾ ചെറുപ്പക്കാരികളോടത്ര പോരെടുക്കാറില്ല.

“അവൾക്ക് ഇവിടെ ഒരു ജോലീല്ല. പിന്നെ ആരും ഇല്ലാത്ത പെണ്ണല്ലേന്ന് കരുതിയാ. ഇന്നാ ഇത് വച്ചോ.”

മാസാമാസം ശമ്പളക്കാശ് വാങ്ങാൻ വരുന്ന ഹസീനയുടെ ഉമ്മയോട് അമ്മായി സ്ഥിരം പറയാറുള്ളതാണ്. ചെറിയൊരു സംഖ്യ ഹസീനയുടെ ഉമ്മയുടെ കൈയിൽ കൊടുക്കുമ്പോൾ എന്തോ പുണ്യ പ്രവർത്തി ചെയ്ത പ്രതീതിയാൽ കരിവാളിപ്പ് വീണ കൺതടങ്ങളും

കവിളും പ്രകാശിതമാകുന്നത് കണ്ടിട്ടുണ്ട്.

"പത്തുപന്ത്രണ്ട് വയസ്സായ പെണ്ണല്ലേ. എളേതായി ഇനീം ഉണ്ട്" ഹസീനയുടെ ഉമ്മ ഒരിക്കൽ പായാരം ചൊല്ലുന്നത് കേട്ടിരുന്നു.

ആ വീട്ടിലെ അഞ്ചു വേലക്കാരികൾ ചെയ്യുന്ന പണി ഹസീന ഒറ്റയ്ക്കു ചെയ്യുന്നുണ്ടെങ്കിലും തുച്ഛമായ വേതനമാണ് അവൾക്കു നല്കുന്നത്. അവളോടുള്ള ചൂഷണം സഹിക്ക വയ്യാതെ ഒരിക്കൽ ആമിൻഷായോടു പറഞ്ഞു.

"ആ കുട്ടി എന്തുമാത്രം പാടുപെടുന്നൂ എന്തു കഷ്ടാണ്."

"പെൺകുട്ടികൾ വീടുപണി ചെയ്തുതന്നെ വളരണം."

അനുകൂലാഭിപ്രായം പ്രതീക്ഷിച്ചിട്ടല്ലെങ്കിലും അന്നങ്ങനെ പറഞ്ഞുപോയി. പറയുന്നതെന്തും തർക്കിച്ച് ശീലമായിപ്പോയവനിൽനിന്നും മറ്റെന്തു പ്രതീക്ഷിക്കാൻ? അഭിപ്രായവും കല്പനകളും പുറപ്പെടുവിക്കുന്ന മേലാളൻമാരോട് മറ്റെന്തു പറയാൻ? ബംഗ്ലാവ് വീട്ടിലെ കല്പനകൾ അമ്മായിയോ ആമിൻഷയോ പുറപ്പെടുവിക്കുകയാണ് പതിവ്. അതു മറ്റു ജനങ്ങളിൽ എത്തിക്കുന്നത് ഉമ്മുലുവും. അവൾ അമ്മായിയുടെ അകന്ന ബന്ധത്തിൽപെട്ടവളായതുകൊണ്ടാകാം ചില ഇളവുകൾ അനുഭവിക്കുന്നത്. ആ ഗർവ്വ് മറ്റുള്ളവരോട് കാട്ടാനുള്ള മിടുക്കിൽ ഉമ്മുലു പലരോടും തട്ടിക്കയറും. അടുക്കള തളത്തിലെ ഒഴുകിയിറങ്ങുന്ന മലിന ജലത്തിൽനിന്നും മീനിന്റെ തുണ്ടുകളോ മറ്റോ കൊത്തിയെടുക്കാൻ വരുന്ന മഞ്ഞിച്ച കൊക്കിനെപ്പോലെ തോന്നും അവളെ കാണുമ്പോൾ. കാലുകൾ നീളം വച്ച് ചുണ്ടല്പം മഞ്ഞിച്ച് ദേഹത്തിന് മാത്രം അല്പം നിറമുണ്ടെന്നല്ലാതെ എടുത്തു പറയാൻ തക്ക സൗന്ദര്യമൊന്നുമില്ല. യുവത്വത്തിന്റേതായ ഇത്തിരി അഴകിൽ അവൾ അഹങ്കരിക്കുന്നൂവെന്നു മാത്രം. ബന്ധുവായതിനാലോവെന്തോ അമ്മായിക്ക് അവളോടല്പം കൂറ് കൂടുതലാണെന്നത് ശരി തന്നെ. പല വിവാഹാലോചനകളും അന്വേഷിച്ചെങ്കിലും ഉമ്മുലുവിന് ആ വീടു വിട്ടുപോകാനിഷ്ടമില്ലത്രെ!

എന്തിന് പോകണം? അടിമ സ്ത്രീ ഉടമയുടെ സ്വത്താണ്. അവളുടെ ലൈംഗികമായ ആവശ്യങ്ങൾ പൂർത്തീകരിച്ചുകൊടുക്കാൻ പോലും ഉടമയ്ക്ക് അവകാശമുണ്ട്. ഉമ്മുലുവിന് യജമാനൻ ഭക്ഷണം നല്കുന്നു. വസ്ത്രം നല്കുന്നു. കിടക്കാൻ ഇടം നല്കുന്നു. പോരെങ്കിൽ അവൾ വിവാഹിതയുമല്ല. ഉടമയിൽ മാത്രം ഒതുങ്ങിയിരിക്കുന്ന അനുവാദം കൊണ്ട് അവളെ അങ്ങ് യഥേഷ്ടം ഉപയോഗിക്കാമത്രെ.

ശുദ്ധവ്യഭിചാരം അല്ലാതെന്തുപറയാം.

ചിലപ്പോൾ ഒരു കുറ്റവാളിയെപ്പോലെ തന്നിൽനിന്നും അവൾ അകന്നു നില്ക്കാറുണ്ട്. ബംഗ്ലാവ് വീട്ടിലെ മരുമകളെ തൃപ്തിപ്പെടുത്താൻ പലതും കാട്ടിക്കൂട്ടാറുണ്ട്. എങ്കിലും അവളിൽ സ്ഥായിയായ ഒരു വിജയീഭാവമുണ്ടെന്ന് പലപ്പോഴും തോന്നിയിട്ടുണ്ട്; നിനക്ക് മുമ്പേ ഞാനാണ് ഞാനാണ് എന്ന വിജയ ഭാവം.

ഛേ. ഓർക്കുമ്പോൾ വല്ലാത്ത അറപ്പു തോന്നും. അവനോട് മാത്ര

മല്ല തന്നോടു തന്നെ.

മാർദ്ദവമുള്ള പട്ടുമെത്തയിൽ കൈകളൂന്നി കാളകൂറ്റനെപ്പോലെ ദേഹത്തേക്കു മറിയുമ്പോൾ ഉമ്മുലുവിന്റെ മുഖം ഓർമ്മയിൽ കയറി പറ്റും. വല്ലാത്ത അറപ്പോടെ അവനെ തൃപ്തിപ്പെടുത്താൻ മാത്രം സഹ കരിക്കുമെങ്കിലും പാഞ്ഞടുക്കുന്ന പ്രതികാരങ്ങൾ ചിന്തകളെ എങ്ങോട്ടോ കൊണ്ടുപോകും. കുന്നിൻ ചെരുവിലേക്കു മറഞ്ഞ ആ മുഖം മനസ്സിൽ എടുത്തുവച്ച് ആമിൻഷായുടെ മുഖം മെല്ലെ പുറന്തള്ളുമ്പോൾ ആരോ വിലക്കുന്നപോലെ തോന്നും.

- നീ ചെയ്യുന്നത് പാപമല്ലേ.

- അന്യ സ്ത്രീയെ പ്രാപിച്ചവനെ പിന്നെ ഞാനെങ്ങനെ തൃപ്ത നാക്കും.

പൂജയെന്ന സ്ത്രീയിലെ വിപ്ലവകാരി ഉത്തരം ചൊല്ലും.

- നിന്റെ വെറും തോന്നലല്ലേ. വെറും തോന്നലായ് കരുതിക്കൂടേ

- അങ്ങനെയാകട്ടെ എന്നാണ് എന്റേയും പ്രാർത്ഥന.

എന്നാൽ തോന്നലായിരുന്നില്ല. യാഥാർത്ഥ്യമറിഞ്ഞിട്ടും ചോദിച്ചില്ല. അതവനിലെ അധികാരത്തെ ദൃഢമാക്കി. വേദാന്തം പറഞ്ഞും അവൻ വിശ്വസിക്കുന്ന പ്രസ്ഥാനത്തിൽ അതിനുള്ള അധികാരമുണ്ടെന്ന് പറഞ്ഞും സമർത്ഥിക്കാനൊരുങ്ങി. അപ്പോൾ തോന്നി അവൻ ആ പ്രസ്ഥാനത്തിൽ അന്ധനായത് അവയിൽ അധീശത്വമുള്ളതുകൊണ്ടു മാത്രമാണ്; അവ നിർമ്മിച്ചത് അവന്റെ വർഗ്ഗത്തിൽപ്പെട്ട പുരുഷ പൂർവ്വി കരും.

അവൻ പറഞ്ഞ ഏടുകളിലെ സ്ത്രീ; ഖിന്നയായ് വിലപിച്ചുകൊ ണ്ടിരുന്നോട്ടേ, അസ്വാതന്ത്ര്യത്താൽ കൈകാലിട്ടടിച്ചോട്ടെ, മർദ്ദനത്താൽ ചവിട്ടിയരഞ്ഞോട്ടെ. എങ്ങനെയുള്ളവളായാലും ഒന്നും മിണ്ടരുത്. അങ്ങനെയുള്ളവളാണ് സാക്ഷാൽപെണ്ണ്. അവളെക്കുറിച്ച് അമ്മായിയട ങ്ങുന്ന സമൂഹം പറയും. - അയ്യോ അവൾ പാവം പെണ്ണ്. നാക്കും മൂക്കു മില്ലാത്ത പെണ്ണ്. പച്ച വെള്ളം പോലും ചവച്ചരച്ചേ കുടിക്കൂ.

അത്തരത്തിലുള്ള വേലിക്കെട്ടിനുള്ളിൽ കഴിഞ്ഞ പൂജാബാനുവെന്ന പെണ്ണും നാക്കുംമൂക്കുമില്ലാത്തവളായി മാറുകയായിരുന്നു.

ഒരുനാൾ നവവധുവായി ബംഗ്ലാവ് വീട്ടിലെത്തിയപ്പോൾ ആ പെണ്ണ് അഹങ്കരിച്ചിരുന്നു, ആനന്ദിച്ചിരുന്നു. പട്ടണത്തിൽ കഴിഞ്ഞ ഏകപുത്രിക്കു വിശാലമായ വീട്ടിലെ വധുവാകാൻ കഴിഞ്ഞതിൽ സന്തോഷിച്ചിരുന്നു. അവിടുത്തെ വിശാലമായ പറമ്പിൽ പശുക്കിടാങ്ങൾ മേഞ്ഞു നട ക്കുന്നതും ആട്ടിൻകുട്ടികൾ തുള്ളിച്ചാടുന്നതും കണ്ടിരുന്നു. അവയെല്ലാം അവളുടെ ചങ്ങാതിമാരാകുമെന്നു പ്രതീക്ഷിച്ചിരുന്നു. മുറ്റം നിറയെ പല വർണ്ണ പൂക്കളും അവയെ വട്ടമിട്ടു പറക്കുന്ന ശലഭങ്ങളുമുണ്ടായിരുന്നു. അവയെല്ലാം അവളുടെ സ്വന്തമാകുമെന്ന് കരുതിയിരുന്നു. അവിടെ പാർക്കുമ്പോൾ ആ നവ വധുവിന് വിശാലമായ ആകാശം കാണാമെന്നും വിരുന്നുവരാറുള്ള ആളുകളെ കാണാമെന്നും പണിക്കാരുടെ ഒച്ച

കേൾക്കാമെന്നും മോഹിച്ചിരുന്നു.

കുഞ്ഞുനാളിലുണ്ടായിരുന്ന വലിയൊരു മോഹമായിരുന്നു ഓമനിക്കാനൊരു ഓമനയെ വേണമെന്നുള്ളത്. കുഞ്ഞിരോമങ്ങളുള്ളൊരു ആട്ടിൻകുട്ടി. അതിന് പച്ചില കെട്ടണം. കൂടെ കൊണ്ടു നടക്കണം. മോഹമറിഞ്ഞപ്പോൾ ബാപ്പ പറഞ്ഞു.

- നമ്മുടെ വീട്ടിൽ എങ്ങനെ വളർത്തും കുട്ടീ. പ്രത്യേകം കൂട് കൂട്ടണ്ടേ. ബാപ്പ അന്ന് അങ്ങനെ പറഞ്ഞെങ്കിലും ആഗ്രഹം പിന്നെയും അവശേഷിച്ചു നിന്നു.

ബംഗ്ലാവ് വീട്ടിലെത്തുമ്പോൾ ആ നവവധുവിന്റെ കുഞ്ഞുനാളിലെ മോഹം സഫലീകൃതമാകുമെന്നു തന്നെ കരുതി.. എന്നാൽ അല്പമാത്രമായിരുന്നു ആ ആനന്ദം. കൂട്ടിലടച്ച വർണ്ണക്കിളിക്ക് അവയോട് ചങ്ങാത്തം കൂടാനായില്ല. മൈമു താത്താന്റെ പുത്രവധു അവറ്റകളുടെ കാര്യമന്വേഷിക്കുന്നത് അഭിമാനത്തിന് ചേർന്നതോയെന്നായി ചോദ്യം.

കാലികൾക്കും കിളികൾക്കും പിന്നാലെ പാഞ്ഞു നടക്കുകയോ? അതും യൗവനയുക്തയായ ഒരു പെണ്ണ്. പലരും മൂക്കത്തു വിരൽ വച്ചു.

ഒന്നാം നിലയിലേക്കു പടവുകൾ കയറുമ്പോഴും ഇറങ്ങുമ്പോഴും ഭിത്തിയിൽ തീർത്ത ചില്ലുജാലകത്തിലൂടെ പുറത്തേക്ക് നോക്കുമായിരുന്നു. അവിടെ നിന്നാൽ അടുക്കളപ്പുരയ്ക്കുമപ്പുറത്തെ ആട്ടിൻ കൂടും പശുക്കിടാവിനെ തള്ളപ്പശു നക്കി തുടയ്ക്കുന്നതും കാണാം. ഏറെ നേരം അവറ്റകളുടെ ചലനങ്ങൾ നോക്കി നിന്നു പോയാൽ ആമിൻഷ താക്കീതു ചെയ്യും.

"അതുവഴി ധാരാളം പുരുഷന്മാർ സഞ്ചരിക്കുന്നതാണ്."

പുരുഷൻമാരായ പണിക്കാർ വിശ്രമിക്കുന്നതും വസ്ത്രം മാറുന്നതും തൊഴുത്തിനപ്പുറത്താണ്. അവിടെ നില്ക്കുന്നവർക്ക് ജാലകത്തിനരികിൽ നില്ക്കുന്നവരുടെ നിഴൽ കാണാമത്രെ.! അന്യപുരുഷൻമാർ പത്നിയുടെ നിഴൽപോലും ദർശിക്കുന്നത് അവന് സഹിക്കാനാവില്ല പോൽ.

"എനിക്കിത്തിരി എന്റെ കെട്ടിയോളോട് സ്നേഹക്കൂടുതലുള്ളതു കൊണ്ടല്ലേ. മഹ്ഷറയിൽ പോകുമ്പോൾ നീയും എന്നോടൊപ്പം വേണം." - അവൻ അനുനയിപ്പിക്കും.

മാമൂലുകൾ അടിച്ചേല്പിക്കാൻ അവൻ സ്നേഹം കാട്ടുക പതിവാണ്. സ്വാർത്ഥനാകുമ്പോഴാണ് വാക്കുകളിൽ കൃത്രിമം കാട്ടുന്നതെന്നും പിന്നെപ്പിന്നെ മനസ്സിലായി.

****

ചാളക്കുടിലിലെ കമ്പിക്കൂടുകളിലൊന്നിലെ പൂവൻ കോഴി ചിറകിട്ടടിച്ച് ഉച്ചത്തിൽ കൂവി. അത് പാതിരാക്കോഴിയുടെ നേരം തെറ്റിയ വിളിയല്ല. ദൂരെയെവിടെയോ നിന്നും മറുകൂകലുയർന്നു. ഇരു കുന്നുകൾക്കിടയിലെ ആചാര്യന്റെ ആ കെട്ടിടത്തിലും അങ്ങിങ്ങ് അനക്കം കേട്ടു. സുബഹിന്റെ വിളി ആ കൂറ്റൻ കെട്ടിട ഭിത്തികളിൽ പ്രതിദ്ധ്വനിച്ചു. മറുവശത്തെ ജാലകമല്പം തുറന്നപ്പോൾ അക്കര കുന്നിൽ വെള്ള വീണു തുട

ങ്ങുന്നതു കണ്ടു. അങ്ങിങ്ങ് ചെറിയ കോൺക്രീറ്റ് കെട്ടിടങ്ങളും പായൽ പിടിച്ച് കറുത്ത ഓടുകൾ പാകിയ വീടുകളും. ചിലേടത്ത് വൈദ്യുത ദീപങ്ങൾ മിന്നിത്തുടങ്ങി. പൂവൻ വീണ്ടും അവന്റെ അഹങ്കാരം കാട്ടിയപ്പോൾ വിദൂരതയിലെവിടെയോ നിന്നും വീണ്ടും മറുകൂകൽ. വല്ലാത്ത ആനന്ദം തോന്നി. ഇരു കുന്നുകൾക്കിടയിൽ എന്തെന്തു ദൂരം. എന്നിട്ടും ശബ്ദങ്ങൾ പരസ്പരം കൈമാറുന്നു. നാട്ടിനെ വിളിച്ചുണർത്തുന്നു.

വീട്ടിലായിരിക്കുമ്പോൾ പുലർവേളകളിൽ ചീറിപ്പായുന്ന വാഹനങ്ങളുടെ അല്ലെങ്കിൽ തെരുവു പട്ടികളുടെ ഓരിയിടൽ കേൾക്കുമായിരുന്നു. ഭർത്തൃഗൃഹത്തിലെ പട്ടുമെത്തയിൽ ഉറക്കമില്ലാതെ ഏറെ നേരം തിരയുമ്പോൾ പങ്കയുടെ ഇരമ്പലും. അവ പുറം ശബ്ദത്തെ തടഞ്ഞു നിർത്തും. ധാരാളം കോഴികളുണ്ടെങ്കിലും അമ്മായിയുടെ കോഴികളെന്തേ കൂകാത്തതെന്ന് പലപ്പോഴും ശ്രദ്ധിച്ചിട്ടുണ്ട്. മൈമൂന എന്ന പിടക്കോഴിയുടെ മുന്നിൽ അവിടുത്തെ പൂവൻമാർപോലും കൊക്കൊതുക്കുന്നോവെന്ന് സംശയിച്ചിട്ടുണ്ട്.

വീണുകിട്ടിയ അധികാരം കൊണ്ട് ആ പിടക്കോഴി എല്ലാറ്റിനേയും വരുതിയിൽ നിർത്തി. ഭാര്യയെ അധികാരത്തിൻ കീഴിൽ നിർത്തുന്ന മകനും മൈമൂന എന്ന പിടക്കോഴിയുടെ മുന്നിൽ ചിറകൊതുക്കി കൊക്കക്കോ കൂകാതെ ക്ഹ്വാ ക്ഹ്വാ മാത്രം ശബ്ദിക്കുന്നു.

ആദ്യ നാളുകളിൽ ഉമ്മുലു തന്നോടു പഞ്ചായത്ത് കൂടാൻ വരുമായിരുന്നു. അമ്മായിയെ കുറിച്ചുള്ള ഏഷണിയുടെ സ്വരം അവളുടെ വാക്കുകളിൽ അന്നൊക്കെ നിഴലിച്ചിരുന്നു. അമ്മായി അല്പം മനസ്സു വച്ചിരുന്നെങ്കിൽ ആമിൻഷ അവളെ ..... ആ നഷ്ടബോധം കൊണ്ടാകാം അവൾ പറയും.

“ഇക്കാണുന്നതൊന്നും തള്ളേരതല്ല. ഞ്ഹും ഒരു നാൾ പടി ഇറങ്ങുന്നത് കാണാം.”

പൂർത്തിയാകും മുമ്പേ പണിക്കാരത്തികളാരെങ്കിലും മുന്നിലെത്തും. അപ്പോഴേക്കും ഉമ്മുലു അടവൊന്നു മാറ്റും.

“ഇത്താത്ത ഇപ്പം വരും. വെള്ളം ചൂടാക്കി വയ്ക്കീം.”

താൻ താല്പര്യം കാണിക്കാത്തതിനാലോ അതോ അവളുടെ ചെയ്തികളിലെ കുറ്റബോധംകൊണ്ടോവെന്തോ പിന്നെ പിന്നെ പരദൂഷണവുമായി അവൾ തന്നെ സമീപിക്കാറില്ലായിരുന്നു.

കുടിലിന്റെ മുറ്റത്തു കിടന്ന രൂപങ്ങൾ മെല്ലെ അനക്കം വയ്ക്കുകയും ക്രമേണ മണിയുടെ കിലുക്കം ആർത്തുല്ലസിച്ച് കാതിൽ മുഴങ്ങുകയും ചെയ്തപ്പോൾ വീണ്ടും മമ്മുവിനെ ഓർത്തു.

മണി കിലുങ്ങിയോടുന്ന മമ്മുവിന്റെ രൂപം.

ഒരിക്കൽ മാത്രമേ അവന് മണികെട്ടാൻ ഭാഗ്യമുണ്ടായിരുന്നുള്ളൂ. കട്ടയ്ക്കാലിൽ ഇറുന്നു വീഴുന്ന തേങ്ങകൾ ശേഖരിക്കാനായി പോയിട്ട് മടങ്ങി വന്ന ഹസീന ഒരു ദിവസം വല്ലാതങ്ങ് സന്തോഷത്തിലായിരുന്നു.

അവൾ തുള്ളിച്ചാടുന്നതോടൊപ്പം ണിം ണിം ശബ്ദവും കേട്ടു.

"ഈ പെണ്ണെന്താ നൃത്തം വയ്ക്കണത്." - ഉമ്മുലു തിരക്കി.

ചെറിയ കുപ്പായത്തിലെ ഇടുപ്പിൻ ഭാഗത്ത് വിരലുകൾ വിടർത്തി രണ്ടുപ്രാവശ്യം ഹസീന താളം പിടിച്ചു.

ണിം ണിം.

എവിടെ നിന്നോ മമ്മു അവൾക്കരികിലെത്തി.

"നിനക്കൊരു സാധനം കിട്ടീട്ടൊണ്ട്." ഹസീന മമ്മുവിനെ നോക്കി പറഞ്ഞു.

മണിയാകും. മനസ്സിലോർത്തു.

നാണയങ്ങൾ തിരുകിയ ശീലകെട്ടും പിന്നെ ചുമന്ന പട്ടു തുണിയിൽ കൊരുത്തിട്ട ഏലസ്സും അവന്റെ കഴുത്തിൽ ചാർത്തിയിരിക്കും. അവയൊക്കെ പറിച്ചെറിഞ്ഞിട്ട് അവനൊരു മണികെട്ടി കൊടുക്കണമെന്ന് പലപ്പോഴും ആഗ്രഹിച്ചിരുന്നു.

- മേരിയെ വാങ്ങുമ്പോൾ മണികൂടെ വേണം; കുഞ്ഞുനാളിൽ ബാപ്പയോടു പ്രകടിപ്പിച്ച മോഹങ്ങളിൽ അതും ഉൾപ്പെടുത്തിയിരുന്നു.

ഹസീന കീശയിൽനിന്നും മണി പുറത്തെടുത്തു കാട്ടി തന്നു. പിച്ചളയിൽ തീർത്ത പെരുവിരലിന്റെ പകുതി വലിപ്പത്തിലുള്ള മണി അത് കട്ടയ്ക്കാലിൽ മേയാൻ വിട്ടിരുന്ന മറ്റാരുടെയോ ആട്ടിൻകുട്ടിയിൽ നിന്നും തെറിച്ചു വീണതാണെന്ന് അവൾ പറഞ്ഞു.

ധൃതിയിൽ ഹസീനയുടെ അരുകിലേക്ക് പാദങ്ങൾ ചലിപ്പിച്ചപ്പോൾ ഹസീനയേക്കാൾ ആഗ്രഹിച്ചത് താനായിരുന്നുവോവെന്ന് ചിന്തിച്ചുപോയി. ചെറിയൊരു ചരടിൽ കോർത്ത് അത് മമ്മുവിനെ അണിയിച്ചു. അമ്മായി കെട്ടി തൂക്കിയ ശീലകെട്ടുകൾക്കിടയിൽ വല്ലാത്ത അഭംഗി കണ്ടു. ചെമ്മണ്ണ് പുരണ്ട് വൃത്തിഹീനമായ നാണയ കെട്ടുകളും കൂട്ടത്തിലുള്ള ഏലസ്സും ഒന്നൊന്നായ് അറുത്തുമാറ്റാൻ മനസ്സുവെമ്പി. പിന്നെ അമാന്തിച്ചില്ല.

നീളൻ കാതുകൾ മണിയിലുരുമ്മി അവൻ ഓടിയും ചാടിയും ആനന്ദിച്ചപ്പോൾ മമ്മുവിന്റെ മണികിലുക്കം പോലെ ഹസീനയുടെ ചിരിയും അന്തരീക്ഷത്തിൽ ചിതറിത്തെറിച്ചു.

അപ്പോൾ ഉള്ളിലെവിടെയോ ഒരുപാടൊരുപാട് കിലുക്കങ്ങൾ പൊട്ടിമുളച്ചു. കൂട്ടിലടച്ചിട്ട മുയൽകുഞ്ഞിന്റെ ചാട്ടം പോലെ അവ പെട്ടെന്ന് പുറത്തേക്കു ചാടി ചുറ്റും നോക്കി.

മമ്മു മുന്നിൽ പിന്നെ ഹസീന. ഏറ്റവും പിറകിൽ പൂജയെന്ന പെൺകിടാവും.

അടുക്കളപുരയ്ക്കരികിലെ ഇടംചാടിയിലും പിന്നെ പൂന്തോട്ടത്തിനു ചുറ്റും നാലഞ്ചു വട്ടം വലം വെച്ചു. കാലുകളിലപ്പോൾ പാദസ്വരം നൃത്തം വച്ചു. കൈകളിൽ ഒരു കൂട്ടം കുപ്പിവളകൾ കൊഞ്ചിക്കുഴഞ്ഞു.

തുറന്നിട്ടിരുന്ന കൊട്ടിയമ്പല വാതിലിലൂടെ മമ്മു കുസൃതികാട്ടി പുറത്തേക്കു ചാടിയതും ഹസീന പിന്നാലെ പാഞ്ഞു. അപ്പോൾ പൂജയെന്ന

പത്നിയിലേർപ്പെടുത്തിയ വിലക്കുകൾ മറന്നു. കാൽചങ്ങല പൊട്ടിച്ചെറിഞ്ഞു. ഓട്ടത്തിനിടയിൽ കുപ്പായത്തിന്റെ വശങ്ങളിൽ തട്ടി വീഴാൻ തുടങ്ങിയപ്പോൾ കുപ്പായം തെറുത്തു വച്ചു. നിരത്തിലൂടെ, പിന്നെ അയൽക്കാരുടെ മുറ്റങ്ങളിലൂടെയും പറമ്പിലൂടെയും ഓടി കളിച്ചു. അപ്പോൾ അന്യപുരുഷന്മാർ പൊതു വഴിയിലൂടെ നടന്നുപോകുന്നതോ അയൽപക്കത്തെ പുരുഷന്മാർ പൂമുഖത്തു നിന്നെത്തി നോക്കുന്നതോ ഗൗനിച്ചില്ല. പെട്ടെന്നാണ് പാതയോരത്തെവിടെയോ വച്ച് കാൽച്ചിലമ്പ് നഷ്ടമായതായി തോന്നിയത്.

പൂജയെന്ന ഭർത്തൃമതിയുടെ നഗ്നപാദങ്ങൾ അന്യപുരുഷൻ കണ്ടുവോവെന്ന ഭയത്താൽ കാൽമടമ്പിന്റെ മിനുമിനുപ്പിൽ തടവി കുപ്പായം താഴ്ത്തിയിട്ട് കാൽച്ചിലമ്പിന് പകരം വീണ ചങ്ങലയുമേന്തി തിരികെ നടന്നു.

ഒന്നാം നിലയിലെ ബാൽക്കണിയിൽ തൂങ്ങിക്കിടന്ന ബാംബു കർട്ടനിടയിലൂടെ രണ്ടു കണ്ണുകൾ അപ്പോൾ തുറിച്ചു നോക്കി. ക്രുദ്ധമായ ആ മിഴികൾ പിന്നെ ബലവത്തായ കൽകെട്ടുകൾക്ക് വെളിയിലേക്കു സഞ്ചരിച്ചു.

"തുണീംപൊക്കി നിരത്തിലിറങ്ങുന്നോ. ഛെ ഛെ എന്താണിത്."

ഈർഷ്യയോടെ പറഞ്ഞുകൊണ്ട് പിന്നീടവൻ ഹസീനയെ തിരഞ്ഞു നടന്നു.

"എന്താകൊച്ചേ നീ കാട്ടണ. മമ്മുവിനെ പുറത്തേക്കു വിടാതെ നോക്കരുതോ." ആ പെൺകുട്ടിയോടവൻ തട്ടിക്കയറി.

"എന്റെ റബ്ബുൽ ആലമീനായ തമ്പുരാനെ"

അമ്മായി സിറ്റൗട്ടിൽ നിന്നും പുറത്തേക്കിറങ്ങുന്ന പടവുകളിലൊന്നിൽ തളർന്നിരുന്ന് ഉറക്കെ കരഞ്ഞു. ഹസീനയുടെ കണ്ണുകൾ ഭീതിതമായി.

"ആരടീ ഈ മണി കെട്ടിയത്."

ആ പെൺകുട്ടിയുടെ കണ്ണുകൾ അപ്പോൾ തന്നിലേക്കായിരുന്നുവെങ്കിലും അവളുടെ ചുണ്ടുകൾ വിറകൊണ്ടിരുന്നതിനാൽ അവളൊന്നും മറുപടി പറഞ്ഞില്ല.

"ആരെടീ"

ഹസീനയുടെ നാവുകൾ പതിയെ ചലിച്ചെങ്കിലും വീണ്ടും പറയാൻ മടിച്ചു നിന്നു.

"നിനക്കിത് എവിടുന്ന് കിട്ടി."

ഹസീന അതിനുത്തരമായി എന്തോ പറഞ്ഞു. അവ്യക്തമായിരുന്നു ആ വാക്കുകൾ.

"കാഫീറിന്റെ നാല്ക്കാലികൾക്കല്ലേ ഇങ്ങനെ കെട്ടിത്തൂക്കണത്. ഇത് നേർച്ച ക്ടാവാ നേർച്ച ക്ടാ"- അമ്മായി നിലവിളിച്ചു.

എങ്ങോ ചാടി നടന്ന മമ്മുവിനെ ആമിൻഷ അമ്മായിയുടെ മുന്നിൽ കൊണ്ടുവന്നു.

“യാഇലാഹേ ഇതിന്റെ കഴുത്തിൽ കിടന്നതൊക്കെ” -

അമ്മായി റസിയയെ തിരഞ്ഞിട്ട് അങ്കലാപ്പോടെ തുടർന്നു.

“എന്റെ വയറ്റി ചൂലിക്ക് ഒന്നും വരുത്തല്ലേ. ഏലസ്സ് പൊട്ടിച്ചെറിഞ്ഞല്ലോ എന്റെ ഇലാഹേ.”

മുറ്റത്തെ ഗന്ധരാജം അന്ന് വല്ലാതെ പൂത്തുലഞ്ഞിരുന്നു. അമ്മായിയുടെ വിരലുകൾ മൊട്ടുകൾ നിറഞ്ഞ ചില്ലകളിലൊന്നിലമർന്നപ്പോൾ ഇലകളും പൂക്കളും ചിതറി തറയിൽ വീണു. നഗ്നമായ കമ്പ് ഹസീനയുടെ ഇളം ശരീരത്തിലങ്ങിങ്ങ് ചാടിവീണു.

“ഞാനാണ്. ഞാനാണ്.....” അമ്മായിയുടെ കൈപ്പിടിച്ച് യാചിച്ചു.

“അവളെ ഒന്നും ചെയ്യരുതേ ഞാനാണ്. ഞാനാണ്.” വീണ്ടും ആവർത്തിച്ചു.

അമ്മായി ഒടിഞ്ഞുതൂങ്ങിയ കമ്പ് പൊടുന്നനെ നിലത്തിട്ടു. പിന്നെ എന്തൊക്കെയോ വിലപിച്ചുകൊണ്ട് ഏലസ്സു തിരഞ്ഞ് അങ്ങോട്ടുമിങ്ങോട്ടും നടന്നു. വെറുമൊരു ലോഹത്തകിടിനുള്ളിൽ ആരോ കോറിയിട്ട അക്ഷരങ്ങളെ അവർ ഭയക്കുന്നു. അതു ധരിച്ച കാലിയെ അവർ ആരാധിക്കുന്നു; ആരാധനയ്ക്കർഹനായ ഇലാഹിൽ മാത്രം വിശ്വസിക്കുന്നവരെന്ന് വീമ്പു പറയുന്നവരാണല്ലോ ഇത്തരം അന്ധവിശ്വാസങ്ങളിലൂടെ കടന്നുപോകുന്നതെന്നോർത്ത് തമാശ തോന്നി.

ആമിൻഷ വുളുവെടുത്തു പിന്നെ ഓതൽ മുറിയിലേക്കു നടന്നു. വെളുത്ത ശീലക്കെട്ടിൽ വീണ്ടും നാണയങ്ങൾ മുറുക്കി ഏലസ്സും കോർത്ത് മമ്മുവിന്റെ കണ്ഠത്തിൽ തൂക്കി.

അന്ന് അമ്മായി മറ്റൊരേലസ്സ് പണിയിപ്പിച്ച് ബാധയേറ്റ മരുമകളെയും അണിയിച്ചു.

അങ്ങനെ വിപ്ലവകാരിയായ പൂജാബാനു അന്ധവിശ്വാസങ്ങൾക്ക് ബലിയാടാകാൻ തലകുമ്പിട്ടുകൊണ്ടിരുന്നു. വലിച്ചുപൊട്ടിക്കാൻ ഭയമായിരുന്നതിനാലല്ല. മാതാപിതാക്കളെപോലെ സ്നേഹിക്കാൻ പഠിപ്പിച്ച ബഹുമാനിക്കാൻ പഠിപ്പിച്ച അമ്മയും ബാപ്പയും ഭർത്തൃവീടും സ്വന്തം വീടുപോലെ കരുതണമെന്ന് താക്കീതു ചെയ്തിരുന്നതിനാലോവെന്തോ ഒന്നും എതിർക്കാൻ കഴിഞ്ഞില്ല.

ശിരസ്സുമാത്രം രക്തത്തിൽ പുതഞ്ഞുകിടന്ന മമ്മുവിന്റെ കണ്ണുകളിലും അന്ന് ഭയമുണ്ടായിരുന്നു. അവസാന നിമിഷത്തിൽ അവൻ ദയനീയമായ് വിലപിച്ചിരുന്നെന്ന് ഹസീന പിന്നീടു പറഞ്ഞറിഞ്ഞു. അവന്റെ കൂട്ടുകാരിയുടെ കൊച്ചു കൈകളിലെ ചരടിൽ താൻ സുരക്ഷിതനാണെന്ന് തോന്നിയിട്ടാകാം കൂട്ടുകാരി തെളിച്ച വഴിയിലൂടെ അവനന്ന് കയ്യാലയ്ക്ക് താഴെയുള്ള തെങ്ങിൻ കട്ടയ്ക്കാലിൽ നിന്ന അറവുകാരനരികിലേക്കു കൊണ്ടുപോയപ്പോൾ പ്രതികരിക്കാതെ കൂടെ നടന്നത്.

ഹക്കീക്ക കൊടുക്കാനാണത്രെ! റസിയയുടെ പുത്രിക്കായുള്ള നേർച്ച. ഒരു പുതുജീവന് തളിർത്തുനില്ക്കുന്ന മറ്റൊരു ജീവൻ ബലിയർപ്പിക്കപ്പെടുന്നു. മനുഷ്യജന്മം പെണ്ണായാൽ ഒരെണ്ണത്തിനെ ആണാ

യാൽ രണ്ടെണ്ണത്തിനെ ബലികൊടുക്കണം. റസിയയുടെ കുഞ്ഞ് പെണ്ണായതിനാൽ ഒരേയൊരു നാല്ക്കാലിയെ മതി. അവിടെയും പെണ്ണിന്റെ വിഹിതം പകുതിയത്രെ.

ഓ. തെറ്റി. പാപം ചുമക്കേണ്ടത് ഒരു ജീവന്റേതു മാത്രം മതിയല്ലോ. പാപത്തിനൊരാനുകൂല്യം.

ഒരു വയസ്സ് തികയാത്ത, ചുറുചുറുക്കുള്ള കൊമ്പു മുളച്ച മമ്മു; ഹക്കീക്ക എന്ന വ്യവസ്ഥിതിക്ക് എല്ലാം തികഞ്ഞവനായി തുല്യ ഓഹരിയിൽ വിഭജിക്കപ്പെട്ടു.

"തുല്യോഹരീല് അണുകുണ് വ്യത്യാസം വരാതെ എല്ലാടത്തും എത്തിക്കണം. ഇസ്മായിലിന്റെ വീട്ടില്, സുലൈമാന്റെ വീട്ടില്. പെണ്ണേ ചോര വാടും മുമ്പേ കൊണ്ട്ക്കൊട്."

മമ്മുവിന്റെ ചോര വറ്റാത്ത ശരീരം അമ്മായി പൊതികളിലാക്കി ഹസീനയെ ഏല്പിച്ചു. അമ്മായി പറഞ്ഞ ബന്ധുജനങ്ങളുടെ വീടുകളിലെല്ലാം ആ പാപവും ചുമന്ന് ഹസീന ഇറങ്ങിക്കേറുമ്പോൾ അവളുടെ മനസ്സ് വേദനിച്ചുവോ?

എട്ട്

ഇഴഞ്ഞു നീങ്ങിയ രാത്രിയായിരുന്നു കടന്നുപോയത്. പ്രവേശന വാതിലിനെതിരെയുള്ള ജാലകത്തിലൂടെ ആകാശം വെള്ള കീറുന്നുണ്ടായിരുന്നു. ചാളക്കുടിലുകൾ അങ്ങിങ്ങു അനക്കം വച്ചു തുടങ്ങി. മഞ്ഞിന്റെ നേർത്ത പടലം അവയ്ക്കു മീതെ പെയ്തിറങ്ങിയും കിഴക്കേ ചക്രവാളത്തിൽ പുതഞ്ഞുറങ്ങിയ പൊൻ നാണയങ്ങൾ അങ്ങിങ്ങ് പൊട്ടിമുളച്ചുകൊണ്ടുമിരുന്നു.

കുടിലുകളിലൊന്നിന്റെ മുറ്റത്തു നിന്ന അർദ്ധ നഗ്നനനായൊരു മദ്ധ്യവയസ്കൻ സൈക്കിൾ ടയറിൽ കാറ്റുനിറയ്ക്കുന്നതും നോക്കി തെല്ലു നേരം ജാലകത്തിനരികിൽ നിന്നു. കുടിലുകൾക്കു മുന്നിലെ നിരത്ത് ഛേദിച്ചു നടന്ന് പ്രധാന നിരത്തിലെത്തി അരികിൽ പന്തലിച്ചു കിടന്ന ഇലപ്പടർപ്പുകൾക്ക് മറവിലിരുന്ന് മലവിസർജ്യം ചെയ്ത മെലിഞ്ഞ നഗ്നയായൊരാൺകുട്ടി, അപ്പപ്പോൾ വലംകൈ പിറകിലേക്കു വീശുകയും പൃഷ്ടം കുലുക്കുകയും ചെയ്യുന്നതുകണ്ടപ്പോൾ വല്ലാത്തൊരു കൗതുകത്തോടെ അവനെ ചൊടിപ്പിക്കാൻ നാക്കുകൊണ്ട് മേൽത്താടിയിൽ തൊട്ട് ഒന്ന് 'ടക്' അടിച്ചു. അവൻ കേട്ടില്ല. വീണ്ടും ആവർത്തിക്കണമെന്ന് കുസൃതി തോന്നിയെങ്കിലും മനസ്സു വിലക്കി; വേണ്ട അവൻ നാണത്തോടെ എഴുന്നേറ്റോടിയെന്നുവരും. ചുവപ്പിൽ ചെറുപുള്ളികളുള്ള രോമപുതപ്പ് ശിരസ്സാകെമൂടി നിരത്തിനരികിൽ കുട്ടിയെ കാത്തുനിന്ന കൃശഗാത്രിയായൊരു സ്ത്രീ കുടിലിനു പിന്നിലേക്കു നടന്നുവന്ന് പൂവിതൾ മാതൃകയിൽ തെങ്ങിൻ തൊണ്ടുകൾ പതിച്ചുവച്ച് നിലത്തു സ്ഥാപിച്ച

മൺകുടം ചെരിച്ച് മറ്റൊരു പാത്രത്തിലേക്കു വെള്ളം പകരുന്നതുകണ്ട പ്പോൾ അടിവയർ വല്ലാതെ കനം തോന്നുകയും വിയർപ്പും രക്തവും കൂടികലർന്ന മണം വിമ്മിട്ടപ്പെടുത്തുകയും ചെയ്തപ്പോഴാണ് മുറിയോടു ചേർന്നൊരു ശൗചാലയം ശ്രദ്ധയിൽപ്പെട്ടത്. തകരപ്പാട്ടകൾ ചേർത്തുവച്ച് നിർമ്മിച്ചവ. അതിന്റെ വാതിൽ വലിച്ചുതുറന്നപ്പോൾ വിചാകിരികൾക്ക് നൂറ്റാണ്ടുകൾ പഴക്കമുള്ള ശബ്ദം,

ഈ നെടുങ്കൻ കെട്ടിടത്തിൽ ഇങ്ങനെയുമുണ്ടോ ഒരിടം. വല്ലാതെ അതിശയപ്പെട്ടു പോയി. ഒന്നാം നിലയിലെ ഒഴിഞ്ഞോരിടമായിരുന്നു അവിടം.

ഏറെ നേരം കെട്ടി നിന്നിട്ടാകാം കാര്യസാദ്ധ്യത്തിനായി ഒരു മെട്ടതും മൂത്രനാളിയിൽ വല്ലാത്ത എരിവുതോന്നി. ഇടതുകൈവിരലു കൾ പതിയെ അടിവയറ്റിനെ താങ്ങി അകത്തു കടന്നപ്പോൾ പൊടിഞ്ഞ ടർന്ന സിമന്റു കട്ടകൾ ഉപ്പൂറ്റിയിൽ തട്ടി അനുഭവപ്പെട്ട വേദന ശരീരമാ സകലം പടർന്നുകേറി.

കഷ്ടിച്ചു കാലുകൾ മടക്കി ഇരിക്കാൻ മാത്രം സൗകര്യമുള്ള ഒരി ടമായിരുന്നു അവിടം. ജലം കെട്ടിനിന്ന കുഴിയിൽനിന്നും ഒരായിരം കൊതു കുകൾ മൂളലോടെ വട്ടമിട്ടു പറന്നു. ക്ലോസറ്റിനു ചുറ്റും ചെറിയ പുളി ങ്കുരു വലുപ്പത്തിൽ എലിയുടെ വിസർജ്ജ്യ വസ്തുക്കൾ ചിതറിക്കിട ക്കുന്നതു കണ്ടു. പ്രതലത്തിൽ പറ്റിപ്പിടിച്ചുകിടന്ന കറുത്ത വടുക്കളിൽ കാലൂന്നാൻ മടി തോന്നി. ചുമരിനോട് ചേർത്തുവച്ച അലൂമിനിയ ബക്ക റ്റിലെ സുഷിരങ്ങൾ പഴന്തുണിയാൽ അടച്ചിരിക്കുന്നു. അതിനുമേളിലെ പൈപ്പുതുറന്നപ്പോൾ വല്ലാത്തൊരു സീൽക്കാരം കേട്ടു. വർഷങ്ങളായി ബന്ധനത്തിലേർപ്പെട്ട വായുവിന്റെ സീൽക്കാരം. ഒരിറ്റുവെള്ളം മാത്രം ബക്കറ്റിൽ വീണ് ഉപരിതലം അല്പം നനയുന്നതും നോക്കി പുറത്തി റങ്ങി തകരവാതിൽ വലിച്ചടച്ചപ്പോൾ പുളിച്ച ഗന്ധം മുറിയിൽ വട്ടമിട്ടു അലോസരമുണ്ടാക്കി. തിരികെ നടന്ന് ജാലകക്കമ്പിപിടിച്ച് തെല്ലു നേരം നിന്നു. ശിരസ്സിന് വലിയൊരു പർവ്വതത്തിന്റെ ഭാരം. വയറിൽനിന്നും ഭീമാ കാരനായൊരു പാറ ഉരുണ്ട് തൊണ്ടയിൽ തട്ടി ഊക്കോടെ സഞ്ച രിക്കുന്നപോലെ തോന്നിയതും അവ പുറത്തേക്ക് ഉരണ്ടുവരുമെന്ന് ഭയന്ന് വിരലുകൾ ചുണ്ടോടടുപ്പിച്ചു. എന്നാൽ അവ ഉയർന്ന ശബ്ദത്തോടെ തൊണ്ട തുളച്ച് നാവിനെ വകഞ്ഞുമാറ്റി ചുണ്ടു പിളർന്ന് പുറത്തേക്കു ചാടി. കൂടെ വല്ലാത്ത ഭാരത്തോടെ നാവും എടുത്തു ചാടി. കൊഴുത്ത മഞ്ഞ ദ്രാവകം ജാലക കമ്പികളിലും ചുവരിലും ഒലിച്ചിറങ്ങിയപ്പോൾ കണ്ണിലും മൂക്കിലും സ്രവം നിറഞ്ഞൊഴുകി.

ഹൊ! വല്ലാത്തൊരാശ്വാസം.

തുടകൾക്കിടയിലെ ചൂടുള്ള നനവ് അറിയാതെ പൊട്ടിയൊഴുകിയത് നിലത്താകെ ഒഴുകിപ്പടർന്നപ്പോൾ കാലുകൾ ചലിപ്പിക്കാൻ തോന്നിയില്ല.

– ഞാൻ നിന്നെ വെറുക്കുന്നെടീ ഞാൻ നിന്നെ വെറുക്കുന്നെടീ. മനസ്സ് പതിയെ മന്ത്രിച്ചു. ഊക്കോടെ അരക്കെട്ടിനുതാഴെയുള്ള വസ്ത്ര

ങ്ങളഴിച്ച് വലിച്ചെറിഞ്ഞ് പായയിൽ ചുരുണ്ടുകിടന്ന ഷാളെടുത്തു നിവർത്തി അരയോടു ചേർത്തുകെട്ടി നനവില്ലാത്തൊരിടം തേടി മാറി നിന്ന് വീണ്ടും താഴേക്കു നോക്കി.

അവിടെ കുടിലുകളിലെ ജീവിതം എത്ര ചലനാത്മകമാണ്. അരയാൾ പൊക്കത്തിൽ അടുക്കിവച്ച താമ്പൂക്ക് കട്ടകൾക്ക് മുകളിൽ സ്ഥാപിച്ച സ്റ്റീൽ പാത്രത്തിലെ വെള്ളത്തിൽ തുണി മുക്കി വാഹനത്തിന്റെ വശങ്ങൾ തുടയ്ക്കുന്ന സ്ത്രീയെ കുടിലിലൊന്നിന്റെ മുന്നിൽ കണ്ടു. അവളുടെ തലയിൽ ധരിച്ചിരുന്ന വൃത്താകൃതിയിലുള്ള സായിപ്പൻ തൊപ്പി വല്ലാതെ കൗതുകമുണർത്തി. അയയിൽ കിടന്ന മറ്റൊരു തോർത്തെടുത്ത് ആ സ്ത്രീ വണ്ടിയുടെ അകം തുടയ്ക്കാൻ തുടങ്ങിയതും ചെരിഞ്ഞ ചക്രവാളവെളിച്ചം വാഹനത്തിലും അവളുടെ മുഖത്തും മാറിമാറി പതിച്ചു. കറുത്ത് കരിവാളിച്ച മുഖം. അങ്ങിങ്ങ് വെന്തമാംസത്തിന്റെ പാടുകൾ.

കാഞ്ചന - അറിയാതെ ചുണ്ടുകൾ മന്ത്രിച്ചു.

വാഹനത്തിൽ തൂക്കിയിട്ട വിടരാത്ത മുല്ലമാലകൾക്കു ചുറ്റും സാമ്പ്രാണിയുടെ പുകച്ചുരുൾ. ചന്ദനക്കുറിയണിഞ്ഞ അവളുടെ നെറ്റിത്തടം. കൈവിട്ടുപോയ ജീവിതം കരുപിടിപ്പിച്ചതിലെ സംതൃപ്തിയായിരുന്നു അവളുടെ മുഖത്ത്. പതിയെ അവ വായിച്ചെടുത്തപ്പോൾ സ്വയം ഭർത്സിക്കാൻ തോന്നി.

- ഹേയ് പൂജാ നീവെറും ഭീരു. വ്യക്തി സ്വാതന്ത്ര്യം പോലും അടിയറവെച്ച വെറും ഭീരു. നിനക്കിപ്പോൾ ഉടുത്തുമാറാൻ വസ്ത്രമുണ്ടോ? പ്രാഥമികാവശ്യങ്ങൾ നിറവേറ്റാനൊരിടമുണ്ടോ? വർണ്ണച്ചിറകുകൾ പെറുക്കി കൂട്ടി നീ നിർമ്മിച്ച മനോഹരമായ കിളിക്കൂട്ടിൽ കാലാകാലങ്ങളായി കൂട്ടിവെച്ച മോഹമുട്ടകൾ ഉടഞ്ഞു വീഴുന്നതു നീ കാണുന്നില്ലേ. ചൂടുകിട്ടാതെ ചിലത് ചീഞ്ഞു നാറുന്നതും. ചിലത് പൊട്ടിവിരിഞ്ഞെങ്കിലും ആകാശത്ത് സ്വതന്ത്രമായ് പറക്കാനാകാതെ ഒടിഞ്ഞചിറകിനാൽ കഷ്ടപ്പെടുന്നു. ഹേ പൂജാ വിഡ്ഢിപെണ്ണേ. എല്ലാം കണ്ടിട്ടും മൂകസാക്ഷിയാകുന്ന വെറും ഭീരുവാണ് നീ.

പെട്ടെന്ന് കണ്ണുകൾ ചുമരാകെ തിരയാൻ തുടങ്ങി.

എവിടെയെങ്കിലും ഒരു ചില്ലുണ്ടോ. ഒരു കണ്ണാടിചില്ല്. അവയിൽ നോക്കി ഈ തേറ്റകളെ പിഴുതെടുക്കണം. ഇനിയും അവയെ വളരാൻ അനുവദിച്ചുകൂട.

പെട്ടെന്നെന്തോ ആവാഹിച്ചതുപോലെ തോന്നി; പുതിയൊരൂർജ്ജം പുതിയൊരുണർവ്.

- നീ വല്ലാതെ മലിനപ്പെട്ടിരിക്കുന്നു, പൂജാ. മാലിന്യത്തിലേക്കു സ്വയം വീണുകൊണ്ടിരിക്കുന്നു. അതുകൊണ്ട് വേഗം ചെല്ല്.

പിന്നെ അമാന്തിച്ചില്ല. കതകുകൾ തുറന്ന് പുറത്തേക്കു നടന്നു.

മക്കനകൾ മാർവിടത്തിലേക്കു വലിച്ചിട്ട നാലഞ്ചു സ്ത്രീകൾ അങ്ങിങ്ങായ് നില്ക്കുന്നതു കണ്ടു. അവർ പലതും പറഞ്ഞ് വിലപിക്കുന്നതും

കേട്ടു.

"യാറബ്ബേ ഇതെന്തൊരുകോലം വെറുമൊരു മസ്‌ലിൻകൊണ്ട് ഇടുപ്പ് മാത്രം മറച്ച്. ആണുങ്ങളാരെങ്കിലും കണ്ടാൽ" ഒരുവൾ പറഞ്ഞു.

"ഹൊ വല്ലാത്ത മുഷ്ട്."

മൂക്കത്തു വിരൽ ചേർത്ത് മറ്റൊരുവൾ.

"അകത്ത് കക്കൂസുണ്ടായിട്ടും."

ആ സ്ത്രീയെ വകഞ്ഞുമാറ്റി അകത്തേക്കു നോക്കികൊണ്ട് വേറൊരുത്തി ഭീതിയോടെ പിറകോട്ടു നടന്നകന്നതു കണ്ടു.

"വെളുപ്പാം കാലത്താണ് ബാധ എളവണതെന്ന് കേട്ടിട്ടുണ്ട്."

"സാമ്പ്രാണി തങ്ങളെ വിളിക്കാം."

എല്ലാം കണ്ടും കേട്ടും മൗനം പാലിച്ചെങ്കിലും വല്ലാത്ത ഈർഷ്യ തോന്നി അവരോട്. ബാധയെ കെട്ടിവെയ്ക്കാനുള്ള ആ സ്ത്രീകളുടെ അങ്കലാപ്പിനോട് അങ്ങേയറ്റ പുച്ഛവും.

എന്റെ നാഥാ ഈ ബാധ ആരുടെ സൃഷ്ടിയാണ്. കാണാത്തത് കണ്ടെന്ന്, കേൾക്കാത്തത് കേട്ടെന്ന്. അന്ധവിശ്വാസത്തിന്റെ, അജ്ഞതയുടെ, അടിച്ചമർത്തലിന്റെ ഇരയാകുന്നത് കൂടുതലും സ്ത്രീകളല്ലേ. പൗരോഹിത്യം ഇരയെ ഒന്നോടെ വിഴുങ്ങി തടിച്ചു കൊഴുത്ത് ആർത്തുല്ലസിക്കുന്നു. മണി മന്ദിരങ്ങൾ കെട്ടുന്നു. ആഡംബര വാഹനങ്ങളിൽ സഞ്ചരിക്കുന്നു. വിദേശ യാത്രകളിൽ ഉല്ലസിക്കുന്നു. നാഥാ നീ ഇതു കാണുന്നില്ലേ! മനസ്സാ പ്രാർത്ഥിക്കാനേ കഴിഞ്ഞുള്ളൂ.

അപ്പോഴാണ് അടുത്തെവിടെയോ വെള്ളമൊഴുകുന്ന ശബ്ദം കേട്ടത്. ആ സ്വരം ശരീരത്തിലങ്ങിങ്ങ് പുതുനാമ്പുകളുണർത്തി. എവിടെയാണത്? കാതുകൾ കൂർപ്പിച്ചു നടന്നു. തൊട്ടടുത്തോ അതോ അതിനുമപ്പുറത്തോ? ചെവികൾ കോരിത്തരിച്ചു. കാലുകൾ വല്ലാതെ ആവേശംകൊണ്ടു.

ചുട്ടുപൊള്ളുന്ന മണൽപ്പരപ്പിലൂടെ ഓടുകയാണോ? നഗ്നപാദങ്ങൾ വെന്തെരിഞ്ഞ് വഴിയിലെവിടെയോ മാംസതുണ്ടുകളായി ഇറുന്നുവീഴുന്നുവെന്നോ? ദാഹത്തിന്റെ നാവുകൾ കാലിലുടക്കി തെന്നിവീഴ്ത്താനൊരുങ്ങുന്നുവോ? പേപിടിച്ച വെയിൽ നാവുകൾ ദേഹമാകെ പൊള്ളലേല്പിക്കുന്നുവെന്നോ?

മണൽപ്പരപ്പ് വിട്ട് ചെങ്കുത്തായ പാറക്കെട്ടുകളിലേക്ക് വലിഞ്ഞുകേറാൻ തുടങ്ങിയതും അപ്പപ്പോൾ പാദങ്ങൾ തെന്നി മാറി കാൽചങ്ങലകൾ ചെറുതായയഞ്ഞു. പാതവക്കിലെ ഏതൊക്കെയോ ഗുഹാമുഖങ്ങളിൽ തട്ടിയതും അവ ബലവത്തായ വാതായനങ്ങളാൽ മൂടപ്പെട്ടതറിഞ്ഞു. ശക്തിയോടെ തള്ളിയിട്ടും അവ തുറക്കപ്പെടുന്നില്ല.

പാതിവാതിൽ തുറന്നൊരു കവാടം പെട്ടെന്നാണ് ദൃഷ്ടിക്കാനന്ദമായത്. അതാ അതിനുള്ളിൽ വീണ്ടുമൊരു കവാടം. അതിലൂടെ നോക്കിയപ്പോൾ അനേകം ജലധാരകളൊഴുകുന്ന നദി കണ്ടു. തീരങ്ങൾ സ്വർണ്ണത്താൽ മിന്നിത്തിളങ്ങുന്നതു കണ്ടു. ജലപ്രതലത്തിൽ മുത്തുകളും മാണിക്യവും ഒഴുകി നടക്കുന്നതു കണ്ടു. തേനിനേക്കാൾ മധുരമുള്ളതും ഹിമ

ത്തേക്കാൾ തണുപ്പുള്ളതുമായ ജലത്തിൽ ഇറങ്ങി നിന്ന് ഉറക്കെ വിളിച്ചു കൂവി.

"ഞാനിതാ *അൽകൗഥറിൽ എത്തിയിരിക്കുന്നു."

ആർത്തിയോടെ ആവേശത്തോടെ വസ്ത്രങ്ങൾ വലിച്ചെറിഞ്ഞ് ആ നദിയിൽ സ്വർണ്ണചിറകുള്ളൊരു മത്സ്യമായപ്പോൾ, ജലധാരകൾ ഊക്കോടെ തലയ്ക്കു മീതെ നിറഞ്ഞൊഴുകികൊണ്ടിരിക്കുന്നു. ശിരസ്സിൽ കനംവച്ച വലിയ പർവ്വതം പലതായ് പിളർന്ന് എങ്ങോ ഒലിച്ചുകൊണ്ടും.

വാതിലിൽ ആരോ മുട്ടിയപ്പോൾ ഹോൾഡറിൽ കിടന്ന ടവ്വലെടുത്ത് മാറിൽ കെട്ടി. അകത്തേക്കു നീണ്ടുവരുന്നു വൃത്തിയുള്ള വസ്ത്രങ്ങൾ. അവ ധരിച്ച് വാതിൽ തുറന്നിറങ്ങിയതും നേർ ചുവരിൽ വലിയൊരു ദർപ്പണം കണ്ടു. എന്തൊരത്ഭുതം. പ്രതിബിംബത്തിൽ തേറ്റകൾ കാണാനില്ല. ചെറുതായൊന്നു പുഞ്ചിരിച്ചു നോക്കി. ഇല്ല കാണുന്നില്ല.

"ദേ ചായകുടിക്ക്."

ആ സ്വരം വല്ലാതെ ഇമ്പമാർന്നതായിരുന്നു. വശ്യമായൊരീണം അതിൽ പ്രകമ്പനം കൊണ്ടു. ഏതോ പൂങ്കാവനത്തിൽനിന്നും പറന്നിറങ്ങിയ പൈങ്കിളിയുടെ നാദമായ് തോന്നിയെങ്കിലും എവിടെയോ വിരഹതയുടെ ചെറുഗസലുകളുണ്ടെന്ന് തെല്ലു സംശയിച്ചു പോയി; ബന്ധിതയുടെ വിലാപം പോലെ.

മറയ്ക്കുള്ളിലായിരുന്ന ആ രൂപത്തിന്റെ കണ്ണുകളിലേക്കു ഒരുനിമിഷം നോക്കി നിന്നു. എന്തൊരു മനോഹരമായ കൺപീലികൾ. കുഞ്ഞുനാളിൽ പുസ്തകത്താളിൽ ഒളിപ്പിച്ചുവച്ച മയിൽപ്പീലിയുടെ കാളിമ. ആ മനോഹരിയെ നോക്കി മെല്ലെ ചുണ്ടനക്കാനൊരുങ്ങിയെങ്കിലും കഴിഞ്ഞില്ല. ദർപ്പണത്തിലെ പ്രതിബിംബത്തിലേക്ക് വീണ്ടും നോക്കി. ഇല്ല. പൊഴിഞ്ഞിട്ടില്ല. കുറ്റികൾ ബാക്കിയുണ്ട്. പെട്ടെന്ന് ചുണ്ടുകൾ കൂട്ടിവച്ചു.

"കുടിക്ക്."

ചായ ചുണ്ടത്തേക്കു ചേർത്തപ്പോൾ തുളുമ്പിപ്പോയി. ചൂടാറാൻ തിരികെ മേശപ്പുറത്തു വച്ചു.

നീലിമ കലർന്ന കൃഷ്ണമണികൾ. അല്പമേ കാണാനാവുന്നുവെങ്കിലും; മഴവില്ലിൻ ചാരുതയിൽ വളഞ്ഞ കറുത്ത പുരികക്കൊടികൾക്ക് വല്ലാത്തൊരഴക്. മൂക്കിൻ പാലത്തിലെ കറുത്ത പുള്ളി എതം തെറ്റിയൊട്ടിച്ച മൂക്കുത്തിപോലെയും. ബാക്കി ഭാഗങ്ങൾ മറയ്ക്കുള്ളിലായിരുന്നുവെങ്കിലും ഒരുവന് മോഹം തോന്നാൻ ആ കൺപീലികളുടെ മനോഹാരിതമാത്രം കണ്ടാൽ മതിയെന്ന് മനസ്സു ചൊല്ലി. ആ ശബ്ദമാധുര്യം കേട്ടാലും മതിയാകും.

"എന്താ കുടിക്കുന്നില്ലേ."

മുറിയുടെ കോണിലെ അലമാരയിൽനിന്നും വലിച്ചെടുത്ത പുതപ്പെടുത്ത് ഒരു വശത്തേക്ക് നീങ്ങിക്കിടന്ന കട്ടിലിൽ വിരിച്ചുകൊണ്ട് അവർ ചോദിച്ചു. വെള്ളയിൽ ചുവന്ന ചെറുപൂക്കൾ വിതറിയ പുതപ്പ്. അതിലെ

---

* അൽകൗഥർ - സ്വർഗ്ഗത്തിലെ ഒരു നദി.

വിദേശ അത്തറിന്റെ നറുമണം ഉള്ളിൽ നിർവൃതിയുണ്ടാക്കി. വർഷങ്ങൾക്കുമുമ്പുള്ള ഓർമ്മയിലേക്കായിരുന്നു അവ കൊണ്ടു പോയത്.

പ്രിയപ്പെട്ടവൻ കോറിയിട്ട ഹൃദയരഹസ്യങ്ങൾ നെഞ്ചോടു ചേർത്ത് രാത്രിയിൽ അമ്മ ഏറെനേരം കസേരയിൽ ചാരി ഇരിക്കുമ്പോൾ ആ സുഗന്ധം മുറിയാകെ പരക്കുമായിരുന്നു. ശുണ്ഠി പിടിപ്പിക്കാൻ ആ പുതപ്പ് കട്ടെടുക്കാൻ നോക്കും. അമ്മ പരിഭവിക്കും.

അവർ എത്ര പ്രണയബന്ധിതരായിരുന്നുവെന്നോ.

വിദേശത്തുനിന്നുള്ള ആദ്യവരവിൽ പ്രിയപ്പെട്ടവൻ സമ്മാനിച്ച ആ പുതപ്പ് അമ്മ നിധിപോലെ സൂക്ഷിച്ചിരുന്നതു കണ്ട് അസൂയ തോന്നിയിട്ടുണ്ട്.

-നിനക്കെന്താണവൻ സമ്മാനമായി നല്കിയത്?

- കാൽച്ചങ്ങലയും മേലങ്കിയും.

"എന്താ ആലോചിക്കുന്നേ ഉമ്മയും ബാപ്പയുമൊക്കെ."

പകുതി ചായ ബാക്കിവച്ച് എഴുന്നേറ്റ് അങ്ങോട്ടുമിങ്ങോട്ടും നടന്നപ്പോൾ അവർ വീണ്ടും ആരാഞ്ഞു. ആ ചോദ്യം വീണ്ടും ഓർമ്മകളിൽ വിതുമ്പലുകൾ നുരപൊട്ടിച്ചു. മറക്കാൻ ശ്രമിച്ചവ വീണ്ടും മനസ്സിൽ പത്തിവിടർത്തുന്നു. ഓരോ പടം പൊഴിയുമ്പോഴും പുതുതായ് രൂപം കൊള്ളുന്നവയിൽ ഓർമ്മയുടെ കുത്തുകൾ ചിതറിവീഴുന്നു. കറുത്ത കുത്തുകൾ.

അപരിചിതമായ ആ നാട്ടിൽ ഓടികൂടിയവരിലാരൊക്കെയോ തിരക്കി

"നാട്ടിൽ കൊണ്ടുപോണോ അതോ ഇവിടെതന്നെ......"

മരണം സത്യമാണെങ്കിലും അതിനെക്കുറിച്ച് ചിന്തിക്കാൻ ആരും ആഗ്രഹിക്കുന്നില്ലെന്നതാണ് സത്യം. തന്റെ മാതാപിതാക്കളും വ്യത്യസ്തരല്ലായിരുന്നു. അനന്തരം എവിടെ എങ്ങനെ എന്തു ചെയ്യണം. അതിനെക്കുറിച്ച് അവർ പരസ്പരം നിശ്ചയിച്ചുറപ്പിച്ചിട്ടില്ലായിരുന്നു.

എന്തെങ്കിലും തീരുമാനമെടുക്കാനോ മനസ്സിനെ പാകപ്പെടുത്താനോ അമ്മയും അന്ന് പതറിപ്പോയിരുന്നു. അന്വേഷണോദ്യോഗസ്ഥരുടെ അറിയിപ്പിൽ ബാപ്പയുടെ ബന്ധുക്കളിൽ ചിലർ കണ്ണുകലങ്ങിയും മാറത്തലച്ചും ഓടിയെത്തിയപ്പോൾ താനും അമ്മയും വെറും അന്യരായി. ബാപ്പയുടെ വിയോഗത്തിൽ അവർ ആരെയോ സംശയിച്ചു. ആരെയൊക്കെയോ ശപിച്ചു. ചിലർ അമ്മയുടെ ബന്ധുക്കൾക്കെതിരെ തെറിവാക്കുകൾ പൊതിഞ്ഞ് കുറ്റപ്പെടുത്തി.

"മയ്യത്തിനെ നാട്ടിലേക്കു കൊണ്ടുപോകണം."

ചേതനയറ്റ ശരീരത്തിന് അങ്ങനെ പുതിയൊരു പരിവേഷം നല്കി അവർ അവകാശവാദമുന്നയിച്ചു. ആരവങ്ങൾക്കിടയിൽ അവരുടെ ശബ്ദം മാത്രം കനംവച്ചു നിന്നു. കുടുംബം പറഞ്ഞും വർഗ്ഗം പറഞ്ഞും ഒത്തുകൂടിയവർക്ക് ഒരേ സ്വരമായിരുന്നു. അവർ 'കലിമ' ചൊല്ലി ബാപ്പയെ കുളിപ്പിച്ചു. പുതുവസ്ത്രങ്ങളണിയിച്ച മൃതദേഹത്തെ അടുത്തേതോ ആരാധനാലയത്തിൽ നിന്നും വരുത്തിച്ച ശവമഞ്ചത്തിലേക്കു കയ

റ്റിയപ്പോൾ ആരുടെയെങ്കിലും സാന്ത്വനത്തിനായ് തെല്ലൊന്നു മോഹിച്ചു.

എന്നാൽ ആമിൻഷായുടേയും ബന്ധുക്കളുടേയും പിറുപിറുക്കലുകൾ പിതാവിന്റെ വിയോഗത്തിലെ നിഗൂഢതയെക്കാളും അതിനിഗൂഢമായിരുന്നു. അണിയറയിൽ അവരപ്പോൾ എന്തൊക്കെയോ പടയൊരുക്കങ്ങൾ നടത്തുന്നുണ്ടായിരുന്നു.

ശീതീകരിച്ച വെളുത്ത വാഹനത്തിൽ ശവമഞ്ചത്തെ കിടത്തി പ്രാർത്ഥനാഗീതങ്ങൾ ചുറ്റുമൊഴുകിയപ്പോൾ ആരോ തിരക്കി.

- ഭാര്യയേയും മകളേയും.

പത്തിരുപത്തഞ്ചുവർഷക്കാലം ഒരുമിച്ചുകഴിഞ്ഞവൾ, ഇന്ത്യയിൽ നിലനിന്ന വിവാഹനിയമത്താൽ ഒന്നിച്ച് ഒരു കുടക്കീഴിൽ കഴിഞ്ഞവൾ, അവൾ ഇസ്ലാം പുരുഷന്റെ അന്യമത സ്ത്രീയാണത്രെ! കൂടി നിന്നവർ ഒന്നടങ്കം പ്രഖ്യാപിച്ചു.

- മകളെങ്കിലും. ആരോ ന്യായവാദം വെച്ചു.

- അന്യസ്ത്രീയുടെ ഗർഭത്തിൽ പിറന്നവൾ.

- വേണ്ട വേണ്ട.

അങ്ങനെ എതിർപ്പുകൾക്ക് ആക്കം കൂടി കൂടി വന്നു.

ജീവനില്ലാത്ത ശരീരത്തിനപ്പോൾ അവകാശികളുണ്ടായി. ഉറ്റവരുണ്ടായി. ഒന്നും ഉരിയാടാതെ; ഇതെന്റെ ഭാര്യ, ഇതെന്റെ മകൾ എന്നൊന്നും അവകാശപ്പെടാതെ ആ ശരീരം യാത്രയാകുന്നതും നോക്കി ആ 'അന്യർ' രണ്ടുപേരും വാവിട്ടു നിലവിളിച്ചുകൊണ്ട് തോളത്തു തല ചായ്ച്ചു പരസ്പരം വിതുമ്പി. ആമിൻഷായും ബന്ധുക്കളും ഒരുവാക്കു പോലും മിണ്ടാതെ യാത്രാമൊഴിപോലും പറയാതെ പടിയിറങ്ങുന്നതും കണ്ടു.

"പൂജ കുട്ടീ തലതോർത്തുന്നില്ലേ" ചുവരിൽ തൂങ്ങിയ ടവ്വലെടുത്ത് അവർ മുടിയിഴകളിലമർത്തിയപ്പോൾ വല്ലാത്ത നിർവൃതി തോന്നി. വാത്സല്യത്തോടെയുള്ള വിളിയിൽ ആനന്ദം കൊണ്ടു. പൂജ എന്ന നാമം എന്നോ മറന്നതായിരുന്നു. ബംഗ്ലാവു വീട്ടുകാർ ഉച്ചരിക്കാൻ മടിച്ച ആ വാക്ക് കാതുകൾക്ക് ഏറെ നാൾകൊണ്ട് അന്യമായിരുന്നു. അവർ അയിത്തം കല്പിച്ച വാക്ക്.

"ഹേയ് പൂജകുട്ടീ" അവർ വീണ്ടും ആവർത്തിച്ചു. ഹേമയും മോഹനൻ വലിയച്ഛനും മാത്രം ഉച്ചരിച്ച വാക്ക്; പൂജ കുട്ടി.

മോഹനൻ വലിയച്ഛനെക്കുറിച്ചോർത്തപ്പോൾ വീണ്ടും മനസ്സ് വല്ലാതെ വിങ്ങി.

ഏതു കാരാഗൃഹത്തിലടച്ചാലും ഒരുവന് സ്വന്തമായെന്നു പറയാൻ ഓർമ്മകൾ കൂടെയുണ്ടാകുമെന്നു പറഞ്ഞ വലിയച്ഛന്റെ ചിന്തകൾക്ക് ഭ്രംശം സംഭവിച്ചത്, അദ്ദേഹത്തിന്റെ ഓർമ്മകൾക്ക് അടുക്കും ചിട്ടയുമില്ലാതെയായത്. അവസാനമായി കണ്ടപ്പോൾ വലിയച്ഛൻ പറഞ്ഞതെന്താണ്?

- പൂജാ പൂജകുട്ടീ എന്റെ തലയില് കൊമ്പ് മുളച്ചെന്ന് തോന്നണ്.

തലയില് വളരണ കൊമ്പുണ്ടല്ലോ! അതങ്ങ് വളർന്ന് വളർന്ന് അങ്ങ് വാനോളം മുട്ടും.

രോഗഗ്രസ്തനായതിനുശേഷം ഒരിക്കൽ മാത്രമാണ് വലിയച്ഛനെ കണ്ടത്. ആമിൻഷായുമായുള്ള വിവാഹം ഉറപ്പിക്കുന്നതിനുമുമ്പ്. അപ്പോൾ വേദനയാൽ പുളയുമ്പോഴും ഇത്തിരിയോർമ്മയിൽ തന്റെ നാമം ചികഞ്ഞെടുത്തുകൊണ്ട് വാത്സല്യത്തോടെ നെറുകയിൽ തലോടിയിരുന്നു.

ശിരസ്സിനൊരുവശം അനുഭവപ്പെട്ട ചെറിയ മരവിപ്പ് ആരോടും പറയാതെ വല്യച്ഛൻ ഗോപ്യമാക്കിവച്ചിരുന്നുവത്രെ! കടുത്തപനി ബാധിച്ചപ്പോഴാണ് വലിയമ്മ നിർബ്ബന്ധിച്ച് വല്യച്ഛനെ ആശുപത്രിയിലേക്കു കൊണ്ടുപോയത്. അപ്പോഴേക്കും എല്ലാം മൂർച്ഛിച്ചിരുന്നു. ഹൃദയത്തിന് താളഭംഗം സംഭവിച്ചിരുന്നു. ശിരസ്സിന് സ്മൃതിനാശവും. എന്നോ സംഭവിച്ച വീഴ്ചയിൽ തലയ്ക്കേറ്റ അടി ഉള്ളിൽ ഉണങ്ങാതെ കട്ടിപിടിച്ചു കിടക്കുകയായിരുന്നൂവെന്നു ഡോക്ടർ പറഞ്ഞിരുന്നുവത്രെ! തീരാപ്പനിയായി അത് വല്യച്ഛനെ വേദനിപ്പിച്ചുകൊണ്ടിരുന്നു. സരസ്വതി വലിയമ്മയുടേയും ദേവിയുടേയും സങ്കടം അന്ന് കണ്ടുനില്ക്കാനായില്ല.

വിധി വൈപരീത്യം. അറിഞ്ഞവരൊക്കെ അങ്ങനയേ പറഞ്ഞുള്ളൂ. ആർക്കും ഒരുപദ്രവവും ചെയ്യാത്ത വല്യച്ഛന്റെ ദുരിതത്തെക്കുറിച്ചോർത്തപ്പോൾ ലോകപ്രതിഭാസം തന്നെ ഒരു തമാശയായാണ് തോന്നിയത്. നന്മയുള്ളവരിൽ ദുരന്തം വിതറുന്ന തമാശ. ദുഷ്ടരെ വളർത്തുന്ന തമാശ. ഇത് ഇന്നും ഇന്നലെയും തുടങ്ങിയതല്ല. അഹിംസ ജീവിത തത്ത്വമാക്കിയ മഹാത്മജിയെ ഹിംസിച്ചു. ജാതിക്കും മതത്തിനുമെതിരെ പോരാടിയ ഗുരുദേവനെ ദൈവമാക്കി. സ്വന്തം ആശയങ്ങൾ പ്രവൃത്തിയിലൂടെ കാട്ടിക്കൊടുത്ത പ്രവാചകൻ മുഹമ്മദിന്റെ വാക്കുകളെ വളച്ചൊടിച്ചു.

ഇന്നത് രൂക്ഷമായിക്കൊണ്ടേയിരിക്കുന്നുവെന്നോർത്തപ്പോൾ പല്ലുകൾ ഞെരിഞ്ഞമർന്നു. സ്ത്രീകൾക്ക് പൊതു ജീവിതത്തിൽ അർഹമായ സ്ഥാനം നല്കിയിരുന്ന മഹാനായിരുന്നു മുഹമ്മദ് നബി.

ആമിൻഷായെപ്പോലുള്ള കപടവാദികൾ ഇന്നിതാ അവ വളച്ചൊടിക്കുന്നു. സ്ത്രീയെ പലതിൽനിന്നും മാറ്റിനിർത്താൻ അധികാരം കാണിക്കുന്നു. ഹൊ എന്തൊരു വൈപരീത്യം. എന്തൊരു തമാശ.

ആ വൈപരീത്യത്തിനാണല്ലോ താനും ഇരയായിക്കൊണ്ടിരിക്കുന്നത്.

സ്ത്രീകളെ സൃഷ്ടിച്ചത് വംശവർദ്ധന സാദ്ധ്യമാക്കാനും, ഭാവിതലമുറകളെ വളർത്തിയെടുക്കാനും കുടുംബങ്ങളുടെ ഉത്തരവാദിത്വം വഹിക്കാനും മാത്രമാണത്രെ! അതും പറഞ്ഞാണ് ഒരുദിവസം ആമിൻഷ തർക്കത്തിലേർപ്പെട്ടത്. വാദപ്രതിവാദങ്ങൾക്കു മാത്രം വാതുറക്കുന്ന അവന്റെ വാക്കുകളെ തടഞ്ഞ് അന്നു പറഞ്ഞു.

“വേണ്ട വേണ്ട. നിങ്ങൾ പറയുന്നതെന്തെന്ന് എനിക്കറിയാം. പ്രസവിക്കുക, കുട്ടികളെ വളർത്തുക അങ്ങനെ വെച്ചുവിളമ്പി ജീവിതം തുല

യ്ക്കുക" പ്രതിരോധിച്ചുകൊണ്ട് വാക്കുകൾക്ക് തടസ്സം സൃഷ്ടിക്കാനൊരുങ്ങിയപ്പോൾ അവൻ ആവേശത്തോടെ തുടർന്നു.

"സ്ത്രീകൾക്ക് വേണ്ട രണ്ടേ രണ്ടുകാര്യം ആനന്ദവും അതായത്"

"ലൈംഗികാനന്ദം. അല്ലേ"

"അതെ. പിന്നെ സാമ്പത്തികവും അതായത്."

"ഭക്ഷണം. വസ്ത്രം അല്ലേ"

"അതെ, അവർ സ്ത്രീകൾ അതുകൊണ്ട് പൂർണ്ണ തൃപ്തരാണെന്നാണ് പറയുന്നത്."

"നിങ്ങൾ ഇതെവിടുന്നാണ് മനസ്സിലാക്കിയത്."

"ഹദീസുകളിൽ നിന്നും." അവൻ പറഞ്ഞു.

"ഹദീസ്" അല്പം വിരാമമിട്ട് അവനോട് തുടർന്നടിക്കാൻ തന്നെ തീരുമാനിച്ചു. "ഹദീസുകളെന്നാൽ നബി വചനങ്ങളെന്ന പേരിൽ മറ്റുള്ളവർ പറഞ്ഞതാണെന്ന് താങ്കൾക്കറിയാമല്ലോ. അതിൽ പറയുന്നയാളിന്റെ ഭാവന കൂടി ചേർന്നേക്കാം. പറയുന്നയാളിന്റെ ഇംഗിതത്തിനനുസരിച്ച് വളച്ചൊടിച്ചേക്കാം. എല്ലാ ഹദീസുകളും പ്രവാചകന്റേതായിരുന്നോവെന്ന് പരിശോധിക്കേണ്ടതാണ് ആദ്യം ചെയ്യേണ്ടത്. കേട്ടുകേൾവികൾ അപ്പാടെ വിശ്വസിച്ചുകൂടാ. പിന്നെ ഈ ഹദീസ് ആരുടെ നാവിലൂടെ എപ്പോൾ, എവിടെ, എന്തുകൊണ്ട് ആരോടു പറയപ്പെട്ടു എന്ന് സൂക്ഷ്മതയോടു കൂടി പരിശോധിച്ചാലേ അത് പ്രവാചകന്റേതാണെന്ന് മനസ്സിലാക്കാനാകൂ. താങ്കൾ പറയുന്ന ഈ ഹദീസിനെക്കുറിച്ച് അൽ അഫ്ഖാനിയുടെ ഗ്രന്ഥങ്ങളിൽ പ്രതിപാദിക്കുന്നുണ്ട്. അൽ അഫ്ഖാനി അവലംബിച്ചത് അൽ ത്യബരിയുടെ രചനകളെയാണ്. അൽത്യബരി മരിച്ചത് എ ഡി 922 ലാണെന്ന് ചരിത്രരേഖകൾ പറയുന്നു. പ്രവാചകന്റെ ജീവിതകാലം എ ഡി 570-632 ആയിരുന്നെന്ന് അറിയാമല്ലോ? പെണ്ണിന്റെ കൈയിൽ കാര്യങ്ങൾ ഏല്പിക്കുന്നവന് ഒരിക്കലും ഗുണം പിടിക്കില്ലെന്ന് പ്രവാചകൻ പറഞ്ഞതായി പറയുന്ന ഹദീസിൽ നിന്നാണ് താങ്കൾ പറഞ്ഞ വാചകങ്ങളെ പല ഇസ്ലാമിക ചരിത്രകാരന്മാരും രേഖപ്പെടുത്തുന്നത്.

ആ ഹദീസുമായി ബന്ധപ്പെടുത്തി ഞാനൊന്നു ചോദിച്ചോട്ടെ.

പ്രവാചകൻ സത്രീകളെ പൊതു സമൂഹത്തിൽനിന്നും മാറ്റി നിർത്തിയിരുന്നോ. റസൂലിന്റെ പ്രവൃത്തികളെ വിശകലനം ചെയ്തു നോക്കിയാൽ സ്ത്രീകൾക്ക് മഹനീയ പദവിയാണ് നല്കിയിരുന്നതെന്നു കാണാം. വളർത്തമ്മയായ ഉമ്മു ഐമനിൽ തുടങ്ങി അദ്ദേഹത്തിന്റെ പത്നിമാരിലും അവ ദർശിക്കാം. അനാഥത്വ ബാല്യത്തിൽ നബിതിരുമേനിക്ക് തുണയും തണലുമായിരുന്നത് ഉമ്മു ഐമനാണ്. പ്രവാചകനോടൊപ്പം വിവിധ യുദ്ധങ്ങളിൽ ആ മാതാവ് സംബന്ധിച്ചിട്ടുണ്ട്. യോദ്ധാക്കൾക്കാവശ്യമായവ എത്തിച്ചുകൊടുക്കുക, പരിക്കേറ്റവരെ സഹായിക്കുക, അടർക്കളത്തിൽ സഹായത്തിനെത്തുന്ന പോരാളികൾക്ക് വീര്യം പകരുക എന്നിങ്ങനെയുള്ള പ്രവൃത്തികളിൽനിന്നും ഉമ്മു ഐമൻ കുടും

ബകാര്യങ്ങൾ മാത്രം നോക്കി ജീവിതം നയിച്ച സ്ത്രീയല്ലെന്ന് വ്യക്തമാകും. തിരുമേനിക്ക് ആദ്യമായ് വഹ്‌യ (വിശുദ്ധ ഉണർത്തൽ) കിട്ടിയപ്പോൾ ഭയവിഹ്വലനായി അദ്ദേഹം തന്റെ പത്നിയായ ഖദീജയെ സമീപിച്ചു. പ്രവാചകന് നാല്പത് വയസ്സുള്ളപ്പോഴാണ് അദ്ദേഹത്തിന് അല്ലാഹു ജിബ്‌രീൽ വഴി ആദ്യ സന്ദേശം നല്കിയതെന്നറിയാമല്ലോ. ആദ്യത്തെ വെളിപാട് ഉണ്ടായപ്പോൾ മുഹമ്മദ് താൻ കേട്ട അശരീരിയിൽ ഭയപ്പെടുകയും തന്റെ മാനസികാവസ്ഥ തകരാറിലായിരിക്കുന്നുവെന്ന് സംശയിച്ച് പത്നിയായ ഖദീജയുടെ അടുക്കൽച്ചെന്ന് ഖദീജാ, എനിക്കു ഭ്രാന്തു പിടിച്ചതുപോലെ തോന്നുന്നുവെന്ന് പറഞ്ഞപ്പോൾ അവർ അദ്ദേഹത്തെ സാന്ത്വനിപ്പിക്കുകയും ഭർത്താവിലൂടെ വെളിപ്പെട്ട പുതിയ മതത്തിലെ ആദ്യ അനുയായിയായിത്തീരുകയും ചെയ്തു. ഇസ്ലാമിന്റെ ആദ്യ അനുയായി ഖദീജയെന്നതിൽ അങ്ങേക്ക് തർക്കമില്ലല്ലോ. തീർന്നില്ല. ഇനിയുമുണ്ട് ഉദാഹരണങ്ങൾ.

സൈനിക പര്യടനത്തിന് പോകുമ്പോൾ ഒപ്പം പ്രിയപത്നിയായ ആയിഷയേയും ഉമ്മുസലമയേയും ഒപ്പം കൂട്ടിയിരുന്നു. അദ്ദേഹത്തിന്റെ തന്ത്രപരമായ പ്രവർത്തനങ്ങളിലും പങ്കാളികളാക്കിയിരുന്നു. ഇതിൽ നിന്നും ഭാര്യമാരെല്ലാം വെറും പിന്നണിയിൽ നില്ക്കുന്നവരായിരുന്നില്ലായെന്ന് അനുമാനിക്കാം. എന്തിന് തിരുമേനിയുടെ മരണശേഷം ആയിഷ നാലാം ഖലീഫയായ അലിക്കെതിരെ ബസ്വറ അധിനിവേശത്തിനായി 'ഫിത്‌ന' (ആഭ്യന്തരയുദ്ധം) നടത്തിയതും അങ്ങ് ഓർക്കുന്നുണ്ടോ."

"ഹോ ഒട്ടക യുദ്ധം. അതിന്റെ ഭവിഷത്തുകൾ എന്താണെന്നറിയാമോ" ആമിൻഷ പരിഹാസത്തോടെ തർക്കിച്ചുകൊണ്ട് കൂട്ടിച്ചേർത്തു.

"യുദ്ധഭൂമിയിൽ ആയിഷയുടെ കൂട്ടാളികൾ മരിച്ചു വീണത് നിനക്കറിയില്ലേ. അവർ നിശിതമായി വിമർശിക്കപ്പെട്ടു. രാഷ്ട്രീയമായി തന്നെ തുടച്ചു നീക്കപ്പെട്ടില്ലേ. സ്ത്രീയുടെ കൈയിൽ 'മുൽക്ക്' (അധികാരം) ഏല്പിച്ചതിന്റെ പരിണിത ഫലമാണ് ബസ്വറയിൽ ആയിഷയ്ക്ക് സംഭവിച്ചത്."

"അപ്പോൾ തിരുമേനിക്ക് ഉഹ്ദ് യുദ്ധത്തിൽ പരാജയം സംഭവിച്ചതോ? അന്ന് പുരുഷന്റെ കൈയിലായിരുന്നല്ലോ മുൽക്ക്. താങ്കൾ പറഞ്ഞ 'മുൽക്ക്'നെക്കുറിച്ചുള്ള ഹദീസ് പ്രവാചകനിൽനിന്നും നേരിട്ട് കേട്ടുവെന്ന് പറയുന്ന വ്യക്തി അബു ബക്റയാണ്. അബു ബക്റ പ്രവാചകന്റെ വിശ്വസ്ത അനുചരന്മാരിൽ ഒരാളെന്നത് ശരിതന്നെ. എന്നാൽ ബസ്വറ യുദ്ധത്തിൽ നിക്ഷ്പക്ഷത പുലർത്തിയ ആളായിരുന്നു അബു ബക്റ. പ്രവാചകന്റെ സമയത്ത് എന്നതുകൊണ്ടു മാത്രം ഹദീസിന്റെ സ്രോതസ്സാകാൻ യോഗ്യനാകുന്നില്ല. എത്രതന്നെ ബഹുമാന്യനും വിശ്വാസിയുമായ ആളായാൽപോലും അയാൾ പ്രേക്ഷണം ചെയ്യുന്ന വാക്യത്തിൽ അടങ്ങിയ അറിവ് സ്വയം ആർജ്ജിക്കാതെ ഒരാൾ പ്രേഷണം ചെയ്യുന്ന ഹദീസും സ്വീകാര്യമല്ല. പ്രവാചകൻ ഇങ്ങനെ പറഞ്ഞു, അങ്ങനെ പറഞ്ഞുവെന്നൊക്കെ പറയുന്നതും ഓർമ്മയിൽനിന്നു പറഞ്ഞുവെന്നതുകൊ

ണ്ടുമാത്രം അവയൊന്നും ആധികാരികമായി സ്വീകരിച്ചിട്ടില്ല."

"അബൂ-ബക്റയുടെ ഹദീസിന് ആധികാരികത ഇല്ലെന്നാണോ" - ആമിൻഷ ചോദിച്ചു.

"ആധികാരികത ഉണ്ടോ ഇല്ലയോ എന്നത് ആര് എപ്പോൾ എങ്ങനെ എവിടെ എന്നൊക്കെ പരിശോധിച്ചാൽ തെളിയും.

ബസ്വറ അധിനിവേശത്തിന് മുമ്പ് ആയിഷ മക്കയിൽ തീർത്ഥാടനത്തിന് പോയിരുന്നു. മദീനയിൽ ഉസ്മാൻ വധിക്കപ്പെട്ടതും അലി നാലാം ഖലീഫയായി നാമനിർദ്ദേശം ചെയ്യപ്പെട്ടതും അറിഞ്ഞപ്പോൾ ആയിഷ സൈന്യത്തിന്റ നേതൃത്വമേറ്റെടുത്ത് തന്റെ ലക്ഷ്യത്തിലേക്ക് നീങ്ങാൻ ബസ്വറ നഗരം തെരഞ്ഞെടുത്തു. ബസ്വറയിലെ പ്രധാന വ്യക്തി അബുബക്റ എന്ന നിലയിൽ അദ്ദേഹവുമായി ബന്ധപ്പെട്ടപ്പോൾ ആഭ്യന്തര യുദ്ധത്തിൽ പങ്കെടുക്കാതിരിക്കാനുള്ള തീരുമാനം മറ്റു ചിലരെപ്പോലെ അബൂബക്കറ പുലർത്തിയിരുന്നൂവെന്നറിഞ്ഞു. ആയിഷയുടെ നിലപാടിൽ അദ്ദേഹം വളരെ ധർമ്മ സങ്കടത്തിലായിരുന്നു. ഭൂമിയിലും സ്വർഗ്ഗത്തിലും പ്രവാചകന്റെ പ്രിയപത്നിയാകുന്ന ആയിഷയ്ക്കെതിരെ ആയുധമെടുക്കണമോ? അലിയുമായി ഏറ്റുമുട്ടണമോ?

'ഒട്ടകയുദ്ധം' അവസാനിച്ച ശേഷമാണ് അദ്ദേഹം ഈ ഹദീസ് അതായത് പ്രവാചകന്റെ മരണം കഴിഞ്ഞ് ഇരുപത്തഞ്ച് വർഷങ്ങൾക്കു ശേഷം അബുബക്റ ഇങ്ങനെ വെളിപ്പെടുത്തിയതത്രെ!

'നിങ്ങൾ ഞങ്ങളുടെ 'ഉമ്മ' (വിശ്വാസികളുടെ മാതാവ്). നിങ്ങൾക്ക് ഞങ്ങളുടെ മേൽ അധികാരങ്ങൾ ഉണ്ട് എന്നത് ശരിതന്നെ. എന്നാൽ പ്രവാചകൻ ഇങ്ങനെ പറയുന്നത് ഞാൻ കേട്ടതാണ്.'

"സ്ത്രീയുടെ കൈയിൽ മുൽക്ക് (അധികാരം) ഏല്പിക്കുന്നവർക്ക് ഒരിക്കലും ഗുണം പിടിക്കില്ല."

"പ്രവാചകൻ പറഞ്ഞിട്ടുണ്ടെങ്കിൽ എന്തുകൊണ്ട് നേരത്തേ അബൂബക്റ അങ്ങനെ പറഞ്ഞില്ല. അലിയെ അനുകൂലിച്ചവരാൽ അവഹേളനത്തിന് പാത്രമായതൊഴിച്ചാൽ ആയിഷ ജനങ്ങളിൽനിന്നും അളവറ്റ ബഹുമാനം നേടിയിരുന്നൂവെന്ന് കാണാം. പിന്നെ പള്ളിയെ തുറന്ന ഇടമായും കുടുംബത്തെ ചർച്ചയുടെ മണിമന്ദിരമായിട്ടുമാണ് പ്രവാചകൻ കണ്ടിരുന്നത്. ആയിഷയുടെ ഗൃഹം പള്ളിയുടെ ചുമരിൽനിന്ന് നേരിട്ടുള്ള ഒരു വാതിലോടെയാണ്. പള്ളിയും പ്രവാചകന്റെ ഗൃഹങ്ങളും അന്തേവാസികളും അനുചരൻമാരുമെല്ലാം ഒരുമിച്ച് പ്രവർത്തിച്ചിരുന്നു."

"നീ ഏതോ കാളികൾ എഴുതിയ ഗ്രന്ഥം വച്ചാണ് തർക്കിക്കുന്നത്." ആമിൻഷ കോപത്തോടെ അലറി. എന്നിട്ടവൻ തുടർന്നു.

"ഇപ്പോൾ കൊറേ എഴുത്തുകാരികൾ എറങ്ങിത്തിരിച്ചിട്ടുണ്ടല്ലോ. സമത്വത്തിനുവേണ്ടി വാദിക്കുന്നവർ"

സ്ത്രീയിലെ ധൈഷണികതയെ അവൻ ഭയക്കുന്നൂവെന്ന് അന്ന് മനസ്സിലായി. തന്റെ തർക്കങ്ങളിൽനിന്നും ഒഴിഞ്ഞുമാറാനുള്ള അവന്റെ തന്ത്രം. കഴുത്തിൽ തട്ടി നിന്ന താടിയിൽ തെരുതെരാ കൈകൾ ചലി

പ്പിച്ച് അവൻ ആവേശത്തോടെ എഴുന്നേറ്റുകൊണ്ട് പുറത്തേക്കു കൈകൾ ചൂണ്ടി ചോദിച്ചു.

"ദേ ആ പുരുഷൻ വെറും തോർത്തു മുണ്ടുടുത്ത് പറമ്പിൽനിന്ന് കിളയ്ക്കുന്നു. നിനക്ക് അങ്ങനെയാകാൻ കഴിയുമോ?"

"ആ പുരുഷന് മാറു മറച്ചിട്ട് കീഴ്പ്പോട്ട് നഗ്നനായി നില്ക്കാനാകുമെങ്കിൽ എനിക്കും കഴിയും. പിന്നെ അയാളുടെ നഗ്നത കണ്ട് എനിക്ക് ഉത്തേജനമുണ്ടാകുമെന്ന് നിങ്ങൾ ഭയക്കണ്ട. ഞാനയാളെ കയറിപ്പിടിക്കുകയുമില്ല." -

"അതു പിന്നെ ശാസ്ത്രജ്ഞൻമാർ പലരും തെളിയിച്ചിട്ടുണ്ട് സ്ത്രീയെക്കാൾ പെട്ടെന്ന് ഉത്തേജനമുണ്ടാകുന്നത് പുരുഷനാണെന്ന്."

"ആയിരിക്കാം. സ്ത്രീയിലെ അവയവങ്ങൾ കണ്ട് പെട്ടെന്ന് ഉത്തേജനമുണ്ടാകണമെങ്കിൽ അതൊരു രോഗമാണ്. ക്രിസ്റ്റീന മദാമ്മ അല്പവസ്ത്രധാരിയായി അവരുടെ വീടിന്റെ ചുറ്റിലും ഉലാത്തുമ്പോൾ പലരും അവരെ കൗതുകത്തോടെ നോക്കാറുണ്ടല്ലോ; ആണും പെണ്ണും. നമ്മുടെ സമൂഹത്തിന് അപൂർവ്വമായ കാഴ്ചയായതുകൊണ്ട് പുതുമയോടെ അവർ നോക്കുന്നു. എന്നാൽ അവരെ ആരും കയറിപ്പിടിച്ചില്ലല്ലോ. പുരുഷന് തന്റെ വികാരങ്ങളെ നിയന്ത്രിക്കാനാകുമെന്നതിന്റെ ഉദാഹരമാണത്. അപ്പോൾ അവസരങ്ങൾക്കനുസൃതം പുരുഷന് വികാരങ്ങളെ നിയന്ത്രിക്കാനാകുമെന്ന് സാരം. താങ്കൾ പറഞ്ഞല്ലോ സ്ത്രീയെ സൃഷ്ടിച്ചത് വംശവർദ്ധന സാദ്ധ്യമാക്കാനെന്ന്. വംശവർദ്ധനവിന് സ്ത്രീ മാത്രം മതിയോ. അവിടെ സ്ത്രീക്കും പുരുഷനും പങ്കില്ലേ. ആ പങ്കാളിത്വം സ്ത്രീപുരുഷ തുല്യതയെ എടുത്തു കാട്ടുന്നു. പുരുഷനും പുരുഷനും വ്യത്യസ്തമാകുന്നപോലെ ആഫ്രിക്കനും അമേരിക്കനും വ്യത്യസ്തനാകുന്നപോലെ പുരുഷന്റേയും സ്ത്രീയുടേയും കർമ്മവും വ്യത്യസ്തമായിരിക്കും. എന്നാൽ തുല്യപങ്കാളിത്വമല്ലേ സൂചിപ്പിക്കുന്നത്."

ആമിൻഷ അവൻ പറയുന്നതിൽ ഉറച്ചു നിന്നിട്ട് ദൂരേക്ക് ചൂണ്ടികാട്ടി.

"ദേ അതുപോലെ നിനക്ക് തെങ്ങുകയറാനാകുമോ."

"താങ്കൾ എത്ര വിഡ്ഢിയാണ്. താങ്കളും ആ തെങ്ങുകയറ്റക്കാരനും പുരുഷനാണോ."

"അതിന് തർക്കിക്കാനെന്തിരിക്കുന്നു."

"പോട്ടെ താങ്കളും ഫെയ്സിയും പുരുഷൻമാരല്ലേ."

അതുകേട്ട് അവൻ പരിഹാസത്തോടെ ചിരിച്ചു.

"താങ്കളുടേയും ആ പുരുഷൻമാരുടേയും ശരീരഘടനയിൽ വ്യത്യാസമില്ലേ. ചിലത് നീളമുള്ളവ ചിലത് ചെറുത് ചിലേടം ഇടുങ്ങിയതും. താങ്കളേക്കാൾ മെലിഞ്ഞിട്ടാണ് തെങ്ങുകയറ്റക്കാരൻ. അതുപോലെ സ്ത്രീ-പുരുഷ ഘടനയിലും വ്യത്യാസമുള്ളതുകൊണ്ട് ചില ജോലികളിൽനിന്നും സ്ത്രീകൾ മാറി നില്ക്കുന്നുവെന്നത് ശരിതന്നെ. പിന്നെ എനിക്ക് തെങ്ങു കയറാനാകില്ലെങ്കിലും പല സ്ത്രീകളും ആ ജോലി ഇന്ന് ചെയ്യുന്നുണ്ട്."

“മതി മതി നിന്റെ പ്രസംഗം നീയും വാലുപൊക്കി ഇറങ്ങിതിരിച്ചോ?”

“മതി മതി എന്നു പറഞ്ഞല്ലോ. ഇതാണ് അധികാരമെന്നു പറയുന്നത്. താങ്കളെപ്പോലുള്ള പുരുഷനിൽ അന്തർലീനമായി കിടക്കുന്ന അധികാരം. സ്ത്രീയെ ചൊൽപ്പടിക്ക് നിർത്താനുള്ള അധികാരം.”

“അധികാരം അധികാരം”

“എന്താ കുട്ടീ പിറുപിറുക്കുന്നത്.”

ചുമരിൽ തൂക്കിയ മറ്റൊരു ടവ്വലെടുത്തു നീട്ടി പുതിയ ചങ്ങാതി അന്വേഷിച്ചു. അവർ തനിക്ക് ചായ തന്നു, മുടി തിരുമ്മി തന്നു. ടവ്വലെടുത്തു നീട്ടുന്നു. തന്റെ കാര്യങ്ങൾ അന്വേഷിക്കുന്നു. ആരാണിവർ.

“ഞാൻ മെഹ്റിന”

ഈണത്തോടെ ആ നാമം കേട്ടു. അപ്പോൾ ആ മുഖമൊന്നു കാണാൻ കൊതി തോന്നി. ആ ചുണ്ടുകളിൽ നിന്നൊരു മന്ദഹാസം ഏറ്റു വാങ്ങാനും അതിയായി ആഗ്രഹിച്ചു.

“എനിക്ക് താങ്ങളുടെ സുന്ദരമായ ആ മുഖം ഒന്നു കണ്ടാൽകൊള്ളാമെന്നുണ്ട്.”

“സ്ത്രീയായ നീയും എന്റെ മുഖം കാണാൻ ആഗ്രഹിക്കുന്നുവല്ലേ. ഗോപ്യമായത് ഒന്നു കാണാൻ ഏവർക്കും കൗതുകം തോന്നും കുട്ടീ. നിന്നോളം സുന്ദരിയൊന്നുമല്ല ഞാൻ കേട്ടോ.”

പെട്ടെന്ന് വരാന്തയിലാരുടേയോ കാൽപ്പെരുമാറ്റം കേട്ടപ്പോൾ മെഹ്റിന വാതിൽ തുറന്നു. ഒരു മക്കനതല അകത്തേക്ക് നോക്കി പറഞ്ഞു.

“അങ്ങോട്ട് കൊണ്ടുചെല്ലാൻ പറഞ്ഞു.”

“ആരെ”

“ദേ ആ പ്രാന്തിപെണ്ണിനെ”

ഭ്രാന്തി- ആ വാക്ക് ഉള്ളിൽ ചിരിയുതിർത്തു. ഒന്നു ശബ്ദമുയർത്തിയാൽ ഭ്രാന്തി. പുരുഷന്റെ കാല്ക്കീഴിൽനിന്നും തലയുയർത്തിയാൽ അഭിസാരിക.

“ഛീ കടന്നുപോ.”

എന്തോ ചവച്ചുകൊണ്ട് തന്നെ നോക്കി നിന്ന ദൂതികയെ മെഹ്റിന ശാസിച്ചു. കുപ്പായ കീശയിൽനിന്നും വലിച്ചെടുത്ത നാലഞ്ചു തുണ്ടുതേങ്ങകൾ ഒരുമിച്ച് വായിലിട്ടുകൊണ്ട് ആ സ്ത്രീ വരാന്തയിലേക്കു മാറി നിന്നു. തലേന്നത്തെ ഓതൽ സംഘത്തിലും അവളുണ്ടായിരുന്നത് ഓർമ്മയിൽ തെളിഞ്ഞുവന്നു. അരികത്തിരുന്ന കുടുവൻ പിഞ്ഞാണത്തിൽനിന്നും വെളുത്ത ഹൽവയുടെ തുണ്ടുകൾ കുപ്പായത്തിൽ തേച്ച് അപ്പപ്പോൾ വായ്ക്കകത്ത് തിരുകുന്നത് ശ്രദ്ധിച്ചിരുന്നതാണ്. അവരുടെ കുറുകിയ കൈകളും തടിച്ച നിതംബവും മാംസം തൂങ്ങിയ താടിയും ആവരണ കുപ്പായത്തെ വകഞ്ഞു മാറ്റി കവച്ചു നില്ക്കുന്നതു കാണുമ്പോൾ ആർക്കും കഷ്ടം തോന്നും. കുപ്പായത്തിന്റെ കീശയിൽ നിന്നും ഏഴെട്ട് അണ്ടിപ്പരിപ്പുകൾ വലിച്ചെടുത്ത് വായിൽ തിരുകി കട

ന്നുപോയപ്പോൾ മീനിന്റേയും എണ്ണയുടേയും നെയ്യിന്റേയും സമ്മിശ്ര ഗന്ധം പുലർക്കാലകാറ്റിൽ അലിഞ്ഞു ചേർന്നു.

"എന്നേ അയാൾ അവരെ മൊഴിചൊല്ലി ഉപേക്ഷിച്ചേനെ"

മെഹ്റിന ആ സ്ത്രീയെ നോക്കി സഹതപിച്ചപ്പോൾ അവർ ആരാണെന്നറിയാൻ ഔത്സക്യം തോന്നി. ചോദ്യഭാവേനയുള്ള നോട്ടം കണ്ടിട്ടാകാം മെഹ്റിന തുടർന്നു.

"സെൻമത്ത് എന്നാണ് പേര്. വല്യതങ്ങളുടെ ആദ്യ ഭാര്യ"

തങ്ങളുടെ ഭാര്യയോ! അയാളുടെ മാതാവെന്നേ ആർക്കും തോന്നൂ.

"ഇതെല്ലാം അവർക്കവകാശപ്പെട്ടതുകൊണ്ടാണ്."

മെഹറിന അകന്നുപോകുന്ന സെൽമത്തിനെ നോക്കി ദീർഘമായ് നിശ്വാസം കൊണ്ടു.

"കേട്ടിട്ടില്ലേ അലിയാര് മുതലാളിയെക്കുറിച്ച്"

അന്നാട്ടിലെ ആരെക്കുറിച്ചും ഒന്നുമറിയില്ലെങ്കിലും വെറുതെ തലയാട്ടി.

"പേരുകേട്ട കുടുംബക്കാരാ. അലിയാര് മുതലാളിയുടെ ഏതാനും വസ്തുവകകൾ ഒരു വ്യവഹാരത്തിൽ നഷ്ടപ്പെടുമെന്ന അവസ്ഥയിലെത്തിയപ്പോൾ വലിയതങ്ങൾ എന്തോ മന്ത്രമോതി കൊടുത്തുവത്രേ! വലിയതങ്ങൾ സെൽമതാത്തായെ *ഖുർആൻ* പഠിപ്പിക്കുന്ന അദ്ധ്യാപകനും അലിയാര് മുതലാളീടെ വീട്ടിലെ നിത്യസന്ദർശകനുമായിരുന്ന കാലത്തായിരുന്നു ആ സംഭവം. വലിയതങ്ങളുടെ മന്ത്രത്താലും പൊടിപ്രയോഗത്താലും നഷ്ടപ്പെടുമെന്നു കരുതിയ വസ്തുവിന്റെ ഉടമസ്ഥാവകാശം മുതലാളിക്ക് വന്നുചേർന്നുവെന്നാണ് ജനസംസാരം. മുതലാളിയും അങ്ങനെ വിശ്വസിച്ചു. പ്രതിഫലം തിരക്കിയ മുതലാളിയോട് വലിയതങ്ങൾ മകളെ ആവശ്യപ്പെട്ടു. ഏക മകളെയും പിന്നെ സ്വത്തു വകകളും. അത് ഇരുവരുടെയും പേരിലാണിപ്പോൾ."

പറഞ്ഞു നിർത്തിയ മെഹ്റിന മേഘവർണ്ണത്തിൽ കുറുകെ വരകളുള്ള ജാലകവിരി വകഞ്ഞുമാറ്റിയപ്പോൾ പ്രഭാതവെട്ടം നേരെ പതിക്കുകയും അകത്തേക്കൊഴുകിയെത്തിയ ഇളംകാറ്റ് രോമകൂപങ്ങളെ ഇക്കിളിയാക്കുകയും ചെയ്തു. കസേരയിൽ ചാരി അവയ്ക്കു പിറകിൽ വിടർത്തിയിട്ട മുടിയിൽനിന്നും ഇറ്റു വീണ ജലതുള്ളികൾ പ്രതലത്തിലൊഴുകി പാദങ്ങളിൽ തൊട്ടും പിന്നെ പല വഴികളിലായി വളഞ്ഞുപുളഞ്ഞൊഴുകുന്നതും നോക്കി ഏറെ നേരം നിശ്ശബ്ദമിരുന്നു.

"നല്ല ഇടതൂർന്ന മുടി കോതിയൊതുക്കി തരട്ടെ." മുടിയിൽ വിരലോടിച്ച് മെഹ്റിന ചോദിച്ചപ്പോൾ എന്റെ കുട്ടിക്ക് കോതറാണീടെ മോൾക്കൊള്ള പോലത്തെ മുടിവേണ്ടേയെന്ന് അമ്മ ചോദിക്കുന്ന പോലെ തോന്നി.

കുരുക്കിട്ട മുടികളിൽ വിരൽ വിടർത്തി ശുദ്ധമായ വെളിച്ചെണ്ണ തേച്ച് കോതിയൊതുക്കുമ്പോൾ കുഞ്ഞായ പൂജകുട്ടി ചിണുങ്ങുമായിരുന്നു. കോതറാണീടെ പുത്രിയുടെ കഥ തുടങ്ങുമ്പോൾ ജിജ്ഞാസയോടെ

അമ്മയ്ക്ക് മുന്നിൽ നിന്നുകൊടുക്കും. അമ്മയുടെ നാടിന്റെ കഥ ഇളവ ള്ളൂരിന്റെ കഥ പറയാൻ അമ്മയ്ക്ക് നൂറ് നാവാണ്. പണ്ടുപണ്ടൊരു രാജ്യത്ത് അമ്മ അങ്ങനെ തുടങ്ങും. ഇളവള്ളൂർ നാട്ടിലെ കൊറ്റാമല കുന്നിൽ നിന്നാൽ സഹ്യപർവ്വതത്തിനു മുകളിൽ സൂര്യനുദിക്കുന്നതും അറബിക്കടലിൽ അസ്തമിക്കുന്നതും കാണാമായിരുന്നു. അവിടുത്തെ മിടുക്കിയായ റാണിയായിരുന്നു കോതറാണി. സവർണ്ണാധിപത്യത്തെ പല്ലുംനഖവും ഉപയോഗിച്ച് എതിർത്തിരുന്ന പെരുമാട്ടു പുലയിയുടെ വംശ ത്തിൽപ്പെട്ട കേളികേട്ട വനിതയായിരുന്ന അവർ. ജനക്ഷേമകരമായി നാടു ഭരിക്കുന്ന കോതറാണിയുടെ കഴിവിൽ അയലത്തെ നാടുവാഴികൾ അസൂ യപ്പെട്ടുവത്രെ! അങ്ങനെ അവർ ഇളവള്ളൂർ നാടിന്റെ കാർഷിക സമൃ ദ്ധിയിൽ കണ്ണേറിഞ്ഞുകൊണ്ടേയിരുന്നു.

പത്തുമേനി വിളയുന്ന പാടങ്ങളും പച്ചപ്പിന്റെ അലകടൽ പോലെ വിലസുന്ന ഭൂവിഭാഗങ്ങളും പോന്ന ആ നാടിന്റെ മരതക കാന്തി ആരെ യാണ് മോഹിപ്പിക്കാത്തത്? അമ്മ അല്പം നിർത്തും. എന്നിട്ട് കുരുക്കു വീണ മുടി പൊട്ടിച്ചെടുത്ത് വിരൽത്തുമ്പിൽ ചുറ്റി തുടരും. കോതറാ ണിയെ ആക്രമിക്കാൻ കാത്തിരുന്ന ആറ്റിങ്ങൽ തമ്പുരാന് യാദൃച്ഛിക മായി ഒരു മുഹൂർത്തം വന്നു ചേർന്നു. ആറ്റിങ്ങൽ തമ്പുരാന്റെ ദേശ ത്തുള്ള കുശവ നായൻമാർ പഞ്ഞകർക്കിടകമാകുമ്പോൾ കലം വില്പ നയ്ക്ക് ഇളവള്ളൂർ നാട്ടിലേക്കു വരിക പതിവാണ്. കോതറാണിയുടെ കൊട്ടാരത്തിലുമവർ എത്തും. കലത്തിനു പകരം നെല്ലോ അരിയോ മറ്റ് ഭക്ഷ്യവസ്തുക്കളോ ആണ് പകരം നല്കുന്നത്. അത്രയ്ക്ക് സമൃദ്ധമാ യിരുന്നില്ലേ ഇളവള്ളൂർ. അങ്ങനെ പറയുമ്പോൾ അമ്മയുടെ ചുണ്ടും ചിറിയും വല്ലാതെ സമൃദ്ധമാകും.

“ബാർട്ടർ സിസ്റ്റം.”

മുഖം വെട്ടിത്തിരിച്ച് അമ്മയോടു തിരക്കും.

“ങ്ഹും” അമ്മ മൂളി കഥ തുടരും.

ഒരിക്കൽ കുശവൻമാരിൽനിന്നും കലം വാങ്ങിയത് കോതറാണി യുടെ മകളായിരുന്നുവത്രെ! വീട്ടിലെത്തി വേളാൻമാർ നെല്ലെടുത്തു തട്ടു മ്പോൾ ഒരു നെടുനീളൻ തലമുടി. വീടുകളിൽനിന്നും വീടുകളിലേക്കും പിന്നെ നാടുവാഴുന്ന ആറ്റിങ്ങൽ ഇളയതമ്പുരാനിലും കോതറാണിയുടെ മകളുടെ കേശകഥ പടർന്നു. തമ്പുരാന്റെ മനസ്സിൽ ആ കേശിനിയുടെ രൂപം നൃത്തംവച്ചു. ഒപ്പം ഇളവള്ളൂർ നാടിനെ സ്വന്തമാക്കണമെന്ന മോഹവും. തമ്പുരാൻ കൊറ്റാമല കൊട്ടാരത്തിലേക്ക് ദൂതനെ അയച്ച് മകളെ പാണീഗ്രഹണം ചെയ്യാനാഗ്രഹിക്കുന്ന വിവരം കോതറാണിയെ അറിയിച്ചു.

താഴ്ന്ന ജാതിൽപ്പെട്ട പുലയവംശവുമായി ബന്ധം പുലർത്താനാ ഗ്രഹിക്കുന്ന ഇളയ തമ്പുരാനിലെ ചേതോവികാരം പെൺകൊതി മാത്ര മല്ലെന്ന് കോതറാണിക്കു മനസ്സിലായി.

“എന്താ താഴ്ന്ന ജാതിക്കാരും ഉയർന്ന ജാതിക്കാരും തമ്മിൽ

വിവാഹം പാടില്ലേ അമ്മേ."

"തെരഞ്ഞെടുക്കലിലെ അതിരുകൾ നാം മനുഷ്യർ തന്നെയാണ് നിർമ്മിച്ചത് കുട്ടി. തിരിച്ചറിയലിന് ദൈവം ചില വ്യത്യാസങ്ങൾ നല്കി സൃഷ്ടിക്കുന്നുവെന്ന് മാത്രം. അതുനോക്കി മനുഷ്യർ അധഃകൃതനെന്നും കറുത്തവനെന്നും മുദ്രകുത്തി അധിക്ഷേപിക്കപ്പെടുന്നു."

മുടി മൂന്നായി പകുത്തെടുത്ത് അമ്മ തുടരും. അവർണ്ണ സമുദായ ത്തിൽ പിറന്ന അതും ഒരു പെണ്ണിന് ഇത്ര ധിക്കാരമോ? കോതറാണി യോടുള്ള ആറ്റിങ്ങൽ തമ്പുരാന്റെ കോപം അങ്ങനെയായിരുന്നു. പെണ്ണിന്റെ അധികാരത്തിൽ അവളുടെ വളർച്ചയിൽ അസൂയപൂണ്ട തമ്പു രാൻ രോഷം കൊണ്ടു. ഒരു യുദ്ധത്തിനുതന്നെ തമ്പുരാൻ കോപ്പിട്ടു. തമ്പുരാന്റേയും കൂട്ടരുടേയും ഗൂഢാലോചനകൾ ചാരന്മാർ മുഖേന മണ ത്തറിഞ്ഞ കോതരാജ്ഞി പ്രതിരോധത്തിനുള്ള ഏർപ്പാടുകൾ ചെയ്തു. കോട്ടകൊത്തളങ്ങൾ ഉറപ്പിച്ചു. കോട്ടവാതിലുകളിൽ ആനകളെ നിറുത്തി. മല്ലന്മാരെ കൊട്ടാരം കാവലിനേർപ്പാടു ചെയ്തു. നാലുദിക്കിലും കാലാൾപ്പ ടയെ വിന്യസിച്ചു. കേശസുന്ദരിയെ നിലവറയിലാക്കി.

ശക്തമായി പൊരുതിയെങ്കിലും കോതറാണിയുടെ മന്ത്രിയായ ഒരു നായർ, തമ്പുരാന്റെ പക്ഷത്തു ചേർന്ന് റാണിയെ ഒറ്റിക്കൊടുത്തു. എങ്കിലും റാണിപടവെട്ടി വീരസ്വർഗ്ഗം പൂകി.

"റാണിയുടെ മകളെ ഇളയതമ്പുരാൻ"

മുടിയുടെ പിന്നൽ നിതംബത്തോളമെത്തി തുമ്പത്ത് കുഞ്ചലം കെട്ടു മ്പോൾ അമ്മയോടു തിരക്കും.

"അവർ അഭിമാനികളായിരുന്നു കുട്ടീ. മണ്ണിനെ കൊതിച്ച് പെണ്ണിനെ സ്വന്തമാക്കാനൊരുങ്ങിയവന്റെ കണ്ണിൽപ്പെടാതെ അവൾ നിലവറ യിൽവച്ച് ആത്മഹത്യ ചെയ്തു."

ഇളവള്ളൂർ നാടിന്റെ കഥകേട്ടു കേട്ട് കൊറ്റാമല ദേശംപോലെ തഴ ച്ചുവളർന്ന കേശം കോതറാണിയുടെ മകൾ ആത്മാഹൂതി ചെയ്ത പോലെ ഭർത്താവെന്ന അധികാരമോഹിയുടെ മുന്നിൽ അരിഞ്ഞു വീഴ്ത്തിയതോർത്തപ്പോൾ നെടുവീർപ്പുയർന്നു.

"വെറുതേ ഓരോന്ന് ചിന്തിക്കണ്ട കുട്ടീ." മെഹ്റിനയുടെ സാന്ത്വനം ആശ്വാസമായെങ്കിലും ആ സംഭവം ഓർക്കാതിരിക്കാനായില്ല.

അപൂർവ്വമായ് മാത്രമേ മുറ്റത്തും തോട്ടത്തിലും സഞ്ചരിക്കാറുള്ളൂ. ഒരു സായാഹ്നത്തിൽ നന്ത്യാർവട്ടം വല്ലാതെ പൂത്തുലഞ്ഞുനിന്നിരുന്നു. കുളികഴിഞ്ഞ് ബാൽക്കണിയിൽ നിന്ന് ആരും കാണാതെ മുടി ചിക്കി പരത്തുമ്പോൾ ഒന്നു താഴേക്കു പോകാൻ മനസ്സു വെമ്പി. വെണ്മ തൂകി മന്ദഹസിക്കുന്ന ആ പൂക്കളെ ഒന്നു തലോടാനും. ആവരണം വലിച്ചിട്ട് മുറ്റത്തേക്കിറങ്ങിയപ്പോൾ പടിഞ്ഞാറ് നിന്നും പൊൻവെട്ടം മുറ്റത്തു പടർന്നുവീണിരുന്നു.

വല്ലപ്പോഴുമെങ്കിലും വെയിൽവെട്ടം കാട്ടി മുടിയുണക്കണമെന്ന് അമ്മ പറയാറുള്ളതോർത്തു വെളിച്ചം വീഴുന്നിടത്തേക്ക് നീങ്ങി നിന്നു.

പരിസരത്ത് ആരുമില്ലായിരുന്നു. ശിരസ്സും മുഖവും മൂടുന്ന ആവരണം വലിച്ചെടുത്ത് കുറ്റിച്ചെടിയിൽ തൂക്കി. നടുവുകുനിച്ച് മുടി മുന്നോട്ടിട്ടു. അവ നിലം തൊട്ടിഴഞ്ഞു. പേടിയോടെ വീണ്ടും പരിസരമാരാഞ്ഞു. അല്പം കൂടി നീങ്ങി നിന്നാൽ കൂടുതൽ വെളിച്ചം പതിച്ചേക്കുമെന്നു കരുതി യൂറോകോൺ പാകിയ മുറ്റത്തേക്കു മെല്ലെ നടന്നു. തോട്ടത്തേയും മുറ്റത്തേയും വേർതിരിക്കുന്ന ചെറിയ പുളിയിലകൾ മാതിരിയുള്ള കടും പച്ചച്ചെടികളിലങ്ങിങ്ങ് അന്ന് ഇളം തണ്ടുകളായിരുന്നു. മാസത്തിലൊരിക്കൽ തോട്ടക്കാര പയ്യൻ നിമ്നോന്നതമായ് ആകൃതി വരുത്തിയിട്ടും പുതുതായ് പൊട്ടിമുളച്ച തണ്ടുകൾ കൗമാരക്കാരിയെപ്പോലെ വകതിരിവില്ലാതെ എങ്ങോട്ടെക്കെയോ വളർന്നു നിന്നിരുന്നു. ഇളം തണ്ടൊന്നു നുള്ളിയെടുത്ത് പോക്കുവെയിലിൽ കാട്ടി. ആ പൊൻവെളിച്ചം നഗ്നമായ കവിളുകളെ തലോടിയപ്പോൾ വല്ലാത്ത ആനന്ദം തോന്നി.

- പോക്കുവെയിൽ പൊന്നുരുക്കി കടലിൽ വീണു.

അറിയാതെ ചുണ്ടുകൾ ചലിച്ചു.

“മുടിയഴിച്ചിട്ട് പാട്ടുംപാടി നൃത്തത്തിനൊരുങ്ങാനോ ഇങ്ങോട്ടിറങ്ങി വന്നത്.”

ചെടിപ്പടർപ്പുകൾക്കിടയിലെ കത്രികയുടെ ശബ്ദത്തോടൊപ്പം ഉയർന്ന പരുഷമായ വാക്കുകൾ. അതുകേട്ട് നിരത്തിലൂടെ കടന്നുപോയ സൈക്കിൾ യാത്രക്കാരന്റെ മിഴികൾ ബംഗ്ലാവ് വീടിനെ പരതിയപ്പോൾ ആമിൻഷ എന്ന അധികാരിയുടെ ക്രോധം ഒന്നുകൂടെ ആളികത്തി.

“ഒന്നുകിൽ ഒതുക്കികെട്ടി മറച്ചുവയ്ക്കണം. അല്ലെങ്കിൽ പുല്ലിനെ മുറിച്ച് കളേണം. കണ്ടില്ലേ ഓരോരുത്തന്മാര് ഉളിഞ്ഞ് നോക്കണെ.”

“ശരിയാണ് ഇതെന്തര് യക്ഷീനെപ്പോലെ മുടീം പിരുത്തിട്ട്.”

കഴുത്തോളം മാത്രം നീളമുള്ള ചപ്രകേശത്തെ ഉച്ചിക്കു വാരികെട്ടി റസിയയും സഹോദരനെ അനുകൂലിച്ചു നിന്നു.

അധികാരി കത്രിക നിലത്തിട്ട് ചെടികൾക്കിടയിലെ ചെറു കീടങ്ങളെ തിരയാൻ തുടങ്ങി. വെള്ളപുള്ളികളുള്ള ചെറുപാലച്ചെടിയുടെ ഇലകളിൽ ഒളിഞ്ഞിരുന്നു പച്ച പുഴുക്കളെ ഇലയോടെ നുള്ളിയെടുത്ത് അവൻ നഗ്നമായ ഉപ്പൂറ്റിയാൽ ചതച്ചരച്ചു നിന്നു. കത്രിക കണ്ടതും വല്ലാത്തൊരു കൗതുകം തോന്നി. കൈയിൽ തിരുകിയിരുന്ന ഇളം തണ്ടിനെ തലങ്ങും വിലങ്ങും വെട്ടി നിന്നപ്പോൾ നിരത്തിൽ വീണ്ടും ആരുടെയൊക്കെയോ കാലൊച്ച കേട്ടു. ചിലർ ബംഗ്ലാവ് വീടിന്റെ മുന്നിലെ പൂന്തോട്ടത്തിന്റെ ചാരുത നോക്കുന്നുണ്ടായിരുന്നു. ചിലർ ആമിൻഷായെ നോക്കി പുഞ്ചിരിക്കുന്നുമുണ്ടായിരുന്നു.

“ഒന്നു കേറിപ്പോകുന്നുണ്ടോ.”

ആരുടെയൊക്കെ കണ്ണുകൾ പത്നിയിൽ പതിയുന്നുവെന്ന ഭയത്താൽ കുറ്റിച്ചെടിയിൽ തൂങ്ങിക്കിടന്ന ആവരണത്തെ വലിച്ചെടുത്ത് അവൻ തനിക്കുനേരെ എറിഞ്ഞു. കുഞ്ഞുന്നാളിൽ പേപ്പർ മടക്കി പൂക്കൾ വെട്ടിയുണ്ടാക്കുന്ന കൗതുകമോർത്തപ്പോൾ ആ ആവരണത്തെ കുറു

കെയും നടുവെയും മടക്കി കത്രിക തുഞ്ചത്ത് വെച്ചമർത്താൻ തോന്നി. ആവരണം നിറയെ പൂക്കളുടെ ആകൃതിയിൽ അങ്ങനെ വട്ടം വട്ടം തുളകൾ വീഴ്ത്തി ശിരസ്സിൽ വലിച്ചിറക്കിയപ്പോൾ മുടികൾ വട്ടങ്ങളിലൂടെ അങ്ങിങ്ങ് കുതിച്ചു ചാടികൊണ്ടിരുന്നു.

"ഒതുക്കിവയ്ക്കാൻ വയ്യെങ്കി അതങ്ങ് വെട്ടിക്കള."

കെട്ടിയോന്റെ മുമ്പിൽ മാത്രം അഴിച്ചിടാനുള്ളതാണ്. ആ മഹാൻ മാത്രമേ അതിന്റെ അഴക് കണ്ട് ആനന്ദിക്കാവൂ. ആയവൻ പറയുന്നു അങ്ങ് വെട്ടിക്കളയെന്ന്. അനുസരിച്ചേക്കാമെന്നുതന്നെ കരുതി അവനോടു പറഞ്ഞു.

"എന്റെ പൊന്നേ ഞാൻ നിന്നെ അനുസരിക്കാം. ഞാനങ്ങ് വെട്ടിക്കളയട്ടെ. ഒരിഴ മതിയല്ലോ അന്യനിൽ മോഹമുദിപ്പിക്കാൻ. അതുകൊണ്ട് എന്റെ പൊന്നേ ഞാനതങ്ങ് വെട്ടിക്കളയാം." അപ്പോൾ കോതറാണിയുടെ പുത്രി എന്തോ വന്ന് മന്ത്രിക്കുന്നപോലെ തോന്നി.

-എന്റെ കേശ സൗന്ദര്യമല്ല ആറ്റിങ്ങൽ തമ്പുരാനിൽ മോഹമുണ്ടാക്കിയത്. എന്നെയും എന്റെ അമ്മയെയും അധീശത്തിലാക്കാനുള്ള കൊതി. അധികാരക്കൊതി.

- ഭാര്യയുടെ മുടിയിഴകളിലൊന്നിൽപോലും ചെരിഞ്ഞൊന്ന് നോക്കല്ലേയെന്ന് പോക്കുവെയിലിനോടു പറയുന്ന പ്രിയപ്പെട്ടവൻ എന്നെ എത്ര മാത്രം സ്നേഹിക്കുന്നുവെന്നോ! ഓമനേ നിനക്ക് അരുതെന്ന് തോന്നുന്നത് എനിക്കും അരുത്.

കത്രിക തലങ്ങും വിലങ്ങും ശിരസ്സിലൂടെ നീങ്ങിക്കൊണ്ടിരുന്നു. ചൊവ്വുംനിരപ്പുമില്ലാതെ മുടിയിഴകൾ യൂറോകോൺ ഓടുകളിൽ അട്ടിയട്ടിയായി ചിതറി വീഴുന്നതും നോക്കി ചോദിച്ചു.

"ഇത്രേം മതിയാ എന്റെ പൊന്നേ. അതോ ഭർത്താവ് മരിച്ച ബ്രാഹ്മണ സ്ത്രീയെപ്പോലെ പൂർണ്ണമായും വടിച്ചിറക്കട്ടെ. എന്നിട്ട് മൊട്ടച്ചിപ്പെണ്ണായി ജീവിക്കട്ടേ"

"നിനക്കപ്പോൾ ഞാൻ മരിക്കണം അല്ലേ. എങ്കിലല്ലേ നിനക്ക് മുടീം പിരുത്തിട്ട് തുണീംപൊക്കി ജീവിക്കാനൊക്കൂ."

വീണ്ടും കത്രികയിൽ വിരലമർത്തി. വീണ്ടും വീണ്ടും മുടിയിഴകൾ തറയിൽ പതിച്ചു.

"ഹായ് തിരുപ്പംകെട്ടാൻ പറ്റിയ മുടി. ഹസീനാ. പെണ്ണേ പെറുക്കിയെടുത്ത് ബീവിജാനെ ഏല്പിക്ക്. ഉമ്മ കൊറേനാളുകൊണ്ടോ ഒറിജിനൽ മുടീല് ഒരു തിരുപ്പം കെട്ടണോന്ന് പറേണ്."

സഹോദര പത്നിയുടെ മുതുകത്ത് ചിതറിക്കിടന്നപ്പോൾ യക്ഷിയുടേതുപോലെ തോന്നിയ മുടി ഉമ്മയുടെ തലയിൽ സമൃദ്ധിക്കായ് തിരുകുമ്പോൾ എത്ര മനോഹരമായിരിക്കുമെന്നായിരുന്നു റസിയയുടെ അന്നത്തെ കണ്ടെത്തൽ.

കാവി നിറമാർന്ന ഓടുകൾക്കു മീതെ കരിനാഗത്തെപ്പോലെ അവ ചുരുണ്ടു കിടന്നതും നോക്കി ഒരുനിമിഷം നിന്നു. എന്നിട്ട് അവ വാരിയെ

ടുത്ത് എരുത്തിലിന് പിറകിൽ എരിഞ്ഞുകൊണ്ടിരുന്ന ഞെരിപ്പോട്ടിലെ പച്ച തൊണ്ടുകൾക്കിടയിൽ വലിച്ചെറിഞ്ഞപ്പോൾ ഉള്ളിലെവിടെയോ തീപ്പൊരികൾ പാറിവീണു.

"ഹൊ എന്തൊരു നല്ല മുടിയായിരുന്നു. ഹൊ എന്തൊരു നല്ല മുടിയായിരുന്നു. ഉമ്മാക്ക് തിരിപ്പം കെട്ടാൻ കൊള്ളായിരുന്നു" എരിഞ്ഞടങ്ങിയ അഗ്നിയെ നോക്കി റസിയ വിലപിച്ചു.

"ഹൊ എന്തൊരു നാറ്റം ഇവൾക്ക് പ്രാന്താ" - ആമിൻഷ മൂക്കു പൊത്തി.

വലിയ ബംഗ്ലാവിന്റെ ഇടുങ്ങിയ ഇടനാഴിയിലൂടെ അല്പനേരം നടന്നതും വിശാലമായ ഹാളിലൂടെ ഓടാൻ തോന്നി. ഓടിയോടി പടവുകൾ ചവിട്ടികയറി കിടപ്പറ മുറിയിലെത്തി ദർപ്പണത്തിൽ നോക്കിയതും നിരപ്പില്ലാതെ കിടന്ന മുടിയിഴകൾ കണ്ടു. കണ്ണുകളിൽ നിന്നും ഉറവ പൊട്ടിയെങ്കിലും സ്വയം പറഞ്ഞു; പാടില്ല. കരയരുത്. അധികാരിയുടെ മുന്നിൽ അടിമപ്പെടരുത്. അതവനിൽ ഉത്തേജനമുണ്ടാക്കും. ഇനിയും കാല്ക്കീഴിലാക്കാനുള്ള ഉത്തേജനം. ചങ്ങലക്കെട്ടുകളിൽ ബന്ധിക്കാനുള്ള ഉത്തേജനം. കണ്ണാടി നോക്കി ചിരിക്കാൻ തുടങ്ങിയപ്പോൾ മുഖം ബീഭത്സരൂപം പൂണ്ടിരുന്നു. എങ്കിലും വീണ്ടും വീണ്ടും ആരും കാണാതെ അന്ന് ചിരിച്ചുകൊണ്ടേയിരുന്നു.

"എന്താ ചിരിക്കുന്നേ"

പിന്നിൽ നിന്ന് മുടി കോതിയൊതുക്കുന്ന മെഹ്റിന അങ്ങനെ ചോദിച്ചപ്പോൾ വർത്തമാനകാലത്തിലേക്കു തിരിച്ചു വന്നു.

"എന്തോ ഓർത്തു ചിരിച്ചുപോയി."

"ഓർമ്മകൾ പലപ്പോഴും നമുക്ക് കരുത്തേകും കുട്ടീ. അവ ചിലപ്പോൾ നമ്മെ ആനന്ദിപ്പിക്കുകയും ചെയ്യും. എന്താണെന്നു പറയൂ നിന്റെ ചിരിയിൽ ഞാനും പങ്കുചേരാം." ആകാംഷയോടെ മെഹ്റിനയെ നോക്കി. അവൾ മുഖപടം മാറ്റാനുള്ള തയ്യാറെടുപ്പിലാണെന്നു കണ്ടു. ഹാവൂ..... വല്ലാത്ത സന്തോഷം തോന്നി. കണ്ണുകളും മനസ്സും വല്ലാതെ തുള്ളിച്ചാടുന്നു. തലയ്ക്കുള്ളിൽ അവശേഷിച്ച കടന്നലുകൾ എങ്ങോ പറന്നകലുന്നു. അവറ്റകളുടെ കൂട് പൊളിഞ്ഞിളകി എങ്ങോ പതിക്കുന്നു.

മനോഹരമായ ആ അധരങ്ങൾ വിടരുന്നുവോ? തനിക്കു നേരെ പൊഴിയുന്ന ആ മന്ദഹാസം പതിന്നാലാം രാവിന്റെ വെട്ടം പോലെ അവിടെയാകെ പരക്കുന്നുവോ.

ഒരുനിമിഷം ആ നിലാവിൽ ഇഴുകിച്ചേർന്ന് തമ്മിൽ തമ്മിൽ സന്തോഷിച്ച് ചിരിച്ചുചിരിച്ചാനന്ദിക്കണമെന്നു കരുതി അവളെതന്നെ നോക്കി ഇരുന്നു.

പെട്ടെന്നാണ് തുടുത്ത ചാമ്പയ്ക്ക പൊട്ടിക്കുമ്പോൾ പുറത്തു ചാടുന്ന വെളുത്ത കുരുക്കൾ പോലെ മെഹ്റിനയുടെ അധരങ്ങൾക്കിടയിൽ നിന്നും എന്തോ മുളയ്ക്കുന്നത് കണ്ടത്. അനുനിമിഷംകൊണ്ട് അവ വളർന്ന് വളർന്ന് താഴേക്കിറങ്ങി. മെഹ്റിന ഞൊടിയിടെ ചുണ്ടുകൾ കൂട്ടി

പ്പിടിച്ചു പറഞ്ഞു.

"എനിക്കു കഴിയണില്ല. ഹാവൂ കഴിയണില്ല."

മെഹ്റിന വിമ്മിട്ടപ്പെട്ടു പറഞ്ഞപ്പോൾ എതിരേയുള്ള ദർപ്പണത്തിൽ നോക്കി മെഹ്റിനയെ പ്രോത്സാഹിപ്പിക്കാനൊരുങ്ങി. ഇല്ല തനിക്കും കഴിയണില്ല. മെഹ്റിന കേട്ടെന്ന് പറയുന്ന തന്റെ ചിരി പിന്നെ എവിടെ നിന്നും ഉത്ഭവിച്ചതാണ്? ഓർമ്മയിൽ നിന്നും തെറിച്ചുവീണ ചിരിയുടെ കിലുക്കമോ അതോ കാലിൽ കുരുങ്ങിയ കാൽച്ചങ്ങലയുടെ താളമോ?

ഇരുവരും ഒരുമിച്ച് ദർപ്പണത്തിൽ നോക്കി.

നീണ്ടിറങ്ങുന്ന തേറ്റകൾ. അവയിൽ വലിപ്പമുള്ളവ ആരുടേതാണ്? തന്റേതോ മെഹ്റിനയുടേതോ? കണ്ണുകളാൽ നിർമ്മിച്ച അളവുകോലിൽ അവ തിട്ടപ്പെടുത്താനാകുന്നില്ലല്ലോവെന്ന കുണ്ഠിതത്താൽ തെല്ലുനേരം നിന്നു.

"നീ ചിരിക്കുന്നൂവെന്നത് എന്റെ തോന്നലും ഞാൻ ചിരിക്കുന്നുവെന്നത് നിന്റെ തോന്നലും മാത്രമായിരുന്നോ കുട്ടീ." അങ്ങനെ പറഞ്ഞ് മെഹ്റിന വീണ്ടും മുഖപടം വലിച്ചിടാൻ തുനിഞ്ഞു. പാടില്ല തടയണം. "അരുതരുത്. ആവില്ലെങ്കിലും നമുക്ക് ചിരിക്കാം. ചിരിച്ച് ചിരിച്ച് തേറ്റകൾ കൊഴിക്കാം. ഈ മുഖപടം വലിച്ചെറിയൂ."

ഒൻപത്

പ്രാരാബ്ദങ്ങൾക്കും പ്രതീക്ഷകൾക്കുമൊപ്പം മെലിഞ്ഞും വലിഞ്ഞും പരിണമിച്ചുകൊണ്ടിരുന്ന സഹചാരിയുടെ നിഴലിനെ നോക്കി സ്റ്റിയറിങ്ങിൽ വിരൽ ചേർത്തു.

നേരിയ മഞ്ഞിൻ ശീലുകൾ അങ്ങിങ്ങ് ബാക്കി കിടപ്പുണ്ടായിരുന്നു. മകരമാസ പ്രഭാതങ്ങളെപ്പോഴും ഒരു അഭിസാരികയുടെ മട്ടിലാണ്. തീക്ഷ്ണ കിരണങ്ങൾ ആർത്തിയോടെ വാതില്ക്കൽ കാത്തു നിന്നാലും ആലസ്യത്താൽ തുറക്കാനേ തോന്നുകേല.

കുടിലുകൾ അനക്കം വച്ച് തുടങ്ങിയിട്ടേയുള്ളൂവെങ്കിലും പ്രഭാത ഘോഷങ്ങൾ അങ്ങിങ്ങ് കേൾക്കാം. ആക്സിലേറ്ററിൽ വിരലുകളമർത്തി ആ ഉണർവിലേക്ക് കണ്ണുകൾ പായിച്ചു.

കുടിലിന്റെ തിണ്ണയിൽനിന്ന് അഴിഞ്ഞുലഞ്ഞ മുടി വാരിക്കെട്ടുന്നവളുടെ വായ മുതലയുടേതുപോലെ മെല്ലെ തുറക്കുന്നു. അതും നോക്കിയോടുന്ന റവക്ക ധരിച്ചവൾ. അവൾ തെല്ലൊന്നു വീഴാനൊരുങ്ങി. കുന്തിയോടുന്ന അവളുടെ മാറിന്റേയും ചന്തിയുടെയും അളവെടുക്കുന്ന മറ്റാരുടെയോ കെട്ടിയോൻ. എരിഞ്ഞടങ്ങാൻ ബാക്കിയുള്ള ബീഡിക്കുറ്റി ദൂരേക്കെറിഞ്ഞപ്പോൾ അയാളുടെ പുകക്കറ നിറഞ്ഞ ചുണ്ടത്ത് നല്ല കണികണ്ടതിന്റെ സംതൃപ്തി കണ്ടു.

കുന്തിച്ചിരുന്ന ഒരു കല്ലിൽ തട്ടി ത്രിചക്ര വാഹനമൊന്നിടയാനൊരു

ങ്ങിയതും മുന്നിലെ പ്രതിഷ്ഠകളിൽ ശിരസ്സു നമിച്ചു. പച്ചപ്പട്ടു ചാർത്തിയ ബീമാപള്ളിയുടെ ചിത്രം വലത്തേയറ്റത്ത്. കുരിശുമാലയണിഞ്ഞ വെട്ടുകാട് പള്ളിയുടെ ബിംബം ഇടതുവശത്ത്. ഇവയ്ക്കു നടുവിൽ കളഭം ചാർത്തി വെങ്കലം പൂശിയ ഗണപതി വിഗ്രഹവും. ആരാധനാമൂർത്തികളായിട്ടോ അതോ യാത്രികരോടുള്ള സഹിഷ്ണുതാ സന്ദേശമായിട്ടോവെന്നറിയില്ല അവകൾ എന്നുമുതലോ അവിടെ സ്ഥാനം പിടിച്ചിരുന്നു.

വീഥിക്കിരുവശവുമുള്ള ഭീമാകാരൻമാരായ വൃക്ഷ നിഴലുകൾ വാഹനത്തിന്റെ നിഴലിനെ അപ്പപ്പോൾ മായ്ച്ചുകൊണ്ടിരുന്നു. നിഴലുകൾക്കപ്പുറത്തെ വെയിൽ നാവുകൾ നീളം വച്ച് ആഞ്ഞു കൊത്തുമെന്നായപ്പോൾ മിഴികൾ തെല്ലൊന്നു പിൻവലിക്കാനൊരുങ്ങി. എന്നാൽ വശത്തെ കണ്ണാടിയിൽ അവ ഇടഞ്ഞുനിന്ന് വാക്കുകളെ വീണ്ടും ഓർമ്മപ്പെടുത്തി ഉള്ളിൽ പെരുമ്പറകൊട്ടിച്ചു.

അമ്മ ഇനി സ്കൂളിൽ വരണ്ട.

അമല പുതിയ സ്കൂളിൽ ചേർന്നിട്ട് ആറേഴുമാസമായി. രക്ഷകർത്തൃയോഗം പലപ്രാവശ്യം നടന്നു. പലപ്പോഴും പോകാനൊരുങ്ങുമായിരുന്നു. പിന്നെ മനസ്സു മടിച്ചു പിൻവാങ്ങും. എന്നാൽ ഇപ്രാവശ്യം അവൾ വല്ലാതെ വാശിപിടിക്കുകയാണുണ്ടായത്; അമ്മ വന്നാലേ പറ്റൂ.

അങ്ങനെപോയി മടങ്ങിയപ്പോൾ മുതൽ ശ്രദ്ധിച്ചതാണ് അമലയുടെ മുഖത്തെ മ്ലാനത. ആ മുഖം വല്ലാത്തരൊളിയിടമായിത്തോന്നിയപ്പോൾ പല പ്രാവശ്യം തിരക്കി. അവൾ ആദ്യമാദ്യം ഒന്നും പറയാതെ മാറിനിന്നെങ്കിലും ഒടുവിൽ പറഞ്ഞു;

- അമ്മയെ കണ്ടാൽ പേടി തോന്നുമെന്ന് അവർ പറഞ്ഞു. അവർ കണ്ട സിനിമയിലെ പ്രേതത്തെപ്പോലുണ്ടെന്നും പറഞ്ഞു പരിഹസിച്ചു.

ആരാണ് പറഞ്ഞതെന്ന് തിരക്കിയില്ല. അവളൊട്ടു പറഞ്ഞുമില്ല.

വാഹനത്തിന്റെ വശത്തെ കണ്ണാടിയിൽ കണ്ട സത്വം ഒന്നുകൂടി പല്ലിളിച്ചെന്ന് തോന്നി. അതുപോലുള്ള സത്വത്തെ കണ്ട് കുഞ്ഞുനാളിൽ ഒരുപാടൊരുപാട് പേടിച്ചിട്ടുണ്ട്. പാതിരാ ഉറക്കത്തിൽ നിലവിളിക്കുമ്പോൾ അമ്മ സാന്ത്വനിപ്പിക്കുമായിരുന്നു; നാമം ജപിച്ച് കിടന്നോ കുട്ടീ. ഇന്നിതാ ആ സത്വം പ്രതിബിംബമായി മുന്നിൽ നില്ക്കുന്നു.

ദൂരെ കുന്നിൻ മാറിൽ മുത്തമിട്ടു കിടന്ന മഞ്ഞിൻ പുതപ്പ് എങ്ങോ പറന്നകലുന്നു. അറിയാതെ തുളുമ്പുന്നു കണ്ണീർക്കണങ്ങൾ. അവ തുടയ്ക്കാനായി കൈയുയർത്തിയപ്പോൾ വാഹനത്തിന്റെ ഹോൺ തെല്ലൊന്നു ശബ്ദം വച്ചു.

- അവർ കുട്ടികളല്ലേ തിരിച്ചറിവില്ലാതെ എന്തോ പറഞ്ഞുവെന്ന്വച്ച്.

അട്ടഹാസങ്ങൾ, അപമാനങ്ങൾ, ശാപവാക്കുകൾ അവ അഗ്നിപർവ്വതം പോലെ പൊട്ടിത്തെറിക്കുമ്പോഴും ഉള്ളുരുകാതെ കാത്തത് മക്കളെക്കുറിച്ചുള്ള സ്വപ്നങ്ങളായിരുന്നു. അവരെ പഠിപ്പിക്കണം. നല്ലനിലയിലെത്തിക്കണം. ആരുടെ മുന്നിലും കൈനീട്ടാൻ അനുവദിച്ചൂടാ. അതി

നാൽ സ്വത്വനഷ്ടത്തിൽ നെടുവീർപ്പുകളുയർന്നാലും അവർ കാണാതെ അവരറിയാതെ എവിടെയെങ്കിലും അവ ഒളിപ്പിച്ചു വയ്ക്കും.

പച്ചപ്പിന് മീതേനിന്നും പറന്നുവന്ന വെള്ളകൊറ്റികളെ നോക്കി വണ്ടിക്ക് വേഗത കുറച്ചപ്പോൾ അവയിലൊന്നിന്റെ ഒരു കണ്ണ് വികൃതമായിരിക്കുന്നപോലെ തോന്നി. ഇണയായവൻ ഒരുനാൾ കുത്തി മുറിവേല്പിച്ചതോ അതോ മറ്റേതെങ്കിലും വിധത്തിൽ നഷ്ടപ്പെട്ടതോയെന്നറിയില്ല. എങ്കിലും അവ സ്വതന്ത്രമായ് കൂട്ടരോടൊപ്പം ആർത്തുല്ലസിച്ച് അനന്ത വിഹായസ്സിൽ പറക്കുന്നു. പാരതന്ത്രത്തിന്റെ ചങ്ങല കൂട്ടിൽ തളച്ചിടപ്പെടുന്നതിനേക്കാൾ എത്ര മനോഹരമാണ് കണ്ണ് നഷ്ടപ്പെട്ടതെങ്കിലും ആ പറവയുടെ ജീവിതം.

സ്വാതന്ത്ര്യത്തിന്റെ ആനന്ദം. അവ കിട്ടാതെ കിട്ടുമ്പോൾ അനുഭവപ്പെടുന്ന ആനന്ദം.

ഹൊ! അത് അനുഭവിച്ചാലേ അറിയൂ. അടച്ചിട്ട വാതിലുകൾ തല്ലിപ്പൊളിച്ച് മോചനം നേടിയപ്പോൾ കിട്ടിയ ആനന്ദത്തെക്കുറിച്ചോർത്തപ്പോൾ അമലയുടെ വാക്കുകൾ കേവലം തിരിച്ചറിവില്ലാത്തതായിതന്നെ കരുതി വാഹനം മുന്നോട്ടു പായിച്ചു.

എപ്പോഴും വാതിലുകൾ താഴിട്ടിരിക്കണം. ജാലകങ്ങൾ തുറന്നിടാൻ പാടില്ല. അയാളുടെ കല്പനകൾ അങ്ങനെയൊക്കെയായിരുന്നു. അല്പം തുറന്ന ജാലകത്തിന്റെ ഇത്തിരിവെട്ടത്തിൽ ആകാശവും ഭൂമിയും നോക്കി ഒരുപാടൊരുപാട് മോഹിച്ചു കിടന്ന ദിനങ്ങൾ. മദ്യപാനിയായ ഭർത്താവിന്റെ ഇംഗിതങ്ങളിൽ ചലിക്കുന്ന ഒരു മനുഷ്യപ്പാവയായി മാറിയിരുന്നു. ബന്ധുക്കളോടൊട്ടു ബന്ധമില്ലാതെ സുഹൃത്തുക്കളായിയാരുമില്ലാതെ ഒറ്റയ്ക്കിരുന്ന് പിറുപിറുത്ത നിമിഷങ്ങൾ. ശൂന്യമായ മനസ്സുമായി മച്ചിലോ ചുമരിലോ നോക്കി ഏറെ നേരമിരിക്കും. അടുപ്പത്തിട്ട മീൻതുണ്ടോ അവിയൽ ചട്ടിയോ കരിയുമ്പോൾ ഞെട്ടിയെഴുന്നേല്ക്കും.

ഹൊ! എന്തൊരു വിഭ്രാന്തമായ ജീവിതമായിരുന്നു അത്.

പകൽപോലും ഭയപ്പാടോടെ കഴിഞ്ഞിരുന്ന കാലം. എപ്പോൾ വരും. ഏതു കോലത്തിൽ വരും. വിദൂരതയിലെങ്ങാനും ആരാന്റെ ഒച്ച കേട്ടാൽ നെഞ്ചിടിപ്പിന് ആക്കം കൂടുമായിരുന്നു. ഉച്ചത്തിലുള്ള മറ്റേതൊരു ശബ്ദം കേട്ടാലും ജാലകത്തിലൂടെ ഒളിഞ്ഞു നോക്കുമായിരുന്നു. ആ ശബ്ദം തന്റെയടുത്തേക്കാണോ വരുന്നത്? പുലഭ്യങ്ങൾ മുറ്റത്തുനിന്നാണെങ്കിൽ കരുതി ഇരിക്കണമെന്ന മുന്നറിയിപ്പായിരിക്കും. ആരുമായെങ്കിലും തല്ലുകൂടിയതിന്റെ അരിശം തീർക്കാൻ കുറ്റങ്ങൾ പറഞ്ഞു തുടങ്ങും; ആഹാരത്തിന് ഉപ്പു കുറഞ്ഞു, എരിവു കൂടി, ചൂടില്ല. പലതും പറഞ്ഞ് അങ്ങോട്ടുമിങ്ങോട്ടും എടുത്തെറിയുക പതിവാണ്. സ്വാദോടെ പലതും തയ്യാറാക്കി കാത്തിരുന്നാലും അപ്പോൾ കൊണ്ടുവരുന്ന മീനോ ഇറച്ചിയോ പാകം ചെയ്ത് ഭക്ഷണം വിളമ്പണമെന്ന് ആക്രോശിക്കും. കൈവിറച്ച് കാൽമുട്ടി അവ തയ്യാറാക്കി മേശപ്പുറത്ത് വയ്ക്കുമ്പോഴാകട്ടെ; പതിവു കുറ്റങ്ങൾ ആരോപിച്ച് ഒന്നുകിൽ വലിച്ചെറിയും, അല്ലെങ്കിൽ ലഹരി മൂത്ത്

ഉറങ്ങിക്കഴിഞ്ഞിരിക്കും.

നിദ്രാവിഹീനമായ ആദ്യരാവുകൾ കരഞ്ഞു കരഞ്ഞു സഹിച്ചു. അറിയാതെ ചെറു പ്രതിഷേധങ്ങൾ ഉടലെടുത്തപ്പോൾ മർദ്ദനങ്ങൾകൊണ്ട് നാവടക്കിപ്പിച്ചു. പിന്നെപ്പിന്നെ തന്നോടുതന്നെ അവജ്ഞ തോന്നി. മനസ്സും ശരീരവും തോടിനുള്ളിൽ ഉൾവലിച്ച് ആരും കാണാതെ ഒളിഞ്ഞിരുന്ന് വിലപിച്ചു.

പാതയോരത്തെ മരചില്ലകളിൽ തങ്ങിനിന്ന ഹിമ ബിന്ദുക്കളിലൊന്ന് പെട്ടെന്ന് കവിളിൽ തെന്നിവീണപ്പോൾ ഉള്ളാകെ വല്ലാതെ കോരിത്തരിച്ചു.

- ആ ഭൂതകാലത്തെ എന്തിന് ചികഞ്ഞു നോക്കണം. പറവകൾ കുന്നുഭേദിച്ച് എങ്ങോ പായുന്നത് കണ്ടില്ലേ. വേണ്ട ഓർമ്മകൾ അതിരു കടക്കണ്ട.

നിരത്തിലൂടെ ഒത്തിരിപ്പേർ കടന്നുപോകുന്നതും നോക്കി വാഹനം ധ്രുതഗതിയിലാക്കി. പാൽ വാങ്ങാൻ പോകുന്നവർ, പഞ്ചായത്തു കിണറ്റിൽനിന്നും വെള്ളമെടുക്കാനോടുന്നവർ. മദ്രസയിൽ പോകുന്ന കുട്ടികൾ. അങ്ങനെ പരിചിത മുഖങ്ങൾ പലതും മന്ദസ്മിതം ചൊരിയുകയും കൈ കാണിച്ച് വന്ദനം പറഞ്ഞുകൊണ്ടുമിരുന്നു.

- ഹായ് കാഞ്ചനാ! നീയെത്ര ഭാഗ്യവതിയാണ്. നിന്റെ ജീവിതം ഇപ്പോൾ ധന്യമല്ലേ. ചിരിക്കാൻ അയൽക്കാരുണ്ട്. സംസാരിക്കാൻ സുഹൃത്തുക്കളുണ്ട്. ഇണങ്ങാനും പിണങ്ങാനും കുട്ടികളുണ്ട്. സ്വതന്ത്രമായ് നടക്കാൻ കാലുകളുണ്ട്. തളരുവോളം വളയം പിടിക്കാൻ കൈകളുണ്ട്. പിന്നെന്തിനാണ് പ്രതിബിംബത്തെ നോക്കിയുള്ള നിന്റെയീ വ്യാകുലതകൾ. നിന്റേതല്ല ആ മുഖം. ഒരുനാൾ നിന്നെ അടക്കിവാണ അധികാരിയുണ്ടല്ലോ! അവനിൽ ജന്മംകൊണ്ട ക്രൂരതയുടേതാണത്. നീ ആ അധികാരത്തെയാണ് വെറുക്കേണ്ടത്.

വല്ലാത്തൊരുന്മേഷത്തോടെ വളയത്തിൽ തെരുതെരെ സ്പർശിച്ചുകൊണ്ട് വീണ്ടും പ്രയാണം തുടർന്നു.

കോളനി അവസാനിക്കുന്നേടത്തെത്തിയപ്പോൾ പാതവക്കത്തെ ചെമ്പരത്തിച്ചെടികൾക്കിടയിൽ കൈനീട്ടക്കാരിയുടെ വെളുത്ത ചാക്കുകെട്ടും പനയോല വട്ടിയും തിരഞ്ഞു. ഇടതുവശത്ത് ഇത്തിരി കുഴിയിലായി സ്ഥിതി ചെയ്യുന്ന പൊതുകിണറിന് ചുറ്റും ജനനിബിഡമായിരിക്കുന്നു. അവിടം വിവിധ ശബ്ദങ്ങളുടെ താളമേളം. കുടവും കലവും ക്ട്ണിം പട്ണീംന്ന് ഏറ്റുമുട്ടുന്നു. ബ്ളും പ്ളൂന്ന് വെള്ളം ഇളകി തുളുമ്പുന്നു. തൊട്ടികൾ തമ്മിൽ ടംടം കൊട്ടുന്നു.

ചാക്കുകെട്ടും പനയോല വട്ടിയും മുറ്റത്ത് വച്ച് അലുക്കത്തുമ്മ വീടു പൂട്ടുന്നതുകണ്ട് മെല്ലെ ബ്രേക്കിൽ കാൽവച്ചു.

പൊതു നിരത്തിൽനിന്നും തിരിയുമ്പോഴുള്ള കോളനിത്തടത്തിലെ ആദ്യം കാണുന്ന വീട് അലുക്കത്തുമ്മയുടേതാണ്. പഞ്ചായത്ത് കിണറിനോട് ചേർന്ന ആ വീടാണ് സർക്കാർ പതിച്ചു നല്കിയ ഭൂമിയിലെ

ഒന്നാം നമ്പർ വീട്.

കുടിലിന് ചുറ്റുമുള്ള മുളകിൻ തോട്ടത്തിൽ ചെറുകിളികൾ പറന്ന ടുക്കുന്നു. മുളക് കൊത്താനടുക്കുന്ന കൊച്ചു കിളികൾ വല്ലാത്ത സന്തോഷത്തിലും. കാന്താരിമുളക്, തൈരുമുളക്, പാൽമുളക്, നെല്ലിക്കമുളക് എത്രയെത്ര ജാതികളുണ്ടവിടെ; നാടൻ വിഭവങ്ങളുടെ കച്ചവടക്കാരിയായ ഒന്നാം നമ്പർകാരിയുടെ തോട്ടത്തിൽ. പനയോല വട്ടിക്കുള്ളിൽ വെറെയുമുണ്ടാകും ധാരാളം വിഭവങ്ങൾ. കറിവേപ്പില, പുളിഞ്ചിക്ക, ഇറുത്ത ചക്കച്ചുളകൾ, വാളൻപുളി, പൊതിച്ച തേങ്ങ അങ്ങനെ പലതും. വെളുത്ത പ്ലാസ്റ്റിക് സഞ്ചി നിറയെ ചൂലുകളാണ്. വ്യാപാര വിഭവങ്ങളിൽ കൂടുതൽ വിറ്റുപോകുന്ന ഐറ്റം സ്വന്തമായ് ചീകിയെടുത്ത ഓലച്ചൂലുകളാണെന്ന് പറഞ്ഞ് പലപ്പോഴും അഭിമാനിക്കുന്നതു കണ്ടിട്ടുണ്ട്. വെളുപ്പിനേ എഴുന്നേറ്റ് നാടാകെ ചുറ്റിനടന്ന് നാടൻ വിഭവങ്ങൾ സമാഹരിക്കുക എന്നത് അലുക്കത്തുമ്മയുടെ പ്രഭാത സർക്കീട്ടിന്റെ ഭാഗമാണ്. എതിർപ്പില്ലാത്തവരുടെ പുരയിടങ്ങളിലും മറ്റുമിറങ്ങി വീണുകിടക്കുന്ന തെങ്ങോല, ചൂട്ട്, കൊതുമ്പ് ഇത്യാദികൾ പെറുക്കി എടുത്ത് ഇടവഴിയിലൂടെയും പൊതുനിരത്തിലൂടെയും വലിച്ചിഴച്ച് നടന്നുപോകുന്നത് കേട്ടും കണ്ടുമാണ് കോളനിവാസികൾ പലരും ഉണരുന്നതുതന്നെ.

"മക്കളേ നില്ല്."

അലുക്കത്തുമ്മ വട്ടി തലയിൽ വച്ചും ചാക്കുകെട്ട് ഇടതുകൈയിൽ തൂക്കിയും നടന്നടുത്തു. ഇളകിയാടുന്ന അലുക്കത്തിൽ പതിച്ച പ്രകാശം കിണറ്റിൻകരയിലെ അലുമിനീയ പാത്രത്തിലൊന്നിൽ തട്ടി പ്രതിബിംബിച്ചു.

ഒരുകാലത്ത് അവരുടെ ഇരുകാതുകൾ നിറച്ച് അലുക്കത്തുകളുണ്ടായിരുന്നുവത്രെ! കഴുത്തിൽ കാശു മാലയും കൈ നിറയെ പൊൻ വളകളും അരയിൽ വെള്ളിയിൽ തീർത്ത അരഞ്ഞാണവും ധരിച്ചു നടന്നിരുന്ന ഉമ്മയുടെ സകലതും ധൂർത്തനായ ഭർത്താവ് വിറ്റു തുലച്ചു പോൽ. ഒടുവിൽ അലുക്കത്തു മാത്രം ബാക്കിയായപ്പോൾ അവകൾ കാതിൽനിന്നും അറുത്തെടുക്കാൻ അയാൾ തുനിഞ്ഞുവത്രെ! അങ്ങിനെയാണ് അലുക്കത്തുമ്മ കൈകുഞ്ഞുമായി ഓടിയോടി ഇവിടെ എത്തപ്പെട്ടതെന്ന് പറയപ്പെടുന്നു. അവർ എവിടെ നിന്നും വന്നതാണെന്ന് ഇന്നും ആർക്കുമറിയില്ല.

അലുക്കത്തുമ്മയുടെ കഥപോലെ തന്നെയാണ് ആ കോളനിയിലെ പലരുടെയും ഭൂതകാലവും. അത് പരസ്പരം അജ്ഞാതമാണ്. പലരും പലേടത്തുനിന്നും എത്തപ്പെട്ടവർ. പുറമ്പോക്ക് ഭൂമിയിൽ തമ്പടിച്ചിരുന്നവരെയും മറ്റും തെരുവൊഴിപ്പിച്ച് അവർക്കായി സർക്കാരിത്തിരി ഭൂമി നല്കി, ചെറിയൊരു രേഖ നല്കി കോളനിയിലെ കുടിക്കാരാക്കി, ഒരു പ്രത്യേക വിഭാഗമാക്കി. അങ്ങനെ പുറത്തുള്ളവർ പറയുന്നപോലെ അവർ ലക്ഷംവീട്ടുകാരായി മാറി.

കാതിൽ നിറയെ അലുക്കത്തിട്ട് നടന്നതുകൊണ്ടാണ് കോളനിക്കാർ

അലുക്കത്തുമ്മയെ അങ്ങനെ വിളിക്കുന്നതെങ്കിലും ഇന്നാ കാതിൽ രണ്ടേ രണ്ടു അലുക്കത്തു മാത്രമാണ് അവശേഷിക്കുന്നത്. ബാക്കിയുള്ളവ തട്ടാൻ ശിവശങ്കരനെ കൂട്ടികൊണ്ടുവന്ന് മകൻ യൂസഫ് അപ്പപ്പോഴായി മുറിച്ചെടുത്തുകൊണ്ടുപോയി.

"നിനക്കൊക്കെ നേരത്തേ എഴിച്ചൂടാരുന്നാടീകളെ."

കിണറ്റിൻ കരയിൽ ലഹള കൊടുമ്പിരികൊള്ളുന്നതുകേട്ട് അലുക്കത്തുമ്മ വേവലാതി പൂണ്ടു.

"മക്കളേ ഒന്നെറിങ്ങീട്ട് പോ."

വട്ടിയും സഞ്ചിയും വണ്ടിക്കുള്ളിലാക്കിയെങ്കിലും അലുക്കത്തുമ്മ കയറാൻ മടിച്ചു നിന്നിട്ട് മാടി വിളിച്ചു. കിണറ്റിൻ കരയിൽ കോലാഹലമുണ്ടായാൽ ഉമ്മ അങ്ങനെയാണ്. പെട്ടെന്നവിടം വിടില്ല.

"പിള്ളരേ നിങ്ങളൊന്ന് തമാധാനിക്കീം. ആദ്യം വന്നോര് ആദ്യം കോരട്ടെ."

ഉമ്മ നിർദ്ദേശിച്ച നിയമാവലിയിലൂടെയാണ് അവർ പലപ്പോഴും മുന്നോട്ട് പോകുന്നതെങ്കിലും ചിലപ്പോഴവർ ഔചിത്യമില്ലാതെ പരസ്പരം ഉന്തിയും തള്ളിയും ഒന്നാമതെത്താൻ മത്സരിക്കും.

"എന്റെ പെണ്ണ് തുനിഞ്ഞിറങ്ങിയോണ്ട് നീയൊക്കെ വെള്ളം കുടിച്ച് കെടക്കണ്."

ഉമ്മയുടെ വാക്കുകൾ കേട്ട് കലപില കൂട്ടി നിന്നവർ പെട്ടെന്ന് നിശ്ശബ്ദരായി. ആ നിശ്ശബ്ദത ഉമ്മയുടെ വാക്കുകളോടുള്ള സ്വീകാര്യതയായിരുന്നു.

നൂലുപോലെ ഇറ്റിറ്റുവീഴുന്ന വെള്ളത്തിനായി പൊതുനിരത്തിലെ പൈപ്പിൻ ചുവട്ടിൽ ഉറക്കമുണർന്ന് കാത്തിരുന്നപ്പോഴാണ് ഒരുനാൾ പുതിയൊരാശയം ഉടലെടുത്തത്.

ഈ ജീവിതം തനിക്കും മക്കൾക്കും വേണ്ടി മാത്രം ഓടി തീർക്കേണ്ടതാണോ? ആ ചോദ്യം കൂടെക്കൂടെ ആവർത്തിച്ചുകൊണ്ടിരുന്നു.

പത്തൊൻപത് കുടുംബങ്ങൾക്ക് പതിച്ചുനല്കി ബാക്കി കിടന്ന സ്ഥലത്ത് അന്ന് പൊടിയന്നിയും കുന്താലപുല്ലും തീട്ടപ്പരുത്തിയും തഴച്ചു വളർന്നിരുന്നു. മാലിന്യങ്ങൾ കുന്നുകൂടികിടന്നിടത്ത് എലിയും പെരുച്ചാഴിയും കീരിയും പെറ്റു പെരുകിയിരുന്നു. പതിനെട്ടു കുടുംബത്തേയും ബോധവല്ക്കരിച്ച് അവിടം ശുചിയാക്കി. പഞ്ചായത്തു മെമ്പറെ കണ്ടപ്പോൾ അയാൾ നീരസം കാട്ടിയെങ്കിലും അതിൽ നിന്നുടലെടുത്ത വാശിയാൽ കാണേണ്ടവരെയെല്ലാം കണ്ട് കിണർ കുഴിക്കുന്നതിനായി അനുവാദം വാങ്ങി. പൊടിയനിച്ചെടികൾ അരിഞ്ഞു വീഴ്ത്തി. കുന്താലപ്പുല്ലുകൾ തീയിട്ടു. അപ്പോൾ പെരുച്ചാഴിയും കീരിയും എങ്ങോ ഓടിപ്പോയി. തുടർന്നുള്ള ദിനങ്ങളിൽ വളയം പിടിച്ചതും ടയർ തേഞ്ഞതും കിണർ എന്ന സ്വപ്നത്തിനായി ചെലവഴിച്ചു. പതിനെട്ട് കുടുംബങ്ങളിൽ ചിലർ എന്തൊക്കെയോ നല്കി. ഭൂമിയുടെ ഉള്ളറയിൽ ഉറവ പൊട്ടിയപ്പോൾ കണ്ണും മനസ്സും നിറഞ്ഞൊഴുകിയിരുന്നു. ആരൊക്കെയോ ആദരവിന്റെ

പൂച്ചെണ്ടുകളെറിഞ്ഞു. അഭിനന്ദന കുറിപ്പുകളെഴുതി. തുടുത്ത കവിളുകൾക്ക്, പവിഴച്ചുണ്ടുകൾക്ക്, വിടർന്ന നയനങ്ങൾക്ക്, വളഞ്ഞ പുരികങ്ങൾക്ക് ലഭിക്കാതിരുന്ന നേട്ടം വിരൂപിയായ കാഞ്ചന നേടിയെടുത്തതിൽ അഭിമാനംകൊണ്ടു. ചങ്ങലയ്ക്കുള്ളിൽ ബന്ധിതയായിരുന്നപ്പോഴുള്ള മനോഹരിയുടെ മനസ്സ് ശൂന്യമായിരുന്നുവെന്ന് അപ്പോഴാണ് തിരിച്ചറിഞ്ഞത്.

കിണറ്റിൻകരയിലെ തന്റെ സാന്നിദ്ധ്യംകൊണ്ട് മുഴുനാക്കികളുടെ പോലും നാവുകൾ ചിലപ്പോൾ അടങ്ങാറുണ്ടായിരുന്നു. അപ്പോഴൊക്കെ എന്തെന്നില്ലാത്ത അഭിമാനം തോന്നുമായിരുന്നു.

ആരാലും അനുസരിപ്പിക്കാനാവാത്ത രണ്ടു സൃഷ്ടികളാണ് മുക്കുപണ്ടവും അന്തപൊക്കവും. ആ രണ്ടു മഹിളകൾ തമ്മിൽ നിത്യേന ശണ്ഠ കൂടുക പതിവാണ്. വിസ്തൃതമായ കിണറ്റിൽ സുഖമായ് മൂന്നു പേർക്ക് നിന്ന് വെള്ളമെടുക്കാമെങ്കിലും മുക്കുപണ്ടത്തിന്റേയും അന്തപ്പൊക്കത്തിന്റേയും സാന്നിദ്ധ്യത്താൽ അവിടം കോലാഹലമാകും. മറ്റു കുടുംബക്കാരാരുംതന്നെ അവരോട് വക്കാണത്തിനൊരുങ്ങുകയുമില്ല.

മുക്കുപണ്ടവും അന്തപൊക്കവും പിന്നെ സരസുവിന്റെ മകൻ കെട്ടികൊണ്ടുവന്ന പുയ്യണ്ണും അങ്ങനെ മൂന്നുപേരാണ് അപ്പോൾ അവിടെ നിന്ന് വെള്ളം വലിച്ചുകൊണ്ടിരുന്നത്. ഇടത്ത് അന്തപൊക്കം നടുവിൽ മുക്കുപണ്ടം വലത്തേയറ്റത്ത് പുയ്യണ്ണ്. ആ കാഴ്ച വല്ലാതെ കൗതുകമുണർത്തി. അക്കങ്ങൾ എഴുതി പഠിക്കാൻ തുടങ്ങുന്ന ഒരു കുട്ടി പത്തെന്ന് എഴുതി ഫുൾസ്റ്റോപ്പ് ഇടുന്നത് എങ്ങനെയായിരിക്കുമോ അങ്ങനെയായിരുന്നു ആ ചിത്രം. പൊക്കമുള്ളവളാണ് അന്തപൊക്കം. ആറടി ആറിഞ്ചു പൊക്കമെന്ന ഗണിതശാസ്ത്രം അന്തപൊക്കത്തിന് സാക്ഷ്യം. നെടുനീളം കൈകളും ഇരുതോളും ചലിപ്പിച്ചുള്ള നടത്തവും അന്തപൊക്കത്തിന്റെ പ്രത്യേകതയാണ്. കാലുകൾ നീണ്ടതാണെങ്കിലും വലിച്ചു നീട്ടിയുള്ള നടത്തമല്ല. പാദങ്ങൾ അടുപ്പിച്ചടുപ്പിച്ച് നടക്കുന്നതുകാരണം കൊന്നി കൊന്നി ഓടുന്നൂവെന്നേ തോന്നൂ. ആയതിനാൽ കൊന്നപ്പൊക്കം എന്നും ചിലർ വിളിക്കാറുണ്ട്. കൊന്നപ്പൊക്കം ഇതുവരേയും നടന്നുകണ്ടിട്ടുള്ളതായി ആരും പറഞ്ഞ ചരിത്രമില്ല.

കിളരത്തിന്റെ കാര്യത്തിൽ അന്തപ്പൊക്കത്തെ വെല്ലാൻ ആരുമില്ലെങ്കിൽ വണ്ണത്തിന്റെ കാര്യത്തിൽ മുക്കുപണ്ടം പാത്തുവിനെ കവച്ചുവയ്ക്കാനും ഈ ലോകഗോളത്തിൽ ആരുമില്ല. അന്തപ്പൊക്കത്തിന്റെ ഇടുപ്പോളമേയുള്ളൂ മുക്കുപണ്ടം പാത്തു. പൂജ്യം വട്ടത്തിലുള്ള ഒരു മാംസഗോളം.

കുറുകിയ തോളിൽ തട്ടിനില്ക്കുന്ന തട്ടുകമ്മൽ ഇളകിയാടുമെന്ന് ഭയന്ന് പാത്തു ശിരസ്സുയർത്തി അറ്റൻഷനിലങ്ങനെ നടക്കും. ഫോട്ടോഗ്രാഫറുടെ മുന്നിൽ നില്ക്കുന്നപോലെയുള്ള നടത്തം. നടക്കുന്നൂവെന്ന് പറയാനാവില്ല. ഉരുളുന്നൂവെന്ന് തീർച്ചയായും പറയാം. അവളൊന്നനങ്ങിയാൽ കഴുത്തിൽ അണിഞ്ഞിരിക്കുന്ന പണ്ടത്തെ പത്തുപൈസാതു

ണ്ടിന്റെ വലിപ്പത്തിലുള്ള അട്ടിയട്ടിയായി പണിതിട്ടിരിക്കുന്ന മൂന്നുവിരൽ വീതി മാലകൾ ഇടംതെറ്റും. ഇരുകൈകളിലും മുട്ടോളമണിഞ്ഞിരിക്കുന്ന പൊന്നിൻ വർണ്ണവളകൾ കൂട്ടിമുട്ടും. നിറയെ മുത്തുകളുള്ള പാദസ്വരം കിലുങ്ങിത്തെറിക്കും. പത്തുകൈവിരലിലും അണിഞ്ഞിരിക്കുന്ന വിവിധ വർണ്ണ മോതിരങ്ങൾ ഊരിത്തെറിക്കും. കാൽ വിരലിലെ മിഞ്ചികൾ പൂഴി മണലിൽ പതിഞ്ഞൊളിക്കും. കടും ചുവപ്പോ കടുംമഞ്ഞയോ നിറമുള്ള പളപളാതിളങ്ങണ വിലകുറഞ്ഞ പട്ടുസാരി ധരിച്ചേ ജനമദ്ധ്യത്തിലിറങ്ങാറുള്ളൂ. മുഖത്തെപ്പോഴും പൗഡറിന്റേയും ക്രീമിന്റേയും ശകലങ്ങൾ പടർന്നിരിക്കും. സുഗന്ധ ദ്രവ്യത്തിന്റെ രൂക്ഷഗന്ധം അന്തരീക്ഷത്തിൽ ലയിച്ചു നില്ക്കുമെങ്കിലും അടുത്തുവരുമ്പോൾ ക്ലാവിന്റെ മണമാണ്. ചിരിക്കാൻ വക നല്കുന്ന ഈ കോലം കോളനിയിലെത്തുന്നത് ഇറച്ചിക്കാരൻ മീരാന്റെ രണ്ടാം കെട്ടുകാരിയായിട്ടായിരുന്നു. ആടും മാടും കാളയും പോത്തും കശാപ്പുചെയ്യുന്ന മീരാൻ അവയുടെ കരള്, കൂമ്പ്, കാല്, തല, കുടല്, മൂള എന്നുവേണ്ട ഏതു ചപ്പുചവറും വാരികെട്ടി കൊണ്ടുവന്ന് മുക്കുപണ്ടത്തിന് സമ്മാനിക്കും. അവൾ കുടിലിന്റെ പിന്നാമ്പുറത്തെ ചായ്പ്പിൽ പ്രതിഷ്ഠിച്ചിരിക്കുന്ന വീതിയുള്ള കൽപ്പലകയിൽ മണിക്കൂറുകളോളം ചടഞ്ഞിരുന്ന് വെട്ടിയും നുറുക്കിയും വൃത്തിയാക്കി കറിവെക്കും. പാചകം ഏറെ ഇഷ്ടമുള്ള മുക്കുപണ്ടം തീറ്റയിൽ പിന്നിലല്ലെന്ന് പറയേണ്ടതില്ലല്ലോ. ഇറച്ചി മീരാൻ അവളുടെ രുചികൂട്ടിൽ മയങ്ങിയാണ് ആദ്യ ഭാര്യയെ ഉപേക്ഷിച്ചതെന്ന് ജനശ്രുതിയുണ്ട്. മുക്കുപണ്ടം പാത്തു നോക്കി നടത്തിയിരുന്ന ഭക്ഷണശാലയിലെ സ്ഥിരം ഉപഭോക്താവായിരുന്നുവത്രെ ഇറച്ചി മീരാൻ.

കിണറ്റിൽ നിന്നും തൊട്ടിപൊക്കിയെടുത്ത് കരയിൽ സ്ഥാപിച്ചിരുന്ന കുടത്തിൽ വെള്ളമൊഴിച്ചപ്പോൾ മുക്കുപണ്ടത്തിന്റെ പത്തുപൈസാ കാശുമാല ചെറുതായൊന്നു മറിഞ്ഞു. അവയിലെ ക്ലാവിന്റെ പച്ചപ്പ് ലോകമാകെ കണ്ടു.

ഒരിക്കൽ ആഭരണങ്ങൾ കട്ടെടുക്കാൻ കയറിയ വിരുതനായൊരു കള്ളൻ ക്ളാവ് മണമേറ്റ് തലചുറ്റി വീണെന്നും അവൻ വന്നകാലിലെ മൂക്കും പൊത്തിയോടിയെന്നും കിംവദന്തികളുണ്ട്. ആഭരണങ്ങൾക്ക് നിറം മങ്ങുമ്പോൾ അവ പട്ടണത്തിൽ കൊണ്ടുപോയി നിറം ചാർത്തി കൊണ്ടുവരുന്ന ചുമതല ഇറച്ചിമീരാനായിരുന്നു. അത്തരം ദിനങ്ങളിൽ പാത്തു വാതിലടച്ച് വീട്ടിനകത്ത് കുത്തിയിരിക്കും. പരിചയക്കാരോ, അയൽക്കാരോ വഴിപോക്കരോ ആരുവന്ന് വിളിച്ചാലും മിണ്ടാതെ അനങ്ങാതെ (അനങ്ങാതിരിക്കുന്നതാണ് അവൾക്കേറെയിഷ്ടം) വൈകുംവരെ മുക്കുപണ്ടം കണവനെ കാത്തിരിക്കും. എന്നാൽ ചിലർ, അതായത് വോട്ടുപിടിത്തക്കാർ, പണം പിരിവുകാർ, ഭിക്ഷാടകർ അത്തരം പരമ്പരയിൽപ്പെട്ടവർ വാതിൽ അടഞ്ഞു കിടന്നാലും ആളില്ലെന്നറിഞ്ഞാലും വീടിനുചുറ്റും ഒളിഞ്ഞും പാത്തും ഇത്തിരിനേരം ചുറ്റിയടിച്ച് അകത്തുനിന്നും ഒരു തുമ്മലോ ചീറ്റലോ കേട്ടാൽ സി ഐ ഡികളെപ്പോലെ പതുങ്ങിനിന്ന്

അനക്കം വീക്ഷിക്കാനും ജാലകപാളി അല്പം തുറന്ന് ഒളിഞ്ഞു നോക്കാനും തക്കം കിട്ടിയാൽ അകത്തേക്കു തള്ളിക്കയറി വീടാകെ പരതാനും മടിക്കില്ല. അത്തരക്കാരോട് പാത്തു മറ്റൊരടവെടുക്കും. മാംസഗോളത്തെ വലിയൊരു ജമുക്കാളത്തിലൊളിപ്പിച്ച് കട്ടിലിൽ ചുരുണ്ട് കിടന്ന് ഉറക്കെ പറയും; പൊക്കൻപിടിപ്പെട്ട് കെടക്കണ്. മണ്ണൻ പിടിപ്പെട്ട് കെടക്കണ്. വന്നവർ കാറ്റുപോലെ പമ്പ കടക്കുമെന്ന് പറയേണ്ടതില്ലല്ലോ.

ഒരിക്കൽ മുക്കുപണ്ടത്തിന് വലിയൊരമളി പറ്റിയത്രെ! ഇറച്ചിമീരാൻ സാധാരണ ആടുമാട്, കാള, പോത്ത്, എരുമ, കോഴി, താറാവ് എന്നിങ്ങനെയുള്ള സാധുജീവനുകളെ കൊന്നൊടുക്കി കൊലക്കത്തിയുമായ് പാതിരാത്രീലേ കൂരയിലെത്തൂ. അന്നൊരുദിവസം കെട്ടിയോളുടെ ആഭരണപ്പെട്ടിയുമായി മീരാൻ ഉച്ചയ്ക്കുമുമ്പേ കതകിൽ തട്ടി. പാത്തു കതകുതുറന്നില്ല. പലപ്രാവശ്യം പാത്തൂപാത്തൂന്ന് വിളിച്ചു നോക്കി. ഒരനക്കവുമില്ല. വിളിച്ച് വിളിച്ച് തൊണ്ടവറ്റിയപ്പോൾ മീരാൻ വാതിൽ കൈകൊണ്ടും കാലുകൊണ്ടും തള്ളിനോക്കി. ഒരനക്കവുമില്ല. അടുക്കള വാതിൽ തള്ളിത്തുറന്ന് അകത്തു കടന്നു. ജമുക്കാളത്തിനകത്ത് തലയൊളിപ്പിച്ച് പൂജ്യംപോലെ ചുരുണ്ടു കിടന്ന പാത്തുവിനെ കണ്ട് മീരാന് ചിരിയടക്കാനായില്ല. അമളിയോർത്ത് അവർ പരസ്പരം ചിരിച്ചു ചിരിച്ച് പിന്നെ ആഭരണങ്ങളണിയാത്ത ക്ലാവിന്റെ മണമില്ലാത്ത പാത്തുവിനെ ഇറുകെ കെട്ടിപ്പിടിച്ച് ഒത്തിരി നേരം കിടന്നുവത്രെ!

നിറച്ച കുടവുമേന്തി കൊന്നി കൊന്നി കൊന്നപൊക്കവും ഉരുണ്ടുരുണ്ട് മുക്കുപണ്ടവും കടന്നുപോകുന്നതും നോക്കി അലുക്കത്തുമ്മ സമാശ്വസിക്കുന്നതു കണ്ടു. അലുക്കത്തുമ്മയുടെ തൊട്ടയൽപക്കമാണ് മുക്കുപണ്ടം. അവളുടെ അയൽക്കാരി അന്തപൊക്കം. തടത്തിന് കിഴക്കുള്ള പത്തൊൻപത് കുടുംബങ്ങളിൽ നിരത്തോട് ചേർന്ന വീടുകളിൽ ചിലത് ഇവരുടേത് കൂടിയാണ്.

നാക്കുകൊണ്ട് പടവെട്ടുന്ന രണ്ടു നാക്കിച്ചികൾ അരങ്ങൊഴിഞ്ഞതും അവിടം സമാധാന ഭൂമിയായെന്ന് സമാശ്വസിച്ച് അലുക്കത്തുമ്മ വാഹനത്തിൽ കയറിയിരുന്ന് പറഞ്ഞു.

“വേഗം വിട്ടോ മക്കളേ.”

ഹൊ! തനിക്കും വേഗം എത്തേണ്ടിയിരിക്കുന്നു.

സീനിയോറിട്ടിക്കായ് പുരുഷ ഡ്രൈവറൻമാർ കൊച്ചുവെളുപ്പാൻ കാലത്തേ സ്റ്റാന്റിലെത്തും. രാവിലത്തെ സ്കൂൾ ഓട്ടവും ആപ്പീസ് ഓട്ടവും കിട്ടിയാലേ എന്തെങ്കിലും തടയാനാകൂ. നാളെ അരുണിന് ഫീസ് കെട്ടാനുള്ളതാണ്. ചെറുക്കൻ ഈ വർഷം അല്പം ഉഴപ്പുന്നുണ്ടെന്ന തോന്നൽ തെല്ലൊന്നു വിഷമിപ്പിച്ചു. തട്ടിക്കൂട്ടി ജയിക്കുന്നൂവെന്നല്ലാതെ പഴയ മാർക്കൊന്നുമില്ല. പഠിക്കാൻ സമയം കിട്ടാഞ്ഞിട്ടാകാമെന്നോർത്തപ്പോൾ സഹതാപം തോന്നി. ഈ പ്രായത്തിലേ അവൻ അദ്ധ്വാനിയായിരിക്കുന്നു. വൈകുന്നേരങ്ങളിൽ ചില വീടുകളിൽ ട്യൂഷനെടുക്കാൻ പോകുന്നതിനാൽ അവന്റെ ചെറിയ ചെറിയ ചെലവുകൾക്ക് വല്ലതും കിട്ടും.

ഇക്കാലത്തെ കുട്ടികൾക്ക് അങ്ങനെയൊരു തോന്നലുണ്ടാകുന്നതു തന്നെ വലിയ കാര്യമാണ്. അച്ഛനുമമ്മയും വെവ്വേറെ പോക്കറ്റ് മണി കുത്തി നിറച്ച് സ്കൂളിൽ വിടുമ്പോൾ കുട്ടികൾ പണത്തിന്റെ വിലയറിയാതെ അമിതമായി ധൂർത്തടിച്ച് അനാവശ്യ കൂട്ടുകെട്ടിലേക്കു വഴുതി വീഴുക സാധാരണമാണ്. പട്ടണം കറങ്ങാൻ തന്റെ വാഹനത്തിൽ യാത്ര ചെയ്തിട്ടുള്ള കുട്ടികളുടെ മുഖങ്ങൾ പെട്ടെന്നോർമ്മയിൽ തെളിഞ്ഞു. അവരോട് മകനോടെന്നപോലെ കാര്യങ്ങൾ പറഞ്ഞു മനസ്സിലാക്കാൻ ശ്രമിച്ചിട്ടുണ്ടെങ്കിലും ഉപദേശം കേട്ട് ചിലർ കളിയാക്കിയിട്ടുണ്ട്. പട്ടണത്തിലെവിടെയെങ്കിലും ഇറങ്ങി യാത്രകൂലി തരാതെ പറ്റിച്ച വിരുതന്മാരും അവരിലുണ്ടായിരുന്നു. അക്കണക്കിന് തന്റെ മകൻ തൊഴിലിന്റെ മഹത്വം മനസ്സിലാക്കുന്നു. അദ്ധ്വാനത്തിന്റെ വിലയറിയുന്നു. അവധി ദിനങ്ങളിൽ സരസുവിന്റെ മകനോടൊപ്പം പെയിന്റിങ്ങിന് പോകുന്നതറിഞ്ഞ് ചോദിച്ചപ്പോൾ അവൻ പറഞ്ഞു.

– അമ്മ അറിഞ്ഞാൽ വിടൂലന്നറിയാം. അതുകൊണ്ടാണ് പറയാത്തത്.

“മക്കളേ ഇന്നലേം അവൻ ചന്തേല് വന്ന് ബഹളം വച്ച്.”

അലുക്കത്തുമ്മയുടെ ആ വാക്കുകൾ കേട്ടപ്പോൾ അരുണിനെ കുറിച്ചോർത്ത് അഭിമാനം തോന്നി.

നാടിനും വീടിനും കൊള്ളാത്ത മദ്യപാനിയായ ഏകമകൻ ഒരു തൊഴിലിനും പോകാതെ സദാസമയവും മദ്യപിച്ച് തേവിടിശ്ശികളുടെ പുരകളിൽ അന്തിയുറങ്ങുന്നു. പണത്തിനു മാത്രം അവൻ ഉമ്മയെ സമീപിക്കും. കുടിലിൽ സൂക്ഷിച്ചിരുന്ന പണം ഉമ്മയറിയാതെ അവൻ കട്ടെടുക്കുമായിരുന്നു.! പണം അവിടെയില്ലെന്ന് കണ്ടാൽ ചന്തയിൽ വന്ന് മാതാവിനെ വല്ലാതെ അലട്ടാറുമുണ്ട്. മകനായി മാറ്റിവച്ച ഓഹരികൊണ്ടു മാത്രം അവൻ തൃപ്തനാകില്ല. ജീവിതത്തിൽ ചില നിബന്ധന വച്ചു പുലർത്തുന്ന ഉമ്മയ്ക്ക് ചില ചിട്ടവട്ടങ്ങളുണ്ട്. അതിനപ്പുറം അവർ ഒരിക്കലും കടന്നിരുന്നില്ല. സമ്പദ്ഘടനയിലും അവ പാലിക്കപ്പെടുന്നു. സമ്പാദ്യത്തെ മൂന്നായി തിരിച്ചിട്ട് ഒരോഹരി സ്വന്തം ആവശ്യത്തിന് മറ്റൊന്ന് നൊന്തുപെറ്റ മകന് പിന്നൊരു വിഹിതം ദാനധർമ്മങ്ങൾക്ക് രഹസ്യമായി ചെലവഴിക്കും. ഇരു ചെവിയറിയാതെ ചെലവഴിക്കണമെന്ന് ഉമ്മായ്ക്ക് നിർബ്ബന്ധമുണ്ട്.

വയസ്സായ കാലത്ത് തണലേകേണ്ടവനാണ് ശല്യം ചെയ്ത് ഉള്ള തപ്പടി പിടിച്ചുപറിക്കുന്നത്. ഹൊ എന്തൊരു വൈപരീത്യം! തെല്ലൊരു ഉൾക്കിടിലത്താൽ വീണ്ടും അരുണിനെ കുറിച്ചു ചിന്തിച്ചു പോയി. അച്ഛന്റെ ക്രൂരതകൾ കാണാൻ ഇടവരുത്തിയില്ലെങ്കിലും പറക്കമുറ്റും മുമ്പേ അയാളിൽനിന്നും വേർപ്പെടുത്തിയെങ്കിലും അവൻ അയാളുടെ മകനല്ലേ. ദൈവമേ അങ്ങനെ മാത്രം ആകരുതേ അയാളെപ്പോലെ മാത്രം ആകരുതേ.

“എന്തര് മക്കളെ പിറുപിറുക്കണേ.” ഉമ്മ തിരക്കി

"ഒന്നൂല്യമ്മാ എന്തോ ഓർത്തുപോയി."

"ഒന്നും ഓർക്കണ്ട മക്കളേ. ഓർത്താ ഒരു അന്തോം കാണൂല. മക്കളേം മാമ്പൂനേം കണ്ട് നമ്മള് കിനാവ് കാണേം വേണ്ട. കൈയിനും കാലിനും ആവതുള്ള കാലംവരെ ഏങ്ങനേങ്കിലും ജീവിക്കാം. പടച്ചോനെ പടുത്തടി ആക്കാതെ അങ്ങ് മരിപ്പിക്കേണേ. ആയ കാലത്ത് ആ പഹയന്റെ, ഇപ്പം ദാ അവന്റേം."

ഉമ്മയുടെ വാക്കുകളിലെ നിശ്ചയദാർഢ്യം അതാണ് കൂടെക്കൂടെ തനിക്കും കരുത്തേകുന്നത്.

വെയിലിന്റെ കാഠിന്യം ഏറിയിരിക്കുന്നു. അങ്ങാടിയുടെ പ്രവേശന കവാടത്തിൽ അലുക്കത്തുമ്മയെ വിട്ട് യാത്രക്കാർക്കായി കാത്തുനില്ക്കുമ്പോൾ പരിചയക്കാരായ ഒട്ടേറെ മുഖങ്ങൾ കടന്നുപോയി. പുരുഷ ഡ്രൈവറൻമാർ പലരും സ്റ്റാന്റിൽ സ്ഥാനം പിടിച്ചിരിക്കുന്നു. യാത്രചെയ്യുന്ന പതിവുകാരുമായി ചിലർ നാനാദിക്കിലേക്കു യാത്രയ്ക്കൊരുങ്ങുന്നുമുണ്ട്. പർദ്ദയണിഞ്ഞ തടിച്ചൊരു സ്ത്രീ വാഹനത്തിൽ കയറി ഇരിപ്പുറപ്പിച്ചു. എന്നാൽ മുഖം കണ്ട് പുറത്തേക്കിറങ്ങിയപ്പോൾ തെല്ലൊരു ജാള്യത തോന്നി. വൈരൂപ്യത്തിലെ അപകർഷതയല്ല. ആദ്യയോട്ടം നഷ്ടമായല്ലോയെന്നോർത്ത് മാത്രം. യാത്രക്കാരിയുടെ മട്ടും മാതിരിയും കണ്ടാൽ സ്വർഗ്ഗലോകത്തിൽനിന്നും പൊട്ടിവീണ മാലാഖയാണെന്ന ഭാവമാണ്. കണ്ണിന് ചുറ്റും കരിമ്പടം മൂടിയപോലുള്ള അവളുടെ പുരികത്തല്പം പൂടപോലുമില്ല. കവിളിലും താടിയിലും നെറ്റിയിലും അരിമ്പാറകുത്തുകൾ മാതിരി ഉണ്ണികൾ പടർന്നു കിടക്കുന്നു.

ഓട്ടോ ഓട്ടോ.

റോഡിനപ്പുറത്തുനിന്നും ആരുടെയോ വിളി കേട്ടു. വാഹനങ്ങൾ തലങ്ങും വിലങ്ങും സഞ്ചരിക്കുന്നുണ്ട്. എന്നിട്ടും അവയ്ക്കിടയിലൂടെ ധൃതിയിൽ നല്ലോരോട്ടത്തിനായി റോഡു മുറിച്ച് അപ്പുറത്തെത്തി. യാത്രികരിലാരോ വണ്ടിയിൽ കയറി.

"ഓ കാഞ്ചനയോ"

തെല്ലൊരാകാംഷയോടെ തിരിഞ്ഞു നോക്കി. ബംഗ്ലാവ് വീട്ടിലെ ഉമ്മയുടെ മൂത്ത മകൻ. പെട്ടെന്നൊരുൾക്കിടലമുണ്ടായിയെങ്കിലും ഇറക്കി വിട്ടില്ല.

ലക്ഷ്യസ്ഥാനത്തെത്തുന്തോറും മനസ്സ് കൂടുതൽ അസ്വസ്ഥമായിക്കൊണ്ടിരുന്നു. കാൽനടക്കാരും വാഹനങ്ങളും കുറഞ്ഞു കുറഞ്ഞ് വിജനമായ വീഥിയിലെത്തിയപ്പോൾ പിറകിൽനിന്നും രണ്ടു കരങ്ങൾ അരക്കെട്ടിൽ അമരുമോയെന്ന് ഭയപ്പെട്ടു. തേരട്ടകൾ ഇഴയുന്നപോലുള്ള തോന്നൽ. തെല്ലൊന്നു മുഖം തിരിച്ചു നോക്കി. ഇല്ല. അവൻ പുറത്തെങ്ങോ മിഴികൾ പാകിയിരിക്കുന്നു. അവന്റെ കരങ്ങൾ അവന്റെ തുടകളിൽ തന്നെ വിശ്രമിക്കുന്നുമുണ്ട്.

ഹൊ! എത്ര നിഷ്കളങ്കമാണാ വദനം!

മാന്യതയുടെ ചായം പുരട്ടി അവ മനോജ്ഞമാക്കിയിരിക്കുന്നുവല്ലോ!

പ്രഭാതമുണരുംമുമ്പേയുള്ള ഇരുട്ടിൽ റബ്ബർ മരങ്ങൾക്കിടയിൽ അവനെത്തിയത് സൗന്ദര്യം കവിഞ്ഞൊഴുകുന്ന ശരീരം കണ്ടുകൊണ്ടല്ല, ഉത്തേജിപ്പിക്കാൻ തക്ക ചേഷ്ടകളൊന്നും കാട്ടിയിട്ടുമല്ല.

ടാപ്പിങ് കത്തി മരത്തൊലിയിൽ താഴ്ത്തി നില്ക്കുമ്പോൾ അരക്കെട്ടിൽ അമർന്ന തണുപ്പ് പെട്ടെന്ന് ഞെട്ടലുളവാക്കി. എന്താണെന്നാരാഞ്ഞ് നേർത്ത ഇരുട്ടിൽ തിരയുമ്പോൾ അരികിലാരോ നില്ക്കുന്നു. പഴകിയ റബ്ബർ കറയുടെ ഗന്ധംപേറുന്ന മേൽമുണ്ട് വലതുതോളിൽ ചുറ്റി ഇടതു കശത്തിന് താഴെ കുരുക്കിട്ട് ഞാത്തിയിരുന്നത് ആരോ പുറകിൽ നിന്നും ഊക്കോടെ വലിച്ചെറിഞ്ഞു. ചെറുതിട്ടയിൽ നിന്നും തെന്നി മരമൂട്ടിലെ കരിയിലകൾക്കിടയിലേക്കു വീഴുമ്പോൾ ടാപ്പിങ് കത്തിയും പിന്നെ ഒട്ടുകറ നിക്ഷേപിക്കുന്ന ചെറു കുട്ടയും ദൂരെ തെറിച്ചു. വീണ്ടും; നനവാർന്ന കരിയില കൂട്ടങ്ങൾക്കിടയിൽപ്പെട്ട് ചവിട്ടേറ്റ് ചതയുന്ന തേരട്ടപോലെ കൈയും കാലും ചലിപ്പിക്കാനാവാതെ ബലാൽക്കാരത്തിനമർന്നപ്പോൾ നെടുങ്കൽ തോട്ടത്തിലെ വിജനതയിൽ ഇരയുടെ ശബ്ദം ചെറു ദലങ്ങളിൽ തട്ടി വിലാപം കൊണ്ടു. ഇറ്റിറ്റുവീണുകൊണ്ടിരുന്ന റബ്ബർക്കറ ചിരട്ടയിൽ വീഴാതെ തടിയിലൂടെ ഒലിച്ചിറങ്ങുകയായിരുന്നു അപ്പോൾ. കാലുകൾ ഒത്തുചേർത്ത് പാദങ്ങൾ പിണച്ച് കുതറിയപ്പോൾ തുടകൾക്കിടയിൽ കറയുടെ പശിമയല്ലാത്ത നനവ്.

“കാഞ്ചന അന്ന് അങ്ങനെയൊക്ക.”

പശ്ചാത്താപത്തിന്റെ നേരിയ ലാഞ്ചനപോലുമില്ലാത്ത അവന്റെ വാക്കുകൾ കേട്ട് തിരിഞ്ഞു നോക്കി. പിന്നെ യാന്ത്രികമായെങ്കിലും മന്ദഹസിച്ചുകൊണ്ട് ലക്ഷ്യസ്ഥാനത്തെത്താൻ കുതിച്ചു. എവിടെയോ വച്ച് അവൻ പറഞ്ഞു.

“ഞാനിവിടെ ഇറങ്ങികൊള്ളാം.”

അവൻ നല്കിയ അൻപതിന്റെ നോട്ട് പ്രതിഫലത്തെക്കാളും അധികമായിരുന്നു.

“ബാക്കി തരാൻ ചില്ലറയില്ലല്ലോ.”

“അതിരുന്നോട്ടെ ഞാൻ പിന്നീട് വാങ്ങിക്കൊള്ളാം.”

ഈ കറൻസിയുടേതു മാത്രമല്ല തീർക്കാൻ വേറെയുമുണ്ട് കടങ്ങൾ. മനസ്സിൽ കണക്കുകൂട്ടി. എന്നിട്ട് ആ കറൻസിനോട്ട് പുറത്തേക്കു വലിച്ചെറിഞ്ഞ് വാഹനം തിരിച്ചു.

പത്ത്

പുതിയ ചങ്ങാതിയായ മെഹ്റിനയുടെ തോളത്തുചേർന്ന് പടവുകളിറങ്ങി. വിശാലമായ ഹാളിലെത്തിയപ്പോൾ പ്രകീർത്തനങ്ങൾ മുഴങ്ങികേട്ടു. മാർബിൾത്തറയിൽ നിരത്തിയിട്ട പുൽപ്പായ തടുക്കുകളിൽ നിരന്നിരുന്ന നാരീജനങ്ങളുടെ മിഴികൾ ആർദ്രമാകുന്നതും അംഗുലീ

സ്പർശത്താൽ അവരുടെ ജപമാലകളിളകുന്നതും കണ്ടു.

നാരീജനങ്ങൾ; അവർ ആരുടെയോ വരവിനായി കാത്തു നില്ക്കുന്നു. ആഗതനായി സ്തുതി ഗീതങ്ങളുരുവിടുന്നു. അതിനായി അവർ സലാം ചൊല്ലിയപ്പോൾ സാമ്പ്രാണി തങ്ങൾ അവരെ ഉത്തേജിപ്പിച്ചു.

“ഉറക്കെചൊല്ലീം ഉറക്കെ ചൊല്ലീം.”

ഉറക്കെ ശബ്ദിക്കരുത്, ഉറക്കെ കരയരുത്, ഉറക്കെ ചിരിക്കരുത്; അവകൾക്ക് തല്ക്കാല വിരാമം.

ആഗതന്റെ വരവിനെ ആഘോഷമാക്കാൻ അവകൾക്ക് തല്ക്കാലമൊരയവു നല്കിയപ്പോൾ മക്കന പൊതിഞ്ഞ അവരുടെ ശിരസ്സുകൾ ഇളകിയാടി തമ്മിൽ തട്ടി. വിരലുകൾ അന്തരീക്ഷത്തിൽ പാറിക്കളിച്ചു. തൂങ്ങിയാടിയ ജപമാലകൾ പരസ്പരം കുരുക്കിട്ടു.

മെഹ്റിനയുടെ തോളത്തു തലചായ്ച്ചു പുൽപ്പായയിൽ ചടഞ്ഞിരുന്ന് ഒന്നും കാണണ്ട ഒന്നും കേൾക്കണ്ട എന്നു കരുതി മിഴികൾ പൂട്ടിയെങ്കിലും അരോചകരമായ ശബ്ദം കാതുകളിൽ തുളച്ചുകയറി.

ശിരസ്സിനുള്ളിൽ വീണ്ടും കടന്നലുകൾ കൂടുപൊളിക്കുന്നു. ഇരമ്പിക്കൊണ്ട് അവ കാതുകളെ വട്ടമിടുന്നു. കുന്തമുനപോലെ മിഴികളിൽ തറഞ്ഞു കേറുന്നു. പുരുഷാരം വീർപ്പുമുട്ടിക്കുമ്പോൾ അന്യരുടെ ഇടപെടലുകൾ അലോസരപ്പെടുത്തുമ്പോൾ ശിരസ്സിനുള്ളിൽ ചിറകിട്ടടിക്കുന്ന ആരവം പതിവുള്ളതാണ്.

എന്നുമുതലാണ് അങ്ങനെയൊക്കെ തോന്നി തുടങ്ങിയത്?

ഓർക്കുന്നില്ല.

മേലങ്കി പുതച്ച് കാൽച്ചങ്ങലയണിഞ്ഞ് ഭർത്തൃഗൃഹത്തിന്റെ അതിരുകൾക്കുള്ളിൽ ഏകാന്തവാസം തുടങ്ങിയ നാൾ മുതലാണോ? അതോ ഒറ്റയ്ക്ക് ഒരിടത്തിരുന്ന് ചിന്തകളെ കൂട്ടുപിടിച്ച് ഒതുങ്ങാൻ തുടങ്ങിയപ്പോഴോ?

സാമ്പ്രാണി തങ്ങൾ ഹാളിന്റെ പടിഞ്ഞാറേ തലയ്ക്കൽ ഞാത്തിയിരുന്ന നനുത്ത പട്ടിന്റെ തിരശ്ശീല അല്പമൊന്നു നീക്കിയതും സദസ്യർ തെല്ലൊന്നു ശബ്ദം താഴ്ത്തി. കുഞ്ഞു ഞൊറികളാൽ അലംകൃതമായ വലിയ തിരശ്ശീല ഇരുവശങ്ങളിലേക്കൊതുങ്ങിയപ്പോൾ അവർ അല്പാല്പം മുന്നോട്ടു നടന്ന് കൂടുതൽ ജാഗരൂകരായി. കൈമുട്ടുകൾ ഇടുപ്പിൽ ചേർത്ത് വിരലുകൾ വിടർത്തി താടികൾ മേൽപ്പോട്ടുയർത്തി ഭക്തിയോടെ അവർ പ്രാർത്ഥിക്കാൻ തുടങ്ങി.

-ഞങ്ങളുടെ നാഥാ നീ വാഗ്ദാനം ചെയ്യുന്ന സ്വർഗ്ഗ പൂങ്കാവനത്തിന്റെ താക്കോലിനായി ഞങ്ങൾ കാത്തിരിക്കുന്നു. അതിനായി അങ്ങയെ ഇതാ കുമ്പിടുന്നു. അങ്ങേക്കു സ്വാഗതം. അങ്ങേക്കു സ്വാഗതം.

നാരീജനങ്ങൾ ഒരുമിച്ചുനിന്ന് ആരാധനയ്ക്കർഹനായ ദൈവത്തെ സ്തുതിച്ചുകൊണ്ടിരുന്നു.

അവരോടൊപ്പമുള്ള കൂട്ടപ്രാർത്ഥനയിൽ പങ്കുചേരാനാണോ

മെഹ്റിന തന്നെ ഇങ്ങോട്ടു കൂട്ടി കൊണ്ടുവന്നത്?

ഏകാഗ്രമായ ഏകാന്ത പ്രാർത്ഥനയാണ് തനിക്കിഷ്ടം. എങ്കിലും മെഹ്റിനയെ വിഷമിപ്പിക്കണ്ടെന്നു കരുതി കൈകളുയർത്തി പ്രാർത്ഥിച്ചു. പ്രാർത്ഥനയ്ക്കൊടുവിൽ മിഴികൾ വെട്ടിച്ച് മെഹ്റിനയെ തെല്ലൊന്ന് നോക്കിയപ്പോൾ അവളുടെ കണ്ണുകളിൽ പരിഹാസത്തിന്റെ നിഴൽ.

"വിശ്വാസികളേ നിശ്ശബ്ദരാകൂ. അദ്ദേഹമിപ്പോൾ വരും."

സാമ്പ്രാണി തങ്ങൾ മുന്നറിയിപ്പു നല്കി.

അപ്പോൾ പരമ കാരുണ്യവാനായ ദൈവത്തിനുവേണ്ടിയല്ലേ ഇവർ സ്തുതി ഗീതങ്ങളുരുവിടുന്നത്? വീണ്ടും ഭയത്തിന്റെ തീനാമ്പുകൾ ശരീരത്തെ ചുറ്റിവരിഞ്ഞു. നെഞ്ചത്ത് കുന്നിടിയുന്ന മുഴക്കം കേട്ടു. തലേന്നാൾ ബാക്കിവച്ച ബാധ ഒഴിപ്പിക്കൽ കർമ്മം തുടരാനായിരിക്കുമോ തന്നെ ഇങ്ങോട്ട് കൊണ്ടുവന്നതെന്ന ശങ്കയാൽ ഉൽക്കണ്ഠ മറച്ചുവയ്ക്കാതെ മെഹ്റിനയോടാരാഞ്ഞു.

"ഇവിടെ എന്താണു നടക്കാൻ പോകുന്നത്"

വിദൂരതയിലെങ്ങോ മിഴികൾ തറപ്പിച്ച് അലസമായി പരിഹാസ സ്വരത്തിൽ മെഹ്റിന പറഞ്ഞു.

"സ്വർഗ്ഗത്തിന്റെ താക്കോലുമായി ഒരു അവധൂതൻ വരും.

അദ്ദേഹത്തിന്റെ വരവിനെ അവർ സ്വാഗതം ചെയ്യുകയാണ്."

"ആ സ്വർഗ്ഗം നമുക്ക് കാണാൻ കഴിയുമോ" അവളോടാരാഞ്ഞു

"ങ്ഹും."

"ഇഹലോകത്തുവച്ച്"

"ങ്ഹും"

വല്ലാത്തൊരാശ്വാസം തോന്നി. ആമിൻഷ വാക്കുകളാൽ കോറിയിട്ട സ്വർഗ്ഗം; ഇഹലോകത്ത് ദർശിക്കാനാകുമത്രെ? സ്വർഗ്ഗമെന്നാൽ പൂങ്കാവനമെന്നാണ് പറയുന്നത്. ആ പൂങ്കാവനം ഇപ്പോൾ കാണാനാകുമെന്നോ! അങ്ങനെ വന്നാൽ അവിടെയാകെ ഒന്നു ചുറ്റി നടക്കണം. മുന്നിൽ കാണുന്ന സകലതിനോടും ജീവജാലങ്ങളോടും ചങ്ങാത്തം കൂടണം. അവയെ തൊട്ടു തലോടണം. മരത്തലപ്പുകൾക്കുമീതെ ചിറകിട്ടടിച്ച് പറക്കണം. പറന്നു പറന്നു ചില്ലകളിലൊന്നിൽ തളർന്നിരിക്കണം. എന്നിട്ട് അവിടുത്തെ മധുരമായ പഴങ്ങൾ ഭക്ഷിച്ച് ശുദ്ധമായ അരുവിയിലെ വെള്ളം കുടിക്കണം; ആമിൻഷ പറയാറുള്ള പോലുള്ള ജലം.

"അവിടേക്കു നമുക്ക് പ്രവേശിപ്പിക്കാനാകുമോ."

ആവേശത്തോടെ മെഹ്റിനയോടാരാഞ്ഞു.

"കാത്തിരിക്ക്. എല്ലാം മുറപോലെ മനസ്സിലാകും."

സാമ്പ്രാണി തങ്ങൾ പെട്ടെന്ന് മറ്റൊരു തിരശ്ശീലകൂടി വശങ്ങളിലേക്കു നീക്കിയിട്ടു.

"നോക്കിക്കോ ഇപ്പോൾ കാണാം." മെഹ്റിന പറഞ്ഞു.

"എന്ത്"

"സ്വർഗ്ഗം"

അത്യാവേശത്താൽ സ്വർഗ്ഗദർശനത്തിനായി ജാഗ്രതയോടെ മിഴികളുറപ്പിച്ചു കാത്തിരുന്നു പുതിയ കാഴ്ച വല്ലാതെ അത്ഭുതമുളവാക്കി. തിരശ്ശീലയ്ക്കപ്പുറത്തുള്ള ഇടം മറ്റൊരു ഹാളായിരുന്നു. ധാരാളം ഇരിപ്പിടങ്ങളും കിടക്കകളും ശരറാന്തലുകളും കൊണ്ട് അലങ്കരിച്ച സ്വീകരണമുറിപോലുള്ള ഒരിടം. പട്ടിനാൽ നെയ്ത കണ്ണഞ്ചിപ്പിക്കും വിധമുള്ള ജാലകവിരികൾ അവയ്ക്കു പകിട്ടേകി. വരിവരിയായിട്ട സോഫകളും ചാരുമഞ്ചങ്ങളും സ്വർണ്ണ നൂലുകൊണ്ടും വെള്ളി നൂലുകൊണ്ടും മെടഞ്ഞെടുക്കപ്പെട്ടവയാണോയെന്ന് സംശയിച്ചു.

കണ്ണുകൾ വല്ലാതെ ഉഴറി നടന്നു. അങ്ങേത്തലം കാണാനേ കഴിയുന്നില്ല. നീണ്ടുനീണ്ടു പോകുന്ന ഇത്രയും വിശാലമായ ഈ ശാല ആർക്കുവേണ്ടി നിർമ്മിച്ചു? എന്തിനുവേണ്ടി നിർമ്മിച്ചു? സ്വർഗ്ഗദൂതനെ താണുവണങ്ങാൻ മാത്രം അദ്ദേഹത്തിൽ വിശ്വാസമർപ്പിക്കാൻ മാത്രം വിശ്വാസികൾക്കായി നിർമ്മിച്ചതാണോ?

ഒരായിരം ചോദ്യങ്ങൾ പരസ്പരം ഏറ്റുമുട്ടി.

ആമിൻഷ വിവരിക്കാറുള്ള പോലെ മനോഹരമായി വിരിച്ചുവയ്ക്കപ്പെട്ട പരവതാനികൾ. അവ ചുവന്ന പട്ടിൻ നൂലുകൊണ്ടു നെയ്തതാണെന്നേ തോന്നൂ. ഹാളിനിരുവശവും ചന്ദനത്തിൽ തീർത്ത അലമാരകൾ. അലമാരകളിൽ നിറയെ സ്വർണ്ണത്തളികകളും സ്ഫടിക പാത്രങ്ങളും. പരവതാനിക്ക് ഒത്ത നടുക്ക് ചാരുതയാൽ കൊത്തിയ ചാരുമഞ്ചം. അതിന്റെ ചാരുഭാഗം മിനാരത്തിന്റെ ആകൃതിയിലും കൈകൾ വിശ്രമിക്കുന്നിടം തിളങ്ങുന്ന മിനുമിനുത്ത പട്ടു ശീലകളാൽ അലംകൃതവുമായിരുന്നു. അവയിൽ നിരത്തിയിരിക്കുന്ന തലയിണകൾ പച്ചപ്പട്ടുകൊണ്ടുള്ളവയും അവയുടെ ഉൾഭാഗങ്ങൾ നേർത്ത പഞ്ഞിരോമങ്ങളാൽ നെയ്തതുമായിരുന്നു.

ഇഹലോകത്ത് ഇത്തരം ആർഭാടങ്ങൾ പാടുള്ളതാണോ? അതും ആത്മീയാചാര്യനായ വലിയ തങ്ങളുടെ ഈ ഭവനത്തിൽ?

ഈന്തപ്പനയോലകൾ കൊണ്ടുള്ള മേല്ക്കൂരയും മണ്ണുകൊണ്ടുള്ള ഭിത്തിയും പണിത് അതിനുള്ളിൽ ജീവിച്ച് ലളിത ജീവിതം നയിച്ച പ്രവാചകന്റെ നാമം ഒരുദിവസം എത്ര പ്രാവശ്യമാണ് ഇവിടെ ഉരുവിടുന്നത്!

എന്നിട്ടും!

“ഞങ്ങൾക്കു സ്വർഗ്ഗം വാഗ്ദാനം ചെയ്യുന്ന ഞങ്ങളുടെ നാഥാ അങ്ങേക്കു സലാം.”

സ്ത്രീകൾ ഒരുമയോടെ വീണ്ടും പ്രാർത്ഥനയിലാണ്ടു. മറ്റൊരു തിരശ്ശീല വശങ്ങളിലേക്കു നീങ്ങിയപ്പോൾ നനുത്ത വെള്ളി മേഘങ്ങൾ പടിപടിയായി ചിതറിക്കിടക്കുന്നതും കണ്ടു.

അവ സ്വർഗ്ഗത്തിന്റെ പടവുകളാണോ? തെല്ലൊന്നതിശയിച്ചു. ഇവിടെ നിന്നാണോ സ്വർഗ്ഗത്തിലേക്കുള്ള സഞ്ചാരം? അങ്ങോട്ടേക്കു അവരെ കൂട്ടിക്കൊണ്ടുപോകാനാണോ സ്വർഗ്ഗദൂതൻ വരുന്നത്? വീണ്ടും ഒരായിരം സംശയങ്ങൾ.

“എല്ലാരും സലാം ചൊല്ലീം”- സാമ്പ്രാണി തങ്ങൾ പറഞ്ഞു.

സദസ്യർ തൊണ്ടപൊട്ടുമാറുച്ചത്തിൽ വീണ്ടും സലാം ചൊല്ലി. സ്വർഗ്ഗത്തിലേക്കുള്ള പടവുകളെന്ന് ശങ്കിച്ച മിനുസമാർന്ന മാർബിൾ പടവുകളിൽ ആരുടെയോ പാദസ്വനം കേട്ടപ്പോൾ പൊടുന്നനെ സർവ്വരും നിശ്ശബ്ദരായി.

അറ്റം വളഞ്ഞ പാദരക്ഷകൾ പതിയെ പതിയെ പടവുകളിറങ്ങിവന്നു. ചലിക്കുന്ന സ്വർഗ്ഗദൂതന്റെ വേഷവിധാനങ്ങൾക്കും വ്യത്യസ്തത തോന്നി. ചെറുചെറു കിന്നരികൾ പിടിപ്പിച്ച നീളൻ ജുബ്ബ പച്ചനിറത്തിലുള്ള മിനുസപ്പട്ടിനാൽ നെയ്തതായിരുന്നു. അത് സ്വദേശിയല്ലെന്ന് വ്യക്തം. കഴുത്തിൽ ഞാത്തിയിരിക്കുന്ന ഷോളിൽ പൊന്നിൻ മുത്തുകൾ പാകിയിരിക്കുന്നുവോയെന്ന് അല്പം ശങ്കിച്ചു. നേർത്ത വെള്ളപ്പട്ടിലുള്ള തലപ്പാവിന്റെ അഗ്രം വലത്തേത്തോളിൽ തട്ടി നെഞ്ചത്തു പതിഞ്ഞു കിടന്നു. ഇടം കൈയിലെ വെള്ളി കങ്കണവും വലം കൈയിലെ പവിഴമുത്തുകൾ കോർത്ത ജപമാലയും മച്ചിലെ അലങ്കാരവിളക്കുകളുടെ ശോഭയേറ്റ് വെട്ടിത്തിളങ്ങി. കറുത്ത ശീലകൊണ്ട് മുഖം മറച്ചിരുന്ന ആഗതന്റെ മിഴികളിൽ സുറുമയുടെ കാളിമ. ആ കണ്ണുകൾ സദസ്യർക്കിടയിൽ വട്ടമിട്ടു നടന്നു. എന്തൊരത്ഭുതം!

പുരുഷനായിട്ടും അദ്ദേഹം മുഖംമറച്ചിരിക്കുന്നു.

ഇദ്ദേഹം ആരാണ്? സ്ത്രീ-പുരുഷ സമത്വം വാഗ്ദാനം ചെയ്യുന്ന നവവിപ്ലവകാരിയോ?

അഭിവാദ്യം സ്വീകരിച്ച് ആഗതൻ ചാരുമഞ്ചത്തിൽ ചെരിഞ്ഞിരുന്നപ്പോൾ സദസ്സിനിടയിൽ പ്രാർത്ഥനാ ഗീതങ്ങൾ മുഴങ്ങി കേട്ടു. മുൻവശത്തെ ഇരിപ്പിടങ്ങൾ ഇളകുകയും ആരൊക്കെയോ ചാരുമഞ്ചത്തിനു പിറകിലും വശങ്ങളിലും സ്ഥാനം പിടിക്കുകയും ചെയ്തു. രണ്ടുപേർ അതും സ്ത്രീകൾ ആഗതന്റെ ഇരുവശങ്ങളിൽ ചമ്രം പടഞ്ഞിരുന്നിട്ട് അദ്ദേഹത്തിന്റെ കാലുകളിൽ മുത്തമിട്ട് അവരുടെ മുഖാവരണം അഴിച്ചുമാറ്റി. അതുകണ്ട് സദസ്യരും മുഖപടത്തിൽനിന്നും മെല്ലെ സ്വതന്ത്രരായി.

ഹൊ! എത്ര മനോഹരം.

വെള്ളിലാവ് കവിഞ്ഞൊഴുകുന്ന മുഖകാന്തിയുള്ളവർ, പതിനാലാം രാവിന്റെ വെട്ടം ചാലിച്ചെടുത്ത് ചുണ്ടിൽ തേച്ചവർ.

ഇവിടം സുന്ദരികളുടെ പറുദീസയോ; തെല്ലൊന്നതിശയിച്ചു.

എന്നാൽ പെട്ടെന്നൊരു ചോദ്യം ഉള്ളിൽ നുരപൊട്ടി; എന്തിനാണിവർ മുഖപടം മാറ്റുന്നത്?

അന്യപുരുഷനായ ആഗതന് സുന്ദരിമാരുടെ മുഖകാന്തികണ്ട് മോഹമുദിക്കുകയും അദ്ദേഹം ഉത്തേജിതനാകുകയും ചെയ്യുമല്ലോയെന്ന ചിന്തയാൽ മെഹ്റിനയെ നോക്കിയപ്പോൾ അവളുടെ അതിസുന്ദരമായ നയനങ്ങൾ ഭാവഹീനമാകുന്നതായി കണ്ടു. യാന്ത്രികമായി അവൾ തന്നെ നോക്കി ചിരിക്കാൻ ശ്രമിച്ചെങ്കിലും കഴിയുന്നില്ല. അസ്സഹനീയമായി

മെഹ്റിന വീർപ്പുമുട്ടുന്നതുകണ്ടുകൊണ്ട് മെല്ലെ ചോദിച്ചു.

"പുരുഷന് മുന്നിൽ ഈ സ്ത്രീകൾക്ക് മുഖപടം മാറ്റാമോ?"

"അത് അദ്ദേഹത്തിന് വിശ്വാസികളെ തിരിച്ചറിയാനാണ്."

"അദ്ദേഹം..... അദ്ദേഹം...... പുരുഷനല്ലേ."

"ങ്ഹും പുരുഷനാണെങ്കിലും അദ്ദേഹം ചിലർക്കുമുന്നിൽ അന്യനല്ല. പിന്നെ അതീന്ദ്രിയങ്ങളെ കീഴടക്കിയവനുമാണത്രെ!" മെഹ്റിന പറഞ്ഞു.

സദസ്സിലെ നാരികൾക്കിടയിൽ തലേന്നുകണ്ട ചില സുന്ദരിമാരുടെ മുഖങ്ങൾ കണ്ടു. അവയിൽ വിഷാദങ്ങൾ, വിങ്ങലുകൾ, വേദനകൾ. അവ കൺകോണിലെവിടെയോ മയങ്ങിക്കിടക്കുന്നതും കണ്ടു. എങ്കിലും അവർ ചിരിക്കുന്നുണ്ടായിരുന്നു. അവർ ചിരിക്കുമ്പോൾ അവരുടെ മനോജ്ഞമായ അധരങ്ങളിൽ തേറ്റകൾ വളരുന്നുവോയെന്ന് തെല്ലു ജാള്യതയോടെ നോക്കിയിരുന്നു.

അജ്ഞതയിലാണ്ട് മാമൂലുകളെ പുണർന്നു കഴിയുന്ന അവരിൽ എങ്ങിനെ തേറ്റമുളയ്ക്കാൻ?

അനാവൃത മുഖത്തോടെ സ്വർഗ്ഗദൂതനെ നോക്കി പ്രാർത്ഥനാ ഗീതങ്ങളുരുവിട്ടുകൊണ്ടിരുന്ന അവരിൽ ചിലരുടെ മിഴികൾ പൊടുന്നനെ തന്നിലേക്കു പാറി വീണു. ആ നോട്ടത്തിൽ ഭയത്തിന്റെ നിഴലുകളുണ്ടായിരുന്നു. ചിലർ അകന്നുമാറി ദൂരേക്കു നീങ്ങി ഇരുന്നു. മറ്റു ചിലർ കൈയിൽ സൂക്ഷിച്ച മക്കനയെ ചുണ്ടോടു മറച്ചു പിടിച്ച് എന്തോ പിറുപിറുത്തുകൊണ്ടുമിരുന്നു.

സദസ്യർക്കിടയിൽ അപവാദമായ സെൽമത്ത് മാത്രം ഒറ്റയ്ക്കൊരു പുൽപ്പായയിൽ നിറഞ്ഞിരുന്നുകൊണ്ട് അണ്ടിപ്പരിപ്പും കപ്പലണ്ടിയും ചവച്ചിറക്കി. അവൾ അപ്പോൾ തന്നെ നോക്കി ചിരിച്ചു. വശ്യമായ ആ ചിരിയിൽ നിഷ്കളങ്കത കവിഞ്ഞൊഴുകി.

"ദേ ഇതുകണ്ടോ ഇതാണ് കോപ്പകൾ."

സെൽമത്തിൽനിന്നും കണ്ണുകൾ വലിച്ചെടുത്ത് ശബ്ദം കേട്ടിടത്തേക്കു നോക്കി. ചില്ലലമാരക്കൂട്ടിലെ അറയിൽനിന്നും സ്വർണ്ണവർണ്ണം പൂണ്ടതും സ്ഫടികം പോലെ തിളങ്ങുന്നതുമായ രണ്ടു കോപ്പകൾ വലിച്ചെടുത്ത് ചാരുമഞ്ചത്തിന് മുന്നിലെ ചന്ദനത്തിൽ തീർത്ത വട്ടമേശയിൽ സ്ഥാപിച്ചുകൊണ്ട് സാമ്പ്രാണിതങ്ങൾ താണുവണങ്ങി ഒഴിഞ്ഞുമാറി നിന്നു.

എന്തിനാണിവകൾ ഇവിടെ പ്രദർശിപ്പിക്കുന്നത്? ഇവയ്ക്ക് എന്തെങ്കിലും പ്രത്യേകതയുണ്ടോ? ഇനി ലേലത്തിനോ മറ്റോ വില്ക്കാനാണോ? സംശയത്തോടെ മെഹ്റിനയെ നോക്കി.

"വിശ്വാസികൾക്ക് സ്വർഗ്ഗത്തെ പരിചയപ്പെടുത്തുന്നതാണ്." മെഹ്റിന സ്വരം താഴ്ത്തി പറഞ്ഞു.

അപ്പോൾ ഇത് സ്വർഗ്ഗത്തിലെ കോപ്പകളാണോ. ഇഹലോകത്തു വച്ചു തന്നെ അദ്ദേഹത്തിന് സ്വർഗ്ഗത്തിലെ കോപ്പകളെ സ്വന്തമാക്കാൻ

കഴിഞ്ഞുവല്ലോ! ആശ്ചര്യം!

- എവിടെ ഞങ്ങളൊന്നു കാണട്ടെ ഞങ്ങളൊന്നു കാണട്ടെ.

നാരീജനങ്ങൾ ആവേശം പൂണ്ട് ചാരുമഞ്ചത്തിനരികിലേക്കു കുതിച്ചു. അതൊന്നു കാണാൻ അതിലൊന്നു തൊട്ടു മുത്തമിടാൻ അവർ തിടുക്കം കാട്ടി. അവരുടെ ഉന്തലിലും തള്ളലിലുംപെട്ട് സെൽമത്തിന്റെ ഇടം കൈയിലിരുന്ന ഒരു കോര് കപ്പലണ്ടി എങ്ങോ തെറിച്ചുവീണു. കുനിഞ്ഞിരുന്ന് അവ ശേഖരിക്കാനായി ശ്രമിച്ചപ്പോൾ ആരൊക്കെയോ അവളെ അറിയാതെയൊന്നു തൊഴിച്ചു.

"ഛീ നീക്കമ്പ് കെട്ടവളേ"

സെൽമത്ത് അലറി. എന്നാൽ വിശ്വാസികളായ നാരികളുണ്ടോ സെൽമത്തിനെ ഗൗനിക്കാൻ. അവർ സ്വർഗ്ഗദൂതന്റെ മുന്നിലേക്കെത്താൻ വെമ്പൽ കൊണ്ടു.

ഞങ്ങളുടെ നാഥാ ഞങ്ങൾക്കൊന്നു തൊടാമോ.

ഞങ്ങൾക്കൊന്നു തൊടാമോ - അവർ കൂട്ടത്തോടെ യാചിച്ചു.

"ഇല്ല. പാടില്ല. ഇലഹോകത്തുവച്ച് അവയിൽ പാനം ചെയ്യുന്നത് അവിശ്വാസികളാണെന്നറിയില്ലേ." അദ്ദേഹം പറഞ്ഞു.

"വേണ്ട ഞങ്ങൾക്കിപ്പോൾ വേണ്ട. പരലോകത്തുവച്ച് മതി."

ആഗതന്റെ വാക്കുകളിൽ തൃപ്തി പ്രകടിപ്പിച്ച് അവർ തിരിഞ്ഞു നടന്നു.

"സ്വർണ്ണത്തിന്റെ തളികകളും പാന പാത്രങ്ങളും വെള്ളിയുടെ പാത്രങ്ങളുമായി പരിചാരകർ നിങ്ങൾക്കു ചുറ്റും നടക്കും." അദ്ദേഹം അവരോടു പറഞ്ഞു.

"എവിടെ" മെഹറിനയോടായി തിരക്കി.

"സ്വർഗ്ഗത്തിൽ" മെഹ്റിന പറഞ്ഞു.

ശിരസ്സ് താളാത്മകമായി ചലിപ്പിച്ചുകൊണ്ടും പടവുകൾക്ക് മുകളിലെ 'സ്വർഗ്ഗത്തി'ലേക്ക് ചൂണ്ടുവിരൽ നീട്ടിക്കൊണ്ടും ആഗതൻ വീണ്ടും ഈണത്തോടെ വിവരിച്ചപ്പോൾ സ്ത്രീകൾ അവരുടെ പാദങ്ങളെ അദ്ദേഹത്തിനടുത്തേക്കു മന്ദംമന്ദം ചലിപ്പിക്കാൻ തുടങ്ങി.

"ഐഹിക ജീവിതം കബളിപ്പിക്കുന്ന ഒരു വിഭവമല്ലാതെ മറ്റൊന്നല്ല എന്റെ വിശ്വാസികളേ."

അദ്ദേഹത്തിന്റെ ശബ്ദം ഉച്ചത്തിലായപ്പോൾ സദസ്സിനിടയിൽ ആരുടെയൊക്കെയോ വിലാപം ഉയർന്നു കേട്ടു. അവർ അദ്ദേഹത്തോടു ശപഥം ചെയ്തു.

-ഞങ്ങൾക്കുവേണ്ട. ഈ ലോകത്തിലെ സുഖം ഞങ്ങൾക്കു വേണ്ട നാഥാ. ഞങ്ങൾക്കു സ്വർഗ്ഗം മതി. സ്വർഗ്ഗം.

ഇയ്യാംപാറ്റകളെപ്പോലെ അവർ വീണ്ടും സ്വർഗ്ഗദാതാവിനു ചുറ്റും വട്ടമിട്ടു നടന്നു. ചിലർ അദ്ദേഹത്തിന്റെ കാലുകളിൽ മുത്തമിട്ടു. മറ്റു ചിലർ കൈകൾ ആവേശത്തോടെ വലിച്ചെടുത്ത് അവരുടെ നെഞ്ചിലേക്കടുപ്പിച്ചുകൊണ്ട് ശിരസ്സുകൾ കുനിച്ച് അദ്ദേഹത്തിന്റെ താടിക്കു താഴെ

പൂഴ്ത്തിവച്ചു. അനുഗ്രഹം ചൊരിഞ്ഞുകൊണ്ട് ആ ആരാധ്യൻ ഏറെ നേരം ധ്യാനത്തിലമരുന്നതും നോക്കി മിഴിച്ചിരിക്കാനേ കഴിഞ്ഞുള്ളൂ.

ഹൊ! എത്ര വൈചിത്ര്യം. എത്ര വിസ്മയം.

ആഗതൻ വിവരിച്ചുകാട്ടിയ സ്വർഗ്ഗത്തിൽ അവർ എത്ര പെട്ടെന്നു പ്രവേശിച്ചിരിക്കുന്നു. അദ്ദേഹത്തിന്റെ ഉദ്ബോധനം എത്ര ചെവികൊള്ളുന്നുവോ അത്രയ്ക്കു സ്വർഗ്ഗത്തിലേക്കുള്ള പ്രവേശനം ലളിതമായിരിക്കുമത്രെ! ആ വിശ്വാസത്തിൽ അവർ ആനന്ദം കൊള്ളുന്നുമുണ്ട്. എത്രത്തോളം മാനവരാശിയെ സ്വർഗ്ഗത്തിലേക്കു കടത്തുന്നുവോ അത്രയ്ക്കും പുണ്യം കടത്തുന്നവനും ലഭിക്കുംപോൽ.

- നിനക്കറിയാമോ സ്വർഗ്ഗം സത്യമാണെന്നും നരകം സത്യമാണെന്നും ആരു സാക്ഷ്യം വഹിക്കുന്നുവോ അവരെ താൻ ചെയ്ത പ്രവർത്തനങ്ങൾക്കനുസരിച്ചുള്ള പദവിയിലേക്കു പ്രവേശിപ്പിക്കും.

ആമിൻഷ കൂടെക്കൂടെ പറയാറുള്ളത് പെട്ടെന്ന് ഓർമ്മയിൽ തെളിഞ്ഞു.

ഹൊ! ഇവർ പുരുഷന്മാർ എത്ര കഠിനാദ്ധ്വാനികൾ. സ്ത്രീകൾക്കു വേണ്ടിയുള്ള സ്വർഗ്ഗത്തിനായി അവർ എത്രപാടുപെടുന്നു. തനിക്കുവേണ്ടി ആമിൻഷ പാടുപെടുന്നതുപോലെ ഒരുകൂട്ടം സ്ത്രീകൾക്കുവേണ്ടി ഇദ്ദേഹവുമിതാ പാടുപെടുന്നു.

"നഗരവാസികളിൽപ്പെട്ട രണ്ടുവിഭാഗം ആളുകളിൽ രണ്ടാമത്തെ വിഭാഗം ആരാണെന്നറിയാമോ" അല്പം നിർത്തി ആഗതൻ ആരാഞ്ഞു.

"ആരാണാരാണ്"

സെൽമത്തിന്റെ ചോദ്യം കേട്ട് സ്ത്രീജനങ്ങൾ മൂക്കത്തു വിരൽ ചേർത്തു. അദ്ദേഹത്തിന് അങ്ങനെ ഇടയ്ക്കിടയ്ക്ക് ചോദ്യങ്ങൾ ഉന്നയിക്കാമെങ്കിലും അത് അദ്ദേഹത്തിന്റെ ഒരു രീതിയുമാണെന്നിരിക്കെ, സദസ്യർ പ്രത്യേകിച്ച് സ്ത്രീകൾ മൗനം അവലംബിക്കണം. സ്ത്രീകളല്ലേ! അവർ അങ്ങോട്ട് അതും സ്വർഗ്ഗം വാഗ്ദാനം ചെയ്യുന്ന ഒരുവനോട് ചോദ്യം ഉന്നയിക്കുന്ന കീഴ്വഴക്കം ഇതുവരേയും ഉണ്ടായിട്ടില്ല. അതുപിന്നെ സെൽമത്തായിട്ട് എന്തിനു തെറ്റിക്കുന്നുവെന്ന് ഉൽക്കണ്ഠപ്പെട്ടുകൊണ്ടാണ് അവർ മൂക്കത്ത് വിരൽ വച്ചതെന്നു തോന്നി.

അദ്ദേഹം ഉന്നയിച്ച ചോദ്യത്തിന് അദ്ദേഹം തന്നെ ഉത്തരം കണ്ടെത്തുകയാണ് പതിവ്. അതിൽ ശരിയോ തെറ്റോ എന്നൊന്നില്ല. പുരുഷൻ ശരിയാണെന്നു കല്പിക്കുന്നത് എന്നെന്നും ശരികളാണ് പോൽ. അത് സ്ത്രീകൾ ശരിയായി തന്നെ കാണുകയും വേണം. അപ്പോൾ പിന്നെ സ്ത്രീകൾക്ക് ചോദ്യങ്ങളാരായേണ്ടതില്ല! ഉത്തരങ്ങൾ പറയേണ്ടതുമില്ല.

ഹൊ! എന്തെന്തു ലാഘവം.

സെൽമത്ത് അണ്ടിപ്പരിപ്പ് ചവച്ചുകൊണ്ട് എങ്ങോട്ടോ നോക്കി ലാ ഇലാഹ ഇല്ലള്ള ചൊല്ലിക്കൊണ്ടിരുന്നപ്പോൾ അവളിൽ നിന്നാണ് അങ്ങനെയൊരു ചോദ്യം ഉണ്ടായതെന്നുപോലും തോന്നിയില്ല.

'ശവം'-

സദസ്യർക്കു വേണ്ടിയല്ല സ്വർഗ്ഗദാതാവ് സെൽമത്തിനെ നോക്കി അങ്ങനെ പറഞ്ഞതെങ്കിലും വികാരവിക്ഷോഭത്താൽ ശബ്ദം അല്പം ഉച്ചത്തിലായതിനാൽ സദസ്യർ ആ വാക്കു കേട്ടു.

"ആ രണ്ടാമത്തെ വിഭാഗം വസ്ത്രം ധരിച്ച എന്നാൽ നഗ്നരായ മറ്റുള്ളവരെ തങ്ങളിലേക്കു ചായിപ്പിക്കുന്ന മറ്റുള്ളവരിലേക്ക് ചായുന്ന സ്ത്രീകളാണ്. അവർ നഗരവാസികളായിതീരും കൂട്ടരേ..........." ആഗതൻ തുടർന്നു.

ചവച്ചരയ്ക്കുന്ന കടപടശബ്ദത്തോടൊപ്പം ലാഇലാഹ ചൊല്ലി സെൽമത്ത് അങ്ങോട്ടുമിങ്ങോട്ടും ചാഞ്ചാടി തലകുലുക്കി അദ്ദേഹത്തെ ശരിവച്ചു. അപ്പോൾ അവളുടെ ഇഴപൊട്ടിയ കുപ്പായത്തിലെ വിള്ളലുകൾ വലുതായിക്കൊണ്ടിരുന്നു. മേൽവസ്ത്രത്തേക്കാൾ പഴകിയതും മുഷിഞ്ഞതുമായ അടിവസ്ത്രത്തിലെ ഇലാസ്റ്റിക് വലിഞ്ഞ നൂലുകൾ മേൽവസ്ത്രത്തിന്റെ തുളകൾക്കിടയിലൂടെ പഞ്ഞിപോലെ പറന്നുകൊണ്ടും.

"അത്തരം സ്ത്രീകളുടെ തലകൾ ചാഞ്ഞാടുന്ന ഒട്ടക പൂഞ്ഞകൾ പോലെയാണ്."

അതേയതേ ഈ പാവം സ്ത്രീയുടെ വസ്ത്രങ്ങൾ ഒട്ടകപൂഞ്ഞ പോലെ തൂങ്ങിക്കിടക്കുന്നു; അങ്ങനെ പറയാൻ നാവുവെമ്പി.

വേണ്ട.

സദസ്യരുടെ കണ്ണിൽ താനിപ്പോൾ വെറുമൊരു ഭ്രാന്തിയാണ്.

"അവർ സ്വർഗ്ഗത്തിൽ പ്രവേശിക്കുകയില്ല. അത്തരത്തിലുള്ളവർ സ്വർഗ്ഗത്തിന്റെ പരിമളംപോലും ഏല്ക്കുകയില്ല."

"ഇല്ല ഏല്ക്കുകയില്ല" -

സെൽമത്ത് അദ്ദേഹത്തിന്റെ വാക്കുകൾ ആവർത്തിച്ചുകൊണ്ട് ഇഴപൊട്ടിയ വസ്ത്ര ഭാഗത്ത് വിരലുകൾ ചേർത്തുവച്ച് നെടുതായൊന്നു നിശ്വസിച്ചു. കീശയിൽനിന്നും വലിച്ചെടുത്ത ചെറിയ പ്ലാസ്റ്റിക് സഞ്ചി കിരുകിരാ ശബ്ദം വച്ചപ്പോൾ അദ്ദേഹം സെൽമത്തിനു നേരേ വിരൽ ചൂണ്ടി. 'ശ്ശ്' എന്നു പറഞ്ഞു.

"എൻറല്ലോ അവർക്ക് ദേഷ്യം വരണ്."

ബാക്കിവന്ന കപ്പലണ്ടി തുണ്ടുകൾ ധൃതിയിൽ മടിയിൽ ചിതറിച്ചിട്ട് കിരുകിര ശബ്ദത്തോടെ കൂട് നിലത്തിട്ട് ശിരസ്സ് മുന്നോട്ടും പിന്നോട്ടും ചായ്ച്ചുകൊണ്ട് സെൽമത്ത് പറഞ്ഞു.

തൊണ്ടവരണ്ടിട്ടാകാം അദ്ദേഹം പ്രസംഗത്തിനിടയിൽ സാമ്പ്രാണി തങ്ങളോടു ആംഗ്യേന വെള്ളമാവശ്യപ്പെട്ടു. മുന്നിൽ പ്രതിഷ്ഠിച്ചിരുന്ന സ്വർണ്ണവർണ്ണ കോപ്പയിൽ വെള്ളം പകർന്ന് സാമ്പ്രാണി തങ്ങൾ നല്കിയപ്പോൾ അല്പം കുടിച്ച് ആഗതൻ തുടർന്നു.

"എന്റെ വിശ്വാസികളേ നിങ്ങൾക്കറിയാമോ? സ്വർണ്ണത്തിന്റേയും വെള്ളിയുടേയും കോപ്പയിൽ പാനം ചെയ്യുന്നത് അവിശ്വാസികൾ ഇഹലോകത്തുവച്ചും നാം പരലോകത്തുവച്ചുമാണ്."

അങ്ങനെ പറഞ്ഞുകൊണ്ട് അദ്ദേഹം രണ്ടിറുക്ക് വെള്ളം കൂടി കുടി

ച്ചിറക്കിയപ്പോൾ മെഹ്റിനയുടെ ചുണ്ടുകൾ മെല്ലെ വിടരുന്നതു കണ്ടു. ക്രമേണ തന്റെ ചുണ്ടുകളിലേക്കും അവ പടർന്നെന്നു തോന്നി. ആയതിനാൽ അല്പം ഉത്തേജത്തോടെ തന്നെയാരാഞ്ഞു.

"താങ്കളിപ്പോൾ പരലോകത്താണോ? "

എന്തിനെന്നറിയില്ല തന്റെയാ ചോദ്യം കേട്ട് സദസ്യരൊന്നടങ്കം വാവിട്ടു നിലവിളിച്ചു. മരണ വാർത്ത കേട്ട് വിലപിക്കുന്നവരെപ്പോലെ മാറത്തലച്ചു ശിരസ്സുകളാട്ടി. സാമ്പ്രാണി തങ്ങൾ ക്ഷുഭിതനായി പാഞ്ഞടുത്തു.

"അദ്ദേഹം മയ്യത്തായെന്നോ? നീ ആരോടാണ് കളിക്കുന്നതെന്ന് ഓർമ്മവേണം;" സാമ്പ്രാണി തങ്ങളുടെ ആക്രോശത്തിൽ ഭീതിതയാകാതെ വീണ്ടും പറയേണ്ടി വന്നു.

"വിശ്വാസിയായ അദ്ദേഹം സ്വർണ്ണക്കപ്പിൽ പാനം ചെയ്തതുകൊണ്ട് ചോദിച്ചെന്നു മാത്രം." -

"നിനക്ക് അദ്ദേഹത്തെ ചോദ്യം ചെയ്യാനുള്ള അധികാരം എവിടെ നിന്നുണ്ടായി." - സാമ്പ്രാണി തങ്ങൾ വീണ്ടും കോപിതനായി.

"അതേ എവിടെ നിന്നുണ്ടായി." ചാരുമഞ്ചത്തിൽനിന്നും ചാടി എണീറ്റ സ്വർഗ്ഗദൂതനും മുഖപടം മെല്ലെ മാറ്റി മുന്നിൽ വന്നുനിന്നാവർത്തിച്ചു.

"ഹൊ താങ്കളായിരുന്നോ ഈ മറയ്ക്കുള്ളിൽ" - പുച്ഛത്തോടെ തന്നെ ആഗതനോടാരാഞ്ഞുകൊണ്ടു തുടർന്നു.

"സ്വന്തം ഭാര്യയെ അതും പട്ടമഹിഷി സ്ഥാനം നല്കി ബഹുമാനിക്കേണ്ടവളെ ശവം എന്നു വിളിച്ച് അധിക്ഷേപിച്ചിട്ട് സുന്ദരിയായ സ്ത്രീകൾക്കിടയിലിരുന്ന് ആവോളം സുഖമനുഭവിച്ച് അവർക്കായി സ്വർഗ്ഗം വാഗ്ദാനം ചെയ്യുന്ന താങ്കൾ എങ്ങനെയാണ് സ്വർഗ്ഗദൂതനാകുക."

"ഈ പ്രാന്തി പെണ്ണ് എന്താണ് പറേണത്."

സാമ്പ്രാണി തങ്ങൾ അട്ടഹസിച്ചു.

"ഇവളെ ഇവിടെനിന്നും എങ്ങോട്ടെങ്കിലും കൊണ്ടു പോകൂ. ഇവളുടെ അസുഖത്തിന് ഇനിയും ശമനമുണ്ടായിട്ടില്ല."

വലിയ തങ്ങൾ അങ്ങനെ പറയുമ്പോഴും നാരീജനങ്ങൾ അദ്ദേഹത്തിന്റെ കവിളിലും മാറത്തും ശിരസ്സിലും കാല്പാദങ്ങളിലും സ്വർഗ്ഗത്തിന്റെ താക്കോൽ തിരഞ്ഞുകൊണ്ടേയിരുന്നു.

പതിനൊന്ന്

ജാലകങ്ങൾ വലിച്ചു തുറന്നു. പകൽ വിടപറയുന്നതിന്റെ നെടുവീർപ്പുകൾ. മേഘക്കൂട്ടങ്ങൾക്കിടയിൽ കൺമഷി പടർന്ന കരുവാളിപ്പ്. കൂട്ടംതെറ്റിയ പറവകളിലൊന്ന് ദിക്കറിയാതെ എങ്ങോ പറന്നു. ദൂരെ മാമ

രങ്ങൾക്കപ്പുറത്ത് അങ്ങ് പടിഞ്ഞാറ്റിൽ മതിയാകാതെ കളി നിർത്തി പിന്നാമ്പുറത്തേക്കു മറഞ്ഞ പകലിന്റെ കളിക്കോപ്പുകൾ ചിതറിക്കിടന്നു. വൈവിദ്ധ്യ വർണ്ണങ്ങളായ കളിക്കോപ്പുകൾ.

ഉള്ളിലെങ്ങോ വിഷാദം പതഞ്ഞപ്പോൾ പരസ്പരബന്ധമില്ലാത്ത ചിന്തകൾ ഒന്നൊന്നായി സംക്രമിച്ചുകൊണ്ടിരുന്നു. പലപ്പോഴും അവ വായോവായോയെന്ന് മാടിവിളിച്ച് നിലയില്ലാകയത്തിലേക്കു കൂട്ടികൊണ്ടുപോകുക പതിവാണ്. കൈകാലിറുക്കി മുറുകെപിടിച്ച് ആഴത്തിലേക്കമർത്തി അവ ശ്വാസം മുട്ടിക്കും. കയത്തിൽനിന്നും മുങ്ങി തപ്പി ഭീതിതമായ മിഴികളോടെ തുറിച്ചുനോക്കുമ്പോഴാകട്ടെ ചുറ്റിലും വേലിക്കെട്ടുകൾ മാത്രം.

ഈ അവസ്ഥ എന്നുമുതലാണ് തുടങ്ങിയത്.

ഓർക്കുന്നില്ല.

രാത്രിയെ വല്ലാതെ വെറുത്തു തുടങ്ങിയപ്പോഴോ?

അതോ രജനിയുടെ കടന്നുവരവിനെ വല്ലാതെ ഭയപ്പെട്ടപ്പോഴോ?

അറിയില്ല.

ജാലകത്തിനപ്പുറം വല്ലാതെ ഭീകരമായിരിക്കുന്നു. ബംഗ്ലാവു വീടുപോലെ ഇവിടവും നരകമാണ്. ഏതോ ചെകുത്താൻ നിർമ്മിച്ച നരകം. ഇവയുടെ കോട്ടകൾ തല്ലിപ്പൊളിക്കണം. എന്നിട്ടെന്നിട്ട് എവിടെയെങ്കിലും ഓടിപ്പോകണം. ആമിൻഷ കൂടെക്കൂടെ വിവരിക്കാറുള്ള സ്വർഗ്ഗം പടുത്തുയർത്തി ഈ ഇഹലോകത്തുവച്ചുതന്നെ അവ ആസ്വദിക്കണം.

പലപ്പോഴായ് നിർമ്മിച്ച സ്വർഗ്ഗത്തിൽ ആരുടെയൊക്കെയോ അധികാരങ്ങൾകൊണ്ട് വേലി തീർത്ത് അവയുടെ പളുങ്കുചുമരുകൾ തല്ലിപ്പൊളിച്ചിരുന്നു.

- ഇല്ല ഇനിയും കാത്തുനില്ക്കാനാവില്ല. എന്റെ സ്വർഗ്ഗം എനിക്കു കാത്തുസൂക്ഷിക്കണം.

"എന്താ കുട്ടീ പിറുപിറുക്കുന്നത്."

സന്ധ്യാ നമസ്കാരം കഴിഞ്ഞ് നിസ്കാരപ്പായ മടക്കിവച്ച് മെഹ്റിന ആരാഞ്ഞു.

"അതുകണ്ടോ" ആകാശത്തേക്കു വിരൽ ചൂണ്ടി.

"ങ്ഹും. ആകാശം. പടച്ചോൻ സൃഷ്ടിച്ച ആകാശം."

"പടച്ചോന്റെ സൃഷ്ടികൾക്ക് അതിരുകളില്ല. വിലക്കുകളില്ല. അനന്തമായ ആകാശം. അതിരുകളില്ലാത്ത ഭൂമി. ആഴമുള്ള സമുദ്രം. ജനിച്ചു വീഴുന്ന ഓരോ ജീവിയും തൊള്ള തുറന്നു ഭൂമിയിലേക്കു വരുന്നു. ഞാനും ജനിച്ചു വീണപ്പോൾ തൊള്ള തുറന്നിരുന്നുവെന്ന് അമ്മ പറഞ്ഞിരുന്നു. പിന്നെ പിന്നെ ആരൊക്കെയോ എന്റെ നാവുകൾക്ക് നൂല് കെട്ടി. സഞ്ചാരത്തിന് അതിരു തീർത്തു."

തന്റെ വാചാലതയിൽ മെഹ്റിന അല്പനേരം നിർന്നിമേഷയായി നോക്കി നിന്നിട്ട് മടക്കിവച്ച പായ ഷെൽഫിനടിയിൽ ഒതുക്കിവച്ചു. സ്ഥാനം തെറ്റി കിടന്ന മുറിയിലെ വസ്തുക്കൾ ഭംഗിയായി അടുക്കിവച്ചു.

അപ്പോൾ മുറിക്കു വല്ലാത്ത ഐശ്വര്യം വന്നതായി തോന്നി.

– ഒതുക്കമുണ്ടെങ്കിലേ സൗന്ദര്യമുള്ളൂ. അമ്മ പറയാറുള്ളതോർത്തു.

ചിട്ടയായുള്ളൊരു ജീവിതമായിരുന്നു അമ്മ ശീലിപ്പിച്ചിരുന്നത്. അങ്ങനെതന്നെ തുടരണമെന്നും ഏറെ മോഹിച്ചിരുന്നു. പ്രഭാതത്തിലുണരുക, വീട്ടുപണികൾ ചെയ്തു തീർക്കുക. ഇത്തിരി ഇടവേളയിൽ താൻ നട്ടുവളർത്തിയ ഇത്തിരി തോട്ടത്തിന് വെള്ളവും വളവും നല്കുക, പിന്നെ ധൃതിപ്പെട്ട് പ്രവർത്തന മേഖലയിലേക്കു കുതിക്കുക. അപരാഹ്നങ്ങളിലെ തിരിച്ചുവരവിൽ ജനാവരങ്ങളെ നോക്കി ഉദ്യോഗസ്ഥയുടെ പ്രൗഢിയിൽ വീട്ടിലെത്തുക.

പരാശ്രയമില്ലാതെയുള്ള ആ സഞ്ചാരം, എത്ര അഭിമാനകരമെന്നോ!

വിവാഹം കഴിഞ്ഞ് ഏതാനും നാളുകൾ പിന്നിട്ടപ്പോൾ ഏകാന്തത വല്ലാതെ വീർപ്പുമുട്ടിച്ചു. രാവിലെ എഴുന്നേല്ക്കുക, പ്രഭാതകൃത്യങ്ങൾ ചെയ്യുക, നമസ്കരിക്കുക, തിന്നുക, അല്പനേരം അടുക്കളയിലങ്ങോട്ടുമിങ്ങോട്ടും നടന്നിട്ട് പിന്നെ തന്റേതായ സ്വകാര്യതയിൽ; കിടപ്പുമുറിയിലെ ചുവരുകൾ നോക്കി ഇരിക്കുക. ചുമരുകളിൽ കണ്ണുകൾ കിഴച്ചു നില്ക്കുമ്പോൾ ജാലകക്കമ്പികളെ അറിയാതെ എണ്ണും. ഒന്ന്, രണ്ട്, മൂന്ന്..... വിരികൾ വിടർന്നുകിടന്നാൽ നിറം നോക്കി അറിയാതെ പുലമ്പും; പച്ച, വെള്ള, നീല.

മടുത്തപ്പോൾ അവനോടു കെഞ്ചി.

“ഞാൻ പൊയ്ക്കൊണ്ടിരുന്ന സ്കൂളിൽ വീണ്ടും ചേർന്നോട്ടെ.”

പൊട്ടിത്തെറിയായിരുന്നു മറുപടി.

“ബംഗ്ലാവു വീട്ടിലെ പെണ്ണുങ്ങളാരും പണിയെടുക്കാൻ നടന്നിട്ടില്ല. നിന്റെ നക്കാപ്പിച്ചകാശ് ഇവിടെയാർക്കും വേണ്ട. പിന്നെ നിന്റെ ബാപ്പയോടു പറഞ്ഞിരുന്നല്ലോ.”

“എന്തു പറഞ്ഞിരുന്നു.”

“ജോലിക്കെന്നും പറഞ്ഞ് കെട്ടിയൊരുങ്ങി നടക്കൽ നിക്കാഹോടെ നിർത്തണമെന്ന്.”

“ഹൊ അപ്പോൾ അങ്ങനെയും ഒരു കരാറുണ്ടായിരുന്നോ.”

“ങ്ഹും വിവാഹം ഒരു കരാറാണെന്ന് നിനക്കറിയില്ലേ.”

“കരാറിനെക്കുറിച്ചു കേട്ടിട്ടുണ്ട്. എന്നാൽ കരാറാകണമെങ്കിൽ അതിൽ ഇരു പാർട്ടികൾ വേണമെന്നും അവയിൽ വ്യവസ്ഥകൾ ഉണ്ടായിരിക്കണമെന്നും അവ പ്രകാരം ഇരു പാർട്ടികളും സമ്മതിച്ച് ഒപ്പുവയ്ക്കണമെന്നുമൊക്കെ കേട്ടിട്ടുണ്ട്.

എന്നാൽ ഞാനൊരു കരാറിലേയും പാർട്ടിയായിരുന്നില്ല. ഞാനൊട്ടു ഒപ്പുവച്ചിട്ടുമില്ല.”

“നീ എന്തിന് പാർട്ടിയാകണം. ഇരു പാർട്ടികളെന്നത് ഞാനും നിന്റെ പിതാവുമാണ്. നീ വെറും സ്ത്രീയല്ലേ. നീ എന്തിന് വിവാഹക്കരാറിലെ പാർട്ടിയാകണം. നിക്കാഹു സമയത്ത് എന്റേയും നിന്റെ ബാപ്പയുടേയും കരങ്ങൾ ചേർത്തുവച്ചാണ് നിക്കാഹു ചൊല്ലിയത്. അല്ലാതെ നിന്റേതും

എന്റേതും ചേർത്തല്ല. ഞാനും നീയും തമ്മിലുള്ള ബന്ധം 'മഹർ' പണത്തിന്റേതുമാത്രമാണ്."

ചിരിച്ചുകൊണ്ട് അവന്റെ ചുമലിൽ ചേർന്നുനിന്ന് വെറുതേ തർക്കിക്കുന്നുവെന്ന തോന്നലുളവാക്കിക്കൊണ്ടു തന്നെ പറഞ്ഞു.

"എന്റെ പൊന്നേ. അതേയതേ. നിങ്ങൾ വച്ചു നീട്ടിയ മഹർ പണത്താൽ നിങ്ങളെന്നെ വിലയ്ക്കു വാങ്ങി. അതിന്റെ ഊറ്റത്താൽ അധികാരങ്ങൾ പ്രയോഗിച്ചു. വിലയ്ക്കു വാങ്ങിയ വസ്തുവിനോടോ ജീവിയോടോ ഉടമസ്ഥൻ കാണിക്കുന്ന അതേ അധികാരം."

തെല്ലിട മാറി നിന്ന് അല്പം സംശയത്തോടെ ആമിൻഷ പറഞ്ഞു.

"വാങ്ങി എന്നു നീ പറഞ്ഞ് തരം താഴ്ത്തുന്നതെന്തിന്. നിന്റെ അനുവാദത്തോടും സമ്മതത്തോടും നീ ചോദിച്ച മഹർ പ്രകാരവുമാണ് നിന്നെ നിക്കാഹു ചെയ്തത്."

"എന്റെ അനുവാദവും സമ്മതവും നിങ്ങൾ ചോദിച്ചിരുന്നോ."

"നിന്നോടു ചോദിക്കേണ്ടതില്ലല്ലോ. നിന്റെ ബാപ്പ നിന്നോടു ചോദിച്ചാൽ മതിയാകും."

"നമ്മൾ തമ്മിൽ അതായത് വരനും വധുവും തമ്മിൽ നേരിട്ടു പാടില്ലെന്നാണോ?"

"അതിനുള്ള ആവശ്യമെന്തിന്. വളർത്തി വലുതാക്കിയ പിതാവിന്റെ സമ്മതത്തിനപ്പുറം എന്തുവേണം."

അവിടെയും പുരുഷന്റെ (പിതാവിന്റെ) അവകാശം, അധികാരം സ്ത്രീയിൽ കെട്ടിവയ്ക്കുന്നതിൽ അവൻ അഭിമാനംകൊണ്ടു.

സ്ത്രീ കരാറിലെ കക്ഷിയാകണ്ട. അവൾക്ക് വ്യവസ്ഥകളില്ല. അവളുടെ സമ്മതം പുരുഷൻ അതായത് വരൻ ആരായേണ്ട. 'മഹർ' എന്ന വിവാഹമൂല്യം തന്ന് കൂട്ടിക്കൊണ്ടുപോയി യഥേഷ്ടം പെരുമാറാമത്രെ!

മെഹ്റിന പുസ്തകക്കെട്ടുകൾക്കിടയിൽ തിരഞ്ഞ് ഒരെണ്ണം വലിച്ചെടുത്തു. ചെകുത്താൻ കോട്ടയിലാണെങ്കിലും അവൾ എന്തെന്ത് പുസ്തകങ്ങളാണ് സൂക്ഷിച്ചിരിക്കുന്നതെന്നു ചിന്തിച്ചപ്പോൾ ലജ്ജ തോന്നി. പൂജാബാനു എന്ന ബി ഡ് കാരിക്ക് ഉള്ളതോ? ദിനപത്രം പോലും കാണാത്ത കണ്ണുകൾ. പേന പിടിക്കാത്ത കൈകൾ.

"ങ്ഹും മനസ്സൊന്ന് ശാന്തമാക്ക്." മെഹ്റിന പുസ്തകം നീട്ടി പറഞ്ഞു.

പുസ്തകം കൈയിൽ വാങ്ങി പുറംചട്ട പരതി. കുനുകുനെ ചെറിയ അക്ഷരങ്ങൾ കൊണ്ടുള്ള തലക്കെട്ട്. ജാലക വെട്ടത്തിൽ അവ്യക്തമായേ കാണാനാകുന്നുള്ളൂ. അലസമായ് കൈയിൽ തിരുകിക്കൊണ്ട് പുറത്തേക്കു നോക്കി നിന്നു. ആകാശത്തെ കളിക്കോപ്പുകൾ ആരോ കട്ടെടുത്തിരിക്കുന്നു. കരിമ്പടത്താൽ ആവൃതമായ വിജനമായ ആകാശതീരത്തിനു താഴെ അങ്ങിങ്ങ് ചിമ്മിനി വെട്ടത്തിന്റെ ചെറിയ ഓളങ്ങൾ. പുറത്തു നിന്നു ഇരമ്പിയെത്തിയ പ്രാണികൾ കാതുകൾക്കരികിലൂടെ വട്ടമിട്ട് മുറിക്കുള്ളിലേക്കു കടന്നപ്പോൾ മെഹ്റിന ജാലകങ്ങൾ വലിച്ച

ടച്ചു. വൈദ്യുത ദീപത്തിന്റെ പെട്ടെന്നുള്ള തെളിമയിൽ മിഴികൾ ചിമ്മി.

അങ്ങേ തലയ്ക്കൽ ചുമരിനോടു ചേർന്നു കിടന്ന കസേരയിൽ ചാരിയിരുന്നപ്പോൾ നടുവിലെ കശേരുക്കൾ വലിഞ്ഞു മുറുകുന്ന പോലെ തോന്നി. ശരീരത്തിലെ ഓരോ അണുവിലും കുടിയേറി പാർത്ത ബാധയെ ഒഴിപ്പിക്കാൻ ചെയ്ത പ്രക്രിയകൾ.

ഹൊ! ഓർക്കാൻ വയ്യ.

വായിക്കാമെന്നു കരുതി താളുകൾ മറിച്ചു. വരികൾക്കിടയിലൂടെ വെറുതേ കണ്ണുകൾ സഞ്ചരിച്ചതല്ലാതെ ഒന്നും ശിരസ്സിനുള്ളിലേക്കു പ്രവേശിച്ചില്ല. മറിഞ്ഞ താളിൽ വിരൽ കുത്തിപ്പിടിച്ച് ഏറെ നേരമിരുന്നു.

എന്നു മുതലാണ് അക്ഷരങ്ങൾ പോലും അന്യമായത്?

ആമിൻഷായുടെ സാന്നിദ്ധ്യത്തിൽ തനിക്ക് ഇഷ്ടപ്പെട്ടത് തെരഞ്ഞെടുക്കാനോ വായിക്കാനോ ഒരിക്കലും കഴിഞ്ഞിട്ടില്ല. വിവാഹം കഴിഞ്ഞു പോരുമ്പോൾ സ്വപ്നം നിറച്ച് കൂടെ കരുതിയിരുന്ന പേടകത്തിൽ ധാരാളം പുസ്തകങ്ങളുമുണ്ടായിരുന്നു. ഒരിക്കൽ അവയിലൊന്നിൽ മുഴുകിയിരുന്നപ്പോൾ അവൻ പരിഹസിച്ചു.

"ഇതൊക്കെ വായിക്കുന്നത് വെറും സ്വപ്ന ജീവികളല്ലേ. ഞരമ്പിന് സുഖം കിട്ടാൻ വേണ്ടി വായിക്കുന്നത്. ദേ നോക്ക് നീ ഇപ്പോൾ വായിക്കേണ്ടത് ദാ ഇതൊക്കെയാണ്." ഒരു കൂട്ടം പുസ്തകങ്ങൾ നീട്ടിക്കൊണ്ട് അവൻ പറഞ്ഞു.

അവ ഓരോന്നിന്റെയും തലക്കെട്ടുകൾ നോക്കിയപ്പോൾ ചിരിക്കാതിരിക്കാനായില്ല. ഭാര്യ ഭർത്താവിനോടു ചെയ്യേണ്ട കടമകൾ. വസ്ത്രധാരണത്തെപ്പറ്റി സ്ത്രീകൾ അറിഞ്ഞിരിക്കേണ്ടതെന്തൊക്കെ? ഭാര്യ ഭർത്തൃ സംഭോഗം എപ്പോഴൊക്കെ ആകാം. പിന്നെ സ്വർഗ്ഗം കിട്ടാനുള്ള വഴികൾ...........

മറ്റേതെങ്കിലും പുസ്തകം വായിക്കാനൊരുങ്ങുമ്പോൾ അവൻ തിരക്കും. "ഞാൻ തന്നതു വായിച്ചോ."

മൗനം പാലിക്കും

"ഞാൻ തന്നതൊക്കെ മനുഷ്യനായി ജനിച്ച വികാര ജീവികൾ എഴുതിയതല്ല."

"പിന്നെ"

"നീ വായിച്ച് നോക്ക്"

മനുഷ്യനല്ലാതെ മൃഗങ്ങൾ ഗ്രന്ഥങ്ങളെഴുതുമോ. ചോദിക്കാതെ മൗനം പാലിച്ചു.

നീയത് വായിച്ചോ, നീയത് വായിച്ചോ. അല്ലേലും പെണ്ണുങ്ങള് വാലും പൊക്കി നടക്കണത് കാണാനല്ലേ നിനക്കിഷ്ടം.

പരിഹാസങ്ങളും കുറ്റപ്പെടുത്തലും കേട്ടുകേട്ട് പിന്നെ പിന്നെ പുസ്തകങ്ങൾ കൈകൊണ്ടു തൊടാതെയായി. ചിലപ്പോൾ ഉള്ളിൽ എന്തൊക്കെയോ പതഞ്ഞു വരുന്നുവെന്ന് തോന്നും. എവിടെയെങ്കിലും അവ പകർത്താൻ വെമ്പും. കടലാസു താളുകൾക്കായി ചുറ്റും തിരയും.

ഫോൺ നമ്പർ കുറിച്ചിടാനായി മേശപ്പുറത്തു പ്രതിഷ്ഠിച്ചിട്ടുള്ള ചെറിയ ഡയറിയും തെളിയാത്തൊരു പേനയും കാണുമ്പോൾ ഉള്ളിൽ പതഞ്ഞത് കണ്ണിലൂടെ കവിഞ്ഞൊഴുകും. അല്ലെങ്കിൽ നെടുനിശ്വാസത്താൽ മർമ്മരം തീർക്കും.

ഓർത്തപ്പോൾ പല്ലുകൾ കൂട്ടിമുട്ടി.

-ഹേ പൂജാ നീയെന്തിന് എല്ലാറ്റിനും വശംവദയായി. നിനക്ക് ഇനിയുമുണ്ട് അവസരങ്ങൾ.

ആരാണ് അങ്ങനെ പറയുന്നത്. മെഹ്റിനയോ? അല്ല അവൾ പുറത്താരുടെയോ കാലൊച്ച കേട്ട് വാതിൽ തുറക്കുകയാണ്.

"ഇത്തിരി സുറുമ തര്വോ"

അകത്തേക്കു പ്രവേശിച്ച സെൽമത്ത് മെഹ്റിനയോട് കെഞ്ചി. എന്നോ എഴുതി കറുപ്പിച്ച കൺമഷിപ്പാടുകൾ സെൽമത്തിന്റെ കൺപോളകളിൽ ഇപ്പോഴും തങ്ങി നില്ക്കുന്നു. പാറിപ്പറന്നു കിടക്കാറുള്ള തലമുടിച്ചുരുളുകൾ തൈലം പൂശി ഒതുക്കിയിരിക്കുന്നു. വില കുറഞ്ഞ അത്തറിന്റെ മണം അവളുടെ വസ്ത്രങ്ങളിൽനിന്നും ഒഴുകിയിറങ്ങി.

മെഹ്റിന അവളുടെ അറക്കെട്ട് തുറന്നതും സുഗന്ധപ്പൊടിയുടെ നറുമണം മുറിയാകെ പടർന്നു. തന്റെ പേടകത്തിലുണ്ടായിരുന്നതു പോലുള്ള മനോഹരമായ കാഴ്ച വസ്തുക്കൾ അവയിൽ കണ്ടപ്പോൾ കൗതുകം തോന്നി. കൺമഷിക്കൂട്ടുകൾ, സുഗന്ധപ്പൊടികൾ, വിവിധ വർണ്ണ കങ്കണങ്ങൾ. വൈവിദ്ധ്യാകൃതിയിലുള്ള മാലകൾ, തലമുടിക്കെട്ടിനെ അലങ്കരിക്കുന്ന കൊണ്ടപ്പൂവുകൾ, കുഞ്ചലങ്ങൾ.

എന്നാൽ മെഹ്റിന ഒന്നും അണിഞ്ഞു കണ്ടതില്ലല്ലോയെന്നോർത്തപ്പോൾ ആമിൻഷയെപ്പോലുള്ള ഒരുവന്റെ ഭാര്യയാണോ അവളെന്നു ശങ്കിക്കാതിരിക്കാനായില്ല.

മെഹ്റിന വച്ചു നീട്ടിയ കൺമഷിച്ചെപ്പിനെ സെൽമത്ത് ധൃതിയിൽ തുറന്നുകൊണ്ട് ചൂണ്ടുവിരൽ മുക്കി കൺപോളകളിൽ ഇടതും വലതും പുരട്ടിയിട്ട് ചുമരിലെ കണ്ണാടിയിൽ നോക്കി മൂക്കുവിടർത്തി യാചന സ്വരത്തിൽ അവൾ വീണ്ടും ചോദിച്ചു.

"ഇത്തിരി പൗഡറും കൂടി തര്യോ. ചെലപ്പം അവരിന്ന് എന്റെ മുറീലായിരിക്കും."

സെൽമത്തിന്റെ കവിളുകളിൽ നാണത്തിന്റെ ചിറ്റോളങ്ങൾ കണ്ടു. അവയുടെ പ്രതിഫലനം കണ്ണാടിയിൽ തെളിഞ്ഞു. അവയിൽ ഒരായിരം പനിനീർപ്പൂക്കൾ വിടരുന്നപോലെ തോന്നി. ജാസ്മിൻ പൂക്കൾ വിതറിക്കിടക്കുന്ന പച്ചചായം പുരട്ടിയ സുഗന്ധച്ചെപ്പെടുത്ത് മെഹ്റിന സെൽമത്തിനു നല്കി. ഇടതുകൈയുടെ ഉള്ളം കൈയിൽ വിതറിയ സുഗന്ധത്തെ വലംകൈയുടെ വിരലുകളാൽ മുക്കി കവിളിലും കഴുത്തിലും പിന്നെ വസ്ത്രത്തിനിടയിലൂടെ വിരലുകൾ കയറ്റി മാറിലും ഇരു കക്ഷങ്ങളിലും തേച്ചുപിടിപ്പിച്ചുകൊണ്ട് അവൾ തൃപ്തയാകുന്നതും നോക്കി നിന്നു. അവളുടെ കണ്ണുകളിലപ്പോൾ നവവധുവിന്റെ തിളക്കമുണ്ടായിരുന്നു.

"എന്നാ കൊച്ചിന്റെ ഊഴം. ഞാൻ ഇന്നലേം കാത്തിരുന്ന്. അവര് വന്നില്ല. ഇന്ന് വരാതിരിക്കില്ല. ഒറപ്പായും വരും."

അങ്ങനെ പറഞ്ഞുകൊണ്ട് സെൽമത്ത് ധൃതിയിൽ പുറത്തേക്ക് പോയപ്പോൾ മെഹ്റിന പറഞ്ഞു.

"പാവം. എന്നും സന്ധ്യയാകുമ്പം ഇതുതന്നെ. ഒരുങ്ങി കാത്തിരിക്കും. ഭർത്താവിനുവേണ്ടിയുള്ള കാത്തിരിപ്പ്."

"അയാളെന്താ അവരുടെ കിടപ്പറയിലേക്കു പോകാറില്ലേ"

"ഊഴം വച്ച് വാതിലിൽ മുട്ടാൻ ധാരാളം സുന്ദരിമാരുള്ളപ്പോൾ അയാളെന്തിന് പാവം ഈ സ്ത്രീയുടെ കിടപ്പറയിൽ പോകണം."

ഊഴം. ആ വാക്ക് ആവർത്തിക്കപ്പെടുന്നു. സെൽമത്ത് പറഞ്ഞതും കൊച്ചിന്റെ ഊഴമെന്ന്. മെഹ്റിനയെ സംശയത്തോടെ നോക്കി. ചോദിക്കാൻ വാക്കുകൾ തിരഞ്ഞു. എന്നാൽ മെഹ്റിനയിലെ ഭാവമാറ്റം കണ്ട് അമ്പരന്നുപോയി. ചെമ്മാനം പൂത്തപോലുള്ള അവളുടെ കപോലങ്ങളിൽ കരുവാളിപ്പ്. പ്രഭാതത്തിൽ അടർന്നുവീഴുന്ന മലർപോലെയായി അവളുടെ മൃദുലാധരങ്ങൾ. കാളിമ കലർന്ന കണ്ണുകളിൽ മുയൽ കുഞ്ഞിന്റെ ഭീതി.

ഇത്ര പെട്ടെന്ന് ഇവൾക്കെന്തുപറ്റി.

ആശ്വാസത്തിന്റെ തുരുത്തിലേക്ക് തന്നെ ക്ഷണിച്ചവൾ. നിണമൊഴുകിയ മുറിവുകളിൽ തൈലം തേച്ചവൾ. തനിക്കൊരു സഹായിയുണ്ടെന്ന് വിളിച്ചുപറയാൻ ഒരു പേർ ഉള്ളവൾ.

എന്തുപറ്റി.

ആശ്വസിപ്പിക്കാൻ വാക്കുകൾ തിരഞ്ഞു. കണ്ണീരൊപ്പാൻ കൈകളുയർത്തി.

കഴിയുന്നില്ല. ഒന്നിനും കഴിയുന്നില്ല. ദുഃഖം കണ്ടാലും സന്തോഷം കണ്ടാലും ആരോടും പങ്കുചേരാനാകാതെ നിർവ്വികാരയായി നോക്കി നില്ക്കാനേ കഴിയുന്നുള്ളൂ. അധികാരങ്ങൾ അടിച്ചേല്പിച്ച് അടിച്ചേല്പിച്ച് വെറുമൊരു പാവയാക്കി മാറ്റിയിരിക്കുന്നു. ചിരിക്കാനാകാത്ത, കരയാനാകാത്ത, സഹതപിക്കാനാകാത്ത വെറുമൊരു മരപ്പാവ.

പല്ലുകൾ പരസ്പരം ഞെരിഞ്ഞമർന്നു. അവശേഷിക്കുന്ന വികാരം ഈ വെറുപ്പും ദേഷ്യവും മാത്രമാണ്.

വയ്യ. ഇനിയും വയ്യ.

ദർപ്പണത്തിൽ നോക്കി. കണ്ണുകളിൽ തീക്കാടുകൾ കത്തി ജ്വലിക്കുന്നു. ഞെരിഞ്ഞ പല്ലുകൾ തള്ളി വരുന്നു. ശക്തിയായി മുഷ്ടി ചുരുട്ടി. കണ്ണുകൾ ഇറുകെയടച്ചു. ഹേമയുടെ വാക്കുകൾ ഓർമ്മിച്ചുകൊണ്ടു പതിയെ ആത്മഗതം ചെയ്തു.

- ബി കൂൾ ബി കൂൾ

നഷ്ടപ്പെട്ടെന്നു കരുതിയ വാക്കുകൾ നാവിൽ മുളച്ചെന്നു തോന്നിയപ്പോൾ മെഹ്റിനയുടെ വലതുകരം ഇരുകൈകളിലും ചേർത്തുവച്ചു പറഞ്ഞു.

"എന്നോടു പറയുന്നതിൽ വിരോധമില്ലെങ്കിൽ പറഞ്ഞോളൂ. നിങ്ങളുടെ പെട്ടെന്നുള്ള ദുഃഖത്തിന് അല്പം ശമനമുണ്ടായിക്കോട്ടെ."

വല്ലാത്തൊരാശ്വാസം തോന്നി. എത്രകാലമായി ആരോടെങ്കിലും അടുപ്പം കാട്ടിയിട്ട്; അവരുടെ സന്തോഷത്തിൽ, ദുഃഖത്തിൽ പങ്കു ചേർന്നിട്ട്.

"പറയൂ എന്തുപറ്റി" -

"നാളെയാണ് നാളെയാണ് എന്റെ ഊഴം" - മെഹ്റിന വിതുമ്പി.

'ഊഴം' ഉദ്വേഗത്തോടെ മെഹ്റിനയെ തന്നെ നോക്കിയിരുന്നപ്പോൾ ഒരായിരം ചിന്തകൾ മുന്നിൽ വന്ന് തലയിട്ടടിച്ചു. ചെകുത്താൻ കോട്ടയിൽ അടയ്ക്കപ്പെട്ട ഹതഭാഗ്യയായ മറ്റൊരു പൂജയാണോ ഇവൾ? ഭർത്ത്യാധിപത്യത്തിന്റെ ബലിയാടായി എത്തപ്പെട്ട മറ്റൊരു ഭ്രാന്തിയോ? ബാധയൊഴിപ്പിക്കൽ പ്രക്രിയ ഇവളിലും പ്രയോഗിക്കുമോ? അതിനായി നിശ്ചയിച്ച ദിവസമാണോ ഈ നാളെ.

അല്പം ശമനം തോന്നിയ മുറിവുകളിൽ വീണ്ടും വേദന തോന്നി. ശരീരമാകെ ചുളുചുളാ തിളയ്ക്കുന്ന പോലെ. ഇല്ല അനുവദിച്ചുകൂടാ.

"നാളെ എന്നെയാണ് ഊഴം വച്ചിരിക്കുന്നത്. വലിയ തങ്ങൾ ഇവിടെയുള്ള ദിനങ്ങളിലൊരു രാത്രി എന്റെ കിടപ്പറയിലുമെത്തും."

ഇവളെന്താ ആയിരത്തൊന്നു രാവുകളിലെ കഥ പറയുകയാണോ. ഓരോ രാവിലും ഓരോ പെൺകുട്ടിയെ വീതം പ്രാപിച്ച ഷെഹരിയാർ രാജാവിന്റെ കഥ.

"നിക്കാഹു ചെയ്തു എന്നുള്ള ഒരു കർമ്മംകൊണ്ട് ഭാര്യാഭർത്താക്കന്മാരാകുമോ" മെഹ്റിന ചോദിച്ചു.

"നീ കടങ്കഥകൾ ഇഷ്ടപ്പെടുന്നുവോ" അവൾ വീണ്ടും ആരാഞ്ഞു.

"ങ്ഹും"

"പുറമ്പോക്കിൽ മുളച്ച പാഴ്ച്ചെടിയെ ഒരുനാളൊരുവൻ സ്വന്തം ഉദ്യാനത്തിൽ നട്ടുവളർത്തി. വളം നല്കിയും വെള്ളമേകിയും അയാളതിനെ പാരിപാലിച്ചു. വിടർന്നു പരിലസിച്ച് മൊട്ടുകൾ നാമ്പിട്ടപ്പോൾ ഉദ്യാന പ്രഭുവിൽ പുതുപുതു കിനാക്കൾ മൊട്ടിട്ടു. ആശ്രിതരോടൊരുനാൾ അവൻ ചോദിച്ചു.

- ഞാൻ നട്ടുവളർത്തിയ സൗഗന്ധികത്തെ സ്വന്തമാക്കാൻ എനിക്കല്ലാതെ മറ്റാർക്കാണവകാശം.

ആശ്രിതർ ഒന്നടങ്കം ശരിവച്ചു പറഞ്ഞു; അത് താങ്കൾക്കുതന്നെ താങ്കൾക്ക്. എന്താ പൂജാ നിന്റെ അഭിപ്രായം."

നിർവ്വികാരയായി കേട്ടുനിന്നതല്ലാതെ ഉത്തരം നല്കാനായില്ല. കടങ്കഥയ്ക്കു ഉത്തരം നല്കേണ്ട യുക്തിബോധവും നശിച്ചിരിക്കുന്നു. പൊള്ളയായ ഒരു തലയോട്ടി; ആവൃതമായ അവയ്ക്കുള്ളിൽ ഒന്നും പ്രവേശിക്കാതെ തടഞ്ഞു നിർത്തുന്നു.

"ഇല്ല എനിക്കറിയില്ല."

"നീ കണ്ടില്ലേ സ്ത്രീകളെ കൈയിലെടുത്ത അയാളിലെ വൈദ

ഗ്ദ്ധ്യം."

"ങ്ഹും. അതും ഇതും തമ്മിൽ"

"ഭ്രൂണമായി രൂപം കൊണ്ടപ്പോൾ മുതൽ ഞാൻ അപഹാസിതയായിരുന്നൂ പൂജാ. സ്വഭാവദൂഷ്യം ചൊല്ലി എന്റെ പിതാവ് എന്റെ മാതാവിനെ ഉപേക്ഷിച്ചു. എനിക്കു രണ്ടു വയസ്സുള്ളപ്പോൾ ആ സ്ത്രീ മറ്റൊരു പുരുഷനോടൊപ്പം ജീവിക്കാൻ തുടങ്ങി. പിന്നെ വളർന്നത് അമ്മൂമ്മയോടൊപ്പം. പത്തുവയസ്സുവരെ. ചെറുതായ് നാമ്പിട്ട തണ്ടുകൾക്ക് അഴകും നിറവും വന്നപ്പോൾ വഴിപോക്കരുടെ കണ്ണുകൾ പാഴ്ച്ചെടിയിൽ പാറിനടന്നു. സുരക്ഷിതമായൊരിടം തേടിയലഞ്ഞ അമ്മൂമ്മയ്ക്ക് ഫലഭൂയിഷ്ഠമായൊരിടം ഇവിടെ വാഗ്ദാനം ചെയ്തു. അങ്ങനെ ഉദ്യാന പ്രഭുവിൽ വിശ്വാസമർപ്പിച്ച് അമ്മൂമ്മ ആശ്വാസത്തോടെ മടങ്ങി. പാഴ്ച്ചെടിയോടു കാട്ടിയ ഉദ്യാന പ്രഭുവിന്റെ തലോടൽ ഒരു പിതാവിലെ വാത്സല്യമായേ അവർക്ക് കാണാൻ കഴിഞ്ഞുള്ളൂ. രാവിലെ കാണിച്ച തന്ത്രം തന്നെയാണ് ഏതാനും നാളുകൾക്കുമുമ്പ് അനാഥയായ പെൺകുട്ടിയെ സ്വന്തമാക്കാൻ അയാൾ കാട്ടിയതും. പെണ്ണിന്റെ അനുവാദം അവളുടെ ആഗ്രഹം പുരുഷൻ നേടിയെടുക്കുന്നതെന്തിന്? പെണ്ണിന്റെ കൈയ്ക്കുപകരം അവൾക്കു വേണ്ടി ഒരു പുരുഷ ഹസ്തവും വരന്റെ ഹസ്തവും ചേർന്നാൽ നിക്കാഹെന്ന കരാറായി. പിതാവില്ലാത്ത രക്ഷകരില്ലാത്ത അനാഥപെൺകുട്ടിയെ കെട്ടാൻ ആരെങ്കിലും ഒലി നിന്നാൽ മതിയല്ലോ."

"ഒലിയോ അതെന്താണ്."

"ഇവിടെയൊരു ചൊല്ലുണ്ട് പൂജാ. ബാപ്പയ്ക്കു പകരം മറ്റൊരാൾ ഒലി കൊടുക്കണമെന്ന്. പിതാവ് ജീവിച്ചിരിക്കുന്നെങ്കിൽ പിതാവ്. പിതാവ് മരണപ്പെട്ടാൽ അടുത്ത ബന്ധത്തിൽപ്പെട്ടവരായവർ, പിതാവിന്റെ പിതാവോ പിതാവിന്റെ സഹോദരനോ മാതാവിന്റെ നിലവിലുള്ള ഭർത്താവോ അല്ലെങ്കിൽ പിതാവിന്റെ സ്ഥാനത്തുനില്ക്കാൻ പ്രാപ്തിയുള്ളവരാരെങ്കിലും ഒലികൊടുക്കണമെന്ന്. ഒലി എന്നാൽ സമ്മതം. ഈ പെൺകുട്ടിയെ വധുവായി താങ്കളെ ഏല്പിച്ചിരിക്കുന്നൂവെന്ന വധുപക്ഷത്തെ പുരുഷന്റെ സമ്മതം. എനിക്ക് ഒലി നിന്നതാരെന്നോ?"

മെഹ്റിനയുടെ ചുണ്ടിൽ പരിഹാസത്തിന്റെ ഇതളുകൾ വിടർന്നു.

"സാക്ഷാൽ സാമ്പ്രാണി തങ്ങൾ. *ഖുർആൻ* ക്ലാസിൽ വച്ച് എന്റെ മാറിടം കടന്നുപിടിച്ചവൻ, തിരിഞ്ഞു നടക്കുമ്പോൾ പുറകേ വന്ന് നിതംബം തോണ്ടുന്നവൻ. അയാൾ എന്റെ പിതാവിന്റെ സ്ഥാനത്തു നിന്നുകൊണ്ട് ഒലി നിന്നു. അങ്ങനെ പിതാവിനെക്കാളും പ്രായമുള്ളവന്റെ, ഒന്നിലധികം സ്ത്രീകളെ ഭാര്യയായി പൊറുപ്പിക്കുന്ന ഒരു പുരുഷന്റെ നിക്കാഹിന് ഞാൻ ഇരയായി."

ശിരസ്സിനുള്ളിൽ വീണ്ടും കടന്നലുകൾ കൂടു പൊളിച്ചു. ദർപ്പണത്തിൽ അവയുടെ എണ്ണമറ്റ പ്രതിബിംബങ്ങൾ. ഒന്നിനു മീതെ ഒന്നായി അവ പാഞ്ഞടുത്തു. കണ്ണിൽ, കഴുത്തിൽ, മൂക്കിൽ അവ തുളച്ചു കയറി. തുരത്തിയോടിക്കാൻ കൈകൾ വലിച്ചെടുത്തപ്പോൾ മെഹ്റിന തുടർന്നു.

"അയാൾക്ക് വേറെയുമുണ്ട് ഭാര്യമാർ. ഇവിടെയും മറുനാട്ടിലുമായി. ഇവിടെ എനിക്കു ശേഷം ഒരുവൾക്കുകൂടി അയാൾ കിടപ്പറകെട്ടി. നീ കണ്ടില്ലേ. രാവിലെ സ്വർഗ്ഗകവാടത്തിൽ കാത്തുനിന്ന് ആദ്യമായി മക്കനെ വിടർത്തിയവൾ."

കണ്ണഞ്ചിപ്പിക്കും വിധം ലാവണ്യവതിയായ ഒരു ഹൂറി ഓർക്കുന്നുണ്ട്.

"ബിൻഷ. അവളാണിപ്പോൾ അയാളുടെ ഇവിടുത്തെ നവവധു."

മെഹ്റിനയുടെ കണ്ണുകളിൽ അസൂയയുടെ നിഴലുകളുണ്ടോയെന്ന് സൂക്ഷിച്ചു നോക്കി. ഹേയ് ഇല്ല. വെറുപ്പിന്റെ തീജ്വാലകളായിരുന്നു അവളുടെ കണ്ണുകളിൽ.

"നാം സ്ത്രീകൾ അടിമകളാണ് കുട്ടീ അടിമകൾ"

മെഹ്റിന നിശ്വസിച്ചു.

"നീ ഇതൊന്നും ചിന്തിച്ച് കൂടുതൽ വേദനിക്കണ്ട. ദേ കണ്ടില്ലേ ഇവരാണെന്റെ ചങ്ങാതിമാർ. മനസ്സ് വല്ലാതെ കലുഷിതമാകുമ്പോൾ അവർ എന്നെ മാടിവിളിക്കും."

എണ്ണിയാലൊടുങ്ങാത്ത പുസ്തക കൂമ്പാരം അവൾ ചൂണ്ടികാട്ടി. ഇവൾ എങ്ങനെ ഇതൊക്കെ സ്വന്തമാക്കി? അത്ഭുതത്തോടെ ചുറ്റും കണ്ണോടിച്ചു. താല്പര്യമില്ലെങ്കിലും പുറം ചട്ടകളിലൂടെ മിഴികൾ പാറി നടന്നു. ആമിൻഷ സമ്മാനിക്കുന്നതുപോലുള്ള പുസ്തകങ്ങളായിരുന്നു അവയും. *സ്വർഗ്ഗവും നരകവും, ഇഹലോകത്തിൽ എങ്ങനെ ജീവിക്കണം.*

സംശയത്തോടെ മെഹ്റിനയെ നോക്കി.

"ഒന്നു മറിച്ചു നോക്ക്."

സ്വർഗ്ഗവും നരകവും മറിച്ചപ്പോൾ *ഖസാക്കിന്റെ ഇതിഹാസ*ത്തിലെ വരികൾ. *ഇഹലോകത്തിൽ എങ്ങനെ ജീവിക്കണ*മെന്നതിനകത്ത് *രണ്ടാമൂഴം*. കൗതുകം തോന്നി. പിന്നെയും പലതിന്റേയും താളുകൾ മറിച്ചു. അവയ്ക്കുള്ളിൽ *പാത്തുമ്മയുടെ ആട്, ബാല്യകാലസഖി, വാഴക്കുല, രമണൻ, സ്മാരകശിലകൾ, ഭർത്താവിനോടുള്ള* കടമയ്ക്കുള്ളിൽ ഒരു യുവകവിയുടെ പ്രേമം തുടിക്കുന്ന കവിതകൾ. ഇതെന്തു മറിമായം?

മെഹ്റിനയുടെ അധരങ്ങൾ തെല്ലൊന്നു വിടർന്നതായി തോന്നി. ആ മുഖത്ത് നിഗൂഢമായൊരാനന്ദം കണ്ടു. കൂടെക്കൂടെ എങ്ങോ അപ്രത്യക്ഷമാകുന്ന അയാൾ മടങ്ങി വരുമ്പോൾ അന്തേവാസികൾക്കും ഭാര്യമാർക്കും സമ്മാനിക്കുന്നത് പുസ്തകങ്ങളാണെന്ന വസ്തുത അവൾ പറഞ്ഞു.

അയാൾ നല്കുന്ന പുസ്തകങ്ങളുടെ പുറംചട്ടകൾക്കുള്ളിൽ അവളുടെ പുസ്തകങ്ങൾ ഒളിപ്പിച്ചു വയ്ക്കും.

കണ്ണിക്കണ്ട അനുരാഗകഥകളോ പ്രേമമൊഴുകുന്ന കവിതകളോ വായിക്കാൻ പാടില്ലെന്ന നിഷ്കർഷത ആമിൻഷയെപ്പോലെ അയാൾക്കുമുണ്ടായിരുന്നുവത്രെ! അത്തരം ഗ്രന്ഥങ്ങൾ വായിച്ചാൽ പെൺകുട്ടികൾക്ക് വേണ്ടാദീനം തോന്നി ഉത്തേജിതരായി വഴിപിഴച്ചു പോകും. അതു

കൊണ്ട് സദാസമയവും അദ്ദേഹം സമ്മാനിച്ചവ വായിച്ച് വായിച്ച് ആത്മീയത കൈവരിക്കണമെന്നും അതുവഴി സ്വർഗ്ഗത്തിൽ പ്രവേശിക്കാനാവുമെന്നും അയാൾ ഉദ്ബോധിപ്പിച്ചിരുന്നു. സ്വർഗ്ഗത്തിലെ സുഖലോലുപതയിൽ എല്ലാ ഭാര്യമാരും കൂടെ ഉണ്ടായിരിക്കണമെന്നത് അദ്ദേഹത്തിന് നിർബ്ബന്ധമാണുപോൽ.

മെഹ്റിനയുടെ പുറംചട്ടപണിയലിലെ തന്ത്രംകണ്ട് ഉള്ളിൽ നിഗൂഢമായൊരാനന്ദം തോന്നി.

"നിങ്ങൾക്കിതൊക്കെ എവിടുന്ന് കിട്ടി. പുറംലോകം കാണാത്ത നിങ്ങൾ."

"അതൊരു രഹസ്യമാണ് പൂജാ. നീ ആ ചെപ്പുകൾ കണ്ടോ. എന്റെ പേടകങ്ങൾ കണ്ടോ."

"അതൊക്കെ വലിയ തങ്ങൾ സമ്മാനിച്ചതാണോ"

"അയാളോ?" പുച്ഛത്തോടെ മെഹ്റിന തുടർന്നു.

"അയാളെനിക്ക് ആഹാരം തരുന്നു. വസ്ത്രം തരുന്നു. പിന്നെ അയാൾ കെട്ടി തന്ന കിടപ്പറയിൽ കൂടെക്കൂടെ ഊഴം വെച്ച് രമിക്കാനെത്തി ശവമെന്നു വിളിച്ച് പുന്നാരിക്കുന്നു."

ശവം

സ്വയം പിറുപിറുത്തു.

പൊതിഞ്ഞുകെട്ടി പവിത്രമായി സൂക്ഷിച്ചിരിക്കുന്ന അംഗലാവണ്യത്തെ അവനു മുന്നിൽ അഴിച്ചിടുക മാത്രമല്ല, അവനിലെ ഓരോ രോമകൂപത്തേയും ഉത്തേജിപ്പിച്ചില്ലെങ്കിൽ അവൾ വെറും ശവം.

ഇനി അവളിനാൽ അവൻ തൃപ്തിയായില്ലെങ്കിലോ?

അതിനും വഴിയുണ്ടത്രെ! പുരുഷനായ അവന്റെ ലൈംഗിക ദാഹം തീർത്തേ മതിയാകൂവെന്നുണ്ട്. കാരണം ആന്ത്രോപോളജിസ്റ്റുകൾ തെളിയിച്ചപോലെ സ്ത്രീയുടേയും പുരുഷന്റേയും ലൈംഗിക വികാരങ്ങൾ വ്യത്യസ്തമായതുകൊണ്ടും അന്യസ്ത്രീകളെ അവൻ തേടിപ്പോകാതിരിക്കാനും മറ്റൊരു വിവാഹം അവന് അനുവദനീയമാണ്.

"ഞാൻ ശവമായതുകൊണ്ട് അയാൾക്ക്.... ഹൊ ഛർദ്ദിക്കാൻ വരണ്."

മെഹ്റിന തൊണ്ടയിൽ കൈവച്ചു. അവളുടെ കണ്ണുകളിൽ വീണ്ടും ഭയത്തിന്റെ നിഴൽപ്പാടുകൾ.

"ഊഴം കഴിഞ്ഞിറങ്ങുന്ന രാത്രിയിൽ എന്റെ ഇരുകൈകളും വേദനിക്കും പൂജാ. ദേ ഈ കൈകളാൽ ആ നരയന്റെ ...."

തികിട്ടി വന്നതെന്തോ പുറത്തേക്കു കളയാൻ വെമ്പിയ മെഹ്റിന മുഴുപ്പിക്കാനാവാതെ വാഷ്ബേസിനരികിലേക്കു നടന്നു.

അന്യന്റെ മുന്നിൽ പ്രദർശിപ്പിക്കാവുന്ന സ്ത്രീയുടെ വെറും കൈകൾ കൊണ്ടും പുരുഷൻ ഉത്തേജിതനാകുമോയെന്ന ചിന്തയാൽ മനസ്സ് വല്ലാതെ ഉഴറി.

"പല പ്രാവശ്യം മോചനം ആവശ്യപ്പെട്ടു. തരൂല. ഒന്നിൽ കൂടുതൽ

ഇണകൾക്ക് ചെലവിനു നല്കിയാൽ സ്വർഗ്ഗീയ കവാടത്തിലേക്കുള്ള അയാളുടെ പ്രവേശനം ലളിതമായിരിക്കുമത്രേ! അല്ലെങ്കിൽ എന്നേ അയാൾ മൊഴി ചൊല്ലിയേനെ."

മൊഴി ചൊല്ലിയേനെ! ശരിയാണ് മൊഴിചൊല്ലാൻ അവർ പുരുഷൻമാർക്ക് തക്കതായ കാരണങ്ങളൊന്നും വേണ്ടല്ലോ! ഹിന്ദുവിന്റെ ഗർഭപാത്രത്തിൽ ജനിച്ചവളായതിനാൽ പോലും അവർക്ക് മൊഴി ചൊല്ലാമത്രെ!

– ഹിന്ദുവിന്റെ ഗർഭപാത്രത്തിൽ ജനിച്ചവൾ, അവളെ നീയങ്ങ് മൊഴി ചൊല്ല്.

ബാപ്പയുടെ മരണം കഴിഞ്ഞുള്ള ദിനരാത്രങ്ങൾ ഒറ്റപ്പെടുത്തലിന്റേയും വേദനയുടേതുമായിരുന്നു. ആശ്വസിപ്പിക്കാനാരുമില്ല. തുടരെതുടരെ കടന്നുവരുന്ന അന്വേഷണോദ്യോഗസ്ഥരുടെ സംശയം നിറഞ്ഞ ചോദ്യങ്ങൾ മാത്രമായിരുന്ന ആ വേളയിൽ.

മരണമെന്ന സത്യത്തിലൂടെ ബാപ്പയെ ബാപ്പയുടെ ബന്ധുക്കൾ പൂർണ്ണമായും ഇസ്ലാമാക്കി തീർത്തു. ബാപ്പയ്ക്ക് അടുപ്പമുള്ളവരെല്ലാം കുടുംബവീട്ടിൽപോയി ബന്ധുജനങ്ങളെ കണ്ട് അവരുടെ കണ്ണീരൊപ്പി. പടിയടച്ച് പിണ്ടം വച്ച അമ്മയുടെ ഒരേയൊരു ബന്ധുവായ മോഹനൻ വലിയച്ഛൻ വല്ലാത്ത ദുരവസ്ഥയിലും. പിന്നെ ഏക മകളുടെ ഭർത്തൃബന്ധുക്കൾ മാത്രമായിരുന്നു എടുത്തു പറയേണ്ടവരായിട്ടുണ്ടായിരുന്നത്.

പുറത്തെ ഓരോ കാലൊച്ചയിലും അവർക്കുവേണ്ടി ആ ഏകമകളും അമ്മയും വാതിൽ തുറന്ന്; കാത്തിരുന്നു.

മുസൽമാനായ ഒരു പുരുഷന് സ്വന്തം ഇണയുടെ ദുഃഖം കണ്ട് മൗനം പാലിക്കാനാവില്ലെന്ന വിശ്വാസത്താൽ പലനാളും കാത്തിരുന്നു.

കാത്തിരിപ്പിന്റെ തീവ്രത അസഹ്യമായപ്പോൾ അമ്മ സദാസമയവും ഓർമ്മപ്പെടുത്താൻ തുടങ്ങി.

– നീ നിന്റെ ഭർത്താവിനോടൊപ്പമാണ് കഴിയേണ്ടത്.

ഏഴെട്ടു നാളുകഴിഞ്ഞിട്ടും മടങ്ങിപോകാത്തതിലുള്ള കുണ്ഡിതം കൊണ്ടാകാം ആമിൻഷ എത്താത്തതെന്നാണ് അമ്മ കരുതിയത്. താനും അങ്ങനയേ ചിന്തിച്ചുള്ളൂ.

മടങ്ങിപ്പോകാൻ അമ്മ നിർബ്ബന്ധിച്ചുകൊണ്ടിരുന്നെങ്കിലും അമ്മയെ ഒറ്റയ്ക്കു വിട്ടുപോകാൻ മനസ്സു തോന്നിയില്ല. ഒപ്പം കൂട്ടാൻ തീരുമാനിച്ച് അമ്മയോടു നിർബ്ബന്ധം പിടിച്ചു.

"അമ്മയും കൂടെ വാ. ഇവിടെ ഒറ്റയ്ക്ക്"

എന്നാൽ അമ്മയുടെ പ്രതികരണം കേട്ടപ്പോൾ അത്ഭുതം തോന്നി.

"ഞാൻ ഒറ്റയ്ക്കോ. എന്റെ കുട്ടീ നിനക്കു തെറ്റുപറ്റി. നിന്റെ ബാപ്പ ഇവിടെ തന്നെയുണ്ട്. കുടുംബക്കാർ അദ്ദേഹത്തെ പിടിച്ചുകൊണ്ടു പോയിട്ടും അദ്ദേഹം തിരിച്ചുപോന്നു. രാവിലെ നീ കേട്ടില്ലേ. ആ ചാരുകസേരയിൽ കിടന്ന് പത്രം നിവർത്തിപ്പിടിച്ചുകൊണ്ട് എന്നെ ശുണ്ഠി പിടിപ്പിക്കാൻ പഞ്ചസാര ചേർത്ത് കാപ്പിയെടുക്കടേയെന്ന് പറഞ്ഞത്. ഷുഗർ

അല്പമേയുള്ളൂവെങ്കിലും ഞാൻ കൊടുത്തില്ല. ഇവളെന്നെ രുചിയോടെ ഒന്നും കഴിക്കാൻ അനുവദിക്കൂലെന്ന് പറഞ്ഞ് എന്നോടു ശണ്ഠ കൂടിയത് നീ കേട്ടില്ലേ. ഉച്ചയ്ക്ക് വറുത്തമീൻ വേണമെന്ന് വാശിപിടിച്ചതും നീ കണ്ടതല്ലേ. വൈകിട്ട് ഉള്ളിവടയുടെ മണത്തിനായി മൂക്ക് വലിച്ചു കയറ്റിയത് ഒന്നുകാണേണ്ടതു തന്നെ."

പിന്നെയും അമ്മ അവരുടെ പൂർവ്വകാലത്തിലേക്ക് ഊളിയിട്ടിറങ്ങി എന്തെല്ലാമോ പറഞ്ഞുകൊണ്ടിരുന്നു. വിവാഹം വെറുമൊരു വെല്ലുവിളിയായി മാത്രമല്ല അവർ കണ്ടിരുന്നത്. അവർ പരസ്പരം സ്നേഹിച്ചും കലഹിച്ചും ജീവിച്ചിരുന്നു.

"ഞാൻ ഇതുവരെ ജീവിച്ച സംവത്സരങ്ങളിലെ ഓർമ്മകൾ മതി ഇനിയും ഇതുപോലുള്ള ഒരാവർത്തി വർഷങ്ങൾകൂടി ജീവിച്ചു തീർക്കാൻ."

അമ്മ അങ്ങനെ പറഞ്ഞപ്പോൾ അമ്മയോടല്പം അസൂയതോന്നാതിരുന്നില്ല. ഒപ്പം പൂജാബാനുവെന്ന ഭാര്യക്ക് ഓർമ്മയിൽ കരുതിവയ്ക്കാൻ മധുരാനുഭൂതികളായി എന്തുണ്ടെന്നും ചിന്തിച്ചുപോയി.

അതുചെയ്താൽ സ്വർഗ്ഗം കിട്ടും. ഇതു ചെയ്താൽ നരകത്തിൽ പോകും. വിലക്കുകൾ കൊണ്ടു വീർപ്പുമുട്ടിക്കുന്ന ദാമ്പത്യത്തിൽ എന്തുണ്ട് ഓർമ്മിക്കാൻ.

ഏകമകളുടെ ദാമ്പത്യ സുഖത്തെ അമ്മയിൽനിന്നും അന്ന് മറച്ചു പിടിച്ചു. അമ്മയോടൊപ്പം തങ്ങിയാൽ ആ മൃദുല മനസ്സ് കൂടുതൽ വേദനിക്കുമെന്നു കരുതി അവിടം വിടാൻ തന്നെ തീരുമാനിച്ചു. അതുമല്ല ആ വേളയിൽ അമ്മ ഏകാന്തതയെ ശരിക്കും പ്രണയിക്കുന്നതായി തോന്നി.

ബാപ്പയുടെ ഓർമ്മകളായിരുന്നു അമ്മയുടെ ഏക ശക്തി.

ഫെയ്സി പോർച്ചിൽ കയറ്റി നിർത്തിയിട്ടിരുന്ന കാർ അതുപോലെതന്നെ വീട്ടിൽ കിടന്നിരുന്നു. അവർ മറ്റേതോ വാഹനത്തിലാണ് മരണ ദിവസം തിരികെ പോയതെന്ന് പിന്നീടാരോ പറഞ്ഞറിഞ്ഞു.

അമ്മയോടു യാത്രപറയുമ്പോൾ ആ കണ്ണുകൾ ഈറനണിഞ്ഞിരുന്നു. എങ്കിലും കൺകോണുകളിലെവിടെയോ സന്തോഷത്തിന്റെ തിരയിളകുന്നതു കണ്ടു; മകൾ ഭർത്താവിനോടൊപ്പം ചേരുന്നതിലുള്ള സംതൃപ്തിയാകാം അത്.

ആ പാവം അറിഞ്ഞിരുന്നുവോ ബന്ധനത്തിലകപ്പെട്ട കുഞ്ഞിക്കിളിയുടെ തേങ്ങലുകൾ.

ബംഗ്ലാവു വീടിന്റെ പടിക്കലെത്തുമ്പോൾ അവിടുത്തെ ബലവത്തായ ഗേറ്റുകൾ മലർക്കെ തുറന്നു കിടക്കുകയായിരുന്നു. വല്ലാതെ അത്ഭുതപ്പെട്ടുപോയി. കെട്ടിമൂടപ്പെട്ട കോട്ടയുടെ വാതിലുകൾ തുറന്നിടാൻ ആരാണ് ധൈര്യപ്പെടുക? ആമിൻഷയെന്ന തന്റെ അധികാരിയോ അതോ മറ്റാരെങ്കിലുമോ? സുന്ദരിയായ ഭാര്യയുടെ അസാന്നിദ്ധ്യത്തിൽ ബംഗ്ലാവ് വീട് അല്പം സ്വാതന്ത്ര്യം അനുഭവിക്കട്ടേയെന്ന് കരുതി അവൻ തന്നെ

തുറന്നിട്ടതായിരിക്കുമോ?

വണ്ടിയുടെ ഇരമ്പൽ കേട്ടതും മതിലിനു ചുറ്റും കൊത്തിപ്പറിച്ചു കൊണ്ടിരുന്ന കോഴിക്കുഞ്ഞുങ്ങൾ പൊടുന്നനെ തള്ളയുടെ ചിറകിനടിയിലൊളിക്കുകയായിരുന്നു. ഗേറ്റിനു പുറത്ത് കെട്ടിക്കിടന്ന ഇത്തിരി ജലത്തിൽ ചിറകിട്ടടിച്ചുനിന്ന താറാവുകൾ കഴുത്തു പൊക്കി ശബ്ദം പുറപ്പെടുവിച്ചുകൊണ്ടും നിന്നു. ഗേറ്റു കടക്കാതെ തെല്ലൊന്നു നിർത്തി അവകളെ തന്നെ നോക്കിക്കൊണ്ട് നിന്നപ്പോൾ മുറ്റത്തുനിന്ന വേലക്കാരി പെണ്ണ് ഒളിഞ്ഞു നോക്കി ആരോടോ എന്തോ പിറുപിറുക്കുന്നുണ്ടായിരുന്നു. പോർച്ചിൽ ഫെയ്സിയുടെ ബൈക്കു കണ്ടില്ല. വണ്ടികയറ്റി പോർച്ചിലിട്ടിട്ട് പുറത്തിറങ്ങിയപ്പോൾ റസിയയുടെ ഒച്ച അകത്തളത്തിലെവിടെയോ മുഴങ്ങി;

"എന്റെ പടച്ചോനെ അവളൊറ്റയ്ക്കാ, ഇപ്പഴത്തെ പെണ്ണുങ്ങളെ ചങ്കുറപ്പേ. അല്ലെങ്കി ഏതെങ്കിലും പെണ്ണ് ഇത്രേം ദൂരം വണ്ടിയോടിച്ച് വര്യോ."

സിറ്റൗട്ടിന് പുറത്തെ പടിക്കെട്ടുകളിൽ അപരിചിതരുടെ പാദരക്ഷകൾ കണ്ടു. വിരുന്നുകാരാരോ എത്തിയിട്ടുണ്ടാകുമെന്ന ബോദ്ധ്യത്താൽ അകത്തേക്കു പ്രവേശിച്ചപ്പോൾ ഹാളിലെ ചാരു മഞ്ചത്തിൽ കിടന്ന താടിക്കാരന്റെ ശിരസ്സല്പം ഉയരുന്നതു കണ്ടു. ഊരുചുറ്റി നടക്കുന്ന 'അനിയൻ' മനസ്സു മന്ത്രിച്ചു. അമ്മായിയുടെ അനിയത്തിയുടെ ഭർത്താവായ അയാൾ കൂടെകൂടെ ബംഗ്ലാവ് വീട്ടിലെത്തുക പതിവാണ്. ആശ്രിതരായി അവിടെ കഴിയുന്ന ഭാര്യയെയും മക്കളേയും കാണാൻ എത്തുമ്പോൾ ആമിൻഷയും ഫെയ്സിയും ആ വരവിനെ അതൃപ്തിയോടെ നോക്കി കാണാറുള്ളത് ശ്രദ്ധിച്ചിട്ടുണ്ട്. എന്നാൽ അമ്മായിക്കാകട്ടെ അയാളെപ്പറ്റി പറയാൻ നൂറുനാവാണ്. പുത്രവധുവിനോടു പറഞ്ഞ കഥകളുടെ കൂട്ടത്തിൽ അമ്മായി ഈ 'അനിയൻ കഥയും' തേനൂറുന്ന വാക്കുകളാൽ ഒരിക്കൽ കൂട്ടിച്ചേർത്തിരുന്നു.

- കറുത്ത കരിവീട്ടിപോലുള്ള മെയ്യിന്റെ അഴക്. പലക വീതിയിലുള്ള നെഞ്ചിൽ നിറയെ രോമക്കാട്. പുളിമരത്തിന്റെ ശക്തിയുള്ള ഒറ്റ കൈമതി ആനയെപ്പോലും പൊക്കിയെടുക്കാൻ.

പിന്നീടെപ്പോഴോ ആ അനിയൻ പ്രത്യക്ഷപ്പെട്ടപ്പോൾ അമ്മായിയുടെ വർണ്ണന ശരിയാണെന്നു തന്നെ തോന്നി.

പലപ്പോഴും ചിന്തിച്ചിട്ടുണ്ട്. ആമിൻഷയും റസിയയും നല്ല വെളുത്തിട്ടാണ്. ഫെയ്സി മാത്രമെന്തേ കറുത്തുപോയി?

ഒരിക്കലെപ്പോഴോ അമ്മായി സ്വന്തം ഭർത്താവിനെക്കുറിച്ച് പറഞ്ഞപ്പോൾ കൂട്ടിച്ചേർത്തു; ദേ എന്നെക്കാളും അങ്ങേര് നല്ല വെളുവെളുത്തിട്ടാണ്.

'അനിയൻ' ചാരുമഞ്ചം വിട്ടെഴുന്നേറ്റ് അകത്തേക്കു നോക്കിയപ്പോൾ അവിടേക്കു കടന്നുവന്ന റസിയയോടു സലാം പറഞ്ഞെങ്കിലും അവൾ തിരിച്ചൊന്നും ഉരിയാടുകയുണ്ടായില്ല. അമ്മായി ഭക്ഷണമുറിയുടെ ഇടുങ്ങിയ വാതായനത്തിലൂടെ ഞെരിഞ്ഞമർന്ന് ഹാളിലെത്തി. അമ്മായി

യോടും സലാംപറഞ്ഞു. അവരും സലാം മടക്കി പറഞ്ഞില്ല. മൂപ്പത്തി യാരുടെ മുഖത്തും കൈകളിലും മാറിമാറി നോക്കികൊണ്ട് അനിയൻ അവിടെതന്നെ നിശ്ചലനായി നിന്നിരുന്നു. മാംസളമായ അവരുടെ ശരീരം കുപ്പായത്താൽ പൊതിയുകയോ തല മക്കനയാൽ മറയ്ക്കപ്പെടുകയോ ചെയ്തിട്ടില്ലായിരുന്നു. ശിരോവസ്ത്രം കൊണ്ട് മുഖവും മാറിടവും ആവൃതമാക്കിയിട്ടുമില്ലായിരുന്നു.

കണ്ണുകളപ്പോൾ ആമിൻഷായെ തിരഞ്ഞു നടന്നു.

അനിയൻ അന്യപുരുഷനായിട്ടും, ഭർത്തൃമാതാവ് കീഴ്വഴക്കങ്ങൾ പാലിക്കാൻ മറന്നുപോയോയെന്ന ചിന്തയാൽ അങ്ങനെ തന്നെ നിന്നു. ആരൊക്കെയോ ചുറ്റിലും നിരന്നു. അവരിലാരുടേയും ചുണ്ടുകൾ അനങ്ങിയിരുന്നില്ല. കണ്ണുകൾ ചലിപ്പിച്ചിരുന്നില്ല. ആമിൻഷാ നിന്റെ കെട്ടിയോൾ ദേ എത്തിയിരിക്കുന്നൂവെന്നുപോലും ആരും പറഞ്ഞിരുന്നില്ല.

“നീ എന്തിന് ഇങ്ങോട്ട് വന്ന്”

മൗനത്തിന്റെ തോടുപൊട്ടിച്ച് പൊടുന്നനെ റസിയയുടെ ശബ്ദം തോട്ടപ്പൊട്ടും വിധം അവിടെയാകെ മുഴങ്ങികേട്ടു. പൊതുവെ ഉച്ചത്തിൽ സംസാരിക്കാറുള്ള റസിയയുടെ വാക്കുകൾക്ക് പതിന്മടങ്ങ് ശബ്ദമുണ്ടായിരുന്നു. ഞെട്ടിപ്പോയി.

ഏകാന്തതയിൽ തല പൂഴ്ത്തി പൂഴ്ത്തി ചെറിയൊരു ശബ്ദം കേട്ടാൽ മതി ഞെട്ടിത്തരിക്കാൻ.

ഭീതിയോടെ നെഞ്ചകം ചിറകിട്ടടിക്കാൻ തുടങ്ങിയതും ചുറ്റും നിന്നവരിലേക്കു മിഴികൾ മാറിമാറി സഞ്ചരിച്ചു. അപ്പോൾ എല്ലാരും അതേ ചോദ്യം തന്നെ ആവർത്തിക്കുന്നതായി തോന്നി.

നീ എന്തിനു വന്നു. നീ എന്തിനു വന്നു.

വീണ്ടും മിഴികൾ ആരെയോ തിരഞ്ഞു നടന്നു. ഫെയ്സിയെ. ആമിൻഷയെ. അവരുടെ സ്വീകരണം എങ്ങനെയായിരിക്കുമെന്ന ചിന്തയാൽ മനസ്സ് കലങ്ങി മറിഞ്ഞുകൊണ്ടിരുന്നു.

ഉമ്മുലുവിനെ നോക്കിയപ്പോൾ അവളുടെ നോട്ടം ഒരു വിജയിയുടേതാണെന്നു തോന്നി.

തന്റെ വരവിനെ എന്തുകൊണ്ട് അവർ ഇഷ്ടപ്പെടുന്നില്ല? പിതാവിന്റെ മരണത്തിനുപോയി വൈകിയതിനാലാണോ? ഭർത്താവിനോടുള്ള ചുമതലകൾ നിർവ്വഹിക്കാതെ മാതാവിനോടൊപ്പം ദുഃഖം പങ്കുവച്ചു നിന്നതിനാലാണോ?

“ഇസ്ലാമല്ലാത്ത നീ എന്തിന് ഇവിടെ വന്നു.”

പടവുകൾ ചവിട്ടിമെതിച്ചുകൊണ്ട് ആരോ നടന്നടുക്കുന്ന ശബ്ദം കേട്ട് തിരിഞ്ഞുനോക്കി. ആക്രോശത്തോടൊപ്പം കണ്ണുകളിൽ കത്തുന്ന അഗ്നിയുമായി അവൻ മുന്നിൽ നില്ക്കുന്നു. അവന്റെ കീഴ്ച്ചുണ്ട് പല്ലുകൾക്കിടയിൽ ഞെരിഞ്ഞമർന്നപ്പോൾ കുറുകിവന്ന കറുത്ത പുരികങ്ങൾക്കിടയിലെ തേരട്ടപോലുള്ള തഴമ്പ് തെളിഞ്ഞു നിന്നു.

“എന്താ എല്ലാരും കൂടിനിക്കണേ. പോ. എങ്ങോട്ടെങ്കിലും പോ.”

അവന്റെ വാക്കുകൾ കൂടി നിന്നവരെ പേടിപ്പെടുത്തി. ചിലർ വാതില്ക്കൽ മറഞ്ഞു നിന്നു ചെവി വട്ടം പിടിച്ചു. മറ്റുചിലർ അലസമായി പുറത്തേക്കു നടന്നുകൊണ്ട് ഒളികണ്ണാൽ രംഗം നിരീക്ഷിച്ചു.

"കള്ളത്തരം കാട്ടി വിവാഹം നടത്തിച്ചിട്ട്, നിന്റെ തന്ത വിവാഹം നിശ്ചയിക്കാൻ വന്നപ്പം പറഞ്ഞതെന്താണെന്നോ. നിന്റെ തള്ളേ യത്തീംകാനേന്ന് 'മഹറിന്' മാത്രം കെട്ടിയെന്നാണ്. മരിപ്പുവീട്ടിവച്ച് ഓരോരുത്തര് കുശുകുശുക്കണ കേട്ടപ്പോഴല്ലേ എല്ലാം കള്ളോം അറീണത്."

അമ്മായിയുടെ വാക്കുകൾ ചെവിക്കുള്ളിൽ തുളഞ്ഞു കയറി. ചാരിനിന്ന ബലവത്തായ കോൺക്രീറ്റ് ചുമരുകൾ ഒന്നാകെ മേലിൽ പതിക്കുന്നപോലെ തോന്നി. ഹാളിലെ ചലനമറ്റു കിടന്ന പങ്കകളിൽനിന്നും കെടുങ്കാറ്റ് ആഞ്ഞടിച്ചപോലെയും. അവിടെയപ്പോൾ വിരലിലെണ്ണാവുന്നവരല്ല; ഒരായിരംപേർ കൂടി നിന്ന് ഒന്നടങ്കം ആർത്തട്ടഹസിക്കുന്നുവോ; നീ എന്തിന് ഇവിടെ വന്നു; കാഫറിന്റെ ഗർഭപാത്രത്തിൽ പിറന്നവൾക്ക് ഇവിടെയെന്തു കാര്യം.

"നാലാളെകൂട്ടി അവളെയങ്ങ് മൊഴിചൊല്ലിവിട്"

നിശ്ചലമായി ഭിത്തിയിൽ ചാരി നിന്നപ്പോൾ റസിയയുടെ വാക്കുകൾ കൂരമ്പുപോലെ കാതുകളിൽ തുളച്ചുകയറി. പിന്നെയൊന്നും ഓർമ്മയില്ല.

കണ്ണുതുറന്നപ്പോൾ ഭക്ഷണശാലയുടെ മേശയ്ക്കു കീഴെ നിലത്തു കിടക്കുകയാണെന്നറിഞ്ഞു. ശിരോവസ്ത്രം നന്നേ നനഞ്ഞിരുന്നു. നനവാർന്ന കുപ്പായം മാറോടു ഒട്ടിച്ചേർന്നു കിടന്നിരുന്നു. കവിളിലും നെറ്റിയിലും ജലതുള്ളികൾ പറ്റിപ്പിടിച്ചും നിന്നിരുന്നു.

അന്നുമുതലാണെന്നു തോന്നുന്നു ആമിൻഷായെ താൻ ഏറെ വെറുത്തു തുടങ്ങിയത്. പിന്നെ പിന്നെ അവനു പറയാൻ കൂടുതൽ കൂടുതൽ വാക്കുകൾ കിട്ടി.

ഇസ്ലാമിന്റെ ഗർഭപാത്രത്തിൽ ജനിച്ച പെൺകുട്ടിയെയായിരുന്നു എനിക്കു വേണ്ടിയിരുന്നത്.

നീ വെറും കാഫീറാണ്.

അന്യമതക്കാരിയുടെ ഗർഭത്തിൽ പിറന്നവൾ. പോരെങ്കിലോ നീ നീ ഇൽമില്ലാത്തവളും.

ബംഗ്ലാവു വീട്ടിലെ കാര്യങ്ങൾ എന്നും രഹസ്യമായിരുന്നു. പ്രത്യേകിച്ച് വധുവായെത്തിയ പെൺകുട്ടി ഹിന്ദുവിന്റെ ഗർഭപാത്രത്തിലാണ് ജന്മം കൊണ്ടതെന്ന കാര്യം. അതുകൊണ്ടുതന്നെ അകത്തെ പൊട്ടിത്തെറികൾക്കിടയിലും അന്യരുടെ മുന്നിൽ ബംഗ്ലാവു വീട്ടുകാർ മാന്യത നടിച്ചു. ആമിൻഷ നല്ലപിള്ളയായി ചമഞ്ഞ് ഭാര്യയെ സംരക്ഷിക്കുന്നവനാണെന്നു കാട്ടിക്കൊടുത്തു. ബംഗ്ലാവു വീട്ടിലെത്തിയ പെൺകുട്ടി മാമൂലുകളിൽ കഴിയുന്നവളാണെന്നു പറഞ്ഞു നടക്കാൻ അവർ വെമ്പൽ കൊണ്ടു. അതിനായി കൂടുതൽ കൂടുതൽ അധികാരങ്ങൾ അവർ പ്രയോഗിച്ചൂവെന്നു മാത്രം. തള്ള കാഫീറാണെങ്കിലും ശുദ്ധ മുസൽമാന്റെ

തന്തക്കു പിറന്നവളാണെന്നു പറഞ്ഞ് അമ്മായി മരുമകളുടെ പഠിപ്പിനെക്കുറിച്ചും അഴകിനെക്കുറിച്ചും വാതോരാതെ സംസാരിച്ച് ബന്ധുക്കളോടു വീമ്പുകാട്ടി എല്ലാം മറച്ചുവയ്ക്കാൻ ശ്രമിച്ചുകൊണ്ടിരുന്നു.

പന്ത്രണ്ട്

മാറിലൂടെ ഇഴഞ്ഞു തിമിർക്കുന്ന ഒരായിരം പുഴുക്കൾ. തൂത്തെറിയുന്തോറും കൂടുതൽ കൂടുതൽ ആവേശത്തോടെ പുളഞ്ഞു കയറുന്നു. മുലക്കണ്ണുകളിൽ തൂങ്ങിയാടുന്ന കുളയട്ടകൾ ആഞ്ഞാഞ്ഞു രക്തം വലിച്ചെടുക്കുന്നു. അവയേയും വലിച്ചെറിയാനാകുന്നില്ല. കഴുത്തിലും കവിളിലും ഉരസുന്ന നീണ്ടരോമങ്ങൾ വടത്തിന്റെ കൂർത്ത നാരുകൾ പോലെ തുളച്ചു കയറുന്നു.

വല്ലാത്ത വേദന. വല്ലാത്ത അറപ്പ്. വല്ലാത്ത ഭീതി.

മെയ്യിന് മീതെ പർവ്വതത്തിന്റെ ഭാരം.

സ്വന്തം കരംകൊണ്ടുതന്നെ ശരീരമാകെ പരതി. ഇല്ല. ആരുമില്ല.

കാതിൽ തുളച്ചുകയറുന്ന ശ്വാസോച്ഛ്വാസം മാത്രം.

അത് തന്റേയോ? അതോ മെഹ്റിനയുടേതോ?

ഇരുട്ടിലേക്കു തുറിച്ചു നോക്കി മെഹ്റിനയെ തിരഞ്ഞു.

മെഹ്റിന എവിടെ? ഇല്ല. താനിന്ന് മെഹ്റിനയുടെ മുറിയിലല്ലല്ലോ. മെഹ്റിന അവളുടെ കിടക്കയിൽ ഊഴം തേടിയെത്തുന്നവനുവേണ്ടി ഗുഹാമുഖത്തിന്റെ പാളികൾ തുറക്കാൻ വെറുപ്പോടെ കാത്തിരിക്കുകയാവും. മുഖപടം മാറ്റി ആദ്യനോട്ടം കൊണ്ടുതന്നെ അവൾക്കയാളെ തൃപ്തനാക്കേണ്ടതുണ്ട്. അയാൾ മോശമായി പെരുമാറുകയോ ദേഷ്യപ്പെടുകയോ ചെയ്താൽപ്പോലും സംയമനം പാലിച്ച് ഇരുകൈകളും നീട്ടി ഇതാ എന്റെ കൈകൾ നിങ്ങളുടെ കൈക്കുള്ളിൽ വയ്ക്കുന്നുവെന്നു പറഞ്ഞ് ആഗ്രഹം പൊഴിയുന്ന നോട്ടങ്ങളെറിഞ്ഞ് അവനെ ഉത്തേജിപ്പിക്കേണ്ടതുണ്ട്.

വീണ്ടും ഇരുട്ടിലേക്കു നോക്കി കിടന്നു.

ചുറ്റും പാറക്കെട്ടുകൾ. ഇരുണ്ട ഗുഹാമുഖങ്ങൾ. പാറക്കെട്ടുകൾക്കു ചുറ്റും മൊട്ടിട്ടു നില്ക്കുന്ന വിടരാത്ത സൗഗന്ധികങ്ങൾ. ആരോ അവയെ ചവിട്ടിമെതിച്ചുകൊണ്ട് ഗുഹാമുഖത്തിലൂടെ ആഴ്ന്നിറങ്ങാൻ വെമ്പൽ കാട്ടുന്നു. ഞെരിഞ്ഞമർന്ന ദളങ്ങളെ നോക്കി പാറക്കെട്ടുകൾക്കരികിൽ തളർന്നിരുന്ന കിളിയൊന്നു വിഷാദഗാനം മുഴക്കി. കാനനച്ചോലയിലെ നനവില്ലാത്ത ഉറവ കണ്ട് ആരോ പറയുന്നു.

ശവം.

പൊടുന്നനെ തുടകൾക്കിടയിൽ അട്ടകളിഴയുന്നപോലെ തോന്നി. അവയുടെ ദശലക്ഷം പാദങ്ങളുടെ സ്പർശം ശിരസ്സിനെ മരവിപ്പിച്ചപോലെയും. തിരിഞ്ഞു കിടക്കാൻ കിണഞ്ഞു ശ്രമിച്ചു. ശിരസ്സിനും

വല്ലാത്ത ഭാരം. കൈകൾ ചലിപ്പിച്ചു നോക്കി. കൈകൾക്കു മാത്രം ചലനമുണ്ട്. യാന്ത്രികമായ ചലനം. ദേഹമാകെ തണുത്തിരിക്കുന്നു; ശവത്തിന്റെ തണുപ്പുപോലെ.

മെഹ്റിനയുടെ സ്നിഗ്ദ്ധമാർന്ന കരങ്ങൾ മാത്രം ചലിക്കുകയാവും? കൈകൾ മാത്രം ചലിക്കുന്ന ഒരു ശവമായി മാറിയിരിക്കുകയാവും അവൾ.

അറപ്പുതോന്നി. ഓർക്കാതിരിക്കാൻ ശ്രമിച്ചപ്പോൾ ഉള്ളിൽ എന്തോ തികട്ടി വന്നു. അറപ്പുളവാക്കുന്ന ഓർമ്മയുടെ തികട്ടൽ. മോഹങ്ങൾ വെന്തെരിഞ്ഞ ആദ്യനാളുകളിലെ തികട്ടൽ.

മോഹിച്ചിരുന്നു. ഏറെ മോഹിച്ചിരുന്നു. നിലാവിന്റെ ഇളം കുളിരിൽ നിശാഗന്ധിനിയായി മടിയിൽ മയങ്ങികിടക്കാൻ. രാവേറെ ചെന്നാലും മതിയാവാതെ പ്രേമം തുളുമ്പുന്ന അവന്റെ കണ്ണുകളിൽ നോക്കി അവൻ ചൊല്ലുന്ന കഥകേട്ടു കിടക്കാൻ. അങ്ങനെ കിടക്കുമ്പോൾ കണ്ണുകളിൽ വിടരുന്ന ഒരായിരം നക്ഷത്രങ്ങളെ കണ്ട് വാനം അസൂയപ്പെടണം. പ്രണയിനിയെക്കുറിച്ചു പാടുന്ന പ്രേമഗീതങ്ങൾ കേട്ട് ഒളിച്ചെത്തുന്ന മന്ദമാരുതൻ ലജ്ജിച്ച് തല താഴ്ത്തണം.

മധുവിധു നാളിലെ തണുത്തൊരു രാവിൽ രണ്ടാം നിലയിലെ മട്ടുപ്പാവിൽ അവൻ ഏകനായ് ഇരിക്കുകയായിരുന്നു. അന്നത്തെ രാത്രിക്കു വല്ലാത്ത സൗന്ദര്യമുണ്ടായിരുന്നു. നിലാവിൽ കുളിച്ചു നിന്ന ഉദ്യാനത്തിലെ വെളുത്ത പുഷ്പങ്ങളുടെ നവ സൗരഭ്യം വല്ലാതെ പുളകം കൊള്ളിച്ചു. ആകാശച്ചെരുവിൽ മിന്നിത്തിളങ്ങുന്ന നക്ഷത്രക്കുഞ്ഞുങ്ങൾ മൗനം കണ്ട് കളിയാക്കി. അനാവൃത മുഖത്തോടെ അവനരികിൽ ചെന്നു നിന്നപ്പോൾ ഇളം കാറ്റിന്റെ തലോടലേറ്റ് മെയ്യാകെ കുളിർകോരിയിട്ടു. ഹൃദയത്തിലാകെ മഞ്ഞു കിനിയുന്ന സുഖമായിരുന്നു അപ്പോൾ. മെല്ലെ കൈ ചേർത്തു അവനോടു ചേർന്നുനിന്നു; അവന്റെ മൃദുവായ ആലിംഗനത്തിനായി കൊതിച്ചുകൊണ്ടുതന്നെ. എന്നാൽ അവനാകട്ടെ പൃഷ്ഠത്തിൽ എന്തോ കുത്തേറ്റവനെപ്പോലെ പൊടുന്നനെ ചാടിയെഴുന്നേറ്റു ചോദിച്ചു.

"ശൃംഖരിക്കാൻ കണ്ട സ്ഥലം ഇവിടയോ"

ആ വാക്കുകൾ കേട്ടപ്പോൾ കിനിഞ്ഞിറങ്ങിയ ഹിമമാകെ കൊടും ചൂടിൽ അപ്രത്യക്ഷമായി. തീർത്തും മരുഭൂമിയിൽ അകപ്പെട്ട അവസ്ഥ. കൊടുങ്കാറ്റിൽപ്പെട്ട് ബംഗ്ലാവ് വീടാകെ കുലുങ്ങിയാടുന്നൂവെന്നു തോന്നി. പൂന്തോട്ടമാകെ കുറ്റാകൂരിരുട്ടിലും.

പെട്ടെന്ന് കിടപ്പറയിലേക്കു തിരിഞ്ഞു നടന്നു. പിൻതുടർന്നു വന്നിട്ട് സാന്ത്വനിപ്പിക്കാനെന്ന പോലെ അവൻ പറഞ്ഞു.

"ആരെങ്കിലും കണ്ടാൽ"

ആ രാത്രിയിൽ അതും ആ മട്ടുപ്പാവിലേക്ക് എത്തി നോക്കാൻ അവിടെ ആരുമില്ലായിരുന്നു. മാത്രമല്ല, അവിടെക്കിടന്ന് ഭോഗിക്കാനല്ല പോയതും. അങ്ങനെ പറയാനൊരുങ്ങിയെങ്കിലും ഒന്നും പറയാതെ മൗനം പാലിച്ച് കട്ടിലിൽ ചെന്നിരുന്നു.

മനുഷ്യ കണ്ണുകൾ മാത്രമല്ല സ്ത്രീയിലെ അംഗലാവണ്യം കണ്ട് മോഹിക്കുന്നതെന്ന് അവനിൽനിന്നും ആദ്യമായി അന്നറിഞ്ഞു. ആകാശത്ത് ധാരാളം ജിന്നുകളുണ്ടത്രെ! ആണും പെണ്ണും വർഗ്ഗത്തിൽപ്പെട്ട ജിന്നുകൾ. പുരുഷ ജിന്നുകൾക്ക് മനുഷ്യ സ്ത്രീയുടെ സൗന്ദര്യം കണ്ട് മോഹമുണ്ടാകാം. അങ്ങനെ അവർ ഉത്തേജിതരാകാം. ആയതിനാൽ രാത്രിയിൽ വിജനമായ സ്ഥലത്തുപോലും സ്ത്രീ അനാവൃതയായി നടക്കരുത്, നില്ക്കരുത്, കിടക്കരുത്. രണ്ടു വിഭാഗത്തിൽപ്പെട്ട ജിന്നുകളിൽ നല്ല ജിന്നും ചീത്ത ജിന്നുകളുമുണ്ട്. നല്ല ജിന്നാണെങ്കിൽ മോഹിച്ച പെണ്ണിനെ ഭൂമിയിൽനിന്നും പൊക്കിയെടുത്ത് അവരുടെ ലോകത്തേക്കു കൊണ്ടുപോയി കൂടെ പാർപ്പിക്കും. ചീത്ത ജിന്നാണെങ്കിൽ ഭൂമിയിലിട്ട് അവളെ കഷ്ടപ്പെടുത്തും. ദാമ്പത്യം പോലും തകർത്തുകളയുവാൻ അവർ മടിക്കില്ല. അതിനാൽ കിടപ്പറയിൽ വച്ചേ ചെറു സ്പർശം പോലും പാടുള്ളൂവെന്ന് ആമിൻഷ പറഞ്ഞപ്പോൾ അവന്റെ നഗ്നമായ നെഞ്ചിലേക്കു വിരൽ ചൂണ്ടി ചോദിച്ചു.

"അപ്പോൾ ഈ പെൺ ജിന്നുകൾക്ക് മനുഷ്യപുരുഷനെ കണ്ടാൽ മോഹമുദിക്കില്ലേ."

"ഹേയ് ഇല്ലില്ല അന്ത്രോപ്പോളജിസ്റ്റുകൾ പറയുന്ന പോലെ പെൺ ജിന്നുകളുടെ വികാരവും......."

"മതി മതി." കേൾക്കാൻ കൂടുതൽ താല്പര്യം കാട്ടിയില്ല. ആന്ത്രോപ്പോളജിസ്റ്റുകൾ ജിന്നുകളെക്കുറിച്ചും ഗവേഷണം നടത്തിയിട്ടുണ്ടാകാം. അരൂപികളായ ജിന്നുകളെക്കുറിച്ചും അവരുടെ ഉത്തേജന രീതിയെപ്പറ്റിയുമൊക്കെ. ചിരിക്കാനേ തോന്നിയുള്ളൂ.

അന്നു രാത്രിയിൽ ആമിൻഷ ഉത്തേജിതനാകാൻ സ്പർശിച്ചപ്പോൾ തന്റെ ദേഹം നന്നേ തണുത്തിരുന്നു. മരുഭൂമിയിലെ പാതിരാക്കാറ്റേറ്റതുപോലുള്ള തണുപ്പ്. ശവമെന്ന വാക്ക് അമർഷത്തോടെ അവന്റെ നാവിൽനിന്നും തെറിച്ചു വീണപ്പോൾ അവനോടു പറയണമെന്നുണ്ടായിരുന്നു.

- ശാസ്ത്രജ്ഞരുടെ വരികൾ ഉരുവിടുന്ന നിനക്കറിയില്ലേ അവൾക്കു വേണ്ടത് പ്രണയമാണെന്ന്. നിന്റെ വാക്കിൽനിന്നും നിന്റെ നോട്ടത്തിൽ നിന്നും പതഞ്ഞു പൊങ്ങുന്ന പ്രണയം. അതിൽ ഒരു തൂവൽപോലെ ഭാരമില്ലാതെ അവൾക്കു പറന്നു നടക്കണം. ആ ലഹരിയുണ്ടെങ്കിൽ നീ അരികിലെത്തുമ്പോൾ അവളുടെ ഹൃദയ തടാകത്തിൽ ഒരായിരം പുഷ്പങ്ങൾ വിടരും. നീ നീട്ടുന്ന പ്രണയത്തിന്റെ ലഹരിയിൽ അവളുടെ കപോലങ്ങൾ നിറമാർന്നതാകും. അധരങ്ങൾ അതീവ മധുരമാകും. ഇളം കാറ്റിൽ ചാഞ്ഞാടുന്ന വല്ലികൾ പോലെ കരങ്ങൾ നിന്നിലേക്കു വളഞ്ഞു പുളയും. അങ്ങനെ ജീവിതം സ്വർഗ്ഗമാകും. നീ പറയാറുള്ള പോലുള്ള സ്വർഗ്ഗം.

ശവത്തെ മണത്തിട്ട് തിരിഞ്ഞുപോകുന്ന മൃഗത്തെപ്പോലെ അവൻ മുരണ്ടപ്പോൾ ഒന്നും പറയാനായില്ല. വാക്കുകളും വെറും ശവമായി മാറി.

ഓർത്തപ്പോൾ പല്ലുകൾ ഞെരിഞ്ഞമർന്നു.

മെത്ത വിരിക്കാത്ത കട്ടിലിൽ നിറഞ്ഞു കിടന്ന സെൽമത്തിന്റെ കൂർക്കംവലി പൊടുന്നനെ നിലച്ചെന്നു തോന്നി. ഞെട്ടിയുണർന്നുകൊണ്ട് സെൽമത്ത് ഇരുട്ടിലേക്കു നോക്കി പറഞ്ഞു.

"ഹോ അവര് വന്നാരിക്കും. വാതിൽ മുട്ടണ ശബ്ദം പോലെ കേട്ട്."

വശം ചെരിഞ്ഞ് പ്രയാസപ്പെട്ട് കട്ടിലിൽ കൈകുത്തി എഴുന്നേറ്റിരുന്നിട്ട് സെൽമത്ത് കോട്ടുവായിട്ടു. പിന്നെ കട്ടിൽപ്പിടിയിൽ കൈകുത്തി പതിയെ എഴുന്നേറ്റു. അവൾ പുതച്ചിരുന്ന കടുംപച്ചയിൽ വെള്ള വരകളുള്ള കൈലിയിൽ മുത്തമിട്ടുകൊണ്ട് ഒളികണ്ണാൽ പറഞ്ഞു.

"ഇത് അവരതാണ്."

കുപ്പായത്തിന്റെ ചുരുളുകൾ കൈ കൊണ്ടൊതുക്കിയിട്ട് കണ്ണാടിയിൽ നോക്കി നെറ്റിയിലേക്കു ചിതറിക്കിടന്ന തലമുടിയെ സെൽമത്ത് ആ കൈ കൊണ്ടുതന്നെ കോതിയൊതുക്കി. പിന്നെ മേശപ്പുറത്തിരുന്ന പൗഡർ ടിൻ മെല്ലെ കമഴ്ത്തി. അപ്പോൾ കാറ്റ് പുറത്തേക്കു ചാടി. അതു കണ്ട് അവളുടെ കണ്ണുകൾ നിരാശയിലാണ്ടു.

മലർക്കെ തുറന്ന വാതിലിലൂടെ സെൽമത്ത് ഇടനാഴിയിലേക്കു ഇടയ്ക്കിടെ ഉറ്റുനോക്കികൊണ്ടിരുന്നു. ഇരുട്ടിന്റെ ശൂന്യതയിൽ അവളുടെ മിഴികൾ എങ്ങാണ്ടൊക്കെയോ ഉഴറി നടന്നു. ഏറെ നേരം കാത്തു നിന്നിട്ട് നെടുവീർപ്പോടെ തിരികെ നടക്കുമ്പോൾ ചാരിയ വാതിലിന് താഴിടാൻ അവൾ മറന്നെന്നു തോന്നി.

മറന്നതോ അതോ മനപ്പൂർവ്വമോ?

ബഹുഭാര്യത്വത്തിൽ കഴിയുന്നവൻ അവന്റെ എല്ലാ ഭാര്യമാരുടേയും കണ്ണുകൾ കുളിർപ്പിക്കണം. അവരെ ദുഃഖിപ്പിക്കരുത്. അവൻ നല്കുന്നതുകൊണ്ട് അവൾ തൃപ്തയാകുകയും വേണം.

ആമിൻഷ അങ്ങനെ പറഞ്ഞ് ബഹുഭാര്യത്വത്തെ അനുകൂലിച്ചപ്പോൾ ഒരിക്കൽ ചോദിച്ചു.

"അങ്ങനെ അവർ തൃപ്തരാകുമോ"

"പിന്നല്ലാതെ. അവർക്ക് തിന്നാൻ കൊടുക്കുന്നു. ഉടുക്കാൻ കൊടുക്കുന്നു പിന്നെ ആനന്ദവും നല്കുന്നു."

"തുല്യമായി തന്നെ നല്കാനാകുമോ?"

"ഹേയ് അങ്ങനെയാകണമെന്നില്ല. അവന് ആഗ്രഹം തോന്നാത്ത ഭാര്യയോട് ആനന്ദിക്കേണ്ടതില്ലല്ലോ."

"അവൾക്ക് അവനോട് അങ്ങേയറ്റം ആഗ്രഹമുണ്ടെങ്കിലോ."

"തീർച്ചയായും അവനിഷ്ടമില്ലത്തവളാണെങ്കിൽ ഒഴിവാക്കാം."

സെൽമത്ത് വീണ്ടും വാതിൽക്കൽ പോയി ഏറെ നേരം കാത്തു നിന്നു.

ഹോ! എന്തൊരു വിരോധാഭാസം. തെരഞ്ഞെടുപ്പിൽപോലും പുരുഷന്റെ ആഗ്രഹത്തിന് മുൻഗണന.

സെൽമത്തിന്റെ അടപ്പുപാത്രം വീണ്ടും കടകടാ ശബ്ദം വച്ചു. എണ്ണ കിനിയുന്ന ഉണ്ണിയപ്പത്തിൽനിന്നും ഒന്നെടുത്ത് നീട്ടിയപ്പോൾ മനസ്സിലായി

സെൽമത്തിനിപ്പോൾ 'പ്രാന്തി'യോടുള്ള ഭീതി പാടെമാറിയിരിക്കുന്നു.

ഓരോന്നും വലിച്ചെടുത്ത് അവൾ വായിലിടാൻ തുടങ്ങി. ഇരുകവിളുകളും വീർത്തുവരാനും.

ഒരു നാൾ സെൽമത്തും ഏറെ സുന്ദരിയായിരുന്നുവെന്ന് കേട്ടിട്ടുണ്ട്. ബിൻഷയെക്കാളും, മെഹ്റിനയെക്കാളുമൊക്കെ അഴക് അവളിൽ കവിഞ്ഞൊഴുകിയിരുന്നുവത്രെ! അയാൾക്കുവേണ്ടി മാത്രം എല്ലാം കുപ്പായമിട്ടു പൊതിഞ്ഞിരുന്നു. പവിത്രമായി സൂക്ഷിച്ചിരുന്നു. അയാളെത്തുമ്പോൾ അയാൾക്കു മുമ്പിൽ മാത്രം എല്ലാം തുറന്നിട്ടു. പിന്നീട് അയാൾക്കുവേണ്ടിയുള്ള കാത്തിരിപ്പിന്റെ ഇടവേളയിൽ അവൾ നെയ്യപ്പം തിന്നു. ഹലുവ തിന്നു. അണ്ടിപ്പരിപ്പു തിന്നു. അങ്ങനെയങ്ങനെ അവളിലെ മേദസ്സ് കൂടി. പിന്നീട് അയാൾക്ക് അവളെ ഒട്ടുമേ വേണ്ടാതെയായിട്ടും അവളിലെ ശീലത്തിന് മാറ്റം വന്നില്ല.

മനുഷ്യർ ചിലപ്പോൾ അങ്ങനെയാണ്. വേദനകൾ മറക്കാൻ നഷ്ടങ്ങൾ ഓർക്കാതിരിക്കാൻ എന്തെങ്കിലും തുടങ്ങിവയ്ക്കും. അതുപിന്നെ ശീലമാകും. ആ ശീലം അവരെ അടിമയാക്കും.

സെൽമത്ത് വീണ്ടും നെയ്യപ്പമെടുത്ത് വായിലിട്ടു. അവളിപ്പോൾ സദാ അയവിറക്കിക്കൊണ്ടിരിക്കുന്ന ഒരു ജന്തുവായി മാറിയിരിക്കുന്നു. സദാ ശാന്തത കളിയാടുന്ന ഒരു ചെമ്മരിയാടിനെപ്പോലെ തോന്നി അവളുടെ മിഴികൾ കണ്ടപ്പോൾ. ആ മിഴികൾ കൊണ്ട് സെൽമത്ത് തന്റെ നഗ്നമായ കഴുത്തിലേക്ക് നോക്കി സംശയത്തോടെയാരാഞ്ഞു.

"കൊച്ച് കല്യാണം കഴിഞ്ഞോളല്ലേ."

വെളുപ്പും കറുപ്പും മുത്തുകൾ ഇടകലർത്തി കോർത്തെടുത്ത പഞ്ചാരമുത്തു മാലയിലെ ചന്ദ്രക്കല കൊത്തിയ ചെറുതാലി തടവിക്കൊണ്ട് സെൽമത്ത് തുടർന്നു.

"ഇതെപ്പഴും പൊട്ടിപ്പൊട്ടിപോകും കൊച്ചേ. എനിക്ക് വല്യ വല്യ മാലകളൊണ്ടാരുന്നതാ. കാശ്മാല, ശരപ്പൊളിമാല, ഗോപിമാല........"

കാശ്മാല, ശരപ്പൊളി മാല.... സെൽമത്തിന്റെ ആ വാക്കുകൾ വീണ്ടും ഏതാണ്ടൊക്കെയോ ഓർമ്മപ്പെടുത്തി. അന്യമതക്കാരിയുടെ ഗർഭത്തിൽ പിറന്നവൾക്കുമുണ്ടായിരുന്നു ധാരാളം ആഭരണങ്ങൾ. ഇട്ടണിഞ്ഞു നടക്കാൻ അവൾക്ക് ഒട്ടുമേ മോഹമില്ലായിരുന്നു. ഭദ്രമായി സൂക്ഷിച്ചുവയ്ക്കാനുള്ള കരുതൽ ബോധവും അവൾക്കില്ലായിരുന്നു. അവളില്ലാതെ അവളറിയാതെ ഒപ്പുവച്ച വിവാഹ കരാറിൽ പരസ്പരമുണ്ടായിരുന്ന വ്യവസ്ഥകളായിരുന്നു; നൂറു പവൻ സ്വർണ്ണം, പത്തുലക്ഷം രൂപ, സഞ്ചരിക്കാനൊരു കാർ, പിന്നെ മാതാപിതാക്കളുടെ മരണാനന്തരം അവർ താമസിക്കുന്ന വീടും. കരാറിലെ ഇരു കക്ഷികളിലൊരാളായ ബാപ്പ വ്യവസ്ഥ സമ്മതിച്ച് പുത്രിക്കുവേണ്ടി വാങ്ങിയ പുരുഷന് എല്ലാം നല്കി. ആദ്യനാളിൽ തന്നെ വ്യവസ്ഥയിലെ സ്ഥാവര ജംഗമങ്ങളെല്ലാം ഉണ്ടെന്ന് അമ്മായി ഉറപ്പുവരുത്തി. മകന്റെ മുറിയിൽ ആഭരണം സൂക്ഷിച്ചിട്ട് അമ്മായിയുടെ കൈയിൽ താക്കോൽ കരുതിവച്ചു. ആഭരണങ്ങൾ മാത്രമല്ല

വേറെ പലതും സൂക്ഷിക്കുന്ന അലമാര തുറക്കണമെങ്കിൽ ഭർത്താവിന്റെ അനുവാദം വേണമായിരുന്നു. അമ്മായിയുടെ മുന്നിൽ താക്കോലിനായി ഓച്ഛാനിച്ചു നില്ക്കണമായിരുന്നു. റസിയയ്ക്കു 'എണങ്ങണ'ത് ഏറക്കുറെ സ്വന്തമാക്കി കഴിഞ്ഞിട്ട് ബാക്കിയുള്ളതിനെ കൈക്കലാക്കാനായി അന്യമതക്കാരിയുടെ മകളായി തിരിച്ചുവന്ന ആ ദിവസം തന്നെ കൊടുങ്കാറ്റടങ്ങിയ രാവിൽ അമ്മായി മരുമകളെ സമീപിച്ചു പറഞ്ഞു.

"മരുമോളേ ആ കനകപ്പെട്ടി ഇങ്ങെട്. എന്റെ റങ്കിൽ വച്ച് പൂട്ടിവയ്ക്കാം. നാട്ടില് കള്ളമാരുള്ളതല്ലേ."

ബംഗ്ലാവുവീട്ടിലെ ധനാഗമം പലവിധത്തിലായിരുന്നൂവെങ്കിലും അന്യവീട്ടിലെ പെണ്ണിനെ തീറ്റിപോറ്റാൻ അവയൊന്നും ഉപയോഗിച്ചിരുന്നില്ല. പ്രവാസിയായിരുന്ന മകൻ ഒരു നിശ്ചിത തുക മാസ തുടക്കത്തിൽ കുടുംബത്തിന് നല്കണമെന്ന് മാതാവ് വ്യവസ്ഥ വച്ചിരുന്നു. ആ വ്യവസ്ഥ പാലിക്കാൻ; അമ്മായിയപ്പൻ ബാങ്കിൽ നിറച്ചുകൊടുത്ത ധനത്തിന്റെ ഭാരം കുറഞ്ഞു കുറഞ്ഞ് ശൂന്യമായപ്പോൾ ആമിൻഷ ആഭരണങ്ങളിൽ കണ്ണു നട്ടു. ഒരു യഥാർത്ഥ മുസൽമാൻ പലിശ വാങ്ങുകയോ കൊടുക്കുകയോ ചെയ്യുന്നത് മത വിരുദ്ധമായതുകൊണ്ടാകാം അവൻ അവ പണയം വയ്ക്കാൻ തുനിയാതെ കുറേശ്ശേ വിറ്റു വിറ്റ് ചെലവിന് നല്കികൊണ്ടിരുന്നു. തൊഴിലൊന്നുമില്ലേലും രാവിലെ കുളിച്ചൊരുങ്ങി കാൽ ഞെരിയാണിക്ക് മീതേ നില്ക്കുന്ന മുണ്ടു ധരിച്ച് മീശ കിളിർത്തിട്ടുണ്ടെങ്കിൽ അല്പം വെട്ടിയൊതുക്കി (താടി വെട്ടാറേയില്ല. അതവന്റെ വിശ്വാസത്തിന് എതിരാണ്.) വിദേശ സുഗന്ധങ്ങൾ അങ്ങിങ്ങു പൂശി എങ്ങോട്ടെങ്കിലും പുറപ്പെടും. അടുത്ത കാലത്തായി കൺ പോളകളിൽ സുറുമ പുരട്ടാറുണ്ടോവെന്നും സംശയമുണ്ട്. അവന്റെ വിശ്വാസ പ്രമാണത്തിൽ തുല്യത ഉറപ്പുവരുത്തുന്നതിൽ എടുത്തു പറയാവുന്ന ഒന്നാണ് ആണിനും പെണ്ണിനും സുറുമയണിയാമെന്നത്. പെണ്ണിന് സുറുമ അണിയാമെങ്കിലും അതിൽ അലങ്കാരങ്ങൾ പാടില്ലത്രെ! വിവാഹിതരായ സ്ത്രീകൾക്ക് കിടപ്പറയിൽ ആ നിയമം ബാധകമല്ല! ഭർത്താവിനെ തൃപ്തിപ്പെടുത്താൻ എങ്ങനെയും അണിഞ്ഞൊരുങ്ങി നില്ക്കാം.

അങ്ങനെ അണിഞ്ഞൊരുങ്ങി പുറപ്പെടുമ്പോൾ അവനോട് എവിടെപ്പോണ് എന്തിനുപോണ് എന്നൊന്നും തിരക്കാൻ പാടില്ല. എവിടെപ്പോണെന്നെങ്ങാനും ചോദിച്ചാൽ പറയും.

- ഹോ ഇനി നിന്നെ ബോദ്ധ്യപ്പെടുത്തി അനുമതി വാങ്ങിയിട്ട് പോകാം.

'പെണ്ണൻ'മാർക്കാണ് അത്തരം ദൗർബല്യമുള്ളതെന്നാണ് ആമിൻഷായുടെ വാദം. ഭാര്യയിൽ അധികാരം ഉറപ്പിക്കുക, അവളിൽ അവകാശം സ്ഥാപിക്കുക, അവളുടെ ധനമെടുത്ത് ഇഷ്ടംപോലെ ചെലവാക്കുക, അവന്റെ ഇംഗിതത്തിനൊത്ത് അവളെ ഉപയോഗിക്കുക എന്നിവയൊക്കെയാണ് പുരുഷ ലക്ഷണങ്ങൾ. അല്ലാത്തവൻമാർ പെണ്ണൻമാരത്രെ!

ഒരുദിവസം പതിവുപോലെ കുളിച്ചൊരുങ്ങി പ്രഭാത ഭക്ഷണം കഴിഞ്ഞ് ആമിൻഷ കിടപ്പു മുറിയിൽ വന്നു. അലമാരയിൽ അവനു വേണ്ട വസ്ത്രങ്ങൾ തിരയുമ്പോൾ മുതുകിൽ കൈകൾ പതിയുന്നതറിഞ്ഞു. രാത്രിയിൽ മാത്രം ഭാര്യയെ സ്പർശിക്കുന്ന സ്വഭാവശുദ്ധിയുള്ള തന്റെ പുരുഷന് എന്തുപറ്റി? തെല്ലു സംശയത്തോടെ തിരിഞ്ഞു നോക്കി. പാതിയടഞ്ഞ കണ്ണുകൾ തന്റെ കണ്ണുകൾക്കു നേരെ. മുഖത്ത് വല്ലാത്ത പ്രസന്നതയും. സമയം തെറ്റി ഉത്തേജനമുണ്ടായതാണോയെന്ന സംശയത്തോടെ അങ്ങനെ തന്നെ നിന്നു. ഉത്തേജനത്തിനുവേണ്ടി മാത്രം ഭാര്യയെ സ്പർശിക്കുന്ന സത്ഗുണ സമ്പന്നനായ ഭർത്താവിന് പെണ്ണൻമാരെപ്പോലെ ശൃംഖരിക്കാനാവുന്നതെങ്ങനെയെന്നും തെല്ലൊന്നു അത്ഭുതപ്പെട്ടുപോയി.

അലമാരയ്ക്കുള്ളിൽ അവൻ എന്തോ തിരഞ്ഞുകൊണ്ടിരുന്നു. ബാങ്കിൽനിന്നും പണമെടുക്കാനായി ചെക്കിൽ ഒപ്പു വയ്പ്പിക്കുമ്പോഴും ആഭരണം വില്ക്കാൻ ഓരോന്ന് വശപ്പെടുത്തുമ്പോഴും ചില നാട്യങ്ങൾ പ്രകടിപ്പിക്കുക പതിവാണ്. കാര്യം നേടിക്കഴിഞ്ഞാൽ പിന്നെ അടിമയോടുള്ള ഉടമയുടെ മനോഭാവം എടുത്തണിയാനും അവന് മടിയില്ല.

താക്കോൽ കൂട്ടത്തിൽനിന്നും ഒരെണ്ണമെടുത്ത് ഒളിയറ തുറന്ന് എന്തൊക്കെയോ തിരയുകയും ചിലതെല്ലാമെടുത്ത് പുറത്തിടുകയും ചെയ്തു. അവൻ തിരഞ്ഞ വസ്തുവേതെങ്കിലും കാണാത്തതിനാലാകാം പലതും നിലത്തിട്ടതെന്നു കരുതി ചോദ്യഭാവേനെ അവനെ തന്നെ നോക്കി.

എവിടെ? എവിടെ എന്ന് അവൻ അപ്പപ്പോൾ തിരക്കിക്കൊണ്ടിരുന്നു. എന്ത് എന്ത് എന്നുള്ള തന്റെ ചോദ്യം അവൻ മനഃപൂർവ്വം ഗൗനിക്കാതെ മുറിയിലുള്ള വസ്ത്രങ്ങൾ, പേപ്പറുകൾ, പുസ്തകങ്ങൾ എല്ലാം എല്ലാം വാരി നിലത്തിട്ടു. വീണ്ടും എവിടെ എവിടെ എന്നും എന്ത് എന്ത് എന്നുമുള്ള വാക്കുകൾ ആ മുറിയാകെ ആവർത്തിച്ചാവർത്തിച്ച് പ്രതിദ്ധ്വനിച്ചു.

"നാലുനേരം വെട്ടിവിഴുങ്ങാൻ ചെലവിനു കൊടുക്കാൻ എന്റെ കൈവശം ഒന്നുമില്ല. എവിടെ ആഭരണപ്പെട്ടി"

ഹൊ! എത്ര അന്തസ്സുള്ള ഭർത്താവ്! ഭാര്യയെ ജോലിക്കു വിടുന്നതു പോലും അന്തസ്സിന് ചേർന്നതല്ലെന്ന അഭിമാനിയായ ഭർത്താവിന്റെ മുഖവും ബാപ്പയുടെ മുഖവും തമ്മിൽ അപ്പോൾ പരസ്പരം ഏറ്റുമുട്ടി.

ചെലവിനുള്ള കാശ് അമ്മയെ ഏല്പിച്ചിട്ട് പുറത്തേക്കു പോകുമ്പോൾ ബാപ്പ പറയുമായിരുന്നു.

'ടേയ് അതിങ്ങെട്.

അലമാര തുറന്ന് അമ്മ തിരക്കും.

എത്ര വേണം.

നൂറ്, ഇരുന്നൂറ് അഞ്ഞൂറ്.

എടുത്തു നല്കുമ്പോൾ രണ്ടു പേരുടേയും മുഖത്തെ പ്രസന്നത

യിൽ തെളിഞ്ഞു വരുന്നത് സംരക്ഷകന്റെയും സൂക്ഷിപ്പുകാരിയുടെയും സംതൃപ്തിയാണ്. ബാപ്പ അമ്മയെ വിലയ്ക്കു വാങ്ങിയതല്ല. എങ്കിലും അവർ വരവു ചെലവ് കണക്കുകൾ പരസ്പരം ചർച്ച ചെയ്യുമായിരുന്നു. ബുദ്ധിമുട്ടുകൾ പരസ്പരം പങ്കുവച്ചിരുന്നു. അവർ തമ്മിലുള്ള ആ സാമ്പത്തിക വ്യവസ്ഥയിൽ പരാധീനതകൾ അധികമൊന്നും കണ്ടതായി ഓർമ്മയിലില്ല.

സ്ത്രീധനം ഇസ്ലാമികമല്ലെന്നു പറയുന്ന സത്യവിശ്വാസിയായ ആമിൻഷയ്ക്ക് സ്ത്രീ കൊണ്ടുവന്ന ധനത്താൽ തന്നെ അവളെ തീറ്റിപ്പോറ്റണമെന്ന സാമ്പത്തിക വ്യവസ്ഥയിലാണല്ലോ വിശ്വാസമെന്ന് ചിന്തിച്ചു നിന്നപ്പോൾ എവിടെ എവിടെയെന്ന ചോദ്യവുമായി അവൻ വീണ്ടും വീണ്ടും കലി തുള്ളുന്നതു കണ്ട് അന്നു പറഞ്ഞു പോയി.

"നിങ്ങളുടെ ഉമ്മയുടെ പക്കൽ കാണും."

"ഉമ്മായ്ക്ക് നിന്റെ ഈ കാക്ക പൊന്നല്ലാതെ വേറൊന്നും സൂക്ഷിക്കാനില്ലേ"

ഉമ്മയോടു നേരിട്ടു ചോദിക്കാനുള്ള അവന്റെ വിമുഖതയാണ് ആ വാക്കുകളിൽ നിഴലിച്ചതെന്ന് മനസ്സിലായെങ്കിലും മൗനംകൊണ്ടു.

പല്ലുകൾ ഞെരിച്ചുകൊണ്ട് അല്പനേരം അവൻ മുറിയിൽ അങ്ങോട്ടുമിങ്ങോട്ടും സഞ്ചരിച്ചിട്ട് പടവുകളിറങ്ങി മുറ്റത്തേക്കു നടന്നെങ്കിലും പൊടുന്നനെ തിരിച്ചു വന്ന് ക്രോധത്തോടെ വീണ്ടും ചോദിച്ചു.

"പറ നീ അത് ആർക്കു കൊടുത്തു. നിന്റെ തന്ത ചാവാൻ പോണെന്ന് കേട്ട് അന്ന് പോയപ്പോൾ എടുത്തുകൊണ്ടു പോയി ഭർത്താവിനെ കൊന്ന നിന്റെ തള്ളയ്ക്കു കൊടുത്തോ."

അവന്റെ വാക്കുകൾ കേട്ട് കനകപ്പെട്ടികളിൽ അടയിരുന്ന സർപ്പങ്ങൾ പുറത്തേക്കിറങ്ങുകയും അവൻ വലിച്ചിട്ട സാധന സാമഗ്രികളിലൂടെ അവ തലങ്ങും വിലങ്ങും സഞ്ചരിച്ച് അവ അവനെ കൊത്താനായി പാഞ്ഞടുക്കുന്നതായും തോന്നി. നിയന്ത്രിക്കാനാകാതെ പല്ലുകൾ ഞെരിച്ചുകൊണ്ട് നിലത്തു കിടന്ന സാധനങ്ങൾ അവനു മീതെ വലിച്ചെറിഞ്ഞു. അതു കണ്ട് അവൻ ഉറക്കെ അലറി വിളിച്ചു.

"ഉമ്മാ ദേ ഇവൾക്ക് പ്രാന്തിളകി."

പൊടുന്നനെ ആരൊക്കെയോ ഓടിക്കൂടി സാധനങ്ങൾ വലിച്ചെറിയുന്ന 'പ്രാന്തി'യെ നോക്കിയിട്ട് ആഭരണപ്പെട്ടിയുടെ തിരോധാനത്തെക്കുറിച്ചുള്ള സമ്മേളനം സംഘടിപ്പിച്ചു. അങ്ങനെ തിരോധാന രഹസ്യം പെട്ടെന്ന് ഓരോരോ ചെവികളിലും മാറിമാറി സഞ്ചരിച്ചു. അമ്മായി ബദരീങ്ങളെ വിളിച്ച് കട്ടെടുത്തവന്റെ തലപൊട്ടിപ്പോണേയെന്ന് പ്രാകി. വീട്ടിൽപോയപ്പോൾ ആ കാഫിറിച്ചീന് കൊണ്ടുകൊടുത്തിട്ടുണ്ടാകുമെന്ന് പറഞ്ഞ് റസിയ സഹോദര പക്ഷം ചേർന്നു. ഉമ്മുലു അപ്പോൾ ഫെയ്സിയെ ഒളികണ്ണാൽ നോക്കുന്നുണ്ടായിരുന്നു. ചേട്ടത്തി അനിയന് ആരുമറിയാതെ 'ഉപകാര'മായി നല്കിയിട്ടുണ്ടാകാമെന്നായിരിക്കും അവൾ ശങ്കിച്ചതെന്ന് നോട്ടത്തിൽ നിന്നുതന്നെ മനസ്സിലായി.

ഒരു കാട്ടുമൃഗത്തിന്റെ മുരൾച്ചയോടെ അവനന്ന് പൊടുന്നനെ പുറത്തേക്കുപോയതും കൂടി നിന്നവർ കുശുകുശുത്തുകൊണ്ട് നാനാ ദിക്കിലേക്കും നടന്നകന്നു.

"ഗോപിമാലേലാണ് താലികൊരുത്തിട്ടിരുന്നത്. അതും അവരങ്ങ് എടുത്ത്."

പഞ്ചാരമാലയിൽ വിരലുകൾ ചലിപ്പിച്ച് സെൽമത്ത് വീണ്ടും ഓർമ്മകളെ മുന്നോട്ടു നയിച്ചു.

എങ്ങോപോയി അല്പം കഴിഞ്ഞ് തിരിച്ചു വന്നിട്ട് ആമിൻഷ പറഞ്ഞു

"അതിങ്ങെട് ചെലവിന് കൊടുക്കാൻ എന്റേലൊന്നുമില്ല.'

"എന്റെ കൈയിൽ പൈസയൊന്നും ഏല്പിച്ചിട്ടില്ലല്ലോ."

ഒരു ചില്ലിക്കാശുപോലും സ്വന്തമായില്ലാത്ത ഭാര്യയുടെ ഇത്തരം മറുപടികൾ അവനെ പലപ്പോഴും നിഗൂഢമായി ആനന്ദത്തിലാഴ്ത്തുമെങ്കിലും അപ്പോഴത്തെ അവന്റെ ഒരേയൊരാവശ്യം പണമായിരുന്നു.

"ദാ അത്"

താലികൊരുത്തിട്ട അഞ്ചുപവൻ മാലയെ ചൂണ്ടികാട്ടി അവൻ ക്രോധം കൊണ്ടു.

"അത് താലി മാലയല്ലേ"

"അതുകൊണ്ടെന്താ"

"ഒന്നുമില്ല നമ്മൾ തമ്മിലുള്ള ബന്ധത്തിന്റെ ഒരു അടയാളമെങ്കിലും."

"ഞങ്ങളുടെ വിശ്വാസത്തിൽ താലി കെട്ടില്ല. ഇനി നിന്റെ വിശ്വാസം എങ്ങനെയെന്നെനിക്കറിയില്ല."

അന്യമതക്കാരിയിൽ പിറന്നവളാണ് തന്റെ ഭാര്യ എന്നറിഞ്ഞപ്പോൾ മുതൽ ആമിൻഷ വിശ്വാസത്തിന്റെ പേർ പറഞ്ഞ് കുത്തുവാക്കുകൾ ഉപയോഗിക്കുക ശീലമാക്കി.

"ങ്ഹും വേഗമെടുക്ക് വെട്ടിവിഴുങ്ങാൻ പണം വേണ്ടേ."

അമാന്തിച്ചാൽ അവൻ വീണ്ടും കാട്ടുമൃഗമാകുമെന്നറിയാം. അതുകൊണ്ട് അവശേഷിച്ചിരുന്ന ആ പൊന്നും അന്ന് അവനു നല്കി.

സെൽമത്തിന്റെ പലഹാരപ്പെട്ടികൾ വീണ്ടും ശബ്ദം വച്ചു. തുടുത്ത മാംസം പോലുള്ള ചുവന്ന ഹൽവായിൽ അവളുടെ വീർത്ത വിരലുകൾ ബലം കാട്ടി. വലിച്ചെടുത്ത ഭാഗം വായിലിട്ടുകൊണ്ടു അവൾ ചോദിച്ചു.

"കൊച്ചെന്നാ വീട്ടിലേക്കു തിരിച്ചു പോണേ. ഓതലും ഊതലുക്കെ കഴിഞ്ഞില്ലേ."

വീട്ടിലേക്കുള്ള തിരിച്ചുപോക്ക്, വാക്കുകൾ ആവർത്തിക്കപ്പെടുന്ന പോലെ തോന്നി.

- മോളേ അവരെന്നെ വീട്ടിലേക്കു തിരിച്ചു പോകാൻ നിർബ്ബന്ധിക്കുന്നു; അമ്മയുടെ വാക്കുകൾ.

അന്യമതക്കാരിയുടെ ഗർഭത്തിൽ പിറന്നവളോടുള്ള അവഗണ ഏറി

യേറി വന്നിട്ടും ബംഗ്ലാവു വീട്ടിലെ പുത്രവധുവായി തന്നെ തുടർന്നും ജീവിച്ചു. മാതാവ് എന്ന ബന്ധം അങ്ങു മറന്നേക്കൂവെന്നായി അവരുടെ നിലപാട്. ബന്ധുക്കളുടെ ഒറ്റപ്പെടുത്തൽ ഭർത്താവിന്റെ വിയോഗം ഇനി മകളുടെ ദാമ്പത്യ തകർച്ചകൂടി ആ പാവം കാണേണ്ട എന്നു കരുതി ഒന്നുമറിയിക്കാതെ അവിടെ തന്നെ ഒതുങ്ങിക്കൂടി.

ഓർക്കുമ്പോൾ കൂടെക്കൂടെ ലജ്ജ തോന്നാറുണ്ട്.

-എന്തേ നീ അന്ന് പ്രതികരിക്കാത്തത്. നിന്റെ അമ്മയെ കാണാതിരിക്കണമെന്ന് പറയാൻ ആർക്കുണ്ടവകാശം. നീ മാത്രമാണ് അവരുടെ ഗർഭത്തിൽ ജനിച്ചത്. നിന്റെ അമ്മ ജന്മം കൊണ്ടത് ഹിന്ദുവായിട്ടല്ല. മുസൽമാനായിട്ടല്ല. ക്രിസ്ത്യാനിയായിട്ടല്ല. പടച്ചോന്റെ കൃപയാൽ പെണ്ണെന്ന വേർതിരിവായിട്ടു മാത്രം. പടച്ചോന് ഓരോരോ വേർതിരിവുകൾ നല്കിയേ മതിയാകൂ. മനുഷ്യനെന്ന്, മൃഗമെന്ന്, പക്ഷിയെന്ന്.

പടച്ചോന്റെ സൃഷ്ടിയിൽപ്പെട്ട മനുഷ്യൻ മാത്രമാണ് സൃഷ്ടിയിൽ വീണ്ടും പുനർസൃഷ്ടികൾ നടത്തുന്നത്. ഹിന്ദുവെന്ന്, മുസൽമാനെന്ന്, ക്രിസ്ത്യാനിയെന്ന്. പാവപ്പെട്ടവനെന്ന് പണക്കാരനെന്ന്. രാജാവെന്ന് ഭിക്ഷക്കാരനെന്ന്. ഭാര്യയെന്ന് ഭർത്താവെന്ന്. ഭർത്താവ് ഭരിക്കപ്പെടുന്നവൻ ഭാര്യ ഭരിക്കപ്പെടേണ്ടവൾ. ഉടമ അടിമ.

ഹൊ! വയ്യ.

മാതാവുമായി ബന്ധപ്പെടാതിരിക്കാൻ ആമിൻഷ കിടപ്പുമുറിയിലെ ഫോൺ പ്രവർത്തനരഹിതമാക്കി. ഹാളിലെ കോഡ്ലെസ്സ് മാറ്റി മറ്റൊന്നു സ്ഥാപിച്ചു.

അമ്മയെ കാണാത്തതിലെ വിതുമ്പലുകൾ കടിച്ചമർത്തി അവസരത്തിനായി തക്കം പാർത്തിരിക്കുമ്പോൾ ഒരു ദിനം ആമിൻഷ കുളിമുറിയിൽ കയറിയ നേരം അവന്റെ സെൽഫോണെടുത്തു വീട്ടിലേക്കു ഡയൽ ചെയ്തു. വിസ്തരിച്ചു കുളിക്കുന്നത് അവന്റെ ശീലമാണെന്നറിയാവുന്നതു കൊണ്ടുതന്നെ പലയവസരങ്ങളിലും അമ്മയെ വിളിച്ചിട്ട് അക്കങ്ങൾ മായ്ച്ചു കളയുക പതിവാണ്. പരിഭവങ്ങൾ ക്രമേണ അമ്മയിൽനിന്നും അസ്തമിച്ചുകൊണ്ടേയിരുന്നു. മകളെ കാണാത്തതിലുള്ള ദുഃഖവും വാക്കുകളിൽ നിഴലിക്കാതിരിക്കാൻ അമ്മ ശ്രദ്ധിച്ചിരുന്നുവെന്ന് പലപ്പോഴും തോന്നിയിട്ടുണ്ട്.

അമ്മ എല്ലാം മനസ്സിലാക്കിയിരുന്നുവോ ആവോ?

എന്നാൽ അന്നു വിളിച്ചപ്പോൾ വാക്കുകളിൽ വിഷാദം നിഴലിച്ചിരുന്നു.

“മോളേ അവരെന്നെ വീട്ടിലേക്കു തിരിച്ചു കൊണ്ടുപോകാൻ നിർബ്ബന്ധിക്കുന്നു.”

“ആര്”

“എന്നെ പടിയടച്ച് പിണ്ഡംവച്ചവർ”

കേട്ടപ്പോൾ സന്തോഷിച്ചു. അമ്മയ്ക്ക് സ്വന്തമാണെന്നു പറയാൻ ബന്ധുക്കളുണ്ടാകാൻ പോകുന്നു. അമ്മ അവരുമായി ഇഴുകിച്ചേർന്ന് ബാപ്പയുടെ വിയോഗ വേദനയിൽനിന്നും മുക്തി നേടാൻ പോകുന്നു.

"അമ്മ പോകണം - അമ്മയ്ക്കത് സന്തോഷം തരും."

"ഞാനെങ്ങനെ സന്തോഷിക്കാൻ എന്റെ കുട്ടീ. നിന്റെ ബാപ്പയുടെ ഓർമ്മകളെ മറന്ന് നിന്നെ മറന്ന് പുതിയൊരു വിശ്വാസത്തിലേക്കാണ് അവരെന്നെ ക്ഷണിക്കുന്നത്.

ഒന്നും മനസ്സിലായില്ല.

"അവർ ക്ഷണിക്കുന്നത് അവരുടെ ബന്ധുവായിട്ടോ മകളോ സഹോദരിയോ അമ്മായിയോ ആയിട്ടല്ല. അവരുടെ വിശ്വാസത്തിലെ പുതിയൊരു അംഗമായിട്ടാണ്. എന്നിൽ അവർ പരിവർത്തനം ആഗ്രഹിക്കുന്നു. എല്ലാം ഉപേക്ഷിച്ച് പഴയതിലേക്കു തിരിച്ചു പോകാനാണ് അവർ ക്ഷണിക്കുന്നത്. അവിടെ നിന്റെ ബാപ്പയുടെ ഓർമ്മകൾക്ക് സ്ഥാനമില്ല. നീയുമായുള്ള ബന്ധത്തിന് വിലക്കുകളിടുന്നു. നീ മറ്റൊരു മതത്തിലെ പുരുഷനിൽ ജനിച്ചവൾ. മറ്റൊരു മതവിശ്വാസിയെ വിവാഹം കഴിച്ചു ജീവിക്കുന്നവൾ."

അമ്മ മുഴുമിപ്പിക്കാനാകാതെ മൗനം പൂണ്ടു. ഇരുവർക്കുമിടയിൽ ആ മൗനം അല്പനേരം കനത്തുനിന്നു.

"ഇല്ല കുട്ടീ ഞാൻ പോവില്ല."

അമ്മയുടെ ദൃഢനിശ്ചയത്തിൽ അപ്പോൾ അഭിമാനം തോന്നി. ഒരു പക്ഷേ, ആ ധൈര്യം ബാപ്പയുമായുള്ള പ്രേമത്തിൽനിന്നും അവർ തമ്മിലുള്ള പരസ്പര വിശ്വാസത്തിൽനിന്നും രൂപം കൊണ്ടതാകാം. ഒപ്പം ജീവിച്ച പുരുഷൻ വെച്ചു നീട്ടുന്ന സ്നേഹം വിശ്വാസം ധൈര്യം. ഏതു സ്ത്രീയെയാണ് മാറ്റി മറിക്കാതിരിക്കുക.

എന്നാൽ അടിമത്ത്വത്തിലമരുന്നവളോ?

അവൾ അന്തർമുഖിയായി വിഷാദിനിയായി ഒന്നിനും കൊള്ളരുതാത്തവളായി ഒതുങ്ങി കൂടും. അപ്പോൾ കാണുന്നവർ പറയുമായിരിക്കാം; നാക്കും മൂക്കുമില്ലാത്ത പാവം പെണ്ണെന്ന്. അവൾ വിഷാദം മൂർച്ഛിച്ച് തടവറയ്ക്കുള്ളിൽ കിടന്ന് അട്ടഹസിക്കുമ്പോഴോ? സഹതാപത്തിന്റെ കണ്ണുകൾ അവളിലേക്കു തിരിയുമെങ്കിലും ഭീതിയോടെ സർവ്വരും ഒഴിഞ്ഞുനിന്ന് ഒറ്റപ്പെടുത്തി പറയും; അവൾക്ക് ഭ്രാന്താണ്.

ഓർത്തപ്പോൾ ഉള്ളാകെ കിടിലംകൊണ്ടു.

- നിന്നെ രക്ഷിക്കാൻ നിനക്കുമാത്രമേയാകൂ. നിനക്കിവിടെ ധാരാളം ചെയ്തു തീർക്കാനുണ്ട്. പടച്ചോൻ മനുഷ്യനായി നിന്നെ സൃഷ്ടിച്ചത് തിന്നും കുടിച്ചും ഉറങ്ങിയും മാത്രം ജീവിതം തീർക്കാനല്ല.

ഹൽവ്വ ചവച്ചുകൊണ്ടിരുന്ന സെൽമത്ത് പാത്രത്തിൽ വീണുകിടന്ന കിസ്മിസുകൾ പെറുക്കിയെടുത്തു വായിലിട്ടു. പിന്നെ പാത്രം കമിഴ്ത്തി നിരാശയോടെ അടച്ചുവച്ചു നീണ്ടൊരേമ്പക്കം വിട്ടു.

"ഗേസിന്റെ പ്രസ്നംണ്ട് കൊച്ചേ. അവര് വരുമ്പം കുളിയയ്ക്ക് പറേണം."

സെൽമത്തിൽ നിന്നുതിർന്ന നെടുനിശ്വാസം അല്പം ഉച്ചത്തിലായിരുന്നുവോയെന്നു തോന്നി. അതിന്റെ പ്രതിദ്ധ്വനിപോലെ അടുത്തേതോ മുറിയിൽനിന്നും മറ്റൊരലർച്ചയും. സെൽമത്ത് ചുമരിനോട് ചേർന്ന് കാതു

കളെ ജാഗരൂകയാക്കി. വായ ചലിപ്പിക്കാതെ നിശ്ശബ്ദയായി ശബ്ദം കേട്ട ദിശയിലേക്ക് വിരൽ ചൂണ്ടി അവൾ ഭീതിത ശബ്ദത്താൽ പറഞ്ഞു.

"തൊടങ്ങി കൊച്ചേ തൊടങ്ങി. അവള്ക്കേ ആ മൂസിനത്തിന്"

ധൃതിയിൽ കട്ടിലിൽ മറിഞ്ഞ് സെൽമത്ത് അവളുടെ വലിയ ശരീരത്തെ വളച്ചുവെക്കാൻ പാടുപെട്ടുകൊണ്ട് കടും പച്ചയിൽ വെള്ളവരകളുള്ള കൈലിയെ മുഖത്തേക്കു വലിച്ചിട്ടു. അട്ടഹാസത്തിനും അലർച്ചയ്ക്കുമിടയിലുള്ള അശ്ലീല വാക്കുകൾ സ്വർഗ്ഗദാതാവിന്റെ കൊട്ടാരമാകെ അലയടിച്ചപ്പോൾ അവൾ മുഖത്തെ വസ്ത്രം മാറ്റി ഓർമ്മപ്പെടുത്തി.

"കൊച്ചേ വാതില് കുറ്റിയിട്ടാന്ന് നോക്ക്."

മുറി ഭദ്രമായെന്ന് ഉറപ്പുവരുത്തിയശേഷം സെൽമത്ത് മെല്ലെ കണ്ണുകൾ പൂട്ടി. പിന്നെ ജപമാലയിൽ വിരൽ ഞൊടിച്ചുകൊണ്ട് എന്തൊക്കെയോ ജപിച്ചു. അതവളുടെ കാത്തിരിപ്പിന്റെ വിരാമമാണെന്നു തന്നെ തോന്നി.

ചിലപ്പോൾ ഉന്മാദം മറ്റു ചിലപ്പോൾ വിഷാദം. മുഹ്സിനയുടെ ജീവിത ലക്ഷണങ്ങൾ അങ്ങനെയൊക്കെയാണെന്ന് മെഹ്റിനയിൽ നിന്നാണറിഞ്ഞത്. വർഷങ്ങൾകൊണ്ട് ഭ്രാന്തിയായ അവൾ പുറത്തു നിന്നു താഴിട്ട മുറിക്കുള്ളിൽ വലിയ തങ്ങളുടെ രണ്ടാം ഭാര്യയായി ഇപ്പോഴും അവിടെ കഴിയുന്നു. ചിലർ ഭീതിയോടെ ഉറ്റു നോക്കുന്നു. മറ്റു ചിലർ അവളെനോക്കി സഹതപിക്കുന്നു. ശവം ഒഴിയിണിലല്ലോയെന്ന പരിഹാസത്താൽ ശാപവാക്കുകളെറിയുന്നവരുമുണ്ട്. അവളും ഒരുനാൾ പുരുഷനെ ഉത്തേജിതനാക്കാനുതകുന്ന തരത്തിൽ പരുവപ്പെട്ട ഒരു പെണ്ണായിരുന്നുവത്രെ! സ്വന്തം പുരുഷനുവേണ്ടി എല്ലാം പൊതിഞ്ഞു കെട്ടി സൂക്ഷിച്ചുകൊണ്ട് അന്യരുടെ കണ്ണിൽനിന്നും അവളെ ഒളിപ്പിച്ചു വെച്ചിരുന്നു.

എന്നിട്ടെന്തുണ്ടായി?

ഉടുതുണിപോലും പറിച്ചെറിഞ്ഞ് വ്യക്തിബോധം നശിച്ച് കാരാഗൃഹത്തിനുള്ളിൽ അപഹാസിതയായി കഴിയുന്നു.

സെൽമത്ത് കിടക്കയിൽ ഒരു വശത്തുനിന്നും മറു വശത്തേക്കു ചെരിഞ്ഞു. കിടക്ക കിരുകിരെ ശബ്ദം വച്ചു. അത് എന്തിന്റെയോ ഓർമ്മപ്പെടുത്തലായി തോന്നി. ശവത്തോടുള്ള പുരുഷന്റെ ആർത്തിയെയാണ് ഓർമ്മിപ്പിച്ചതെന്ന് മനസ്സിലായപ്പോൾ ശവം കിടക്കുന്ന ഇടം തേടി നടന്നു. അപ്പോൾ കാലുകൾ യന്ത്രത്തെക്കാളും വളരെ വേഗത്തിലായി. ശ്മശാന കവാടത്തിലെത്തിയതും അവയുടെ കല്ലുകൾ ഓരോന്നായി പൊളിക്കാൻ കരങ്ങൾ വെമ്പൽ കൊണ്ടു. ക്രോധത്തോടെ ആഞ്ഞാഞ്ഞ് മുട്ടി. മെല്ലെ ആ ശവകല്ലറയുടെ വാതിൽ തുറക്കപ്പെട്ടു. അരിശം പൊതിഞ്ഞ വാക്കുകൾ കൊണ്ട് എന്തോമുരണ്ടും പിന്നെ ഉറക്കെ ആരെയോ വിളിച്ചുകൊണ്ടും അയാളപ്പോൾ പുറത്തേക്കു വന്നു.

"സാമ്പ്രാണി തങ്ങളേ.......... ഈ പ്രാന്തിപെണ്ണിനെ തളച്ചിടാൻ ഇവിടെ ആരുമില്ലേ."

അയാളുടെ വാക്കുകൾ ദിക്കുകളെ പ്രകമ്പിതമാക്കിയപ്പോൾ അന്തേവാസികൾ ആരൊക്കെയോ ഓടിക്കൂടി തന്നെ മറ്റെങ്ങോട്ടോ കൊണ്ടുപോകാനൊരുങ്ങി.

പൊടുന്നനെ അകത്തു കിടന്ന 'ശവ'ത്തിന് ജീവൻ പ്രവേശിച്ച് പുനർജ്ജനിയായി.

"ഇവളെ എവിടെകൊണ്ടുപോകുന്നു. ഇവളിപ്പോൾ എന്റെ ബന്ധുവാണ്." 'ശവം' പ്രതിഷേധിച്ചു.

അതുകേട്ട് അന്തേവാസികളിൽ പലരും പിന്തിരിഞ്ഞു നടന്നു. വലിയ തങ്ങൾ മെഹ്റിനയെയും തന്നെയും മാറിമാറി നോക്കി.

"താങ്കളിൽ താല്പര്യമുള്ളവളെ അവഗണിച്ച് താങ്കളെ താല്പര്യമില്ലാത്തവളെ പ്രാപിക്കുന്നത് ഉചിതമാണോ? ലൈംഗികമായി തൃപ്തയല്ലാത്ത ഒരു ഭാര്യയെ ഭർത്താവിന്റെ കൂടെ താമസിക്കാൻ നിർബ്ബന്ധിക്കാൻ കഴിയില്ലെന്ന് നിങ്ങൾക്കറിയില്ലേ. ബഹുമാനപ്പെട്ട പ്രവാചകൻ പോലും പത്നിമാർക്ക് പിരിഞ്ഞുപോകാനുള്ള അനുവാദം നല്കിയിരുന്നു. തെരഞ്ഞെടുപ്പിന്റെ വചനം സൂചിപ്പിക്കുന്നതും അതാണ്."

തന്റെ വാക്കുകൾ കേട്ടപ്പോൾ വലിയ തങ്ങളുടെ ചുണ്ടല്പം വക്രിക്കുന്നതു കണ്ടു. എങ്കിലും രൂക്ഷമായ അയാളുടെ കണ്ണുകളിൽ എന്തോ ഒളിച്ചുവെച്ചുകൊണ്ട് ആ പാതിരാത്രിയിൽ മറ്റേതോ കിടപ്പറയിലേക്കു ഊഴം തേടി അയാൾ നടന്നു.

പതിമൂന്ന്

കാക്കിക്കീശയിൽ കൈയിട്ടുകൊണ്ട് അന്നു കിട്ടിയ വരവിനെ എണ്ണി തിട്ടപ്പെടുത്തി. മുഷിഞ്ഞതും പഴകിയതുമായ നോട്ടുകൾക്ക് വിയർപ്പിന്റേയും ചോരയുടേയും മണം. പുതുമണം മാറാത്ത ചിലതിന് വിദേശ അത്തറിന്റെ മാസ്മരിക ഗന്ധവും. നിറം മങ്ങിയ നാണയങ്ങൾക്കിടയിൽ കൂജയുടെ ചിത്രം മുദ്രണം ചെയ്തതൊന്ന് മിഴികളിലുടക്കിയപ്പോൾ പൊടുന്നനെ അമലയെ ഓർത്തു. അമലയുടെ നാണയശേഖരത്തിൽ ഒരെണ്ണം കൂടി കിട്ടയതിൽ ഏറെ സന്തോഷിച്ചു.

രാവിലെ പോരുമ്പോൾ പള്ളിവീട്ടിലെ ഡ്രൈവർ പയ്യൻ തന്നതാണാ നാണയം. അമലയിലെ വിനോദം മനസ്സിലാക്കി അവൻ പലപ്പോഴും ഇത്തരം നാണയങ്ങൾ കൈമാറാറുണ്ട്.

കോളനിക്കു മുന്നിലെ തലയെടുത്തു നില്ക്കുന്ന വമ്പൻ കെട്ടിടമാണ് പള്ളിവീടെങ്കിലും ഡ്രൈവർ പയ്യന്റേതൊഴിച്ച് ഒരെണ്ണത്തിനെ പോലും പുറത്തു കാണാറില്ല. കുടിലിനു മുന്നിൽനിന്ന് മലർന്നു നോക്കുമ്പോൾ ആകാശത്തെ ചുംബിച്ചു നില്ക്കുന്ന ആ കെട്ടിടത്തിന്റെ വരാന്തകളിൽ വാവലുകൾ ചലിക്കും വിധം പലപ്പോഴും കറുത്ത നിഴലുകൾ കാണാറുണ്ട്. അപ്പോഴൊക്കെ ചിന്തിച്ചിട്ടുണ്ട്; മനുഷ്യരുടേതല്ലാത്ത ഒരു

ജീവിത മണ്ഡലമാണോ അവിടുത്തേത്. ജാള്യതയോടെ ഏറെ നേരം നിരീക്ഷിച്ചു നിന്നിട്ടുണ്ടെങ്കിലും അവിടം നിഗൂഢമായൊരിടമായേ തോന്നിയിട്ടുള്ളൂ. ചിലവേളകളിൽ പല പല അട്ടഹാസങ്ങളും നിലവിളിയും മുഴങ്ങി കേൾക്കാറുള്ളതല്ലാതെ ഇമ്പമാർന്ന സ്വരങ്ങളൊന്നും ഇതുവരേയും അവിടെനിന്നും ശ്രവിക്കാനായിട്ടില്ല.

വലിയ തങ്ങളുടെ കഥകൾ, അദ്ദേഹത്തിന്റെ നടത്തം, പ്രകൃതം, എല്ലാമെല്ലാം കോളനിക്കാർക്കിന്ന് കാണാപ്പാഠമാണ്. അറുപത് പിന്നിട്ട പ്രായമാണെങ്കിലും യുവാവിന്റെ പ്രകൃതമാണത്രെ! അധികം പൊക്കമോ എന്നാൽ പൊക്കക്കുറവോയില്ലാത്ത ദേഹത്തെ അവർ കാണാതെതന്നെ കണ്ടുകൊണ്ടിരിക്കുന്നു. തോളിൽ ചിതറിക്കിടക്കുന്ന സമൃദ്ധമായ തലമുടിയിൽ പത്തിരുപത് രോമങ്ങളിൽ മാത്രമേ വെള്ള വീണിട്ടുള്ളൂവെന്ന് കാണാതെതന്നെയവരറിഞ്ഞിരിക്കുന്നു. അദ്ദേഹത്തിന്റെ ഒഴുകിപ്പോകുന്ന പോലെയുള്ള നടത്തം കാണാൻ ചില വിശ്വാസികൾ പലപ്പോഴും പാദയോരങ്ങളിൽ കാത്തു നില്ക്കാറുണ്ട്. കേട്ടറിവിൽ വിശ്വസിച്ചുകൊണ്ട് ആരാധനയോടെ നില്ക്കാറുണ്ടെങ്കിലും അവരിലാർക്കും തന്നെ ഇതുവരെയും അദ്ദേഹത്തെ ഒന്നു കൺപാർക്കാനായിട്ടില്ലെന്നതാണ് വാസ്തവം. എങ്കിലും കുഞ്ഞുങ്ങളിത്തിരി ഉറക്കെ കരഞ്ഞാൽ അവർ ഉറക്കെ നേരും.

പള്ളി തങ്ങൾക്ക് കാണിക്ക ഇട്ടേക്കാം.

വീട്ടിലെ കന്നുകാലികൾക്ക് ഏനക്കേടുവന്നാലും അവർ ഉടൻ നേരും.

അയിന്റെ കുട്ടിയെ പള്ളിമുറ്റത്ത് വിട്ടേക്കാം.

സ്ത്രീധനം നല്കാനാകാതെ കൊമരുകൾ പുര നിറഞ്ഞ് കവിയുമ്പോൾ മാതാപിതാക്കൾ ഒച്ചയെടുത്ത് പ്രാർത്ഥിക്കും:

പെട്ടെന്ന് കല്യാണം നടക്കണേ. വലിയ തങ്ങൾക്ക് ഒരു പൊട്ട് സ്വർണ്ണം നല്കാം.

സമ്പത്തിന്റെ ഏറ്റക്കുറച്ചിലനുസരിച്ച് അങ്ങനെ അവർ കുറേശ്ശേ കുറേശ്ശേ നിവേദ്യങ്ങൾ പള്ളി വീട്ടിൽ അർപ്പിച്ചുക്കൊണ്ടിരിക്കുന്നു.

കുഞ്ഞുനാളിൽ അമല വല്ലാതെ തൊള്ളതുറക്കുകയും പാതിരാത്രിയിൽ ഞെട്ടിയുണരുകയും ചെയ്യുക പതിവായിരുന്നു. അന്നൊക്കെ അലുക്കത്തുമ്മ പറയുമായിരുന്നു.

- വലിയ തങ്ങളടുത്ത് കൊണ്ടുപോയി തൊട്ടിലാട്ടുമ്പം മാറും.

പള്ളിവീടിന്റെ മുറ്റത്ത് ധാരാളം പന്തലിച്ച വേപ്പിൻ മരങ്ങളുണ്ട്. അവയിൽ കെട്ടിയിരിക്കുന്ന കയറിൽ പുതുമണം മാറാത്ത തുണിയിൽ (ആ തുണി നേർച്ചക്കാർ തന്നെ നല്കണം. പിന്നീടത് തിരിച്ചെടുക്കരുത്.) കുട്ടിയെ കിടത്തി ആട്ടിച്ചാൽ ഒഴിയാ ബാധകളെല്ലാം അപ്രത്യക്ഷമാകുമത്രെ! കുഞ്ഞിനെ തൊട്ടിലിൽ കിടത്തിയിട്ട് സാമ്പ്രാണി തങ്ങൾ വലിയ തങ്ങളെ സന്ദർശിക്കും. അപ്പോൾ വലിയ തങ്ങൾ സാമ്പ്രാണി തങ്ങളുടെ കൈകളെ പിടിച്ച് എന്തോ ചൊല്ലും. വലിയ തങ്ങളിലെ അനുഗ്രഹം സാമ്പ്രാണി തങ്ങളിലേക്ക് പ്രവഹിപ്പിക്കുന്നതാണത്. അനുഗ്ര

ഹീത കരങ്ങളുമായി വന്നുകൊണ്ട് സാമ്പ്രാണി തങ്ങൾ തൊട്ടിലിന്റെ കയറിൽ മുത്തമിട്ട് മൂന്നുപ്രാവശ്യം ആട്ടിവിടുമ്പോൾ ഒഴിയാബാധ വേപ്പിൻ ചില്ലകളിലേക്ക് പറന്നുകയറി പിന്നെ ആകാശത്തേക്ക് ഓടിയൊളിക്കുമെന്ന് പലരും പറഞ്ഞുകേട്ടിരുന്നു.

അങ്ങനെ അലുക്കത്തുമ്മ അമലയെയും കൂട്ടി ഒരുനാൾ പള്ളി വീട്ടിലേക്കു നടന്നു. എന്നാൽ അമലയുടെ നിർബ്ബന്ധം പിന്നെയും തുടർന്നുകൊണ്ടേയിരുന്നു. പിന്നീട് അലുക്കത്തുമ്മ ഒരിക്കൽ കൂടി സാമ്പ്രാണി തങ്ങളെ സമീപിച്ചു. ഹിന്ദുവിലേറിയ ബാധ ഒഴിയില്ലെന്നു പറഞ്ഞ് അയാളന്ന് ഉമ്മയെ തിരിച്ചയച്ചു. ബാധയ്ക്കും ജാതിതിരിവുകളുണ്ടെന്ന് അങ്ങനെയാണറിഞ്ഞത്!

കോളനി വാസികളുടെ ആവേശം തിരതല്ലി അവർ അന്ധമായ ആനന്ദത്തിലാടാറുന്നത് പലപ്പോഴും നേരിട്ടു കണ്ടിട്ടുള്ളതാണ്. അദ്ദേഹം കടന്നുപോകുന്ന നേരം നോക്കി ആണും പെണ്ണും നച്ചും കൊച്ചും ഗേറ്റിനു പുറത്തെ പാതയോരത്ത് അണി നിരക്കും. പട്ടിൻ തിളക്കമാർന്ന തിരശ്ശീലകളാൽ അലംകൃതമായ പളപളാമിന്നുന്ന വിദേശ വാഹനത്തിനകത്തിരിക്കുന്ന വലിയ തങ്ങളെ ഒരു നോക്കു കാണാനാകുമെന്ന് മോഹിച്ച് സ്വർഗ്ഗീയാനുഭൂതിയിൽ ലയിച്ചും മാസ്മരികാനന്ദത്താൽ മതിമറന്നും വാഹനത്തെ നോക്കി അവർ താണുവണങ്ങും. ചില ദിവസങ്ങളിൽ മുക്കുപണ്ടം പാത്തു കറുത്തു തിളങ്ങുന്ന മക്കനയാൽ അണിഞ്ഞൊരുങ്ങി സൂര്യവെട്ടത്തിൽ മിന്നി നില്ക്കാറുണ്ട്. മുഖത്ത് ആവരണം അണിഞ്ഞിരുന്നാലും അവളുടെ നെഞ്ചത്തെ പത്തുപൈസാ കാശുമാല സൂര്യ വെളിച്ചത്തിൽ വെട്ടിത്തിളങ്ങും. അതിൽ കൈയിട്ടടിച്ചുകൊണ്ട് വാഹനത്തെ നോക്കി അവൾ സലാം ചെയ്യും. നടക്കാനറിഞ്ഞുകൂടാത്ത കൊന്നപ്പൊക്കവും കൊന്നികൊന്നി സലാം പറഞ്ഞ് വാഹനത്തിന് പിറകേയോടാറുണ്ട്. അദൃശ്യനായ അദ്ദേഹത്തിന്റെ വാഹന സാന്നിദ്ധ്യം പോലും അവരിൽ കുളിർകോരിയിടുമത്രെ; അനുഗ്രഹത്തിന്റെ കുളിർ. മുക്കുപണ്ടം പാത്തുവിലും കൊന്നപ്പൊക്കത്തിലും പലപ്രാവശ്യം കുളിരനുഭവപ്പെട്ടിട്ടുണ്ടുപോൽ.

വിശുദ്ധ ദർശനം മോഹിച്ച കോളനിയിലെ പാവം വിശ്വാസികൾ അങ്ങനെയങ്ങനെ കണ്ടു പരിചിതമായ ഒരേയൊരു മുഖമാണ് ഡ്രൈവർ പയ്യന്റേത്. പള്ളി വീട്ടിലേറെയും സ്ത്രീകളായ അന്തേവാസികളാണെന്നാണ് കേട്ടുകേൾവി. ആയതിനാൽ പയ്യന് അകത്തോട്ടൊന്നും പ്രവേശനമില്ല. വണ്ടിക്ക് ഓട്ടമില്ലാത്തവേളയിൽ അവൻ പള്ളിവീടിന് ചുറ്റും ഉലാത്തുകയും കോളനിവാസികളോട് സംസാരിക്കുകയും പതിവാണ്. വലിയ തങ്ങളുടെ വിദേശ സഞ്ചാരം, അദ്ദേഹത്തിന്റെ ബന്ധങ്ങൾ (നാനാരാജ്യങ്ങളിലെ പ്രമുഖരുമായുള്ള ബന്ധവുമെല്ലാം) ഇവയെല്ലാം പുറത്തറിയുന്നത് അവനിൽ നിന്നാണ്.

പയ്യന്റെ കൈയിൽ വിദേശ നാണയങ്ങളുണ്ടെന്ന് ആരോ പറഞ്ഞറിഞ്ഞപ്പോഴാണ് അമല വാശി പിടിച്ചത്. അമലയുടെ മേശപ്പുറത്ത് ഇന്ന്

ചുവന്ന റിബൺ കെട്ടിയ ധാരാളം ട്രോഫികൾ നിരന്നിരിപ്പുണ്ട്. പല പല മത്സരങ്ങളിൽ കിട്ടിയത് കാണുമ്പോൾ അഭിമാനം തോന്നുമെങ്കിലും എന്തിനും ഏതിനും വാശിപിടിക്കുന്നതിനെക്കുറിച്ചോർത്തപ്പോൾ പേടി തോന്നി.

ചിത്രശലഭത്തിനും തുമ്പിക്കും പിറകേ സദാ പായുന്ന പെണ്ണ്.

തീക്കൊള്ളികൊണ്ട പൂച്ചയ്ക്ക് മിന്നാമിന്നിനെ കണ്ടാലും പേടിയാണ്.

അമ്മയുടെ മാറിൽ ഇളം ചുണ്ടുകളമർത്തി കിടക്കുമ്പോൾ പിഞ്ചു തുടകൾക്കിടയിൽ പരതിയ പരുപരുത്ത വിരലുകൾ. കുഞ്ഞുമാറിലെ കറുത്ത മുലക്കണ്ണുകളെ ഞരടുന്ന കാമപ്പിശാചിന്റെ വിരലുകൾ. അവയെ ഒരിക്കലും മറക്കാനാവില്ല.

കൈത്തണ്ടയിലെ അക്കങ്ങൾ സമയത്തെ ഓർമ്മിപ്പിച്ചപ്പോൾ പെട്ടെന്ന് വീട്ടിലേക്കു മടങ്ങണമെന്നു തന്നെ തോന്നി. കോളനി റോഡിലേക്കു പോകാൻ യാത്രക്കാരാരെങ്കിലുമുണ്ടോയെന്നാരാഞ്ഞ് ചുറ്റും നോക്കിയപ്പോൾ ആരോ നടന്നടുക്കുന്നതു കണ്ടു.

"ഓട്ടം പോകോ" വന്നയാൾ തിരക്കി.

വാറ്റു ചാരായത്തിന്റെ ഗന്ധമുള്ളവൻ. കൈതണ്ടയിൽ ഒന്നുകൂടി നോക്കി അവനോടു ചോദിച്ചു.

"ഏത് റൂട്ടിലേക്കാ"

"ഇത് കുറച്ച് ദൂരേക്കാ"

കോളനി റൂട്ടിലേക്കല്ലെന്ന് മനസ്സിലായി.

"മറ്റേതെങ്കിലും വണ്ടി തെരക്കിക്കോ."

"അതിന് നെന്റെ ശുഭാർഷ വേണ്വോ"

അയാൾ ക്രുദ്ധനായി. പിന്നെ കാർക്കിച്ചൊരു തുപ്പുതുപ്പിയിട്ട് ചുണ്ടു പൊളിച്ചുകൊണ്ടു പറഞ്ഞു.

"ഹൊ എവളാര് രംഭയോ"

നിനക്കുതെറ്റുപറ്റിയെന്ന ആത്മഗതത്തോടെ അവനെ രൂക്ഷമായൊന്നു നോക്കിയതും അവൻ മറ്റേതൊരു വണ്ടിയിലും കയറാതെ എങ്ങോ നടന്നകലുന്നതു കണ്ടു.

അന്തിമയങ്ങിയാൽ ചുവന്ന കണ്ണുകൾ തുറിച്ചു നോക്കുക പതിവാണ്. യാത്ര പോണമെന്ന് പറഞ്ഞ് ചില റൗഡികൾ സീറ്റിൽ കയറിയിരിക്കും. പഞ്ചാരവാക്കുകളാൽ പദങ്ങളിടറുമ്പോൾ ആദ്യമൊക്കെ മൗനം പാലിക്കുമായിരുന്നു. എന്നാൽ കൈകൾ മുന്നിലേക്കു നീണ്ടുവരാൻ തുടങ്ങിയപ്പോൾ വികൃതമായ കൈ തണ്ടയിലൊന്ന് ചിലരുടെ കരണത്ത് പതിപ്പിച്ചു.

നിന്നെ ആര് കയ്യേന്താനെടീ.

വൈരൂപ്യത്തിൽ കുത്തി നോവിച്ചുകൊണ്ട് കാര്യം നേടാനുള്ള അവറ്റകളുടെ ശ്രമമാണെന്നറിയാം. എങ്കിലും ചിലരോടു വിളിച്ചു പറഞ്ഞു.

– സ്വത്വ നഷ്ടത്തിൽ വേദനിച്ച് ജീവിതം നശിപ്പിക്കാൻ കാഞ്ചനയ്ക്കു

തെല്ലും സമയമില്ലെടാ. ഒലിപ്പിച്ചു നടപ്പിക്കുന്നവളാണ് കാഞ്ചന എന്ന ധാരണയെങ്കിൽ നീയൊക്കെ തിരുത്തിക്കോ.

നേരത്തെ മടങ്ങുന്നത് ഒരുവനേയും പേടിച്ചല്ല. ഒരു പെൺകുട്ടി വളർന്നു വരുന്നു. അവളെ ഒരു കാക്കയും കഴുകനും കണ്ണുവെയ്ക്കാനനുവദിച്ചുകൂട. അവളൊരു പൂത്തുമ്പിയാണ്. നാനാവിധ വർണ്ണങ്ങളുള്ള പൂത്തുമ്പി. അവളുടെ ചിറകിന്റെ വർണ്ണങ്ങൾ എന്നെന്നും മങ്ങാതെ കാക്കണം.

തെരുവിന്റെ തിരക്കൊഴിയാൻ തുടങ്ങിയിരിക്കുന്നു. കാത്തു നിന്നാൽ ഒരുപക്ഷേ, യാത്രികരെ കിട്ടുമായിരിക്കാം. പ്രതീക്ഷ കൈവിടാതെ ഒരിക്കൽകൂടി ചുറ്റും കണ്ണോടിച്ചു. ഓട്ടോ സ്റ്റാന്റിനപ്പുറത്തെ മൈക്കിൾ ജാക്സൺ സലൂണിനു മുന്നിൽ ഇറച്ചി മീരാന്റെ അംബാസഡർ കാർ കണ്ടു. ഇനി കാത്തു നിന്നിട്ട് കാര്യമില്ല. യാത്രക്കാരാരെങ്കിലുമുണ്ടെങ്കിൽ തന്നെ ഇനി ആ വാഹനത്തിലേ കയറൂ. വൈകുന്നേരങ്ങളിൽ മീരാന്റെ വണ്ടിയിലെ യാത്ര എന്നും സൗജന്യമാണ്.

ഇറച്ചി മീരാൻ ഇറച്ചിവെട്ട് മതിയാക്കി അതിനേക്കാൾ മതിപ്പുള്ള മറ്റൊരു കച്ചവടം തുടങ്ങിയത് അടുത്ത കാലത്തായിട്ടാണ്. മതിപ്പുള്ള വെളുത്ത അംബാസഡർ കാറിൽ ഉച്ചഭാഷിണി കെട്ടിവച്ച് നാടായനാടൊക്കെ അവൻ ചുറ്റിത്തിരിയും. ഡ്രൈവിങ് അത്ര വശമില്ലാത്ത മീരാന് സാരഥിയായി അലുക്കത്തുമ്മയുടെ മകൻ യൂസഫുമുണ്ട് കൂട്ടിന്. ആ വാർത്തയറിഞ്ഞപ്പോൾ അലുക്കത്തുമ്മ ഒരിക്കൽ പറഞ്ഞു.

ഈനാംപേച്ചിക്ക് മരപ്പട്ടി കൂട്ട്.

മേനിയാകെ ചൊറിയണം കുത്തിയതുപോലെ പാടുകളുള്ള മീരാന്റെ വെള്ളച്ചിക്കാറ് ഒരു പെഴയാണെന്ന് അലുക്കത്തുമ്മ കൂടെക്കൂടെ പരിഹാസത്തോടെ പറയും. അവളെ ചലിപ്പിക്കാൻ സാരഥി മാത്രം പോരത്രെ. പൃഷ്ടഭാഗത്ത് ചെറുതായൊരു തോണ്ടുതോണ്ടാൻ മറ്റൊരാളു കൂടിവേണം.

ഇറച്ചി മീരാൻ ഉഗ്രമായൊരു തള്ളു തള്ളുമ്പോൾ; വെറളിപിടിച്ച ചില പെമ്പിള്ളേര് കുലുങ്ങി ചിരിക്കുംമാതിരി ഇടതും വലതും ദേഹത്തെ കുലുക്കിക്കൊണ്ട് ഞെരിപിരിയാൽ മുന്നോട്ടൊരു കുതിപ്പു കുതിക്കും ആ കാർ. അതു കാണുമ്പോൾ അലുക്കത്തുമ്മ പറഞ്ഞത് എത്ര ശരിയാണെന്നുതന്നെ തോന്നാറുണ്ട്.

മീരാന്റെ വാഹനം കൊഞ്ചിയും കുഴഞ്ഞും മൈക്കിൾ ജാക്സൺ സലൂണിൽ നിന്നും പുറപ്പെട്ട് തൊട്ടടുത്തുള്ള സർക്കാരിന്റെ മദ്യഷാപ്പിന് മുന്നിൽ വന്നു നിന്നു.

സന്ധ്യാവേളകളിൽ ഇറച്ചിമീരാന് അസാരം മിനുങ്ങുന്നൊരു ശീലമുണ്ടെന്ന് മുക്കുപണ്ടം പാത്തു അഭിമാനത്തോടെ പറയാറുണ്ട്. മുക്കുപണ്ടം പാത്തുവിന് മീരാന്റെ പുതിയ തൊഴിലിനോടത്ര മമതയില്ല. കാരണം കരള്, കൂമ്പ്, കൊടല്, തല, കാല് ഇത്യാദികളൊക്കെ ഇനി പൈസ കൊടുത്താലേ കിട്ടൂ. ഇറച്ചിവെട്ടുമ്പോൾ അതൊക്കെ വെട്ടുകാ

രന് ഫ്രീയായിരുന്നു. ഫ്രീയായതുകൊണ്ടുതന്നെ മുക്കുപണ്ടം പാത്തു മതിയാവോളം വാരിം കോരീം തിന്നുകയും ഇറച്ചി മീരാനെ (ഓ തെറ്റി. ഇനി ഇറച്ചി മീരാനല്ല. ലോട്ടറി മീരാൻ) തീറ്റിപ്പിക്കുകയും ചെയ്തിരുന്നു.

ലോട്ടറി കച്ചവടം തുടങ്ങിയതിനുശേഷം മിനുങ്ങുന്ന ശീലം മീരാൻ രാവിലേയങ്ങ് തുടങ്ങും. വണ്ടിക്ക് നല്ല കണ്ടീഷൻ കിട്ടണമെങ്കിൽ സാരഥിക്കും നല്ല കണ്ടീഷൻ വേണമത്രെ. അതിനായി സാരഥിയും അല്പം സേവിക്കും. അല്ലെങ്കിൽ സ്റ്റിയറിങ്ങും ആക്സിലേറ്ററും മാത്രമല്ല വണ്ടിക്കാകമാനം വിറയൽ തുടങ്ങുമെന്നാണ് ഇരുവരുടേയും വാദം. ആയതിനാൽ ലോട്ടറി മീരാൻ എന്നും ലോട്ടറി കച്ചവടം തുടങ്ങുന്നതും അവസാനിപ്പിക്കുന്നതും മൈക്കിൾജാക്സൺ സലൂണിന് മുന്നിലോ മദ്യഷാപ്പിന്റെ ഇത്തിരി മാറിയുള്ള മഞ്ഞണാത്തി മരത്തിന്റെ തണലിലോ ആയിരിക്കും.

സന്ധ്യയാകുമ്പോൾ സർക്കാരിന്റെ മദ്യശാലയ്ക്കു മുന്നിലെ ആൾക്കൂട്ടത്തെ കണ്ട് പലപ്പോഴും അന്ധാളിച്ചിട്ടുണ്ട്. ജാതിമതഭേദമന്യേ വലിപ്പചെറുപ്പം നോക്കാതെ മാന്യരും അമാന്യരും മാന്യമായും മൗനമായും അവിടെ കാത്തുനില്ക്കും. മുന്നിൽ നില്ക്കുന്നവന്റെ മുതുകത്തിത്തിരി വിയർപ്പിന്റെ മണമുണ്ടെങ്കിലും അഴുകിയ മീനിന്റെ ഗന്ധമുണ്ടെങ്കിലും ഇടവും വലവും തിരിയാതെ അറ്റൻഷനിലങ്ങനെ അവർ നില്ക്കും. ചിലർ മുന്നിൽ നില്ക്കുന്നവന്റെ മുതുകത്ത് മുഖമൊളിപ്പിക്കാൻ താല്പര്യം കാട്ടും. ഗതാഗത നിയമങ്ങൾ പാലിക്കാൻ മറന്നുപോയാലോ വെന്ന് ശങ്കിച്ച് ഹെൽമറ്റ് മാറ്റാതെ തന്നെ വരിയിൽ കാത്തുനില്ക്കുന്നവരുമുണ്ട് കൂട്ടത്തിൽ. ഇവറ്റകളുടെ ക്ഷമ കാണുമ്പോൾ ഈ വർഷത്തെ സമാധാന പുരസ്കാരം വീതിച്ചു നല്കേണ്ടി വരുമോയെന്ന് ആരും ശങ്കിച്ചു പോകും. ഇവരിങ്ങനെ സമാധാന പ്രിയരായി തേനൊലിക്കുന്ന ചുണ്ടുമായി കുപ്പികൾ വാങ്ങി വയറ്റത്തും ഇടുപ്പിലും തിരുകി നടന്നാൽ സർക്കാരിന്റെ മദ്യവർജ്ജനം മദ്യനിർമ്മാർജ്ജനം എന്നിങ്ങനെയുള്ള സ്വപ്ന പദ്ധതികൾ എങ്ങനെയാണ് യാഥാർത്ഥ്യമാകുക! സർക്കാരിന് മദ്യക്കടതുറന്നു വയ്ക്കാം ആവശ്യക്കാരന് നല്കാം. നിരോധിച്ചാൽ കോടികൾ നഷ്ടമാകുന്നതിലൂടെ നമ്മുടെ സമ്പദ്ഘടന തന്നെ ആകെ തകിടം മറിയൂലേ. ആയതിനാൽ വർജ്ജിക്കുക നിർമ്മാർജ്ജനം നടത്തുക എന്നുള്ളത് കുടിയന്മാരുടെ മാത്രം ലക്ഷ്യവും അതവരുടെ മുദ്രാവാക്യവുമായിരിക്കണം.

അപരിചിതനായൊരു ചെറുപ്പക്കാരൻ; മലയാളിയല്ലെന്നു സാരം. കൈലിപൊക്കി മുട്ടോളമെത്തുന്ന പച്ചവർണ്ണത്തിലുള്ള നിക്കറിന്റെ കീശയിൽ കുപ്പിതിരുകി കയറ്റുന്നതിനിടയിൽ വല്ലാതൊന്നു നോക്കി. അവന്റെ നോട്ടത്തിൽ എന്തോ പന്തികേടു തോന്നി. സന്ധ്യകഴിഞ്ഞാൽ പെണ്ണുങ്ങൾ കാത്തു നില്ക്കുന്നത് ഇരയെപ്പിടിക്കാനാണെന്നാണ് ചിലവന്മാരുടെ ധാരണ.

വേണ്ട. ഇനിയും ആരെയും കാക്കണ്ട.

വാഹനം ചലിപ്പിച്ച് പ്രധാന നിരത്തു കടക്കാൻ ശ്രമിച്ചു. തലങ്ങും വിലങ്ങും ഓടുന്ന വണ്ടികൾ. ജനസംഖ്യയുടെ വർദ്ധനവിനനുസരിച്ച് വാഹനസംഖ്യയും കൂടിയിട്ടുണ്ട്. ഒരുവീട്ടിൽ അംഗസംഖ്യ രണ്ടോ മൂന്നോ വാണെങ്കിലും വാഹനങ്ങളുടെ സംഖ്യ അതിലോ അതിനപ്പുറമോ ആയിരിക്കും. കെട്ടിയോന് വേണം മൂന്നെണ്ണം; ആപ്പീസിൽ പോകാൻ നാലുചക്രവാഹനമൊന്ന്, കുടുംബത്തോടൊപ്പം കറങ്ങാൻ മറ്റൊരു നാലുചക്രവാഹനം, പിന്നെ ക്ഷൗരം ചെയ്യാൻ പോകാനും പാലുവാങ്ങാൻ പോകാനുമായി ഇരുചക്രവാഹനമൊന്ന്, കെട്ടിയോൾക്കും കാണും രണ്ടെണ്ണം; നാലു ചക്രവാഹനമൊന്ന്, ഇരുചക്രവാഹനം മറ്റൊന്ന്. ഇനി അംഗസംഖ്യകൂടിയവരുടെ കുടുംബത്തിലെ കാര്യം പറയേണ്ടതില്ല. കാച്ചികുടിക്കാൻ വകയില്ലെങ്കിലും കേറി കിടക്കാനിടമില്ലെങ്കിലും സി സിയെടുത്തിട്ടായാലും സ്വന്തം വണ്ടിയിലേ സഞ്ചരിക്കൂവെന്ന മട്ടായിട്ടുണ്ട് നമ്മുടെ നാടിന്റെ വളർച്ച. ദിവസവും വണ്ടിയിൽ എണ്ണയടിക്കണം. മാസാമാസം സി സിയടയ്ക്കണം. വീട്ടിലെ വണ്ടിയുടെ അംഗസംഖ്യ വർദ്ധിച്ച പോലെ കൊള്ളയും കൊലയും അനുദിനം വർദ്ധിച്ചുകൊണ്ടിരിക്കുന്നതിനൊരു കാരണം ഈ വണ്ടി ഭ്രാന്തു തന്നെ.

പ്രധാന നിരത്തിനിരുവശവുമുള്ള വില്പന ചന്തകളിൽ വല്ലാത്ത തിരക്കു കണ്ടു. പഴക്കടകൾ, പച്ചക്കറി സ്റ്റാളുകൾ, ചെറുചെറു പാത്രക്കടകൾ, മത്സ്യവട്ടികളുമായി നിരന്നിരിക്കുന്ന മുക്കുവസ്ത്രീകൾ. പലതും വാങ്ങണമെന്നുണ്ടായിരുന്നു. സാമ്പത്തികം പരുങ്ങലിലായതിനാൽ വണ്ടിക്ക് വേഗത കൂട്ടി. അരുണിന് എന്നും പച്ചമീനിന്റെ കറിവേണം. രാവിലെ തയ്യാറാക്കിയതൊന്നും അവൻ കഴിക്കാറേയില്ല. വളരുന്തോറും കുട്ടികളുടെ നാവിന് രുചിയേറുന്നു. അമലയ്ക്കാണെങ്കിൽ പക്കവട, ചിപ്സ്, ജിലേബിയൊക്കെയാണ് പ്രിയം. പെണ്ണിന്റെ ദേഹം അല്പം തടിച്ചുവരുന്നുണ്ട്. ഇപ്പോൾ പുത്തുവയസ്സ് തികയും മുമ്പേയാണ് പെമ്പിള്ളേര് ഋതുമതിയാകുന്നത്. തന്റെ കൗമാരകാലത്തിൽ പതിനാലിലോ പതിനഞ്ചിലോവൊക്കെയായിരുന്നു ആ പ്രക്രിയ.

"വാമ്മാ വാമ്മാ"

കൈയിൽ നിറയെ വെള്ളി വളകളിട്ട തമിഴത്തി സ്ത്രീ പായ്ക്കറ്റിൽ നിറച്ച എണ്ണപ്പലഹാരങ്ങൾ എടുത്തുകാട്ടി ഉറക്കെ വിളിച്ചു. അടുത്തകടയിൽ തെളിഞ്ഞ വൈദ്യുത ദീപത്തിന്റെ പ്രഭയാൽ തമിഴത്തിയുടെ വെളുത്ത പല്ലുകളും വെള്ളി മൂക്കുത്തിയും വെട്ടിത്തിളങ്ങി. എന്തെങ്കിലും വാങ്ങാമെന്നു നിനച്ച് ഇറങ്ങിയാൽ അടുത്ത കടക്കാർ മാടിവിളിക്കും. ചേച്ചീ കാഞ്ചനചേച്ചീ ദേ ഇതു കൊണ്ടുപൊയ്ക്കോ പൈസ കിട്ടുംമ്പം തന്നാതി. അതവരിലെ വില്പന തന്ത്രമാണെന്നറിയാം. എങ്കിലും കേൾക്കുമ്പോൾ തന്നിലെ ദൗർബല്യം ഉണരും. കടംവയ്ക്കാതെ തന്നെ ഓരോന്നു വാങ്ങി കൂട്ടും. പിന്നീടാണ് കൈയിലെ കാശ് ചോർന്നുപോയതോർത്ത് വിഷമിക്കുന്നത്.

ഒരു മുറി കൂടിയിറക്കി വീട് പുതുക്കി പണിയണമെന്ന് വിചാരിക്കാൻ

തുടങ്ങിയിട്ട് നാളുകളേറെയായി. പെണ്ണ് വളർന്നുവരുന്നു. പന്ത്രണ്ട് കഴിഞ്ഞു പ്രായം. കൗമാരപ്രായക്കാരനായ അരുണിന് ഇനിയും സ്വന്ത മായൊരു മുറിയില്ല.

ഒന്നരസെന്റ് പതിച്ചുതന്ന സർക്കാർ അതിൽ വീടുപണിതു തരാമെന്ന് വാഗ്ദാനം ചെയ്തിരുന്നെങ്കിലും ഒന്നും പാലിച്ചില്ല. ആദ്യ ഗഡുവായി ചെറുയൊരു സംഖ്യ അതും നാലു തൂണുകൾ നിർത്താൻപോലും തികയാത്ത തുക തന്നു പേരെടുത്തു.

പല പല സർക്കാരുകൾ മാറി മാറി ഭരിച്ചിട്ടും പത്തൊൻപതു കുടുംബങ്ങളിലൊന്നുപോലും സർക്കാരിന്റെ ധനസഹായത്താലല്ല പൂർത്തിയാക്കിയത്. സർക്കാർ കനിഞ്ഞു നല്കിയ ഒന്നര സെന്റിലെ മൺതിട്ടയിൽ ആസ്ബസ്റ്റോസ് മറച്ച് അതിൽ പാർക്കുന്നവരുണ്ട്. ടാർപോളിനും ഓലയും മറച്ചുകെട്ടി അതിനുള്ളിൽ കഴിയുന്നവരുണ്ട്. താബൂക്ക് കട്ടകളാൽ പണിത ഒറ്റമുറിക്കുള്ളിൽ പാർക്കുന്ന ഏഴു ജീവിതങ്ങളുണ്ട്. അവിടെ പ്രായമായ കുഞ്ഞുങ്ങൾ ഉറങ്ങിക്കഴിയുമ്പോൾ മാത്രം ഭീതിയോടെ രതിയിലേർപ്പെടുന്ന ദമ്പതിമാരുണ്ട്. ഉറക്കത്തിനിടയിൽ ഞെട്ടിയുണരുന്ന കുഞ്ഞുങ്ങളുടെ പിച്ചുംപേയും കേട്ട് വസ്ത്രം വാരിയെടുക്കുന്ന അമ്മമാരുണ്ട്. ക്രോധത്തോടെ അമ്മയേയും ശാസനയോടെ മക്കളെയും നോക്കുന്ന അച്ഛന്റെ കണ്ണുകൾ കണ്ട് വിതുമ്പിയുറങ്ങുന്ന കുട്ടികളുണ്ട്.

പത്തൊൻപതു കുടുംബങ്ങളിൽ കാഞ്ചനയുടെ വീട് മാളികയാണത്രെ; കോളനിവാസികളിൽ ചിലരുടെ ചുണ്ടുകൾ അങ്ങനെ മൊഴിയും. പെണ്ണായി പിറന്നാലെന്ത്. ആ ഒറ്റപെണ്ണിന്റെ കഴിവുകൊണ്ടല്ലേ അത്രേമായതെന്നു പറഞ്ഞ് അലുക്കത്തുമ്മ അഭിമാനം കൊള്ളുമ്പോൾ കൊന്നപ്പൊക്കം മാറിനിന്നു നെടുവീർപ്പിടും. കൊന്നപ്പൊക്കത്തിന് അന്യന്റെ വളർച്ചയിൽ അസൂയപ്പെടാതിരിക്കാനാവില്ല.

അതേ തന്റെ വീടിന് അടുക്കളയുണ്ട്. തുറസ്സായൊരു ഇറയമുണ്ട്. അടപ്പുള്ള ഒറ്റമുറിയുണ്ട്. പുറത്തൊരു കക്കൂസും. മൂവർക്ക് കഴിയാൻ ധാരാളമെങ്കിലും ഇനി അങ്ങനെ പോര. ഒരു മുറി കൂടി പണിയണം. ചെക്കൻ വളരുന്നു. പെണ്ണ് വളരുന്നു.

ഒറ്റമുറിയിൽ അച്ഛനും അമ്മയും രണ്ടുമക്കളും. അച്ഛന്റെ കൈകൾ പിഞ്ചു തുടകളിൽ പരതി നടന്നപ്പോൾ മകൾക്കു പ്രായം രണ്ടര.

വേണ്ട വീണ്ടും ഓർക്കണ്ടാ.

പ്രധാന നിരത്തിൽ നിന്നും ഇടറോഡിലേക്കു കയറിയതും വാഹനത്തിന് അല്പം കൂടി വേഗത കൂട്ടി. തിരക്കൊഴിഞ്ഞ വീഥി. എങ്കിലും വെറുതേ ഹോണിൽ കൈ അമർത്തി.

– ഹേ കാഞ്ചനാ നീ എന്തിന് അതൊക്കെ ചിന്തിക്കുന്നു. നീ ഇന്ന് ധന്യയല്ലേ. ദിവസവും നിന്റെ കീശയിൽ കാശു വീഴുന്നില്ലേ. ഒരു കാലത്ത് ഒരു ചില്ലികാശെങ്കിലും നിനക്ക് സ്വന്തമായുണ്ടായിരുന്നോ? പോട്ടെ നീയന്ന് അല്പമെങ്കിലും സ്വതന്ത്രയായിരുന്നോ? നീ പുറത്തിറങ്ങുന്നത് തന്നെ

കുട്ടികൾക്ക് ദീനം വരുമ്പോൾ ധർമ്മാശുപത്രികളിലേക്കു മാത്രമായിരുന്നില്ലേ. നീ അന്ന് നടന്നുപോകുമ്പോൾ കുട്ടികൾ ഭ്രാന്തിയെന്ന് വിളിച്ച് ഓടിപ്പോകുമായിരുന്നത് ഓർക്കുന്നോ. ചീകിയൊതുക്കാത്ത നിന്റെ തലമുടി കെട്ടുപിണഞ്ഞ് തോളത്ത് ചിതറിക്കിടക്കുമായിരുന്നു. ബ്ലൗസിന്റെ വിള്ളലുകൾ പുറത്ത് കാണാതിരിക്കാനാണ് നീയങ്ങനെ ചെയ്യുന്നതെന്നറിയാം. അരികുതേഞ്ഞ സാരിയുടെ ഇഴകൾ നീ നടക്കുമ്പോൾ നിന്റെ പാദത്തിലുടക്കുമായിരുന്നു. പലപ്രാവശ്യം തുന്നിക്കെട്ടിയ അടിപ്പാവാട മുട്ടിൽ തട്ടുന്നതു കാരണം നിനക്ക് നേരെ നടക്കാനാവുമായിരുന്നോ? പ്റാഞ്ചി പ്റാഞ്ചിയുള്ള നിന്റെ നടത്തവും വേഷവും കണ്ടിട്ടാകാം കുട്ടികൾ നിന്നെ ഭ്രാന്തിയെന്ന് വിളിച്ചിരുന്നത്.

സ്റ്റിയറിങ്ങിൽ മൃദുവായി തലോടി.

വേണ്ട നെടുവീർപ്പുകൾ വേണ്ട.

ദിവസവും അഞ്ഞൂറും അറുനൂറും സമ്പാദിച്ചിരുന്ന ഒരുവന്റെ ഭാര്യയായിരുന്നവൾ. കള്ളുമോന്തിയും പെണ്ണുപിടിച്ചും അയാൾ വീട്ടിലെത്തുന്നത് വെറും കൈയോടെയായിരുന്നു. ചില ദിവസങ്ങളിൽ വീട്ടുസാധനങ്ങളായി മീനോ മാംസമോ കൈയിൽ കാണുമെന്നുമാത്രം.

തലയ്ക്ക് വെളിവുള്ള പ്രഭാതങ്ങളിൽ അവനോട് ഇല്ലായ്മകൾ നിരത്തും. അരിയില്ല, ഉപ്പില്ല, പഞ്ചാരയില്ല. സാധനങ്ങളുടെ പട്ടിക നീണ്ടാൽ ചോദിക്കും; ഇന്നലയല്ലേ അതൊക്കെ വാങ്ങിയത്. അതിനെടേല് തീർന്നാ. അങ്ങനെ ചോദിച്ച് മൂളിയൊതുക്കി രാവിലെ പുറപ്പെടുമെങ്കിലും രാത്രിയിൽ വന്നു കേറുമ്പോൾ അതുവച്ചായിരിക്കും തുടങ്ങുന്നത്. ലഹരി ഭരിക്കുന്ന അവന്റെ നാവുകൾ അലറും

- നീ ആര്ക്കെടീ അരീം പഞ്ചാരേം വിറ്റ് കാശുണ്ടാക്കണ. പണോംണ്ടാക്കി പണോംണ്ടാക്കി ഏവന് കൊടുക്കാനെടീ.

ഒരിക്കൽ ഒരു വഴിവാണിഭക്കാരൻ ഒരുകെട്ടു തുണിയുമായി വീട്ടിൽ വന്നു. അടിപ്പാവാട, നൈറ്റി, സാരി. അവകൾ മുന്നിൽ നിരത്തുന്നതോടൊപ്പം അവൻ വാചാലനായി. ആദ്യം പത്തുരൂപ തന്നാൽ മതിചേച്ചി. പിന്നെ ആഴ്ചതോറും ചെറിയ ഗഡുക്കളായി അടച്ചു തീർക്കണമെന്ന വ്യവസ്ഥ പറഞ്ഞുകൊണ്ട് ധരിച്ചിരുന്ന വസ്ത്രത്തെ ചൂണ്ടിക്കാട്ടി ആ പയ്യൻ സഹതപിച്ചു. അവയുടെ ഊടുകളിൽ കുറ്റമാരോപിച്ചു അവൻ വീട്ടിലെ ചേട്ടന്റെ പണി തിരക്കി. ദെവസം പത്തഞ്ഞൂറുരൂപ കിട്ടണ ചേട്ടന്റെ ചേച്ചി ചെറിയൊരു വിഹിതം മിച്ചം പിടിച്ചാലും തീർക്കാനല്ലേയുള്ളൂവെന്നു പറഞ്ഞ് ചൊടിപ്പിച്ചു. ചേട്ടന്റെ സാമ്പത്തിക വ്യവസ്ഥയെ മറച്ചുവച്ചുകൊണ്ട് അപ്പോളോർത്തത് തുണിയലക്കുമ്പോൾ പത്തിന്റേയോ അഞ്ചിന്റേയോ നോട്ടുകൾ ചുരുണ്ടുമടങ്ങി ഷർട്ടിന്റേയോ പാന്റ്സിന്റേയോ കീശയിൽ മുഷിഞ്ഞു കിടക്കുന്നതാണ്. ബോധമില്ലാത്ത വേളയിൽ മറന്നിടുന്നതല്ലാതെ ഒരു നയാപൈസപോലും ഭാര്യയെ ഏല്പിക്കുകയില്ലായിരുന്നു. ഭാര്യയുടെ ആവശ്യങ്ങൾ എന്തെന്നുപോലും തിരക്കില്ല. അങ്ങനെ വീണുകിട്ടിയ ഒരു പത്തുരൂപ സൂക്ഷിച്ചിരു

ന്നതെടുത്താണ് അന്ന് വാണിഭക്കാരനു നല്കി ഒരു നൈറ്റിയും അടിപ്പാവാടയും വാങ്ങിയത്. അന്നുരാത്രിയിലുണ്ടായ സംഭവം ഓർക്കാതിരിക്കാനാവുന്നില്ല.

ആരെടീ നിനക്ക് പുടവ തന്നത്. നിന്റെ മറ്റോമ്മാരാരെങ്കിലുമാണോ. വീട്ടിലിരിക്കണ നിനക്കെങ്ങനെ പണം കിട്ടി. നീ വ്യഭിചരിച്ച് പണമുണ്ടാക്കിയതോ. അണിഞ്ഞൊരുങ്ങി നിക്കണെ കണ്ടില്ലേ. ആരെകാണിക്കാനെടീ നീ ഒരുങ്ങുന്നത്.

എന്നിട്ട് കൈയും കാലുമെടുത്ത് അങ്ങിങ്ങ് പ്രഹരിച്ചു തുടങ്ങി.

ഒരിക്കൽ മുഷ്ടി ചുരുട്ടി വലതു കണ്ണിനു താഴെ അടിച്ചതിന്റെ പാട് ഒന്നരമാസത്തോളം തെളിഞ്ഞുകിടന്നിരുന്നു. അയൽക്കാരാരും അയാളെ പേടിച്ച് അവിടെ അടുക്കാറില്ല. അതിനാൽത്തന്നെ ആരുമായും സൗഹൃദവും പുലർത്തിയിരുന്നില്ല. തെന്നിയോ തെറിച്ചോ ആരാനും അന്ന് വീടിനു മുന്നിലെത്തുമ്പോൾ തോന്നുമായിരുന്നു ഒരു മുഖപടം കിട്ടിയിരുന്നെങ്കിലെന്ന്.

ചില ദിവസങ്ങളിൽ വന്നപാടെ അയാൾ മുറിയാകെ പരതും. കട്ടിലിനടിയിൽ ഉറ്റുനോക്കിയും മുറ്റത്തിറങ്ങി ഇരുട്ടിൽ തിരഞ്ഞും ആരെയൊക്കെയോ പുലഭ്യം പറയും. ഇലയനങ്ങുമ്പോൾ, കാറ്റ് ഒച്ച വെയ്ക്കുമ്പോൾ ആരെടാ അവിടെ കുത്തിയിരിക്കണതെന്ന് ചോദിച്ച് മുറിക്കകത്ത് കയറി വാതിലടയ്ക്കും. വെട്ടുകത്തി കൈയിൽ കരുതികൊണ്ട് നാക്കു നീട്ടി കണ്ണുമുഴപ്പിക്കും. ചിലപ്പോൾ കസർത്തുകാട്ടും. അപ്പോഴൊക്കെ എന്തും വരട്ടേയെന്നു കരുതി ആ ഒറ്റമുറിയിൽ അങ്ങോട്ടുമിങ്ങോട്ടും നീങ്ങാനാകാതെ കുട്ടികളെ ചേർത്തു പിടിച്ച് വിതുമ്പലമർത്തി മൂലയിലെവിടെയെങ്കിലും ഒതുങ്ങിയിരിക്കും.

കരയാനാകില്ല.

കരഞ്ഞാൽ ചോദിക്കും.

നിന്റെ മറ്റോമ്മാരാരെങ്കിലും ചത്തോ.

പുറത്തെവിടെയെങ്കിലും മാറിനിന്നാലോ.

"ആരെയെടീ തെരയണെ. ഏവനെങ്കിലും വന്ന് പതുങ്ങി നിക്കണൊ. എന്നെ ഒറക്കി കെടത്തീട്ട് നിന്റോടൊപ്പം വന്നുകിടക്കാൻ. ഹൊ എനിക്ക് ബോധമില്ലല്ലോ എന്തുമാവാമല്ലോ."

അറിയാതെ കൈ തട്ടി വീണ്ടും ഹോൺ മുഴങ്ങി.

- നിന്നോടല്ലേ അതൊന്നും ഓർക്കണ്ടാന്ന് പറഞ്ഞത്. നീ നോക്ക്. നിന്റെ കീശയിലെ തിളങ്ങുന്ന നോട്ടുകളെ നോക്ക്. കിലുങ്ങുന്ന നാണയങ്ങളെ നോക്ക്. നിന്റെ സ്വാതന്ത്ര്യത്തിന്റെ, നിന്റെ അദ്ധ്വാനത്തിന്റെ വിഹിതമല്ലേ അവയെല്ലാം. നിന്റെ ഇംഗിതത്തിനനുസരിച്ച് നിനക്കവ ചെലവഴിച്ചൂടെ. അതിൽ നീ സന്തോഷിക്ക്. എന്തും വാങ്ങിയണിയാൻ നിനക്കിപ്പോൾ സ്വാതന്ത്ര്യമില്ലേ.

അതോർത്തപ്പോൾ ഉള്ളിലെങ്ങോ അറിയാതെയൊരു മ്ലാനത വിതുമ്പി. എന്നിട്ട് പതിയെ ആത്മഗതം കൊണ്ടു.

- നീ കണ്ടില്ലേ എന്റെയീ മോന്ത. ഇഷ്ടമുള്ളതണിഞ്ഞാലും എനിക്കിപ്പോൾ ചേരുന്നതെങ്ങനെ.

- ഛീ വീണ്ടും നീ നിന്നെ പുച്ഛിക്കുന്നുവോ. നീ നിന്റെ കണ്ണുകൾ കൊണ്ട് ചുറ്റും നോക്ക്. നിനക്ക് എന്തെല്ലാം കാണാനാകുന്നു. മനോഹരമായ കാഴ്ചകൾ. സംതൃപ്തിയുടെ മുഖങ്ങൾ. അവ നിന്നെ നോക്കി ചുണ്ടുകൾ വിടർത്തുന്നതു നീ കാണുന്നില്ലേ. നീ നിന്റെ ചുണ്ടുകൾ കൊണ്ട് ആദ്യം അവയ്ക്കൊരു പുഞ്ചിരി സമ്മാനിക്ക്. എന്നിട്ടാ കണ്ണാടിയിലൊന്ന് നോക്ക്. നിന്റെ മനോഹരമായ ചിരിയിൽ വഞ്ചനയുണ്ടോ. കാപട്യമുണ്ടോ?

വാഹനത്തിന്റെ കണ്ണാടിയിലേക്ക് നോക്കി.

ശരിയാണ്. മനുഷ്യനായി ജനിച്ചതിലെ സംതൃപ്തി ആ ചിരിയിലുണ്ട്. ജന്മം പാഴാക്കാതെ എന്തൊക്കെയോ ചെയ്തു തീർത്തതിലുള്ള തൃപ്തി. ഇനിയും എന്തോ ചെയ്യാനുണ്ടെന്ന പ്രതീക്ഷ.

ഹോൺ മുഴക്കിക്കൊണ്ട് പൊടുന്നനെയൊരു ഇരുചക്രവാഹനം കടന്നുപോയതും പുറകിലെ ഇരുപ്പിടത്തിലെ നീളം കുപ്പായത്തിലുള്ള പൂർണ്ണാവൃതമായ ഒരു രൂപം തിരിഞ്ഞു നോക്കി. ആ രൂപത്തിന്റെ കണ്ണുകളിലെ വെളുത്ത നിറം മാത്രം ഇരുട്ടിൽ തെളിഞ്ഞു കണ്ടു. ഭീതി തോന്നി.

ഒരിക്കൽ താനണിഞ്ഞിരുന്ന വസ്ത്രം. വൈകൃതത്തെ മറയ്ക്കാനണിഞ്ഞത്.

ഓർത്തപ്പോൾ പരിഹാസം തോന്നി.

- നോക്ക് ആ കണ്ണാടിയിലേക്കു ഒന്നുകൂടി നോക്ക്. നീയിപ്പോൾ ധന്യയല്ലേ.

വല്ലാത്തൊരു നിർവൃതിയോടെ വണ്ടി പായിച്ചു. ഇടവഴി തീർന്നതും ഇരുട്ടിന്റെ നിഴലുകൾ കനം വയ്ക്കാൻ തുടങ്ങി. വീടുകളിലെ വെളിച്ചം പാതയോരങ്ങളിൽ ചിരിതൂകി നിന്നു. വശത്തെ വീടുകളിൽനിന്നും പറന്നുവന്ന കട്ടൻചായയുടെ ഗന്ധം നാസാരന്ധ്രങ്ങളിൽ തുളച്ചു കയറി. പണികഴിഞ്ഞെത്തിയ കെട്ടിയോന് നിർവൃതി നല്കാൻ കട്ടൻചായയും പുഞ്ചിരിയും നല്കി ഇറയത്ത് നില്ക്കുന്ന യുവതിയുടെ ചിത്രം സഞ്ചാരത്തിനിടയിൽ തെളിഞ്ഞു കണ്ടു.

ചില സന്ധ്യകളിൽ ലഹരി നുകരാൻ ചങ്ങാതികൾ ഒത്തുകൂടുന്നത് ഒറ്റമുറിക്കുടിലിലെ ചെറുവരാന്തയിലായിരുന്നുവെന്ന ചിന്തകൾ വീണ്ടും എങ്ങാണ്ടൊക്കെയോ വലിച്ചിഴച്ചു കൊണ്ടുപോയി. മൂന്നാലു കസേരകൾ നിരത്തിയിട്ട് പേക്കൂത്തു തുടങ്ങുമ്പോൾ മദ്യത്തിന്റെ മണം അകത്തേക്കു പടരുമായിരുന്നു. അപ്പോൾ കുട്ടികൾ പോലും മൂക്കുപൊത്തും. മദ്യസേവ തുടങ്ങിക്കഴിഞ്ഞാലുള്ള അയാളുടെ സ്ഥിരം വിനോദമായിരുന്നു കട്ടനിടൽ എന്ന പല്ലവി ചൊല്ലൽ. വാതില്ക്കൽ വന്നെത്തിനോക്കി പല പ്രാവശ്യം പറയും.

കട്ടനിട്, കട്ടനിട്.

തയ്യാറാക്കിയ കാപ്പിയുമായി ഏറെനേരം കാത്തുനിന്നിട്ട് തണുക്കാൻ

തുടങ്ങുമ്പോൾ വിളിച്ചു പറയും.

ദേ കാപ്പി.

കാപ്പിയും കൊണ്ട് പുറത്തേക്കിറങ്ങാൻ പേടിയാണ്.

ഒരിക്കൽ അവയുമായി പുറത്തിറങ്ങി വരാന്തയിലെ സ്റ്റൂളിൽ പ്രതിഷ്ഠിച്ചു മടങ്ങവെ കേട്ടു.

- ആണുങ്ങള മുന്നില് കുലുക്കിക്കൊണ്ട് എന്തിനു വന്നു. വിളിച്ചാ പോരെ.

അതിഥികൾ പോയ്ക്കഴിഞ്ഞാൽ പിന്നെ അതുവെച്ചു തുടങ്ങുക പതിവാണ്.

കാപ്പിയെന്ന് വിളിക്കുമ്പോഴൊക്കെ തണുത്ത കാപ്പി വീണ്ടും വീണ്ടും ചൂടാക്കിക്കൊണ്ടിരിക്കണം. എന്നാൽ മദ്യപൻമാരായ അവന്മാർ ഒരിക്കൽ പോലും താനിട്ട കാപ്പി രുചിച്ചുനോക്കുക പോലും ചെയ്തിരുന്നില്ല. സൽക്കാരം കഴിഞ്ഞ് എല്ലാവരും പിരിഞ്ഞുപോയിട്ട് അകത്തേക്കു വരുമ്പോൾ തയ്യാറാക്കി വച്ചിരിക്കുന്ന കാപ്പിവെള്ളം കണ്ട് ക്രുദ്ധനാകും.

- തേയിലേം പഞ്ചാരേം ചുമ്മാ കിട്ടോ.

പിന്നെ പിന്നെ 'കട്ടനിടൽ' വാക്ക് ഗൗനിക്കാതെയായി.

എന്നാൽ അന്നയാൾക്ക് ആരെയോ തൃപ്തിപ്പെടുത്തേണ്ടതുണ്ടായിരുന്നു. പതിവുപോലെയാണെന്നു കരുതി അന്നും കട്ടനിടാൻ കൂട്ടാക്കാതെ മുറിക്കുള്ളിൽ ഒതുങ്ങിയതും കട്ടനിടൽ വാക്ക് പലവുരു ആവർത്തിച്ചു കൊണ്ടിരുന്നു. അല്പം കഴിഞ്ഞ് അയാൾ അകത്തേക്കു വന്നപ്പോൾ മനസ്സിലായി; വിരുന്നുകാരനിലൊരുവൻ കുടിയനല്ല പിടിയനാണ്. അത്തരക്കാരെ കാപ്പിനല്കി സൽക്കരിച്ചേ മതിയാകൂവെന്നുണ്ട്.

പെട്ടെന്ന് വെള്ളം അടുപ്പിൽ വച്ചു. തിളയ്ക്കാൻ തുടങ്ങിയതും വീണ്ടും വന്നു ചോദിച്ചു.

ഇതുവരേം ആയില്ലേ.

മൗനം പൂണ്ട് ചായപ്പൊടി വലിച്ചെടുത്തു തിരിയുമ്പോൾ ലഹരി ചുവപ്പിച്ച അയാളുടെ കണ്ണുകളിൽ അടുപ്പിലെ തീ ആളിക്കത്തി. പല്ലു ഞെരിച്ചുകൊണ്ട് അയാൾ ചായപാത്രം പൊക്കിയെടുത്ത് എങ്ങോ വലിച്ചെറിഞ്ഞു. തിളച്ച വെള്ളം തന്റെ ദേഹമാകെ ഇഴപൊട്ടിയ വസ്ത്രങ്ങൾക്കിടയിലൂടെ ഒലിച്ചിറങ്ങി. നിഴൽ നോക്കി ചുമരിൽ കാലിട്ടു മെതിച്ചു നിന്ന അരുൺ പേടിച്ചു വിറച്ചു. അവൻ ഉറക്കെ കരഞ്ഞതും അവനെ നോക്കി പല്ലുഞെരിച്ച് നിശ്ശബ്ദമായിരിക്കാൻ വിരൽകൊണ്ട് ആംഗ്യം കാട്ടി പുറത്തുപോയി. ചങ്ങാതിമാർക്കു മുന്നിൽ അഭിമാനം കാക്കാനുള്ള അയാളിലെ ബോധം ലഹരി ബാധിച്ചില്ലെന്നു അപ്പോൾ മനസ്സിലായി.

അടുപ്പിലെ തീയും ഉള്ളിലെ കനലും ആളിക്കത്തിക്കൊണ്ടിരുന്നു.

എന്താണുണ്ടാകാൻ പോകുന്നത്.

വീണ്ടും അടുപ്പത്ത് കയറ്റിയ കരിപുരണ്ട ചായപാത്രത്തിലെ നുരകൾ പൊട്ടിത്തെറിച്ച് നാലുപാടും കുമിളകൾ ചിതറി. പുറത്ത് പൊട്ടിച്ചി

രികൾ മുഴങ്ങികേട്ടു.

കാത്തിരിപ്പിന്റെ ഇടവേളകളിലെ സംഘർഷം മരണത്തേക്കാൾ ഭയാനകമാണെന്ന് തോന്നുന്നത് അപ്പോഴും ആവർത്തിച്ചു. ഉള്ളാകെ തിളച്ചു മറിയുന്ന ലാവ. അവ പുറന്തള്ളാനാകാതെ വീർപ്പുമുട്ടുമ്പോൾ അനുഭവിക്കുന്ന ഭീതി. അപ്പോൾ കൈകൾ വിറയ്ക്കും. കാലുകൾ തളരും. അന്നും അങ്ങനെയായിരുന്നു. എടുത്തുയർത്തുന്ന പദാർത്ഥങ്ങൾക്കാകെ വല്ലാത്ത ഭാരമായിരന്നു. തേയിലക്കരണ്ടിക്ക് ആനയുടെ ഭാരം. കപ്പിന് കപ്പലിന്റേതും. അടുപ്പത്തു നിന്നിറക്കി വച്ച തേയില പാത്രത്തിനോ? പർവ്വതത്തിന്റേയും. ഒന്നും കൈയിൽ നില്ക്കാതെ എല്ലാം വഴുതിപ്പോകുന്നുവെന്ന തോന്നൽ മാത്രം. ചെന്നിക്കകത്ത് കടന്നലുകൾ മൂളിപ്പറന്നു.

അവന്മാർ ഒന്നു പിരിഞ്ഞു പോയിരുന്നെങ്കിലെന്ന് പലതവണയാശിച്ചു. അഭിമുഖീകരിച്ച് തുലഞ്ഞെങ്കിൽ ആ ഭാരമൊന്ന്, ആ ഭീതിയൊന്ന് ഇറങ്ങിപ്പോകുമായിരുന്നൂവെന്നും.

വേദനയെക്കാൾ ദുഃഖത്തെക്കാൾ എത്രയോ തീവ്രമാണ് ഭീതിയുടെ മുഖമെന്ന് അനുഭവം പഠിപ്പിച്ചു തന്നു.

ഏപ്പോഴോ ഒരുനിമിഷം കുട്ടികളുടെ മുഖത്തേക്കു കണ്ണുകൾ പതിഞ്ഞപ്പോൾ അവരിൽ ഒരു വ്യത്യാസമേ കണ്ടുള്ളൂ. അമലയുടെ കണ്ണിൽ കണ്ണുനീർ തുളുമ്പി നില്ക്കുന്നുണ്ടായിരുന്നു. അരുണിന്റെ മുഖത്ത് നിസ്സംഗതയും. അരുൺ എന്തോ പതിയെ മുറുമുറുത്തപ്പോൾ ചെറുശബ്ദം കൊടുങ്കാറ്റായിരമ്പി.

അവന്മാർ പിരിഞ്ഞുപോയെങ്കിലെന്ന് വീണ്ടും ആശിച്ചു.

കമ്പുകൾ, കത്തികൾ, ചിരവ അവകളെ മാറി മാറി നോക്കി.

അവയൊക്കെയെടുത്തു എവിടെയൊളിപ്പിക്കാൻ?

ഒന്നൊന്നായി വലിച്ചെടുത്തപ്പോൾ വഴുതിപ്പോകുന്നുവെന്ന തോന്നിൽ. കാലുകൾ ചവിട്ടി തുടയ്ക്കുന്ന പഴന്തുണിയിൽ അവകൾ പൊതിഞ്ഞ് പാത്രങ്ങൾക്കിടയിൽ തിരുകി. നടക്കാൻ ശ്രമിച്ചപ്പോൾ കാലുകൾ നിർജ്ജീവമായ പോലെ. നടക്കാനായില്ല. കുട്ടികളെ ചേർത്തു പിടിച്ച് ചുമരിൽ മുഖമൊളിപ്പിച്ച് കുനിഞ്ഞിരുന്നു.

എന്താണെങ്കിലും പെട്ടെന്ന് സംഭവിച്ചെങ്കിൽ.

കാത്തിരിക്കുന്തോറും ഉള്ളിൽ നുരപൊട്ടിയ കുമിളകൾ ശരീരമാകെ തെറിച്ചുകൊണ്ടിരുന്നു.

പുറത്തു പേക്കൂത്തുകൾ നിലച്ചെന്നു തോന്നിയപ്പോൾ കുട്ടികളിലെ പിടുത്തം ശക്തമാക്കി. ഉഗ്രപ്രഹരശേഷിയുള്ള എന്തോ പൊട്ടിത്തെറിച്ച പോലെ. വാതിൽപ്പാളികൾ വല്ലാതടഞ്ഞു.

കാതുകളെ മലീമസമാക്കുന്ന മ്ലേഛമായ പദങ്ങൾക്ക് വല്ലാത്ത ഗന്ധവും.

ശബ്ദത്തിന്റെ തീവ്രതയിൽ കുട്ടികൾ കാതുകൾ പൊത്തി. അയാളുടെ കണ്ണുകളിലെ ആളിക്കത്തുന്ന അഗ്നി കണ്ടിട്ടാകാം അവർ കണ്ണുകൾ പൂട്ടി. അതൊക്കെ എന്തോ അത്യാഹിതത്തിന്റെ മുന്നോടിയാണെന്ന്

അവരെന്നോ മുതൽ മനസ്സിലാക്കിയിരുന്നു. അവരെ ചേർത്തു പിടിച്ചിരുത്തി സാരിത്തുമ്പ് വലിച്ച് മുഖമാകെ ചുറ്റി കണ്ണുകൾക്ക് ആവരണം തീർത്തു. ഒന്നും കാണണ്ട. കാതുകൾക്കാകെ പ്രകമ്പനമായിരുന്നു. നെഞ്ചിലെ തിരമാലകൾ ആർത്തലച്ചു. സർവ്വസമുദ്രങ്ങളും ഒന്നിച്ചിരമ്പി. മറ്റൊന്നും കേൾക്കാനായില്ല. പൊടുന്നനെ തലമുടി കുത്തിപ്പിടിച്ച പോലെയും പിറകിലേക്കു മലർത്തിയിട്ടപോലെയും. ദേഹത്തോടു ചേർന്നിരിക്കുന്ന കുട്ടികൾ വേർപെട്ടു നിലവിളിച്ചു.

ഒറ്റവലിപ്പിന് സാരി അയാളുടെ കൈയിൽ ചുറ്റി വരിഞ്ഞു. നഗ്നത മറയാത്ത അടിവസ്ത്രത്തിനിടയിലൂടെ കുട്ടികൾ അമ്മയുടെ നഗ്നത കണ്ട് കണ്ണുപൊത്തി. സാരി ചുരുട്ടികയറ്റാൻ മാത്രം ഉടുത്തിരുന്ന അടിവസ്ത്രത്തിൽ അത്രയ്ക്കു വിള്ളലുകളുണ്ടായിരുന്നു. തുട മറയ്ക്കുമ്പോൾ ഗുഹ്യഭാഗം മറയില്ല. ഗുഹ്യഭാഗം മറയ്ക്കുമ്പോൾ തുടയും. അവസാനം അടിവസ്ത്രത്തെ ഗോളമാക്കി കുട്ടികളുടെ കണ്ണിൽനിന്നും നഗ്നതയെ മറച്ച് തുടയോടു താടിചേർത്ത് കുത്തിയിരുന്നു. ലഹരി പകർന്ന കരുത്തിൽ അയാൾ കൂടുതൽ കൂടുതൽ അധികാരിയായി.

പുറത്തെങ്ങോ ആരുടേയോ ഒച്ചകേട്ടപ്പോൾ അയാൾ ചെവിവട്ടം പിടിച്ചു. ക്രോധത്തിനല്പമൊരയവു കണ്ടു. ലഹരിയാണ് അയാളുടെ സിരകളെ ഉത്തേജിപ്പിച്ചതെങ്കിലും തിരിച്ചറിവിന്റെ ചിഹ്നങ്ങൾ, ശബ്ദങ്ങൾ അയാൾക്കറിയാമായിരുന്നു. അടിമപ്പെടുന്നിടത്ത് മാത്രം കരുത്തു കാട്ടാൻ, അധികാരം സ്ഥാപിക്കാനുള്ള തിരിച്ചറിവുമുണ്ടായിരുന്നു. അവന്റെ കൈയിന്റെ, കാലിന്റെ അധികാരത്തിന്റെ കരുത്ത് ശരീരമാകെ ആഞ്ഞടിച്ചപ്പോൾ എപ്പോഴോ അറിയാതെയൊരു നിലവിളി പുറത്തേക്കലയടിച്ചു. ആരും കേട്ടതായി ഭാവിക്കുകയോ അയൽക്കാരിയായവൾക്ക് എന്തു സംഭവിച്ചുവെന്ന് തിരയുകയോ ചെയ്തില്ല.

പ്രഹരിച്ചാലും കൊന്നാലും അവൾ സഹിച്ചാൽ മാലോകർ പറയും; പാവം പെണ്ണെന്ന്. എന്നാൽ അവൾ തിരിച്ചൊന്ന് പ്രതികരിക്കുകയോ പ്രഹരിക്കുകയോ ചെയ്താലോ? അവർ തന്നെ പറയും; അഹങ്കാരി പെണ്ണെന്ന്. പെണ്ണല്ലേ അടങ്ങിയൊതുങ്ങി കഴിഞ്ഞൂടേ. കണ്ടും കേട്ടും കൊണ്ടും സഹിച്ചും ജീവിച്ചൂടെ. പുരുഷൻമാർ മാത്രമല്ല സ്ത്രീകളുടെ നാവുകളും ഉച്ചത്തിൽ പറഞ്ഞ് ആനന്ദിക്കും. പെണ്ണിനുമേൽ ശാപവാക്കുകളെറിയും.

സഹിച്ചു.

സഹിച്ചുതന്നെ ജീവിച്ചു.

അല്പനേരം കട്ടിലിൽ മയങ്ങിക്കിടന്നിട്ട് കൂടുതൽ ഉത്തേജിതനായിക്കൊണ്ട് അവൻ ചാടിയെഴുന്നേറ്റ് എന്തൊക്കെയോ തിരഞ്ഞു. ചിരവയാകാം. വെട്ടുകത്തിയാകാം. എരിഞ്ഞമർന്ന് അടുപ്പിൽ ബാക്കി കിടന്ന പുകയുന്ന വിറകു കൊള്ളിയിൽ അവന്റേയും തന്റേയും കണ്ണുകൾ ഒരുമിച്ചുടക്കി നിന്നു. അതു വലിച്ചെടുത്ത് അവൻ അന്തരീക്ഷത്തിൽ കറക്കിയപ്പോൾ പുകയ്ക്കുള്ളിലെ ചുവന്ന നാവുകൾ പുറത്തേക്കു ചാടി

വന്നു. ആ നാവുകൾ കണ്ണുകൾക്കു നേരെ പാഞ്ഞടുത്തു. തുടയാകെ മറച്ചിരുന്ന വിടർന്ന കൈത്തണ്ടകൾ അറിയാതെ പ്രതിരോധിച്ചപ്പോൾ ഇരു തുടകളിലും പിന്നെ പഴന്തുണി ഗോളത്തിലും തീക്കൊള്ളി അമർത്തി പിടിച്ചു. ചർമ്മത്തിലേറ്റ ശക്തമായ ചൂടിനെക്കാളും അയാളുപയോഗിച്ച മ്ലേച്ഛമായ വാക്കുകൾ ഏറെ പൊള്ളിച്ചിരുന്നു.

അയാളുടെ കണ്ണുകൾക്കും മരക്കൊള്ളിയിലെ നാവുകൾക്കും അപ്പോൾ വല്ലാത്ത ചോപ്പായിരുന്നു. അതുകണ്ട് കുട്ടികൾ ഉറക്കെ കരഞ്ഞു. അയാളുടെ ശ്രദ്ധ കുട്ടികളിലേക്കു തിരിഞ്ഞതും പെട്ടെന്നെഴുന്നേറ്റു. പൊടുന്നനെ ശരീരത്തിനാകെ വല്ലാത്തൊരൂർജ്ജം തോന്നി. ശക്തിയോടെ വാതിൽ വലിച്ചു തുറന്ന് പുറത്തേക്കോടി. ഒന്നുമാത്രം തിരഞ്ഞുകൊണ്ട്, ദേഹം മറച്ചുവയ്ക്കാൻ ഒരൊളിയിടം. അന്ധകാരത്തിന്റെ ചായക്കൂട്ടുകൾ നേർത്തതായിരുന്നു. മുറ്റത്തു പടർന്നു പന്തലിച്ച ചെമ്പരത്തിച്ചെടിക്കു മറവിലിരുന്നു ഏതോ ജീവി ഒച്ചവെച്ചു. അയാൾ ആദ്യം തിരയുന്നത് അതിനിടയിലായിരിക്കുമെന്നറിയാം.

എങ്ങോട്ടോടാൻ.

ചുറ്റിലും അടുപ്പുകൂട്ടിയ പോലുള്ള വീടുകൾ. എല്ലാം അയാളുടെ ബന്ധുക്കളുടേത്. അഭയാർത്ഥിയായി പലവുരു അങ്ങോട്ട് കയറിച്ചെന്നിട്ടുണ്ട് വാതിൽ തട്ടിയിട്ടുണ്ട്.

വെള്ളമടിച്ചാൽ അവനൊരു രാക്ഷസനാണ്. അവൻ ഞങ്ങളെ കൊല്ലും. ചിലർ അങ്ങനെ പറഞ്ഞ് ഒഴിഞ്ഞു മാറുമ്പോൾ നിന്റെ നാക്കും മൂക്കും വെച്ച് മിണ്ടാണ്ടിരുന്നൂടെ എന്നു പറഞ്ഞ് മറ്റു ചിലർ തന്നെ കുറ്റപ്പെടുത്തും.

പുറത്തിറങ്ങിയതു കണ്ടാൽ അയാൾ എന്തു ചെയ്യാനും മടിക്കില്ല. ആദ്യം തിരയുന്നത് ചെടിയുടെ മറയ്ക്കുള്ളിലാണ്. മറഞ്ഞിരിക്കാൻ അവിടെ മറ്റൊന്നും തന്നെ ഇല്ലായിരുന്നു.

പുറത്തേക്കിറങ്ങിയയുടനെ മലർന്നു ആകാശത്തേക്കു നോക്കി. അങ്ങിങ്ങു ചിതറിക്കിടന്ന നനുത്ത മേഘങ്ങളെ ഭീമാകാരന്മാരായ ഇരുണ്ട മേഘങ്ങൾ ഒന്നാകെ മറയ്ക്കുന്നു. അതു കണ്ടപ്പോൾ തെല്ലൊരാശ്വാസം തോന്നി. പ്രകൃതി അല്പം ഇരുണ്ടിരുണ്ട്. അയാളുടെ കണ്ണുകളിൽ കൂടി തിമിരം വിതച്ചെങ്കിലെന്നാശിച്ചു. ആ കണ്ണുകൾ തന്നെ മറച്ചിരുന്നെങ്കിലെന്നും.

അകത്തെ ഗർജ്ജനവും മ്ലേച്ചവാക്കുകളും അല്പമൊന്നടങ്ങി. അയാൾ കിടക്കയിലേക്കു മറിഞ്ഞിട്ടുണ്ടാകാമെന്നു കരുതി, അടക്കിപ്പിടിച്ച ശ്വാസത്തിന് അല്പമൊരയവ് കൊടുത്ത് ഒതുങ്ങി നിന്നതും വാതിൽപ്പടിയിൽ എന്തോ ചലിച്ചു.

ഇരുട്ടിലൂടെ നടന്നടുക്കുന്ന നിഴൽ.

അതു കണ്ടതും ചെമ്പരത്തി ഇലകൾ വകഞ്ഞുമാറ്റി പതിയെ ഇഴഞ്ഞിഴഞ്ഞ് ഒരു പൂച്ചയെപ്പോലെ അല്പവും ഒച്ചയില്ലാതെ അടുക്കള വരാന്തയിലേക്കു ചലിച്ചു. അടുക്കളയില്ലാത്ത ആ വീട്ടിൽ വരാന്തയിലാണ്

ആഹാരം പാകം ചെയ്തിരുന്നത്. ആ വീട് അയാളുടെ കുഞ്ഞമ്മയുടേതായിരുന്നു. അമ്മയുടെ അനുജത്തിയുടെ വക. അയാൾക്ക് അതിൽ അവകാശമൊന്നുമില്ലായിരുന്നെങ്കിലും ബലാല്ക്കാരമായിട്ടാണ് അവിടെ പാർപ്പു തുടങ്ങിയത്. വരാന്തഭാഗം ശൂന്യമായൊരിടമാണ്. ഒളിമറയില്ലാത്തൊരിടം. വടക്കായിട്ട് പാത്രങ്ങൾ കഴുകിയൊഴിക്കുന്നിടത്ത് വളർന്നു വന്ന ഒരു പപ്പയ്ക്കാച്ചെടി അല്പം തിടംവച്ച് ആകാശത്തേക്കു വളർന്നു കൊണ്ടിരുന്നതൊഴിച്ചാൽ ആ ഭാഗത്ത് മറയായി മറ്റൊന്നുമില്ലായിരുന്നു. ചെമ്പരത്തി കാടുകളെച്ചുറ്റിയ നിഴൽ രൂപം അടുക്കള ഭാഗത്തേക്കു നടക്കുന്നൂവെന്നു കണ്ടപ്പോൾ ചിറകുകളുണ്ടെങ്കിൽ ആകാശത്തേക്കു പറന്ന് മേഘങ്ങൾക്കിടയിൽ ഒളിച്ചിരിക്കാമായിരുന്നൂവെന്നു മോഹിച്ചു.

അപ്പോൾ ശിഖരങ്ങളില്ലാത്ത ആ ചെടിയാണ് ഏകാശ്രയമെന്നു തോന്നി.

നഗ്നതയിലെ ലജ്ജയെക്കുറിച്ചോ ഒറ്റമരത്തിൽ വലിഞ്ഞു കയറാനുള്ള അജ്ഞതയെക്കുറിച്ചോ അപ്പോൾ ഓർത്തില്ല.

ഒളിക്കണം. എവിടെയെങ്കിലും ഒളിക്കണം. ഭൂമിയിൽ നിന്നും പറന്നു പറന്ന് ഇലകൾക്കിടയിൽ; മേഘങ്ങൾക്കിടയിൽ. എവിടെയെങ്കിലും.

പ്രഹരമേല്ക്കാനുള്ള ശക്തി അല്പം പോലും ഇല്ലായിരുന്നു.

നഗ്നമായ തുടകൾ തടിയിൽ ഉരസുന്നതറിഞ്ഞു. മുകളിലേക്കു കയറുന്തോറും ചെടി വല്ലാതെ ഉലയുന്നതും. എവിടെയോവച്ച് കയറ്റം മതിയാക്കി ഇരുകൈകളും തടിയിൽ കെട്ടിവരിഞ്ഞ് കണ്ണുകളടച്ച് ഏറെ നേരമിരുന്നു. കുട്ടികളുടെ രോദനം മറന്നു. അയാളുടെ അലർച്ച മറന്നു. പറക്കണമെന്ന ചിന്തമാത്രം ഉള്ളിൽ പ്രതിദ്ധ്വനിച്ചു. പറക്കണം. ആകാശത്തേക്കു പറക്കണം. അഭയം ആ മേഘച്ചിറകുകൾ മാത്രം.

എത്ര നേരം അങ്ങനെ ഇരുന്നതെന്നറിഞ്ഞില്ല.

അമ്മേ അമ്മേ

അരുണിന്റെ ശബ്ദം കേട്ടു.

അമ്മേ അമ്മയെവിടെ. അച്ഛൻ ഉറങ്ങി.

മകന്റെ ശബ്ദം. അമ്മയെ തിരയുകയായിരുന്നു. മെല്ലെ കണ്ണുകൾ തുറന്നു താഴേക്കു നോക്കി.

താനെത്ര ഉയരത്തിലാണ്. എങ്ങനെ ഇവിടെയെത്തി. ഭൂമിയെ തൊട്ടു കിടക്കുന്ന ചെറിയൊരു ശിഖരത്തിൽ പോലും ഒരിക്കലെങ്കിലും കയറാൻ ശ്രമിക്കാത്ത താനെങ്ങനെ ഇവിടെയെത്തി. അത്ഭുതം തോന്നി. പിന്നെ വല്ലാത്ത ഭീതിയും. എങ്ങനെ താഴേക്കിറങ്ങുമെന്ന ചിന്ത വല്ലാതെയലട്ടി.

അമ്മേ........... വീണ്ടും അരുണിന്റെ ശബ്ദം.

വേണ്ട. അവൻ കാണണ്ട. വീണ്ടും കണ്ണുകൾ പൂട്ടി. അരുണിന്റെ ശബ്ദം നിലച്ചു. അവൻ മുറിക്കകത്തേക്കു കയറിയെന്നു തോന്നിയപ്പോൾ പതിയെ കാലുകൾ അയച്ചു. കൈകൾ അയച്ചു. വീണ്ടും കാലുകൾ പൂട്ടി കൈകൾ ഇറുക്കി. നിലത്തെത്തിയപ്പോൾ മനസ്സാകെ വരിഞ്ഞു മുറുകി.

അമ്മേ അമ്മ എവിടാരുന്നു. ഞങ്ങക്ക് പേടിയാവണ്. അവർ കെട്ടിപ്പിടിച്ചു വിതുമ്പി.

ആ പേടി അവരിൽനിന്നും ഇതുവരേയും വിട്ടുമാറിയിട്ടില്ലെന്ന് പലപ്പോഴും തോന്നിയിട്ടുണ്ട്.

മര്യാദകുട്ടികളാണെങ്കിലും പഠനത്തിൽ മികവു പുലർത്തുന്നവരാണെങ്കിലും ഒരു അന്തർമുഖത്ത്വം അവരിലെപ്പോഴും കാണാം. ആരോടും പെട്ടെന്ന് ഇടപെടാതെ, വേണ്ടപ്പെട്ടവർ ചോദിക്കുന്ന ചോദ്യങ്ങൾക്കു പോലും ഉത്തരം പറയാനാവാതെ വ്യക്തിത്വം മറച്ചുവയ്ക്കുന്ന പ്രകൃതം. കുഞ്ഞുനാളിലേല്പിക്കുന്ന മുറിവുകളും ഭീതിയും ഒഴിഞ്ഞുപോകാനിത്തിരി പ്രയാസമാണെന്ന് ആരോ പറഞ്ഞു കേട്ടിട്ടുണ്ട്.

ലഹരി ബാധിച്ച ഉന്മാദിനിയുടെ ഇരകൾ താൻ മാത്രമല്ല തന്റെ കുട്ടികളും. തുടക്കത്തിലേ ചെറുക്കാമായിരുന്നു.

വശത്തെ കണ്ണാടിയിലേക്കു നോക്കി ഒരിക്കൽ കൂടി ആത്മഗതം ചെയ്തു.

എങ്കിലീ ദുർമുഖം.........

ങ്ഹാ അയാൾക്ക് കിട്ടേണ്ടതു കിട്ടിയില്ലേ. പെട്ടെന്നാരോ പറയുന്ന പോലെ തോന്നി.

- പണ്ടൊക്കെ പിന്നെ പിന്നെ ഇപ്പം കൈയൊടനെ. അങ്ങനേ വരൂ മക്കളേ നീ കുടിച്ച കണ്ണീര് പടച്ചോൻ കണ്ടു.

അയാളെക്കുറിച്ച് ആരെങ്കിലും ദീനത കാട്ടുമ്പോൾ അലുക്കത്തുമ്മ ആരോടെന്നില്ലാതെ പറയും. അതുകേട്ട് എന്തോ മനസ്സിലായ മട്ടിൽ അമല മറ്റൊരു സിദ്ധാന്തം തട്ടിവിടും.

“എവരീ ആക്ഷൻ ഹാസ് എ റിയാക്ഷൻ.”

അയാൾ ചെയ്തു കൂട്ടിയതിനൊക്കെ അയാൾ തന്നെ അനുഭവിച്ചു കൊണ്ടിരിക്കുന്നു. നീരൊലിക്കുന്ന വ്രണത്തിനു ചുറ്റും പാറിപ്പറക്കുന്ന ഈച്ചകൾ. അതുകണ്ട് ആളുകൾ ഓടിമറയുന്നു.

പുഴുവരിക്കുന്ന ജന്മമായില്ലേ.

ശരിയാണ് എവരി ആക്ഷൻ ഹാസ് എ റിയാക്ഷൻ. അല്പം നിർവൃതിയോടെ വാഹനത്തിന്റെ വേഗത കൂട്ടി.

പതിനാല്

അരുൺ ഇനിയും എത്തിയിട്ടില്ലെന്നു തോന്നുന്നു. ഒറ്റ മുറിയോടു ചേർന്ന ഇത്തിരി വരാന്തയ്ക്കു മുകളിൽ ഞാത്തിയ ബൾബ് തെളിഞ്ഞു കണ്ടില്ല. അമല സന്ധ്യയായാൽ കതകു തുറക്കാറേയില്ല. അവൾക്ക് ഇഴജന്തുക്കളെ വല്ലാത്ത പേടിയാണ്. ഇരുളിൽ ഒരു കയർ കണ്ടാലും പാമ്പെന്ന് പറഞ്ഞ് പേടിച്ചു ചാടും. മുറ്റത്തെ കല്ലുകൾക്കും കട്ടകൾക്കുമിടയിൽ നിന്നും ജന്തുക്കൾ ഇഴഞ്ഞു പോകുന്നതുകണ്ട് പകൽപോലും

അവൾ പേടിച്ചു വീടിനകത്ത് കയറിപ്പറ്റും.

ഈ കല്ലും കട്ടയും എത്ര നാളായി കൂടികിടക്കാൻ തുടങ്ങിയിട്ട്? കാശ് കൈയിൽ ഇരുന്നാൽ കണ്ടതും കടിയതും വാങ്ങി ചെലവാക്കുന്ന തറിയില്ല. അതിനാൽ ദിവസപ്പിരിവുകാരനിൽനിന്നും ഒത്തൊരു സംഖ്യ കാലേകൂട്ടി വാങ്ങും. ദിവസവും ഇത്രവച്ച് തിരിച്ചടയ്ക്കും. അങ്ങനെയെ ടുത്തതുകൊണ്ട് ഒരിക്കൽ കല്ലിറക്കിയിട്ടു. പിന്നൊരിക്കൽ താബൂക്കും. രണ്ടിനും വല്ലാതെ നിറഭേദം സംഭവിച്ചിരിക്കുന്നു.

വാഹനത്തിന്റെ നേരിയ പ്രകാശത്താൽ കട്ടകൾക്കിടയിൽ നെയ്തി രുന്ന ചിലന്തിവലകൾ വെട്ടിത്തിളങ്ങി. രാവിലെയും വലയടിച്ചതാണ്. ഇപ്പോഴിതാ ഇരട്ടിയായിരിക്കുന്നു. അല്ലേലും ഈ ചിലന്തിവലകൾ അങ്ങ നെയാണ്. ഓർമ്മകളും ചിലന്തിവലയും ഒരുപോലെയാണെന്ന് പല പ്പോഴും തോന്നാറുണ്ട്. അവ പരസ്പരം കെട്ടു പിണഞ്ഞും ഒട്ടിപ്പിടിച്ചും കിടക്കും. തൂത്തെറിയാൻ എത്രമേൽ ശ്രമിച്ചാലും കൂടുതൽ കൂടുതൽ പറ്റിപ്പിടിക്കും.

വരാന്തയോടു ചേർന്നുകിടന്ന കരിങ്കല്ലുകൾക്കിടയിലെ ഏതോ ഇഴ ജന്തുവിന്റെ തിളക്കമാർന്ന കണ്ണുകളും നിറഭേദംവന്ന കല്ലുകളുടെ കാളി മയും ഇരുളിന്റെ ഭീതിയെ വർദ്ധിപ്പിച്ചു. ഒരു മുറി കൂടി രൂപപ്പെട്ടുവരു ന്നത് സ്വപ്നം കാണാൻ തുടങ്ങിയിട്ട് നാളുകളേറെയായി. അധികാരിക ളുടെ അനുമതിക്കായി കാത്തുകാത്തു പലപ്രാവശ്യം ആപ്പീസുകളിൽ കയറിയിറങ്ങിയതാണ്. ഒരേയൊരു മുറി കെട്ടാൻ അനുവാദം നല്കാൻ പോലും ഒരുപാടൊരുപാട് മാനദണ്ഡങ്ങളുണ്ടുപോൽ. ഇത്ര ഇടം വിട്ട്, ഇത്ര വീതിയിൽ; ഈ ഇത്തിരി ഇടത്തിലും വിലക്കുകൾ, പരിമിതികൾ.....

തടം വീതി കൂട്ടിയാൽ തന്റെ സ്വപ്നവും തകർന്നടിഞ്ഞതുതന്നെ.

എങ്കിൽ.......... എങ്കിൽ...........

ഭയപ്പാടോടെ ചിന്തിച്ചപ്പോൾ തന്റേതു മാത്രം തകർന്നടിയുന്നതല്ല മുന്നിൽ തെളിഞ്ഞത്. കോളനിക്കാരുടേതായ പലതും അപ്രത്യക്ഷമാ യേക്കും. അടുത്തകാലത്തായി കാണുന്ന സ്വപ്നങ്ങളിലും കടന്നുവരുന്ന ചിന്തകളിലുമെല്ലാം പൊന്തിവരുന്നത് തകർന്നുവീഴുന്ന മൺകൂനകളും വലിച്ചെറിയുന്ന ടാർപ്പാളിനുകളും കൊത്തിനുറുക്കുന്ന വൃക്ഷങ്ങളും പിഴു തെറിയുന്ന ഇളം ചെടികളുമാണ്.

ദരിദ്രരുടെ ആവാസകേന്ദ്രം അപഹരിക്കപ്പെട്ടാൽ ആർക്കാണു ഖേദം. അവർക്കുവേണ്ടി ആരുണ്ട് വാദിക്കാൻ?

അലുക്കത്തുമ്മയുടെ പടർന്നുപന്തലിച്ച കറിവേപ്പില, വള്ളികളിൽ ഊയലാടുന്ന നീളൻ പയറുകളും കൊഴുത്ത പാവക്കയും, ചെറുകുരുവി കൾ പറന്നുവന്ന് കൊത്തിപ്പറിച്ചെടുക്കുന്ന ചോന്ന കാന്താരിമുത്തുകൾ. അവയൊക്കെ ഒരുനാൾ വെട്ടിയരിയുന്നതോർത്ത് കൂടെക്കൂടെ ഞെട്ടിത്ത രിക്കാറുണ്ട്. അവയൊക്കെ നഷ്ടപ്പെട്ടാൽ ആരുണ്ട് കൂടെ വിലപിക്കാൻ? അവകൊണ്ടാണ് ഉമ്മ ഉപജീവനം നടത്തുന്നതുതന്നെ.

- ദരിദ്ര പരിഷകൾക്ക് എന്തു നഷ്ടപ്പെടാൻ. അവർ ഏതവസ്ഥയിലും

ജീവിക്കുമല്ലോ.

- വെറും ചെറ്റകുടിലുകളല്ലേ. അവരുടെ നഷ്ടം നഷ്ടമായി കാണാനാവുന്നതെങ്ങനെ.

- വേണമെങ്കിൽ പിറകിലോട്ടു മാറ്റി സ്ഥാപിച്ചോട്ടെ!

തല്പരകക്ഷികളുടെ വിശ്വാസം അങ്ങനെയൊക്കെയാണ്. നിലവിലുള്ള പാത ഇടുങ്ങിയതെങ്കിലും കോളനിക്കാർക്ക് യഥേഷ്ടം യാത്രായോഗ്യമാണിപ്പോൾ. അതുകൊണ്ട് പലരും പൂർണ്ണ തൃപ്തരുമാണ്.

അലുക്കത്തുമ്മയുടെ കുടിലിനുമുന്നിൽ തുടങ്ങുന്ന കോളനിപ്പാത തീരുന്നത് വടക്കുള്ള പത്തൊൻപതാം നമ്പർ വീടിനു മുന്നിലാണ്. അവിടുന്നങ്ങോട്ടുള്ള ഏക്കറോളം പരന്നു കിടക്കുന്നിടം പള്ളിവീട് വക സ്ഥലമാണ്. പാലെടുക്കുന്ന റബ്ബർ മരങ്ങൾ പന്തലിച്ചുകിടക്കുന്നുണ്ടവിടെ. പള്ളിവീട് എസ്റ്റേറ്റന്നാണ് അവിടം അറിയപ്പെടുന്നത്. തെക്കുനിന്നും വന്നുചേരുന്ന വീഥിയവസാനിക്കുന്നിടത്താണ് കോളനിപ്പാതയുടെ പ്രഭവകേന്ദ്രം. കോളനിപ്പാതയുടെ വലതുഭാഗം പടിഞ്ഞാറ് പള്ളിവീടും കിഴക്ക് പത്തൊൻപതു കുടുംബങ്ങളുടെ ആവാസകേന്ദ്രവും. കോളനിപ്പാത തുടങ്ങുന്നിടത്തുള്ള അലുക്കത്തുമ്മയുടെ കുടിലിന് എതിർദിക്കിലൂടെ പള്ളിവീട്ടുകാരുടെ സ്വകാര്യപാത സഞ്ചരിക്കുന്നുണ്ട്. ആ പാത അതി വിശാലമാണെങ്കിലും പള്ളിവീടെന്ന നെടുങ്കൽ കെട്ടിടത്തിന് മുന്നിൽ അവസാനിക്കുന്നതിനാൽ തുടർന്നങ്ങോട്ടുള്ള വസ്തുവിലേക്ക് വാഹന ഗതാഗതം അപര്യാപ്തമാണ്. പള്ളിവീടിനപ്പുറത്തേക്ക് സഞ്ചാര യോഗ്യമാകണമെങ്കിൽ ഒന്നുകിൽ അംബരചുംബിയായ ആ കെട്ടിടത്തിന്റെ ഒരു ഭാഗം പൊളിക്കുകയോ അല്ലെങ്കിൽ പള്ളിവീടിനെ താങ്ങിയുള്ള വർഷങ്ങളോളം പഴക്കമുള്ള ബലവത്തായ കൽമതിൽ ഇടിച്ചു നിരത്തുകയോ ചെയ്യണം. എന്നാൽ പള്ളിവീടരെ സംബന്ധിച്ചിടത്തോളം അക്കാര്യം ചിന്തിക്കത്തക്കതേയല്ല. അതിനായി അവർ ഒരുപാട് കാരണങ്ങൾ നിരത്തുന്നു. ധനനഷ്ടത്തെയോർത്ത് മൂക്കത്തുവിരൽ വച്ചും, ചരിത്രവും പൗരാണികതയും പൊളിഞ്ഞുടയുന്നത് കാണാൻ വയ്യെന്ന് വിലപിച്ചും ചില പ്രമാണിമാരും പള്ളിവീടരുടെ വാദങ്ങൾ ശരിവച്ചു. എന്നാൽ കോളനിയിലെ ചില ലാഭക്കൊതിയന്മാർ അവരോടു പക്ഷം ചേർന്നുകൊണ്ട് പറഞ്ഞു;

വീതികൂടിയാ നമ്മക്കല്ലേ ലാഭം. വസ്തൂന്ന് വില കൂട്ടി കിട്ടുമല്ലോ?

മൂഢപ്പരിഷകളുടെ ബുദ്ധി ശൂന്യതയിൽ മനം നൊന്തിരുന്നെങ്കിലും സ്വർഗ്ഗത്തേക്കുള്ള പ്രവേശനത്തിന് ഇഹലോകത്തെ ഇത്തിരി സ്ഥലം വിട്ടുകൊടുക്കാൻ കോളനിക്കാരിൽ ചിലർ തയ്യാറെടുക്കുന്നതു കണ്ടപ്പോഴാണ് കാര്യങ്ങൾ കൈവിട്ടു പോകുമെന്നു തോന്നി തുടങ്ങിയത്. പാത്തുവിൽ വന്നമാറ്റവും അന്തപ്പൊക്കത്തിൽവന്ന പുതിയ വിശ്വാസവുംകണ്ട് വല്ലാതെ പേടി തോന്നി.

തന്റെ അയൽക്കാർ ഒരുകാലത്ത് വെറും മനുഷ്യരായിരുന്നു.

അവർക്കിടയിൽ രഹസ്യങ്ങളോ പരസ്പര പരിഹാസമോ ഇല്ലായിരുന്നു. സങ്കടം വരുമ്പോൾ കരയാനറിയുന്ന, സന്തോഷം വരുമ്പോൾ ചിരിക്കാനറിയുന്ന വെറും മനുഷ്യരായിരുന്നു അവർ. അവനവന്റെ ദുഃഖത്തിലും സന്തോഷത്തിലും മാത്രം ഒതുങ്ങി നില്ക്കാതെ അയൽക്കാരന്റെ ദുഃഖം കാണുമ്പോൾ വേദനിക്കാൻ അവർ മടികാട്ടിയിരുന്നില്ല. പരസ്പരം താങ്ങായി നിന്നുകൊണ്ട് ജീവിതം തള്ളി നീക്കി. അന്നവർ സരസുവിനെ സരസുവായും സാറാമ്മയെ സാറാമ്മയായും പാത്തുവിനെ പാത്തുവായും മാത്രം കണ്ടു. പൂർവ്വികരുടെ ചില വിശ്വാസങ്ങളിലും വിധാനങ്ങളിലും ജീവിച്ചിരുന്നതൊഴിച്ചാൽ ഓരോരുത്തരുടെയും ആഘോഷങ്ങളിൽ അവർ പരസ്പരം ഒന്നിച്ചുകൂടുമായിരുന്നു. ഓണവും റംസാനും ക്രിസ്തുമസും വിഷുവുമൊക്കെ ഒരുമിച്ചു കൊണ്ടാടി. പരസ്പരം സന്തോഷം പങ്കിട്ടും പരസ്പരം ഭോജനം നടത്തിയും സഹകരിച്ചു. റംസാനിൽ നോമ്പു നോക്കുന്നവരും അല്ലാത്തവരും അന്നുണ്ടായിരുന്നു. അഞ്ചുനേരം നമസ്കരിക്കുന്നവരും നമസ്കരിക്കാത്തവരും അന്നുണ്ടായിരുന്നു. സ്ത്രീകൾ അവരുടെ വദനം മക്കനയിൽ പൊതിഞ്ഞുവയ്ക്കുന്നതോ പുറത്തേക്ക് സഞ്ചരിക്കുമ്പോൾ മിഴികൾ മാത്രം കാണുംവിധം വസ്ത്രം ധരിക്കുന്നതോ കണ്ടിരുന്നില്ല. ദൂരദേശത്തുനിന്നും അത്തരത്തിൽ ആരെങ്കിലും വന്നുകണ്ടാൽ അവരെ പരിഹാസമാം വിധം നോക്കിയിരുന്നു. അലുക്കത്തുമ്മ മുണ്ടും കുപ്പായവും ധരിച്ചാണ് നടന്നിരുന്നത്. (ഇന്നും അലുക്കത്തുമ്മയുടെ വേഷത്തിൽ മാറ്റമില്ല.) കൊന്നപ്പൊക്കവും അങ്ങനെ തന്നെയായിരുന്നു. മുക്കുപണ്ടം പാത്തുവിന് സാരിയും ചോളിയുമായിരുന്നു അന്ന് പ്രിയം. അവരൊക്കെ ഭരണകൂടം നാമകരണം നല്കിയ ഓരോരോ മതത്തിലെ കണ്ണികളായിരുന്നെങ്കിലും മനുഷ്യരായി ജീവിച്ചുവന്നു. അല്ലലും ദാരിദ്രവും ഒഴിയാത്ത കുടികളിൽ വസിച്ചിരുന്ന സരസു സാറാമ്മയെ സാറാമ്മയെന്നും സാറാമ്മ അലുക്കത്തുമ്മയെ അലുക്കത്തുമ്മയെന്നും വിളിച്ചിരുന്നു.

ശാന്തമായൊഴുകിയിരുന്ന ആ ജലപ്പരപ്പ് എത്ര മനോഹരമായിരുന്നു. ആരാണതിൽ കൂർത്ത കല്ലുകൾ വലിച്ചെറിഞ്ഞത്? എന്നു മുതലാണ് ചെറുചിറ്റോളങ്ങൾ വൻ തിരമാലകളായി ആർത്തലയ്ക്കാൻ തുടങ്ങിയത്?

സ്വർഗ്ഗം എന്ന മോഹം അവരെ വല്ലാതെ ഉന്മത്തരാക്കിയപ്പോഴോ?

അതെ; സ്വർഗ്ഗം ചിലരുടെ സ്വപ്നഭൂമികയായി മാറാൻ തുടങ്ങിയപ്പോൾ അവിടേക്കുള്ള ഗമനം എളുപ്പമാകാൻ എന്തൊക്കെയോ അവർ അനുഷ്ടിക്കാൻ തുടങ്ങി. ചിലതൊക്കെ വർജ്ജിക്കാനും.

വലിയ തങ്ങളുടെ പുത്തൻ ചിന്തയിൽ ഉയിർകൊണ്ട ഒരു വെളിപാടായിരുന്നു; നവപ്രസ്ഥാനത്തിനു ചേർന്ന പുതിയൊരു മന്ദിരം കെട്ടണമെന്നത്. അങ്ങനെ പലരും അതിൽ താല്പര്യം കാട്ടാൻ തുടങ്ങി.

ചുറ്റിലും ധാരാളം പ്രാർത്ഥനാലയങ്ങളുണ്ടെങ്കിലും അവയൊക്കെ നവാശയങ്ങൾക്ക് യോജിച്ചതരത്തിലല്ലായെന്നാണ് വലിയ തങ്ങളുടെ വാദം. അവിടുത്തെ നടപടിക്രമങ്ങൾക്കും വിശ്വാസങ്ങൾക്കും അനാചാ

രങ്ങളുടെ അന്യ ആശയങ്ങളുടെ മുഖച്ഛായയുണ്ടെന്ന് അദ്ദേഹം അവരോടു തറപ്പിച്ചു പറഞ്ഞു. നൈമിഷികമായ ഇഹലോക ജീവിതം കഴിഞ്ഞ് അന്തമില്ലാത്ത പരലോക പ്രഹേളികയിൽ പ്രവേശിക്കുമ്പോൾ അവിടെ സുഖമായി വസിക്കണമെങ്കിൽ പുതുതായി പകർന്നു കിട്ടിയ വിശ്വാസത്തിലൂടെ നടക്കണമെന്നും ആ വിശ്വാസം എല്ലാ അർത്ഥത്തിലും സത്യവും ശരിയുമാണെന്നും അവ യഥാർത്ഥ സാരാംശങ്ങൾ അടങ്ങിയവയാണെന്നും അദ്ദേഹം അവരെ ഉദ്ബോധനം ചെയ്തു. അവ പകർന്നു നല്കുവാൻ നിയുക്തനായവൻ താൻ തന്നെയാണെന്ന് അദൃശ്യനായി നിന്നുകൊണ്ട് തന്നെ അദ്ദേഹം വിശ്വാസികളെ ബോദ്ധ്യപ്പെടുത്തി. അങ്ങനെ വിശ്വാസികളുടെ എണ്ണം പെരുകികൊണ്ടിരുന്നപ്പോൾ പള്ളിവീട്ടിലെ ഇത്തിരി ഇടം തികയാതെയായി. അപ്പോൾ വിശാലമായ വലിയൊരു പള്ളി തീർക്കണമെന്ന ആവശ്യം അദ്ദേഹം മുന്നോട്ടു വച്ചു. അതിനായി പള്ളിവീട് കഴിഞ്ഞപ്പുറത്തുള്ള വസ്തുവിൽ റബ്ബർ തോട്ടത്തിനും പള്ളിവീടിനുമിടയ്ക്കുള്ള നാനാജാതി മരങ്ങൾ തിങ്ങി നില്ക്കുന്ന ആ മനോഹര ഭൂമിയിൽ യഥേഷ്ടം സ്ഥലമൊരുക്കാമെന്നു സമ്മതിച്ചു. എന്നാൽ അവിടേക്കു എത്തണമെങ്കിൽ കോളനിപ്പാതയുടെ വീതി കൂട്ടി സുഗമമാക്കണം. എങ്കിലേ വലിയ വലിയ വാഹനങ്ങൾക്ക് വിശ്വാസികളെ കുത്തിനിറച്ചെത്തുന്ന വാഹനങ്ങൾക്ക് കടന്നുവരാനാകൂ. അതിനായി കോളനിപ്പാതയുടെ തെക്കേയറ്റത്തുള്ള പതിനെട്ടും പത്തൊൻപതും നമ്പർ വീടിനു മുന്നിലെ അദ്ദേഹത്തിന്റെ ഇത്തിരി മതിൽ പൊളിക്കാനും സമ്മതിച്ചു. വിശ്വാസികൾ വിട്ടുനല്കുന്ന ഇത്തിരി ഇടം വഴി സ്വർഗ്ഗത്തിലേക്കുള്ള പാത അതി വിശാലമാകുമെന്നും അദ്ദേഹം അവരോടു പറഞ്ഞു ബോദ്ധ്യപ്പെടുത്തി.

ഓരോ വിഭാഗവും താന്താങ്കളുടെ വിശ്വാസത്തിനൊത്ത് എന്തുമാത്രം പ്രാർത്ഥനാലയങ്ങളാണ് കെട്ടിപ്പടുക്കുന്നത്. വിശ്വാസത്തിൽ വിഭാഗങ്ങളും എണ്ണവും പെരുകുന്ന പോലെ പ്രാർത്ഥനാമന്ദിരങ്ങളും ദിനംതോറും പെരുകുന്നു. എണ്ണത്തിൽ മാത്രമല്ല വലിപ്പത്തിലും. അരകിലോമീറ്റർ സഞ്ചരിച്ച് വീതിക്കിരുവശവും ഒന്നു കണ്ണോടിച്ചാൽ അവ വ്യക്തമാകും.

പ്രളയത്താലും കൊടുങ്കാറ്റു പോലുള്ള പ്രകൃതിക്ഷോഭത്താലും എത്രയെത്ര കിടപ്പാടങ്ങൾ നശിക്കുന്നു. എത്രയെത്ര ജീവിതങ്ങൾ വഴിയാധാരമാകുന്നു. അവരെ പാർപ്പിക്കാൻ ഒരു വിഭാഗവും പെട്ടെന്നങ്ങനെ താല്പര്യം കാട്ടാറില്ല. ഒരിടത്തും സൗകര്യമൊരുക്കാറുമില്ല. എന്നാൽ പ്രാർത്ഥനാലയം കെട്ടാനാണെന്നു പറയട്ടെ സ്വദേശത്തുനിന്നും വിദേശത്തുനിന്നും ധനം കവിഞ്ഞൊഴുകുന്നതുകാണാം.

കിടപ്പാടമില്ലാത്തവരായ നിരാലംബർ ചിഹ്നങ്ങൾ നോക്കാതെ ഏതെങ്കിലും ആരാധനാലയത്തിലെ വരാന്തയിലോ പരിസരത്തോ കയറിക്കിടന്ന് ഒന്ന് അന്തിയുറങ്ങിയാലോ! അതിനകത്തുവാഴുന്ന പുരോഹിത സമൂഹം തീർച്ചയായും ചോദിക്കും; നിന്റെ സമുദായമേതെടാ?

മുമ്പ് എത്രയോ പേർക്കായിരുന്നു ഒരു പ്രാർത്ഥനാലയം. നാലഞ്ചു

മൈലുകൾക്കിടയിൽ ഒന്നോ രണ്ടോ. ഉള്ളതുതന്നെ ഐക്യം നില നിർത്തി പോന്നിരുന്നു. പ്രാർത്ഥനാലയങ്ങൾ ഒരർത്ഥത്തിൽ മനുഷ്യരെ ബന്ധിപ്പിക്കുകയാണ് ചെയ്യുന്നത്. മൈലുകൾക്കപ്പുറത്തുള്ളവർ ഉറ്റവര ല്ലെങ്കിലും സുഹൃത്തുക്കളല്ലെങ്കിലും പരസ്പരം കാണും അറിയും. അങ്ങനെ ഇന്നയാളെന്ന് പറയാനുള്ള ബോധമുണ്ടാക്കുന്നു.

ഇന്നോ?

അടുത്തടുത്തായി അഞ്ചോ പത്തോ കുടുംബത്തിനുണ്ട് നാലും അഞ്ചുമായി തരംതിരിച്ച് മതം തിരിച്ച് സമുദായം തിരിച്ചുള്ള മന്ദിരങ്ങൾ. അതുവഴി അവർ താന്താങ്ങളിൽ തന്നെ ഒതുങ്ങി കൂടുന്നു. വിശാലമായ പ്രാർത്ഥനാലയത്തിലെ ഇടുങ്ങിയ മനസ്സുള്ള കുറുകിയ മനുഷ്യരെ കാണുമ്പോൾ സാക്ഷാൽ ഒടയതമ്പുരാനുപോലും ലജ്ജിച്ചു തലതാ ഴ്ത്തേണ്ടി വരുമല്ലോയെന്നോർത്തപ്പോൾ തെല്ലു സങ്കോചം തോന്നി.

എത്ര വിചിത്രമാണീ മനുഷ്യർ.

അത്തരം വൈചിത്ര്യം തൂത്തെറിയാനാണത്രെ ചിലർ മതസൗഹാർദ്ദ യോഗങ്ങളും വിളംബരങ്ങളും സംഘടിപ്പിക്കുന്നത്. നാനാജാതിമതസ്ഥർ ഒത്തുകൂടി ചിത്രങ്ങളെടുത്ത് പത്രത്താളുകളിൽ സ്ഥാനം പിടിച്ചിട്ട് മട ങ്ങുമ്പോൾ ഒന്നു ശ്രദ്ധിച്ചു നോക്കിയാൽ കാണാം; സ്വന്തം മതത്തോടു കാട്ടുന്ന സൗഹാർദ്ദം. മതം അധികം സൗഹാർദ്ദം എന്നാൽ സ്വന്തം മത ത്തോടു കാട്ടുന്ന സൗഹാർദ്ദമെന്ന് തമാശയായിട്ടാണെങ്കിലും ആരോ പറ ഞ്ഞത് എത്ര ശരിയാണ്.

മതമെന്നാൽ സൗഹാർദ്ദമല്ലേയെന്ന് പലപ്പോഴും ചിന്തിച്ചുപോയി ട്ടുണ്ട്. പിന്നെന്തിനീ കൃത്രിമമായ ആലങ്കാരികത. ചിന്തിക്കാൻ കെല്പി ല്ലാത്തവരെ കുരങ്ങുകളിപ്പിക്കാനോ? അതോ അവരുടെ മസ്തിഷ്കത്തിൽ വേണ്ടാത്ത വിത്തുകൾ പാകുവാനോ?

ആരൊക്കെയോ വാരിവിതറിയ വിത്തുകൾ മുളപൊട്ടി അപ്പൂപ്പൻ താടിപോലെ കോളനിക്കു ചുറ്റും പറന്നു നടക്കുന്നതോർത്തപ്പോൾ വരാൻ പോകുന്ന വിപത്തിനെയോർത്തു മനസ്സു പിടഞ്ഞു.

പ്രഭാതത്തിലുണർന്ന് കൺമിഴിക്കുമ്പോൾ കാണുന്ന അയലത്തെ ആ കോൺക്രീറ്റ് പാളികൾക്കകത്തെ ജീവിതവും മനുഷ്യരും കോളനി വാസികൾക്ക് എന്നും അജ്ഞാതമാണ്. അവിടുത്തെ ദിവ്യന്റെ അത്ഭുത കഥകൾ കേട്ട് കൺമിഴിക്കുന്നതല്ലാതെ അവിടെ എന്താണ് നടക്കുന്ന തെന്ന് അവർ അന്വേഷിച്ചിരുന്നില്ല. ബാധയകറ്റാനും തലപിടിച്ചോതാനും അവിടേക്കു പോകുമ്പോൾ എന്തോ ആശ്വാസം ലഭിച്ചതുകൊണ്ട് അദൃ ശ്യനെന്നും ദൈവമെന്നും അത്ഭുതസിദ്ധികളുള്ളവനെന്നും അമാനുഷി കനെന്നുമൊക്കെ വിളിച്ച് അവർ അദ്ദേഹത്തെ ആരാധിച്ചു. അതിൽ നാനാ ജാതി മതസ്ഥരുമുണ്ടായിരുന്നു.

എന്തുകൊണ്ട് അദ്ദേഹത്തിന് അമാനുഷികത്വം നല്കി?

ഇഹലോകത്തിൽ ജീവിച്ചിരുന്ന സ്ത്രീയും പുരുഷനും ഇണചേർന്ന പ്പോൾ ജനിച്ച വെറുമൊരു മനുഷ്യന് അമാനുഷികത എന്ന ചിഹ്നം

ചാർത്തണമെങ്കിൽ എന്തൊക്കെ വേണം. മനുഷ്യനായി ജനിച്ചവർക്ക് ദൈവമാകാനാകുമോ? അത്തരത്തിൽ പല ചോദ്യങ്ങളും മുന്നിൽ വന്ന് തലയുയർത്തി നില്ക്കുമ്പോഴൊക്കെ വെറും മുച്ചക്രം കറക്കുന്നവളുടെ തലയ്ക്ക് ഉത്തരം കിട്ടിയിരുന്നില്ല.

എങ്കിലും ആരാഞ്ഞിട്ടുണ്ട്;

അദ്ദേഹം മനുഷ്യരോടോ ജീവജാലങ്ങളോടോ വിശുദ്ധമായ അലിവോ സ്നേഹമോ കാട്ടിയിട്ടുണ്ടോ? മാനവരാശിയെ പുഴുക്കളെപ്പോലെ കൊന്നൊടുക്കുന്നത് കണ്ട് വിലപിക്കുകയോ വിലാപത്തിൽ പങ്കെടുക്കുകയോ ചെയ്തിട്ടുണ്ടോ? അത്തരം ഇടങ്ങളിൽ സമാധാനത്തിന്റെ ദൂതുമായി സഞ്ചരിച്ചിട്ടുണ്ടോ? പോട്ടെ! നീരൊലിക്കുന്ന വ്രണത്തിൽ തെല്ലൊന്നു തൈലം തേച്ച് ആശ്വസിപ്പിക്കുകയോ വിശന്നുപൊരിയുന്ന വയറുമായി ശ്വാസമെടുക്കാനാകാതെ ഉഴലുന്ന പട്ടിണി പാവങ്ങൾക്ക് ഒരു തുണ്ട് അപ്പം നല്കി ഒപ്പം പങ്കുചേർക്കുവാനോ ശ്രമിച്ചിട്ടുണ്ടോ?

വേദനിപ്പിക്കുന്നവരെ സാന്ത്വനിപ്പിക്കാത്ത, അന്യന്റെ ദുഃഖത്തിൽ കണ്ണീരൊഴുക്കാത്ത, കണ്ണുനീർ തുടയ്ക്കാൻ തെല്ലൊന്നു കരങ്ങളുയർത്താത്ത, ജീവജാലങ്ങളെ സ്നേഹിക്കാത്ത, ആരിലും ദയ ചൊരിയാത്ത ഒരാൾ എങ്ങനെ അമാനുഷികനാകും?

ആ ശക്തിയുണ്ട്, ഈ ശക്തിയുണ്ട്, അതുണ്ട്, ഇതുണ്ട്, അങ്ങനെയുള്ള കേട്ടുകേൾവിയാൽ മനുഷ്യർ തന്നെ അദ്ദേഹത്തെ ദൈവമാക്കി. അവർ തന്നെ നിർമ്മിച്ച അവരുടെ മാത്രമായ ദൈവം. അദ്ദേഹം പറയുന്നത് അവിശ്വസിക്കാൻ അവരെങ്ങനെ താല്പര്യം കാട്ടും? അങ്ങനെയുള്ള ദൈവം വച്ചു നീട്ടുന്ന സ്വർഗ്ഗത്തെ അവരെങ്ങനെ പരിത്യജിക്കും?

നോമ്പുകാലത്ത് ചെറു ചെറു സമ്മാനങ്ങൾ (സക്കാത്തെന്ന പേരിൽ) സ്വസമുദായക്കാർക്ക് നല്കിയിരുന്നു. ധനികൻ ദരിദ്രനു നല്കുന്ന ദാനമായിട്ടേ ആദ്യമാദ്യം കോളനിക്കാർ കണ്ടിരുന്നുള്ളൂ. പിന്നീട് പലയവസരങ്ങളിലും പള്ളിവീട്ടിൽനിന്നും സമ്മാനപ്പൊതികൾ കുടിലിലെത്തുമ്പോൾ രക്ഷകനാണെന്ന് പറഞ്ഞ് ചിലർ സ്തുതി പാടാൻ തുടങ്ങി. പിന്നെ വ്യാഴാഴ്ച രാവുകളിൽ പള്ളിവീടങ്കണത്തിലേക്ക് കോളനിക്കാരുടെ പാദങ്ങൾ ചലിക്കാനും.

ഇനി പുതുതായൊരു മന്ദിരം വേണമത്രെ. സ്വർഗ്ഗത്തിലേക്കുള്ള അതി ദൂര പാതയിലെ മുള്ളുകൾ മാറ്റി പൂക്കൾ വിതറാനാണ്! അതിനായി ഇഹലോകത്തുള്ള അല്പം ഭൂമി ത്യജിക്കാൻ അവർക്ക് നൂറുവട്ടം സമ്മതമാണുപോൽ.

സ്വർഗ്ഗത്തേക്കുള്ള സഞ്ചാരം അതി ക്ലേശകരമാണെന്ന് അവർ വിശ്വസിക്കുന്നു.

അതിനാൽ അവ ലളിതമാക്കാൻ അവർ അങ്ങേയറ്റം പാടുപെടാനുമൊരുക്കമാണ്. മാത്രമല്ല അവിടെ ഏവർക്കും പ്രവേശനമില്ലെന്നും ഒരു പ്രത്യേക സമുദായത്തിനു മാത്രമേ അവിടേക്കുള്ള ഗമനം സാദ്ധ്യ

മാകൂവെന്നുംകൂടി കേട്ടപ്പോൾ ആ വിഭാഗത്തിൽ ആ സമുദായത്തിൽ ജന്മം കൊണ്ടതിൽ ഏറെ അഭിമാനിച്ചുകൊണ്ട് ചിലർ മറ്റുള്ളവരുടെ വിശ്വാസങ്ങളിൽ മുറുമുറുപ്പു കാട്ടാനും തുടങ്ങിയിരിക്കുന്നു. പാത്തുവും കൊന്നപൊക്കവും ഇപ്പോൾ കൃത്യമായി നമസ്കരിക്കുകയും നോമ്പു നോക്കുകയും ചെയ്യുന്നുണ്ട്. അവിശ്വാസികളെ ബോധവല്ക്കരിക്കാനും തങ്ങളുടെ വിശ്വാസത്തിലേക്കു വരൂവെന്ന് ആഹ്വാനം ചെയ്യാനും അവർ പഠിച്ചിരിക്കുന്നു. ഇതൊക്കെ അവർക്ക് ആർജ്ജിച്ചെടുക്കാൻ കഴിഞ്ഞത് വലിയ തങ്ങൾ സംഘടിപ്പിക്കാറുള്ള ക്ലാസിൽ കൃത്യമായി പങ്കെടുക്കുന്ന തിനാലാണത്രെ! അജ്ഞതയിലാണ്ടു കിടക്കുന്നവരെ വെളിച്ചത്തിലേക്കു കൊണ്ടുവരാൻ പള്ളിവീട്ടിൽ മുടങ്ങാതെ ക്ലാസെടുക്കും. അതിൽ പങ്കെ ടുക്കുന്നവർക്ക് സമ്മാനങ്ങളും നല്കും. പർദ്ദ, മക്കന, ചെറിയ തുകകൾ, പുരുഷന്മാർക്ക് തൊപ്പി, മുണ്ട്, അറേബ്യൻ ഷാൾ. കുട്ടികൾക്ക് വസ്ത്രം, പേന, ഗ്രന്ഥങ്ങൾ അങ്ങനെ പലതും.

കൊന്നപ്പൊക്കത്തിനും പാത്തുവിനും മാത്രമല്ല. സരസുവിലും അടുത്തകാലത്തായി പല മാറ്റങ്ങൾ വന്നിട്ടുണ്ട്. സരസുവിന്റെ മകന്റെ മുഖത്തെ ഗാംഭീര്യം ഏറിയപോലെ അവന്റെ മണിബന്ധത്തിലെ ചര ടിന്റെ എണ്ണവും ഏറിയിട്ടുണ്ട്. നെറ്റിയിലെ തിലകം വല്ലാതങ്ങനെ തടിച്ചു ചുവന്നിട്ടുണ്ട്. സരസുവിനെപ്പോഴും ഭക്തിയും ഭജനയും തന്നെ. നിത്യ വുമുണ്ട് ക്ഷേത്ര ദർശനം. വീട്ടിൽ ദേവൻമാരുടേയും ദേവതകളുടേയും എണ്ണം കൂടിയിരിക്കുന്നു. കൂട്ടത്തിൽ കുറേ ആൾ ദൈവങ്ങളുടെ ചിത്രവും. നിത്യവുമുള്ള വീട്ടിലെ പൂജയും ചരടുകെട്ടലും കണ്ട് പല പ്പോഴും കൺമിഴിച്ചു നിന്നു ചോദിച്ചിട്ടുണ്ട്; ഇതിനൊക്കെ എവിടുന്ന് കിട്ടി പണം.

ഇപ്പോൾ സരസു പാത്തുവിന്റേയോ സാറാമ്മയുടേയോ ഒരാഘോ ഷങ്ങളിലും പങ്കെടുക്കാറില്ല. അതോർത്തപ്പോൾ പഴയകാലത്തെ ദിന ങ്ങൾ ഒരുവട്ടം കൂടി ഓർമ്മയിൽ തെളിഞ്ഞു.

എന്തൊരാഘോഷമായിരുന്നു ഓരോ വീട്ടിലും. ഓണം വരുമ്പോൾ പാത്തുവും അന്തപ്പൊക്കവും സാറാമ്മയുമെല്ലാം സരസുവിന്റെ വീട്ടിലോ തന്റെ വീട്ടിലോ ഒത്തുകൂടും. റംസാനും ബക്രീദിനും അവരിലാരുടെ യെങ്കിലും. ക്രിസ്തുമസ്സിന് സാറാമ്മയുടേയോ ജോർജ്ജിന്റേയോ ഭവ നത്തിൽ. ഇന്ന് ഓരോരുത്തർക്കും അയൽക്കാരന്റെ ആഘോഷത്തിൽ പങ്കുചേരുക എന്നത് ചാരിൽ തൊടുന്ന പോലെയാണ്. കേരളീയരുടെ ആഘോഷമാണ് ഓണമെന്നത് പാത്തുവോ കൊന്നപ്പോക്കമോ വിശ്വസി ക്കുന്നില്ല. ബഹുദൈവവിശ്വാസികളുടെ വിശ്വാസത്തിൽ പങ്കുചേർന്നാൽ സ്വർഗ്ഗത്തിലേക്കുള്ള ഗമനം പ്രാപ്യമല്ലത്രേ! അതും പറഞ്ഞ് കഴിഞ്ഞ ഓണത്തിന് അമലയുടെ കൈവശം കൊടുത്തുവിട്ട പ്രഥമൻപോലും പാത്തു നിരസിച്ചു. അന്നേ ദിവസം പാചകം ചെയ്തതൊന്നും അവർ കഴിക്കില്ലെന്ന് പറഞ്ഞ് അമലയെ മടക്കിവിട്ടു. പുതു വിശ്വാസത്തിന് എതി രായതൊന്നും അവർ കഴിക്കില്ലെന്നറിഞ്ഞപ്പോൾ ഭക്ഷണം കഴിക്കലിലും

വിശ്വാസം കുടിയേറിയിരിക്കുന്നുവെന്ന് മനസ്സിലായി.

തന്റെ അയൽക്കാർ വല്ലാത്തൊരു ഉന്മാദത്തിൽപ്പെട്ടിരിക്കുകയാണെന്നോർത്തപ്പോൾ വല്ലാത്ത വിഷാദം തോന്നി. നിരക്ഷരരിൽ മാത്രമല്ല ഈ പരിവർത്തനം. വിദ്യാസമ്പന്നരും നിരീശ്വര വാദം പ്രസംഗിച്ചു നടന്നവരുമൊക്കെ ഇന്ന് നവ വിശ്വാസികളായിതീർന്നിരിക്കുന്നു. അവരുടെ ജീവിതചര്യക്കും മാറ്റം വരുത്തിയിരിക്കുന്നു. കേവലം ആരാധനയോ ഭക്തിയോ മാത്രമല്ല അവരിൽ കാണുന്നത്. മറിച്ച് ഒരു തരം കീഴ്പ്പെടൽ. ആർക്കുവേണ്ടിയോ എന്തിനോ വേണ്ടിയുള്ള കീഴ്പ്പെടൽ. സ്വയം കീഴ്പ്പെട്ടുകൊണ്ട് മറ്റുള്ളതിനെ കീഴ്പ്പെടുത്തുന്ന ഒരു തരം ഉന്മാദം.

വാഹനത്തിലെ വെളിച്ചം കെടുത്തിയതും വീടിനു മുമ്പാകെ മൂധേവി പിടിച്ചു കിടക്കുന്നതുപോലെ തോന്നി. വാതിൽ ചാരിയിരുന്നതുകൊണ്ട് മെല്ലെ തട്ടി അകത്തു കടന്ന് അമലയെ വിളിച്ചു. മുറിയിലും അടുക്കളയിലും അവളെ കണ്ടില്ല. സന്ധ്യ കഴിഞ്ഞാൽ പുറത്തിറങ്ങാത്ത പെണ്ണ്. മനസ്സ് വല്ലാതെ ഭീതിപ്പെട്ടു. എങ്കിലും മുറിയുടെ വശത്തു സ്ഥാപിച്ച ചിത്രങ്ങളിൽ നോക്കി കണ്ണുകളടച്ചിട്ട് തീപ്പെട്ടി തപ്പി അഗർബത്തിയിൽ തീ പിടിപ്പിച്ചു. മുറിയിലാകെ പരിമളം പടർന്നപ്പോൾ പുതിയൊരുണർവ്വ് തോന്നി. പ്രഭാതത്തിലും പ്രദോഷത്തിലും തിരികൊളുത്തുക എന്നത് എന്നോ മുതൽ തുടങ്ങിയ വിശ്വാസമാണ്. രാത്രിയുടെ തുടക്കത്തിന്റെ ഉണർവ്വ് ആ മുറിയാകെ വ്യാപിച്ചപ്പോൾ ചിന്തിച്ചു; ഈ ഉണർവ്വുകളാണ് തന്നെ മുന്നോട്ടു നയിക്കുന്നത്.

അല്ലെങ്കിൽ എന്നേ താൻ മണ്ണടിഞ്ഞേനെ.

വിയോഗങ്ങളെയോർത്ത് ദുര്യോഗങ്ങളെയോർത്ത് ദൗർഭാഗ്യങ്ങളെയോർത്ത് വേദനിച്ചു നടന്നിരുന്നെങ്കിൽ അതിനേ സമയമുണ്ടാകുമായിരുന്നുള്ളൂ. അയാളിൽ നിന്നനുഭവിച്ച ദുര്യോഗങ്ങളോർത്ത് ഏങ്ങലടിച്ചു നടന്നിരുന്നെങ്കിൽ ഒരു മുഴു ഭ്രാന്തിയായി തെരുവിൽ അലഞ്ഞു നടന്നേനെ. കുട്ടികളുടെ കല്ലേറുകൊണ്ട് ബന്ധുക്കളുടെ പിറുപിറുപ്പ് കേട്ട് അഭിമാനികളെന്ന് അഹങ്കരിക്കുന്നവരുടെ ആട്ടും തുപ്പും കേട്ട് ഇന്നും അലയുമായിരുന്നു. എന്നാൽ എന്തോ ഒരുണർവ്വ് തന്നിൽ എപ്പോഴോ ആവാഹിച്ചത് ആശ്വാസമായി. അതിനായി ഒരു ബിംബത്തേയും ആരാധിച്ചില്ല. ഒരു മന്ദിരത്തിലും മുട്ടു കുത്തിയുമില്ല. സ്വയം ആർജ്ജിച്ചെടുത്ത വിശ്വാസം അതാണ് ഇതുവരേയും എത്തിച്ചത്. ഒരുപക്ഷേ, താനനുഭവിച്ച ദുര്യോഗങ്ങളായിരിക്കാം ആ വിശ്വാസത്തിലേക്കു തന്നെ നയിച്ചത്. തനിക്കു നേരിട്ട അനുഭവങ്ങൾ നെഗറ്റീവായിരുന്നെങ്കിലും, അവയിൽ നിന്നുയിർകൊണ്ടതെന്തോ അത് പോസിറ്റീവായി മാറി. അതുകൊണ്ടാണ് അമലയും അരുണും ഇന്ന് അനാഥത്വത്തിന്റെ ഇരകളാകാത്തത്.

തന്നെ നയിക്കുന്ന ആ ശക്തി എന്നെന്നും മുന്നോട്ടു നയിപ്പിക്കണേയെന്ന് മനസ്സിനെ ഉത്തേജിപ്പിച്ചുകൊണ്ട് വീണ്ടും അമലയെ തിരഞ്ഞു. അഗർബത്തിയുടെ ഗന്ധം പോകുന്നിടത്തൊക്കെ സഞ്ചരിച്ചുകൊണ്ടിരുന്നു. അവ കുടിലാകെ സുഗന്ധം പരത്തി രാത്രിയുടെ തുടക്കത്തിന്

ഉന്മേഷം നല്കി.

പൊടുന്നനെ തൊട്ടടുത്ത കുടിലിന്റെ പിന്നാമ്പുറത്തു നിന്നും നായയുടേയും നരരുടേയും സമ്മിശ്രാരവം മുഴങ്ങി. അമല അവിടെയെവിടെയോ കൗതുകം കണ്ട് നില്ക്കയായിരിക്കും.

മാലിന്യം ധരിച്ചു കിടക്കുന്ന കൂനകളിൽ നായകൾ വീഴുന്നത് പതിവായിരിക്കുന്നു. കുഴി കുത്തിയാൽ കക്കൂസ് പണിയാനുള്ള തുകയനുവദിക്കാമെന്ന് നിലവിലെ നിയമസഭാ സാമാജികൻ മുമ്പെങ്ങോ വാഗ്ദാനം ചെയ്തതനുസരിച്ച് പണിതിട്ട കുഴികൾ.

പൊതു സ്ഥലത്ത് വിസർജ്ജ്യമില്ലാത്ത 'ഓപ്പൺ ഡെഫിക്കേഷൻ ഫ്രീ' എന്ന പ്രഖ്യാപനത്തിലൂടെ ഭരണകൂടം എല്ലാ വീട്ടിനും ശൗചാലയം വാഗ്ദാനം ചെയ്തെങ്കിലും കാക്കയുണരുന്നതിനു മുമ്പ് വെളിമ്പ്രദേശത്ത് വിസർജ്ജ്യം നടത്തുന്നവരുടെ എണ്ണം തെല്ലുപോലും കുറഞ്ഞിട്ടില്ല.

അടമാനമുള്ള ഒരിടം സ്വപ്നം കണ്ട് താന്താങ്ങളുടെ കുടിലിനു പിന്നിൽ കുഴികൾ തീർത്തു. എന്നാൽ നീണ്ട കാത്തിരിപ്പിന്റെ ഇടവേളയിൽ കൂനകളിൽ ചപ്പും ചവറും പെരുകാൻ തുടങ്ങി. കോളനിക്കാരുടേതു മാത്രമല്ല; നഗരത്തിലെ കൊച്ചമ്മമാരും വല്യപ്പൻമാരും കടിച്ചു പറിച്ച എല്ലിൻ തുണ്ടുകളും തീണ്ടാരിതുണികളുമുണ്ട് അക്കൂട്ടത്തിൽ.

മാലിന്യങ്ങൾ വലിച്ചെറിയുന്നവരെ കൈയോടെ പിടികൂടാൻ പലരും കാത്തിരുന്നിട്ടുണ്ട്. പലേടത്തും പരാതിപ്പെട്ടിട്ടുമുണ്ട്. ഫലമുണ്ടായില്ല.

മഴ വരുമ്പോഴാണ് ആകെ ഗതികേട്. മഴവെള്ളം മലിന വസ്തുക്കളിൽ ഇഴുകിച്ചേരും. ചിലപ്പോൾ കുഴികൾ നിറഞ്ഞു കവിയും. കുഞ്ഞുങ്ങൾ കാലിടറി കുഴികളിൽ വീഴും. പതിനേഴാം നമ്പർ വീട്ടിലെ ആറുവയസ്സായ കുഞ്ഞിന്റെ ചേതനയറ്റ ശരീരം മുങ്ങാംകുഴിയിട്ട് പുറത്തെടുത്തപ്പോൾ അവന്റെ കുഞ്ഞു വായ്ക്കുള്ളിൽ വലിയൊരു തീണ്ടാരിപ്പാട്. മുറുകെപ്പിടിച്ച കൈകൾക്കുള്ളിൽ തുളച്ചുകയറിയ കുപ്പിചില്ലുകളും. കക്കൂസിൽ വിസർജ്ജിക്കുക എന്ന മോഹം അന്നാ വീട്ടുകാർ ഉപേക്ഷിച്ചു. പലരും കുഴി നികത്തി. ചിലർ ആ മോഹം ബാക്കി നിർത്തി നികത്താത്ത കൂനകളുമായി കാത്തിരിക്കുന്നു. ഇരുൾ വീഴുമ്പോൾ തെരുവു പട്ടികൾ പറ്റം പറ്റമായി അവിടേക്കു ഓടിയെത്തി മാലിന്യങ്ങളിൽ ആഹാരം തേടും. പരസ്പരം മത്സരിച്ച് കുഴികളിൽ പതിച്ച് മോങ്ങാൻ തുടങ്ങും. മൂത്രമൊഴിക്കാൻ പോലും പുറത്തിറങ്ങാനാവാതെ മുറികളിൽ അടച്ചിരിക്കുന്നവരുണ്ട് കോളനിയിൽ. വാതിലുകൾ തുറന്നിട്ടാൽ ഭക്ഷണ സാധനങ്ങൾ തട്ടിപ്പറിക്കുമെന്ന് ഭയന്ന് ജീവിക്കുന്നവരുമുണ്ട്. അവകൾ എത്രയോ ചട്ടിയും കലവും പൊട്ടിച്ചിരിക്കുന്നു. ഒരിക്കൽ തൊട്ടിലിൽ കിടന്ന കുഞ്ഞിനെ രണ്ടു നായകൾ ചേർന്ന് കടിച്ചു നിലത്തിട്ടു. കുട്ടിയുടെ നിലവിളി കേട്ട് ഓടിയെത്തിയ അമ്മയ്ക്കും കിട്ടി തുടയിലൊരു കടി. അമ്മയുടെ അലർച്ചകേട്ട് ഓടിക്കൂടിയവർക്കും കിട്ടി കവിളിലും തുടയിലും കാലിലുമൊക്കെ ശ്വാനദംശനം. ഇപ്പോൾ രാത്രിയിൽ പല പുരുഷന്മാരും

വീടണയുന്നത് വലിയ ചൂട്ടും മിന്നിച്ചുകൊണ്ടാണ്.

കൂട്ടത്തോടെ അവകളെ കൊല്ലുന്നത് ശിക്ഷാർഹമത്രെ. മനുഷ്യരെപ്പോലെ വികാരങ്ങളുള്ള ജന്തുവാണ് നായ. ആയതിനാൽ നായകൾക്കുവേണ്ടി ശബ്ദിക്കാൻ അധികാരികൾപോലും താല്പര്യം കാട്ടിയിരിക്കുന്നു. അതിനായി അവർ ചില നിർദ്ദേശങ്ങൾ മുന്നോട്ടു വച്ചിട്ടുണ്ട്; അവയെ പ്രകോപിപ്പിക്കാതിരിക്കാൻ കരുതൽ വേണം. അവയ്ക്കു പ്രിയമുള്ളതൊന്നും കൈവശം വയ്ക്കാതെ സഞ്ചരിക്കാൻ ശ്രമിക്കണം. അവകൾ കൂട്ടം കൂടി നില്ക്കുന്നിടത്ത് എത്തപ്പെടാതിരിക്കാൻ ശ്രദ്ധിക്കണം. നായകളെക്കാളും വിവേകബുദ്ധിയുള്ള മനുഷ്യരല്ലേ നാം. അതുകൊണ്ട് നാം താന്നെയാണ് എല്ലാം ശ്രദ്ധിക്കേണ്ടതും.

സാധു ജീവികളായ ആട്, താറാവ്, കോഴി ഇവയെയൊക്കെ കൊല്ലുമ്പോൾ ഈ ജന്തുസ്നേഹം എവിടെപ്പോയി എന്നു പലപ്പോഴും ചിന്തിച്ചുപോയിട്ടുണ്ട്.

"അമ്മാ ഇന്നും ആ പാത്തൂന്റെ കുഴീ തന്ന" കക്കൂസിന്റെ മറവിൽ നിന്നും അടുക്കളയിലേക്കു കയറിയ അമലയങ്ങനെ വിളിച്ചു പറഞ്ഞു. അതുകേട്ട് സന്ധ്യക്ക് കൗതുകം കണ്ടു നിന്നതിന് അവളെ ശാസിച്ചു. എന്നിട്ട് അവളോടാരാഞ്ഞു.

"വീണത് പാത്തുവോ പട്ടിയോ."

ആ ചോദ്യം കേട്ട് അമല ഉറക്കെ ചിരിച്ചു.

അവളുടെ ചിരിക്ക് പിന്നിൽ വലിയൊരു കഥയുണ്ടായിരുന്നു.

മീരാൻ ഇറച്ചി മീരാനായിരുന്ന കാലത്തെ ഒരു ഉച്ചദിനം. തലയും കാലും കരളും കൂമ്പുമൊക്കെയായി മീരാനന്ന് പതിവുപോലെ കുടിലിലെത്തി. ഉച്ചമയക്കത്തിനായി കട്ടിലിൽ ചെരിയുന്ന പാത്തുവിനെ കാണാഞ്ഞ് മീരാൻ പിന്നാമ്പുറത്താരാഞ്ഞപ്പോൾ എവിടെ നിന്നോ ങ്ഹും ങ്ഹും എന്ന ഞരക്കം മാത്രം കേട്ടു. ആ ഞരക്കം ചായ്പ്പിനോടു ചേർത്തു കുത്തിയ കുഴിയിൽ നിന്നാണെന്ന് തിരിച്ചറിഞ്ഞ് അവൻ അങ്ങോട്ടു നടന്നു. കുഴിയിൽ പകുതി നിറഞ്ഞു കിടക്കുന്ന പാത്തുവിനെ കണ്ട് അവൻ നിലവിളിച്ചു. പാത്തുവിനെ പൊക്കിയെടുത്ത് കരയിലെത്തിക്കാനുള്ള തണ്ടും തടിയുമൊന്നും മീരാനില്ലായിരുന്നു. അവളേക്കാൾ തണ്ടും തടിയുമുള്ള ആണാപെറന്നോൻമാരാരെങ്കിലുമുണ്ടോവെന്ന് മീരാൻ ചുറ്റും പരതി. ഓടിക്കൂടിയവരിൽ അങ്ങനെയൊരാളില്ലാത്തതിനാൽ അവൻ നന്നേ വിഷമിച്ചു ഏങ്ങലടിക്കാൻ തുടങ്ങി. അതുകണ്ട് ജനങ്ങൾ പരിഭ്രാന്തരായി അങ്ങോട്ടുമിങ്ങോട്ടുമോടി. അവർ പാത്തുവിനെ കരകയറ്റാനുള്ള എല്ലാ ശ്രമങ്ങളും നടത്തി. ചിലർ ഏണിയിറക്കാൻ നോക്കി. ഏണി കുത്താൻ കുഴിയിലെവിടെ സ്ഥലമെന്നായി മറ്റു ചിലർ.

പാത്തു നിറഞ്ഞങ്ങനെ കിടക്കയല്ലേ.

അടുത്തുള്ള ചെറിയ മരത്തിൽ കയറിയ ഒരുവൻ കയറിന്റെ ഒരു വശം താഴേക്കിട്ടു കൊടുത്തു. പാത്തുവിനുണ്ടോ കയറിൽ തൂങ്ങിയുള്ള ബാലൻസ്. അതുമല്ല പാത്തുവിനെ താങ്ങാനുള്ള കരുത്ത് ആ മരത്തി

നില്ലായിരുന്നു.

ചൂണ്ടുവിരലുകൾ അന്തരീക്ഷത്തിൽ കുനിച്ചുവച്ച് പലരും പോംവഴികൾ ആലോചിച്ചുകൊണ്ടിരുന്നപ്പോൾ കുഴിക്കകത്ത് പാത്തുവിന്റെ ഞരക്കവും പുറത്ത് മീരാന്റെ നിലവിളിയും മുഴങ്ങി. പലരും പല ഉപായങ്ങൾ നിരത്തി. അവസാനം കുഴിയുടെ വശങ്ങളിൽ ബലവത്തായ രണ്ടു തൂണുകൾ നാട്ടി അവയ്ക്കു ചെറു താങ്ങുകൾ കൊടുത്തു. ഇരു തൂണുകളേയും ബന്ധിപ്പിച്ച് ബലമുള്ളൊരു കഴകെട്ടി. കഴയിൽ കയറു കെട്ടി കപ്പിഞാത്തി. കപ്പിയിൽ വടം തിരുകി. ആരോ പറഞ്ഞു; വടത്തിൽ കുട്ട കെട്ടാൻ. കേട്ടുനിന്നവരിൽ ചിലർ പരസ്പരം നോക്കി ചിരിച്ചു; കുട്ടയിലെങ്ങനെ പാത്തു കയറും. പാത്തുവിന് തരമായ ഒരു കുട്ട ഈ ലോകത്ത് ആരും നെയ്തിട്ടുണ്ടാവില്ലെന്നാണ് അവരുടെ ധാരണ. മീരാൻ അങ്ങോട്ടുമിങ്ങോട്ടുമോടിക്കൊണ്ടിരുന്നു. അവസാനം അലുക്കത്തുമ്മ അവരുടെ കനമുള്ള കമ്പളം കൊണ്ടുവന്ന് തൊട്ടിലു കെട്ടാനൊരുങ്ങി. യൂസഫിന് തൊട്ടിൽ കെട്ടിയത് ഉമ്മയുടെ ഓർമ്മയിൽ തെളിഞ്ഞു കിടപ്പുണ്ടായിരുന്നു. ഉമ്മ കമ്പളത്തിന്റെ വശങ്ങളിൽ ഞൊറിതീർത്ത് അതിനെ തടിച്ചൊരു പേരക്കമ്പിന്റെ ഇരുവശങ്ങളിലും ബലവത്തായ ചരടിനാൽ ബന്ധിച്ച് ഉഗ്രൻ തൊട്ടിലൊന്നു റെഡിയാക്കി. പേരക്കമ്പിന്റെ നടുവിൽ ചെറുതായൊന്നു വകഞ്ഞ് അവിടെ വടത്തിന്റെ ഒരു വശം കെട്ടി കപ്പിയിലൂടെ വടം ഞരക്കി. പതിയെ പതിയെ തൊട്ടിൽ പാത്തുവിനരികിലെത്തിച്ചു. പാത്തു തൊട്ടിലിൽ കയറാൻ കൂട്ടാകാതെ എന്തോ ചിന്തിച്ചിരിക്കുകയായിരുന്നു. പണ്ടെങ്ങോ തൊട്ടിലിൽ കിടന്ന ഓർമ്മകൾ അവളിൽ ഓളങ്ങളുണ്ടാക്കിയതോ അതോ അവളുടെ കൈകൾക്ക് തൊട്ടിലാട്ടാൻ ഭാഗ്യമില്ലാത്തതോ എന്തോ! എന്തായാലും അവളിലെ മൗനം നീണ്ടപ്പോൾ മീരാൻ മുരണ്ടു.

എടീ നീയാതൊട്ടിലീലൊന്ന് കേറ്.

പിന്നെ പാത്തു ഒന്നുമേയോർത്തില്ല. കമ്പളം ചന്ദ്രക്കലപോലെ വിടർത്തി അതിൽ ഞെരുങ്ങിയിരുന്നുകൊണ്ട് അവൾ കൈകൾ മേല്പ്പോട്ടുയർത്തി പേരക്കമ്പിൽ ശക്തിയായി പിടുത്തമിട്ടതും കപ്പികരയാൻ തുടങ്ങി. വടത്തിന്റെ ഒരറ്റം വലിക്കാൻ മീരാനും സരസുവിന്റെ മകനും സാറാമ്മയുടെ കെട്ടിയോനും. പിന്നെയുമുണ്ടായിരുന്നു നാലഞ്ചുപേർ. വടം കുഴിക്കരികിൽനിന്നും ഒരടി രണ്ടടി..... അങ്ങനെയങ്ങനെ നീങ്ങുമ്പോൾ ചിലർ പിൻവാങ്ങിയും മറ്റുള്ളവർ ചേർന്നുംകൊണ്ടുമിരുന്നു. അവരുടെ കൈകൾ നീറാൻ തുടങ്ങിയെങ്കിലും മീരാന്റെ കരുത്തുള്ള കരങ്ങൾ ആഞ്ഞാഞ്ഞുവലിച്ചു. പാത്തുവും മീരാനും ആനയും ആട്ടിൻകുട്ടിയും പോലെന്ന് അസൂയാലുക്കൾ പരിഹസിക്കാറുണ്ട്. എന്നാൽ മീരാന്റെ ഇറച്ചിവെട്ടി തഴമ്പിച്ച കൈകൾ കരുത്തുറ്റതാണെന്ന് ഏവർക്കുമറിയാം. ഇറച്ചിമീരാനെന്നും ലോട്ടറിമീരാനെന്നും വിളിക്കുന്നതിൽ മീരാന് അഭിമാനമേയുള്ളൂ. ചിലർ കൊതുകു മീരാനെന്ന് വിളിച്ച് തരം താഴ്ത്തുമ്പോൾ അവൻ പരിഭവിച്ച് ഹാലിളകി വിളിക്കുന്നവന് പിന്നാലെ കൊതു

കിനെപ്പോലെ മൂളി നടക്കും. പാത്തുവിനുമുണ്ട് ആ ഹാലിളക്കം. പാത്തുവിന് ചേർന്നവൻ താൻ തന്നെയാണെന്ന ധാരണ മീരാനും മീരാനു ചേർന്നവൾ താൻ തന്നെയാണെന്ന് പാത്തുവും പരസ്പരം വിശ്വസിക്കാൻ പാടുപെടുമ്പോഴാണ് മറ്റുള്ളവരുടെ ഈ പരിഹാസ പ്രസ്താവനകൾ.

അങ്ങനെ മുക്കുപണ്ടം പാത്തുവിന്റെ അലങ്കാര ആഭരണങ്ങൾ സൂര്യ കിരണത്താൽ വെട്ടിത്തിളങ്ങുന്നത് കാണാനാവുമെന്ന സ്ഥിതിയിലെത്തിയപ്പോഴായിരുന്നു നിയുക്ത നിയമസഭാ സാമാജികന്റെ വരവിനെക്കുറിച്ച് കൂടി നിന്നവർ അറിഞ്ഞത്. അവർ അവരുടെ മിഴികൾ വഴിയോരത്തും കൂനയിലും മാറിമാറി ചലിപ്പിച്ചുക്കൊണ്ടിരുന്നു. അന്നദ്ദേഹം വെറും നിയുക്തനും പ്രതിപക്ഷ കക്ഷിയിൽപ്പെട്ടവനുമായിരുന്നു. തിരഞ്ഞെടുപ്പ് പ്രഖ്യാപിക്കുന്നതിന് ഏതാനും ദിവസങ്ങൾക്കു മുമ്പാണാ സംഭവം. അക്കാലത്ത് ആരുടെ മംഗലത്തിനും ഏതു ചാക്കാലയ്ക്കും അത്യാഹിതത്തിനും കുടിലുകൾ തോറും കയറിയിറങ്ങാൻ നിയുക്തന് യാതൊരു താല്പര്യക്കുറവും സമയക്കുറവുമില്ലായിരുന്നു.

കൂടി നിന്നവർ നിയുക്തന്റെ വരവിനെ ഉറ്റുനോക്കി കാത്തിരുന്നപ്പോൾ പാത്തുവിന്റെ ഭാരം മീരാന്റേയും സരസുവിന്റെ മകന്റേയും കൈകളിൽ മാത്രം തൂങ്ങി നിന്നു. പാത്തുവിന്റെ ശരീരം ഭൂമിക്ക് സമാന്തരമായെന്ന് കണ്ടപ്പോൾ മീരാന്റെ കണ്ണുകൾ തിളങ്ങി. തിളങ്ങിയ കണ്ണുകളിൽ ആനന്ദാശ്രുക്കൾ നിറഞ്ഞു. പൊടുന്നനെ ആരവങ്ങൾക്കിടയിലേക്ക് നിയുക്തൻ കയറി വന്നു.

നിറഞ്ഞുനിന്ന മീരാന്റെ കണ്ണീർ കണങ്ങളിൽ ഒരായിരം ബിംബങ്ങൾ പ്രതിഫലിച്ചുവെങ്കിലും തൂവെള്ള വസ്ത്രത്തിൽ പൊതിഞ്ഞ രൂപത്തെ മീരാൻ തിരിച്ചറിഞ്ഞു. തെല്ലും വിശ്വസിക്കാനാവാതെ ഉള്ളിൽ നിറഞ്ഞ ബഹുമാനം പുറത്തു കാട്ടുന്നതെങ്ങനെയെന്ന് ചിന്തിച്ച്; കക്കോടി കെട്ടി മടക്കി കുത്തിയ ഒറ്റ മുണ്ടിലേക്കു പത്തു വിരലുകളും ചലിപ്പിച്ച് ഓഛാനിച്ചങ്ങനെ നിന്നു. കക്കോടി കുത്തിൽപ്പെട്ട വിരലുകൾ ഇടുപ്പിനേയും മുണ്ടിനേയും പറിച്ചെടുത്തത് അവനറിഞ്ഞില്ല. ഈ പാവങ്ങളുടെ ദുര്യോഗത്തിൽ ആശ്വസിപ്പിക്കാൻ അങ്ങെത്തിയത് അത്ഭുതം തന്നെ എന്ന ബഹുമാനത്താൽ കണ്ണിലും കാലിലും കൈയിലുമെല്ലാം അവയുടെ പൂർണ്ണത നിലനിർത്തിയാണ് അവൻ നിന്നത്. പൊടുന്നനെ കരയിൽ പൊട്ടിച്ചിരികൾ മുഴങ്ങി കേട്ടു. കൂനയിൽ കിടന്ന പാത്തു തല പൊന്തിച്ചു മുകളിലേക്കു നോക്കിയിട്ട് ഉറക്കെ പറഞ്ഞു

'എന്റെ റബ്ബേ, ഈ മനുഷ്യന് നാണോം മാനോം ഇല്ലേ.'

അതുകേട്ട മീരാന്റെ കൈ വിരലുകൾ വിടർന്ന് തുടകൾക്കിടയിൽ സ്ഥാനം പിടിച്ചു. കൂടി നിന്നവർ മിഴികൾ പൊത്തി. ആ പുരുഷാരത്തിനിടയിൽ എങ്ങനെയൊളിപ്പിക്കും മീരാന്റെ നഗ്നത. അതുകൊണ്ട് തന്നെ മീരാനും കുഴിയിലേക്കു എടുത്തു ചാടി പാത്തുവിനുമേൽ പതിച്ചു. നിയുക്തൻ കൂനയിലേക്കു നോക്കി ഇരുവർക്കുമായി സലാം പറഞ്ഞു യാത്രയാകുകയും ചെയ്തു.

പാത്തുവപ്പോൾ ശിവരൂപം പൂണ്ടിരുന്നു. കുഴിയിലേക്കു തിരിച്ചു പോയ വടം പാത്തുവിന്റെ കണ്ഠത്തിൽ സർപ്പത്തെപ്പോലെ ചുറ്റിവരിഞ്ഞുമിരുന്നു. പാത്തു പിന്നെയും മുരണ്ടുകൊണ്ട് ഏറെ നേരം മീരാനോടൊപ്പം കൂനയിൽ കിടന്നു.

ബഹുമാന്യരെ ബഹുമാനിക്കുന്നതിൽ മീരാനെ തോല്പ്പിക്കാൻ മറ്റാരുമില്ലെന്ന് അന്നാട്ടുകാർ അന്നറിഞ്ഞു. വേറെയുമുണ്ട് മീരാന്റെ അതിബഹുമാനത്തിന്റെ വിഡ്ഢിത്തരങ്ങൾ. സൈക്കിളിൽ സഞ്ചരിക്കവെ എതിരേ നടന്നുവന്ന നേതാവിനെകണ്ട് കൈകൂപ്പിയപ്പോൾ സൈക്കിളും മീരാനും ദൂരേക്കു തെറിച്ച കഥ.

ജനങ്ങളന്ന് വീണ്ടും പാത്തുവിനേയും മീരാനേയും കയറ്റാനുള്ള ശ്രമങ്ങൾ ഏറെനേരം നടത്തിയിരുന്നു.

ആ കൂനയിലാണത്രെ നായിന് ഇന്നും ചാടാൻ തോന്നിയത്; ആ കൂനയ്ക്കെപ്പോഴും മാംസത്തിന്റെ മണമാണ്.

പാത്തുവിന്റേതു മാത്രമല്ല നികത്താത്ത കൂനകളായുള്ളത്.

മീരാനും മറ്റു കോളനിക്കാരും ആദരവോടെ വിജയിപ്പിച്ചുവിട്ട അന്നത്തെ നിയുക്തൻ ഇന്നത്തെ ഭരണപക്ഷ സാമാജികനാണ്. അദ്ദേഹത്തിന്റെ കൈയിൽ ഇന്ന് അധികാരമുണ്ട്. എന്നിട്ടും കൂനകൾ കൂനകളായി തന്നെ കിടക്കുന്നു. കോളനിക്കാരുടെ ചാവിനും അടിയന്തിരത്തിനുമൊന്നും എത്തിച്ചേരാനുള്ള സമയം ഇന്ന് അദ്ദേഹത്തിന് അല്പം പോലുമില്ല. വേണ്ടപ്പെട്ട ചില യോഗങ്ങൾക്കും സമ്മേളനങ്ങൾക്കും വാഹനങ്ങളുടെ അകമ്പടിയോടെ വരുമെന്നു മാത്രം. അപ്പോൾ കോളനിക്കാർ ദൂരെ നിന്ന് കൺപാർത്ത് കൈയെടുത്തു കാട്ടി ആദരവ് പ്രകടിപ്പിക്കും.

അതുപോലെ കൂടെ കൂടെ പള്ളിവീട്ടിലേക്കു എം എൽ എ എന്നെഴുതിയ വാഹനം കടന്നുപോകും. പാത്തുവും കൊന്നപൊക്കവും മീരാനും സരസുവുമൊക്കെ കുടിലിന്റെ മുറ്റത്തിറങ്ങി കൈയെടുത്തു കാട്ടി ബഹുമാനിക്കും. ശീതീകരിച്ച വാഹനത്തിന്റെ ചില്ലുകൾ താഴ്ത്തുന്നത് ഉചിതമല്ലാത്തതുകൊണ്ടാകാം അദ്ദേഹം കോളനിക്കാരുടെ ആദരവ് കാണാൻ ഇപ്പോൾ താല്പര്യം കാട്ടാത്തത്. എങ്കിലും പാത്തുവും കൊന്നപ്പൊക്കവും പലരേയും ഓർമ്മപ്പെടുത്തും; വലിയ തങ്ങളുടെ അനുഗ്രഹം കൊണ്ടാണ് അദ്ദേഹം ജയിച്ചത്. അതുകൊണ്ടാണത്രെ ജനാധിപത്യവിശ്വാസിയായിട്ടും കൂടെക്കൂടെ വലിയ തങ്ങളെ കാണാൻ അദ്ദേഹം വരുന്നത്.

രാത്രിയിലുടനീളം നായയുടെ ഓരിയിടൽ കോളനിയാകെ മുഴങ്ങിക്കൊണ്ടിരുന്നു.

കോളനിക്കാകമാനം ശാപമായ ആ കൂനകൾ ഒന്നുകിൽ നികത്തുകയോ അല്ലെങ്കിൽ മറ്റുള്ളവന്റെ സഹായം കാക്കാതെ പണിതെടുക്കുകയോ ചെയ്യാത്തപക്ഷം പല രാത്രികളും ഇങ്ങനെ അരോചകമായി തുടരുമെന്നോർത്തപ്പോൾ പരിഹാസം തോന്നി.

സ്വർഗ്ഗമെന്നു കേട്ടാൽ എന്തും ഊരി നല്കുന്ന ഇവറ്റകൾക്ക്

അന്യന്റെ പറമ്പിൽ പോയി തുണിയും പൊക്കിയിരിക്കാൻ അല്പവും നാണമില്ലാതായിപ്പോയല്ലോ! പാത്തുവിലെ വിശ്വാസം മാറി. ജീവിത രീതി മാറി. എന്നാൽ അടിമുടി വസ്ത്രത്തിനുള്ളിൽ ഒളിച്ചിരിക്കുന്ന പാത്തുവിന്റെ നാണമില്ലായ്മയ്ക്കുമാത്രം ഒരു മാറ്റവും വന്നില്ല. കാതിൽ കിടന്നതു വിറ്റ് ചെറിയൊരു മറപ്പുര കെട്ടി തരമാക്കാമായിരുന്നു അവൾക്ക്. എന്നാൽ അതും സ്വർഗ്ഗത്തിലേക്കുള്ള പ്രവേശനത്തിനായി സ്വർഗ്ഗദാതാവിനുള്ള കിമ്പളമായി അവൾ നല്കുകയായിരുന്നു.

സ്വർഗ്ഗത്തിനുവേണ്ടി എന്തും ത്യജിക്കാനുള്ള ഭ്രാന്തമായ ആവേശം പാത്തുവിൽ മാത്രമല്ല കണ്ടത്. അന്തപൊക്കവും നബീസയും സുഹ്റയും എന്തിനേറെ അലുക്കത്തുമ്മപോലും അല്പമൊന്നു കുലുങ്ങിയത് ഒരിക്കൽ കണ്ടതാണ്.

വിശ്വാസം ഖൽബിലാണ് മക്കളേ, പടച്ചോനെന്ന വാക്ക് ഖൽബിൽ തൊട്ട് വിളിച്ചാ ഏതു തമ്പുരാനും വിളികേൾക്കുമെന്നു പറഞ്ഞ അലുക്കത്തുമ്മയും നല്കി; സ്വർഗ്ഗപ്രവേശനത്തിനായുള്ള കിമ്പളം.

അത്രയ്ക്കായിരുന്നല്ലോ വലിയ തങ്ങളുടെ അന്നത്തെ പ്രബോധനം. മധുരമായ ഭാഷണത്തിൽ ചടുലമായ താളത്തിൽ സ്വർഗ്ഗമെന്ന പൂങ്കാവനത്തെ കോറിയിട്ടപ്പോൾ ഉമ്മയും അല്പം ഇളകിപ്പോയി. അതിൽ തെല്ലും അത്ഭുതപ്പെടാനില്ല. അറിയാതെ ആ പൂങ്കാവനത്തിൽ ഉമ്മ രമിച്ചുപോയി.

അന്നൊരു വ്യാഴാഴ്ചയായിരുന്നു. സന്ധ്യക്ക് ഓട്ടം കഴിഞ്ഞ് കോളനി റോഡിൽ പ്രവേശിച്ചപ്പോൾ കോളനിയാകെ വൈദ്യുത ദീപത്താൽ മുങ്ങിക്കിടക്കുന്നതു കണ്ടു. പത്തൊൻപതു വീടുകളിൽ ചിലതിനുമാത്രമേ വൈദ്യുതിയുണ്ടായിരുന്നുള്ളൂ. മണ്ണെണ്ണ വിളക്കിന്റെ വെട്ടം കണ്ട് ശീലിച്ചവരുടെ കുടിലിനു മുന്നിലും വാഴത്തട ലൈറ്റുകൾ നിരനിരയായി സ്ഥാപിച്ചിരുന്നു. പാതയ്ക്കിരുവശവും പച്ചവർണ്ണത്തിൽ കൊടിതോരണങ്ങളും. അവിടവിടെ ബിസ്മി സൗണ്ട്സ് എന്നെഴുതിയ ഉച്ചഭാഷിണിപ്പെട്ടികൾ. വീട്ടിലെത്തിയപ്പോൾ അമല പറഞ്ഞു; വലിയ തങ്ങൾ ഇന്ന് കോളനിക്കാരെയാകെ സംബോധന ചെയ്യും. പാത്തുവും അന്തപൊക്കവുമൊക്കെ വ്യാഴാഴ്ച രാവുകളിലെ സലാത്തിലും മതപഠന ക്ലാസിലും പങ്കെടുക്കാറുണ്ടെങ്കിലും വലിയ തങ്ങളുടെ പ്രബോധനം ഇതുവരെയും നേരിട്ടു കണ്ടിട്ടില്ലെന്ന് പറഞ്ഞുകേട്ടിട്ടുണ്ട്. നിയുക്തനായ സാമ്പ്രാണി തങ്ങളിലൂടെയോ പള്ളിവീട്ടിലെ ബീവിയുടെ സംഭാഷണങ്ങളിലൂടെയോവാണത്രെ അവർ അവയൊക്കെ ശ്രവിച്ചിരുന്നത്.

അലുക്കത്തുമ്മയുടെ വരാന്തയിലിരുന്നുകൊണ്ടാണ് അന്നാ പ്രസംഗം കേട്ടത്. ഇഹലോക ജീവിതത്തെ പുച്ഛിച്ചും സ്വർഗ്ഗീയ സൗഭാഗ്യത്തെ വാഴ്ത്തിയും അദ്ദേഹം സംസാരിച്ചു: മണിമേടകളിൽ വസിക്കുന്നവരും മൺകുടിലിൽ പാർക്കുന്നവനും എത്തുന്ന ഒരിടമുണ്ട്; അവിടെ എല്ലാരും തുല്യരാണ്. പണക്കാരനും പാവപ്പെട്ടവനുമെന്ന വ്യത്യാസമില്ല. തുല്യരെന്നാൽ എല്ലാരും സ്വർഗ്ഗത്തിലേക്കല്ലെന്ന് ഓർക്കണം. അവിടെ എത്തണമെങ്കിൽ പലതും ത്യജിക്കണം. അത്തരത്തിൽ വാചാലനായി

വലിയ തങ്ങൾ അല്പം നിർത്തി ഓരോരുത്തരോടിരക്കുന്നതു കേട്ടു;

നിങ്ങളുടെ കാതുകൾക്കെന്തിന് പൊന്നിന്റെ ആടകൾ, കഴുത്തിനെന്തിന് മിന്നുന്ന പതക്കങ്ങൾ.

അപ്പോൾ സാമ്പ്രാണി തങ്ങൾ വിശ്വാസികൾക്കു മുന്നിൽ വന്നു നിന്ന് വലിയ തങ്ങളുടെ വചനങ്ങൾ അഭിനയിച്ചു ഫലിപ്പിച്ചു. അവർക്കു മുന്നിൽ കരഞ്ഞു വിലപിച്ചും കണ്ണീരൊഴുക്കിയുമൊക്കെ. പാവം വിശ്വാസികൾ അതെല്ലാം കേട്ടും കണ്ടും സർവ്വം മറന്നിരിക്കുന്നതു ഗേറ്റിൻ വിടവിലൂടെ കാണാമായിരുന്നു. വിശ്വാസികളുടെ കൈകൾ കഴുത്തിലെ കാൽപ്പവൻ പവനിലും വിരലിലെ അരമഞ്ചാടി മോതിരത്തിലും കാതിലെ കുന്നിക്കുരുവോളം പോന്ന കമ്മലുകളിലും പരതി നടക്കുന്നതും സാമ്പ്രാണി തങ്ങളുടെ കിലുങ്ങുന്ന പാത്രത്തിൽ അവ ഒന്നൊന്നായി പതിക്കുന്നതും നോക്കിയിരുന്നപ്പോൾ അരികിലിരുന്ന അലുക്കത്തുമ്മയുടെ വിതുമ്പലുകൾ കാതുകളിൽ തുളഞ്ഞു കയറി. തിരിഞ്ഞു നോക്കിയപ്പോൾ ചുളിവാർന്ന കവിളുകളിൽ കണ്ണുനീർ ചാലുകൾ കണ്ടു. മെല്ലെ അലുക്കത്തിട്ട കാതിൽ നാലഞ്ചുവട്ടം പരതിയിട്ട് ഉമ്മ മുറിക്കുള്ളിലേക്കു പോയി. പിന്നെ പെട്ടി തുറന്ന് എന്തോ എടുത്ത് ഉള്ളം കൈയിൽ തിരുകി പള്ളി വീടങ്കണത്തിലേക്കു നടന്നു.

അന്നും അദൃശ്യനായി നിന്നുകൊണ്ടായിരുന്നു വലിയ തങ്ങൾ പ്രബോധനം നടത്തിയതെന്ന് പിന്നീടറിഞ്ഞു. മജ്‌ലിസ് കെട്ടാനുള്ള സഹായധനങ്ങൾക്കായുള്ള അഭ്യർത്ഥനയായിരുന്നു അത്. ഇന്ന് കോളനി ജനതയിൽ ഭൂരിഭാഗം പേരും തടം വീതി കൂട്ടാനുള്ള താല്പര്യത്തിലാണെന്നോർത്തപ്പോൾ ആ സംഭവങ്ങൾ മനസ്സിലൂടെ ഒരു ഞെട്ടലോടെ കടന്നുപോയി.

അവർ തന്റെ സഹോദരങ്ങൾ. തന്റെ അയൽക്കാർ. ആരുടെയൊക്കെയോ മസ്തിഷ്ക പ്രക്ഷാളത്തിന് വശംവദരാകുന്നു. അവരൊരിക്കലും ഭിന്നിച്ചുകൂട. അലുക്കത്തുമ്മയുടെ ഇത്തിരിപ്പോന്ന മുറ്റത്തെ പച്ചക്കറിത്തോട്ടം, തടത്തോടു മുട്ടിനില്ക്കുന്ന കൊന്നപ്പൊക്കത്തിന്റെ ഒറ്റമുറി, പാത്തുവിന്റെ വരാന്ത, ഒന്നും നശിച്ചുകൂട. അതുണ്ടാക്കാൻ അവർ എന്തുമാത്രം പാടുപ്പെട്ടുവെന്നത് താൻ കണ്ടതാണ്.

തനിക്കൊരു രണ്ടാം ജന്മം തന്ന ഇടമാണിവിടം.

ഉള്ളിൽ മയങ്ങിക്കിടന്ന ധൈര്യവും കഴിവും പ്രകടിപ്പിക്കാൻ ഉത്തേജനം തന്ന മനുഷ്യരാണിവർ.

അവർ ഭിന്നിച്ചുകൂട. പൗരോഹിത്യം പൂണ്ട ജന്മിക്ക് ഒന്നുമേ ഇനിയും കാഴ്ചവച്ചുകൂട. വിഹിതം പറ്റാൻ ആരെയും അനുവദിച്ചും കൂട.

തടയിടണം. തടയിട്ടേ മതിയാകൂ.

പതിനഞ്ച്

മതിൽ ചാടി ചാഞ്ഞുകിടന്ന ബൊഗയൻ വില്ലയിലെ കൊഴിഞ്ഞ പൂക്കൾ ഫുട്പാത്തിൽ പരവതാനി വിരിച്ചിരിക്കുന്നു. മഞ്ഞയും വെള്ളയും റോസും വർണ്ണങ്ങൾ ഇടകലർന്ന് അവ പൂക്കളം തീർത്ത പോലുണ്ട്. ഉന്തുവണ്ടിയിലെ മാലിന്യ കൂമ്പാരത്തിൽ അവയെ വലിച്ചെറിയാൻ തോന്നിയില്ല.

നഗരം തിരക്കുപിടിക്കുന്നു. പത്തുമണിക്കുമുമ്പ് തീർക്കണമെന്നത് കോർപ്പറേഷന്റെ ഉത്തരവാണ്. ഈ റൂട്ടിലേക്ക് ഉത്തരവിടുമ്പോഴൊക്കെ ഒഴിഞ്ഞുമാറുകയാണ് പതിവ്. മറ്റാരെയെങ്കിലുമേല്പിച്ച് പകരം തെരഞ്ഞെടുക്കും. ഗാന്ധിനഗർ സ്ട്രീറ്റും കെസ്റ്റൺ റോഡും വേണ്ടെന്നു പറയാൻ ആരും അതൃപ്തി കാട്ടാറില്ല. മറ്റേതൊരു റൂട്ടിനെക്കാളും വൃത്തിഹീനമല്ലാത്തതും രാവിലേയും വൈകിട്ടുമൊഴിച്ച് തിരക്കില്ലാത്തതുമായ ഒരിടമാണിവിടം.

പതിവുപോലെ ഒഴിഞ്ഞു മാറാൻ ശ്രമിച്ചെങ്കിലും പകരക്കാരാരുമില്ലായിരുന്നു.

ഉന്തുവണ്ടിക്കാരൻ അയാളുടെ സെൽഫോണിൽ ഒച്ചവച്ചുകൊണ്ട് തെല്ലകലെ മാറിനിന്നു.

പ്രധാന നിരത്തിൽനിന്നും ഇടത്തോട്ടു തിരിയുന്ന വീഥിയിലെ കമാനാകൃതിയിൽ പണിത ആർച്ചിനിരുവശവും വിദ്യാലയ വസ്ത്രത്തിൽ നില്ക്കുന്ന രണ്ടു കുട്ടികളുടെ പ്രതിമകൾ. ഒരാണും ഒരു പെണ്ണും. ആർച്ചിലെ ലോഹ പലകയിൽ കൊത്തിവച്ച അക്ഷരങ്ങൾ കൂട്ടി വായിച്ചു.

സെന്റ് ജോസഫ് ഹയർസെക്കന്ററി ഇംഗ്ലീഷ് മീഡിയം സ്കൂൾ.

അമല പഠിക്കുന്ന സ്കൂൾ.

വിവിധ വാഹനങ്ങളിൽ വന്നിറങ്ങി വിദ്യാലയത്തിലേക്കു പ്രവേശിക്കുന്ന കുട്ടികളുടെ ശബ്ദത്തിന് വല്ലാത്തൊരീണം തോന്നി. അദ്ധ്യാപകരും ധാരാളം കടന്നുപൊയ്ക്കൊണ്ടിരുന്നു. ചിലരുടെ കപോലങ്ങളിലും അധരങ്ങളിലും വിവിധ വർണ്ണചായകൂട്ടുകൾ. തോളത്തു വിടർന്നു കിടക്കുന്ന അവരുടെ ചെമ്പൻ മുടികൾ ഇളം കാറ്റിൽ പറന്നു കളിച്ചു. കാറ്റിനും വല്ലാത്ത പരിമളം.

"വേഗം തൂത്ത് കൂട്ട്."

ഉന്തുവണ്ടിക്കാരൻ സെൽഫോൺ കീശയിലിട്ട് ധൃതികാട്ടി.

വീണ്ടും നഗരം തിരക്കുപിടിക്കുന്നു.

വിദ്യാലയ വണ്ടികൾ അണിയണിയായി വന്നുകൊണ്ടിരുന്നു. വീതിയിലും വലിപ്പത്തിലുമുള്ള വാഹനങ്ങൾ. അവ പ്രധാന നിരത്തിൽനിന്നും ഇടത്തോട്ടു തിരിഞ്ഞതും ഇടുങ്ങിയ ഇടപ്പാതയുടെ ഓരങ്ങളിൽ കുട്ടികൾ ഒതുങ്ങി നിന്നു. വണ്ടികളിലൊന്ന് അല്പം വേഗത കുറച്ചപ്പോൾ നിലത്തൂന്നി വയറോടു ചേർത്തു പിടിച്ചിരുന്ന ചൂലിനെ പിറകിലേക്കു

മറച്ചുവച്ചു.

വേണ്ട അവൾ കാണണ്ട.

ഇവിടെ നിന്നാൽ ബസിനകത്തിരുന്ന് പുറം കാഴ്ച നോക്കുന്ന കുട്ടികൾക്ക് അസ്സലായി തന്നെ കാണാനാകും.

അല്പമപ്പുറത്ത് ചില്ലകൾ പടർന്നേറി കിടക്കുന്നതുകണ്ട് അവിടേക്ക് നീങ്ങിനിന്ന് ഒളികണ്ണിട്ടു നോക്കി. വരുന്നത് ആറാം നമ്പർ ബസാണോ.

അല്ല.

അതെത്തിയിട്ടില്ല. ആ വാഹനത്തിൽ അമല കാണുമെന്നറിയാം. അവളുടെ അമ്മ മാലിന്യം പെറുക്കിയാണെന്ന് അവളറിയണ്ട. അമ്മയ്ക്ക് മറ്റൊരു തൊഴിൽ കൂടിയുണ്ടെന്നു കുട്ടികൾ ഇതുവരേയും അറിഞ്ഞിട്ടില്ല.

മതിലിനോടു ചേർത്ത് ചൂലും ചാരി പടർപ്പിനടിയിലേക്കു തെല്ലുമാറി നിന്നു. മെടഞ്ഞു കെട്ടിയ തലമുടിയിൽ ചാഞ്ഞുകിടന്ന മുള്ളുകളുടക്കിയപ്പോൾ ഒന്നുകൂടി നീങ്ങിനിന്നുകൊണ്ട് കടന്നുപോയ വാഹനങ്ങളുടെ പിൻഭാഗം മാത്രം നോക്കി.

തിങ്കളാഴ്ചകളിൽ മാത്രമായിരുന്നു ആദ്യം വന്നുകൊണ്ടിരുന്നത്. നഗരം അധികമാലിന്യം പേറുന്നത് ആ ദിവസമാണ്. റബ്ബർ ടാപ്പിങ് പൂർണ്ണമായും നിലച്ചപ്പോൾ തിങ്കൾ, ബുധൻ, വെള്ളി അങ്ങനെ മൂന്നു ദിനങ്ങളിലാക്കി. രാവിലെ ആറര മുതൽ ഒൻപതുവരെ. ആ ദിവസങ്ങളിൽ എല്ലാം തയ്യാറാക്കി പുലർച്ചേ ഇറങ്ങുമ്പോൾ കുട്ടികൾ തിരക്കും.

- എന്താ അമ്മാ നേരത്തേ

- ഓട്ടമുണ്ട്. അവരോടു കളവു പറയും

വർദ്ധിച്ചുവരുന്ന ചെലവുകൾ കൂട്ടിമുട്ടിക്കാൻ വാഹനയോട്ടം കൊണ്ടുമാത്രം ആവില്ലെന്നു തോന്നിയപ്പോഴാണ് കുടുംബശ്രീ പ്രവർത്തകരോടൊപ്പം കോർപ്പറേഷനിലെത്തിയത്.

അരുണിന്റെ സ്കൂൾ വിദ്യാഭ്യാസം തീരാൻ ഇനിയും ഏറെ നാളില്ല. അവന് ഇഷ്ടമുള്ള കോഴ്സ് തെരഞ്ഞെടുക്കണം. എവിടെയും ഭാരിച്ച ഫീസാണെന്നാണ് കേൾക്കുന്നത്. ധനികർക്കുമാത്രം സ്വപ്നം കാണാവുന്ന സ്ഥാപനങ്ങൾ. അങ്ങനെ മാത്രം പോരല്ലോ. തന്റെ കുട്ടിയും ഉന്നത സ്ഥാനത്തിലെത്തണം. അവൻ ഉദ്ദേശിക്കുന്നിടത്ത് എത്തുമെന്നുറപ്പുണ്ട്.

അതു നടക്കും. അറിയാതെ നിശ്വാസമുയർന്നു.

ഉന്തുവണ്ടിക്കാരൻ റോഡിന്റെ മറുവശത്തു നിന്നുകൊണ്ട് വീണ്ടും സെൽഫോണിനെ കാതോടു ചേർത്തു. കടന്നുപോയ ബസിനകത്തേക്കു കണ്ണുകൾ പാറിനടക്കാൻ വെമ്പൽ കൊണ്ടെങ്കിലും പിന്തിരിച്ചു. കുട്ടികൾക്കിടയിൽ നിന്നും രണ്ടുകണ്ണുകൾ തന്നെ തിരിച്ചറിഞ്ഞാൽ അറിയാതെ ആ ചുണ്ടുകൾ പറയുമായിരിക്കും.

അമ്മ എന്റെ അമ്മ.

വേണ്ട. അവൾ കാണണ്ട.

അതുകേട്ട് അവളുടെ കൂട്ടുകാരികൾ അത്ഭുതത്തോടെ തിരക്കുമാ

യിരിക്കും. അതു നിന്റെ അമ്മയോ എന്നിട്ടവർ പരിഹസിച്ചേക്കാം.

പാടില്ല. അമലയുടെ കണ്ണുകൾ നിറയാൻ പാടില്ല.

നീല ഓവർ കോട്ടിന്റെ കീശയിൽ കൈയിട്ട് നേരിയ പച്ചവർണ്ണം പടർന്ന മാസ്ക്ക് വലിച്ചെടുത്ത് ചുളിവുകൾ വിടർത്തി.

മറഞ്ഞു നിന്നാലും അമലയ്ക്കു തന്നെ കാണാൻ കഴിഞ്ഞാലോ?

മാസ്കിന്റെ ചരടുകൾ ഇരുചെവികളിലും ഞാത്തി മുഖത്തിന്റെ പകുതി മറച്ചു. മാത്രമല്ല രാവിലെ ഇറങ്ങിപോന്നപ്പോൾ ധരിച്ചിരുന്ന വസ്ത്രമല്ല ഇപ്പോൾ ധരിച്ചിരിക്കുന്നതെന്നും ഓർത്തു.

ഇല്ല. ഇനി അമല തന്നെ തിരിച്ചറിയില്ല.

'വേഗം വാരിയിട് വേഗം.'

റോഡു മുറിച്ചു കടന്നുവന്ന ഉന്തുവണ്ടിക്കാരൻ വീണ്ടും ധൃതികാട്ടി. വണ്ടിക്കാരന്റെ വാക്കുകൾ ഗൗനിക്കാതെ പൂക്കളത്തിന്റെ മനോഹാരിത നോക്കി ഏറെനേരം നിന്നു. പൂക്കളിലങ്ങിങ്ങ് പൂഴി പുരണ്ടിരിക്കുന്നു. രാവിലെ ചെറിയ ചാറ്റൽ മഴയുണ്ടായിരുന്നു.

വീണ്ടും രണ്ടുമൂന്നു വാഹനങ്ങളുടെ നിര. മുന്നിൽ സഞ്ചരിക്കുന്നതൊന്ന് വളവു തിരിഞ്ഞപ്പോൾ പിറകിലുള്ളവ വേഗത കുറച്ചു. മുള്ളുകൾ വഹിച്ചു നില്ക്കുന്ന ശിഖരങ്ങൾക്കിടയിലൂള്ള അല്പം വിടവിലൂടെ മെടഞ്ഞിട്ട തലമുടി ഇരുവശത്തുമിട്ട അമലയെ കണ്ടു. അവൾ ധനികകുട്ടികൾക്കിടയിലിരുന്ന് അവരോടൊപ്പം ചിരിച്ചുല്ലസിക്കുന്നു. അപ്പോഴത്തെ ആകാശം പോലുണ്ട് അവളുടെ ചെറിയ മുഖത്തിന്. ഉല്ലാസശീലയായ അവൾ ആരോടും ചങ്ങാത്തം കൂടും. രാത്രിയിൽ വീട്ടിലെത്തുമ്പോൾ പറയുന്നതൊക്കെയും ചങ്ങാതിമാരുടെ വർത്തമാനങ്ങൾ മാത്രമാണ്.

ആളിക്കത്തുന്ന വെയിൽ നാമ്പുകൾക്കുമീതെയുള്ള വെളുത്ത ആകാശം പെട്ടെന്ന് മിഴികളിൽ ബാഷ്പം നിറച്ചു. തെളിഞ്ഞ ഉറവകളിൽനിന്നും ഒലിച്ചിറങ്ങി അവ കവിളിലെ ചെറുകുഴികൾക്കിടയിൽ തങ്ങിനിന്നു.

മതിലിൽ ചാരിവച്ചിരുന്ന ചൂല് കൈയിലെടുത്ത് ചിതറിക്കിടന്ന പൂക്കളെ ഒരിക്കൽ കൂടി നോക്കി.

കിടന്നോ നീ അവിടെ കിടന്നോ. ഇനിയും ആരെങ്കിലും നിന്റെ മനോഹാരിത കണ്ട് ഒന്നുതിരിഞ്ഞു നിന്നേക്കും. സുന്ദരങ്ങളായത് നാം മനുഷ്യർക്ക് കാണാനുള്ളതാണ്. എന്റെ ചൂലിന് നിന്നെ സ്പർശിക്കാൻ മനസ്സില്ല.

ചൂല് കൈയിലേന്തി ഉന്തുവണ്ടിക്കാരന്റെ പിറകേ നടന്നു.

ആവരണമിട്ട മാലിന്യങ്ങളിൽ കറുത്തു തിളങ്ങുന്ന കൊഴുത്ത ഈച്ചകൾ. അവ വട്ടമിട്ട് വണ്ടിക്കു പിന്നാലെ സഞ്ചരിച്ചുകൊണ്ടിരുന്നു.

ആളൊഴിഞ്ഞ വീഥിയിലെ പഴയ ടെലഫോൺ പോസ്റ്റിനു കീഴെ വണ്ടിക്കാരൻ നിന്നു. ചുറ്റുമുള്ള ഭവനങ്ങളിൽനിന്നും വലിച്ചെറിയുന്ന അവശിഷ്ടങ്ങൾ രാവിന്റെ മറവിൽ അവിടെ കുന്നുകൂടുക പതിവാണ്. തീരെ

നേർത്ത പ്ലാസ്റ്റിക് സഞ്ചികളിൽ അടക്കം ചെയ്തവ. കൈയിൽ ഗ്ലൗസിട്ട് ഒന്നൊന്നായി വണ്ടിയിലേക്ക് വലിച്ചെറിഞ്ഞപ്പോൾ ഊർന്നു വീഴാൻ തുടങ്ങി. ഈച്ചകൾ പൊടുന്നനവെ ഒച്ചവച്ചു. കാക്കകൾ ശിരസ്സിനു മീതെ ബഹളം വച്ചുകടന്നുപോയി.

വലിച്ചെറിയുന്തോറും കൈകൾ വേദനിക്കാൻ തുടങ്ങി. ഗ്ലൗസും മാസ്കും ഗൗണും എല്ലാം കൂടി വല്ലാത്തൊരസ്വസ്ഥത. കക്ഷങ്ങൾക്കിടയിലൂടെ വിയർപ്പൊഴുകുന്നതറിഞ്ഞു. നെറ്റിയിൽനിന്നും ഒലിച്ചിറങ്ങിയതു ചുണ്ടിൽ തട്ടിയപ്പോൾ മാസ്ക്കിനിടയിലൂടെ തുളച്ചു കയറുന്ന ഗന്ധം. കൂമ്പാരത്തിനിടയിൽ നിന്നും എങ്ങോട്ടെന്നില്ലാതെ പരക്കം പായുന്ന എലികളിലേക്കു പൊടുന്നനെ മിഴികൾ തെന്നിയപ്പോൾ ഗ്ലൗസിട്ട കരങ്ങളിൽ വഴുവഴുപ്പിന്റെയനുഭവം. അത് പ്ലാസ്റ്റിക് സഞ്ചികളുടേതല്ലെന്ന് തിരിച്ചറിഞ്ഞു. വായ തുറന്ന് കണ്ണുകൾ മിഴിച്ച നായയുടെ വീർത്ത വയറിൽ നിന്നും പുറത്തു ചാടിയ കുടൽ മാല. വേഗേനെ പാദങ്ങൾ പിറകിലോട്ടു ചലിച്ചതും അവയിൽ ഒരായിരം കരിമണി ഈച്ചകൾ പറന്നിറങ്ങി.

ചേതനയറ്റ ശരീരം വല്ലാതെ തടിച്ചിരിക്കുന്നു.

അഴുകിയ ദേഹത്തിൽ പറ്റിപിടിച്ചു കിടന്ന ഒരായിരം പുഴുക്കൾ അരുണ രശ്മികളേറ്റതും മുതുകുവളച്ച് പുളയാൻ തുടങ്ങി. ഉന്തുവണ്ടിക്കാരന്റെ കരങ്ങൾ അയാളുടെ ഷർട്ടിന്റെ പോക്കറ്റിലേക്കു കുതിച്ച് തടിച്ച സിഗരറ്റിന്റെ പാക്കറ്റ് വലിച്ചെടുത്തു. പുതുതായ് കൊളുത്തിയ അയാളുടെ സിഗരറ്റിന്റേയും അഴുകിയ ശരീരത്തിന്റേയും ഗന്ധം മൂക്കിൽ തുളച്ചു കയറിയപ്പോൾ ഉള്ളിലെങ്ങോ വലിയൊരു സമ്മർദ്ദം രൂപം കൊണ്ടു. അവ മുകളിലേക്കു കയറി കയറി തൊണ്ടയ്ക്ക് കനം തീർത്തു. അതുവഴി ഒരുപാട് വാഹനങ്ങളും കാൽനടക്കാരും കടന്നുപോയി. ആരൊക്കെയോ മൂക്കുകൾ പൊത്തുകയും നടുറോഡിൽ നീട്ടിതുപ്പുകയും ചെയ്തു. വണ്ടിക്കാരൻ പുകവിട്ടുകൊണ്ടു അതെല്ലാം സാകൂതം നോക്കി നിന്നു.

ജാലകം താഴ്ത്താതെ ഇരുവശവുമുള്ള ദൃശ്യങ്ങളിൽ കണ്ണുനട്ട് മോടിയേറിയ വാഹനത്തിലിരുന്ന് സഞ്ചരിച്ച പെൺകുട്ടി പൊടുന്നനെ മുഖംതിരിച്ച് മൂക്കുപൊത്തിയപ്പോൾ പാതി തീർന്ന സിഗരറ്റ് കൈയിലെടുത്തുകൊണ്ട് വണ്ടിക്കാരൻ പറഞ്ഞു.

“ങ്ഹും കോരിയിട്.”

സിഗരറ്റ് വീണ്ടും വായിൽ തിരുകി അയാൾ വീണ്ടും മാറി നിന്നു. വണ്ടി തള്ളൽ മാത്രമല്ല അയാളുടേതായ പണികൾ. അക്കാര്യത്തെക്കുറിച്ച് ബോധവാനായിരുന്നെങ്കിലും അയാളുടെ രീതികൾ പകപോക്കലിന്റേതാണെന്ന് പലപ്പോഴും തോന്നാറുണ്ട്.

തുറന്ന വായിലെ കൂർത്ത ദംഷ്ട്രങ്ങളിൽ ചോര പുരണ്ടിരിക്കുന്നതുകണ്ട് പേടി തോന്നി. കണ്ണുകൾ ഇറുകെയടച്ചെങ്കിലും നഗരം വൃത്തിയാക്കുന്നവർക്ക് എന്തും ചെയ്യേണ്ടിയിരിക്കുന്നുവെന്ന ബോധത്തോടെ ജഡത്തിന്റെ മുൻവശത്തെ കാലുകളിൽ ഇടതുകരമമർത്തി. പിൻവശത്തെ കാലുകളിൽ വലതു കരവുമമർത്തി. കണ്ണുകൾ തുറക്കാതിരി

ക്കാൻ പാടുപെട്ടുകൊണ്ടുതന്നെ ജഡത്തെ വലിച്ചുയർത്തി.

ഒരു നായയ്ക്കു ഇത്രയും ഭാരമോ.

സർവ്വശക്തിയുമുപയോഗിച്ച് വണ്ടിയിലേക്ക് വലിച്ചെറിഞ്ഞപ്പോൾ കരിമണിയീച്ചകൾ ഹുങ്കാരത്തോടെ വട്ടമിട്ടു പറന്നു. കണ്ണുകൾ തുറന്നപ്പോൾ കണ്ടു അവ കൈയുടെ ഇത്തിരി നഗ്നതയിലും കയറിപറ്റിയിരിക്കുന്നു. തൊണ്ടയിൽ കുരുക്കിട്ടുനിന്നതെന്തോ പെട്ടെന്ന് തള്ളി വന്ന് മാസ്ക്കിൽ തട്ടിനിന്ന് ചുണ്ടുകളെ വീർപ്പുമുട്ടിച്ചതും ശ്വാസമടക്കി മാറി നിന്നു.

കണ്ണുകളിൽ തുളുമ്പി നിന്ന നീർകണങ്ങൾ നോക്കുന്നവയ്ക്ക് മറവു തീർത്തിരിക്കുന്നു.

വണ്ടിയുടെ വശങ്ങളിൽ തട്ടാന്റെ കരവിരുതുതീർത്ത കരിമണിമാല തൂങ്ങിക്കിടക്കുന്നു.

ഉള്ളാകെ തിളച്ച ഉഗ്രതാപത്താൽ കണ്ണീർ കണങ്ങൾ ബാഷ്പമായതറിഞ്ഞു. പൂർണ്ണമായും വണ്ടിക്കുള്ളിലാകാതെ വശങ്ങളിൽ ഞാന്നു കിടന്ന കുടൽമാലയിൽ കറുത്തു തിളങ്ങുന്ന കരിമണിയനീച്ചകൾ വീണ്ടും വട്ടമിട്ടു.

ഉറയാൽ ആവരണമായ കരങ്ങൾ അവയെ വലിച്ചെടുക്കാൻ പല പ്രാവശ്യം ശ്രമിച്ചെങ്കിലും താഴേക്കു താഴേക്കു വഴുതിക്കൊണ്ടിരുന്നു.

ഒരു ചെറുചില്ലയ്ക്കായി ചുറ്റും കണ്ണുകൾ പരതി നടന്നു. കൂടെക്കൂടെ അടിക്കൊമ്പ് വെട്ടി ശുഷ്കിച്ച് ഉയരം വച്ച വൃക്ഷങ്ങൾക്ക് ഉണങ്ങി വീഴുന്ന ചില്ലകളില്ല. ടാറിട്ട റോഡും ഓടുകൾ പാകിയ ഫുട്പാത്തുമുള്ള സുന്ദര നഗരത്തിൽ പൊന്തക്കാടുകളെവിടെ.

ചെറുകമ്പുകളാരായുന്നത് വിഡ്ഢിത്തമാണെന്നു തന്നെ തോന്നി.

റോഡിനെ തിരിക്കുന്ന കൂറ്റൻ മതിൽക്കെട്ടുകൾക്കുള്ളിലുള്ള മനോഹര ഹർമ്യങ്ങൾക്കു മുന്നിലെ ചെടികളിൽനിന്നും ചില്ലയൊന്നു ഒടിച്ചെടുക്കാൻ ശ്രമിച്ചപ്പോൾ ചാടിവീഴുന്ന നായകൾ. ആൾപ്പാർപ്പില്ലാതെ ഒഴിഞ്ഞു കിടക്കുന്ന സ്ഥലത്തിനുമുണ്ട് മതിൽക്കെട്ടുകൾ. കണ്ണെത്തുന്ന അകലത്ത് എത്തപ്പെടണമെങ്കിൽ കുറഞ്ഞത് ചുറ്റിച്ചുറ്റി രണ്ടുകിലോമീറ്ററെങ്കിലും സഞ്ചരിക്കണം.

കുടൽമാലയെ താങ്ങാൻ പറ്റിയതൊന്ന് മാലിന്യങ്ങൾക്കിടയിൽ തിരഞ്ഞു. മുങ്ങാൻ പോകുന്നവന് കച്ചിത്തുരുമ്പു കിട്ടിയാലും ആശ്വാസം തന്നെ. മാലിന്യങ്ങൾക്കിടയിൽ കിടന്ന തേഞ്ഞു തീരാത്ത ടൂത്ത്ബ്രഷ് കൈയിലെടുത്ത് കുടൽമാലയുടെ കുരുക്കുകളിൽ ബ്രഷ്കയറ്റി മെല്ലെയൊന്നനക്കിയപ്പോൾ ക്ഷുഭിതരായ ഈച്ചകൾ മൂക്കിന് താഴെ പറന്നു വന്ന് ഒച്ചവച്ചു. അരുകിലെങ്ങോ പതുങ്ങിയിരുന്ന തടിയനായൊരു പെരുച്ചാഴി ഇരുകാലുകൾക്കുമിടയിലൂടെ പാഞ്ഞ് വണ്ടിക്കടിയിലൊളിക്കുവാനും ശ്രമിച്ചു.

എന്തും വരട്ടെ.

താൻ മാലിന്യം പെറുക്കാൻ നിയോഗിക്കപ്പെട്ടവളാണ്. എന്തും

ചെയ്യേണ്ടിവരുമെന്ന ബോദ്ധ്യത്താൽ തെരഞ്ഞെടുത്തതാണ്. തന്റെ ചെലവുകൾ കൂട്ടിമുട്ടിക്കാൻ പണം വേണം. അരുണിന്റെയും അമലയുടേയും ഫീസ്, വീട് വലുതാക്കണമെന്ന സ്വപ്നം.

എല്ലാംകൂടി വണ്ടിയോട്ടം കൊണ്ടുമാത്രം താങ്ങാവുന്നതാണോ? വിദ്യാഭ്യാസമില്ലാത്തവൾ ഉയർന്നവരുമാനം മോഹിച്ചിട്ട് കാര്യമുണ്ടോ?

ഉന്തുവണ്ടിയിലെ മാലിന്യകൂമ്പാരത്തിലേക്കു ബ്രഷ് വലിച്ചെറിഞ്ഞു. ഈച്ചകളുരുമ്പുന്ന കുടൽമാലയെ ഇരു കരങ്ങളാലും തന്നെ വാരിയെടുത്ത് വീർത്ത ദേഹത്തേക്കും വലിച്ചെറിഞ്ഞു.

ഉന്തുവണ്ടിക്കാരൻ വലിച്ചു തീർന്ന സിഗരറ്റു കുറ്റി വണ്ടിയിൽ നിക്ഷേപിക്കാതെ കോരി ഇടേണ്ട അവശിഷ്ടങ്ങളിലേക്കിട്ട് സെൽഫോണിനെ ഞെക്കിക്കൊണ്ടിരുന്നു.

അയാൾ ഇനിയും മൺവെട്ടി കൈയിലെടുക്കുന്ന ലക്ഷണമില്ല.

സഞ്ചിക്കുള്ളിലെ അവശിഷ്ടങ്ങൾ തീർന്നപ്പോൾ ഊർന്നുവീണതും അവശേഷിച്ചതുമായ പ്ലാസ്റ്റിക് കുപ്പികൾ, തീണ്ടാരിപ്പാടുകൾ, പൊട്ടിയ മദ്യകുപ്പികൾ, ഒഴിഞ്ഞ സ്കൂൾ ബാഗുകൾ, മടമ്പുപൊങ്ങിയ പാദരക്ഷകൾ, ഗർഭ നിരോധന ഉറകൾ അങ്ങനെ പലതും മൺവെട്ടിയാൽ മാന്തികൂട്ടി ശവത്തിനുമീതെയെറിഞ്ഞു. മാലിന്യമൊഴിഞ്ഞ ടെലഫോൺ പോസ്റ്റിനു ചുറ്റുമുള്ള മൺതരികൾക്ക് വല്ലാത്ത കരിവാളിപ്പ്. ഉന്തുവണ്ടിക്കാരന്റെ ചുവന്ന കണ്ണുകളിൽ വല്ലാത്ത തിളക്കവും. വണ്ടിതള്ളി നടക്കുന്നതിനിടയിൽ അയാൾ വീണ്ടും സെൽഫോൺ കാതോടു ചേർത്തു.

“ങ്ഹാ ഞാൻ വരുമ്പം വാങ്ങിച്ചോണ്ട് വരാടീ. മോൻ പോയോ. എത്തൂന്നെ. ഞാൻ ഉച്ചയ്ക്ക് ഉണ്ണാനെത്തും. ശരി ശരി.”

അയാൾ തെല്ലൊന്നു ശിരസ്സിനെ വലത്തോട്ടു തിരിച്ചു. പിന്നെ ആരെയോ തിരയുന്നപോലെ പിന്നിലേക്കു നോക്കിയപ്പോൾ തന്റെ കണ്ണുകളിൽ അയാളുടെ നോട്ടം ഉടക്കി നിന്നു.

ആദ്യമൊക്കെ ഉന്തുവണ്ടിക്കുപിന്നാലെ നടക്കുമ്പോൾ സാധുമനുഷ്യനായേ തോന്നിയിരുന്നുള്ളൂ. അയാളിൽ മുളയ്ക്കുന്ന പേ പിടിച്ച നായയുടേതുപോലുള്ള ഉമിനീർ മുകുളങ്ങൾ അന്നൊന്നും കാണാൻ കഴിഞ്ഞിരുന്നില്ല. തനിക്കു പറ്റിയ ദുര്യോഗം ആരിൽ നിന്നോ മണത്തറിഞ്ഞ് അതിൽ സഹതപിച്ചും തന്നിലെ സാമർത്ഥ്യത്തെ പ്രകീർത്തിച്ചും പലപ്പോഴും വാചാലനാകുമായിരുന്നു. ഇടയ്ക്കിടയ്ക്കു വീട്ടുകാരിയുടെ കുറ്റങ്ങളും പോരായ്മകളും നിരത്തും. വീട്ടിൽ ചെന്നു കയറുന്നതിലെ താല്പര്യക്കുറവിനെക്കുറിച്ചു പറയും. സ്നേഹം കിട്ടാത്ത ഒരു ഭർത്താവാണ് അയാളെന്ന് തന്നെ ബോദ്ധ്യപ്പെടുത്തുന്നതിൽ വിജയിക്കാൻ പാടുപെടും.

– അക്കണക്കിന് കാഞ്ചന എന്തുമാത്രം സഹിച്ചവളാ. കാഞ്ചനേ ജീവിതം ഒരിക്കലേയുള്ളു. അതു തുലയ്ക്കരുത്.

തത്ത്വജ്ഞാനിയാകും. ഉപദേശിയാകും. എന്നാൽ അയാളുടെ കണ്ണുകൾ അങ്ങുമിങ്ങും ഇഴഞ്ഞു നടക്കാൻ തുടങ്ങിയപ്പോഴാണ് അയാളുടെ വാക്കുകളിലെ കാപട്യം മനസ്സിലായത്.

"ഇപ്പഴും കാഞ്ചനേട സൗന്ദര്യത്തിന് ഒരു കൊറവൂല്ല കേട്ടാ. കാഞ്ചന ഒന്നു തിരിഞ്ഞു നില്ക്കുമ്പോൾ........... ഹൊ...................."

അയാളിലെ ആർത്തിപൂണ്ട നോട്ടം കണ്ട് ഒരിക്കൽ ഞെട്ടിപ്പോയി. എന്തു പറയണമെന്നറിയാതെ സ്തബ്ധയായ് നിന്നപ്പോൾ അയാൾ തുടർന്നു.

"ആ എലുമ്പീര ദേഹത്ത് അല്പംപോലും മാംസമില്ലെന്നേ. പാതി രാത്രീല് പണിയെല്ലാം കഴിഞ്ഞ് ഒന്നു തൊട്ടുരുമ്മി കെടക്കുമ്പം കലി വരും. വെറും ഒണക്കക്കമ്പ്. അക്കണെക്കിന് കാഞ്ചനേ.........."

പ്രതികരിക്കാതെ പാതയോരം ചേർന്നുനിന്ന് നിലത്തു നോക്കി ചൂല് ചലിപ്പിച്ചു. നിതംബത്തിൽ കരസ്പർശം. തിരിഞ്ഞു നോക്കിയപ്പോൾ പേപിടിച്ച നായയുടേതു പോലുള്ള ആർത്തിപൂണ്ട കണ്ണുകൾ.

മൗനം എത്ര അപകടകരമാണെന്ന് അന്ന് മനസ്സിലായി.

"വാ.... നമുക്കാ തിരക്കില്ലാത്തിടത്തോട്ട് അല്പം മാറി നില്ക്കാം." അയാൾ പറഞ്ഞു.

ശരീരമാകെ ഉളുത്തു കയറുന്ന പോലെ തോന്നി.

അയാൾ ദേഹത്തേക്കു ചരിയുകയായിരുന്നു. അയാളുടെ കരങ്ങളുടെ തിളപ്പുകണ്ടു. തുളച്ചു കയറുന്ന നോട്ടവും. നിലത്തുരസി നിന്ന ചൂലന്ന് വലിച്ചുയർത്തി.

അയാളപ്പോൾ പരിസരം മറന്നിരിക്കുന്നുവെന്ന് തോന്നി.

അല്പം നീങ്ങിനിന്നുകൊണ്ടു ചൂല് കറക്കി ആഞ്ഞൊന്നു കൊടുത്തു.

സ്ത്രീയെക്കാൾ പുരുഷന് പെട്ടെന്ന് വികാരമുണ്ടാകുമെന്ന് കേട്ടിട്ടുണ്ട്. അടിയേറ്റപ്പോൾ അവനിലെ വികാരം പെട്ടെന്നുതന്നെ ശമിക്കുകയും ചെയ്തതു കണ്ടു.

ഒരുകാൽ പൊക്കിക്കൊണ്ട് പാതയോര മതിലിനോട് ചേർന്ന് മൂത്രമൊഴിച്ച തെരുവുനായയോട് അന്നയാൾക്ക് വല്ലാതെ അരിശം തോന്നിയിരുന്നു. അയാൾ കുനിയുന്നതു കണ്ട് നായ എങ്ങോ ഓടിമറഞ്ഞെങ്കിലും മതിലിലേക്കു കല്ല് വലിച്ചെറിഞ്ഞ് അയാൾ ആരോടെന്നില്ലാതെ പുലഭ്യം പറഞ്ഞിരുന്നു. എരിഞ്ഞടങ്ങാത്ത ആ കോപം ഇപ്പോഴും അയാൾ ഏതെങ്കിലും ജീവിയോടു കാട്ടാറുണ്ട്. മാലിന്യകൂമ്പാരത്തിനടുത്തു കൂടി ഇഴഞ്ഞു നീങ്ങുന്ന അട്ടയോട്, ചാടിയൊളിക്കുന്ന എലിയോട്, മതിൽപ്പുറത്തിരുന്ന് ങ്ാവ്യൂ വിളിക്കുന്ന പൂച്ചയോട്, മരക്കൊമ്പിലിരിക്കുന്ന കാക്കയോട്,

പോ പട്ടീ, പോ പൂച്ചേ, നാശം പിടിച്ച എലീ, വിഴുപ്പെടുക്കുന്ന കാക്കേ എന്നിങ്ങനെ.

വണ്ടിയുന്തി മുന്നോട്ടു നടക്കുമ്പോൾ എങ്ങും നോക്കാതെ പറയും; വാരിയിട്, കോരിയിട്, വേഗമാട്ടെ. അത്രമാത്രമാണ് താനും അയാളും തമ്മിലുള്ള ഇപ്പോഴത്തെ ബന്ധം.

വിദ്യാലയവീഥിയിലേക്കുള്ള വാഹനങ്ങളുടെ തിരക്കു കുറ

ഞ്ഞിരിക്കുന്നു. വിജനത തോന്നി. മഞ്ഞപെയിന്റടിച്ച വിജയാബാങ്കിന്റെ ബോർഡു കണ്ടതും അമലയ്ക്കു ഫീസൊടുക്കേണ്ടതോർത്തു. ഇന്നലെയും അവൾ ഓർമ്മപ്പെടുത്തിയിരുന്നു; പിഴകൂടാതെ ഇന്നുതന്നെ അടയ്ക്കണം. രാവിലെ പോരുമ്പോൾ വാഹനത്തിലെടുത്തുവച്ചു. ഇങ്ങോട്ടെന്നറിഞ്ഞപ്പോൾ കീശയിൽ തിരുകി.

മുമ്പൊക്കെ വിദ്യാലയത്തോടു ചേർന്ന കൗണ്ടറിൽ ഏല്പിച്ചാൽ മതിയായിരുന്നു. അമലയുടെ കൈവശം കൊടുത്തുവിടും. ഇപ്പോൾ വിദ്യാലയത്തിൽനിന്നും അല്പമകലേക്കു കൗണ്ടർ മാറ്റിയിരിക്കുന്നു. അമലയ്ക്കു പോയി വരാനാകില്ല.

മിഴികളാൽ ദേഹമാകെ പരതി. വല്ലാതെ മുഷിഞ്ഞിരിക്കുന്നു. പോരെങ്കിലോ തന്നോടുതന്നെ തോന്നിയ ദുർഗ്ഗന്ധവും. എങ്കിലും കയറാമെന്നു തന്നെ കരുതി. അല്ലെങ്കിൽ ഇനി പോയി തിരിച്ചുവരേണ്ടി വരും. ഓട്ടം കിട്ടി എങ്ങോട്ടെങ്കിലും പോയാൽ ഇന്നേക്ക് അടവും നടക്കില്ല.

ബാങ്കിൽ അധികമൊന്നും തിരക്കില്ലായിരുന്നു. വരിയിൽ നില്ക്കുന്ന നാലഞ്ചു ഇടപാടുകാർ. പിറകിൽ ചെന്ന് ഊഴം കാത്തു നിന്നു. മുന്നിൽ നിന്നൊരാൾ തിരിഞ്ഞു നോക്കി തെല്ലൊന്നു മാറി നിന്നു.

താൻ നാറുകയാണ്. തന്റെ ഗന്ധം മറ്റുള്ളവരെ അലോസരപ്പെടുത്തുന്നു.

ഇടപാടു കഴിഞ്ഞ് പുറത്തേക്കു നടന്ന സ്ത്രീയുടെ വിരൽത്തുമ്പിൽ തൂങ്ങി ചുറ്റും കണ്ണോടിച്ചു നടന്ന പെൺകുട്ടിയെ നോക്കി മെല്ലെയൊന്നു ചിരിച്ചു. കുട്ടിയുടെ കണ്ണുകളിൽ പെട്ടെന്നുടലെടുത്ത ഭീതി കണ്ട് പൊടുന്നനെ ചുണ്ടുകൾ പൂട്ടി. അമ്മയാകാം; ആ സ്ത്രീ മൂക്കുപൊത്തി കുട്ടിയേയും പിടിച്ചു ധൃതിയിൽ നടന്നകന്നു. പിന്നെയും ആരൊക്കെയോ വന്നും പോയുമിരുന്നു. ആരെയും നോക്കാൻ തോന്നിയില്ല. ചിലർ ഗന്ധത്തെ വെറുക്കുന്നുവെന്നു തോന്നി. മറ്റുചിലർ രൂപത്തേയും.

നിലത്തു പാകിയിരിക്കുന്ന വെളുത്ത ഓടിൽ നൂലുകൾ പിരിഞ്ഞു കിടക്കുന്നപോലുള്ള അടയാളങ്ങൾ. കരിമണി ഈച്ചപോലുള്ള ചെറു ചെറുപൊട്ടുകളും. വീണ്ടും തൊണ്ടയിലെന്തോ കുരുങ്ങുന്നപോലെ തോന്നി.

പുറത്തേക്കിറങ്ങി തുപ്പണമെന്നും

“ഒന്നു മാറി നില്ക്കാൻ മാനേജർ പറഞ്ഞു.”

ബാങ്കിലെ ജീവനക്കാരനായ ഒരുവൻ വന്നു പറഞ്ഞു. എന്നിട്ടവൻ കൈ നീട്ടി.

“ചേച്ചി അതിങ്ങുതന്നേ”

കൈയിലിരുന്ന രസീതും പണവും അവനെയേല്പിച്ചു. അവിടെ എത്തുന്നവരെയാകമാനം അവന് തൃപ്തിപ്പെടുത്തേണ്ടതുണ്ട്. അതവനിലെ കർത്തവ്യവും. നിശ്വാസം ഉള്ളിലടക്കി തെല്ലു മാറി നിന്നു. പയ്യൻ പണമൊടുക്കിയ രസീത് കൈയിലേല്പിച്ചപ്പോൾ എങ്ങും നോക്കാതെ പുറത്തേക്കു നടന്നു.

നിരനിരയായ നഗരഭവനങ്ങൾക്കു മീതെ വെയിൽ ആഞ്ഞു പതിയുന്നു. കോൺക്രീറ്റു പാളികളിൽ പാകിയ കാവി നിറമാർന്ന ഓടുകൾ വെട്ടിത്തിളങ്ങി. പളുങ്കുമണികൾ ആകാശത്തു പറന്നു നടക്കുന്നു.

അല്പം മുമ്പ് പുറത്തിറങ്ങിയ സ്ത്രീയും പെൺകുട്ടിയും ബാങ്കു കവാടത്തിനരികിലെ ഭിക്ഷക്കാരനു മുന്നിൽ നില്ക്കുന്നതു കണ്ടു. സ്ത്രീയുടെ കണ്ണുകൾക്ക് പ്രാർത്ഥനാ ഭാവമുണ്ടെന്നു തോന്നി. ഈശ്വരാ എല്ലാം ശരിയാകണേയെന്നുള്ള ഭാവം. പിങ്കുവർണ്ണത്തിലുള്ള സഞ്ചിയുടെ കവാടം തുറന്ന് ആ സ്ത്രീ എന്തോ തിരഞ്ഞു. കാലിലെ വ്രണത്തിൽ വന്നു ചേരുന്ന ഈച്ചകളെ ആട്ടിയോടിക്കുന്ന ഭിക്ഷാടകൻ കൈയിൽ തിരുകിയ നിറം മങ്ങിയ പത്രത്താളിനെ അങ്ങോട്ടുമിങ്ങോട്ടും വീശി വീൽ ചെയറിൽ കുന്തിച്ചിരിക്കുന്നു. അതു നോക്കി കുട്ടി അമ്മയോടു ചേർന്നു നിന്നു. പുരികത്തോളം മറഞ്ഞു കിടക്കുന്ന കീറിപ്പറിഞ്ഞ തൊപ്പിക്കിടയിലൂടെ പഞ്ഞിക്കാ പൊട്ടി പറക്കുന്നപോലെ ഭിക്ഷാടകന്റെ തലമുടി കാറ്റിൽ പാറിപ്പറന്നു. പത്രത്താളിനെ ഇടംകൈയിൽ മാറ്റിവച്ച് ശിരസ്സുയർത്തി അയാൾ സ്ത്രീക്കുനേരെ കൈയുയർത്തി. അയാളുടെ പീളകെട്ടി വീർത്തമുഖത്ത് ഈച്ചകൾ വട്ടമിട്ടു. കുട്ടി അല്പം കൂടി അമ്മയോടൊപ്പം ചേർന്നുനിന്നുകൊണ്ട് ചുറ്റിലും നോക്കി. കുട്ടിയുടെ നോട്ടം തന്നിലേക്കാണെന്നു കണ്ടപ്പോൾ അതിൽനിന്നും തെന്നി മാറാൻ ഭിക്ഷാടകനിലേക്കു ശ്രദ്ധയൂന്നി.

പരിചിത മുഖം. ഭിക്ഷാടകന്റെ മുഖത്തോട് വല്ലാത്ത പരിചയം. ആ മുഖത്തേക്കു ഒന്നു കൂടി നോക്കി.

സ്വന്തം സുഖങ്ങളിൽ ആനന്ദം കണ്ടെത്തിയ ധൂർത്തന് മറ്റൊരാളുടെ മുന്നിൽ കൈ നീട്ടാൻ എന്തവകാശമാണെന്നോർത്ത് പുച്ഛം തോന്നി.

പൊടുന്നനെ ഉള്ളിലെങ്ങോ ഒരു കുളിർകാറ്റു വീശി. ജീവിക്കണം ജീവിക്കണം എന്ന് പലപ്പോഴും തന്നെ ഉത്തേജിപ്പിക്കുന്ന ആ കാറ്റിന് വല്ലാത്ത സുഗന്ധമുണ്ടെന്നറിഞ്ഞു.

കൈയിൽ ഞാത്തിയിരുന്ന നീലഗൗണിൽ കൈയിട്ടു. പത്തു രൂപ. ഇരുപതു രൂപ. അൻപതു രൂപ. അതേ അഞ്ഞൂറു രൂപതന്നെയാക്കട്ടെ. പണം കൈയിലുള്ളതിലെ അഹങ്കാരമല്ല. ഭിക്ഷാടകനോടു തോന്നിയ കരുണയുമല്ല. ഏറെനാൾ അവഹേളിച്ചതിനുള്ള അപമാനിച്ചതിനുള്ള പ്രതിഫലം മാത്രം. ഇന്നാ ഇതു കൈയിൽ വച്ചോ. ആത്മഗതത്തോടെ കൈയിലെറിഞ്ഞുകൊടുത്തു. വീണത് അഞ്ഞൂറു രൂപയാണെന്ന് കണ്ടിട്ടാകാം ഭിക്ഷാടകൻ ശിരസ്സുയർത്തി നോക്കി.

നീ.. നീ

അയാളുടെ ചുണ്ടുകൾ അങ്ങനെ മന്ത്രിച്ചുവോ. പണം വീണ കൈയിലെ വിരലുകൾ മടങ്ങാതെ അയാൾ നിർന്നിമേഷനായി അങ്ങനെ ഇരിക്കുമ്പോൾ അയാളിൽ നിറഞ്ഞ വികാരം പശ്ചാത്താപമോ അതോ പഴയ വാക്കുകളോയെന്ന് ആരാഞ്ഞുകൊണ്ടു അല്പം നിന്നു.

- നിന്നെ ആർക്കുവേണമെടീ

ഒരിക്കലല്ല പല പ്രാവശ്യം പറഞ്ഞ ആ വാക്കുകൾ ഒത്തൊരുമിച്ച് ഓർമ്മയിൽ നിറഞ്ഞു.

മദ്യലഹരിയിൽ പലതും പറയുമായിരുന്നു. പല പീഢനങ്ങളും ഏല്പിക്കുമായിരുന്നു. സ്വബോധത്തോടെയല്ലാ അതെല്ലാമെന്ന് വിശ്വസിക്കാൻ ശ്രമിച്ചിരുന്നു. എന്നാൽ മനസ്സിൽ കരിനിഴൽ വീഴ്ത്തിയ ആ ദിനത്തിൽ അയാൾ തികച്ചും ബോധവാനായിരുന്നു.

അൻപതു രൂപയ്ക്കു കയറിവന്ന തെരുവുപെണ്ണിനുവേണ്ടി അങ്ങനെ പറഞ്ഞപ്പോൾ............

അരുണിന് പ്രതിരോധകുത്തിവയ്പ്പെടുക്കേണ്ട ദിനമായിരുന്നു അന്ന്. വീട്ടുകാര്യങ്ങളോ കുട്ടികളുടെ വിശേഷങ്ങളോ തിരക്കാൻ ഒരിക്കൽ പോലും താല്പര്യം കാട്ടുമായിരുന്നില്ല. രാവിലെ ആശുപത്രിയിൽ പോകുന്നകാര്യം അന്നയാൾ എങ്ങനെയോ മനസ്സിലാക്കി. കുട്ടികൾക്കായി എണ്ണിച്ചുട്ട അപ്പംപോലെ അല്പമാത്രം പലഹാരം തയ്യാറാക്കി അവർക്കു നല്കുമ്പോൾ അയാൾ തിരക്കി.

- ആശുപത്രിയിൽ പോകുന്നില്ലേ.

സാധാരണ വീട്ടിലെ ഭക്ഷണം കഴിക്കാൻ കാത്തു നില്ക്കാതെ കാലത്തേ വീട്ടിൽ നിന്നിറങ്ങുകയാണ് പതിവ്. അന്നയാൾ പുറപ്പെടുന്നില്ലെന്നു കണ്ടപ്പോൾ ചോദിച്ചു.

- കാപ്പി തയ്യാറാക്കട്ടെ.

- വേണ്ട നീ പൊയ്ക്കോ. ഞാൻ അല്പം കഴിഞ്ഞേ പോകുന്നുള്ളൂ.

അന്നത്തെ അയാളിലെ ഭാവം കണ്ട് എന്തോ പന്തികേടു തോന്നി. സ്വതവേ തന്നോടു കാണിക്കുന്ന വൈമുഖ്യം അന്നു കണ്ടില്ല. മുഖത്ത് തിളച്ചു മറിഞ്ഞത് സന്തോഷം മാത്രമായിരുന്നു. അങ്ങോട്ടുമിങ്ങോട്ടും നടന്ന് ചെറു ചെറു കാര്യങ്ങൾ തിരക്കി.

താനും കുട്ടികളും ബന്ധുക്കളുടെയാരുടെയെങ്കിലും അടിയന്തിരത്തിനോ മറ്റോ പോകുമ്പോൾ കാട്ടുന്ന സന്തോഷം പോലെ തോന്നി അതുകണ്ടപ്പോൾ. അയാൾ ഒപ്പം കൂടുകയില്ലെന്നു മാത്രമല്ല നിന്റെ ആളുകളുടേതിന് നീയും എന്റെ ആളുകളുടേതിന് ഞാനുമെന്ന ഭാവമായിരുന്നു. പോകാൻ മനസ്സു മടിക്കാറുണ്ടെങ്കിലും എത്രയും വേണ്ടപ്പെട്ടിടത്ത് പോയി തിരിച്ചു വരുമ്പോൾ സംഘം കൂടിയതിന്റെ ലക്ഷണങ്ങൾ കാണും. മദ്യകുപ്പികൾ, ചിപ്സിന്റെ തുണ്ടുകൾ, ഒന്നോ രണ്ടോ ചായ കോപ്പകളുള്ളതിൽ മദ്യത്തിന്റെ മണം. പിന്നെ വീടാകെ ആകെയൊരു ഗന്ധവും. പോകുമ്പോൾ കണ്ടിരുന്ന അയാളുടെ മുഖമല്ലായിരിക്കും വീട്ടിൽ വന്നു കയറുമ്പോൾ. ഒരാളെ ഇടുപ്പത്തും മറ്റൊരാളെ കൈയിൽ പിടിച്ചു നടത്തിച്ചും അങ്കലാപ്പോടെ തിരിച്ചെത്തുമ്പോൾ കേൾക്കുന്നത് മ്ലേഛമായ വാചകങ്ങളാണ്.

കെട്ടിയൊരുങ്ങി എവിടെപ്പോയിരുന്നു. നിന്റെ മറ്റോൻമാരേക്കെ കണ്ടോ. കൊഞ്ചീം കുഴഞ്ഞും മതിയായില്ലെങ്കി എറങ്ങിപൊയ്ക്കോ.

അങ്ങനെ പലതും പറഞ്ഞ് പുറത്തേക്ക് പോയി നാലുകാലിൽ തിരി

ച്ചുവരും. അടിയെങ്കിൽ അടി. ഇടിയെങ്കിൽ ഇടി. വറുതിയില്ലാത്ത മ്ലേച്ഛ വാചകങ്ങളും. അതു കാരണം പിന്നെ പിന്നെ എങ്ങും പോകാതെയായി. ബന്ധുക്കളൊട്ടു ക്ഷണിക്കാനും താല്പര്യം കാട്ടിയില്ല.

ആശുപത്രിയിൽ പോകുന്ന തക്കം നോക്കി മദ്യപസംഘത്തെ വിളിച്ചു വരുത്താനായിരിക്കുമെന്നേ അന്നും കരുതിയുള്ളൂ.

കുട്ടികളേയും കൂട്ടി പുറപ്പെട്ടപ്പോൾ ചോദിച്ചു.

"പൈസ വല്ലതും വേണ്വോ"

അസാധാരണമായ ചോദ്യമായിരുന്നു അത്. ഒന്നും മിണ്ടിയില്ല.

അയയിൽ തൂങ്ങിക്കിടന്ന ഷർട്ടിന്റെ പോക്കറ്റിൽ നിന്നും പഴ്സ് വലിച്ചെടുത്ത് അയാൾ പറഞ്ഞു.

"ആശുപത്രീന്ന് എറങ്ങീട്ട് നിനക്കും കുട്ടികൾക്കും വേണമെന്നുള്ളത് വാങ്ങിച്ചോ."

കേട്ടപ്പോൾ അത്ഭുതം തോന്നി. ആദ്യമായി ഭാര്യക്കു നേരെ കാശെടുത്തു നീട്ടുന്നു. അവളുടെ ഇഷ്ടം പോലെ ചെലവഴിക്കാനനുവദിക്കുന്നു. നീട്ടിയ കാശ് കൈയിൽ വാങ്ങുമ്പോൾ ഉള്ളിലെ അത്ഭുതം മറച്ചുവയ്ക്കാൻ പാടുപെട്ടു. കണ്ണുകളെ അവിശ്വസിക്കാൻ തോന്നി. അഞ്ഞൂറു രൂപ ആദ്യമായി കാണുന്നപോലെ തിരിച്ചും മറിച്ചും നോക്കി. പോക്കറ്റിൽ കിടന്നാലും അവ കാണാനുള്ള ഭാഗ്യമുണ്ടായിരുന്നില്ല. എണ്ണിതിട്ടപ്പെടുത്തി റബ്ബറിട്ട് വയ്ക്കുന്നതിന്റെ അടുക്കുകൾ തെറ്റിയാൽ അയാൾ അറിയും. അതു പറഞ്ഞായിരിക്കും അന്നത്തേക്കുള്ള പ്രഹരം.

കാശു വാങ്ങി പേഴ്സിൽ തിരുകുമ്പോൾ വീണ്ടും കേട്ടു.

"താക്കോല് മീറ്റർ ബോർഡിൽ വച്ചേക്കാം."

ആശുപത്രിയിലേക്കു നടക്കുന്തോറും അയാളുടെ ചുണ്ടിലെ അല്പം കോണിയ ചിരി ഉള്ളിൽ തെളിഞ്ഞുകൊണ്ടിരുന്നു. മുഖത്തു നോക്കാതെയാണ് താക്കോൽ മീറ്റർ ബോർഡിൽ വച്ചേക്കാമെന്നു പറഞ്ഞതും. സംഘം ചേർന്ന മദ്യപാനത്തിനായുള്ള വട്ടം കൂട്ടലാണെന്ന് ചിന്തിക്കുന്തോറും ഉള്ളാകെ സംഘർഷം കൊണ്ടു.

ആശുപത്രിയിൽ പ്രതീക്ഷിച്ചപോലുള്ള തിരക്കില്ലായിരുന്നു. സൂചി ഇറക്കിയപ്പോൾ വേദനകൊണ്ട് അരുൺ കരഞ്ഞു. അമല ദാഹിക്കുന്നൂവെന്ന് പറഞ്ഞ് സാരിയിൽ തൂങ്ങിപിടിച്ചു. യാന്ത്രികമായി എന്തൊക്കെയോ പറഞ്ഞ് അവരെ ആശ്വസിപ്പിച്ചു.

ആശുപത്രി രേഖ എടുക്കാനും വയ്ക്കാനും പേഴ്സിന്റെ വായ തുറന്നപ്പോൾ അയാൾ സമ്മാനിച്ച അഞ്ഞൂറിന്റെ കറൻസി വാപിളർന്നു നോക്കി. അതിലൊന്നു വിരൽസ്പർശിച്ചതും ദേഹമാകമാനം വിറയ്ക്കുന്നതായി തോന്നി. ആത്മാർത്ഥമായി വച്ചു നീട്ടിയതു തന്നെയോ? ഒരായിരം പ്രാവശ്യം ആ ചോദ്യം സ്വയം ചോദിച്ചുകൊണ്ടിരുന്നു.

ആ രൂപയെടുത്തു ചെലവഴിക്കാൻ അന്നു മനസ്സു തോന്നിയില്ല. അതിനോട് ഒരു തരം അന്യതാബോധം ഉടലെടുത്തിരുന്നു. ഒരിടത്തും കയറാതെ തന്നെ മടങ്ങി. ആകാശത്ത് ധാരാളം കഴുകന്മാർ വട്ടമിട്ടു പറ

ക്കുന്നുണ്ടായിരുന്നു. കടന്നുപോയ പരിചയക്കാരിലാരോ എന്തോ തിരക്കി. ആരുടെയും മുഖത്തു നോക്കാതെ അകലെയുള്ള ആകാശം നോക്കി നടന്നു. ഭൂമിയിലേക്കു നോക്കാനപ്പോൾ പേടി തോന്നി.

പെട്ടെന്ന് വീടണയണമെന്ന തോന്നൽ കാരണം നടത്തത്തിന് ധൃതി കൂട്ടി. അരുൺ കൈപിടിച്ചു വലിച്ചു. അവൻ വല്ലാതെ തളർന്നിരുന്നു. വേദനയും ചൂടും അവനെ വല്ലാതെ തളർത്തിയിരുന്നു. തന്നോടു തന്നെയപ്പോൾ വല്ലാതെ വെറുപ്പു തോന്നി. പാവം പൈതലിനെ വലിച്ചിഴയ്ക്കുകയോ! സ്വയം പിറുപിറുത്തുകൊണ്ട് അവനെ ഇടുപ്പിലെടുത്ത് അമലയെ അല്പം നടത്തി നടന്നു. അമല അവിടവിടെ തിരിഞ്ഞു നിന്നുകൊണ്ട് വല്ലാതെ ശുണ്ഠിയെടുത്തു.

പുറത്ത് ആരുടേയോ വാഹനം കിടക്കുന്നത് ദൂരെ നിന്നേ കാണാമായിരുന്നു. മദ്യപൻമാർ എത്തിയിരിക്കുമെന്ന ആന്തലോടെ വീടിനുമുന്നിലെത്തി. അപ്പോൾ മനസ്സിലായി; ആ വാഹനം അയാൾ കൂടെക്കൂടെ ഒറ്റയ്ക്കു ഓടിച്ചു പോകാറുള്ള സ്വന്തമല്ലാത്ത വാടക വാഹനമാണ്. വീടിന്റെ വാതിൽ അടഞ്ഞുതന്നെ കിടന്നിരുന്നു. വാഹനം ഒതുക്കിയിട്ട് എങ്ങോട്ടെങ്കിലും പോയതായിരിക്കുമോ? മീറ്റർ ബോർഡിൽ താക്കോൽ തപ്പി. ഇല്ല. അയാൾ അകത്തു തന്നെയുണ്ടാകുമെന്ന് മനസ്സു മന്ത്രിച്ചു. വാതിലിൽ മുട്ടിയിട്ടും യാതൊരു പ്രതികരണമുണ്ടായില്ല.

ഏറെ തളർന്ന അരുൺ വരാന്തയിൽ കയറി ചുരുണ്ടു കിടന്നു. അമല മുറ്റത്തെങ്ങോ ഓടിപ്പോയി. കാലുകൾ ചലിക്കാനായില്ല. അരുണിന്റെ അരികിൽ ഇത്തിരി നേരം ഇരിക്കാമെന്നു കരുതി. ദൂരെ ആകാശത്തിൽ നീലമേഘങ്ങളും വെളുത്ത മേഘങ്ങളും അപ്പപ്പോൾ തെളിഞ്ഞുകൊണ്ടിരുന്നു. താഴെ കഴുകന്മാർ വട്ടമിട്ടു താഴുകയും ഇരയെ കൊത്തിയെടുത്തു എങ്ങോ പറന്നകലുന്നതും കണ്ടു.

അമലയെ തിരക്കി അടുക്കള കോണിലേക്കു നടന്നതും മുറിയുടെ വടക്കുള്ള ജാലകത്തിലൂടെ അകത്തു നിന്നുള്ള ഞരക്കങ്ങൾ കേട്ടു. അയാൾ അകത്തുതന്നെയുണ്ട്. ഒറ്റയടിക്ക് പൂസായി കിടക്കുകയാണോ? വെന്നു സംശയിച്ചു. പലകയിൽ തല ചായ്ച്ച് ചെകിടോർത്തു നിന്നു.

പരിചിതമായ ശബ്ദം.

രാത്രിയിൽ അയാളുടെ ഭാരമറിഞ്ഞ് കിടക്കുമ്പോൾ കാതിലൊഴുകുന്ന അതേ ശബ്ദം.

അയാളുടെ ഗന്ധമേൽക്കുമ്പോൾ തന്നെ അറപ്പു തോന്നുമായിരുന്നു. കാലെടുത്തു കയറ്റി കൈയെടുത്തു ചുറ്റി ദേഹമാകെയമരുമ്പോൾ നഖങ്ങൾ നീണ്ടു വരുന്നതായി തോന്നും. അതുകൊണ്ട് അയാളെ ചുറ്റിവരിഞ്ഞ് ഞെരിക്കാനും. പല്ലുകൾ കടിച്ചമർത്തി അയാളിലെ ചലനങ്ങൾ മറക്കാൻ എന്തോ ഓർത്തുകിടന്നുകൊടുക്കും. അപ്പോൾ കാതുകളിൽ അലച്ചെത്തുന്നത് കട്ടിൽ പലകയുടെ മൂളലും കിതപ്പടങ്ങുന്ന ശബ്ദവും മാത്രം. മുറിക്കത്ത് അപ്പോൾ കേട്ടതും അതേ ശബ്ദമാണെന്നു തോന്നി. ഉള്ളിലെവിടെയോ കഴുകന്റെ ചിറകടിമുഴങ്ങി.

"അമ്മേ അമ്മേ"

അരുണിന്റെ ദീനമാർന്ന സ്വരം കേട്ട് വാതിൽക്കലേക്കു നടന്ന് ഏറെ പ്രാവശ്യം തട്ടി. എന്നിട്ട് തിരിഞ്ഞുനടന്നു.

വട്ടമിട്ടു പറന്ന കഴുകൻ എന്തോ കൊത്തിയെടുത്ത് അടുത്ത മര ക്കൊമ്പിലേക്ക് പറന്നകന്നു.

നിമിഷങ്ങൾ കടന്നുപോയി. തെല്ലുനേരം കഴിഞ്ഞ് ഇരട്ടപ്പാളി വാതി ലുകൾ തുറന്നുകൊണ്ട് ഒരു പാളി ചാരി മറുപാളി മറഞ്ഞു നിന്നു അയാൾ ചോദിച്ചു.

"എന്താ ആശുപത്രീ പോയില്ലേ."

മരക്കൊമ്പിലിരുന്ന് കൊത്തി തിന്ന കഴുകന്റെ ചിറകടിയൊച്ചയിൽ സംതൃപ്തിയുടെ നാദം.

അയാൾ വാതിലിൽനിന്നും മാറി നില്ക്കാതെ എന്തൊക്കെയോ പറഞ്ഞു. വാക്കുകളിൽ ഒരുപാട് പൊരുത്തക്കേടുകൾ. മുഖം നിറയെ മറായാത്ത സംഭ്രാന്തിയും.

"മോൻ വല്ലാതെ ക്ഷീണിച്ചിരിക്കുന്നു. മാറൂ അവനെയൊന്നു കിട ത്തട്ടെ."

"ഇവിടെ കറണ്ടില്ല. പിന്നെ അപ്പുറത്തെ ചേച്ചി നിന്നെ തിരക്കി."

അകത്ത് കുപ്പികൾ നിരത്തിയിട്ടുണ്ടാകാം. കുടിയന്മാരെ ഒളിപ്പി ച്ചിട്ടുമുണ്ടാകാം. അത്തരത്തിലുള്ള മാന്യതയൊന്നും അയാളിൽ ഇതുവ രേയും കണ്ടിട്ടില്ല. എങ്കിലും അങ്ങനെ ചിന്തിച്ച് സമാശ്വസിച്ചു. കുട്ടികളു ടേയും തന്റേയും മുന്നിൽ വച്ചു തന്നെ സംഘം കൂടലും പാനം ചെയ്യ ലുമാണ് പതിവ്. ഇനി വന്നവനിൽ ഉടലെടുത്ത മാന്യതയാലാണോ അയാളെ ഒളിപ്പിച്ചിരിക്കുന്നത്?

"അമ്മാ വേദനിക്കണ്."

അരുൺ സാരിത്തുമ്പിൽ തൂങ്ങി വാതിൽക്കലെത്തി. എന്നിട്ടും അയാൾ വാതിൽ മാറാൻ കൂട്ടാക്കിയില്ല. അവൻ പിന്നെയും ചിണുങ്ങാൻ തുടങ്ങിയപ്പോഴാണ് അമല മുറ്റത്തുനിന്നും ഓടിക്കിതച്ചു അയാളുടെ കൈതട്ടിമാറ്റി അകത്തേക്കു കയറിയത്. അതുകണ്ട് അയാൾ ഇളിഭ്യത യോടെ അവളുടെ പിറകേ നടന്നതും അമല പോയപോലെ തിരികേക്കു വന്ന് കൊഞ്ചി പറഞ്ഞു.

"അമ്മാ മാമി."

മാമിയോ? ഏതുമാമി അയാളുടെ ബന്ധുക്കളാരെങ്കിലും വന്നതാണോ? ഉള്ളിൽ ഒരുപാട് സംഘർഷങ്ങളുടെ വേലിയേറ്റം രൂപം കൊണ്ടു.

മാമി മാമി.

ആ വാക്ക് ഒരായിരം പ്രാവശ്യം കാതിൽ പ്രകമ്പിതമായി. അയാ ളിലെ നാട്യം, വാക്കുകളിലെ പൊരുത്തക്കേടുകൾ, അവയ്ക്കെല്ലാം ഉത്തരം കിട്ടാതെ നാനാദിക്കിൽനിന്നും അടിച്ചെത്തുന്ന ശക്തമായ കൊടു ങ്കാറ്റിൽ ആ വീടാകെ ആടിയുലയുന്നപോലെ തോന്നി.

അകത്തേക്കു കയറിയപ്പോൾ മുറിയാകെ വല്ലാതെ ഇരുട്ട് വ്യാപിച്ചിരുന്നു. വില കുറഞ്ഞ പൗഡറിന്റെ ഗന്ധവും. കട്ടിലിലിരുന്ന രൂപം തുറിച്ചു നോക്കി. അവളുടെ ചെകിട്ടത്തിട്ട് ഒന്നു പൊട്ടിക്കണമെന്നു കരുതി അവൾക്കരികിലേക്കു നടന്നെങ്കിലും ബ്ലൗസിൽ കുടുക്കിട്ടുകൊണ്ട് ആ രൂപം നിസ്സംഗയായി എഴുന്നേറ്റ് സാരിയിൽ പിൻ കുത്തി ആരേയും ഗൗനിക്കാതെ പുറത്തേക്കു നടക്കുന്നതു കണ്ടപ്പോൾ ഒന്നും ചെയ്യാൻ തോന്നിയില്ല.

അരുൺ കട്ടിലിൽ ചായാനൊരുങ്ങി.

"വേണ്ട മോനെ അവിടെ കിടക്കണ്ട." അവനെ വിലക്കിയിട്ട് നിലത്തു പായ വിരിച്ച് അതിൽ അവനെ കിടത്തി പുറത്തേക്കു നടന്നു. അയാൾ മുറ്റത്തിന്റെ കോണിൽ നിന്ന് എങ്ങോ നോക്കുന്നുണ്ടായിരുന്നു.

അകലെ ആകാശത്ത് വീണ്ടും കഴുകൻ വട്ടമിടാൻ തുടങ്ങിയിരുന്നു. ആ കഴുകനെ കൈയെത്തി പിടിക്കാനും അതിന്റെ കൊക്കുകൾ വലിച്ചു കീറാനും എന്നിട്ടെന്നിട്ട് അതിന്റെ രക്തം ദേഹത്തു പുരട്ടാനും മോഹിച്ച് അയാളുടെ മുന്നിലേക്കു നടന്നു. നടക്കുന്തോറും കാലുകൾ വലുതായി. കൈകൾ നീളം വച്ചു. നഖങ്ങൾ നീണ്ടു നീണ്ടു നാനാദിക്കിലേക്കും ചുറ്റിക്കൊണ്ടുമിരുന്നു.

ആകാശത്തോളം വലുതായി വലുതായി മുഖം മേഘക്കീറുകളിലുരസിയപ്പോൾ കേട്ടു തെരുവു പെണ്ണിന്റെ വാക്കുകൾ.

അയാളുടെ മുന്നിൽ നിന്ന് വിലപേശിക്കൊണ്ട് അവൾ പറയുന്നു.

"സ്ത്രീ സഹനയാണെങ്കിലും സ്വന്തം പുരുഷൻ അന്യ സ്ത്രീയെ പ്രാപിക്കുന്നത് ഒരിക്കലും താങ്ങാനാവില്ല."

അയാളപ്പോൾ തന്റെ ചവിട്ടടിയിലാണെന്നു തോന്നി. ആകാശത്തോളം വളർന്നവൾക്ക് ഒരു പുഴുവിനെപ്പോലെ അയാളെ ചവിട്ടിമെതിക്കാം. നീണ്ടകരങ്ങളാൽ ചുറ്റി ഭൂമിയിൽനിന്നും വലിച്ചെറിയാം.

വേണ്ട.

പ്രപഞ്ചത്തിനൊരു സിദ്ധാന്തമുണ്ട്. അതു തെറ്റിക്കണ്ട. അനുഭവിക്കും. ഒരു നാൾ അനുഭവിക്കും.

ഷർട്ടെടുത്തിട്ടു പുറപ്പെടാനൊരുങ്ങിയപ്പോൾ പേഴ്സിലിരുന്ന് ഭാരം പേറിയ അഞ്ഞൂറിന്റെ കടലാസ് അയാളുടെ മുഖത്തേക്കു വലിച്ചെറിഞ്ഞു. അതുമെടുത്ത് പുറത്തേക്ക് നടന്ന അയാൾ ഇളിഭ്യത മറയ്ക്കാൻ നന്നേ പാടുപെടുന്നുണ്ടായിരുന്നു.

എന്നാൽ സന്ധ്യക്കു വന്നു കയറിയ അയാളുടെ പതിവിന് മാറ്റമില്ലായിരുന്നു. ചോറ് വെന്തില്ല. ആഹാരത്തിന് എരിവില്ല. വെള്ളത്തിൽ പൊടി.

കുട്ടികളെ പായയിൽ കിടത്തിയുറക്കി കട്ടിലിൽ കയറിക്കിടന്ന് അടിമപ്പെടുകയാണ് സാധാരണ പതിവ്. അന്ന് കുട്ടികൾക്കിടയിൽ തന്നെ ചേർന്നു കിടന്നു. അയാൾ കട്ടിലിൽ തിരിഞ്ഞും മറിഞ്ഞും കിടന്ന് എന്തൊക്കെയോ പുലമ്പുന്നതു കേട്ടു. രാവേറെ കഴിയുന്തോറും വാചകങ്ങൾക്കും

ശബ്ദത്തിനും തീവ്രത കൂടിക്കൊണ്ടിരുന്നു. അല്പമൊന്നു മയങ്ങിയപ്പോഴാണ് കാതടയ്ക്കുന്ന ആ ശബ്ദം കേട്ടത്.

"നിന്നെ ആർക്കുവേണമെടീ"

കുട്ടികൾ കേട്ടുവോയെന്ന് ഭയന്ന് ചാടിയെഴുന്നേറ്റ് ചുമരിൽ ചാരിയിരുന്നു.

"രാത്രിയിൽ നിന്നെ ചേർന്നു കിടക്കുമ്പോൾ എനിക്കു മറ്റൊരുവളുടെ മണം വേണം. അവളുടെ നിഴൽ വേണം. അതിനാണീ കിടക്കയിൽ................ നിന്നെ ആർക്കുവേണമെടീ"

പ്രവൃത്തിയെക്കാളും ക്രൂരമായ വാക്കുകൾ.

ഉന്തുവണ്ടിക്കാരൻ ബാങ്കിനു നേരെയുള്ള തട്ടുകടയ്ക്കു മുന്നിൽ നിന്ന് ചായമോന്തുന്നു. ഭിക്ഷാടകന്റെ കൈ വിരലുകൾ ഇതുവരേയും മടങ്ങിയിട്ടില്ല. അഞ്ഞൂറിന്റെ നോട്ടിലും പിന്നെ തന്നിലും ഭിക്ഷാടകന്റെ കണ്ണുകൾ മാറിമാറി സഞ്ചരിച്ചുകൊണ്ടിരുന്നു. കുറച്ചുനേരം കൂടി അവിടെ നില്ക്കാൻ തോന്നി. തന്റെ മുഖത്തുനിന്നും ആ വാക്കുകൾ അയാൾ വായിച്ചെടുക്കുന്നതുവരെ;

– ആർക്കുവേണം നിന്നെ ആർക്കുവേണമെടാ.

അഴകിനും യൗവനത്തിനും അല്പം പോലും കോട്ടം തട്ടിയിട്ടില്ലാതിരുന്നകാലത്ത് മറ്റൊരുവന്റെ കിടക്കയിൽ ചായുകയോ വേറൊരാളോടൊപ്പം ജീവിക്കണമെന്ന് ആഗ്രഹിക്കുകയോ ചെയ്യാതിരുന്ന ഒരുവളോട് പറഞ്ഞ വാക്കുകൾ ഇപ്പോഴും കൂടെക്കൂടെ പ്രതിദ്ധ്വനിക്കും;

– ആർക്കു വേണമെടീ നിന്നെ ആർക്കുവേണമെടീ.

ഉന്തുവണ്ടിക്കാരൻ ചായ പകുതിയാക്കി. അയാളെ നോക്കി ഉച്ചത്തിൽ വിളിച്ചു പറഞ്ഞു.

"ഹേ വണ്ടിക്കാരാ ഒന്നു നില്ക്കൂന്നേ."

വണ്ടിക്കാരൻ കാര്യമറിയാതെ ചായക്കോപ്പ കൈയിലേന്തി അത്ഭുതത്തോടെ നോക്കി.

"എനിക്കൊരു മാലാഖയാകാനാവില്ല. ദേ അയാൾക്കെന്നെ വേണമെന്ന്. ദേ അയാൾക്ക്"

വണ്ടിക്കാരനെ ചൂണ്ടി ഭിക്ഷാടകനോടു പറഞ്ഞു. എന്നിട്ട് മെല്ലെ വണ്ടിക്കാരനരികിലേക്കു നടന്നു.

"വാ പോകാം"

വണ്ടിക്കാരന്റെ കൈ പിടിച്ച് നടക്കുമ്പോൾ ഒരിക്കൽപോലും തിരിഞ്ഞു നോക്കാതിരിക്കാൻ ശ്രമിച്ചു. അയാളോടു ചേർന്നുതന്നെ തെല്ലു നേരം നടന്നു. ബാങ്കും ബാങ്കിന്റെ പരിസരവും അകലെയായി. വിജനമായൊരു പാതകണ്ട് വണ്ടിക്കാരൻ ക്ഷണിച്ചു.

"വാ നമുക്കീ പുതിയ വഴിയിലൂടെ സഞ്ചരിക്കാം."

"ഞാൻ പുതിയ പാത ഇഷ്ടപ്പെടുന്നില്ല സ്നേഹിതാ. ഞാനീ പഴയ പാതയിലൂടെ തന്നെ സഞ്ചരിച്ചോളാം. നിങ്ങൾക്ക് നമസ്കാരം."

മറ്റൊന്നും പറയാനനുവദിക്കാതെ നടന്നകലുന്നതും നോക്കി വണ്ടി

ക്കാരൻ ഈർഷ്യയോടെ എന്തോ പിറുപിറുത്തത് കേട്ടു വേഗത്തിൽ നടന്നു.

പതിനാറ്

ചെകുത്താൻ മാളികയിൽ മറ്റൊരു പകൽ കൂടി.

ഉരുളൻതൂണുകളിൽ ചാരി താഴോട്ടു നോക്കിയപ്പോൾ ചെറു കുടിലുകളിലെ കാഴ്ചകൾ. അവ നയനാഭമല്ലെങ്കിലും അവിടുത്തെ ജീവതാളത്തിന് സ്വാതന്ത്രത്തിന്റെ സംഗീതമുണ്ടെന്ന് തോന്നി. ചലനങ്ങൾ ഒട്ടും യാന്ത്രികവുമല്ല. മുകളിലും താഴെയുമായി ഏറെ നിലകളുള്ള മാളികയിലാകട്ടെ; മനുഷ്യജീവിതങ്ങൾ കട്ടിയുള്ള തോടയ്ക്കുള്ളിൽ വലിഞ്ഞു കൂടി ക്രമം തെറ്റാതെയുള്ള ദിനചര്യയിൽ മുഴുകുന്നു. ഒരു കൂരക്കീഴിൽ കഴിയുന്നവർ പോലും പരസ്പരം കാണാതെ ഒന്നുരിയാടാതെ ജീവിതം തള്ളി നീക്കുന്നു. ഭക്ഷണശാലയിൽ വച്ചും ആചാര്യന്റെ സ്വർഗ്ഗദാന ക്ലാസിൽ വച്ചും കണ്ണുകളിടറുമ്പോൾ അവിടെയും അവർ കൃത്യമായ നിഷ്ഠകൾ പാലിച്ചും ജപമാലകൾ നീക്കിക്കൊണ്ടും മൗനികളാകുന്നു. ജാലകങ്ങൾ തുറന്നിട്ട് സംഗീതം പൊഴിക്കുന്ന പുതുമഴയുടെ മർമ്മരം കേൾക്കാനോ തുഷാര ബിന്ദുക്കളെ അമ്മാനമാട്ടുന്ന മരചില്ലകൾ കാണുവാനോ വാതിലുകൾ മലർക്കെ തുറന്നിട്ട് ആകാശത്തിനു കീഴെ തെന്നിയുരുളുന്ന പളുങ്കുമണികളെ എണ്ണുവാനോ മഞ്ഞിൻപാടകളിൽ തുന്നൽ ചാർത്തുന്ന ഇളമഴയുടെ നേർത്ത നൂലുകളെ വിരലിൽ കോർത്തെടുക്കുവാനോ അവർ ധൈര്യം കാട്ടുന്നില്ല.

അനാഥരും അശരണരും ആലംബഹീനരുമായ സാധുക്കൾ. ആശ്രിതനോടുള്ള അമിത വിശ്വാസത്താൽ അടിമത്വത്തിലകപ്പെട്ട് സ്വയം പരിത്യജിക്കപ്പെട്ടവർ.

ഒരുതരത്തിൽ ചിന്തിച്ചാൽ താനും അവരും ഒരേ ദിക്കിലേക്കല്ലേ സഞ്ചരിക്കുന്നത്?

ഭീരുത്വത്തിലേക്ക്.

ഇത്തിരിപോന്ന മനുഷ്യജന്മത്തിന് അനുഭവിക്കാൻ ആസ്വദിക്കാൻ എന്തെന്തു കാഴ്ചകളുണ്ട് ഈ ഭൂലോകത്തിൽ. അവയൊക്കെ കണ്ടില്ലെങ്കിൽ ആസ്വദിച്ചില്ലെങ്കിൽ വിവേകിയാണെന്നത് നിരർത്ഥകം തന്നെ. ചിരിക്കാതെ ചിരികൾ ഏറ്റുവാങ്ങാതെ ജീവിക്കുന്നത് നിർവൃതമല്ല താനും.

ഓർത്തപ്പോൾ ഉള്ളാകെ നടുക്കമുണ്ടായി. ദർപ്പണത്തിൽ കൂടെക്കൂടെ ദൃശ്യമാകുന്ന രൂപം പൊടുന്നനെ ഉള്ളിൽ തെളിഞ്ഞുവന്നു.

പൊഴിക്കണം. ഒന്നാകെ പൊഴിച്ചുകളഞ്ഞേ മതിയാകൂ. തന്റേതു മാത്രമല്ല ഈ കാരാഗൃഹത്തിനുള്ളിലെ മതിൽകെട്ടുകൾക്കിടയിൽ മുളച്ചു പൊന്തുന്നവ ഒന്നൊന്നായി പൊളിച്ചു മാറ്റണം. അതിന് അനുയോജ്യ

മായ യാഗശാല ഇവിടം തന്നെയാണ്. യജ്ഞത്തിനായുള്ള ചട്ടക്കൂടൊരുക്കണമെങ്കിൽ പലതും സഹിക്കേണ്ടിവരുമെന്നറിയാം. എങ്കിലും മനോഹരമായ പല്ലുകൾ കാട്ടി ചുണ്ടുകൾ വിടർത്തി ആനന്ദമനുഭവിക്കുമ്പോൾ; അതോർത്തപ്പോൾ ഉള്ളാകെ മഞ്ഞ് കിനിയുന്ന നിർവൃതി തോന്നി. ഇനി അതുമാത്രമാണ് ശിഷ്ട ജീവിതത്തിലെ പ്രകാശമാനമായ വശവും.

പുറത്തു കിലുകിലാ പെയ്യുന്ന ചാറ്റൽമഴയുണ്ട്. അവ വല്ലാതെ നിർവൃതിയുളവാക്കുന്നു. ചെരിഞ്ഞു പതിക്കുന്ന തുള്ളികൾ മുഖത്തേക്കു പാറിവീണപ്പോൾ വരണ്ട ചിന്തകളിൽ പുതുനാമ്പുകളുണർന്നു. അല്പം കൂടി മുന്നോട്ടാഞ്ഞുനിന്ന് തുരുതുരെ കൊഴിഞ്ഞു വീഴുന്ന അശ്രുകണങ്ങളെ മൃദുവായ് തലോടി. അവ കഴുത്തിലും കവിളിലും തൊട്ടുരുമ്മി ഇക്കിളിയൂട്ടി ആനന്ദത്തിലാഴ്ത്തിയപ്പോൾ കൈകൾ കവിളോടു ചേർത്തു വച്ച് കണ്ണുകൾ ഇറുകെയടച്ച് ഏറെ നേരം നിന്നു.

കേൾക്കുന്നൂ ചാറ്റൽ മഴയുടെ സംഗീതം
അറിയുന്നൂ കുളിർ മഴയുടെ സ്പർശം
ഹാവൂ! ഒന്ന് പുറത്തേക്ക് സഞ്ചരിക്കാനായിരുന്നെങ്കിൽ

ദേഹമാകെ കോരിയൊഴിച്ച് തുള്ളികളെ അമ്മാനമാട്ടാൻ കഴിഞ്ഞിരുന്നെങ്കിൽ.

- പാടില്ല. നീയിപ്പോൾ ഭ്രാന്തിയാണ്.

പെട്ടെന്നാരോ ഉള്ളിലിരുന്ന് വിലക്കിയതായി തോന്നിയപ്പോൾ കുറേക്കൂടി കണ്ണുകൾ ഇറുകെയടച്ചു. അടഞ്ഞ മിഴികൾക്കുള്ളിൽ ആരുടെയോ ചിത്രം തെളിഞ്ഞു.

ചാറ്റൽ മഴയിൽ നനയുന്ന ഒരു പെണ്ണിന്റെ രൂപം.

ആ പെണ്ണിനോട് അവളുടെ പ്രിയതമൻ എന്താണ് പറയുന്നതെന്ന് ശ്രദ്ധിച്ച് കാതോർത്തു നിന്നു.

- പെണ്ണേ കുളിർ വീഴുന്ന എന്റെ ദേഹമാകെ തപിക്കുന്ന പ്രേമമുണ്ട്. നിന്നോടുള്ള പ്രേമം. അവയിൽ പതിക്കാൻ നീ വരില്ലേ.

നനഞ്ഞൊലിക്കുന്ന പെണ്ണേ; നിന്റെ മെയ്യാകെ മഞ്ഞിൻ തുള്ളികൾ കൂടുകൂട്ടിയിരിക്കുന്നത് ഞാനറിയുന്നു.

“എനിക്കവ വേണം. ഒന്നാകെ എന്റെ മേലിൽ നീയത് കുടഞ്ഞു വീഴ്ത്തില്ലേ. അതിനായ് നീ വരണം.”

“നീ വരില്ലേ.”

പതിയെയുള്ള പിറുപിറുപ്പ് പുറത്തു കേട്ടിട്ടാകാം മെഹ്റിനയാരാഞ്ഞു.

“ആരു വരാൻ”

മെഹ്റിനയുടെ വാക്കുകൾ മെല്ലെ ഉണർത്തിയപ്പോഴാണ് എന്തൊക്കെയോ പുലമ്പുകയായിരുന്നുവെന്ന് മനസ്സിലായത്. ഓർത്തപ്പോൾ നാണം തോന്നി.

“ഹേയ് ഒന്നുമില്ല. എന്തൊക്കെയോ ചില പദങ്ങൾ ഉള്ളിൽ കുഴഞ്ഞു മറിഞ്ഞു.” എല്ലാം മറച്ചുകൊണ്ടുതന്നെ മെഹ്റിനയോടു പറഞ്ഞു.

"ശരിയാണ് പൂജാ. വാക്കുകൾ കൈമാറാനുള്ളതാണ്. താഴിട്ട് പേടകത്തിൽ സൂക്ഷിച്ചാൽ കരിയിലകൾ പോലെ അവ ഉണങ്ങി പൊടിഞ്ഞു പോകും. പിന്നെയവയ്ക്കു പഴയ രൂപം കിട്ടില്ല. വസന്ത കാലത്തിലെ പച്ചപ്പും വർണ്ണാഭയും പിന്നീട് കണ്ടില്ലെന്നും വരും."

- ശരിയാണ് മെഹ്റിന. നിനക്കെങ്ങിനെ എന്റെ മനസ്സു വായിക്കാനായി.

ഭർത്തൃമതിയായി പോകുമ്പോൾ ഒപ്പം കൊണ്ടുപോയ പേടകത്തിൽ ഒരുപാട് വാക്കുകൾ സൂക്ഷിച്ചുവച്ചിരുന്നു, പരസ്പരം കൈമാറാനായിട്ട്. പ്രേമം, ഇഷ്ടം, നിർവൃതി, വിശ്വാസം. ആ പദങ്ങൾ അഭംഗി നിറഞ്ഞതാണെന്ന് ഒരിക്കലും തോന്നിയിരുന്നില്ല. അവ പുറത്തെടുത്ത് താലോലിക്കാൻ കൂടെക്കൂടെ വെമ്പൽ കൊള്ളുമായിരുന്നു. എന്നാൽ ആമിൻഷയുടെ മുഴുത്ത ഭാഷണത്തിനു മുന്നിൽ അവ പുറത്തേക്കു വരാതെ പേടിച്ചു വിറച്ച് മുയൽ കുഞ്ഞുങ്ങളെപ്പോലെ ഉള്ളിൽ തന്നെ ഒളിച്ചിരുന്നു. അത്തരം പദങ്ങൾ അവന് വെറും നിസ്സാരങ്ങളാണത്രെ. അതിൽ ചപലതയുണ്ടുപോൽ. അത്തരം വാക്കുകൾ ചെവിയോർക്കുന്നത് വെറും പെണ്ണൻമാരാണത്രെ! പെണ്ണൻമാർ. എങ്കിലും സൂക്ഷിച്ചുവെച്ചു.

കേൾക്കാനും ഏറെ മോഹിച്ചു. എന്റെ പെണ്ണേ; പലപ്പോഴും ആ ഒരു വാക്കിനെങ്കിലും കാതോർത്തു.

തുടക്കം മുതലേ ആരോപണങ്ങൾക്ക് പഞ്ഞമില്ലായിരുന്നു. കേൾക്കാൻ ഇച്ഛിക്കാത്തത് പറയാനും ഉത്സാഹം കാട്ടിയിരുന്നു.

അവിശ്വാസി, അഹങ്കാരി, അന്യമത ഗർഭത്തിൽ പിറന്നവൾ, അമുസ്ലീം. അവസാനം കള്ളിയുമായി; പെരും കള്ളി.

- നീ കള്ളിയാണ്. പെരും കള്ളി.

ഓർമ്മകൾ വീണ്ടും അവിടേക്കുതന്നെ കൂട്ടിക്കൊണ്ടുപോകുന്നു എത്രമേൽ തൂത്തെറിയാൻ ശ്രമിച്ചിട്ടും അവ പോകുന്ന ലക്ഷണമില്ല.

താലിമാല വിറ്റ് ചെലവു വഹിച്ച പിറ്റേ മാസം. കാലം കടന്നു പോകുന്ന കാര്യം ആമിൻഷായ്ക്ക് അറിയാമായിരുന്നില്ലേയോ എന്തോ. ഒന്ന്, രണ്ട്, മൂന്ന്. മാസ തുടക്കത്തിലെ ദിനങ്ങൾ ഒന്നൊന്നായ് കടന്നു പൊയ്ക്കൊണ്ടിരുന്നു. പകലിന്റെ ആകാശത്തിനന്ന് വെൺമേഘങ്ങളുടെ ചാരുതയുണ്ടായിരുന്നു. കറുത്തവാവിന്റെ മൂടുപടം വലിച്ചെറിഞ്ഞ് രജനി നഗ്ന ലാവണ്യത്താൽ പരിലസിച്ചുകൊണ്ടുമിരുന്നു. എന്നിട്ടും അമ്മായിയുടേയും ആമിൻഷായുടേയും വദനങ്ങളിൽ മാത്രം ഇരുണ്ട നിഴലുകൾ പതിഞ്ഞു കിടക്കുന്നതു കണ്ടു. ആമിൻഷായുടെ അധരങ്ങൾ അപ്പപ്പോൾ പിറുപിറുക്കുന്നതും കേട്ടു.

നാലുനേരം വെട്ടിവിഴുങ്ങാൻ.

മനസ്സിനെ പാകപ്പെടുത്തി ദിനരാത്രങ്ങൾ ഇഴച്ചു നീക്കി. താങ്ങായി ആരുമില്ലെന്ന ബോധം വല്ലാതെ നിരാശപ്പെടുത്തി. ഒരേയൊരു ബന്ധുത്വം; അതുപോലും നിഷേധിക്കപ്പെട്ടതായി പ്രഖ്യാപിച്ചിരുന്നു. ബാപ്പയുടെ മരണശേഷം കാണാൻ ഭാഗ്യമുണ്ടായിട്ടില്ലെന്നു മാത്രമല്ല ബന്ധം നില

നിർത്തിയത് തന്നെ ആരുമറിയാതെ പാത്തുംപതുങ്ങിയുമായിരുന്നു.

അങ്ങനെയുള്ള ഒരുദിവസം ആമിൻഷ കുളിക്കാൻ കയറിയപ്പോൾ കതകിൽചാരി കാതോർത്തു നിന്നു. വെള്ളം വീഴുന്ന ശബ്ദം കേട്ടതും അവന്റെ സെൽഫോണെടുത്ത് ധൃതിയിൽ അമ്മയ്ക്കായുള്ള അക്കങ്ങളിൽ പരതി. മറുവശത്ത് കൂമന്റെ മൂളൽ മാത്രം കേട്ടു.

ആരുടെയെങ്കിലും കാലൊച്ച അടുത്തുണ്ടോയെന്നാരാഞ്ഞുകൊണ്ടും ആരുടെയെങ്കിലും സൂക്ഷ്മ നയനങ്ങൾ പിന്തുടരുന്നുണ്ടോയെന്നു ശ്രദ്ധിച്ചും ഫോൺ കാതോടു ചേർത്തപ്പോൾ വീണ്ടും കേട്ടു ആ അപശബ്ദം.

ഒന്നോ രണ്ടോ ഡയലിൽ തന്നെ മറുപക്ഷത്തുനിന്നും വിളിയുയരുക പതിവാണ്. മോളേ എന്ന വിളി. എന്നാൽ അന്നാ വിളി കേട്ടില്ല.

ഇടയ്ക്കെപ്പോഴോ വെള്ളം വീഴുന്നതിന്റെ ശബ്ദം നിലച്ചെന്നു തോന്നിയപ്പോൾ അവൻ കുളി നിർത്തി പെട്ടെന്നിറങ്ങിവരുമോയെന്ന ശങ്കയാൽ വാതില്ക്കൽനിന്നും തെല്ലൊന്നു മാറി നിന്നുകൊണ്ട് തെളിഞ്ഞുനിന്ന അക്കങ്ങൾ ഒന്നൊന്നായി മായ്ച്ചു കളഞ്ഞുകൊണ്ടിരുന്നു.

സംഭ്രമകരമായ നിമിഷങ്ങളായിരുന്നു അത്.

ആർത്തിരമ്പിയലച്ചെത്തിയ ശക്തമായൊരു തിരമാല ഉള്ളിലെവിടെയോ രൂപം കൊണ്ടു. ഫോൺ കൈയിലിരുന്നു വിറയ്ക്കാൻ തുടങ്ങി. എന്നാൽ വീണ്ടും വെള്ളം വീഴുന്ന ശബ്ദം കേട്ടതും ഉൽക്കണ്ഠയ്ക്കൊരയവു തോന്നി. വീണ്ടും അക്കങ്ങളിൽ ഞെക്കി വാത്സല്യ വാക്കുകൾക്കായി കാതോർത്തു നിന്നു. അപ്പോഴും അങ്ങേ തലയ്ക്കൽ കൂമന്റെ മൂളൽ മാത്രം കേട്ടു. കാതിൽ ഹൃദയമിടിപ്പിന്റെ താളവും. എന്തു സംഭവിച്ചു തന്റെ അമ്മയ്ക്ക്? ബാപ്പയ്ക്കു സംഭവിച്ചപോലെ? അങ്ങനെ പല തരം ചിന്തകളാൽ മനസ്സ് വല്ലാതെ മഥിച്ചുകൊണ്ട് നിമിഷങ്ങൾ കടന്നുപോയി. ഹേയ് ഒന്നുമില്ല, ഫോൺ മാറ്റി വച്ചതാകാം, അല്ലെങ്കിൽ കേടുപറ്റിയതാകാം. അങ്ങനെ കരുതാൻ ആശിച്ചെങ്കിലും അതിനായുള്ള ധൈര്യം എന്നോ നഷ്ടപ്പെട്ടതറിഞ്ഞ് വീണ്ടും ഫോൺ ഞെക്കാൻ തുടങ്ങി.

ഡയൽ ഡിലീറ്റ്, ഡയൽ ഡിലീറ്റ് പല പ്രാവശ്യമാവർത്തിച്ചു. മറുതലയ്ക്കൽ അസ്പഷ്ടമായ രവം മാത്രം. പൊടുന്നനെ വെള്ളം വീഴുന്നതിന്റെ ശബ്ദവും നിലച്ചു. വേഗേനെ ആ യന്ത്രത്തെ ഇരുന്നിടത്തേക്ക് വലിച്ചെറിഞ്ഞിട്ട് കറങ്ങുന്ന പങ്കയിലേക്കു നോക്കി നിന്നു. അപ്പോൾ ഒന്നും എടുത്തുവച്ചില്ലേ എന്ന അധികാരത്തിന്റെ ധ്വനി. ഭർത്താവിന്റെ വിരിപ്പിൽ നിന്നും മാറി നില്ക്കാതിരിക്കണം. അവന്റെ കല്പനകൾ പാലിക്കണം. അവൻ ഭർത്താവെന്ന പുരുഷനാണ്. പലപ്പോഴും കേട്ട അധികാരത്തിന്റെ ആവർത്തനം.

എത്രയോ പേർ ബംഗ്ലാവു വീട്ടിലുണ്ടെങ്കിലും പണിക്കാരികളായി ഒട്ടുപേരുണ്ടെങ്കിലും ഭാര്യയുടെ കൈകളാൽ തുണികളലക്കണം, തേക്ക

ണം, ഭക്ഷണം വിളമ്പണം, പാത്രമെടുത്തു മാറ്റണം. മനസ്സിനോ ശരീരത്തിനോ ദീനം വന്നാലും ആ അലിഖിത നിയമങ്ങൾക്ക് മാറ്റമുണ്ടാകരുത്.

തലയിൽ ടവൽ തിരുമ്മി അവൻ മുന്നിൽ വന്നു നിന്നു. പേക്കിനാവ് കണ്ട് ഞെട്ടിയുണർന്നപോലെ അവനേയും ഫോണിനേയും മാറി മാറി നോക്കി. കുളിച്ചിറങ്ങിയാലുടനെ ഫോണെടുത്തു നോക്കുക അവനിലെ ശീലമാണ്. അവനുവരുന്ന വിളികളെല്ലാം അവനു മാത്രമായിരുന്നു. അത് ആരുടേതെന്നാരായരുത്. നോക്കുകയുമരുത്. അതുകൊണ്ടുതന്നെ ഉള്ളിൽ പടപടാരവമുയർന്നു.

“ങ്ഹും ഒന്നും എടുത്തു വച്ചില്ലേ.”

നനഞ്ഞ തോർത്തിനെ നീട്ടിക്കൊണ്ട് അവൻ വീണ്ടും ആരാഞ്ഞപ്പോൾ അലമാരയിൽ തിരഞ്ഞ് ചിലതൊക്കെ വാരി കട്ടിലിൽ വിതറി. പിന്നെ ക്രമമില്ലാതെ തിരികെ വയ്ക്കാനൊരുങ്ങി. ഇടയ്ക്ക് ഏതോ ഒരെണ്ണമെടുത്തു നീട്ടിയതും അവന്റെ കണ്ണുകളിലെ അതൃപ്തിയറിഞ്ഞു. ജോലിയും കൂലിയുമില്ലേലും ചമയലിന് തെല്ലും കുറവില്ല. ആഢ്യത്വത്തിന്റെ മേമ്പൊടി പൂശിയാണ് സദാസമയവും നടക്കുന്നത്.

“ആരാണെന്റെ ഫോണെടുത്തത്. എന്റെ അനുവാദമില്ലാതെ.........”

പൊടുന്നനെ പിന്നിലെ ആക്രോശം കേട്ട് ഞെട്ടിത്തരിച്ചു പോയി. ആശങ്കയും ഉൽക്കണ്ഠയും ചിന്തകളെ മതിച്ചപ്പോൾ ഏതോ ഒരു നമ്പർ മായ്ക്കുവാൻ മറന്നുവോയെന്ന് സംശയിച്ചു. ഉള്ളിലെ പെരുമ്പറ കാതുകളിൽ കേൾക്കാമെന്നായപ്പോൾ മുറിയാകെ അവ പ്രതിദ്ധ്വനിക്കുന്നുവോയെന്നു ഭയന്നു.

“ഇതാരുടെ നമ്പർ ആരുടെ” സംശയിച്ചതുതന്നെ സംഭവിച്ചു. അവൻ മുന്നിൽ വന്നുനിന്ന് കലി തുള്ളാൻ തുടങ്ങി.

“നിന്റെ രഹസ്യക്കാരുടേതാരെങ്കിലുമാണോ.”

അല്പം തറപ്പിച്ചു അവനെ നോക്കിയിട്ട് മൗനം കൊണ്ടതല്ലാതെ മറുപടിയൊന്നും പറഞ്ഞില്ല.

“എന്താടീ പറയാൻ”

വർദ്ധിച്ച കോപത്തോടെ അങ്ങോട്ടുമിങ്ങോട്ടും നടന്ന് അവൻ അലമാരയ്ക്കുള്ളിൽ, മേശപ്പുറത്ത്, തലേദിവസം ധരിച്ച ഷർട്ടിൽ. അങ്ങനെ പലതിലും പരതിക്കൊണ്ടിരുന്നപ്പോൾ മനസ്സിലായി; അവനിലെ ഈർഷ്യക്കു കാരണം ഫോൺ ചെയ്തതുകൊണ്ടു മാത്രമല്ല. ഇല്ലായ്മ അവനെ ഈർഷ്യനാക്കുന്നു.

ബാപ്പ നല്കിയ സ്ത്രീധന വസ്തുവായ വാഹനത്തെ രണ്ടാഴ്ച മുമ്പേ വിറ്റു കാശു വാങ്ങിയിരുന്നു. റസിയയുടെ ഭർത്തൃവീട്ടിൽ എന്തോ ആവശ്യമുണ്ടെന്നു പറഞ്ഞായിരുന്നു വിറ്റത്. ഉടമസ്ഥയുടെ അനുമതിയും സമ്മതവുമില്ലാതെ കടലാസു നീട്ടി ഒപ്പിടാൻ പറഞ്ഞു, ഒപ്പിട്ടു. കാര്യം നേടുന്നതിന് വിഘ്നം നിന്നാൽ അവൻ ഒരു ചെകുത്താനാകുമെന്നറിയാവുന്നതുകൊണ്ടുതന്നെ അന്നേരം എതിർത്തൊന്നും പറയാൻ നാവു

പൊങ്ങിയിരുന്നില്ല. എങ്കിലും ഇടപാട് കഴിഞ്ഞ് വീട്ടിലെത്തിയപ്പോൾ ചോദിച്ചു.

“താങ്കൾ ശുദ്ധ മുസൽമാനായിട്ടും ഭാര്യയുടെ വിഹിതം അവളുടെ അനുമതിയില്ലാതെ വിറ്റത് ശരിയായ നടപടിയാണോ? ഭർത്താവിനു പോലും അതിനുള്ള അവകാശമില്ലെന്നറിയാമായിരുന്നില്ലേ.........”

മുഴുമിപ്പിക്കും മുമ്പേ അവനന്ന് ആവേശത്തോടെ പറഞ്ഞു.

“നീ ഒപ്പിട്ടു തന്നതോ. അതു തന്നെയാണ് സമ്മതം.”

“ഭർത്താവിന്റെ അധികാരത്തിൽ അവന്റെ മുഷ്കിൽ നേടിയ സമ്മതം സമ്മതമാണോ?” അതിനു മറുപടിയായി എന്തോ പിറുപിറുത്തതല്ലാതെ അവൻ മറ്റൊന്നും പറഞ്ഞില്ല. പിന്നെ ഷർട്ടെടുത്ത് ധരിച്ച് വീണ്ടും അങ്ങുമിങ്ങും തിരഞ്ഞ് ഫോണെടുത്ത് കീശയിൽ തിരുകിക്കൊണ്ട് പടികളിറങ്ങി. പൊടുന്നനെ തന്നെ തിരിച്ചു വന്ന അവന്റെ മുഖത്തെ ഗൗരവം പതിന്മടങ്ങ് വർദ്ധിച്ചിരുന്നു.

“അല്ലേലും എനിക്കറിയാം. നീ പെരും കള്ളിയാണ്. പെരും കള്ളി. ഒള്ളതെല്ലാം അങ്ങേൽപ്പിച്ചിട്ട്.”

പുറത്താരുടെയോ പാദചലനം ശ്രവിച്ചുകൊണ്ടാണ് അവൻ അന്ന് ഉച്ചത്തിൽ ആക്രോശിച്ചത്; അമ്മായിയായിരുന്നു. രാവിലകളിൽ മകന്റെ മുറിക്കു ചുറ്റും നാലഞ്ചുവട്ടം ഉലാത്തുക അവരുടെ പതിവാണ്; മാസാരംഭത്തിൽ മാത്രമാണാ ശീലമുള്ളത്. മകനോടത്ര ചേർച്ചയിലല്ലെന്ന് മരുമകളെ ബോദ്ധ്യപ്പെടുത്താനുള്ള തന്ത്രം. കടന്നൽ കുത്തേറ്റപോലെ മുഖം വീർപ്പിച്ച് ചെലവുകളെക്കുറിച്ച് മകനോടു സംസാരിക്കും; എന്റെ മോള്ടെ സംബന്ധ വീട്ടില് എന്താവശ്യം വന്നാലും ഞങ്ങള് ചെലവാക്കീട്ടുണ്ടെന്ന് ആരോടെന്നില്ലാതെ പറഞ്ഞുവയ്ക്കും. പുത്രവധുവിന്റെ ഗൃഹത്തിൽ നിന്നാണ് എല്ലാം ചെലവഴിക്കേണ്ടുന്നതെന്ന താക്കീതാണത്. ബംഗ്ലാവു വീട്ടുകാർ അഭിമാനികളാണത്രെ! ആഢ്യത്വമുള്ളവരാണത്രെ. അങ്ങനെയുള്ള തറവാട്ടിലെ പുരുഷൻ സ്വന്തം ജീവിത ഉത്തരവാദിത്വം പോലും സ്ത്രീയിൽ കെട്ടിവയ്ക്കുന്നത് മൂഢത്വമല്ലേയെന്ന് പലവട്ടം ചിന്തിച്ചിട്ടുണ്ട്.

“ആരുടെ നമ്പർ പറയെടീ ആരുടേത്.”

ശകാരവർഷങ്ങൾ ചുമരുകൾക്കുള്ളിൽ തട്ടി കാതുകളെ അലോസരപ്പെടുത്തിക്കൊണ്ടിരുന്നപ്പോൾ മനസ്സിലായി; മാതാവും മകനും ഒത്തുചേരാൻ ഇനി നിമിഷങ്ങൾ മതി. ഉമ്മയെ തൃപ്തിപ്പെടുത്തേണ്ടത് മകന്റെ ആവശ്യമാണ്. വിഹിതം കൊടുക്കാൻ താമസിച്ചാൽ ആ മാതാവിന്റെ പെരുമാറ്റത്തിൽ മാറ്റമുണ്ടാകുക പതിവാണ്. ഉമ്മയുടെ ശത്രുവിനെ അവന്റേതുമാക്കിയാൽ ആ മാതാവ് ഏറെ സന്തോഷിക്കുമെന്ന് അവനറിയാം.

“എന്താ നാക്ക് താഴ്ന്നുപോയോ.”

വാക്കുകൾ ഉച്ചത്തിലായിരുന്നു.

വാചകങ്ങൾ കൂടുതൽ കൂടുതൽ മലീമസമാകാൻ തുടങ്ങിയപ്പോൾ ഉള്ളിലെങ്ങോ ഉത്തേജനമുണ്ടായതറിഞ്ഞു. തുടരെത്തുടരെയുള്ള അവഹേളനത്തിൽ നിന്നും ഉടലെടുക്കാറുള്ള ഉത്തേജനം.

എന്തുകൊണ്ട് ആ വാക്ക് പറയാതിരിക്കണം.

ആ വാക്ക് പ്രയോഗിക്കുന്നതുകൊണ്ട് ബംഗ്ലാവ് വീട് പൊട്ടിത്തകരുന്നെങ്കിൽ തകരട്ടെ. തന്റെ നാവിൽനിന്നും ഉരുവിടുന്ന ആ വാക്കു കേട്ട് അവിടെ അത്ഭുതങ്ങൾ സംഭവിക്കുന്നെങ്കിൽ സംഭവിച്ചോട്ടെ. ആ വാക്ക് അവർക്ക് അയിത്തമാകാം. പരിപാവനമെന്ന് തനിക്കു തോന്നിയ, മുലകുടിച്ച നാവിൽ രൂപംകൊണ്ട ആ ആദ്യപദം എന്തിന് നാവിനടിയിൽ ഒളിപ്പിച്ചുവയ്ക്കണം. അതും ഒരു കള്ളിയെപ്പോലെ. അങ്ങനെ ജീവിച്ചാലാണല്ലോ പെരും കള്ളിയാകുന്നത്. അതുകൊണ്ടുതന്നെ വളരെ ആവേശത്തോടെ പറഞ്ഞു.

"എന്റെ അമ്മയുടെ"

"യാ അള്ളാ നീ ഇപ്പോഴും കാഫിറായിട്ടാണോ ജീവിക്കണത്. ആ അന്യമതക്കാരിയുമായുള്ള ബന്ധം നീ ഇപ്പോഴും ഉപേക്ഷിച്ചില്ലെന്നോ. ആ ബന്ധവും പേറിക്കൊണ്ടാണോ ശുദ്ധമുസൽമാനായ എന്നോടൊപ്പം ജീവിക്കണത്. നീ കള്ളിയാണ് പെരും കള്ളി."

വീണ്ടും അതേ വാക്കുകൾ.

"താങ്ങൾ ശുദ്ധ മുസൽമാനാണെന്നതിന് എന്താ തെളിവ്." പരിഹാസത്തോടെ തിരിച്ചു ചോദിച്ചു.

"ദേ ഇതു കണ്ടോ ഇതു തന്നെ"

നെറ്റിയിലെ നിസ്കാര തഴമ്പു ചൂണ്ടിക്കാട്ടി അവൻ മുന്നോട്ടാഞ്ഞു നിന്നുകൊണ്ട് പറഞ്ഞ അല്പന്റെ അർത്ഥമില്ലാത്ത പദങ്ങൾ കേട്ടപ്പോൾ പുച്ഛം തോന്നി.

"അഞ്ചു പ്രാവശ്യം നെറ്റിയിടിക്കുന്ന ആർക്കുമുണ്ടാവും ഇത്."

"റബ്ബേ യാറബ്ബേ ഇവൾ ഇസ്ലാമിന്റെ കടമകളെ തള്ളിപ്പറയുന്നു."

അവൻ വാവിട്ടു നിലവിളിക്കുമെന്നായി

"അഞ്ചു നേരത്തെ നമസ്കാരം ഇസ്ലാമിന്റെ കടമയാണെന്നതിൽ എനിക്കും തർക്കമില്ല. മുറപ്രകാരം ചെയ്യുമ്പോൾ എപ്പോഴെങ്കിലും താങ്കളുടെ മനസ്സ് ഏകാഗ്രമായിരുന്നോയെന്ന് ഒന്നു ഓർത്തു നോക്കൂ. ചുണ്ടിനു മാത്രമറിയുന്ന കുറെ മന്ത്രങ്ങളുരുവിട്ടുകൊണ്ടുമാത്രം മുട്ടുകുത്തുന്നത് നമസ്കാരമാകണമെന്നില്ല. ഹൃദയത്തിൽ നിന്നുയർന്നുവരുന്ന ഭക്തിയും പ്രാർത്ഥനകളുമാണ് നമസ്കാരത്തിൽനിന്നും ഉയരേണ്ടത്. ശ്രദ്ധയില്ലാതെയും ജനങ്ങളെ കാണിക്കാനും വേണ്ടി പ്രവർത്തിക്കുന്നതിനെ നമസ്കാരമെന്നു പറയില്ല. ആത്മാവിന്റെ വിപുലീകരണത്തിനായി പടച്ചോൻ അരുളി ചെയ്ത കർമ്മമാണത്. തിന്മകളിൽനിന്നും മുക്തമായ ജീവിതം നയിക്കാൻ അനുഗ്രഹായുസ്സുകൾ ചൊരിയാൻ ആ പ്രാർത്ഥന മതിയാകും. അല്ലാതെ മറ്റുള്ളവരെ കാട്ടാനല്ല."

"എന്താ നീ പറഞ്ഞത്. ഞാൻ മറ്റുള്ളവരെ കാട്ടാനാണെന്നോ"

"സംശയമെന്തിന്. ദേ ഇപ്പോൾ നിങ്ങൾ നെറ്റികുനിച്ച് എന്നോടു കാട്ടിയില്ലേ."

"അന്നേ പുറത്താക്കേണ്ടതായിരുന്നു നിന്നെ. തള്ളയെ ഇസ്ലാമാക്കീ

ട്ടല്ല നിന്റെ തന്ത നിന്റെ തള്ളയെ വിവാഹം ചെയ്തത്. പട്ടിയും പൂച്ചയും ജീവിക്കും പോലെ ഒരുമിച്ചങ്ങ് കഴിഞ്ഞ്. അതിൽ നീയുണ്ടായി. നീ നീ............."

"ഞാൻ കാഫിറാണ്. ഞാൻ ഇസ്ലാമല്ല. അതല്ലേ താങ്കൾ പറഞ്ഞു വരുന്നത്. ആയിക്കോട്ടെ. താങ്കൾ ശുദ്ധമുസൽമാനാണല്ലോ? ശുദ്ധമുസൽമാന് ഗൃഹസംരക്ഷണം തന്റെ കടമയാണെന്നും അറിയാമല്ലേ. അങ്ങനെ നോക്കുമ്പോൾ ഭാര്യ എന്ന നിലയിൽ എന്നെ സംരക്ഷിക്കേണ്ടത് താങ്കളാണ്. നീ ഭക്ഷിക്കുന്നെങ്കിൽ അവളെയും ഭക്ഷിപ്പിക്കുക. നീ വസ്ത്രം ധരിക്കുന്നുവെങ്കിൽ അവളെയും ധരിപ്പിക്കുക. താങ്കൾ ആ വാക്യങ്ങൾ മറന്നുപോയോ. താങ്കളുടെ വാരിയെല്ലുകൊണ്ടാണ് എന്നെ സൃഷ്ടിച്ചതെങ്കിൽ അത് ഏറ്റവും വളഞ്ഞ മീതെയുള്ള വാരിയെല്ലുകൊണ്ടു തന്നെയാണ്. അതുകൊണ്ട് അത് നിവർത്താൻ നോക്കരുതേ. പുരുഷനെന്ന അഹങ്കാരം കൊണ്ട് നിവർന്നുതന്നെ നില്ക്കണമെന്ന് വാശി പിടിച്ചാൽ പൊട്ടിപോകുമേ. ഉള്ളതുപോലെ തന്നെ വിടുകയാണെങ്കിൽ ഒരുപക്ഷേ, അല്പം വളയുക മാത്രമേയുള്ളൂ. പൊട്ടുകയില്ല. അതിനാൽ നല്ല നിലയിൽ പെരുമാറാൻ ഇനിയെങ്കിലും ശ്രമിക്കുക."

"എറങ്ങിപോ, നിന്റെ തള്ളയെ ഏല്പിച്ച പണ്ടങ്ങളും കെട്ടിപ്പിടിച്ചു അവിടെ കഴിഞ്ഞോ."

വാക്കുകളിലെ ധ്വനി മനസ്സിലായി; പോ, പോയി ഇനിയും കൊണ്ടു വാ നാലുനേരം വെട്ടിവിഴുങ്ങാൻ.

"എന്താ പൂജാ എന്താ പിറുപിറുക്കുന്നെ."

മെഹ്റിന തോളിൽ ചാരി നിന്നാരാഞ്ഞപ്പോൾ ബോദ്ധ്യമായി താൻ ഇതുവരെയും ചെയ്തത് ആത്മഗതമായിരുന്നു. ഇതിപ്പോൾ ശീലമായി മാറിയിരിക്കുന്നു. മെഹ്റിനയുടെ നോട്ടത്തിലും എന്തോ പന്തികേടു തോന്നി. അവൾക്കും തോന്നി തുടങ്ങിയിരിക്കാം പൂജയെന്ന പെണ്ണ് വെറുമൊരു ഭ്രാന്തിയാണെന്ന്. തനിച്ചിരുന്ന് പുലമ്പുന്ന, പെട്ടെന്നു പ്രകോപിക്കുന്ന മുഴു ഭ്രാന്തി.

ഭ്രാന്തിന്റെ വിത്തുകൾ മുളയ്ക്കുന്നത് ശൂന്യമായ മസ്തിഷ്കത്തിലാണെന്ന് കേട്ടിട്ടുണ്ട്. അതോർത്തപ്പോൾ പേടി തോന്നി. തന്റെ മസ്തിഷ്കവും ഇപ്പോൾ ശൂന്യമാണ്. അവിടെ എന്തും മുളച്ചു പൊന്താം. പാടില്ല. അങ്ങനെ അവയെ മുളച്ചുപൊന്താൻ അനുവദിച്ചുകൂടാ. പഴയതുപോലെ വർണ്ണങ്ങൾ കൊണ്ട് നിലമൊരുക്കണം. അതിൽ ചിന്തയുടെ, സ്വപ്നങ്ങളുടെ, വിപ്ലവത്തിന്റെ വിത്തുകൾ വിതയ്ക്കണം. കൊയ്തെടുക്കാൻ നേരം മെഹ്റിനയുണ്ടായിരിക്കണം. പള്ളിവീട്ടിലെ തേറ്റകൾ മുളച്ച സർവ്വരും ഉണ്ടായിരിക്കണം.

" വാ നമുക്ക് താഴേക്കു പോകാം."

മെഹ്റിനയുടെ ആ ക്ഷണം പുതിയൊരു സഞ്ചാരത്തിലേക്കാണെന്നു തോന്നി അവളോടൊപ്പം നടന്നു.

പതിനേഴ്

മെഹ്റിനയോടൊപ്പം പടവുകളിറങ്ങി നടന്നപ്പോൾ തലേന്നുവരെ കണ്ട നിശ്ശബ്ദതയ്ക്ക് ഭംഗം സംഭവിച്ചതായി തോന്നി. കൂടെക്കൂടെയുള്ള പ്രാവിന്റെ കുറുകലുകൾ, പല്ലിയുടെ ശബ്ദം, പിന്നെ ദൂരെയെങ്ങോ നിന്നുയരുന്ന റൂഹാനിക്കിളിയുടെ വിലാപം; അതൊക്കെയായിരുന്നു അതുവരെ അവിടെ കേട്ടുകൊണ്ടിരുന്നത്. സാമ്പ്രാണി തങ്ങളുടേതായ പുരുഷ സ്വരവും പിന്നെ മുഹ്സിനത്തിന്റെ ഭ്രാന്തിന്റെ അലർച്ചയും മാത്രമായിരുന്നു മനുഷ്യ ശബ്ദങ്ങളായി ഉയർന്നു കേട്ടിരുന്നത്.

ഇന്നിതാ അപ്പാടെ മാറിയിരിക്കുന്നു.

അടഞ്ഞു കിടക്കാറുള്ള മുറികളിലേക്കു പറന്നെത്തിയ ഇളം കാറ്റ് തുറന്നിട്ട ജാലക തിരശ്ശീലയുടെ തുമ്പുയർത്തി നഗ്നത കാട്ടിയപ്പോൾ തുറന്ന വാതിലുകളിലൂടെ ഒളിഞ്ഞു നോക്കുന്ന പ്രകാശ കിരണങ്ങൾ. ചുറ്റിലും ജ്വലിക്കുന്ന അധരങ്ങൾ. പ്രകാശിക്കുന്ന കണ്ണുകൾ, വിടരുന്ന ചുണ്ടുകൾ.

അപ്പോൾ ഇവിടെ തളം കെട്ടിനില്ക്കാറുള്ള നിശ്ശബ്ദത വെറും മിഥ്യയായിരുന്നുവോ? തെല്ലു സംശയിച്ചു പോയി.

ആവരണങ്ങളിലേക്കു വലിഞ്ഞു കയറുന്ന പോലുള്ള കൃത്രിമത്വം.

മൗനം തളം കെട്ടിനിന്ന ഓരോ ഇടനാഴിയിലും വിവിധ ശബ്ദങ്ങൾ പ്രതിദ്ധ്വനിക്കുന്നു. ജീവന്റേതുമാത്രമായ ശബ്ദങ്ങളിൽ സ്വാതന്ത്ര്യത്തിന്റെയും ആശയുടെയും കിരണങ്ങളൊഴുകുന്നു.

"നിനക്ക് അത്ഭുതം തോന്നുന്നുവോ."

മെഹ്റിന അങ്ങനെ ചോദിച്ചപ്പോൾ അവളെതന്നെ നോക്കി ഒരു നിമിഷം നിന്നു.

അവളുടെ വാക്കുകളിലും പ്രവൃത്തികളിലുമാണ് ഇപ്പോഴത്തെ തന്റെ ജീവിതം ഒഴുകി നടക്കുന്നത്.

"അയാൾ പോയി, വെല്ലുപ്പിനേ പോയി. ഇനി ഏതാനും ദിവസങ്ങൾ ഇവിടം ഇങ്ങിനെയായിരിക്കും." മെഹ്റിന തുടർന്നപ്പോൾ അത്ഭുതം മറച്ചുവയ്ക്കാനായില്ല.

"അപ്പോൾ നമ്മെപ്പോലെ ഇവരും ചിരി നഷ്ടപ്പെട്ടവരാണോ?" അവളോടാരാഞ്ഞു.

"നഷ്ടപ്പെട്ടവരുണ്ട്, നഷ്ടപ്പെട്ടുകൊണ്ടിരിക്കുന്നവരുണ്ട്. നഷ്ടമാകാൻ പോകുന്നവരുണ്ട്." മെഹ്റിന പറഞ്ഞു.

"നഷ്ടപ്പെടാൻ ഇനിയും അനുവദിച്ചുകൂട. നമുക്കാ സിദ്ധിയെ വീണ്ടെടുക്കണം. സ്ത്രീമുഖത്തുനിന്ന് മാഞ്ഞുകൊണ്ടിരിക്കുന്ന ആ സിദ്ധിയെ കാത്തു സൂക്ഷിക്കണം."

"വേണം തീർച്ചയായും വേണം. അതിനായി ഞാനൊരു കൂട്ടാളിയെ തേടുകയായിരുന്നു പൂജാ."

മെഹ്റിനയുടെ ആ വാക്കുകൾ നിശ്ചയദാർഢ്യത്തിന്റേതാണെന്നു തന്നെ തോന്നി. അത് ഉള്ളിൽ ശക്തിയുളവാക്കി.

“വാ നമുക്ക് പോകാം.”

മെഹ്റിന മെല്ലെ കൈയിൽ പിടുത്തമിട്ടു. ആ മൃദുകരങ്ങളെ മുറുകെപ്പിടിച്ചുകൊണ്ട് ഒരുമിച്ചു നടന്നു. ആ നടത്തം മറ്റേതോ ലോകത്തേക്കാണെന്നു തോന്നി; പുതിയൊരു പന്ഥാവിലേക്ക്.

പുതുതായ് കണ്ട ലോകം സ്ത്രീകളുടേതു മാത്രമായിരുന്ന ഒരിടമായിരുന്നു. അവിടുത്തെ അധികാരി ബിൻഷയും. അല്പം പൊക്കികെട്ടിയ പ്ലാറ്റ്ഫോമിലെ കസേരയിൽ കാലോടുകാലു കേറ്റി അവൾ മറ്റുള്ളവരെ സദാചാരം പഠിപ്പിക്കുന്നു.

“അവർ പുരുഷന്മാർ പെട്ടെന്ന് ഉത്തേജിതരാകുന്നവരാണ്. അവരുടെ നയനങ്ങളിൽനിന്നും നമ്മുടെ സൗന്ദര്യത്തെ പൊതിഞ്ഞു വയ്ക്കണം. കുട്ടിയായാലും യുവതിയായാലും വയസ്സിയായാലും പെണ്ണിന്റെ അംഗലാവണ്യം പുരുഷനെ മത്തുപിടിപ്പിക്കും. അതു പുരുഷന്റെ കുറ്റമല്ല. നിങ്ങൾ കേട്ടിട്ടില്ലേ. ആന്ത്രോപോളജിസ്റ്റുകൾ............”

അങ്ങനെപോയി ബിൻഷയുടെ വാക്കുകൾ. പലേടത്തുനിന്നും കേട്ടുകേട്ടു മടുത്ത വാക്കുകൾ. ആവർത്തനം കർണ്ണങ്ങൾക്ക് അരോചകമായി തോന്നി. നാരീജനങ്ങൾ എല്ലാറ്റിനും ഏറാൻ മൂളലാൽ അനുസരണയുള്ളവരെപ്പോലെ പുൽപ്പായകളിൽ ചടഞ്ഞിരിപ്പുണ്ടായിരുന്നു. ബിൻഷയുടെ വാക്കുകളിൽ, ചലനങ്ങളിൽ, കണ്ണുകളിൽ വല്ലാത്തൊരു മിടുക്കുണ്ട്. ആരെയും കൈയിലെടുക്കാനുള്ള തന്ത്രം. അതുകൊണ്ടാകാം വലിയ തങ്ങളിൽനിന്നും പ്രിയസഖി സ്ഥാനം നേടിയെടുക്കാൻ അവൾക്കു കഴിഞ്ഞത്.

മെഹ്റിന പറഞ്ഞു കേട്ടിട്ടുണ്ട് ബിൻഷയിലെ ഗുണഗണങ്ങൾ.

അവളെപ്പോഴും അയാളെ ചുറ്റിപ്പറ്റി നില്ക്കുമത്രെ! ഭർത്താവിന്റെ വിരുപ്പിൽനിന്നും ഭാര്യ മാറി നില്ക്കരുതെന്ന സിദ്ധാന്തത്തിൽ വിശ്വസിക്കുന്നവളെപ്പോലെ അയാളെ വിശ്വസിപ്പിച്ചുകൊണ്ട് അവളിലെ ഓരോ ചലനവും ഓരോ വികാരവും അയാളെ തൃപ്തിപ്പെടുത്താനുള്ളതെന്ന തരത്തിൽ പെരുമാറും. കുളിക്കാൻ എണ്ണ തേപ്പിച്ച് കുളിമുറിക്കുള്ളിലേക്കു നടത്തിപ്പിക്കും. കുളിപ്പിച്ച് വസ്ത്രം ധരിപ്പിച്ച് തലകോതി മിനുക്കിക്കൊടുക്കും. വെറുതെ വിശ്രമിക്കുമ്പോൾ പോലും അവളുടെ മനോഹരമായ കൈകൾ അയാളുടെ ഓരോ അവയവങ്ങളെയും തൊട്ടുണർത്തും.

ഇതൊക്കെ കാണുമ്പോൾ എല്ലാ ഭാര്യമാരിലും തുല്യനീതി പുലർത്തണമെന്ന കാര്യം അയാൾ തന്നെ അങ്ങു മറന്നുപോകും.

യാത്രകൾ കഴിഞ്ഞു വരുമ്പോൾ അയാൾ അവൾക്കായി വിലപിടിപ്പുള്ള വസ്ത്രങ്ങൾ, ആഭരണങ്ങൾ, സുഗന്ധ ദ്രവ്യങ്ങൾ, അലങ്കാര വസ്തുക്കൾ, പാത്രങ്ങൾ എന്നുവേണ്ട പല കാണാമാണിക്യവും കൊണ്ടുവരും. അതുകൊണ്ടുതന്നെയാകാം ഭാര്യാപദമലങ്കരിക്കുന്ന മറ്റു സത്രീകളോടും അന്തേവാസികളോടുമുള്ള ബിൻഷയുടെ സമീപനം

എല്ലായ്പ്പോഴും അഹങ്കാരം നിറഞ്ഞതാകുന്നത്. അവൾ ആരോടും സൗഹാർദ്ദം പുലർത്തുന്നതോ ഔന്നത്യഭാവം വിട്ട് പെരുമാറുന്നതോ കണ്ടിട്ടില്ല. ഞാനാരാണെന്നാണ് നിങ്ങളുടെ വിചാരം. ഇവിടുത്തേക്കു പ്രിയപ്പെട്ടവൾ. എന്റെ കൈയിലാണ് ഈ കോട്ടയുടെ താക്കോൽ. നിങ്ങളെല്ലാം എന്നെക്കാൾ താഴ്ന്നവരാണ്. അത്തരം അഹങ്കാരം അവളെ എല്ലായ്പ്പോഴും ഭരിച്ചുകൊണ്ടിരുന്നു. വലിയതങ്ങളില്ലാത്തപ്പോഴുള്ള സ്ഥിതി പറയുകയും വേണ്ട. പള്ളിവീടിന്റെ പൂർണ്ണ നിയന്ത്രണം ആരും പറയാതെ തന്നെ അവളങ്ങ് ഏറ്റെടുക്കും. അപ്പോൾ സാമ്പ്രാണി തങ്ങൾ പോലും വെറും പൂച്ചയാണ്. സാമ്പ്രാണി തങ്ങൾ അവളോടും അവൾ സാമ്പ്രാണി തങ്ങളോടും ഈർഷ്യ വച്ചു പുലർത്തുന്ന കാര്യം ഏവർക്കുമറിയാം. സാമ്പ്രാണി തങ്ങൾക്ക് സ്ഥാനത്തെ ചൊല്ലിയാണെങ്കിൽ ബിൻഷയ്ക്ക് അയാൾ പറഞ്ഞ അപവാദ കഥയിലെ കുണ്ഠിതം വച്ചും. അയാൾ അവൾക്കെതിരെ ആരോപിച്ച കഥയെ അവൾ തന്നിൽ മാത്രം അനുരക്തയാണെന്ന് വിശ്വസിച്ചുകൊണ്ടുതന്നെ വലിയ തങ്ങൾ പുച്ഛിച്ചു പുറം തള്ളിയത്രെ. ആയതിലെ അഹങ്കാരവും ബിൻഷയ്ക്കുണ്ട്.

സെൽമത്ത് കൂടെകൂടെ ബിൻഷയെ നോക്കി ഒരു പഴഞ്ചൊല്ല് പറയുന്നത് മെഹ്റിന പരിഹാസത്തോടെ പറഞ്ഞിട്ടുണ്ട്.

പഴക പഴക പാലും പുളിക്കും.

സെൽമത്ത് പറഞ്ഞത് വലിയൊരു തത്ത്വമാണെന്നാണ് മെഹ്റിനയുടെ വാദം. അതിൽ ഒരുപാടൊരുപാട് യാഥാർത്ഥ്യങ്ങളുണ്ട്. ബിൻഷ യുവതിയാണ്. സുന്ദരിയാണ്.

സെൻമത്തും ഒരുനാൾ യുവതിയായിരുന്നു. സുന്ദരിയായിരുന്നു.

മുഹ്സിനത്തും യുവതിയായിരുന്നു. സുന്ദരിയായിരുന്നു. എന്നാൽ ഇപ്പോഴല്ല!

പുതുമ ഇഷ്ടപ്പെടുന്നവരാണ് മനുഷ്യർ. അതിൽ സ്ത്രീയുടെ ഇഷ്ടത്തെ അംഗീകരിക്കാവുന്നതല്ലാത്തതിനാൽ പൂർവ്വ തത്ത്വങ്ങൾ വിളമ്പിക്കൊണ്ട് പുരുഷൻമാർ വയസ്സാകുന്തോറും കൊച്ചുകൊച്ചു മണവാട്ടിമാർക്ക് മണിയറ തീർക്കുന്നു.

സ്ത്രീ പ്രസവിക്കുന്നവളാണ്. മാസമുറയുണ്ടാകുന്നവളാണ്. വയസ്സാകുമ്പോൾ ലൈംഗിക ശേഷി കുറയുന്നവളാണ്. അപ്പോഴൊക്കെ പുരുഷന്റെ (ഭർത്താവ്) ലൈംഗിക ദാഹം അടക്കി വയ്ക്കുന്നതെങ്ങനെ? അവർക്ക് അടക്കാനാവില്ലത്രെ! വ്യഭിചാരം അരുത്. അത് സദാചാര വിരുദ്ധവും പല പല ഗുഹ്യരോഗങ്ങൾക്കും കാരണമാകും. ആയതിനാൽ സ്ത്രീകൾ (ഭാര്യ) ഇത്തരം അവസ്ഥയിൽ കഴിയുമ്പോൾ പോംവഴി ഒന്നേയുള്ളൂ; പുരുഷന് മറ്റൊരു വിവാഹം.

ഈ പുരുഷൻ ഒന്നോ രണ്ടോ മാസങ്ങളിൽ അല്ലെങ്കിൽ വർഷങ്ങളിൽ ഭാര്യയിൽനിന്നും മാറി നിന്നാൽ ഭാര്യക്കും ദാഹമുണ്ടാകില്ലേയെന്ന് തെല്ലു സംശയിച്ചുവെങ്കിലും സ്ത്രീ പുരുഷാഭിനിവേശങ്ങൾ വ്യത്യസ്തമാണെന്ന് ആമിൻഷ മാത്രമല്ല ബിൻഷയും പറയുന്നത് കേട്ട് പരിഹാസ

ത്തോടെ സെൽമത്തിനെ നോക്കിയിരുന്നു.

"പഴക പഴക പാലും പുളിക്കും, എനിക്കിന്ന് വന്നത് നിനക്ക് നാളെ"

സെൽമത്തിന്റെ വാക്കുകൾ സദസ്സ്യരെയാകെ ചിരിപ്പിച്ചപ്പോൾ ബിൻഷയുടെ കോപം ആളി കത്തുന്നതു കണ്ടു.

"ങ്ഹും മിണ്ടാതിരിക്കിൻ, നാലുനേരം വെട്ടി വിഴുങ്ങാൻ മാത്രമേ നിനക്കൊക്കെ അറിയൂ അല്ലാതെ പറയുന്നതു കേട്ടിരിക്കാൻ വയ്യ."

ബിൻഷയുടെ വാക്കുകൾക്ക് അഹങ്കാരത്തിന്റെ, അധികാരത്തിന്റെ ചുവയുണ്ടെന്നു തോന്നി. (ബിൻഷ അല്പമാത്ര അധികാരിയാണെങ്കിൽ പോലും) അത്തരക്കാരുടെ വാക്കുകൾക്കൊക്കെ എല്ലായിപ്പോഴും ഒരേ ധ്വനിയാണ്.

നാലുനേരം, നാലുനേരം പല പ്രാവശ്യം പറഞ്ഞത് പെട്ടെന്ന് ഓർമ്മ യിൽ തെളിഞ്ഞു. എങ്ങിനെയും അന്ന് ബംഗ്ലാവു വീട്ടിൽ നിന്നും ഇറങ്ങി പ്പോരണമെന്നു മനസ്സ് വാശിപിടിച്ചിരുന്നു. അമ്മയെയോർത്തുള്ള വേദന ഒരുവശത്ത്. മലീമസമായ വാക്കുകളുടെ തേരോട്ടം മറുവശത്ത്. ഇറങ്ങി പോകാൻ പറയില്ലെന്നറിയാം. കാരണം ആമിൻഷ അഭിമാനിയെന്ന് നടി ക്കുന്നവനാണ്. അത് മറ്റുള്ളവരെ കാട്ടാൻ വെമ്പൽ കൊള്ളുന്നവനുമാണ്. ഇറങ്ങിപോടീ എന്ന വാക്ക് അവനിൽനിന്നും തെല്ലും പ്രതീക്ഷിക്കണ്ട.

വാത്സല്യം നിറച്ചുവച്ച തേൻ കൂടുകൾക്കു ചുറ്റും മുഴങ്ങി കേൾക്കുന്ന മധുര ശബ്ദത്തിൽ ഒരേയൊരു പദം മാത്രം ആവർത്തിച്ചുകൊണ്ടിരി ക്കുന്നതിലാനന്ദിച്ച് ഇറങ്ങി പോകാൻ തന്നെ അന്നു തീരുമാനിച്ചു.

മോളേ എന്ന ശബ്ദം കേട്ടുകൊണ്ട് ഇളം ചൂടുള്ള മടിത്തട്ടിൽ ഏറെ നേരം കിടക്കണം. നീണ്ടുമെലിഞ്ഞ വിരലുകളുടെ തലോടലേറ്റ് ഒതു ക്കിവച്ച നൊമ്പരങ്ങൾ അല്പമൊന്നു മറക്കണം. എന്നാൽ അത്രടംവരെ എത്തപ്പെടണതെങ്ങനെയെന്നു ചിന്തിച്ച് മനസ്സു വല്ലാതെ മ്ലാനമായി. ബംഗ്ലാവു വീട്ടിലെ പെണ്ണിന്, ആനയും അമ്പാരിയുമായി പടി കയറി വന്ന പുത്രവധുവിന് പണത്തിന്റെ മൂല്യം ശരിക്കും മനസ്സിലായി. വെറും പത്തോ ഇരുപതോ രൂപ കൈയിലുണ്ടായിരുന്നെങ്കിൽ, ബസിൽ കയറിയെങ്കിലും വീട്ടിലെത്താമായിരുന്നൂവെന്ന് വ്യാമോഹിച്ചു.

ഡിഗ്രികളും പുരസ്കാരങ്ങളും താഴിട്ടുപൂട്ടി മങ്ങലേല്ക്കാതെ സൂക്ഷിക്കുന്ന വിഡ്ഢിത്തത്തെയോർത്ത് ഉള്ള് ഭർത്സിക്കാൻ തുടങ്ങി. നിനക്ക് നാണമില്ലേടീ. നീ വെറും വിഡ്ഢിയാണ്. പമ്പര വിഡ്ഢി.

ആത്മഭർത്സനം അധികമായപ്പോൾ വാതിൽ മലർക്കെ തുറന്നിട്ടു. പാദങ്ങൾക്ക് വല്ലാതെ ശക്തി പ്രാപിച്ചു. പിന്നിൽനിന്നും ആരോ ശക്തിയായി തള്ളിവിടുന്നതായി തോന്നിയപ്പോൾ ഇറങ്ങി നടന്നു.

പൊയ്ക്കോ. നീ പൊയ്ക്കോ. ആവർത്തിച്ചാവർത്തിച്ച് ആരൊ ക്കെയോ തള്ളിവിടുന്നപോലെ തോന്നി.

പുറത്തേക്കു നടക്കുമ്പോൾ ബംഗ്ലാവു വീട്ടിലെ ചേതനവും അചേ തനവുമായ നോട്ടങ്ങളും വാക്കുകളും തന്നിലേക്കാണെന്നറിഞ്ഞു.

ഇവളെവിടെ പോണു. എന്തിനു പോണു.

ആരോടും അനുവാദം ചോദിച്ചില്ല. അനുമതിക്കായി കാത്തതുമില്ല.

പണിക്കാരികളിലാരിൽ നിന്നെങ്കിലും വായ്പ വാങ്ങാമെന്ന് വിചാരിച്ചാൽ അവറ്റകൾ ചെവിയോടു ചെവി കുശുകുശുത്ത് നാടാകെ വിളമ്പികൊണ്ട് നടക്കും.

- ഹൊ! പാവം കൊച്ച്. എന്തെല്ലാംകൊണ്ടു വന്നതാ എന്നിട്ടും കൈ നീട്ടുന്നു.

അത്തരം സഹതാപം ആരിൽ നിന്നും വേണ്ടെന്നു കരുതി ആരേയും നോക്കിയില്ല. സഹതാപം ഗൂഢമായ ആനന്ദത്തിന്റെ പുറന്തോടാണ്.

അപൂർവ്വമായി മാത്രമേ ബംഗ്ലാവ് വീടിന് പുറത്തേക്ക് പോയിരുന്നുള്ളൂ. അതും ചില്ലിട്ട വാഹനത്തിലിരുന്നു മാത്രം. ചുറ്റും കണ്ണോടിച്ചുകൊണ്ട് മനോഹരമായ കാഴ്ചകൾ കാണുമ്പോൾ ഒന്നു പുറത്തേക്കിറങ്ങാൻ പാദങ്ങൾ കൊതിക്കുമായിരുന്നു. അപ്പോഴൊക്കെ മനസ്സിനെ ബലമുള്ള കൊളുത്തിട്ടു എന്തോ പിടിച്ചു നിർത്തും.

- അയ്യോ അവനതിഷ്ടമില്ല. ഭർത്താവിനിഷ്ടമില്ലാത്തതൊന്നും ഭാര്യയ്ക്കുമരുത്.

അങ്ങനെ ശൂന്യതയിലേക്കു മനസ്സിനെ പറഞ്ഞുവിട്ട് നെടുവീർപ്പിടും.

ഗേറ്റു കടന്നാൽ പിന്നെ ഒത്തിരി ദൂരം ബംഗ്ലാവുകാരുടെ സ്വകാര്യ പാതയാണ്. ഇരുവശത്തും തെങ്ങും കവുങ്ങും ഇടതൂർന്നു നില്ക്കുന്ന അവിടെ എത്തിയപ്പോൾ ബംഗ്ലാവുവീട്ടിലേക്കു നടന്നടുക്കുന്ന പുറം പണിക്കാരെ കണ്ടു. അവർക്ക് താൻ എന്നും അപരിചിതയായിരുന്നു. അതുകൊണ്ടാകാം മറ്റേതോ നാട്ടുകാരി അതുവഴി കടന്നുപോകുന്നതെന്ന ധാരണയാൽ അവർ അനാവൃതമായ വെറും കണ്ണുകളിലേക്കു മാത്രം നോക്കി പിറുപിറുത്തത്.

ഏറെ നടന്നപ്പോൾ വിജനമായൊരിടത്തു വച്ച് യാത്രക്കാരില്ലാതെയുള്ള ഒരു ത്രിചക്രവാഹനം മുന്നിൽ വന്നുനിന്നു. എത്തേണ്ട സ്ഥലം കേട്ടപ്പോൾ ഡ്രൈവർ ആശങ്കപ്പെട്ടു.

"ഇത്രയും ദൂരേക്ക് എന്റെ വാഹനം യാത്ര പോകില്ല."

"എത്ര രൂപവേണേലും തരാം."

ആർത്തിപൂണ്ട അയാളുടെ ചുണ്ടുകളിൽ എത്രവേണേലും എന്ന വാക്ക് പലവട്ടം പ്രതിദ്ധ്വനിച്ചതായി തോന്നി.

കൈയിൽ ഒരു ചില്ലിക്കാശുപോലുമില്ലാത്തവൾ വലിയ തുക വാഗ്ദാനം ചെയ്ത് കരാറിലേർപ്പെട്ടതോർത്ത് ഉള്ളിൽ ചിരിയടക്കി. വാഹനത്തിലിരുന്നു പുറത്തേക്കു നോക്കി. പുറത്തെ ശക്തമായ വെയിൽ കണ്ണുകളിൽ ഇരുട്ടു പൊതിഞ്ഞുകൊണ്ടിരുന്നു.

വീടിനു മുന്നിലെത്തിയപ്പോൾ ഡ്രൈവർ പണത്തിനായി ധൃതി കൂട്ടി

"ഉമ്മാ വേഗമെടുക്കീം. എന്നെയൊന്നു പറഞ്ഞുവിടു. വേഗമാകട്ടെ."

എത്രയോ വയസ്സിന് മൂപ്പുള്ളവൻ. ആവർത്തിച്ചാവർത്തിച്ച് ഉമ്മയെന്ന് വിളിച്ചപ്പോൾ നീണ്ട കുപ്പായത്തിലേക്കു പുച്ഛത്തോടെ നോക്കി. ശിരോവസ്ത്രം വലിച്ചു മാറ്റാൻ തോന്നിയെങ്കിലും ഒന്നുമേ ചെയ്യാനാ

കാതെ അയാളോട് അല്പം കൂടി കാത്തു നില്ക്കൂവെന്നപേക്ഷിച്ചു. അയാൾ ഒരു വെപ്രാളക്കാരനും ദുരപിടിച്ചവനുമായിരുന്നെന്ന് തുടക്കത്തിലേ മനസ്സിലാക്കിയിരുന്നു.

വീട്ടിലേക്കു കയറി ബല്ലിൽ വിരലമർത്തിയെങ്കിലും അകത്തുനിന്നും പ്രതികരണമുണ്ടായില്ല. നേരം കഴിയുന്തോറും വാഹനത്തിന്റെ ഹോണടിയും വേഗമാകട്ടെ വേഗമാകട്ടെ എന്ന ഒച്ചയും മുഴങ്ങിക്കൊണ്ടിരുന്നു. അവസാനം അയാൾ അക്ഷമനായി ഇറങ്ങിവന്നു ചോദിച്ചു.

"എന്താ കാശില്ലേ."

കള്ളം കണ്ടുപിടിച്ചതിന്റെ സംതൃപ്തി അയാളിലുണ്ടായിരുന്നു. കൂടെ പുച്ഛമായൊരു നോട്ടവും.

"ഇത് ഉമ്മേടവീടുതന്നെയാണോ. വീട്ടിലാരുമില്ലേ."

ഒന്നും പറയാതെ വീണ്ടും ബല്ലിൽ വിരലമർത്തിക്കൊണ്ടിരുന്നു.

"കാശില്ലെങ്കിൽ സാരമില്ല. എനിക്ക് വയസ്സിയെന്നോ ചെറുപ്പക്കാരിയെന്നോ വ്യത്യാസമില്ലെന്നേ. ഒന്നു കയറി വിശ്രമിച്ചിട്ടു പോകാൻ ക്ഷണിച്ചാൽ ഞാൻ ഏറെ സന്തോഷിക്കും. എനിക്കൊട്ട് ധൃതിയൊന്നുമില്ല."

മുഖത്തു നോക്കി കാർക്കിച്ചു തുപ്പാൻ തോന്നി അപ്പോൾ. എന്നാൽ കടക്കാരിയാണെന്ന ബോധം മെല്ലെ വിലക്കി. ആ അധികാരം വച്ചാണ് അവൻ പെരുമാറിയത്. പണം മുന്നിലിട്ടു കൊടുത്തിട്ട് കരണത്തിട്ട് ഒന്നു പൊട്ടിക്കണമെന്ന് മനസ്സിലുറപ്പിച്ചു. പെണ്ണിന്റെ കെല്പ് അവനപ്പോൾ അറിയട്ടെ. അവളെ സംരക്ഷിക്കേണ്ട അവളുടെ കെല്പ്.

"അമ്മേ അമ്മേ"

ആ രണ്ടക്ഷരങ്ങളുടെ ആവർത്തനം ഉള്ളിൽ അനക്കങ്ങൾ സൃഷ്ടിച്ചതായി തോന്നി. വാതില്ക്കലടുത്തേക്കു പതിയെ പതിയെ അരിച്ചെത്തിയ പാദസ്വനത്തിന് പതിഞ്ഞ താളമായിരുന്നു. വാതിലുകൾ മെല്ലെ തുറന്നിട്ട് മെലിഞ്ഞൊരു രൂപം ഇറങ്ങിവന്ന് ലേശം ഒച്ചയെടുത്തു വിളിച്ചു.

"എന്റെ മോളേ എന്റെ കുട്ടീ........."

പുറപ്പെടാൻ ഒരുങ്ങിവന്ന ഒരുപാടു വാക്കുകളെ തടഞ്ഞു നിർത്തി പരസ്പരം കെട്ടിപ്പിടിച്ചു. ആലിംഗനത്തിലമർന്ന് ഏറെനേരം അങ്ങനെ നിന്നപ്പോൾ വ്യാകുലതകൾ എങ്ങോ ഒലിച്ചുപോയി.

മിഴിനീർ കണങ്ങൾ പരസ്പരം ഉടലുകളിൽ ഒലിച്ചിറങ്ങുമ്പോൾ ദൂരെ ആകാശത്ത് വെള്ളി മേഘങ്ങൾ ഇഴഞ്ഞു നടന്നിരുന്നു. പാതയോരത്തെ ഇലച്ചാർത്തുകളിൽ പൊൻ കിരണങ്ങൾ പ്രഭ വിതറിയും.

"മോളേ, മോളേ നീ ഒറ്റയ്ക്കാണോ പോന്നത്."

ദിവാ സ്വപ്നം കണ്ട് ഞെട്ടിയുണർന്നിട്ടെന്നപോലെ അമ്മ ചോദിച്ചു.

"ഫോണിനെന്തുപറ്റി"

അമ്മയുടെ ചോദ്യത്തിനുത്തരം നല്കാതെ തന്നെ അമ്മയോട് അടവുമാറ്റി അങ്ങോട്ടു ചോദിച്ചു. പിന്നെ ശിരോവസ്ത്രം എങ്ങോ വലിച്ചെറിഞ്ഞപ്പോൾ അമ്മയുടെ മിഴികൾ തന്റെ നഗ്നമായ കാതിൽ, കഴുത്തിൽ, വിരലുകളിൽ പാറിനടക്കുന്നതു കണ്ടു.

"എന്താ നിനക്കെന്തുപറ്റി, നീ ആകെ മാറിപ്പോയല്ലോ." അമ്മ ആരാഞ്ഞു.

ഓട്ടോക്കാരൻ അപ്പോഴും ധൃതികാട്ടിക്കൊണ്ടിരുന്നു.

"ഞാൻ കാത്തു നില്ക്കാൻ തുടങ്ങിയിട്ട് ഏറെ നേരമായി." അവൻ ഉറക്കെ പറഞ്ഞു.

അമ്മ അകത്തുനിന്നും ഡ്രൈവർക്കായി കാശെടുത്തു നല്കുമ്പോൾ ആരാഞ്ഞു.

"നീ ഇത്രയ്ക്കു പാപ്പരായോ കുട്ടീ"

"ഞാൻ ലളിത ജീവിതം നയിക്കുകയാണമ്മേ" അമ്മയോടു പറഞ്ഞു. പിന്നെ ഓട്ടോക്കാരനടുത്തേക്കു നടന്നു.

"ഇന്നാ ചോദിച്ചതിലും അധികമുണ്ട്." ഓട്ടോക്കാരനോടു പറഞ്ഞു.

കാശുവാങ്ങാൻ മുന്നോട്ടു നടന്നതും പാദരക്ഷകളിലൊന്ന് അയാളുടെ കരണത്തെ തലോടി.

"ഇനി ഇവിടെ കണ്ടു പോകരുത്."

കാശുവാങ്ങി പിറുപിറുത്തിട്ട് അയാൾ ധൃതിയിൽ വണ്ടിയോടിക്കാനൊരുമ്പെട്ടപ്പോൾ മനസ്സിലായി; ആണിലെ ദുരാഗ്രഹങ്ങളെ തടയേണ്ടത് ആവരണത്തിനുള്ളിൽ എല്ലാം പൊതിഞ്ഞുവച്ച് ഒളിച്ചു ജീവിച്ചുകൊണ്ടല്ല, തന്റേടത്തോടെ കൈയും നാവും ഉയർത്തിക്കൊണ്ടു തന്നെയാണ്.

"എന്താ നീ ഒറ്റയ്ക്കു പോന്നേ"

അമ്മ വീണ്ടും ആരാഞ്ഞു.

"അമ്മേ അമ്മ എന്തിനാ ഫോൺ മാറ്റി വച്ചേ." പൊടുന്നനെ അമ്മ ഖിന്നയാകുന്നതും എന്തോ മറച്ചുവയ്ക്കാൻ വെമ്പൽ കൊള്ളുന്നതായും തോന്നി. അമ്മയ്ക്ക് തന്നിൽനിന്നും ഒന്നും മറച്ചുവയ്ക്കാനാവില്ലെന്നറിയാം. അതിനായി ശ്രമിക്കുമ്പോഴൊക്കെ അമ്മ തോറ്റു തുന്നം പാടാറുണ്ട്. അതുകൊണ്ടുതന്നെ ആ മുഖത്തുനിന്നും പലതും വായിച്ചെടുത്തു. ബാപ്പയുടെ മരണമോ മകളെ കാണാത്തതിലുള്ള വേദനയോ മാത്രമല്ല. മറ്റെന്തൊക്കെയോ വ്യാകുലതകൾ അമ്മയെ അലട്ടുന്നതായി തോന്നി. കണ്ണുകളിലെ വിഷാദ ഭാവവും കൂടെക്കൂടെ വിദൂരതയിൽ നോക്കിയുള്ള ഭീതിതമായ നെടുവീർപ്പുകളും മുമ്പൊരിക്കലും കണ്ടിട്ടില്ല. അത്രയും സമയത്തെ സംസാരത്തിനിടയിൽ പല പ്രാവശ്യം അമ്മ എങ്ങോട്ടൊക്കെയോ ഭീതിയോടെ നോക്കുന്നുണ്ടായിരുന്നു. അകത്തു കയറിയതിനു ശേഷവും വാതിലുകൾ ഭദ്രമായി താഴിടുന്നതും കണ്ടു.

പ്രതികൂല സാഹചര്യങ്ങളിൽ തളരാതെ പിടിച്ചു നില്ക്കുമ്പോഴൊക്കെ അമ്മയുടെ കരുത്ത് വല്ലാതെ അത്ഭുതപ്പെടുത്തിയിട്ടുണ്ട്. അന്നൊക്കെ ശക്തമായൊരു താങ്ങ് കൂട്ടിനുണ്ടായിരുന്നിട്ടാകാം.

അമ്മയുടെ ചലനങ്ങളിലേക്ക് വീണ്ടും ശ്രദ്ധ പതിപ്പിച്ച് ഏറെ നേരം മിണ്ടാതിരുന്നു. അമ്മയും തന്നെപ്പോലെ ഭീതിയുടെ നീരാളിക്കയത്തിലേക്ക് താഴ്ന്നുകൊണ്ടിരിക്കുന്നുവോയെന്ന് തെല്ലു സംശയിച്ചു.

ആരേയും കാണാതെ ആരോടുമുരിയാടാതെ ഏകാന്തതയിൽ കഴി

ഞ്ഞപ്പോൾ ഉടലെടുത്ത ശൂന്യതാ ബോധം അമ്മയെ പുതിയൊരവസ്ഥയിലേക്ക് തള്ളിവിട്ടോ? അതോ മറ്റേതെങ്കിലും ബാഹ്യശക്തികളുടെ ഭീഷണിയോ? ബാപ്പയുടെ ഘാതകർക്ക് അമ്മയുടെ ജീവനും വേണമെന്നുണ്ടോ? അങ്ങനെ പലവിധ ചിന്തകളാൽ കുതിച്ചു പൊന്തിയ കോപത്തോടെ റിസീവർ മാറിയിരുന്ന ഫോണിനെ നോക്കിയാരാഞ്ഞു.

"അമ്മേ അമ്മയെന്തിന് ഫോൺ മാറ്റിവച്ചു?"

പിന്നെ അമ്മയ്ക്ക് ഒന്നും മറച്ചുവയ്ക്കാനായില്ല. മകളുടെ മുന്നിൽ ആ ഹൃദയം അണപൊട്ടിയൊഴുകി.

"എനിക്കു പേടിയാകുന്നു കുട്ടീ. അതിനാലാണ് ഞാൻ ഫോൺ മാറ്റിവച്ചത്. വാതിൽപോലും തുറക്കാൻ ധൈര്യപ്പെടാത്തത്. അവർ എപ്പോൾ വേണമെങ്കിലും വരും."

"ആര് ആര്" വർദ്ധിച്ച കോപത്തോടെ തിരക്കി.

"എനിക്കറിയില്ല. അവർ ആരാണെന്ന്. അവരെന്റെ ആരുമല്ല. അവരെന്റെ ബന്ധുക്കളല്ല. അടുപ്പം കാണിക്കാത്തവർ ബന്ധുക്കളാകുന്നതെങ്ങനെ? അവരെന്നെ കൊണ്ടുപോകുമെന്ന് വെല്ലുവിളിക്കുന്നു. അവരുടെ സമുദായത്തിലേക്ക്, അവരുടെ ആചാരങ്ങളിലേക്ക്. ഞാൻ പോകില്ല കുട്ടീ. എനിക്കതിന് കഴിയില്ല. ഞാനെന്തിന് പോണം. എന്നെ ഉപേക്ഷിച്ചവരുടെയടുത്തേക്ക്. നിന്നെ ഉപേക്ഷിച്ചുകൊണ്ട്, നിന്റെ ബാപ്പയുടെ ഓർമ്മകളെ ഉപേക്ഷിച്ചുകൊണ്ട്. നിനക്കറിയാമോ നിന്റെ ബാപ്പ നിനക്കും എനിക്കും വേണ്ടിയാണു ജീവിച്ചത്. എപ്പോഴോ അല്പം സ്വാർത്ഥത കാണിച്ചുവെന്നല്ലാതെ ആ ജീവിതം നമുക്കു വേണ്ടിയായിരുന്നു. സമൂഹമാണ്, ഭരണകൂടമാണ് ബാപ്പയിൽ ആ സ്വാർത്ഥത അടിച്ചേല്പിച്ചത്. അങ്ങനെയുള്ള ആ മനുഷ്യനോട് കാട്ടുന്ന വഞ്ചനയാകില്ലേ കുട്ടീ, ഞാനവരോടൊപ്പം ചേർന്നാൽ." അമ്മ വിതുമ്പിപ്പറഞ്ഞു.

ഹൊ! ഇതെന്തൊരു ലോകമാണ്. മനുഷ്യൻ മനുഷ്യനോടല്ല ബന്ധം കാട്ടുന്നത്. സമുദായത്തോട്, മതത്തോട്, വിഭാഗത്തോട് എന്തിനീ വേർതിരിവുകൾ പടച്ചുവിട്ടു.

"ഇല്ലമ്മേ അങ്ങനെയൊന്നും സംഭവിക്കില്ല. അങ്ങനെ സംഭവിക്കാൻ അനുവദിക്കില്ല. അമ്മ എങ്ങും പോകില്ല."

"ഇല്ല കുട്ടീ ഇവിടെ നിന്നാൽ അവർ ഇനിയും വരും. അവരിലേക്ക് എന്നെ നിർബ്ബന്ധിക്കും. ഞാൻ ഏകയാണെന്ന തോന്നലുകൊണ്ടോ വിധവയാണെന്ന സഹതാപം കൊണ്ടോ അല്ല. ഈ വീടും വസ്തുവും ആരുടെ പേരിൽ, ആരുടെ പേരിലെന്ന് അവർ പല പ്രാവശ്യം തിരക്കിയിരിക്കുന്നു. നിനക്കറിയില്ലേ ചെറിയമ്മാവനെ. ആ രാഷ്ട്രീയക്കാരനെ. അവൻ ഇനിയും വരും."

അമ്മ ഭീതിതമായ മിഴികളോടെ ചുറ്റും നോക്കി. പിന്നെ ദീർഘമായൊന്നു നിശ്വസിച്ചു.

"എനിക്കെങ്ങോട്ടെങ്കിലും ഓടിപ്പോകാൻ തോന്നുന്നു കുട്ടീ."

വല്ലാതെ ആശ്ചര്യപ്പെട്ടു പോയി അമ്മയുടെ അവസ്ഥ കണ്ടപ്പോൾ.

ബാപ്പയുടെ ഓർമ്മകളെ താലോലിച്ച് അവിടെതന്നെ ജീവിക്കുന്നതിൽ സായൂജ്യമുണ്ടെന്നു പറഞ്ഞിരുന്ന നാവുകൊണ്ടു തന്നെ മാറ്റി പറയണമെങ്കിൽ ആ ഹൃദയം എത്രമാത്രം വേദനിക്കുകയാകാം. ഭയക്കുന്നുണ്ടാകാം.

"അല്ലെങ്കിൽ നീ എന്തിന് എന്നോടൊപ്പം കൂടുന്നു. നീ നിന്റെ ഭർത്താവിന്റെ വീട്ടിലല്ലേ താമസിക്കേണ്ടത്."

അമ്മ അല്പം നിർത്തി ഓർമ്മയിൽ തിരഞ്ഞ് ലേശം മന്ദഹാസത്തോടെ പറഞ്ഞു.

"ഹോ ഞാനോർക്കുന്നു. നീ ഒരിക്കലെന്നെ ക്ഷണിച്ചിരുന്നല്ലോ. നിന്റെ വീട്ടിലേക്ക്."

ആ വാക്കുകൾ ഉള്ളിലെവിടെയോ പൊടുന്നനെ ഞെട്ടലുളവാക്കി.

അന്യമതക്കാരി. അന്യമതക്കാരി. ബംഗ്ലാവു വീട്ടിൽ മുഴങ്ങുന്ന അമ്മയുടെ അപരനാമം കാതുകളിൽ വല്ലാതെ മാറ്റൊലികൊണ്ടു. ഫോണിലൂടെ അമ്മയോടു സംസാരിക്കുമ്പോഴൊക്കെ അമ്മയെ വിശ്വസിപ്പിക്കാൻ പല കള്ളകഥകളും പറയുമായിരുന്നു.

ആമിൻഷ സ്ഥലത്തില്ല. അമ്മായിക്ക് സുഖമില്ല. റസിയയുടെ വീട്ടിൽ പോണു.

നിന്നെ കാണാൻ കൊതിയാകുന്നുവെന്നു കേൾക്കുമ്പോൾ ആ വാക്കുകൾക്കാശ്വാസമേകി വരാമമ്മേ വരാമമ്മേ എന്നു മാത്രം പറഞ്ഞുകൊണ്ട് വിതുമ്പലുകളുള്ളിലൊതുക്കി മനസ്സിൽ വയ്ക്കുമ്പോൾ ഒരേയൊരു കരുതൽ മാത്രമായിരുന്നു; അറിയണ്ട അമ്മ ഒന്നും അറിയണ്ട.

അങ്ങനെയുള്ള അമ്മ മകളുടെ ഭർത്തൃഗൃഹത്തിലെത്തിയാലുള്ള സ്ഥിതിയോർത്തപ്പോൾ മനസ്സ് വല്ലാതെ അസ്വസ്ഥമായി.

"എന്താ മോളേ നീയൊന്നും പറയാത്തത്."

"ഹേയ് ഒന്നുമില്ലമ്മേ."

അമ്മ വല്ലാതെ സന്തോഷിക്കുന്നതു കണ്ടു. പുതിയൊരുണർവ്വ് ആ മിഴികളിൽ, ചുണ്ടുകളിൽ, വാക്കുകളിൽ മൊട്ടിട്ടു വരുന്നതും കണ്ടു. ആ സന്തോഷം എങ്ങനെ തല്ലിക്കെടുത്തുമെന്നോർത്ത് വിഷാദംകൊണ്ടപ്പോൾ ആരോ ഉള്ളിലിരുന്നു കയർത്തു.

-എടീ അവർ നിന്റെ അമ്മയാണ്. ആരുമിപ്പോൾ അവരെ സംരക്ഷിക്കാനില്ലെന്നറിയില്ലേ. എന്തിനു നീ നിന്റെ ബാദ്ധ്യതകൾ മറക്കുന്നു. നീ ഭീരുവാകുന്നു. കൂട്ടിക്കൊണ്ടുപോ ധൈര്യമായി നിന്നോടൊപ്പം കൊണ്ടുപോ.

ആത്മഭർത്സനം തെല്ലൊരുണർവ്വേകി. എന്തും വന്നോട്ടെയെന്ന ധൈര്യത്തോടെ ഉള്ളിൽ നിശ്ചയിച്ചുറപ്പിച്ചു; പോകുമ്പോൾ അമ്മയെകൂടി കൊണ്ടുപോകണം.

പണം പണം പണം.

നാലുനേരം വെട്ടിവിഴുങ്ങാൻ പണം വേണം.

കൈയിലും കഴുത്തിലും കാതിലും അമ്മ ധരിച്ചിരിക്കുന്നതല്ലാതെ അമ്മയ്ക്കായി മാറ്റിവച്ച പേടകത്തിൽ വേറെയുമുണ്ടായിരുന്നു ആഭരണങ്ങൾ. എന്തിനാണാ മഞ്ഞ ലോഹം. ദുര മൂത്ത അവന്റെ വാക്കുകൾക്ക് വിരാമമിടാൻ അതും കൂടി അങ്ങു നല്കിയേക്കാം,

സ്വത്ത് സ്വത്ത്. സ്വത്തിന്റെ അടിസ്ഥാനത്തിൽ കൂടിയാണല്ലോ അവൻ വിവാഹം ചെയ്തതും.

- ഒരു പുരുഷൻ സ്ത്രീയെ വിവാഹം ചെയ്യുമ്പോൾ നാലു സൗകര്യങ്ങൾ നോക്കണം; സ്വത്ത്, സൗന്ദര്യം, തറവാടിത്തം, മതനിഷ്ഠ.

മതനിഷ്ഠയാണ് പ്രധാനമെന്ന് അവൻ പലവുരു ആവർത്തിച്ചിട്ട് സ്ത്രീധനം അനിസ്ലാമികമാണെന്നു വാദിച്ചു. അതുകൊണ്ട് അവനോടു തർക്കിക്കാൻ തന്നെ ഒരിക്കൽ തീരുമാനിച്ചു.

- സ്ത്രീയുടെ സ്വത്ത് അവളുടെ ധനമല്ലേ. താങ്കൾ അതെടുത്ത് ചെലവഴിക്കുന്നുമുണ്ട്. എന്നിട്ടും താങ്കൾ പറയുന്നു സ്ത്രീധനം അനിസ്ലാമികമെന്ന്. താങ്കളുടെ വാക്കുകളിൽ പൊരുത്തക്കേടുണ്ടെന്നാണ് എനിക്കു തോന്നുന്നത്.

- ഞങ്ങൾ നിന്റെ പിതാവിനോടു ഒന്നും ചോദിച്ചില്ലല്ലോ! അദ്ദേഹം ദാനമായി തന്നതല്ലേ.

- സ്ത്രീധനം അനിസ്ലാമികമാണെങ്കിൽ കെട്ടാൻ വരുന്ന പുരുഷൻ അതു വച്ചു നീട്ടുന്നവരോട് നിഷേധിക്കണം. അല്ലാതെ സംഭാവന എന്ന പേരിൽ സ്വീകരിക്കുകയല്ല വേണ്ടത്. സ്ത്രീധനത്തിന് താങ്കൾ നല്കിയിരിക്കുന്ന ഓമനപ്പേരാണ് വിവാഹ സമ്മാനമെന്നത്.

അല്ല-അല്ല. അവൻ ന്യായീകരിക്കാൻ ശ്രമിച്ചുകൊണ്ട് എല്ലാം ചെലവഴിച്ചു തീർത്തു; ഒരിക്കലും അടങ്ങാത്ത ദുരയോടെ.

"വാ മോളോ നമുക്ക് പാകാം."

ബാപ്പയുടെ വസ്ത്രങ്ങൾ, പാദരക്ഷകൾ, കണ്ണട, പേന എല്ലാമെല്ലാം യഥാസ്ഥാനങ്ങളിൽ ഒതുക്കി വച്ചുകൊണ്ടിറങ്ങുമ്പോൾ അമ്മ അന്ന് ബാപ്പയുടെ ചിത്രത്തിൽ നോക്കി നെടുവീർപ്പോടെ പറഞ്ഞതോർത്തു;

"പോട്ടേ, പോയി വരട്ടേ."

അന്നത്തെ ആ യാത്ര പുതിയൊരു കുരുക്കിന്റെ ആരംഭ യാത്രയായിരുന്നൂവെന്ന് പിന്നീട് മനസ്സിലായി.

പതിനെട്ട്

മെഹ്റിനയോടു തിരക്കി; ആ കുട്ടി ആരാണ്?

അവൾ പറഞ്ഞു; മുത്അ വിവാഹത്തിലെ സന്തതി.

കുട്ടിയുടെ മാതാവ് പള്ളിവീട്ടിലെ അന്തേവാസിയായിരുന്നു. വിദേശികളും സ്വദേശികളും അതിഥിയായെത്തുന്ന പള്ളിവീട്ടിലെ ഹൂറിയായിരുന്നു. ഒരിക്കലെത്തിയ കാട്ടറബിക്ക് അവളിൽ മോഹമുണ്ടായത്രെ.

ഒരു മണിക്കൂറിന്, ഒരു ദിവസത്തിന്, ഒരു മാസത്തിന്, ഒരു വർഷത്തേയ്ക്കുമാകാം മുത്അ. അതിഥിയുടെ അഭീഷ്ടത്തിന് വലിയ തങ്ങൾ നിക്കാഹ് നടത്തികൊടുത്തു. വെറും രണ്ടാഴ്ചത്തേക്കു മാത്രമായിരുന്നു കാട്ടറബിയുടെ പള്ളി വീട്ടിലെ വാസം. അത്രയും സമയത്തേക്കു അവൾ അയാൾക്ക് വധുവായി. അതുകഴിഞ്ഞ് അവളയാളുടെ തലാക്ക് ചൊല്ലിയ ഭാര്യയും.

കഥകേട്ട് മെഹ്റിനയെ നോക്കി പകച്ചിരുന്നപ്പോൾ കുട്ടിയുടെ വാക്കുകൾ കാതുകളിൽ അലച്ചെത്തി.

"ഉമ്മാവെശക്ക്ണ്."

എഴുന്നു നില്ക്കുന്ന കവിളെല്ലുകളും കുഴിയിൽ വീണ നയനങ്ങളും അസ്ഥികൂടം വസ്ത്രം ധരിച്ചപോലെ രൂപവുമുള്ള ആ പെൺകുട്ടിക്ക് കഷ്ടിച്ച് ആറോ ഏഴോ പ്രായം തോന്നും. ജപമാല നീക്കുന്ന വദനാവൃതയായൊരു സ്ത്രീയാണ് അവളുടെ മാതാവ്. അവരോടു ചേർന്നിരുന്നു കൊണ്ട് കുട്ടി ശിരസ്സു തിരിച്ചു ചുറ്റിലിരുന്നവരെ മാറി മാറി നോക്കിക്കൊണ്ടിരുന്നു. പള്ളിവീട്ടിലെ അന്തേവാസികളും പുറംവാസികളുമായ ശ്രോതാക്കൾ ബിൻഷയുടെ ക്ലാസ് ശ്രവിച്ചുകൊണ്ട് കുട്ടിയെ തെല്ലും ശ്രദ്ധിക്കാതെ ഏകാഗ്രരാകുകയായിരുന്നു അപ്പോൾ.

"ഉമ്മാ വല്ലതും താ" കുട്ടി വീണ്ടും കെഞ്ചി.

കുട്ടി നാസിക വിടർത്തി ചുറ്റും വട്ടം പിടിച്ചു. പിന്നെ ചുണ്ടുകൾ പൂട്ടി ഉമിനീരിറക്കി കുശിനിപ്പുരയിലേക്കു എത്തി നോക്കി. നാവൂറുന്ന ഗന്ധവും നാസിക തുളച്ചു കയറുന്ന മണവും അവളെ വല്ലാതെ വാശി പിടിപ്പിച്ചെന്നു തോന്നി.

കുട്ടിയുടെ അല്പം കിളിർത്ത ശിരോ രോമത്തിൽ തഴുകിയ ആ മാതാവ് അവളെ തോളോടു ചേർത്തിയിരുത്തി. എന്നിട്ട് നേരിയ സ്വരത്തിൽ പറയുന്നതു കേട്ടു

"ഒന്നു മിണ്ടാണ്ടിരി മോളേ. ഇത്ത മോള്ക്ക് എന്തരെങ്കിലും തരും. ഈ ക്ലാസൊന്ന് കഴിയട്ട്."

കുട്ടിയുടെ കണ്ണുകൾ വല്ലാതെ തിളങ്ങി. സ്ത്രീയാകട്ടെ അവളുടെ മുഖപടം മാറ്റി കുട്ടിയുടെ നെറുകയിൽ ചുണ്ടുകൾ പതിപ്പിച്ചു. പിന്നെ ശിരസ്സു തിരിച്ചു പിറകിലുള്ളവരെ മാറി മാറി നോക്കി ചിരിക്കാൻ ശ്രമിച്ചു.

ഇവർ ഇവർ

പരിചിതമായ മുഖം. പരാധീനതകൾ മാത്രമുള്ള മുഖം. ബംഗ്ലാവു വീടിന്റെ അടുക്കള തളത്തിൽ നിന്നുകൊണ്ട് അമ്മായിയോടു ദാരിദ്ര്യം പറയുന്നതു വദനാവൃതയായ പുത്രവധു പലപ്പോഴും കണ്ടിരുന്നു. അന്നൊക്കെ ആ മുഖം അനാവൃതമായിരുന്നുവെന്നോർത്തു.

ഒരിക്കലും മറക്കാനാകാത്ത മുഖം. അമ്മയേയും കൂട്ടി എത്തിയ ആ ദിവസമായിരുന്നു അവരെ അവസാനമായി കണ്ടത്.

ആമിൻഷ അന്ന് കലി തുള്ളുമെന്നു കരുതി.

അമ്മായി ആട്ടിപുറത്താക്കുമെന്നും ഭയന്നു.

റസിയ വാവിട്ടു നിലവിളിക്കുമ്പോൾ പണിക്കാരികൾ കുശുകുശുത്തുകൊണ്ട് മൂലകളിൽ ഒളിച്ചുനിന്ന് കാതുകൾ കൂർപ്പിക്കുമെന്നും കരുതി.

എന്നാൽ ഒന്നുമേ സംഭവിച്ചില്ല.

അമ്മയുടെ കൈയിൽ വലിയൊരു സഞ്ചിയുണ്ടായിരുന്നത് അവർ കണ്ടു. തന്റെ നീളൻ കുപ്പായത്തിന്റെ കൈകൾ തെറുത്തുവച്ച് അതിൽ അണിഞ്ഞിരിക്കുന്ന വളകൾ മിന്നുന്നതും, മാറോളം താഴ്ത്തിയിട്ട മക്കനയ്ക്കടിയിലെ വീതിയേറിയ ഇളക്കത്താലി ഹാളിലെ പങ്കയുടെ കാറ്റേറ്റ് കഴുത്തിൽ ഇളകിയാടുന്നതും അവർ കണ്ടു. അമ്മയുടെ കൈയിലെ നേർത്ത കമ്പിവളകളുടേയും കാതിലെ വൈരക്കല്ലുപതിപ്പിച്ച കമ്മലിന്റേയും വിരലിലെ മോതിരത്തിന്റേയും കഴുത്തിലെ മാലയുടേയും പ്രകാശം ഒത്തൊരുമയോടെ അവരിലോരോരുത്തരുടേയും കണ്ണുകളിൽ വെട്ടിത്തിളങ്ങി.

അമ്മയെ അവർ അകത്തേക്കു ക്ഷണിച്ചു. അവർക്കപ്പോൾ മറവിരോഗം പിടിപ്പെട്ടുവോയെന്ന് തെല്ലു ശങ്കിച്ചു. അന്യമതക്കാരിയെന്ന വാക്കിനെ പാടേ മറന്നുവോയെന്നും ചിന്തിക്കാതിരുന്നില്ല.

അപ്പോഴാണ് ഹസീന പുറപ്പെടാനൊരുങ്ങി നില്ക്കുന്നതു കണ്ടത്. അവളുടെ ഉമ്മ അടുക്കളത്തളത്തിൽ കാത്തുനില്ക്കുന്നതും.

"മൈമൂനാത്ത എന്റെ പെണ്ണ് എത്ര നാളോണ്ട് പണിയെടുക്കുന്നതാ വല്ലതും പൊന്നായിട്ട്."

ഹസീനയുടെ ഉമ്മ അമ്മായിയോടു ദാരിദ്ര്യം പറഞ്ഞു. വിദേശ വസ്ത്രശാലയുടെ പേരുള്ള പ്ലാസ്റ്റിക് സഞ്ചിയെ മാറോടു ചേർത്തുപിടിച്ച് ഹസീന സാകൂതം മിഴികളുയർത്തി നോക്കിയപ്പോൾ അവളോടു കൈയുകളുയർത്തി ആരും കാണാതെ രഹസ്യമായാരാഞ്ഞു.

"എവിടേക്ക്"

"ഞാൻ പോണൂ"

"എന്നു വരും."

അല്പനേരം മൗനം കൊണ്ടിട്ട് ഹസീന മെല്ലെ ചുണ്ടുകൾ ചലിപ്പിച്ചു. ആരുടെയോ കാൽ പെരുമാറ്റം കേട്ടിട്ടാകാം. അതോടെ അവൾ വാക്കുകളൊപ്പിച്ചു എങ്ങോ നടന്നകന്നു.

"എടാ എന്തെങ്കിലും നിന്റെ കൈയിൽ"

അടുത്തുവന്നു നിന്ന അമ്മായി മകനോടാരാഞ്ഞു. മകന്റെ കരങ്ങൾ ശൂന്യമാണെന്നറിയാം. മരുമകളുടെ കൈയും കഴുത്തും നിറഞ്ഞു കിടക്കുന്നുമുണ്ട്. അതുകൊണ്ടാകാം ചോദ്യം ഉച്ചത്തിലായിരുന്നതെന്നു തോന്നി.

"എന്റെ കൈയിലെവിടുന്നാ"

അമ്മ അപ്പോൾ റസിയയോടു കുശലം പറഞ്ഞു നില്ക്കുകയായിരുന്നു. ബംഗ്ലാവു വീടിന്റെ 'ഇല്ലായ്മ' മറച്ചു പിടിക്കാനുള്ള മാന്യത അവിടുത്തെ ആഢ്യപ്രഭുവിനില്ലെന്നോർത്തുകൊണ്ട് പടവുകൾ കയറി. അമ്മായി അപ്പോൾ ആരോടെന്നില്ലാതെ പറയുന്നതു കേട്ടു.

"ആ കൊച്ചിന്റെ നിക്കാഹിന് എന്തെങ്കിലും ഇത്തിരിപൊന്നായി"

ഏതു കൊച്ചിന്റെ കാര്യമാണ് അമ്മായി പറയുന്നത്?

ആരുടെ വിവാഹമാണ്?

ഹസീനയ്ക്ക് കെട്ടുപ്രായമായ സഹോദരിമാരുണ്ടോ? പലവിധ ചിന്തകളാൽ കിടപ്പുമുറിയിലേക്കു നടന്നു. പിന്നെ ചിന്തിച്ചു; താനെന്തിന് അതൊക്കെ അന്വേഷിക്കണം.

ഹസീനയെക്കുറിച്ചു മാത്രമല്ല; ബംഗ്ലാവു വീടിനെക്കുറിച്ചുപോലും യാതൊന്നുമറിയാത്ത ബംഗ്ലാവു വീട്ടിലെ വെറും താമസക്കാരി അതൊക്കെ എന്തിനു തിരയുന്നൂവെന്ന് മനസ്സ് ശാസിച്ചു.

"നിന്റെ കൈയിലെന്തെങ്കിലുമുണ്ടോ."

ആമിൻഷയുടെ ചോദ്യം കേട്ട് പെട്ടെന്ന് തിരിഞ്ഞു നോക്കി. ആ മുഖം വല്ലാത്ത പ്രസന്നതയിലായിരുന്നു. മാതാവിന് മാസാമാസം പടി കൊടുക്കാനുള്ള ധനം സമാഗതമായതിലുള്ള സംതൃപ്തി ആ മുഖത്ത് നല്ലപോലെ തെളിഞ്ഞിരുന്നു.

"ആ കൊച്ചിന്റെ നിക്കാഹിന് വല്ലതും പൊന്നായിട്ട് നമ്മളും കൊടുക്കണ്ടേ. എത്ര നാളോണ്ട് അതിവിടെ നിക്കണ്."

"ഏതു കൊച്ചിന്റെ" അവനോടാരാഞ്ഞു

"ഹസീനയുടെ"

കേട്ടപ്പോൾ ഞെട്ടിപ്പോയി. കാറ്റിനോടും കിളികളോടും കിന്നാരം ചൊല്ലുന്ന ഈ ചെറിയ പെൺകുട്ടി വിവാഹിതയാകാൻ പോകുന്നുവെന്നോ? ഉദ്യാനത്തിലെ കൊഴിയുന്ന പൂക്കൾ പെറുക്കിക്കൂട്ടി ആരും കാണാതെ ഒറ്റയ്ക്ക് കഞ്ഞിയും കറിയും വെച്ചുവിളമ്പുന്നതും മുറ്റത്തു നില്ക്കുന്ന ചെടികൾക്കോരോന്നിനും പേരു ചൊല്ലി അദ്ധ്യാപികയെപ്പോലെ നിന്ന് അനുസരണ പഠിപ്പിക്കുന്നതും ചെറു കല്ലുകൾ പെറുക്കിക്കൂട്ടി പാറയും പാണ്ടിയും കളിക്കുന്നതും പലപ്പോഴും കണ്ടിട്ടുള്ളതാണ്. കുട്ടിത്തം വിട്ടുമാറാത്ത പാവം കുട്ടി.

"അവൾ ഇപ്പോഴേ വിവാഹിതയാകുന്നൂവെന്നോ? അവൾ വളരെ ചെറിയ കുട്ടിയല്ലേ." ആമിൻഷയോടു ചോദിച്ചു.

"ആരു പറഞ്ഞു. അവൾ ചെറിയ കുട്ടിയെന്ന്" അവൻ തർക്കിച്ചു.

തർക്കം അവന് ഏറെ ഇഷ്ടമുള്ള സംഗതിയാണെന്നറിയാം. സമയവും സന്ദർഭവും നോക്കാതെ പലതും പറഞ്ഞ് സ്വയം വിജയിയായി പ്രഖ്യാപിച്ച് സായൂജ്യം കൊള്ളും. അതു മാത്രമാണ് ആമിൻഷയെന്ന ഭർത്താവും പൂജാബാനുവെന്ന ഭാര്യയും തമ്മിലുള്ള ബന്ധത്തിൽ ഭാഷണങ്ങൾക്കുള്ള പങ്ക്.

"പ്യൂബെർട്ടി പ്യൂബെർട്ടി എന്നു നീ കേട്ടിട്ടില്ലേ. പ്യൂബെർട്ടി നേടിയാൽ വിവാഹിതയാകാൻ യോഗ്യരായി എന്നാണ് ഞങ്ങളുടെ നിയമസങ്കല്പം."

"ഞങ്ങളുടേതെന്നാൽ പുരുഷൻമാരുടെ" തർക്കിക്കാനൊരുങ്ങി അവനോടാരാഞ്ഞു.

"അതേ"

അവൻ വിജയഭാവത്തിൽ നോക്കി വിരാമമിട്ടു. അവനെ അങ്ങനെ വിജയിക്കാൻ അനുവദിച്ചുകൂടെന്നു കരുതി തുടർന്നു വാദിച്ചു.

"എന്റെ പൊന്നേ എന്നാൽ താങ്കൾ തെറ്റിദ്ധരിച്ചിരിക്കുന്നു. ഋതുമതിയാകുക എന്നാൽ പെൺകുട്ടികൾക്ക് വിവാഹത്തിനുള്ള ലൈസൻസ് അല്ല. അത് അവളുടെ ശരീരത്തിലുണ്ടാകുന്ന ഒരു ജൈവ പരിണാമം മാത്രമാണ്. ഇപ്പോൾ പെൺകുട്ടികൾ പത്തുവയസ്സിലും പതിനൊന്നു വയസ്സിലുമൊക്കെ ഋതുമതിയാകാറുണ്ട്. അവരൊക്കെ വിവാഹ പ്രായമെത്തി എന്നാണോ."

"ശരീര പ്രകൃതികൊണ്ട് യോഗ്യയായാൽ ആ കുട്ടി വിവാഹത്തിന് യോഗ്യ തന്നെ." അവൻ തറപ്പിച്ചു പറഞ്ഞു.

"നിങ്ങൾ ഇവിടെ കുട്ടി എന്നുപയോഗിച്ചല്ലോ. കുട്ടികൾ വിവാഹിതയാകാൻ യോഗ്യരാണോ. നിലവിലുള്ള നിയമം അതിനനുവദിക്കുന്നുണ്ടോ."

"അതൊക്കെ ഏതു നിയമം?"

അവൻ പുച്ഛരത്തോടെയാരാഞ്ഞുകൊണ്ടു തുടർന്നു.

"ഞങ്ങളുടെ നിയമത്തിൽ അത്തരം നിയന്ത്രണങ്ങളൊന്നുമില്ല. പെൺകുട്ടികൾ സുരക്ഷിതരാവണമെങ്കിൽ ഋതുമതിയായയുടനെ നിക്കാഹു ചെയ്തു വിടണം. അല്ലെങ്കിൽ അവർ ബലാൽസംഗത്തിനിരയാകുകയോ ആരാന്റെ കൂടെയെങ്കിലും ഒളിച്ചോടി പോകുകയോ ചെയ്യും. അതിനെക്കാൾ ഭേദമല്ലേ നേരത്തേയുള്ള വിവാഹം."

വീണ്ടും അവന്റെ കണ്ണുകളിൽ വിജയഭാവം നിറഞ്ഞുകണ്ടു.

"അപ്പോൾ വീട്ടിനുള്ളിൽത്തന്നെ അടുത്ത ബന്ധുക്കളാൽ ബലാത്സംഗത്തിനിരയാകുന്നതോ? മുലകുടിക്കുന്ന പിഞ്ചുകുഞ്ഞുങ്ങൾ മുതൽ മുതുമുത്തശ്ശിവരെ. ഭർത്താവിനോടൊപ്പം രമിച്ചു കഴിയുന്ന വിവാഹിതയായ സ്ത്രീകൾ ഈ ആരാന്റെ കൂടെയെങ്കിലും ഒളിച്ചോടി പോകുന്നവരിൽപ്പെടില്ലേ. താങ്കൾ വച്ചു നിരത്തുന്ന സിദ്ധാന്തം വച്ചുനോക്കുമ്പോൾ പെൺകുട്ടികളിലെ നേരത്തേയുള്ള വിവാഹം എങ്ങനെ നീതിപൂർവ്വമാകും. അത് ഞങ്ങളുടെ വർഗ്ഗത്തോടുകാട്ടുന്ന ക്രൂരതയല്ലേ."

"നിങ്ങളുടെ വർഗ്ഗമെന്നോ."

അതിശയത്തോടെയായിരുന്നു അവന്റെ പ്രതികരണം.

"അങ്ങനെയൊന്നവകാശപ്പെടാൻ നിങ്ങൾക്കെന്തവകാശം. നിങ്ങൾ വെറും സ്ത്രീകൾ. ഇസ്ലാമിൽ ജനിച്ച രക്ഷകർത്താവിന്റെ കടമയാണ് പ്രായപൂർത്തിയായ പെൺകുട്ടിയെ എത്രയും നേരത്തേ വിവാഹം കഴിപ്പിച്ചു വിടുക എന്നത്. അല്ലാതെ നിങ്ങൾക്കെന്തവകാശം."

അവന്റെ വാക്കുകളിൽ പരിഹാസമുണ്ടെന്നു തോന്നി.

"താങ്കൾ പറഞ്ഞത് അക്ഷരം പ്രതി സമ്മതിക്കാം. രക്ഷകർത്താവിന്റെ കടമയെന്നതും അങ്ങു സമ്മതിക്കാം. എന്നാൽ പ്രായപൂർത്തി എന്നതിന് താങ്കളും താങ്കളെപ്പോലുള്ള സിദ്ധാന്തവാദികളുടെയും അനു

മാനം പാടെ തെറ്റാണെന്നാണ് ഞങ്ങൾക്കുള്ള അനുഭവം ഞങ്ങളെ പഠിപ്പിച്ചത്. മനസ്സും ശരീരവും ഒത്തൊരുമിച്ച് വിവാഹമെന്ന ബന്ധത്തെ അംഗീകരിക്കാൻ തയ്യാറാകുമ്പോഴാണ് അവൾക്ക് അതിനുള്ള പ്രായമായി എന്ന് ഞങ്ങൾ കരുതുന്നത്. ശാസ്ത്രപക്ഷവും അതു തന്നെയാണ് അംഗീകരിച്ചിട്ടുള്ളത്. സങ്കല്പങ്ങളും മിഥ്യാധാരണകളും വച്ചു പുലർത്തുന്ന കൗമാരകാലം, വിവാഹബന്ധത്തിനുചിതമല്ല. ആ കാലഘട്ടത്തിലെ വിവാഹം പെൺകുട്ടിയെ പെട്ടെന്ന് ദുരിതത്തിലേക്ക് തള്ളിവിടും. ഭർത്താവ്, കുട്ടികൾ, കുടുംബം അങ്ങനെ അവളുടെ ജീവിതം വീതിക്കപ്പെടുന്നു. അവൾ അവളെ പങ്കുവയ്ക്കാൻ നിർബ്ബന്ധിതയാകുന്നു. ഞാൻ, എന്റെ, എന്റെ ശരീരം, എന്റെ ആരോഗ്യം, എന്റെ ആയുസ്സ്, എന്റെ കഴിവ്, എന്റെ ജ്ഞാനം എല്ലാറ്റിനും തടസ്സം സൃഷ്ടിക്കപ്പെടുന്നു. ചെറുപ്പത്തിലേ വൃദ്ധയാകുമ്പോൾ വെറുപ്പ്, കലഹം, ദേഷ്യം, പ്രതികാരം എല്ലാം ഒത്തൊരുമിച്ച് രൂപം കൊള്ളും. ഇരുപതാം വയസ്സിൽ പടുവൃദ്ധയായി കഴിയുന്നവരെ എനിക്കറിയാം. പതിനാറാം വയസ്സിൽ കുട്ടികളുമായി വിവാഹമോചിതയായി കഴിയുന്നവരെയും ഞാൻ കണ്ടിട്ടുണ്ട്. ആത്മഹത്യയിൽ അഭയം കണ്ടെത്തിയവരും ധാരാളമുണ്ട്."

ഞങ്ങൾ ഞങ്ങൾ എന്ന പ്രയോഗം അല്പം ഉച്ചത്തിൽ തന്നെ പറയാൻ ശ്രമിച്ചുകൊണ്ടിരുന്നു.

"അപ്പോൾ കൗമാരം കഴിഞ്ഞിട്ട് വിവാഹം മതിയെന്നാണോ."

"തീർച്ചയായും. ചില പെൺകുട്ടികൾ കൗമാരം പിന്നിട്ടാലും പ്രായോഗികമായി ചിന്തിക്കണമെന്നില്ല. അങ്ങനെയുള്ളവരിൽ വിവാഹ പ്രായം നീട്ടാം."

അതുകേട്ട് ആമിൻഷ പരിഹാസത്തോടെ വീണ്ടും പ്രതികരിച്ചു.

"നിന്റേയീ മിഥ്യാ സങ്കല്പത്തെയോർത്ത് ചിരിക്കാതെ വയ്യ. കേക്കണോ എന്റെ ഉമ്മുമ്മ പതിനൊന്നാം വയസ്സിൽ ആദ്യ കുഞ്ഞിന്റെ മാതാവായി. ഉമ്മ പതിനാലാം വയസ്സിലും. ആധുനിക സജ്ജീകരണമൊന്നുമില്ലാത്ത അക്കാലത്താണ് അങ്ങനെയൊക്കെ സംഭവിച്ചത്. പിന്നെയാണ് ഈ ഹൈടെക് യുഗത്തിൽ."

കൈയും കാലും വലിച്ചിഴച്ച് പടുകിഴവിയെപ്പോലെ നടക്കുന്ന നാവിനുമാത്രം ഉശിരുള്ള മുപ്പത്തൊൻപതു വയസ്സുകാരിയായ അമ്മായിയെ മനസ്സിൽ കണ്ടുകൊണ്ടുതന്നെ അവനോടാരാഞ്ഞു.

"ഈ ഉമ്മുമ്മ എത്ര കുട്ടികളെ പെറ്റു."

"പത്തുപതിനാലെണ്ണത്തിനെ. ചെലത് ജനിച്ചപ്പം മരിച്ചു. ചെലത് ഗർഭം തികയുംമുമ്പേ. പിന്നെ പടച്ചോൻ വിധിച്ചത് വളർന്നു വലുതായി."

"അപ്പോൾ ഈ ഉമ്മുമ്മയും ഞങ്ങളുമൊക്കെ വെറും പെറൽ യന്ത്രമായാണോ താങ്കളെപ്പോലുള്ളവർ കാണുന്നത്."

"സ്ത്രീക്കല്ലാതെ പിന്നെ പുരുഷന് പ്രസവിക്കാനാകുമോ. അത് പടച്ചോൻ അവർക്കു നല്കിയ അനുഗ്രഹമല്ലേ. ആ അനുഗ്രഹത്തിൽ നിങ്ങൾ സന്തോഷിക്കയല്ലേ വേണ്ടത്."

ആമിൻഷയുടെ ആ വാക്കുകളിൽ ഔദാര്യം നിഴലിച്ചു കണ്ടു. സ്ത്രീക്കത് അനുഗ്രഹമാണെങ്കിലും പരിമിതികളില്ലേയെന്നാരാഞ്ഞു.

പ്രസവിക്കാൻ കെല്പുള്ളതുവരെ പ്രസവിക്കണമെന്ന് അവൻ പറഞ്ഞു. ശാസ്ത്രീയമായ പ്രസവം നിർത്തൽ മത വിരുദ്ധവും. വളർന്നു വരേണ്ട അണുവിനെ കൊല്ലുന്നത് പാപവുമത്രെ. ഒരു പുരുഷനിൽ ഉല്പാദിപ്പിക്കപ്പെടുന്ന കോടാനുകോടി ബീജങ്ങളെയത്രയും വളർത്തി വലുതാക്കുന്നതെങ്ങനെയെന്നു അപ്പോൾ ചിന്തിച്ചു പോയി. അവയെല്ലാം ഒരു സ്ത്രീക്കോ അല്ലെങ്കിൽ സ്ത്രീകൾക്കോ പെറ്റുപെരുക്കാനാവുമോയെന്നും അന്വേഷിച്ചു.

"എന്റെ ഉമ്മുമ്മയുണ്ടല്ലോ മരിക്കുന്നതുവരെ പ്രസവിച്ചു."

എന്തോ ആലോചിച്ചുകൊണ്ട് ആവേശത്തോടെ ആമിൻഷ പറഞ്ഞു.

"എത്ര വയസ്സില് ഉമ്മുമ്മ മരിച്ചു." അതേ ആവേശത്തോടെ തന്നെ അവനോടു ചോദിച്ചു.

"ഇരുപത്തേഴില്. ഉപ്പുപ്പ അന്ന് ചെറുപ്പമായിരുന്നത്രെ."

ആമിൻഷ അല്പം ഖിന്നനാകുന്നതു കണ്ടു.

"ഉപ്പുപ്പ വല്ലാതെ വിഷമിച്ചു കാണും അല്ലേ."

അവന്റെ വിഷമത്തിൽ പങ്കുകൊണ്ടവളെപ്പോലെ നടിച്ചു.

"പിന്നെ പിന്നെ"

"അത്രേങ്കിലും ദയകാണിച്ചല്ലോ ഒരു സ്ത്രീയോട്."

ആമിൻഷ മുമ്പത്തെക്കാളേറെ ആവേശഭരിതനായി വീണ്ടും പറഞ്ഞു.

"ഉപ്പുപ്പ വീണ്ടും കെട്ടി. വീണ്ടും കുട്ടികളെ ജനിപ്പിച്ചു. വീണ്ടും കെട്ടി വീണ്ടും കുട്ടികളെ ജനിപ്പിച്ചു. എൺപത്തെട്ടാം വയസ്സില് ഉപ്പുപ്പ മരണപ്പെടുമ്പോഴും നല്ല കരുത്തനായിരുന്നു."

ഉപ്പുപ്പയുടെ ആരോഗ്യത്തിൽ, കരുത്തിൽ, സന്തോഷത്തിൽ ആമിൻഷ അഭിമാനിച്ചും അഹങ്കരിച്ചും വാചാലനാകാൻ തുടങ്ങിയപ്പോൾ പറഞ്ഞു.

"ഉപ്പുപ്പ പത്തുമാസം ഇടവിട്ട് ചുമ്മാ ചുമ്മാ അങ്ങു പ്രസവിച്ചില്ലല്ലോ."

* * * * * * *

അനാവൃതമായ കാൽ മടമ്പുകളിൽ, കൈവിരലുകളിൽ, കഴുത്തിൽ അവൻ അപ്പപ്പോൾ മാറി മാറി നോക്കിക്കൊണ്ട് മന്ദഹസിച്ചപ്പോൾ വെറുതേ സംശയിച്ചു പോയി; ആ കണ്ണുകളിൽ അല്പം സ്നേഹം തുളുമ്പുന്നുവോ.

"എന്തെങ്കിലും കൊട് ആ കുട്ടി പോട്ട്."

കഴുത്തിൽ ഇക്കിളിയിട്ട് അവൻ സൗമ്യനായി വീണ്ടും പറഞ്ഞു. അവനിലെ അപ്പോഴത്തെ വികാരം നഷ്ടമാകരുത്. അമ്മയെ സന്തോഷിപ്പിക്കാൻ അവനിലപ്പോൾ കണ്ട ഭാവം നിലനിർത്തണം. പെട്ടെന്ന് ഇടതു കൈവിരലിലെ മോതിരം വലിച്ചൂരി.

- പോ കൊണ്ടുപോയി കൊട്. ആ കുട്ടിയെ കാരാഗൃഹത്തിലേക്കു പറഞ്ഞു വിട്.

ഏല്പിക്കുമ്പോൾ മനസ്സ് അമർഷം കൊണ്ടു.

ഹസീന നടന്നകലുന്നത് അന്ന് ജാലകത്തിലൂടെ നോക്കി കണ്ടു. ബംഗ്ലാവു വീട്ടിലെ ഒരേയൊരു ബന്ധു നഷ്ടമാകുന്നതോർത്ത് മനസ്സു പിടഞ്ഞു. ഇറങ്ങിച്ചെന്ന് അവളെ പിടിച്ചുനിർത്തണമെന്നു തോന്നിയെങ്കിലും പാദങ്ങൾ ചലിച്ചില്ല.

ഏതാണ്ടു രണ്ടു രണ്ടരയാഴ്ച കഴിഞ്ഞ് കാണും. ബംഗ്ലാവു വീട്ടിലേക്കവൾ മടങ്ങി വന്നു. അവളെ കണ്ടപ്പോൾ മനസ്സു വല്ലാതെ സന്തോഷിച്ചു. എങ്കിലും മനസ്സിന്റെ കോണിലെവിടെയോ ഒരു നൊമ്പരം നുര പൊട്ടിയതായി തോന്നി. കൊണ്ടുപോയ വിദേശ വസ്ത്രശാലയുടെ സഞ്ചിയുമായി തന്നെയാണ് അവൾ തിരികെയെത്തിയത്. അവളുടെ ചുറ്റും കൂടിയ പണിക്കാരികളുടെ ചുണ്ടുകളിൽ ശൃംഖാരവും മന്ദഹാസവും കണ്ടു. ആനന്ദത്തോടെ അവർ അവളുടെ മൃദുലമായ കൊച്ചു കവിളുകളിൽ തലോടുന്നതും ചെറിയ മുലകളിലേക്ക് ഒളിഞ്ഞു നോക്കുന്നതും കണ്ടു. വിദേശ സുഗന്ധം മണക്കുന്ന അവളുടെ വസ്ത്രത്തിൽ അവർ മുത്തമിടുന്നതും ചുറ്റും കണ്ണോടിച്ചുകൊണ്ടു ഒരുവൾ പതിയെ പറയുന്നതും കേട്ടു.

“പെണ്ണിന്റെ ഭാഗ്യം അല്ലാതെന്തു പറയാൻ”

എന്നാൽ അവരാരും കാണാതിരുന്ന അവളിലെ ഭീതിയും വിഷാദവും വിതുമ്പലും കണ്ടുകൊണ്ട് ഒറ്റയ്ക്കു കിട്ടിയപ്പോൾ അവളോടാരാഞ്ഞു.

“എന്തേ നിനക്കെന്തു പറ്റി. നീ എന്തേ പോന്നത്.”

ഹസീന മൗനം കൊണ്ടു.

“എന്തേ നീ നിന്റെ ഭർത്താവിനോടൊപ്പം കഴിയാതെ ഇങ്ങ് പോന്നത്.”

ആവർത്തിച്ചാരാഞ്ഞപ്പോൾ അവൾ പറഞ്ഞു.

“അവര് പോയി. എന്റെ മാപ്ലക്കാരനേ അങ്ങ് പോയി”

“എങ്ങ്”

അവര നാട്ടില് അങ്ങ് ദൂര”

അവനിലെ വേർപാട് അവളെ വിഷമിപ്പിച്ചുവോയെന്ന സംശയത്തോടെ വീണ്ടും ചോദിച്ചു.

“നീയും കൂടെ പോകാത്തതെന്ത്.”

ഹസീന വീണ്ടും മൗനിയായി. അന്നോളം കണ്ടിട്ടില്ലാത്ത അവ്യക്തമായൊരു ഭാവം. അതുകണ്ടപ്പോൾ ആ ‘അവരെ’ ഹസീനയ്ക്ക് പെരുത്ത് ഇഷ്ടമാണെന്നു കരുതി. അതുകൊണ്ടുതന്നെ അവളെ സാന്ത്വനിപ്പിച്ചു.

“നിന്റെ അവര് വരും നിന്നെകൊണ്ടു പോകും.”

“ഏയ് ഇല്ലില്ല. അവര് വരൂല്ലാന്ന് ഉമ്മ പറഞ്ഞ്. അവര് ഇനി എന്റെ

ആരും അല്ല."

അവളുടെ പറച്ചിലിൽ എന്തൊക്കെയോ അവ്യക്തത നിഴലിച്ചു കണ്ടു. എങ്കിലും കവിളിൽ നുള്ളി മെല്ലെ ചോദിച്ചു.

"നിനക്കവരെ ശരിക്കും ഇഷ്ടാരുന്നോ."

"ങ്ഹും. എനിക്കവര് ഇഷ്ടം പോലെ സാധനങ്ങള് തന്ന്. അങ്ങ് പേർഷ്യേലെ സോപ്പ്, സെന്റ്, കൊണ്ടപ്പൂവ്. പൗഡറ്..........."

അവൾ വാചാലയായെങ്കിലും അടുത്ത നിമിഷം തന്നെ വിഷാദിയായി മാറി.

"പിന്നെ ഉമ്മാക്ക് പൈസേം കൊടുത്ത്. എന്നാലും എനിക്കവരോട് പേട്യാണ്. എന്റെ മേലാകെ വേദനിപ്പിച്ച് അവരെന്നോട് ദേഷ്യപ്പെടും."

അതുകേട്ടപ്പോൾ ഉള്ളിൽ പഴയൊരു വാക്ക് നുരപൊട്ടി. കൂടെക്കൂടെ ആവർത്തിക്കപ്പെടുന്ന; വെറുക്കപ്പെട്ട വാക്ക്;

ശവം.

പിന്നീടൊന്നും ഹസീനയോടു ചോദിക്കാൻ തോന്നിയില്ല. എന്നാൽ ഇടയ്ക്കിടെ അവൾ സംശയത്തോടെ ആരായുമായിരുന്നു.

-ഇത്താ ഞാം ഗർഭിണിയാണാ

തിരിച്ചെത്തി വർഷം പിന്നിട്ടിട്ടും അതേ ചോദ്യം തന്നെ ആവർത്തിച്ചുകൊണ്ടിരുന്നു.

- ഇത്താ എനിക്ക് ഗർഭോണ്ടാ

അപ്പോഴൊക്കെ ആരോടൊക്കെയോ അമർഷം തോന്നുമായിരുന്നു. അവളുടെ ഉമ്മയോട്, അവളെ വിവാഹത്തിലേക്കു തള്ളിവിട്ട വ്യവസ്ഥിതിയോട്. എട്ടുംപൊട്ടും തിരിയാത്ത പെൺകുട്ടിയെയോർത്ത് മനസ്സ് കേഴുമായിരുന്നു.

"ആ സ്ത്രീയുടെ മൂത്തമകളും മുത്അ പ്രകാരമാണ് വിവാഹിതയായത്. ഈ കുട്ടിയുടെ ശ്രുശ്രൂഷാ ചെലവിന് ആ സ്ത്രീക്കു ചരിത്രം ആവർത്തിക്കേണ്ടി വന്നുവത്രെ!"

മെഹ്റിന ചരിത്രം തുടർന്നു.

"ഉമ്മയെപ്പോലെ മകളെയും അതിഥിക്കായി കാഴ്ച വച്ചത് രണ്ടാഴ്ചത്തേക്കായിരുന്നു"

അതിഥിയെ തൃപ്തിപ്പെടുത്താൻ ആതിഥേയൻ തരപ്പെടുത്തിക്കൊടുക്കുന്ന 'കൂട്ടിക്കൊടുപ്പ്' എന്ന് പറയാൻ തോന്നി.

നിയമ സാധുതയുള്ള ബന്ധമാണത്രെ മുത്അ. വിവാഹമെന്നല്ലാതെ വിവാഹമോചിതയായ സ്ത്രീക്കു മഹറിനോ മറ്റൊന്നിനുമോ മറ്റു ഭാര്യമാരെപ്പോലെ അവകാശമില്ലെന്നും മെഹ്റിന പറഞ്ഞു. എന്നാൽ അതിൽ ജനിക്കുന്ന കുട്ടികൾക്ക് പിതാവിന്റെ സ്വത്തിൽ അവകാശമുണ്ടെന്ന് പറഞ്ഞ് പുരുഷ പണ്ഡിതർ വീമ്പു കാട്ടാറുണ്ടത്രെ!

അറബികൾ കച്ചവടത്തിനായി ഇന്ത്യയിലെത്തിയപ്പോൾ അവരെ ആനന്ദിപ്പിക്കാൻ നിലവിൽവന്ന ദുരാചാരം ഇപ്പോഴും തുടരുന്നതിൽ പരിഹാസം തോന്നി.

പല സ്ത്രീകളും മുത്അ വിവാഹത്തിനിരയാകുന്നത് സ്വദേശിക ളാലല്ല. മറിച്ച് മറുനാട്ടിലും വിദേശത്തുമുള്ളവരാലാണ്. അതുകൊണ്ടു തന്നെ അത്തരത്തിൽ ജനിക്കുന്ന കുട്ടികൾക്കായി വിഹിതം തേടി പുറം ലോകത്തേക്കു പോയി അവകാശപ്പെടാനുള്ള സാമ്പത്തികവും കെല്പും സ്ത്രീകൾക്കുണ്ടാകാറില്ല.

ഒന്നു നിയമമെങ്കിൽ മറ്റൊന്ന് ആചാരമാകുന്നു. അങ്ങനെ നമ്മുടെ നാട്ടിൽ എല്ലാമെല്ലാം സാധുതയുള്ളതായി തീരുന്നുവെന്നതാണ് യാഥാർത്ഥ്യം.

"മൂത്ത കുട്ടി ജനിച്ചതും മുത്അ വിവാഹത്തിലെ സന്തതിയായി ട്ടാണ്. ആ ബന്ധം രണ്ടു വർഷമേ നിലനിന്നുള്ളൂ. അതിനുശേഷമാണ് ഇവർ മാറി താമസിച്ചത്. പുറത്തെ കുടിലിൽ. സ്വന്തമായി ജോലി ചെയ്ത് ആ കുഞ്ഞിനെ വളർത്തിക്കൊണ്ടിരുന്നപ്പോഴാണ് രണ്ടാമതും വലിയ തങ്ങൾ മറ്റൊരു മുത്അയ്ക്കായി ഈ സ്ത്രീയെ ക്ഷണിച്ചത്. അതിൽ ജനിച്ച കുട്ടിയാണ് ഈ ഇരിക്കുന്ന കുട്ടി."

മെഹ്റിന പിന്നെയും കഥ തുടർന്നു. മെഹ്റിനയുടെ കഥയിലെ കഥാപാത്രങ്ങളെല്ലാം അപ്പോൾ ഒരുമിച്ചു മുന്നിൽ വന്നു അണിനിരക്കുന്ന തായി തോന്നി. എല്ലാവരിലും കദനം മാത്രമായിരുന്നു തെളിഞ്ഞു കണ്ടത്. ബംഗ്ലാവു വീട്ടിലെ അടുക്കളത്തളത്തിൽ കാത്തുനിന്ന് ദാരിദ്ര്യം പറയു ന്നവൾ, ധനിക ഗൃഹത്തിൽ അടിമയെപ്പോലെ പണിയെടുക്കുന്നവൾ, രോഗവും അനാരോഗ്യവുംകൊണ്ട് അന്യന്റെ കുശിനിപ്പുരയിലേക്ക് നോക്കി വിശപ്പു സഹിക്കാനാകാതെ ഗന്ധം പേറി കൊതിയൂറുന്നവൾ. എല്ലാവരും ഒരേ ചരിത്രത്തിന്റെ ആവർത്തനങ്ങൾ. മുത്അ വിവാഹ ത്തിന്റെ. ഒന്നല്ല, രണ്ടല്ല, മൂന്നാമതൊന്ന് മകളിലൂടെ കടന്നുപോയ ചരിത്രം.

ഇവിടം ഒരുപാടൊരുപാട് ചരിത്രങ്ങളുടെ സ്മാരകമാണ്. താനും ഒരുനാൾ ഇവുടത്തെ ചരിത്രമായേക്കാം. ഭ്രാന്തിനു ചികിത്സിക്കാനെത്തി യവളുടെ ചരിതം. ആ ചരിതം പല നാവുകളിലൂടെയും പ്രതിദ്ധ്വനി ച്ചേക്കാം.

ഓർത്തപ്പോൾ ഭയം തോന്നി. പാടില്ല. തന്റെ സ്വത്വം അങ്ങനെ വെളി പ്പെട്ടുകൂട. ബംഗ്ലാവു വീട്ടിലെ അനാവൃതയായ പുത്രവധു. പള്ളിവീട്ടിലെ ആവൃതയായ ഭ്രാന്തി. രണ്ടും ഇല്ലാതാകണം. എന്നിട്ട് പൂജാബാനുവെന്ന സ്വത്വം മാത്രം നിലനില്ക്കണം. മനുഷ്യനെപ്പോലെ ജീവിക്കാനിഷ്ടപ്പെ ടുന്ന, ചിരിക്കാനിഷ്ടപ്പെടുന്ന സാധാരണ സ്ത്രീയാകണം. ആ സ്ത്രീക്ക് ബിൻഷ പ്രസംഗിച്ചപോലുള്ള തിരിച്ചറിയൽ വേണ്ട. സ്ത്രീയെ തിരിച്ച റിയാനുതകുന്ന വസ്ത്രധാരണവും വേണ്ട. അങ്ങനെ വിളിച്ചു കൂവണ മെന്നു തോന്നി. ബിൻഷയുടെ കൃത്രിമവാചാലതയെ തകർക്കണമെന്നും.

നല്ലൊരു അഭിനേത്രിയാണ് ബിൻഷ. വലിയ തങ്ങളുടെ വാചക മാമൂലുകളെ മുന്നിലിരിക്കുന്ന പാവം സ്ത്രീകൾക്കു മുന്നിൽ അഭിനയിച്ചു കാണിക്കുന്ന മിടുക്കിയായ അഭിനേത്രി.

മുള്ളിനെ മുള്ളുകൊണ്ടുതന്നെയാണ് വലിച്ചെടുക്കേണ്ടത്. ബിൻഷയെന്ന സ്ത്രീയോടു ഏറ്റുമുട്ടാൻ മറ്റൊരു സ്ത്രീ തന്നെ വേണം.

പൊടുന്നനെ തോന്നിയ ആ ഉണർവ്വിൽ ശിരസ്സിൽനിന്നും ഒരായിരം പറവകൾ പറന്നിറങ്ങി. അവ ചുറ്റിലും വട്ടമിട്ടു. അതുവരെ തോന്നിയ നാവിന്റെ ഭാരം വല്ലാതങ്ങ് കുറഞ്ഞു. ചുണ്ടുകൾക്കരികിൽ തട്ടിനിന്ന തേറ്റകൾ ചെറുതായൊന്നു ചലിച്ചു.

മുന്നിലിരിക്കുന്നു ചെറിയൊരു ലോകം. ആ ലോകത്തോടു പലതും വെളിപ്പെടുത്തണം. ബിൻഷയുടെ വാക്കുകളിൽ മയങ്ങിക്കിടന്ന് മന്ദത പൂണ്ടവരെ ഉണർത്തണം. അവരിൽ വെളിച്ചത്തിന്റെ നാളങ്ങൾ തെളിക്കണം.

"കൂട്ടരേ ആരെയൊക്കെയോ പിൻതുടരുന്ന നാം വെറും ഭീരുക്കളാണ്."

ചുണ്ടുകൾ അറിയാതെ ആവേശഭരിതമായി. വാക്കുകൾ ഏറെ ഉച്ചത്തിലായിരുന്നുവെന്നു തോന്നി.

സദസ്സ്യർ നിശ്ശബ്ദം നിശ്ചലയായപ്പോൾ തുടർന്നു. "നമ്മിലെ ദൗർബല്യം മുതലെടുത്ത് നമ്മെ അടിമയാക്കിക്കൊണ്ട് ആനന്ദിക്കുന്ന മേധാവികളുടെ ജല്പനങ്ങൾക്ക് ഇനിയും നാം ചെവികൊടുക്കരുത്. നമുക്ക് നമ്മുടേതായ അവകാശങ്ങളുണ്ട്, സ്വപ്നങ്ങളുണ്ട്, പ്രതീക്ഷകളുണ്ട്. നിങ്ങൾക്കു കേക്കണോ ഏകാകിനിയായി വർഷങ്ങൾകൊണ്ട് മറയ്ക്കുള്ളിൽ കഴിയുന്ന എനിക്ക് നഷ്ടപ്പെട്ടതെന്തെന്ന്? നോക്കൂ നിങ്ങൾ കാണുന്നില്ലേ."

ചുണ്ടുകൾ വികസിപ്പിക്കാൻ ശ്രമിച്ചുകൊണ്ട് സദസ്യരെ നോക്കി.

"ഇല്ല എനിക്കു കഴിയുന്നില്ല. നിങ്ങളെ നോക്കി ഒന്നു മൃദുവായി പുഞ്ചിരിക്കാൻ പോലും കഴിയുന്നില്ല."

മെഹ്റിനയും മെല്ലെ മുഖപടം മാറ്റി. അവളും സദസ്സിനെ നോക്കി ചുണ്ടുകൾ ചലിപ്പിക്കാൻ ശ്രമിച്ചു.

"ദേ ഇവരെ നോക്ക്" മെഹ്റിനയെ ചൂണ്ടി പറഞ്ഞു.

സദസ്സ്യർ ഒന്നടങ്കം പൊടുന്നനെ മെഹ്റിനയിലേക്കു കണ്ണുകൾ പായിച്ചു. അതിൽ ആരുടെയൊക്കെയോ കണ്ണുകൾ ഭീതിതമാകുന്നുണ്ടായിരുന്നു.

"നിങ്ങളും നിങ്ങളുടെ മുഖപടം ഒന്നഴിച്ചുമാറ്റി ചുണ്ടുകൾ വികസിപ്പിച്ചു നോക്ക്."

ചിലരൊക്കെ അനുസരിച്ചു. അനുസരിച്ചവർ പരസ്പരം നോക്കി ചൂണ്ടു വിരലുകൾ അധരങ്ങളിലേക്കു ചൂണ്ടി നിശ്ശബ്ദം നിശ്ചലരായി. അവരിലാരുടെയൊക്കെയോ മേൽവരി പല്ലിൽനിന്നും മുളച്ചു പൊന്തിയ തേറ്റകളെ പരസ്പരം കണ്ട് ആശങ്കാലുക്കളാകുന്നതു നോക്കി ചോദിച്ചു.

"വേണമോ നിങ്ങൾക്കു വേണമോ."

ഒന്നിച്ചൊരാരവത്തോടെ സദസ്സ്യർ എന്തോ പറയാൻ പുറപ്പെട്ടതും ബിൻഷ ഉച്ചത്തിൽ ആക്രോശിച്ചു.

"ഇവൾ ഇവൾ ഭ്രാന്തിയാണ്. ഇവിടെ വിഷവിത്തുകൾ വിതയ്ക്കാൻ

വന്ന കാഫിരിച്ചി."

കൈയിൽ കരുതിയ ചരട് പൊട്ടുമെന്നു തോന്നിയ ഒരുവളിലെ വെറും ജല്പനങ്ങൾ. അങ്ങനെയേ ബിൻഷയുടെ വാക്കുകളെ കരുതാനായുള്ളൂ. അതുകൊണ്ടു തന്നെ കൂടുതൽ ആർജ്ജവത്തോടെ പറഞ്ഞു.

"ആരാണോ നേർവഴിയിലേക്കു നടക്കുന്നത് നടക്കാൻ പ്രേരിപ്പിക്കുന്നത് അവരെ ഭ്രാന്തരെന്ന് മുദ്രകുത്തുന്നത് ഇന്നും ഇന്നലേയും തുടങ്ങിയതല്ല. നിങ്ങൾ കേട്ടിട്ടില്ലേ. നമ്മുടെ പ്രവാചകനെപ്പോലും ഒരിക്കൽ ഭ്രാന്തനെന്നും മാരണക്കാരനെന്നും മുദ്രകുത്തി അധിക്ഷേപിച്ചത്."

- ശരിയാണ്, ശരിയാണ്.

നാരീജനങ്ങൾക്കിടയിൽ നിന്നും ഉയർന്നുവന്ന സ്വരത്തിന് ഒരുമയുണ്ടെന്നു തോന്നി. ആ സ്വരം ബിൻഷയോടുള്ള വെറും നിഷേധം മാത്രമായിരുന്നില്ല. അവളുടെ ഈർഷ്യയോടുള്ള വെറും മറുപടിയും അല്ലായിരുന്നു.

"നിങ്ങൾ ഇവളുടെ വാക്കുകൾ ചെവികൊള്ളരുത്. പുരുഷൻമാരിൽ മോഹം ജനിപ്പിക്കത്തക്ക വിധത്തിലുള്ള വസ്ത്രരീതി വിലക്കപ്പെട്ടതാണ്. അത്തരക്കാർ ശിക്ഷാർഹരായി നരകത്തിലെ തിളയ്ക്കുന്ന എണ്ണക്കിണറിൽ കിടന്ന് വെന്തുരുകിക്കൊണ്ടിരിക്കും."

ബിൻഷയുടെ ഉച്ചത്തിലുള്ള വാക്കുകൾ ആരിലൊക്കെയോ ഭയമുളവാക്കിയെന്നു തോന്നി. ചിലർ ഉയർത്തിവെച്ച മുഖപടം മെല്ലെ മുഖത്തേക്കു വലിച്ചിട്ടു.

അവർ വീണ്ടും അടിമകളാകാനൊരുങ്ങുന്നു. സ്വർഗ്ഗത്തിന്റെ അടിമകൾ.

പാടില്ല. തടയിടണം. അല്പംമുമ്പ് അവരിൽ കണ്ട സന്തോഷം; അതായിരുന്നു യാഥാർത്ഥ്യം. ഇപ്പോൾ കാട്ടുന്നത് വെറും മിഥ്യയും.

"നിങ്ങളിൽ അല്പം മുമ്പ് ഞാൻ കണ്ടത് സ്വാതന്ത്ര്യത്തിന്റെ സന്തോഷമായിരുന്നു. എന്നാൽ നിങ്ങളിതാ വീണ്ടും അടിമകളാകുന്നു. നിങ്ങൾ നരകത്തെ ഭയക്കുന്നു. മരണാനന്തര ജീവിതത്തെയോർത്ത് കിടിലം കൊള്ളുന്നു. എന്നാൽ നിങ്ങളൊന്ന് ചിന്തിച്ചു നോക്കൂ. ജീവിതം ജീവികൾക്കുള്ളതാണ്. ജീവൻ നിലനില്ക്കുമ്പോൾ മാത്രമാണ് ജീവികളെന്ന യോഗ്യത. ജീവൻ വെടിയുമ്പോൾ വെറും ജഡങ്ങളും. അപ്പോൾ ഈ മരണാനന്തര 'ജീവിതം' എന്നുള്ളതുകൊണ്ട് എന്താണുദ്ദേശിക്കുന്നതെന്ന് നിങ്ങൾക്ക് വല്ല വ്യക്തതയുമുണ്ടോ? ഇനി മരണാനന്തരം നമ്മുടെ ജീവൻ അതായത് റൂഹ് പരലോകത്തേക്കു പ്രവേശിച്ചു എന്നിരിക്കട്ടെ. അവിടെ സ്വർഗ്ഗവും നരകവും ഉണ്ടെന്നുമിരിക്കട്ടെ. ഈ സ്വർഗ്ഗ പ്രവേശകൾ ആരായിരിക്കും? ദുനിയാവിൽ സത്പ്രവൃത്തികൾ ചെയ്യുന്നവർ. നന്മ ചെയ്യുന്നവർ, ദയവുള്ളവർ, സത്യസന്ധത പുലർത്തുന്നവർ അങ്ങനെയല്ലേ നാം വിശ്വസിച്ചിരിക്കുന്നത്. നാമീ മുഖപടം വലിച്ചിട്ടുകൊണ്ട് ജീവജാലങ്ങളോട് എന്തു നന്മ ചെയ്തു? അതു നാം ഓരോരുത്തരും സ്വയം ചോദിക്കേണ്ട ചോദ്യമാണ്. ആരോടു ദയ കാണിച്ചു? നമ്മുടെ

കാലുകൾ ചലിക്കുന്നതും കൈകൾ പണിയെടുക്കുന്നതും ചുണ്ടുകൾ മൊഴിയുന്നതും ആർക്കുവേണ്ടിയാണ്. സ്വന്തം ഭർത്താവിനു വേണ്ടി, കുട്ടികൾക്കുവേണ്ടി, കുടുംബത്തിനു വേണ്ടി മാത്രമാണ്. സ്വന്തം സ്വന്തം എന്നതുകൊണ്ട് നമ്മളിൽ അറിയാതെ സ്വാർത്ഥ രൂപം കൊള്ളുന്നു. തിന്മയുടെ മുഖമാണ്, വേരുകളാണ് ഈ സ്വാർത്ഥത. നാം സ്ത്രീകൾ സഹജീവികളിലേക്കിറങ്ങിച്ചെന്ന് നന്മ ചെയ്യാത്തതുകൊണ്ടാകാം നരകത്തിലേറെയും സ്ത്രീകളെന്നു കേൾക്കുന്നത്. സ്ത്രീ ദുർബ്ബലയാണ്, സർവ്വംസഹയാണ്. മറ്റുള്ളവർക്കായി ത്യാഗം അനുഭവിക്കുന്നവളാണ്. എന്നിട്ടും നരകത്തിലേറെയും സ്ത്രീകളാണു പോൽ. അപ്പോൾ നാം ചെയ്യേണ്ടതെന്താണ്? നിങ്ങൾ ചിന്തിച്ചു നോക്കൂ. ഭൂരിപക്ഷവും മറയ്ക്കുള്ളിലിരുന്ന് മാമൂലുകളുണ്ട് കഴിയുന്നതുകൊണ്ടാണ് അടുത്തിരിക്കുന്നവന്റെ ദുഃഖം പോലും കാണാനാകാത്തത്. അവനെ നോക്കി പുഞ്ചിരി തൂകിക്കൊണ്ട് സാന്ത്വന വാക്കുകളോതാനാകാത്തത്. കാലുകൾ കാൽച്ചങ്ങലയാൽ ബന്ധിതമായതിനാലാണ് പുറത്തിറങ്ങി അയൽക്കാരന്റെ ദാരിദ്ര്യം കാണാനാകാത്തത്. അല്പമെങ്കിലും സഞ്ചരിച്ച് ചുറ്റും നടക്കുന്ന ദുരിതങ്ങൾ വീക്ഷിക്കാനാകാത്തത്. അതുകൊണ്ട് ഞാൻ ഭയക്കുന്നു. ഇനിയും നരകത്തിൽ സ്ത്രീകളുടെ എണ്ണം കൂടിക്കൊണ്ടേയിരിക്കും."

ചുറ്റും കണ്ണോടിച്ചിട്ട് ബിൻഷയെ നോക്കി അവളോടായ് ചോദിച്ചു.

"നിങ്ങൾക്കു തോന്നുന്നുണ്ടോ? പുരുഷൻമാരേക്കാൾ കൂടുതലും സ്ത്രീകളാണ് തെറ്റുചെയ്യുന്നതെന്ന്."

ബിൻഷയുടെ ചുണ്ടുകൾ ഇല്ലായെന്ന് മന്ത്രിക്കാനൊരുമ്പെട്ടെങ്കിലും ഒന്നുംമിണ്ടാതെ മൗനം കൊണ്ടു.

"ഞാനൊന്നു ചോദിച്ചോട്ടെ. നമ്മളീ മറയ്ക്കുള്ളിൽ കഴിഞ്ഞുകൊണ്ടു അടുത്തിരിക്കുന്ന സ്ത്രീയുടെ വാക്കുകൾക്കുപോലും ചെവികൊടുക്കുന്നുവോ."

ഹസീനയുടെ ഉമ്മയെ ചൂണ്ടി വീണ്ടും ബിൻഷയോടാരാഞ്ഞപ്പോൾ സർവ്വരും ബിൻഷയെ തന്നെ നോക്കി. എന്നാൽ ബിൻഷ ഒന്നും ഉരിയാടിയില്ല. അതുകൊണ്ടു തന്നെ കുഞ്ഞിനെ ചൂണ്ടി വീണ്ടും തുടർന്നു.

"അരികിലിരിക്കുന്ന ഈ കുഞ്ഞിന്റെ ദീനത നിങ്ങൾ കാണുന്നുവോ? സ്വർഗ്ഗത്തിന്റെ താക്കോലിനായി സദാസമയവും ആരുടെയൊക്കെയോ അരുതുകളിലൂടെ സഞ്ചരിക്കുന്ന നാം ഒന്നുമേ ചെയ്യാനാകാതെ അന്തർമുഖരായി സ്വന്തം ഇഷ്ടങ്ങളെ ത്യജിക്കുന്നു. പിതാവിന്റെ ഇംഗിതത്തിന്, ഭർത്താവിന്റെ ഇംഗിതത്തിന് അല്ലെങ്കിൽ രക്ഷിതാവിന്റെ ഇംഗിതത്തിനൊത്ത് ജീവിതം തള്ളി നീക്കുന്നു. അങ്ങനെ നാമറിയാതെ നമ്മിലുടലെടുക്കുന്ന വൈകൃതത്തിനടിമപ്പെട്ട് പിന്നീട് ആരും പറയാതെ തന്നെ സ്വയം മറയ്ക്കുള്ളിലേക്കു ഉൾവലിയുന്നു. നാമിങ്ങനെ ജീവിച്ച് ജീവിച്ച് മനുഷ്യത്വം നശിച്ച് സഹജാവബോധം ഇല്ലാതായി ഭൂമിയിലെ ജീവിതം നരക ജീവിതമാക്കുന്നു. നിങ്ങൾ കാണുന്നില്ലേ; സ്വന്തം വ്യക്തിത്വം മറയ്ക്കാൻ മൂടുപടമണിയുന്നവരെ. വൈകൃതം

മറച്ചുവയ്ക്കാൻ, അപകർഷത മറച്ചുവയ്ക്കുവാൻ; അസാൻമാർഗ്ഗികൾ, മോഷ്ടാക്കൾ, തീവ്രവാദികൾ അങ്ങനെ പലകൂട്ടരും ഇന്ന് മുഖപടവും നീണ്ടകുപ്പായവും സാധാരണ വസ്ത്രമായി തെരഞ്ഞെടുത്തിരിക്കുന്നു. ഇവിടെ നിരന്നിരിക്കുന്ന പല സ്ത്രീകളേയും അല്പം മുമ്പുവരെ ഞാൻ തിരിച്ചറിഞ്ഞിട്ടില്ലായിരുന്നു. എല്ലാപേർക്കും ഒരേ രൂപം. ചിലവ തടിച്ചും മറ്റു ചിലത് നീളം വച്ചും. അങ്ങനെയുള്ള തിരിച്ചറിയൽ മാത്രമായിരുന്നു എനിക്കനുഭവപ്പെട്ടത്. ഒരു സ്ത്രീക്ക് മറ്റൊരു സ്ത്രീയെപ്പോലും തിരിച്ച റിയാനാകാത്തവിധം മറയപ്പെട്ടു ജീവിക്കുന്നെങ്കിൽ ആ വസ്ത്ര രീതിക്ക് എന്തു മാന്യതയാണുള്ളത്. എങ്ങിനെയാണ് അത് തിരിച്ചറിയലിന്റെ അട യാളമായി മാറുന്നത്."

"ഒരു കൂട്ടിൽ കുറെ പൂച്ചകളെ അല്ലെങ്കിൽ കിളികളെ അടച്ചിട്ടിരി ക്കുന്നു. അവയുടെ മുഖം നോക്കി എത്ര എണ്ണത്തിനെ നാം മനുഷ്യർക്ക് പ്രഥമ ദൃഷ്ട്യാ തിരിച്ചറിയാനാകും. ഏതാണ്ടെല്ലാറ്റിനും ഒരേ ഛായയാ യിരിക്കും. നിറത്തിന്റേയും പുള്ളികളുടേയും വ്യത്യാസത്തിൽ നാമവയെ തിരിച്ചറിയുന്നു. എന്നാൽ മനുഷ്യന്റെ കാര്യം നോക്കൂ. തിരിച്ചറിയാനു ദകും വിധം മനുഷ്യ വദനങ്ങൾ വ്യത്യസ്തമല്ലേ. ആ വ്യത്യാസം ആരാണ് സൃഷ്ടിച്ചത്. പടച്ചോൻ. അപ്പോൾ പടച്ചോന്റെ സൃഷ്ടികളെ മൂടുപടമ ണിഞ്ഞ് തിരിച്ചറിയാനാകാത്തവിധം മറച്ചുവയ്ക്കുന്നത് പടച്ചോനോട് കാട്ടുന്ന ലംഘനമല്ലേ. മനസ്സിന്റെ കണ്ണാടിയായ വദനത്തെ മറച്ചുവയ്ക്കു മ്പോൾ അവന്റെ അല്ലെങ്കിൽ അവളുടെ മുഖചലനം, ഭാഷണം, നോട്ടം, ചിരി അങ്ങനെ പലതും വെളിപ്പെടുത്താനാകാതെ വരാം. അതുകൊണ്ട് സ്ത്രീയെന്ന് തിരിച്ചറിയാൻ ശരീരാംഗമായ വദനത്തെ കൂടി മറച്ചു വച്ചുകൊണ്ട് നീണ്ട കുപ്പായമണിയുന്നത് ഉചിതമല്ലെന്നാണ് എന്റെ പക്ഷം."

"നമ്മോടു അടുപ്പമുള്ള പൂച്ച പാദത്തിലുരുമ്മിക്കൊണ്ട് മനുഷ്യനോ ടുള്ള അടുപ്പം കാട്ടുന്നു. പട്ടി വാലാട്ടിക്കൊണ്ടും. കിളികൾ ചെറുശ ബ്ദത്താലും മനുഷ്യനോ? ചെറു പുഞ്ചിരിയിൽ തുടങ്ങിക്കൊണ്ടും. ആ സിദ്ധി നാം സ്ത്രീകൾക്കു മാത്രം വിലക്കപ്പെടുന്നതെന്തിന്? മൂടുപടമ ണിഞ്ഞ് മറയ്ക്കപ്പെടുന്നതെന്തിന്?"

"ഇനി നീണ്ട കുപ്പായം മാന്യമായ വസ്ത്രമാകുന്നത് എപ്പോ ഴാണെന്ന് ചിന്തിച്ചു നോക്കൂ. സ്വയം ഒരു സ്ത്രീ തെരഞ്ഞെടുക്കുമ്പോൾ മാത്രമാണ്. അരക്കെട്ടിന്റെ ഒതുക്കവും നിതംബത്തിന്റെ വടിവും മാറിട ങ്ങളിലെ തള്ളലും മൂടിവയ്ക്കാനാകുമ്പോൾ മാത്രമാണ്. അങ്ങനെ നോക്കിയാൽ സഭ്യത ലംഘിക്കാത്തതായി വേറെയുമുണ്ട് വസ്ത്രങ്ങൾ. അയഞ്ഞ സൽവാറും കമ്മീസും. അയഞ്ഞ ചുരിദാറും കുർത്തയും. സഭ്യ മായ രീതിയിൽ ധരിക്കുന്ന സാരി. ഇവയൊക്കെ മാന്യവസ്ത്രമാണെന്ന തിൽ എതിരഭിപ്രായം പ്രകടമാക്കുന്നതെങ്ങനെ."

"ഏതെങ്കിലും വസ്ത്ര രീതി കണ്ട് പുരുഷൻ ഉത്തേജിതനാകുന്നു വെങ്കിൽ അത് വസ്ത്ര രീതിയിലെ വൈകല്യംകൊണ്ട് മാത്രമാകില്ല.

അവന്റെ കണ്ണിന്റേയും മനസ്സിന്റേയും കാഴ്ചപ്പാടിന്റെയും തലമുറതല മുറയായി കിട്ടിയ സംസ്കാരത്തിന്റേയും വൈകല്യം കൂടി ചേർന്നാകാം. പുരുഷന്റെ ലൈംഗിക മോഹം സ്ത്രീയുടെ വസ്ത്ര രീതികൊണ്ടു മാത്രം അടക്കാനാവുന്നതാണോ? പുരുഷന്റെ പീഡനങ്ങളിൽനിന്നും അതായത് ശല്യത്തിൽനിന്നും സ്ത്രീക്ക് അവളുടെ മാന്യമായ വസ്ത്രരീതികൊണ്ട് രക്ഷപ്പെടാനാകുമോ? കഴിയുന്നില്ലെന്നാണ് മുലപ്രായമുള്ള കൊച്ചു കുഞ്ഞു മുതൽ മുതുമുത്തശ്ശിവരെയുള്ളവരുടെ അനുഭവം വെളിപ്പെടു ത്തുന്നത്."

നിശ്ശബ്ദമായി സദസ്സിൽ പെട്ടെന്നു ചലനങ്ങളുണ്ടായി. ആരൊ ക്കെയോ മുഖപടം വലിച്ചെടുത്ത് മൂലയ്ക്കെറിഞ്ഞു. ബിൻഷ അവരെ കോപത്തോടെ നോക്കിയെങ്കിലും യാതൊന്നുമേ മൊഴിഞ്ഞില്ല. അവളിലെ മേലങ്കിയും നികൃഷ്ടമായ അഹങ്കാരത്തിന്റെ മുഖപടവും അല്പമൊന്നു അയയുന്നതു കണ്ടു. പൊടുന്നനെ തന്നെ അവൾ ക്ലാസ് അവസാനിപ്പി ച്ചതായി പ്രഖ്യാപിച്ചുകൊണ്ട് ക്ലാസിൽ പങ്കെടുക്കുന്നവർക്കായി സമ്മാ നങ്ങൾ നല്കാൻ തുടങ്ങി. അവൾ നല്കുന്ന ഓരോ പൊതികളിലും തളർച്ചയോടെ ആ പെൺകുട്ടി ഉറ്റുനോക്കി. കുട്ടിയുടെ ഊഴമെത്തിയ പ്പോൾ ഏറെ സ്നേഹത്തോടെയും അതിലേറെ സൗഹൃദത്തോടെയും ബിൻഷ കുട്ടിയോടാരാഞ്ഞു.

'മോക്ക് സ്വർഗ്ഗം വേണ്ടേ സ്വർഗ്ഗം."

കുട്ടി ബിൻഷയെ നോക്കി തലയാട്ടി. പിന്നെ അവൾ നല്കിയ പൊതിയെ നെഞ്ചോടു ചേർത്തുപിടിച്ച് മാതാവിനെ നോക്കി പറഞ്ഞു.

"ഉമ്മാ എനിക്ക് സ്വർഗ്ഗം താ. ഇതിനകത്തീന്ന് സ്വർഗ്ഗം താ"

"മോളേ അതിപ്പഴല്ല കിട്ടുന്നത്." ബിൻഷ കുട്ടിയുടെ ശിരസ്സിൽ തലോടി തിരുത്താൻ ശ്രമിച്ചു. എന്നാൽ അവൾ നടന്നകന്നപ്പോൾ കുട്ടി വീണ്ടും ഉമ്മയോടു വാശിപിടിച്ചു.

"എനിക്ക് ഇപ്പം തന്നെ വേണം. എനിക്ക് വല്ലാതെ വെശക്ക്ണ്."

മാതാവിന്റെ കൈയിലേല്പിച്ച പൊതി ആർത്തിയോടെ പിടിച്ചു വാങ്ങി ധൃതിയിൽ തുറന്ന് കുട്ടി ശുണ്ഠി കാട്ടി.

"എവിടെ സ്വർഗ്ഗം എനിക്ക് വെശക്ക്ണ് എവിടെ സ്വർഗ്ഗം."

കുട്ടി പൊതി നിലത്തെറിഞ്ഞു. എന്നിട്ട് അങ്ങോട്ടുമിങ്ങോട്ടും ഓടി. ഓട്ടത്തിനിടയിൽ അവൾ ആരെയൊക്കെയോ മാന്തി. മുഷ്ടിച്ചുരുട്ടി ഇടിച്ചു. കണ്ണിൽ കണ്ടതൊക്കെ വലിച്ചെറിഞ്ഞു. വിശപ്പ് അവളെ ഒരു ചുഴലി ദീനം ബാധിച്ചവളെപ്പോലെ ആക്കിതീർത്തത് നിർന്നിമേഷം നോക്കിനിന്നു ആ മാതാവ്.

ചിതറിക്കിടുന്ന വസ്തുക്കളിൽ മെല്ലെ കണ്ണുകൾ പാറി നടന്നു.

കുട്ടിയോളം നീളമുള്ള കറുത്തൊരു കുപ്പായം, കറുത്ത മക്കന, ഒന്നു രണ്ടു സദാചാര പുസ്തകങ്ങൾ. പിന്നൊരു ജപമാലയും. വിശക്കുന്ന കുട്ടിക്കു നല്കിയ അവകളെ നോക്കി പല്ലുകൾ ഞെരിഞ്ഞു.

"എന്താമോളേ എന്തിനാ ഉമ്മയോടു വാശിപിടിക്കുന്നേ." കുട്ടിയെ

തലോടി ചോദിച്ചു.

കുട്ടി പേപിടിച്ച നായയെപ്പോലെ നാവ് പുറത്തേക്കിട്ട് എന്തൊക്കെയോ പുലമ്പി. നാവിൽനിന്നും ഇറ്റുവീഴുന്ന ജലം വിരലിലെടുത്ത് വീണ്ടും നക്കാൻ തുടങ്ങി. ആരു കണ്ടാലും പേടിച്ചുപോകുന്ന പ്രകൃതം. മാതാവിന്റെ സാന്ത്വനമെന്നും അവൾ അല്പം പോലും ചെവിക്കൊണ്ടില്ല.

"എനിക്ക് സ്വർഗ്ഗം വേണം."

കുട്ടിയെതന്നെ നോക്കിയിരുന്ന മാതാവിന്റെ കണ്ണുകളിൽ അപ്പോൾ നിസ്സംഗതയും കുറ്റബോധവും മാത്രം നിറഞ്ഞു കണ്ടു.

"വാമോളേ നിനക്കു ഞാൻ സ്വർഗ്ഗം തരാം."

പെൺകുട്ടിയുടെ കൈയിൽ പിടുത്തമിട്ട് മെല്ലെ ആത്മീയാചാര്യന്റെ അടുക്കളയിലേക്കു നടന്നു. അപ്പോൾ ഇടനാഴിയിൽ പൊട്ടിച്ചിരികളും കലപില ശബ്ദവും കേട്ടു. ബിൻഷ നല്കിയ പൊതികളിൽ ചിലത് അവിടവിടെ നിലത്തു ചിതറിക്കിടക്കുന്നതും കണ്ടു.

അടുക്കളയിലും കലപില ശബ്ദം. അവിടെയും പൊട്ടിച്ചിരികളും വളകിലുക്കവും. കണങ്കാൽ കാണത്തക്കവിധത്തിൽ ശീലകൾ തെറുത്തുകേറ്റി ചില സുന്ദരിപ്പെൺകുട്ടികൾ മൂളിപ്പാട്ടു പാടുന്നു. യൗവനം വിട്ടിട്ടില്ലാത്ത ചില സ്ത്രീകൾ അവരുടെ തിളക്കമില്ലാത്ത മഞ്ഞപ്പല്ലുകൾ പുറത്തുകാട്ടി കരിപുരണ്ട കൈകളാൽ താളം പിടിക്കുന്നു. ധാന്യങ്ങൾ സൂക്ഷിക്കുന്ന കലവറയിലും ശീതീകരണ യന്ത്രത്തിന്റെ മേൽത്തട്ടിലും അവരുടെ വലിച്ചെറിഞ്ഞ മക്കനകൾ.

കുട്ടി തീൻമേശയ്ക്കരികിലെ കസേരയിൽ കയറി ഇരുപ്പുറപ്പിച്ച് മേശപ്പുറത്ത് കൈകളൂന്നി ആവിപൊന്തുന്ന പാത്രങ്ങളിലേക്ക് മാറിമാറി നോക്കിക്കൊണ്ടിരുന്നു.

"നീ ഇവിടുത്തെ താമസക്കാരിയല്ല"

കരിപുരണ്ട വിരൽ ചൂണ്ടി ഒരു സ്ത്രീ പെട്ടെന്ന് കുട്ടിയോടു കയർത്തു. അതുകേട്ട് ബിൻഷ അവളെ പിന്താങ്ങി കുട്ടിയെ ഏഴുന്നേല്പിക്കാൻ ശ്രമിച്ചു.

"നിങ്ങൾ എന്താണു കാട്ടണത്. ഈ കുട്ടിക്ക് ഇപ്പോൾ വേണ്ടത് സ്വർഗ്ഗത്തിൽ സ്ഥാനം പിടിക്കാനായി നിങ്ങൾ നല്കിയ നീണ്ട കുപ്പായമോ മുഖാവരണമോ അല്ല. അല്പം ആഹാരം. കുട്ടിയുടെ പരവശത മാറ്റാൻ അതാണിപ്പോൾ വേണ്ടത്. നിങ്ങൾ കാണുന്നില്ലേ അവളിലെ വിശപ്പും ദാഹവും. അതെങ്ങനെ കാണാൻ, താങ്കൾ വിശപ്പറിഞ്ഞിട്ടു വേണ്ടേ മറ്റുള്ളവരുടേത് മനസ്സിലാക്കാൻ."

"ഇവൾക്കു ഭ്രാന്താണ്. ഇത് ഇവിടുത്തെ അന്തേവാസികൾക്കു മാത്രമുള്ളതാണ്." ബിൻഷ പലതും പറഞ്ഞ് വിലപിക്കാൻ തുടങ്ങിയതും അതൊന്നും ചെവിക്കൊള്ളാതെ ഭക്ഷണശാലയിലേക്കു നടന്നു. അവിടെ ഏറെ പിഞ്ഞാണങ്ങൾ കഴുകിവച്ചിരിക്കുന്നു. അവയെടുത്തു അതിൽ വിഭവങ്ങൾ നിറച്ച് മേശപ്പുറത്ത് നിരത്തിവച്ചു. എന്നിട്ട് പുറത്തു കാത്തുനിന്ന ഏതാനും പുറംവാസികളായ സ്ത്രീകളേയും കുട്ടികളേയും

മാടി വിളിച്ചു. അവർ ദ്രുതഗതിയിൽ അകത്തേക്കു പ്രവേശിച്ച് ആവേശ ത്തോടെ ആഹാരം വാരിതിന്നാൻ തുടങ്ങി.

"എന്റെ ഇലാഹേ ഇവിടുത്തുകാർ ഇനി എന്തു കഴിക്കും."

കൈയിൽ കറി പുരണ്ട സ്ത്രീ ബിൻഷയോടൊപ്പം ഒച്ചവെച്ചു.

"ഇവിടുത്തെ അന്തേവാസികൾ വെറും മൃഗങ്ങളാണ്. പള്ളിവീട്ടിലെ മാമൂലുകൾ തിന്നു കൊഴുത്ത മൃഗങ്ങൾ. നാലുനേരം സമൃദ്ധമായി കഴിച്ചു കഴിച്ചു അനുസരിക്കാൻ മാത്രം ശീലിച്ചവർ. അന്നം നല്കുന്നവനെ അംഗീ കരിക്കുക മാത്രമേ അവർ ചെയ്യുന്നുള്ളൂ. ഒരു നേരത്തെ ആഹാരം ഒഴി വാക്കി അയൽക്കാരന്റെ വിശപ്പ് അവരും അറിയട്ടെ."

വിശപ്പടങ്ങിയ ഏതാനും പേർ എഴുന്നേറ്റ് ചുറ്റും നിന്നവരെ മാറി മാറി നോക്കിയപ്പോൾ അവരുടെ കണ്ണുകളിൽ സംതൃപ്തിയുടെ പ്രകാശം കണ്ടു; സ്വർഗ്ഗത്തിന്റേതായ വെട്ടവും.

പത്തൊൻപത്

പള്ളിവീട് നിശ്ശബ്ദമാണോ?

കാതോർത്തു കിടന്നു.

ഇടതുഭാഗത്തെ അടച്ചിട്ട മുറിക്കുള്ളിൽ ആരാണ്?

സെൽമത്ത്; അവൾ എല്ലാം മറന്നുറങ്ങുന്നു. ഇടനാഴിയിലെ ഇത്തിരി വെളിച്ചത്തിലേക്ക് കണ്ണുകൾ നട്ട് അവൾക്കിന്ന് കാത്തിരിക്കേണ്ടതില്ല.

വലതുവശത്തെ മുറിക്കുള്ളിൽ മുഹ്സിനത്തിന്റെ ജല്പനങ്ങൾ ചുമ രിൽ തട്ടി പ്രതിദ്ധ്വനിക്കുന്നുവോ?

ഇല്ല. അവിടെയും ശാന്തം.

ഭക്ഷണശാലയ്ക്കു ചുറ്റുമുള്ള കൊച്ചുമുറികളിൽ കരിപുരണ്ട കൈക ളുമായി യൗവനം പിന്നട്ടവർ ഉറങ്ങുന്നു. മൂന്നാം നിലയിലെ വലിയ തള ങ്ങളിൽ പുതപ്പിനുള്ളിൽ ഒളിപ്പിച്ചുവച്ച സ്വപ്നങ്ങളുമായി സുന്ദരിയായ പെൺകിടാങ്ങൾ മുട്ടിയുരുമ്മിയുറങ്ങുന്നു. അവരുടെ മിഴികളിലേതെ ങ്കിലും തുറന്നിരിക്കുന്നുവോ?

ഈ പാതിരാവിൽ എല്ലാവരും ഉറങ്ങുമ്പോൾ തന്റെ കൺകൾ മാത്രം തുറന്നിരിക്കുന്നുവല്ലോ!

പതിയെ എഴുന്നേറ്റു.

മുന്നിലെ അരണ്ട വെളിച്ചത്തിൽ അല്പം തെളിയുന്ന ദർപ്പണത്തി ലേക്കു അറിയാതെ കൺകളുടക്കി നിന്നു. ഭയം തോന്നിയാലോയെന്ന ചിന്തയാൽ പൊടുന്നനെയവ പിൻവലിച്ചു.

കട്ടിലിൽ ഇടം തന്ന മെഹ്റിന പായവിരിച്ച് നിലത്തുകിടപ്പുണ്ട്. അവളും ഇന്ന് സുഖമായി ഉറങ്ങുകയാണ്.

ഉറങ്ങട്ടെ എല്ലാവരും ഉറങ്ങട്ടെ.

ഉണരാനുള്ള ഔഷധമാണീയുറക്കം. പ്രഭാത നിർവൃതിക്ക് ആ

ഔഷധം ഉത്തമമമാണു താനും.

നിർവൃതി; അതെന്നോ നഷ്ടമായ ഒരുവൾക്ക് എപ്പോൾ ഉറങ്ങിയാലെന്ത് എപ്പോൾ ഉണർന്നാലെന്ത്. ഒന്നുമേ ചെയ്തു തുടങ്ങാനില്ലാത്തവൾക്ക് ഒന്നുമേ ചെയ്തു തീർക്കാനില്ലാത്തവൾക്ക് എന്തിനീ ഉണർവ്വ്. വിവാഹശേഷം എന്തു ചെയ്തു എന്തു നേടി എന്ന ചോദ്യത്തിന് എന്തുണ്ട് ഉത്തരം. പ്രഭാതത്തിലെഴുന്നേല്ക്കുകയും പതിവുകൾ ആവർത്തിക്കുകയും ചെയ്യുന്ന മിഥ്യാ ജീവിതം.

വേണ്ട ആത്മനിന്ദ ഇനിയും വേണ്ട.

മനസ്സിനെ അലസമാകാനനുവദിക്കാതെ പിറകുവശത്തെ ജാലകം മെല്ലെ തുറന്നിട്ടു. വിദൂരതയിലെ ഇരുണ്ട നിഴലുകൾക്കിടയിൽ മിന്നാമിനുങ്ങിന്റെ ഇത്തിരിവെട്ടം; സ്വയം പ്രകാശിക്കുന്നവ. ചെറു ജീവികളെങ്കിലും അവയും തന്നാലാവത് ചെയ്യുന്നുണ്ട്. അവയുടെ പ്രവൃത്തിസഞ്ചാരത്തെ ആരും തടയുന്നുമില്ല.

വീണ്ടും അറിയാതെ നിശ്വാസമുണർന്നപ്പോൾ ദൂരെ ആകാശത്ത് നക്ഷത്രങ്ങൾ ചിതറിക്കിടക്കുന്നതു കണ്ടു.

കായൽപരപ്പിലെ വിളക്കുമാടങ്ങൾ പോലെ.

അങ്ങനെ ആരാണ് പറഞ്ഞത്?

ആരൊക്കെയോ പറഞ്ഞു പാടി.

ഹേമയുടെ കവിതകളിലും തുടിച്ചുനിന്നിരുന്നൂ ആ വാക്കുകൾ.

രാവിന്റെ ഏകാന്തതയിൽ പ്രണയിതാവിന്റെ മടിത്തട്ടിൽ; മയങ്ങിക്കിടക്കുന്ന പ്രണയിനിയുടെ സ്വപ്നം വിവരിക്കുന്ന കവിത. വരികൾ ഓർത്തെടുക്കാൻ നോക്കി. കഴിയുന്നില്ല. എങ്കിലും സംഗ്രഹം ഊഹിച്ചെടുക്കാനായി.

രാവിന്റെ ഏകാന്തതയിൽ പ്രിയപ്പെട്ടവന്റെ മടിത്തട്ടിൽ. തലചായ്ച്ച് ആകാശപ്പരപ്പിലെ നക്ഷത്രങ്ങളെ നോക്കി ചെറുതായിളകുന്ന തോണിയിൽ അനന്തതയിലേക്ക് തുഴഞ്ഞു തുഴഞ്ഞു പോകുമ്പോൾ........... അവളങ്ങനെ പാടിയപ്പോൾ ആ അനുഭൂതിയിൽ ഒരുനാൾ ലയിക്കണമെന്ന് കിനാവുകണ്ടിരുന്നു.

ഹേമയ്ക്കൊരു കാമുകനുണ്ടായിരുന്നുവോയെന്തൊ? അവനെക്കുറിച്ച് അവളൊന്നും പറഞ്ഞിരുന്നില്ലെങ്കിലും അവളുടെ കവിത നിറയെ അവനായിരുന്നു.

അവൻ തന്നെയാണോ അവൾക്ക് ഇണയായത്? ഒന്നും ചോദിക്കാനായില്ല. അതിനു മുമ്പേ അവൾ കടന്നുകളഞ്ഞു.

വിരലുകൾ ചുണ്ടുകൾക്കരികിൽ പരതിനോക്കി;

ഹേമ കണ്ടതേറ്റകൾ.

ഇല്ലേ, അവയിപ്പോൾ അപ്രത്യക്ഷമായെന്നോ?

പൊടുന്നനെ തിരിഞ്ഞുനിന്നു ദർപ്പണത്തിൽ പരതിയെങ്കിലും ഇരുളിൽ അവ്യക്തമാകുന്ന ചിത്രങ്ങൾ.

ജാലകം മെല്ലെയടച്ച് വീണ്ടും കട്ടിലിൽ തലചായ്ച്ചു. കണ്ണുകളട

യുന്നില്ല. മുമ്പൊക്കെ നിദ്രാവിഹീനമാകുമ്പോൾ പുസ്തകങ്ങളെ ചങ്ങാതിമാരാക്കി കഥാപാത്രങ്ങളോടൊപ്പം സല്ലപിച്ച് മയക്കത്തിലേക്കു വഴുതിവീഴുക പതിവാണ്. പിന്നെയുള്ള സ്വപ്ന സഞ്ചാരം അവർക്കൊപ്പമാകും. ഇന്നിതാ ഇവിടെ ധാരാളം പുസ്തകങ്ങൾ മുന്നിലുണ്ട്. വേണമെങ്കിൽ ആ ശീലത്തെ മാടിവിളിച്ച് കൂടെകിടത്താം. അവയോടു കൂട്ടുകൂടാം. എന്നാൽ അവ തന്നോടു കൂട്ടുകൂടുമോവെന്ന് തെല്ലു സംശയിച്ചു പോയി. എങ്കിലും വെറുതെ ഒന്നെടുത്ത് അരികിൽ വച്ചു. മേശവിളക്ക് കത്തിച്ചു തിരിച്ചുവച്ചിട്ട് മെഹ്റിനയെ നോക്കി.

അവളിപ്പോൾ ഉണരരുത്. സ്വസ്ഥമായുറങ്ങട്ടെ.

പിണങ്ങിപ്പിരിഞ്ഞ വിനോദം തിരിച്ചു വന്നെങ്കിലെന്നാശിച്ചുകൊണ്ടുതന്നെ താളുകളിലേതോ ഒന്നിൽ കണ്ണുകൾ പതിപ്പിച്ച് വായിക്കാൻ തുടങ്ങി.

- അങ്ങനെ ആ സ്ത്രീകളെ വിളിച്ചു വരുത്തി അവർക്കായി അവൾ ഇരിപ്പിടങ്ങൾ ഒരുക്കി. എന്നിട്ട് ഓരോരുത്തർക്കുമവൾ ഓരോരോ പഴങ്ങളും ഓരോരോ കത്തിയും നല്കി. എന്നിട്ടവൾ യൂസഫിനോടു പറഞ്ഞു; നീ ആ സ്ത്രീകൾക്കു മുന്നിലേക്കു നടക്കുക. അവൻ അനുസരിച്ചു. അവനെ കണ്ട മാത്രയിൽ ആ സ്ത്രീകൾ എല്ലാം മറന്ന് വിസ്മയത്തോടെ സ്വന്തം കൈകൾ അറുത്തുപോയി. അവനിലെ മുഖലാവണ്യത്തിലാകൃഷ്ടരായ അവർ മുറിഞ്ഞ വിരലുകളുടെ വേദനയറിഞ്ഞില്ല. അത്രയ്ക്കു സുന്ദരനായിരുന്നൂ യൂസഫ്.

അപ്പോൾ അവൾ പറഞ്ഞു;

യാതൊരുവന്റെ കാര്യത്തിൽ നിങ്ങളെന്നെ ആക്ഷേപിച്ചുവോ അവനാണിവൻ. നിങ്ങൾ അവനിൽ ലയിച്ച് സ്വന്തം കൈകൾ പോലും മറന്നുപോയെങ്കിൽ തീർച്ചയായും ഞാനിവനിൽ ആകൃഷ്ടനായി എന്നതു ശരിതന്നെ. വശീകരിക്കാൻ ശ്രമിച്ചിട്ടുമുണ്ട്.

ഉള്ളിലെ താളുകളിൽ കണ്ടഭാഗം വായിച്ചപ്പോൾ തുടർന്നു വായിക്കാൻ രസം തോന്നി. അതുകൊണ്ട് പുറം ചട്ടയിൽ പരതിനോക്കി; യൂസഫ് നബി ചരിതം.

- ലോകത്തിലെ സമസ്ത സൗന്ദര്യങ്ങളും കവിഞ്ഞൊഴുകുന്ന അല്ലയോ യുവസുന്ദരാ നീ എന്നോടു ശയിക്കൂ; അസീസിന്റെ പത്നിയായ ആ സ്ത്രീ യൂസഫിന്റെ മുന്നിൽ ഒരു ഉന്മാദിനിയായി.

-ഭവതീ അങ്ങെന്റെ യജമാനന്റെ പത്നിയാണ്. നിങ്ങൾ പറയുന്നത് വലിയ അപരാധമല്ലേ.

- അല്ല. അല്ല. എനിക്ക് നിന്നോടൊപ്പം ശയിക്കണം. നീ ഇല്ലാതെ എനിക്കിനി ജീവിക്കാനാവില്ല. നിന്റെ സൗന്ദര്യം എന്നെ വല്ലാതെ ഉന്മാദം കൊള്ളിക്കുന്നു; കുതറിയോടിയ യൂസഫിന്റെ മേലങ്കിയിൽ കയറിപ്പിടിച്ച യജമാനത്തിയുടെ കൈയിൽ അതുപേക്ഷിച്ചുകൊണ്ട് അവൻ വീണ്ടും ഓടി. ഇരുവരും മത്സരിച്ചോടുന്നതു കണ്ട അസീസിനോടു അവൾ പറഞ്ഞു.

- ഇവനെ തടവിലാക്കൂ. ഇവൻ എന്നെ മാനം കെടുത്താൻ ശ്രമിച്ചു.

- അല്ല അല്ല ഈ സ്ത്രീയാണ് എന്നെ വശീകരിക്കാൻ ശ്രമിച്ചത്. യൂസഫ് പറഞ്ഞു.

വല്ലാത്ത മാനസികാവസ്ഥയിലായി അസീസ്. ഒരുവശത്ത് തന്നിൽ മാത്രം പ്രണയമർപ്പിച്ചവളെന്നു കരുതിയ പ്രിയപത്നി. മറുവശത്ത് വിശ്വസ്തനായ ഭൃത്യൻ. ആരാണിവിടെ ശരി.

സംഭവമറിഞ്ഞപ്പോൾ അവരുടെ കുടുംബത്തിൽപ്പെട്ട ഒരു സ്ത്രീ ഇപ്രകാരം സാക്ഷ്യപ്പെടുത്തി;

- അവന്റെ കുപ്പായം മുന്നിൽനിന്നാണ് കീറിയതെങ്കിൽ അവൾ പറയുന്നത് സത്യം പിന്നിൽ നിന്നാണെങ്കിൽ അവൻ പറയുന്നതും.

മെഹ്റിന ഉറക്കത്തിലൊന്നു ഞരങ്ങിയെന്നു തോന്നി. നേരിയതെങ്കിലും പ്രകാശം അവളെ ഉണർത്തിയാലോയെന്ന് ശങ്കിച്ച് മേശവിളക്കു കെടുത്തി വീണ്ടും ജാലകവാതിൽ തുറന്നിട്ടു. പുറത്ത് മരങ്ങൾ ശക്തമായുലയുന്നു. കാറ്റിന്റെ വല്ലാത്ത ഇരമ്പലും. അതിശക്തമായടിച്ചെത്തിയ രാക്കാറ്റ് ഉള്ളിലെന്തൊക്കെയോ പിടിച്ചുലച്ചുകൊണ്ട് ഉള്ളിൽ കിടന്ന് കലപില കൂട്ടി. ആരോടെങ്കിലും ഒന്നു വിളിച്ചു കൂവിയെങ്കിൽ മനസ്സൊന്ന് ശാന്തമായേനെ. ആരോടു പറയാനെന്ന് ചിന്തിച്ച് സ്വയം വാക്കുകളെ ഉള്ളിലിട്ട് കലുഷിതമാക്കി ആത്മഗതം ചെയ്തു.

- സ്ത്രീയുടെ അവകാശങ്ങൾ നിഷേധിച്ചുകൊണ്ട് അവയെ ന്യായീകരിക്കാൻ ഭൂതകാലത്തിന്റെ ഏടുകൾ പരതിപ്പോകുന്നവരേ, യൂസഫ് നബിയോടു തോന്നിയ അസീസിന്റെ പത്നിയുടെ അഭിനിവേശം നിങ്ങൾ കാണാതെ പോയെന്നോ. അപ്പോൾ സ്ത്രീക്കു മാത്രം പോരല്ലോ ഈ മുഖപടം. പുരുഷനുമാകരുതോ. യൂസഫിന്റെ മുഖലാവണ്യത്തിൽ ലയിച്ച് അനുരക്തയായത് അഭിസാരികയെന്നു ഏടുകൾ വിശേഷിപ്പിക്കുന്ന അസീസിന്റെ പത്നി മാത്രമല്ല. വേറെയും സ്ത്രീകളുണ്ടെന്ന് നാം കണ്ടില്ലേ. അപ്പോൾ ആർക്കൊക്കെയാകാം ഈ മുഖപടം. പുരുഷനിൽ മാത്രം ഒതുങ്ങുന്നതാണോ ഉത്തേജിതശാസ്ത്രം.

ആമിൻഷയോട്, വലിയതങ്ങളോട്, ഉത്തേജിത ശാസ്ത്രം പ്രസംഗിക്കുന്നവരോടൊക്കെ ഒരുനാൾ വിളിച്ചു കൂവാൻ വാക്കുകളെ അടുക്കുകളാക്കി ഉള്ളിലെ കുംഭത്തിൽ മൂടിവച്ചു.

കൊടുങ്കാറ്റ് അലയടിച്ചെത്തുന്നു. തിരിഞ്ഞു നോക്കിയപ്പോൾ അരണ്ടവെളിച്ചം മുറിക്കുള്ളിൽ പതിഞ്ഞുകിടക്കുന്നതു കണ്ടു.

വേണ്ട. ഇനി ഒന്നും കാണണ്ട.

ജാലകം ചാരുന്നതിനു മുമ്പ് ഒരിക്കൽ കൂടി കാണണം ആ വിളക്കുമാടങ്ങളെ. അവയുടെ ചിത്രങ്ങൾ മിഴികളിൽ തന്നെ തങ്ങി നില്ക്കണം ഉറങ്ങും വരെ. ഓർത്തു കിടക്കാൻ അവ മായരുതേ എന്ന പ്രാർത്ഥനയോടെ മിഴികളും ജാലകവും ഒരുമിച്ചടച്ച് കിടക്കയിലേക്കു ചാഞ്ഞപ്പോൾ ഹേമയുടെ കവിതാശകലങ്ങൾ ഒരിക്കൽ കൂടി ഹൃത്താകെ കിനിഞ്ഞു വന്നു.

പാതിമയങ്ങുന്ന പ്രിയയുടെ കപോലങ്ങളിൽ മെല്ലെ തഴുകി അവൻ അവളോടു പറയുന്നതെന്തായിരിക്കും?

അവന്റെ മൊഴികൾ കേട്ടുണർന്ന അവൾ ഇമവെട്ടാതെ അവനെ നോക്കി പരിഭവം പറയുന്നതെന്തായിരിക്കും?

കണ്ണുകൾ ഇറുകെയടച്ചു. രണ്ടു നിഴലുകൾ മുന്നിൽ വന്ന് നൃത്തം ചെയ്യുന്നു.

ഒന്നിന് തന്റെ രൂപം.

മറ്റേതോ? അല്ല അതു തനിക്കു താലി ചാർത്തിയവനല്ല. സ്വപ്നങ്ങളിൽപോലും കടന്നു വരാറേയില്ല അവൻ.

പിന്നെയതാരാണ്?

ഭർത്തൃഗൃഹത്തിലെ ഏകാന്തത ഭ്രാന്തിലേക്കു തള്ളിവിടുമെന്നു തോന്നുമ്പോൾ മധുര സ്മരണകളെ മാടിവിളിക്കുക പതിവാണ്. അപ്പോൾ ഓടിയെത്തുന്നത് അമ്മയുടെ, ബാപ്പയുടെ, സുഹൃത്തുക്കളുടെ, പിന്നെയാ മുഖവും. കൂടെക്കൂടെ കടന്നുവന്ന് മനസ്സിനെ ഇക്കിളിപ്പെടുത്തുന്ന ആ ഓർമ്മകൾക്ക്, കിനാക്കൾക്ക് കൗമാരമായിരുന്നു കുറച്ചുനാൾമുമ്പു വരെ. യുവത്വത്തിലേക്കു കടന്നുവന്നത് ഈ അടുത്ത കാലത്തു മാത്രമാണ്. പ്രമാണമെടുക്കാനായി അന്ന് വീട്ടിലെത്തിയപ്പോൾ കാത്തിരുന്നത് ദുരന്തവാർത്തയായിരുന്നെങ്കിലും.

ആദ്യനാളുകളിൽ അമ്മയോടുള്ള ബംഗ്ലാവുവീട്ടുകാരുടെ സമീപനം അതികേമമായിരുന്നു. നാട്യമാണെന്ന് അല്പമേ തോന്നിയിരുന്നില്ല. അമ്മയുടെ സാന്നിദ്ധ്യത്തിൽ തന്നോടും കാട്ടി അല്പസ്വല്പ സ്നേഹം.

അവർക്ക് എത്ര കാലംവരേയും ഇവിടെ കഴിയാം; ആമിൻഷയുടെ ആ വാക്കുകൾ തെല്ലൊന്നു സന്തോഷമേകിയിരുന്നു. എന്നാൽ അമ്മയെ കുറിച്ചു സംസാരിക്കുമ്പോഴൊക്കെ ആ 'അവർ' എന്ന പദം അവൻ ആവർത്തിക്കുന്നതു കണ്ടപ്പോൾ എന്തോ പൊരുത്തക്കേട് തോന്നി. അമ്മ, ഉമ്മ, അമ്മായി, ആന്റി അങ്ങനെ എത്രയോ വാക്കുകളുണ്ടായിരുന്നിട്ടും ഭാര്യയുടെ മാതാവിനെ അവരെന്നെ വാക്കാൽ മാത്രം അവൻ സംബോധന ചെയ്തു. അതും നേരിട്ടല്ല. തന്നോടു മാത്രം. അവനിലെ തെളിഞ്ഞ ഭാവം നോക്കി ഒരു നാൾ മനസ്സിലിരിപ്പറിയാനായി വെറുതേയാരാഞ്ഞു.

"പത്നീ പിതാവിനെ താങ്കളുടെ തത്ത്വം ഏതു നാമത്തിലാണ് സംബോധന ചെയ്യാറ്."

"മാമ, അമ്മാവൻ, അങ്കിൾ ങ്ഹും എന്താ ചോദിക്കാൻ. ചിലർ സ്നേഹം കൂടി ബാപ്പയെന്നും വിളിക്കും."

"പത്നീ മാതാവിനെയോ"

തെളിഞ്ഞു നിന്ന ഭാവം അവനിൽനിന്നും പൊടുന്നനെ അപ്രത്യക്ഷമായി എന്നിട്ടവൻ മുരണ്ടു.

"ങ്ഹും എന്താ നീ എന്നെ വിസ്താരം നടത്തുകയാണോ?"

അവനിലെ തത്ത്വശാസ്ത്രത്തോടുള്ള ചർച്ചയല്ലെന്ന് മനസ്സിലായതുകൊണ്ടാകാം അമർഷം പൂണ്ട് പുറത്തേക്കു പോകാൻ ഒരുങ്ങി.

എന്നാൽ വിടാതെ പിൻതുടർന്നുകൊണ്ട് വീണ്ടും ചോദിച്ചു.

"അല്ല താങ്കൾ എന്റെ മാതാവിനെ അവർ അവർ എന്നു മാത്രം സംബോധന ചെയ്യുന്നതെന്തുകൊണ്ടാണ്."

"പിന്നെ ആ അന്യമത സ്ത്രീയെ ഞാനെന്തു വിളിക്കണം." പുച്ഛം നിറഞ്ഞതായി മറുപടി.

അമ്മയുടെ അവിടുത്തെ വാസം ഒരാഴ്ച പൂർത്തിയായപ്പോഴേക്കും സർവ്വതും; അമ്മയുടെ കരുതൽ പണമുൾപ്പടെയുള്ളവ ആമിൻഷയുടെ കൈകളാൽ ചോർന്ന് അമ്മായിയിലെത്തിയിരുന്നു. ഇനിയുമെന്തെങ്കിലു മെന്നതിന് മൗനം മറുപടിയായപ്പോൾ പത്തി താഴ്ത്തി മാളത്തിൽ പതു ങ്ങിയിരുന്നവ പലതും പുറത്തേക്കിഴഞ്ഞുവന്ന് ഫണമുയർത്താൻ തുടങ്ങി;

- നാലു നേരം വെട്ടിവിഴുങ്ങാൻ.

അമ്മയതു കേൾക്കരുതേയെന്ന ശ്രദ്ധയാൽ അവന്റേയും അമ്മയു ടേയും ഒരുമിച്ചുള്ള സാന്നിദ്ധ്യത്തിൽനിന്നും ഒഴിഞ്ഞുമാറി നടന്നു. ബംഗ്ലാവു വീടിന്റെ അന്തരീക്ഷമാകെ കാറും കോളും നിറയാൻ തുട ങ്ങിയിരുന്നു. ഒന്നും കണ്ടില്ലെന്നും കേട്ടില്ലെന്നും നടിച്ച് മുറിയിൽ ഒതു ങ്ങികൂടി കഴിഞ്ഞു. പൊടുന്നനെയാണവനിൽ പുതിയൊരു മോഹം നാമ്പിട്ടത്.

പട്ടണത്തിൽ കച്ചവടം തുടങ്ങണം.

അന്നെന്തോ തെളിഞ്ഞൊരു പ്രഭാതമായിരുന്നു. ആമിൻഷയുടെ മുഖത്തും അതിന്റെ ലക്ഷണങ്ങൾ കാണാമായിരുന്നു. കിടക്കവിരി നേരെ വിരിച്ച് അയഞ്ഞ ഉറയൊന്നിൽ തലയണ തിരുകി നിന്നപ്പോൾ പാതി മിഴികളടച്ച് വളരെ സൗമ്യനായി അവൻ പറഞ്ഞു.

"നല്ലൊരു ചാൻസ് ഒത്തു വന്നിട്ടുണ്ട്. പട്ടണത്തിൽ എല്ലാ സൗക ര്യവുമുള്ള ഒരു കട തരപ്പെട്ടിരിക്കുന്നു. വാങ്ങി എന്തെങ്കിലും കച്ചവടം തുടങ്ങാമെന്നുണ്ട്. എന്നും ഇങ്ങനെ കഴിഞ്ഞാൽ മതിയോ."

ഇങ്ങനെ കഴിഞ്ഞാൽ മതിയോ; ആ ചോദ്യത്തിന് പുതുമയുണ്ടെന്നു തോന്നി. നിരുത്സാഹപ്പെടുത്തണ്ടാ എന്നു കരുതി പറഞ്ഞു.

"ശരിയാണ് നല്ല കാര്യം തന്നെ."

തന്നിലെ അനുകൂലാഭിപ്രായം കേട്ടിട്ടാകാം അവൻ കൂടുതൽ ആവേ ശഭരിതനാകുന്നതു കണ്ടു.

"എന്തിനും ഏതിനും പണം വേണം. കട വാങ്ങാൻ നല്ലൊരു തുക വേണം. പിന്നെ കച്ചവടം തുടങ്ങാനും."

അവനിലെ കർമ്മ പരിപാടികളൊന്നും ഒരിക്കലും തന്നോടു വിള മ്പിയിരുന്നില്ല. അതൊട്ട് സ്ത്രീകളോടു പറയേണ്ട കാര്യമില്ലെന്നാണ് അവന്റെ വാദം. ആ നിർബ്ബന്ധബുദ്ധി എന്തേ അടിപതറുന്നുവെന്ന് അത്ഭു തത്താൽ ഉറയിൽ കയറ്റിയ തലയണയും പിടിച്ചങ്ങനെ നിന്നപ്പോൾ അവൻ തുടർന്നു.

"എന്തായാലും നല്ലൊരു തുക വേണം."

ഭാര്യയോടു സംസാരിക്കാൻ പിശുക്കു കാട്ടുന്നവൻ അന്ന് വാക്കുകൾ ആവർത്തിച്ചു. പുതിയ പരിപാടികളെക്കുറിച്ച് വാചാലനായി. ഉറയ്ക്കകെത്തിരുന്ന് പെരുകുന്ന തലയണയെ കൈയിൽനിന്നും വാങ്ങി പതിയെ കിടക്കയിലിട്ടിട്ട് നേർക്കുനേർ വന്നു നിന്ന് മിഴിയോടു മിഴി നോക്കി അവൻ ആരാഞ്ഞു.

"നിന്റെ കൈയിൽ പണമായും പണ്ടമായും ഏഴെട്ടു ലക്ഷം മുടക്കാൻ കാണുമല്ലോ."

"എന്റെ കൈയിലോ."

"പിന്നെ"

തുടർന്നെന്തു പറയണമെന്നറിയാതെ ഒരു നിമിഷം സ്തബ്ദ്ധയായി.

"ങ്ഹും എന്തെങ്കിലും പറ. വേഗം പറ. പിന്നെ പണമില്ലാതെ എങ്ങനെ വാങ്ങാൻ." അവനിലെ ആവേശം അനുനിമിഷം കൂടുന്നതു കണ്ടപ്പോൾ പറഞ്ഞു.

"എന്റെ കൈയിലുള്ളതെല്ലാം അങ്ങ് സ്വന്തമാക്കിയില്ലേ. ഇനി എവിടുന്നാ. നിങ്ങളുടെ ഉമ്മയോടു ചോദിക്കരുതോ." വാക്കുകളിൽ അല്പം നീരസം കലർന്നിരുന്നു. അതുകേട്ട് ഹാംഗറിൽ തൂങ്ങികിടന്ന മുഷിഞ്ഞൊരു ടവ്വലിനെ വലിച്ചെടുത്ത് തന്റെ മുഖത്തേക്കെറിഞ്ഞുകൊണ്ട് അവൻ ഉച്ചത്തിൽ ആക്രോശിച്ചു.

"നീ തന്നിട്ടുണ്ടെങ്കിൽ അതിനിരട്ടി തിന്നിട്ടുമുണ്ട്. പിന്നെ ഇപ്പോഴിതാ നിന്റെ കാഫിരിച്ചി തള്ളയും. നിന്നേയും നിന്റെ തള്ളയേയും തീറ്റിപോറ്റാൻ എന്റെ ഉമ്മയുടെ കാശെടുത്തു ചെലവഴിക്കണമെന്നോ. അത് ബംഗ്ലാവു വീടിന്റെ അഭിമാനത്തിന് ഒരിക്കലും ചേർന്നതല്ല."

ഇരു കൈകളാലും കാതുകൾ പൊത്തിപ്പിടിച്ച് കണ്ണുകളിറുകെയടച്ചു അല്പനേരം നിന്നു. ഒന്നും കേൾക്കാനുള്ള ശക്തിയില്ലായിരുന്നു. എങ്ങോട്ടെങ്കിലും ഒന്നിറങ്ങിയോടണമെന്നു തോന്നി. ബാത്ത് റൂമിൽ കയറി വെള്ളം തുറന്നിട്ടെങ്കിലും ഒന്നുറക്കെ കരയാൻ ഒന്നുറക്കെ പൊട്ടിത്തെറിക്കാൻ ആവുന്നില്ലല്ലോയെന്നു പ്രയാസപ്പെട്ട് ചുണ്ടുകൾ കടിച്ചുപിടിച്ച് വെള്ളം ഒഴുകുന്നതും നോക്കി നിന്നു.

അല്പനേരം കഴിഞ്ഞ് മുട്ടു കേട്ടപ്പോൾ പൈപ്പ് പൂട്ടി വാതിൽ തുറന്നു. ഉള്ളിൽ കത്തിനിന്ന അഗ്നിയെ മറച്ചുവയ്ക്കാൻ ഏറെ ശ്രമിച്ചു. അവന്റെ മുഖം വല്ലാതെ മാറിയിരിക്കുന്നു. തറയിൽ കിടന്ന മുഷിഞ്ഞ ടവ്വലിനെ ഹാംഗറിൽ തൂക്കി അവൻ അനുനയിപ്പിക്കാൻ ശ്രമിച്ചു.

"കാശില്ലെങ്കിൽ വേണ്ട. എന്തായാലും കാര്യം നടക്കണമല്ലോ. നിന്റെ വീടും സ്ഥലവുമുണ്ടല്ലോ. ഇനി അത് അവർക്കെന്തിന്. പണയം വച്ചെങ്കിലും കുറച്ചു വായ്പ എടുക്കാം."

കേട്ടപ്പോൾ പരിഹാസമാണ് തോന്നിയത്. പണയമെടുക്കൽ, പലിശയെടുക്കൽ, പലിശ വാങ്ങൽ ഇത്യാദികളൊക്കെ അനിസ്ലാമികമെന്നു പറയുന്ന ശുദ്ധ മുസൽമാനാണ് പറയുന്നത്; പണയമെടുക്കാമെന്ന്.

"താങ്കൾക്ക് സ്വർഗ്ഗം നഷ്ടമാകില്ലേ"

മറുപടിയായി അവൻ ഒന്നു പുഞ്ചിരിക്കുക മാത്രം ചെയ്തു. ആ ചിരി അങ്ങനെ തന്നെ നിലനിർത്തി അവൻ വീണ്ടും ആരാഞ്ഞു.

"ആട്ടെ അത് ആരുടെ പേരിലാണെന്നറിയാമോ? വിവാഹം ഉറപ്പിക്കാൻ നേരം ഞങ്ങളൊന്നും ആവശ്യപ്പെട്ടിരുന്നില്ലെങ്കിലും മാതാപിതാക്കളുടെ കാലശേഷം ഏക പുത്രിയായ നിനക്കാണ് ആ വീടും സ്ഥലവുമെന്നാണ് നിന്റെ പിതാവ് വ്യവസ്ഥ പറഞ്ഞിരുന്നത്."

"അതിനെന്താ അങ്ങനെതന്നെയായിരിക്കണമല്ലോ."

തന്റെ മറുപടിയിൽ അവന്റെ മിഴികൾ കൂടുതൽ പ്രകാശമാനമായി. അല്പം മുമ്പു കണ്ട ആർത്തിയുടെ നിഴലുകൾ അപ്രത്യക്ഷമായി. പകരം കൗശലത്തിന്റെ നാമ്പുകൾ. അല്പം ചേർന്നുനിന്ന് അവൻ പതിയെ കാതിൽ മന്ത്രിച്ചു.

"എന്തായാലും പ്രമാണം കാണണം. അതുകണ്ടിട്ടുവേണം ബാക്കി കാര്യങ്ങൾ തീരുമാനിക്കാൻ.

ജാലക വിരികൾ നേരെയാക്കി തുറന്നു കിടന്ന അലമാര പതിയെ ചാരി മുറി വിടാൻ തയ്യാറെടുത്തപ്പോൾ അവൻ വീണ്ടും ധൃതിപ്പെടുത്തി.

"ഇന്നു തന്നെ പോയി എടുത്തുവാ. അതു കണ്ടിട്ടുവേണം ദല്ലാളിനോടു ഉറപ്പു പറയാൻ."

അവന്റെ വാക്കുകളിലെ ആവേശം വല്ലാത്ത ആശങ്കയിലാഴ്ത്തി. അമ്മയോടെങ്ങനെ ഇക്കാര്യം പറയും? അല്പനാളത്തെ സന്തോഷം തകിടം മറിയാൻ പോകുന്നുവെന്നോ? വീർപ്പുമുട്ടലുകളേറെയുണ്ടായിരുന്നെങ്കിലും അമ്മയുടെ സാന്നിദ്ധ്യം സന്തോഷം പകർന്നിരുന്നു. വേണ്ട അമ്മയോടു പറയണ്ട. മനസ്സു വിലക്കി.

"വേഗം തയ്യാറായി പോ. അവരോടും പറയൂ. വേണമെങ്കിൽ ഫെയ്സിയെ കൂട്ടിക്കോ."

പതിവു ചിട്ടവട്ടങ്ങളായ ഭക്ഷണം ഭാര്യതന്നെ വിളമ്പണം, കൂടെ കാത്തുനില്ക്കണം, പാത്രങ്ങളെടുത്തുമാറ്റണം, അങ്ങനെയുള്ളവയ്ക്കൊക്കെ വിരാമമിട്ടുകൊണ്ട് പോ പോ എന്നു മാത്രം പറഞ്ഞ് ധൃതിപ്പെടുത്തിക്കൊണ്ടിരുന്നു. പുറം ലോകം കാണാൻ ഒരവസരം കൂടി ഒത്തുവന്നിരിക്കുന്നുവെന്നാശിച്ച് സന്തോഷിച്ച് പോകാമെന്നു തന്നെ തീരുമാനിച്ച് അമ്മയോടു പറഞ്ഞു; പുതിയൊരു തൊഴിലിനപേക്ഷിക്കാൻ വീട്ടിലിരിക്കുന്ന ചില രേഖകൾ കൂടി വേണം. അതെടുക്കാൻ വീടുവരെ പോയ് വരാം. കേട്ടപ്പോൾ അമ്മയും സന്തോഷിച്ചു.

വീട്ടിലെത്തിയപ്പോൾ അയൽക്കാരിയായ ഒരു സ്ത്രീ പറഞ്ഞു; ഇന്നലെ ഒരാൾ വന്നിരുന്നു, മരണം പറയാൻ.

അതുകേട്ട് നാലു കണ്ണുകൾ പരസ്പരമാരാഞ്ഞ് പകച്ചു നിന്നു. ആരാണ്? ആരാണ് മരണപ്പെട്ടത്.

ബാപ്പയുടെ ബന്ധുക്കളായി ആരെങ്കിലുമോ. ഹേയ് ഇല്ല, കാഫിരിച്ചിയോട് മരണമോതാൻ ആരും വരില്ല.

അമ്മയുടെ?

പടിയടച്ച് പിണ്ഡം വച്ചവളോട്! അതുമല്ല.

പിന്നെ?

"മോഹനൻ നായർ മരിച്ചൂന്ന് പറയാൻ പറഞ്ഞു." അയൽക്കാരി സ്ത്രീ അതും പറഞ്ഞ് അകത്തേക്കു കയറിപ്പോയതും മനസ്സു മന്ത്രിച്ചു; ബന്ധുത്വം പുലർത്തിയ ഒരേയൊരാൾ മരണപ്പെട്ടിരിക്കുന്നു.

വീട്ടിൽ കയറാതെ എന്തു ചെയ്യണമെന്നറിയാതെ തെല്ലുനേരം നിന്ന പ്പോൾ അമ്മ പറഞ്ഞു.

"നമുക്കതുവരെയൊന്നു പോകാമോ കുട്ടീ"

അതു കേട്ടപ്പോൾ ഉള്ളിലെവിടെയോ പെരുമ്പറ മുഴങ്ങിയതായി തോന്നി.

-ചാക്കാലയ്ക്കുപോയി വന്നിരിക്കുന്നു. കടന്നുപോ ; ആമിൻഷായും ബംഗ്ലാവു വീട്ടുകാരും കുറ്റമാരോപിച്ച് ശാപവാക്കുകളെറിയുമെന്ന് ഭയന്ന് അമ്മയോടു മറുപടിയൊന്നും പറഞ്ഞില്ല. എന്നാൽ എവിടെ നിന്നോ പതിയെ കടന്നുവന്ന ഇളം തെന്നൽ ദേഹമാകെ കുളിർകോരിയിട്ട് കടന്നു പോയതും മനസ്സു മന്ത്രിച്ചു; പോകണം. ഓർമ്മകൾക്ക് നിറം ചാർത്താൻ ഒന്നവിടെവരെ പോയ് വരണം.

വണ്ടിക്കാരനോടു സ്ഥലനാമം പറഞ്ഞതനുസരിച്ച് വാഹനം സഞ്ച രിച്ചുകൊണ്ടിരുന്നു. ഓർമ്മയിൽ സൂക്ഷിച്ചുവച്ചവയ്ക്കും മിഴികൾക്കൊപ്പം സഞ്ചരിക്കുന്നവകൾക്കും തമ്മിൽ പൊരുത്തക്കേടുണ്ടെന്നു തോന്നി.

എല്ലാം മാറിയിരിക്കുന്നു.

അമ്മയാ വഴികൾ മറന്നിരിക്കുമോ? നാടിന്റെ ചിത്രങ്ങളുടെ ഓർമ്മ കൾക്ക് മങ്ങലേറ്റിരിക്കുമോ? ഹേയ് ഇല്ല. കണിശമായും അമ്മയുടെ ഓർമ്മകളിൽ അവകൾ കാണും.

അമ്മേ ആ നാട്ടുമാവ് നിന്നത് ഈ വഴിത്താരയിലെവിടെയാണ്?

സുഗന്ധം വമിക്കുന്ന ചെള്ളാടി പച്ചകൾ പടർന്നു കിടന്നത് ഇവിടെ യാണോ?

മഞ്ഞളരച്ച് കണ്ണെഴുതിയ ഇണകളായ ചിത്തിരക്കിളികൾ കൊത്തി തിന്നാറുള്ള തെച്ചിപ്പഴക്കാടുകൾ ഇപ്പോഴുമുണ്ടാകുമോ?

അന്ന് ശ്രീദേവി പറയുമായിരുന്നു; ഒറ്റ ചിത്തിരയെ കാണുന്നത് ദുശ്ശ കുനമാണ് പെണ്ണേ. അതുകേൾക്കുമ്പോൾ ഒറ്റയെ കണ്ടകണ്ണുകൾ മറ്റൊ ന്നിനായ് ഉഴറി നടക്കും. അപ്പോഴേക്കും തൊട്ടടുത്ത തെച്ചിക്കാടിനുള്ളി ലിരുന്ന് ഇണയെ വിളിച്ച് മറ്റേയാൾ കുറുകുന്നതു കേൾക്കാം.

അവകൾ അങ്ങനെയാണ് പൂജാ എപ്പോഴും ഒരുമിച്ചേ നടക്കൂ; ദേവിക്ക് കിളികളുടെ ശാസ്ത്രമറിയാം.

എന്നാൽ അമ്മയോട് ഒന്നും ചോദിച്ചില്ല. ചോദ്യങ്ങൾ ഉള്ളിലൊതുക്കി ചുറ്റും നോക്കി ഓർമ്മകളയവിറക്കി, വെറുതെയിരുന്നു.

പാതയോരത്ത് സിമന്റു ബഞ്ചുകൾക്കു താഴെയുള്ള കുളത്തിൽ നിന്നും പറന്നുവന്ന ഏതോ ഒരു പക്ഷി സിമന്റടർന്ന കമ്പികളിലൊന്നി ലിരുന്ന് ചിറകുവിടർത്തിയപ്പോൾ ഒരു നിമിഷം ഓർത്തുപോയി; ഇവിടെ

യാണോ ഈ കുളത്തിലാണോ?

"അമ്മേ" അമ്മയെയപ്പോൾ വിളിക്കാൻ തോന്നി

"ങ്ഹും"

പെട്ടെന്നു വിലക്കി. വേണ്ട. ഒന്നും ആരായേണ്ട. ഈ കുളം ആധുനികതയുടെ ചിത്രമാണ്. ചുറ്റും കമ്പിവേലികളും വലകളും. വൈകുന്നേരം വിനോദത്തിനായി വന്നെത്തുവർക്കായുള്ള ഇരിപ്പിടങ്ങൾ. അപ്പുറത്ത് കുട്ടികളുടെ ചെറിയ പാർക്ക്. കമ്പി വലകളിൽ പറന്നുവീണ പ്ലാസ്റ്റിക് സഞ്ചികളും കൊഴിഞ്ഞുവീണ ഇലകളും. വന്യത നഷ്ടമായ ഒരിടം.

അമ്മയോടു ചോദിച്ചാൽ പറയുമായിരിക്കും അതുതന്നെയാണ് കുട്ടീ ഇത്. ആ സ്ഥലം തന്നെയാണ് ഈ സ്ഥലം. ആ മാവു തന്നെയാണ് ഈ മാവ്.

വേണ്ട ഒന്നും ആരായേണ്ട.

ആരും കാണാതെ ആരുമറിയാതെ നിധിപോലെ കാത്തു സൂക്ഷിച്ചവയ്ക്ക് നവരൂപം വന്നുകൂട. അവകളുടെ സ്ഥാനത്ത് പുതിയ കാഴ്ചകൾ പ്രതിഷ്ഠിച്ചാൽ പഴയത് മാഞ്ഞുപോകും. തുരുമ്പിച്ച കമ്പിയിലിരുന്ന പക്ഷി തൂവൽ മിനുക്കി എങ്ങോ പറന്നകന്നപ്പോൾ സ്വയം പറഞ്ഞു.

അല്ല ഇത് അതല്ല.

വലിയച്ഛന്റെ വീടിനു മുന്നിൽ വരെ വാഹനം പോകില്ലായിരുന്നു മുമ്പൊക്കെ. എന്നാൽ വണ്ടിക്കാരൻ, നീല ടാർപ്പാളിൻ വലിച്ചുകെട്ടിയ ഒരു വീടിന്റെ മുന്നിൽ വണ്ടി നിർത്തിയപ്പോൾ കണ്ടു; ഇനിയും മതിൽ പണിതിട്ടില്ലാത്ത വീട് ഒരു പ്രേതാലയം കണക്കെ കണ്ണുമുഴപ്പിച്ചു നോക്കി നില്ക്കുന്നു. വലിയച്ഛൻ നട്ടുവളർത്തിയ വിവിധതരം റോസാപുഷ്പങ്ങൾ, ചെമ്പരത്തികൾ, നന്ത്യാർവട്ടം, പാരിജാതം, കിളിമരത്തിൽ പടർന്നു പൂക്കുന്ന നിത്യകല്യാണികൾ, പൂമരത്തിൽ ഇഴുകിച്ചേർന്നു കിടക്കാറുള്ള മുല്ലവള്ളികൾ ഒന്നും കാണാനായില്ല. കയറിപ്പോകുന്നിടത്തെ അത്തിമരത്തിൽ പടർന്ന പവിഴമല്ലിയിൽ ഇലയില്ലാതെ ഒന്നു രണ്ടു വല്ലികൾ മാത്രം ശുഷ്കിച്ചു നിന്നിരുന്നു. ഒരു പൂവെങ്കിലും; നിലമാകെ പരതി നോക്കി. താനും ദേവിയും ചേർന്ന് അവ പെറുക്കികൂട്ടി എത്രയെത്ര മാലകൾ കോർത്തിരുന്നു. രാവിലെ എഴുന്നേറ്റു നടക്കുമ്പോൾ നിലമാകെ നിറഞ്ഞു കിടക്കുമായിരുന്നു.

അവയും കായൽപ്പരപ്പിലെ വിളക്കുമാടങ്ങൾ പോലെയാണ്; മലർന്നു വീഴുന്ന വെളുത്ത ഇതളുകളിൽ സ്വർണ്ണനാമ്പുകൾ.

മരണഗൃഹത്തിൽ അത്രയൊന്നും ആളുകളുണ്ടായിരുന്നില്ല. ചുവപ്പും വെളുപ്പുമായ കസേരകളിൽ അങ്ങുമിങ്ങും ആരൊക്കെയോ കൂടിയിരുന്ന് സംസാരിക്കുന്നുണ്ടായിരുന്നു. ചിലരൊക്കെ അമ്മയെ നോക്കി കുശുകുശുത്തു. ആരേയും ശ്രദ്ധിക്കാതെ ഇറയത്തേക്കു കയറിയ അമ്മയുടെ ചലനങ്ങളിൽ ഒരു വെല്ലുവിളിയുണ്ടെന്ന് അപ്പോൾ തോന്നി. ഒറ്റപ്പെടുത്തലിന്റെ വേദന ആ മുഖത്ത് ഇല്ലെന്നു കണ്ടപ്പോൾ ആശ്വസിച്ചു.

വലിയച്ഛന്റെ മാലയിട്ട ഫോട്ടോക്ക് മുന്നിൽ അല്പനേരം മിഴികള ടച്ചു കൈകൂപ്പി നിന്നു. ആ നിമിഷം ബാപ്പയെ ഓർത്തുവെങ്കിലും ചിരിയും കരച്ചിലും നഷ്ടമായതിനെ ഒരിക്കൽ കൂടി ആ ഓർമ്മകൾ സാക്ഷിയാക്കി.

ദേവിയെ തിരഞ്ഞ് ഉള്ളിലേക്ക് നടക്കുമ്പോൾ ആരൊക്കെയോ തന്നെ നോക്കി പിറുപിറുത്തു.

അത് ഏത് ഉമ്മാച്ചിയാണ്

ഇവിടെയൊന്നും കണ്ടിട്ടില്ലല്ലോ.

അപ്പോൾ ആരോ പറഞ്ഞു;

അതാ ചാടിപ്പോയ നന്ദിനീട മോളെന്നാ തോന്നണേ.

സരസ്വതി വലിയമ്മയും ദേവിയും ഒരു മുറിയിൽ ഇരു കട്ടിലുകളി ലായി കിടന്നിരുന്നു. അവർക്കരികിലിരുന്നവർ അമ്മയെ നോക്കി പുറ ത്തേക്കു നടന്നതും ചുമരിലേക്കു മുഖം പൂഴ്ത്തി കിടന്ന വലിയമ്മയെ അമ്മ സ്പർശിച്ചു. മുഖം തിരിച്ച വലിയമ്മയുടെ കൺപോളകളിൽ വീർക്കമുണ്ടായിരുന്നു. കസേരചൂണ്ടി ഇരിക്കാൻ ആംഗ്യം കാട്ടിയിട്ട് അവർ തന്റെ നേർക്കു തിരിഞ്ഞു അമ്മയോടാരാഞ്ഞു.

“അതാരാ”

അമ്മ മറുപടിയായി ഒന്നും പറഞ്ഞില്ല. അതുകണ്ട് മെല്ലെ മുഖ പടം മാറ്റി വലിയമ്മയേയും ദേവിയേയും മാറിമാറി നോക്കിയതും ഇരുവ രുടേയും മുഖങ്ങൾ വിസ്മയം കൊള്ളുന്നതു കണ്ടു.

“പൂജാ ഇതു നീ തന്നെയോ? നീ എത്ര മാറിയിരിക്കുന്നു;” കരഞ്ഞു കലങ്ങിയ കണ്ണുകളോടെ ശ്രീദേവി പറഞ്ഞു.

“ഓർമ്മ വരുമ്പോൾ അച്ഛൻ പലരേയും പേരെടുത്തു വിളിക്കുമായി രുന്നു. കൂട്ടത്തിൽ നിന്റേയും;” ശ്രീദേവി നിശ്വാസംകൊണ്ടു.

“പൂച്ചകുഞ്ഞേ പൂച്ചകുഞ്ഞേ” ബാക്കി പറയാനാവാതെ ദേവി വിതു മ്പാൻ തുടങ്ങി.

ദേവിയെക്കാൾ പ്രിയം വലിയച്ഛന് തന്നോടായിരുന്നുവെന്ന് പല പ്പോഴും തോന്നിയിരുന്നു. ദേവി പഠിക്കാനെന്നും പിറകിലായിരുന്നു. മിടു ക്കരായ കുട്ടികളെ വലിയച്ഛന് ഏറെ പ്രിയമാണു താനും.

“നീ ഒരിക്കലെങ്കിലും വരേണ്ടതായിരുന്നു പൂജാ. നീ എന്താ ഇങ്ങ നെയായി പോയത്. നീ എല്ലാ ബന്ധങ്ങളും മനഃപൂർവ്വം മറന്നതാണോ.”

– നീ എന്താ ഇങ്ങനെയായിപോയത്? ആ വാക്കുകൾ ഒരായിരം പ്രാവശ്യം കാതുകളിൽ പ്രകമ്പനം കൊണ്ടു.

– ദേവീ നീ മാത്രമല്ല. എത്രയോ ഊഷ്മളമായ ബന്ധങ്ങളാണെന്ന റിയാമോ എനിക്ക് നഷ്ടമായത്; മറുപടിയായ് പറയേണ്ട വാക്കുകൾ പുറ ത്തെടുക്കാതെ തന്നെ ഒളിപ്പിച്ചുവച്ചു.

പുറത്തെങ്ങോ കളിച്ചു നടന്ന അവളുടെ മകൾ അമ്മയ്ക്കരികിൽ ഓടിയെത്തി. അവളെ മടിയിലിരുത്തി ഒന്നോമനിക്കണമെന്നു തോന്നി. കുഞ്ഞുനാളിൽ കണ്ട ദേവിയുടെ രൂപം തന്നെയായിരുന്നു ആ പെൺകു ട്ടിക്കും. കുഞ്ഞിളം കൈകളുടെ സ്പർശം ഒരു നിമിഷമറിഞ്ഞ് വെറുതേ

എന്തോ ഓർത്തു.

ഏറെ നേരം അവിടെ തങ്ങാൻ തോന്നിയില്ല. അപ്പപ്പോൾ കയറി വരികയും പെട്ടെന്നിറങ്ങി പോകുന്നവരുടേയും നോട്ടങ്ങളും മുറുമുറുപ്പും അമ്മയെ വിമ്മിട്ടത്തിലാഴ്ത്തുന്നതു കണ്ടു. മുറിവിട്ട് ഇറയത്തിറങ്ങി ഒരിക്കൽ കൂടി വലിയച്ഛനെ നോക്കി.

വലിയച്ഛാ മാപ്പ്; ഈയുള്ളവൾക്കർപ്പിക്കാൻ ഒരിറ്റു മിഴിനീർപ്പൂ പോലും ബാക്കിയില്ല. മാപ്പ്.

തിരിഞ്ഞു നോക്കുമ്പോൾ രാഷ്ട്രീയക്കാരനായ അമ്മാവൻ പിറകിൽ. അയാളുടെ സാന്നിദ്ധ്യം അമ്മയെ ഏറെ ഭയചകിതയാക്കിയതായി തോന്നി. അയാളുടെ കൗശലം നിറഞ്ഞ കണ്ണുകൾ തന്നെ ഒളിഞ്ഞു നോക്കുന്നതും. പിന്നെ എന്തൊക്കെയോ പിറുപിറുക്കുന്നതും കേട്ടു.

"നിന്റെയാ മേത്തനെ അവരങ്ങ് തട്ടി. ഇനി നിന്നെയായിരിക്കും കരുതിയിരുന്നോ. ദേ കണ്ടില്ലേ.................."

തന്നെ ചൂണ്ടി അർദ്ധവിരാമമിട്ട് അയാൾ പറഞ്ഞു.

"നിന്നേം ഇടീപ്പിക്കും." അയാൾ ആവർത്തിച്ചു.

പല്ലുകൾ ഞെരിച്ച് പുറത്തേക്കു നടക്കുമ്പോൾ അവിടെനിന്ന് രക്ഷപ്പെട്ടാൽ മതിയെന്ന തോന്നലാൽ ഒരിക്കൽക്കൂടി വലിയച്ഛനെ നോക്കാനായില്ല.

ഇറയത്തുനിന്നുള്ള രണ്ടു പടികൾ ഇടിഞ്ഞു കിടന്നിരുന്നു. ചെങ്കല്ലിന്റെ അരികുകൾ പൊടിഞ്ഞിട്ടുമുണ്ടായിരുന്നു. പടിയോടു ചേർന്നുള്ള നീണ്ടവരാന്തയിലിരുന്ന് വെറ്റില മുറുക്കുന്ന ഒരു മുത്തശ്ശി ദൂരേക്കു നോക്കി തിരക്കുന്നതു കേട്ടു.

"ആരാ ആ വരണത്."

"അതാ കുന്നുമോളിലെ പയ്യൻ"

മുത്തശ്ശിയുടെ അരികിലിരുന്ന് അങ്ങനെ പറഞ്ഞ സ്ത്രീയുടെ കണ്ണുകൾ നടന്നടുക്കുന്ന യുവാവിലേക്കാണെന്നു തിരിച്ചറിഞ്ഞപ്പോൾ ഉള്ളിൽ ആ വാക്കുകൾ ആവർത്തിച്ചു; കുന്നുമോളിലെ.

നടുമുറ്റമെത്തി ഒരു നിമിഷം നിന്നു ആ യുവാവിന്റെ കണ്ണുകൾ അമ്മയെ അല്പനേരം സൂക്ഷിച്ചു നോക്കി. പിന്നെ ആരെയോ തിരയുന്ന പോലെയും.

അതു തന്നെയാകാം. തന്നെമാത്രമാകാം. ഏറെ മോഹിച്ചുകൊണ്ട് മനസ്സു മന്ത്രിച്ചു.

ഞാൻ ഞാൻ ദാ ഇവിടെയുണ്ട്. നീ കാണുന്നില്ലേ. ദേ ഈ ആവരണത്തിനുള്ളിൽ.

ഒരു നിമിഷം ആ കണ്ണുകൾ തന്നിലേക്കാകണമെന്നാശിച്ചു.

നീ നീ എന്റെ ആ പഴയ കളികൂട്ടുകാരി തന്നെയോ?

എന്റെ പെണ്ണേ നിന്നെ ഞാൻ എത്ര നാൾ തിരഞ്ഞു.

എവിടെയാണ് നീ ഒളിച്ചിരിക്കുന്നത്.

ധൃതിപ്പെട്ടോടുന്ന നീലമേഘങ്ങൾക്കിടയിൽ

അലയടിച്ചെത്തുന്ന വെളുത്ത തിരമാലകൾക്കിടയിൽ

ഉരുകിയൊഴുകുന്ന ഹിമപാതങ്ങളിൽ

മുടിയഴിച്ചാടുന്ന കൊടുങ്കാറ്റിനിടയിലും നിന്നെ ഞാൻ തിരഞ്ഞു; എന്നിട്ടും നിന്നെ കണ്ടെത്താനായില്ലല്ലോ.

പതിയെ പതിയെ തഴുകിയണഞ്ഞ ഇളങ്കാറ്റ് മന്ത്രിച്ചതങ്ങനെ യാണെന്നു തോന്നി.

- എവിടെ തിരിഞ്ഞാലും എന്നെ നിനക്ക് കാണാനാകില്ലെന്നേ! ആരൊക്കെയോ പണിത തടവറയ്ക്കുള്ളിൽ ആയിരം പൂട്ടുള്ള ചങ്ങല യാൽ ബന്ധനസ്ഥയായി, തഴമ്പു വീണ കൈകാലുകൾ എടുത്തു യർത്താനാകാതെ, കെട്ടുവീണ നാവൊന്നു പൊക്കി വിലപിക്കാനാവാതെ മരവിച്ച പെണ്ണായി ജീവിക്കുന്നു. അവളെ നീ കാണണ്ട. നീ കാണണ്ട. മുഖം തിരിച്ചു നടന്നു.

നടക്കുന്തോറും പിറകിൽനിന്നും അലയടിച്ചെത്തിയ കൊടുങ്കാറ്റിൽ ആ വാക്കുകൾ ഹുങ്കാര നാദത്തോടെ എന്തോ ചൊല്ലുന്നതായി വീണ്ടും തോന്നി; ഹേയ് മുഖം പൂഴ്ത്തിനടക്കുന്ന പെണ്ണേ, നീയാണ് നിന്നെ മോചി തയാക്കേണ്ടത്. അതു നിന്റെ മാത്രം ആവശ്യമല്ല. നിന്റെ വർഗ്ഗത്തിന്റേതു കൂടിയാണ്.

മച്ചിലെ പങ്കയുടെ ശബ്ദം നിശ്ചലമായപ്പോൾ കണ്ണുതുറന്നു നോക്കി. കുറ്റാകൂരിരുട്ട്. മെഹ്റിന എന്തോ പിറുപിറുത്തുവോ? പതിയ തലയുയർത്തി. തലയ്ക്കു വല്ലാത്ത ഭാരം. എങ്കിലും ഉള്ളിലെവിടെയോ കുളിർമഞ്ഞിന്റെ നിർവൃതിയറിഞ്ഞു. മെല്ലെയെഴുന്നേറ്റ് മുന്നിലെ ജാല കപ്പാളി അല്പമൊന്നു തുറന്നിട്ടു. ദൂരെ ആകാശപ്പരപ്പിലെ നക്ഷത്രങ്ങൾ പിന്നെയും മോഹങ്ങൾ വിതയ്ക്കുന്നു. ഉള്ളിലെവിടെയോ ഒരായിരം രജ നികൾ ഒരുമിച്ചു വിടർന്ന് മാസ്മരിക ഗന്ധം പടർത്തുന്നു.

- അതേ ഈ ലോകം എന്റേതു കൂടിയാണ്.

- നഷ്ടം നികത്താൻ, ആഗ്രഹങ്ങൾ സഫലീകരിക്കാൻ, സ്വപ്ന ങ്ങൾ പൂവണിയാൻ എനിക്കിനി മറ്റൊരു ജന്മമില്ല. പടച്ചോൻ നല്കിയ സുന്ദരമായ മനുഷ്യജന്മം പാഴാക്കാൻ എനിക്ക് താല്പര്യവുമില്ല.

പതിയെ ജാലകം ചാരി മുൻവാതിൽ തുറന്ന് ഉരുളൻ തൂണിൽ ചാരി നിന്നു. എങ്ങും വിജനത. ദൂരെ നിന്നും ഓടിയെത്തിയ മന്ദമാരുതൻ ഉട ലാകെ കുളിർ പരത്തി.

കുളിരും നിലാവും.

ഹൊ! ഏതു സ്ത്രീ ഹൃദയമാണ് തരളിതമാകാത്തത്. പ്രണയിതാ വിന്റെ സാമീപ്യത്തിനായി കൊതിക്കാത്തത്. ഹൃദയം വല്ലാതെ ഉത്തേ ജിതമാകുന്നു. ആ ഹൃദയത്തെയാണ് പുരുഷൻ കീഴ്പ്പെടുത്തേണ്ടത്. എങ്കിൽ അവൾ സ്വയം വഴങ്ങും. ഹൃദയം കൊടുത്തുള്ള വഴങ്ങൽ. അല്ലാ തെയുള്ള കീഴ്പ്പെടുത്തലുകളൊക്കെ എത്ര നികൃഷ്ടമാണ്. അല്പം അയ ഞ്ഞുകൊടുത്താൽ കീഴ്പ്പെടുത്താനുള്ള പുരുഷനിലെ അഭിവാഞ്ഛ ഏറി യേറി വരിക അവനിലെ അഹങ്കാരമാണ്. ഹൊ! തനിക്കു സംഭവിച്ചതും

അതു തന്നെയല്ലേ.

അഗാധ സ്നേഹം കൊണ്ടുള്ള തോറ്റു കൊടുക്കലോ വിവരമില്ലായ്മയിൽ സംഭവിച്ച പരാജയമോ അല്ലായിരുന്നല്ലോ. മാതാപിതാക്കളെ കണ്ടു ശീലിച്ച സംസ്കാരം അതിരുകളെ ഭേദിക്കാൻ തടസ്സം നിന്നു. അതവനിലെ അധികാരത്തെ ദൃഢമാക്കി.

വേണ്ട അങ്ങോട്ടു സഞ്ചരിക്കണ്ട; മനസ്സു പിറുപിറുത്തു.

താഴെ കുടിലുകൾക്കു മീതെ നിലാവു പരന്നു കിടക്കുന്നു. അല്പനേരം നോക്കി നിന്നപ്പോൾ ഒരിക്കൽ കൂടി തോന്നി; ഈ ലോകം എത്ര മനോഹരമാണ്. ചിറകുകളുണ്ടായിരുന്നെങ്കിലെന്ന് ഒരുവട്ടം കൂടി ആശിച്ചു പോയി. എങ്കിൽ എങ്കിൽ പറന്നു പറന്നു മേഘക്കൊമ്പുകളിൽ പോയി കൂടുകൂട്ടി കൂക്കി വിളിക്കാമായിരുന്നു;

പോരുന്നോ, ഞാൻ ദാ ഇവിടെയുണ്ട്. ഇവിടെയാരും വേലികൾ കെട്ടില്ല. ചങ്ങലകൾ തീർക്കില്ല. പോരുന്നോ. ഞാനിതാ ഇവിടെ കാത്തിരിപ്പുണ്ട്.

ചെറുതായൊച്ചവച്ചെത്തിയ കാറ്റ് തുറന്ന വാതിലിനെയല്പം ചാരി ആരവമുണ്ടാക്കിയപ്പോൾ ആരുടെയോ കാൽപ്പെരുമാറ്റം കാതിൽ പതിഞ്ഞതറിഞ്ഞു. ചുറ്റും കണ്ണോടിച്ചു. രണ്ടുതൂണുകൾപ്പുറത്ത് നിലാവെളിച്ചത്തിലനങ്ങുന്ന നിഴലുകൾ.

പാതിരാവിലെ സൗന്ദര്യമാസ്വദിക്കാനായി തന്നെപ്പോലെ ആരോ വന്നു നില്ക്കുന്നതാകാം. തൊട്ടുമുകളിലെ നിലയിൽ മദ്രസാപഠനത്തിനുള്ള കുട്ടികളാണ്. പന്ത്രണ്ടു വയസ്സിനു താഴെയുള്ളവർ. അവരിലാരെങ്കിലും വലിയ തങ്ങളുടെ അസാന്നിദ്ധ്യത്തിൽ സ്വാതന്ത്ര്യമാഘോഷിക്കുന്നതാകാം.

വരാന്തയിലങ്ങേയറ്റത്തെ ബൾബ് പൊടുന്നനെ പ്രകാശിച്ചതും പെട്ടെന്നാ രൂപങ്ങൾ അല്പം ചലിച്ചു.

നഗ്നമായ നാലു പാദങ്ങൾ. രണ്ടെണ്ണം കുങ്കുമവർണ്ണമുള്ളവ. അപ്പുറത്തേത് അവ്യക്തമാണെങ്കിലും പുരുഷന്റേതു പോലുള്ള നീണ്ട പാദങ്ങൾ.

വെളിച്ചം വീണ്ടും മിഴിയടച്ചു.

പതിയെ അകത്തേക്കു നടന്ന് വാതിൽ ചാരി ജാലകപ്പാളി ലേശം കൂടി തുറന്നിട്ടു. ആരാണവർ?

വീണ്ടും ആരോ നടന്നടുക്കുന്നതുപോലെ തോന്നി. ഒതുങ്ങിനിന്ന് ശ്വാസമടക്കി ശ്രദ്ധിച്ചു. പിന്നെ പാളിയിലൊന്നു ലേശം കൂടി തുറന്നു. ശബ്ദം വയ്ക്കാതിരിക്കാൻ ഏറെ പാടുപെട്ടു.

ഇറുകിയ നിശാവസ്ത്രത്തിൽ എടുത്തു നില്ക്കുന്ന മാറിടങ്ങൾ. തുളുമ്പി നില്ക്കുന്ന നിതംബം. വെളിച്ചം ഒന്നുകൂടി കൺതുറന്നു തന്നു. സുറുമ പുരട്ടിയ കൺപോളകൾ വെട്ടി നടന്നു പോകുന്ന മോഹിനിയുടെ ചുണ്ടുകൾ വല്ലാതെ നിറംവച്ചിരിക്കുന്നു. വിടർത്തിയിട്ട മുടിയിഴകൾ കൈകൊണ്ടൊതുക്കി മെല്ലെ മെല്ലെ നടക്കുമ്പോഴുള്ള ആ ചലനം വല്ലാ

ത്തൊരുന്മാദത്തിന്റേതാണെന്നു തിരിച്ചറിഞ്ഞു.

പാദചലനം അകന്നകന്ന് പോകുന്നുവെന്ന് ബോദ്ധ്യമായപ്പോൾ ഒരിക്കൽ കൂടി പുറത്തിറങ്ങി. രണ്ടു മുറികൾ കഴിഞ്ഞപ്പുറത്തെ പടിവാതിലിൽ വച്ച് ഒരു രൂപം ആർത്തിയോടെ ആ മോഹിനിയെ വലിച്ചടുപ്പിച്ച് അകത്തേക്കു കൊണ്ടു പോയി. മുറിയിൽ കയറി ആരാഞ്ഞു അവൻ ആരാണ്? ആ ചോദ്യവുമായി വീണ്ടും കിടക്കയിലേക്കു ചാഞ്ഞപ്പോൾ ഒരിക്കൽ കൂടി ബോദ്ധ്യമായി; അവൾ അവൾ മിടുക്കി തന്നെ.

എപ്പോഴോ മിഴികളടഞ്ഞതും ആ രണ്ടു നിഴലുകൾ നൃത്തമാടാൻ തുടങ്ങി. പയ്യെപയ്യെ മറ്റാരുടെയൊക്കെയോ രൂപങ്ങളും. തിരിച്ചറിയാനാകാതെയുഴറിയപ്പോൾ മെല്ലെമെല്ലെ അവയുടെ മുഖപടമഴിയുന്നതറിഞ്ഞു. അവയ്ക്കുള്ളിൽ ഇരുതലയുള്ള നീലസർപ്പം. അതു ഒന്നല്ല രണ്ടെന്നു തിരിച്ചറിഞ്ഞ് സാമ്പ്രാണി തങ്ങൾ വടിയെടുക്കുന്നതു കണ്ടു.

പോ കടന്നുപോ നാണമില്ലാത്ത ജന്തുക്കൾ

പത്തി വിടർത്തി സാമ്പ്രാണി തങ്ങളെ കൊത്താനോങ്ങുന്ന അവയിലൊന്നിന് പള്ളിവീട്ടിലെ ഡ്രൈവർ പയ്യന്റെ മുഖകാന്തി. പിന്നെപ്പിന്നെ സ്വപ്നം നിറയെ മനുഷ്യരൂപങ്ങൾ മാത്രമായി. നഗ്നരായ മനുഷ്യർ മാത്രം. ആണും പെണ്ണും. അതിൽ ആരൊക്കെയുണ്ടെന്നാരാഞ്ഞുകൊണ്ട് മിഴികൾ പരതി നടന്നു. പൂജയുണ്ട്. മെഹ്റിനയുണ്ട്. പിന്നെയുമാരൊക്കെയോ. അവർക്കൊക്കെ ഇണകളായവരെയും കണ്ടു.

പൂജയെന്ന പെണ്ണിന്റെ ഇണയായ് വന്നവനെ തിരഞ്ഞ് കണ്ണു തുറന്നു. ശരീരമാകെ വൈദ്യുതി പ്രവഹിച്ചതുപോലെ തോന്നി. കൂടെ ആ വാക്കുകളും; കുന്നുമോളിലെ പയ്യൻ.

ഇരുപത്

വൈകിയാണുറങ്ങിയതെങ്കിലും എഴുന്നേറ്റപ്പോൾ ഉഷസന്ധ്യക്ക് വല്ലാത്തൊരുണർവ്വിന്റെ പ്രതീതി. കടന്നുപോയ ദിനങ്ങളിലില്ലാത്ത പുത്തനൊരുണർവ്വ്.

ജാലകത്തിലൂടെ അകലേക്കു കണ്ട കിഴക്കൻ മാനവും കാശ്മീരമണിഞ്ഞ് ശാലീനയായിരിക്കുന്നു.

ശുചി കർമ്മങ്ങൾ കഴിഞ്ഞ് മെഹ്റിനയോടൊപ്പം ഭക്ഷണ ശാലയിലേക്കു നടക്കാനൊരുങ്ങി പടവുകളിറങ്ങി. അവിടെ നിന്ന പെൺകുട്ടികളിലും കണ്ടു വിസ്മയത്തിന്റെ വർണ്ണങ്ങൾ. പടവുകൾക്കഭിമുഖമായ ഭിത്തിയിലെ കിളിവാതിലിലൂടെ അവർ പുറത്തേക്കു നോക്കി പരസ്പരം പിറുപിറുക്കുന്നു.

അടുക്കളപ്പുരയിലെത്തിയപ്പോൾ അവിടെയും കണ്ടു വ്യത്യസ്തമായൊരന്തരീക്ഷം. താന്താങ്ങളുടെ പ്രവൃത്തികളിൽ അമാന്തത കാട്ടി നില്ക്കുന്ന പണിക്കാരികൾ. പെട്ടെന്നെന്തോവോർത്ത് ചുറ്റിലും തിരഞ്ഞു;

ഉറക്കച്ചടവുള്ള രണ്ടു മിഴികൾ, ഊഷ്മളതയുടെ മുദ്രണം പതിഞ്ഞ തുടുത്താധരങ്ങൾ.

ഇല്ല എങ്ങുമില്ല.

അടുക്കളപ്പെണ്ണുങ്ങളേയും അന്തേവാസികളേയും ചൊൽപ്പടിക്കു നിർത്തുന്ന ആ മിടുക്കി; മധുര സ്വപ്നങ്ങളുടെ പറുദീസയിൽ സുഖാലസ്യത്തിന്റെ മുങ്ങാംകുഴിയിൽനിന്നും ഇനിയുണർന്നിട്ടില്ലെന്നു തോന്നുന്നു. ഭോജനശാലയിലെത്തിയപ്പോൾ അവിടെ നിന്ന പെൺകുട്ടികളിലും കണ്ടു ഉത്സാഹത്തിമിർപ്പ്. പുറകുവശ ഭിത്തിയിലെ ഗ്രേറ്റർദാൻ ലെസ്സർദാൻ ചിഹ്നങ്ങൾ മുഖത്തോടുമുഖം നോക്കി നില്ക്കുന്ന സിമന്റഴികളിൽ കൂടി ഒളിഞ്ഞുനോക്കി. അവർ എന്തൊക്കെയോ കുശുകുശുക്കുന്നു. എന്തെന്നറിയാൻ പുറത്തേക്കു കണ്ണുകളൂന്നി തെല്ലുനേരം നിന്നു.

അങ്കണത്തിലങ്ങുമിങ്ങും വാഹനങ്ങൾ നിരന്നു കിടപ്പുണ്ട്. പുരുഷന്മാർ മുക്കിലും മൂലയിലും കൂട്ടംകൂടിയും.

പൊടുന്നനെ മറ്റൊരു വാഹനം കൂടി ആഗതമായതിന്റെയാരവം. പലേടത്തായി ചിതറി നിന്നവരും അടുക്കളപ്പുരയിൽ പണിയെടുത്തവരും ഭോജനശാലയിൽ ഒത്തുകൂടി സിമന്റഴികളിൽ കൈയും മാറിടവും ചേർത്തുവച്ച് ആരോടെന്നില്ലാതെ പറയാൻ തുടങ്ങി.

"എലുമ്പിപെണ്ണ്"

"പൂച്ചമുടിച്ചി"

"ഇവിടെ ഊനക്കാലും എത്ര ബർക്കത്തുള്ളതൊക്കെ ഒണ്ടാരുന്നിട്ടും,"

പുറം കാഴ്ചകളെ കൂടിനിന്നവരുടെ ശരീരങ്ങൾ തടസ്സപ്പെടുത്തിയപ്പോൾ കസേരയിലൊന്നിൽ ഇരിപ്പുറപ്പിച്ച് എതിരേക്കു മിഴികളൂന്നി. മുന്നിൽ സെൽമത്തുണ്ട്. അവൾ ആരെയും ശ്രദ്ധിക്കാതെ മുന്നിലിരുന്ന പരന്ന പിഞ്ഞാണത്തിലെ തുമ്പപ്പൂവർണ്ണ പുട്ടിനെ ഉരുളകളാക്കി വായിലേക്കു തള്ളിവിടുന്നു.

"പെണ്ണിനെ കൊണ്ടുവന്നാ കൊച്ചേ"

ഒരുരുള വിഴുങ്ങി അടുത്തത് തിരുകുന്നതിനിടയിലെ അല്പമാത്ര ഇടവേളയിൽ സെൽമത്ത് മെഹ്റിനയോടായി തിരക്കി.

"ങ്ഹും" മെഹ്റിന മൂളി

"ഏതോ വലിയ വീട്ടിലെ പെണ്ണാണെന്നാ കേട്ടത്."

വലിയ വീട്ടിലെ പെണ്ണ്. ആ വാക്കുകൾ ഉള്ളിൽ വല്ലാതെ സന്ദേഹമുയർത്തി. വന്നവൾ മറ്റൊരു പൂജയാണോ? അവളിലേറ്റ ബാധയെ...... സന്ദേഹം ഉൽക്കണ്ഠയായി പരിണമിച്ചപ്പോൾ ചോദ്യഭാവേന മെഹ്റിനയെ നോക്കി.

"പുതിയസ്ലാമാക്കാൻ ഏതോ പെൺകുട്ടിയെ കൊണ്ടുവന്നതാണത്രെ! പ്രണയം മൂത്ത് കാമുകനോടൊപ്പം ഇറങ്ങി തിരിച്ചവളെ" മെഹ്റിന പറഞ്ഞു.

"അപ്പോൾ ഇവിടം മതം മാറ്റലിന്റെ സങ്കേതം കൂടിയാണോ? അവ

ളോടു തിരക്കി.

"അതിനുള്ള അധികാരം ഇവിടെ ആർക്കാണുള്ളത്?"

മറുപടിയായ് മെഹ്റിന ഒന്നും പറഞ്ഞില്ല. എങ്കിലും അവളിലെ മൗനം വിദൂരതയിലൊരു സന്ധ്യയിലേക്കു കൂട്ടികൊണ്ടുപോകാനുതകുന്നതായി. ചരിത്രത്തിലേക്കുള്ള പ്രയാണം. പ്രണയം മൂത്ത് കാമുകനോടൊപ്പം ഇറങ്ങിതിരിക്കുന്നതുവരെയുള്ള പല ചരിതങ്ങൾക്കും ഏറെ സമാനതകളുണ്ടാകും. അവ കഴിഞ്ഞുള്ളതിനാണ് വൈവിദ്ധ്യങ്ങളേറെ.

ചെമ്മാനം തുടുത്തുനിന്ന ആ സന്ധ്യയിൽ; ക്ഷേത്രത്തിലേക്കെന്നു പറഞ്ഞ് പുറപ്പെട്ട പെൺകുട്ടി സ്വന്തം ഗൃഹത്തിലേക്കു മടങ്ങാതെ പ്രണയിതാവ് മുമ്പെന്നോ സമ്മാനിച്ച ചോന്ന റോസാച്ചെടിയിൽ വിടർന്ന ആദ്യ പുഷ്പവുമേന്തി പ്രണയാർദ്രയായി നടന്നുവത്രെ! വഴിയിലെവിടെയോ വച്ച് ആ കമിതാക്കൾ കണ്ടുമുട്ടിയപ്പോൾ അവൻ ചോദിച്ചു.

- ഇനിയുമെന്തേ ആ പുഷ്പം വിടർന്നില്ലെന്നോ? കാത്തിരിക്കാൻ ഇനിയും വയ്യ.

സന്ധ്യാവർണ്ണങ്ങൾ ചാരുതയേകിയ അവളുടെ കപോലങ്ങളിൽ തഴുകിയ ആ പുഷ്പത്തിലെ ഒരിതൾ മാത്രം അപ്പോൾ കൺ തുറന്നു. എന്നിട്ട് അവനോടായി പറഞ്ഞു;

- ആ നിമിഷം ആഗതമായിരിക്കുന്നു. ഇനിയും കാത്തിരിക്കേണ്ടതില്ല.

തെല്ലൊന്നമ്പരന്നു നിന്ന അവന്റെ കാല്ക്കൽ കാണിക്കയായി പതിഞ്ഞ പുഷ്പം വീണ്ടും പറഞ്ഞു:

- ശിരസ്സു കുനിഞ്ഞൊന്നു തഴുകുമെങ്കിൽ എനിക്കിപ്പോൾ നിന്നോടൊപ്പം വന്നേ തീരൂവെന്നുണ്ട്.

അവൻ ശിരസ്സു നമിച്ചു. പിന്നെ വിരൽ തുമ്പിനാൽ പതിയെയെടുത്തു മാറോടു ചേർത്ത് മരങ്ങളും കിളികളും കാറ്റും വെളിച്ചവും വർണ്ണമേഘങ്ങളും സാക്ഷിയായി നടന്നു. ഒപ്പത്തിനൊപ്പവും എങ്ങോട്ടെന്നില്ലാതെയും.

എവിടേക്ക് എവിടേക്ക്; അവൾ ചോദിച്ചില്ല. എങ്ങോട്ട് എങ്ങോട്ട്; അവനും അറിയില്ലായിരുന്നു.

അവനവളെ കൂട്ടിക്കൊണ്ടുപോയത് കൂർത്ത കല്ലുകൾ പാകിയ ആരാമത്തിലേക്കോ വിഷമുള്ളുകൾ വളർന്നു പന്തലിച്ച ചെടികൾക്കിടയിലേക്കോ ആയിരുന്നില്ല. നീ എന്റെ ചട്ടക്കൂട്ടിലേക്കു പോരൂവെന്ന് ഒരിക്കൽ പോലും ആവശ്യപ്പെട്ടിരുന്നില്ല അവൻ. തോളോടുതോളു ചേർന്നു തന്നെ ജീവിച്ചു; മകൾക്കുവേണ്ടി തോറ്റുകൊടുക്കുന്നതുവരെ.

"കൊച്ചെന്താ കഴിക്കാത്തേ;" ഒഴിഞ്ഞ പാത്രം നീക്കിവച്ച് എഴുന്നേല്ക്കുന്നതിനിടയിൽ സെൽമത്താരാഞ്ഞു.

വാഷ്ബേസിനരുകിൽ ചെന്നുനിന്ന് ചെവിവട്ടം പിടിച്ച് സെൽമത്ത് തുടർന്നു പറഞ്ഞു.

"ങ്ഹും കലിമചൊല്ലല് തൊടങ്ങീന്നാ തോന്നണേ"

അഷ്ഹദു അല്ലാഇലാഹ ഇല്ലള്ളാ വ അഷ്ഹ ദു അന്ന മുഹമ്മദറ സൂലുള്ളാ

അന്തരീക്ഷത്തിൽ കലിമയുടെ ഈരടികൾ. സാമ്പ്രാണിതങ്ങളുടെ ശബ്ദം.

കാമുകിയായെത്തിയവളെ മതവല്ക്കരിക്കാനുള്ള കാമുകന്റെ ത്വര യിൽ 'സ്ത്രീ' പുതിയതിലേക്കു പ്രവേശിക്കപ്പെടുന്നു. വെറുമൊരു സാധാ രണ മനുഷ്യൻ; അതും മതത്തെക്കുറിച്ച് അല്പജ്ഞാനം മാത്രമുള്ള പുരോഹിതനെന്നവകാശപ്പെടുന്നവൻ ചൊല്ലിക്കൊടുക്കുന്ന ഏതാനും വാക്കുകളിലൂടെ 'സ്ത്രീ' പരിവർത്തിതയാകുന്നു. വിവാഹം ചെയ്യാൻ ആഗ്രഹിക്കുന്നവന്റെ പ്രേരണയാൽ അവന്റെ ബന്ധുജനങ്ങളുടെ ആഗ്ര ഹത്താൽ അവളിലെ അഭിപ്രായം അകറ്റപ്പെടുന്നു. സമ്മതമാണോവെ ന്നുപോലുമാരായാതെ മൗനത്തെ സമ്മതമായി അനുമാനിക്കുന്നു.

പരിപൂർണ്ണ സമ്മതത്താലല്ലാത്ത പരിവർത്തനം നിർബ്ബന്ധിതമ ല്ലത്രെ!

"ഞാൻ ചൊല്ലിത്തരണത് നിനക്ക് മനസ്സിലാകണാ കൊച്ചേ. കാഫി രിച്ചികൾക്ക് ഇപ്പദങ്ങൾ പെട്ടെന്നങ്ങനെ വഴങ്ങൂല. അതുകൊണ്ടാ ചോദിച്ചേ"

നവ പ്രവേശകയോടുള്ള സാമ്പ്രാണി തങ്ങളുടെ ചോദ്യം കേട്ടപ്പോൾ അത് മറ്റേതോ വാക്കുകളുടെ ഓർമ്മപ്പെടുത്തലായി.

കാഫിരിച്ചിയുടെ നാവിന് കലിമേര പദങ്ങൾ എങ്ങനെ വഴങ്ങാനെന്ന വാക്കുകളുടെ. പല പ്രാവശ്യം കേട്ടവ. തന്നോടു മാത്രമല്ല അമ്മയോടും പറഞ്ഞു ഒരിക്കൽ.

പ്രമാണവുമായി വീട്ടിലെത്തി പരിശോധിച്ചപ്പോൾ മനസ്സിലായി; വീടും സ്ഥലവും അമ്മയുടെ പേരിൽ തന്നെയാണ്.

നിലനില്ക്കുന്ന നിയമങ്ങളുടെ ഭവിഷ്യത്തുകളറിഞ്ഞ് വരും വരാ യ്മകളെ കാലേക്കൂട്ടി മനസ്സിലാക്കി എല്ലാം ചെയ്തു വച്ചതു പോലെയാ യിരുന്നു ബാപ്പയുടെ പ്രവൃത്തികൾ. അന്യമത സ്ത്രീക്ക് എന്തവകാശ മെന്ന് ചോദിച്ച് തന്റെ ബന്ധുക്കൾ തർക്കമുന്നയിക്കരുതെന്ന് അദ്ദേഹം കരുതിയിട്ടുണ്ടാകും. പ്രത്യേക വിവാഹ നിയമപ്രകാരം വിവാഹം ചെയ്തെങ്കിലും ഓഹരിയുടെ കാര്യം വരുമ്പോൾ നിയമം പോലും ചോദി ച്ചേക്കും; മരണപ്പെട്ട മുസൽമാന്റെ ഓഹരിക്ക് അന്യമത സ്ത്രീയായ നീ എത്ര മാത്രം അവകാശിയാണ്."

"ഇനി അവളെ കുപ്പായോം കൂടി ഇടീക്കണം"

കൈകഴുകി ഭക്ഷണശാലയിലെ അല്പ ഇടനാഴിയിലൂടെ നടന്നു കൊണ്ട് സെൽമത്ത് ആരോടെന്നില്ലാതെ പറഞ്ഞപ്പോൾ വീണ്ടും ഓർമ്മ കളുടെ പിറകേ സഞ്ചരിച്ചു.

അമ്മയുടെ പേരിലാണ് പ്രമാണമെന്നറിഞ്ഞതു മുതൽ ആമിൻഷായിൽ ഉന്മാദത്തിന്റെ ലക്ഷണങ്ങൾ കണ്ടു തുടങ്ങി. കിട്ടിയ പാടെ വസ്ത്രം മാറി അതുമായി പുറപ്പെടാനൊരുങ്ങി.

"ബാങ്കുവരെ പോയ് വരട്ടെ" ഭാര്യയോടാദ്യമായി അവൻ മര്യാദ കാട്ടി.

പുറത്തേക്കു പോയി ഒരു മണിക്കൂർ കഴിഞ്ഞ് അവൻ തിരികെ വന്നിട്ട് വീണ്ടും ഭവ്യതയോടെ ചോദിച്ചു.

"ആ വീടിന്റെ താക്കോൽ കൂടി തരാമോ?"

അവന്റെ മുഖം വല്ലാതെ പ്രകാശിതമായിരുന്നതുകൊണ്ട് ധൈര്യത്തോടെയാരാഞ്ഞു.

"പ്രമാണം ഈടുവയ്ക്കാൻ താക്കോലിന്റെ ആവശ്യമുണ്ടോ?"

"ബാങ്കുകാർ വാല്യുവേഷനെത്തുമ്പോൾ തുറന്നു കാട്ടാനാണ്."

അമ്മയറിയാതെ അനുവാദം ചോദിക്കാതെ അമ്മയുടെ ബാഗിൽ നിന്നും താക്കോലെടുത്ത് നല്കുമ്പോൾ ഈടുവയ്ക്കാനല്ലേ പതിയെ തിരികെയെടുക്കുമല്ലോ എന്നു കരുതി സമാശ്വസിച്ചു.

തുടർന്നുള്ള രണ്ടു ദിനങ്ങളിലെ അവനിലെ വാക്കുകളും പ്രവൃത്തികളും വിശ്വസിക്കുന്ന തരത്തിലും പരിഗണനയുടേതുമാണെന്നു തോന്നി.

അവർക്ക് എത്രകാലം വേണേലും ഇവിടെ കഴിയാം. അവർക്ക് എത്രകാലം വേണേലും ഇവിടെ കഴിയാം. ആവർത്തിച്ച വാക്കുകളെ അല്പവും അവിശ്വസിക്കാനായില്ല.

മൂന്നാം ദിനം പ്രഭാതത്തിൽ ആമിൻഷ പുറത്തേക്കു പോകാൻ തയ്യാറെടുക്കുന്നതിനിടയിൽ അവനിൽ വല്ലാത്തൊരുന്മേഷം കണ്ടെങ്കിലും അവന്റെ വാക്കുകളിൽ വല്ലാത്ത പതർച്ച തോന്നി. ഇറങ്ങാൻ നേരം മുഖത്തുനോക്കാതെ ധൃതിപ്പെട്ടെന്തോ സംസാരിച്ചു. പിന്നെ അല്പം ഉച്ചത്തിൽ പറഞ്ഞു.

"നീ ഇന്ന് അവരെയും കൂട്ടി രജിസ്ട്രാഫീസിൽ വരണം."

എന്തിനെന്നാരാഞ്ഞുകൊണ്ട് അവനു പിന്നാലെ നടന്നു. താഴേക്കുള്ള യാത്രയിൽ ഗോവണിയുടെ ഒന്നാം പടിയിൽ നിന്നുകൊണ്ട് ചുമരിലേക്കു നോക്കി അവനപ്പോൾ പറഞ്ഞു.

"പിന്നെ ഈടുവയ്ക്കാൻ ജഹാംപതിക്കണ്ടേ" ആ വാക്കുകൾക്ക് ശാസനയുടെ സ്വരമുണ്ടെന്നു തോന്നി. മൂന്നുപടികൾ കൂടി പിന്നിട്ട് അവൻ ഒരിക്കൽ കൂടി ഓർമ്മപ്പെടുത്തി.

"പെട്ടെന്നിറങ്ങണം. താമസിച്ചാൽ ഇന്നു നടക്കില്ല."

അമ്മയോടക്കാര്യം എങ്ങനെ ബോദ്ധ്യപ്പെടുത്തുമെന്ന ഉൽക്കണ്ഠയാൽ പല പ്രാവശ്യം പടികളിറങ്ങിയും കയറിയും കിടപ്പുമുറിയിലങ്ങോട്ടുമിങ്ങോട്ടും നടന്നു. പ്രഭാത ഭക്ഷണത്തിന് താഴേക്കിറങ്ങി ചെല്ലാൻപോലും ധൈര്യം തോന്നിയില്ല. ആമിൻഷ പോയി ഏതാണ്ട് രണ്ടര മണിക്കൂർ കഴിഞ്ഞിട്ടും മാറ്റമില്ലാതെതന്നെ തുടർന്നു. എന്നാൽ 'നിങ്ങൾ ഇറങ്ങിയോയെന്ന് അവൻ ഫോണിൽ ചോദിക്കുന്നൂവെന്ന്' റസിയ താഴെനിന്ന് വിളിച്ചു പറഞ്ഞപ്പോൾ വേഗേനെ അമ്മയുടെ അടുത്തേക്കു നടന്ന് അമ്മയുടെ മുഖത്തേക്ക് നോക്കാതെ പതിയെ പറഞ്ഞു.

"നമുക്ക് പുറത്തുവരെ ഒന്നു പോയ് വരാമമ്മേ."

വാക്കുകളിൽ വിറയലുണ്ടായിരുന്നു. നെഞ്ചകം വല്ലാതെ മിടിച്ചുകൊണ്ടുമിരുന്നു. എങ്കിലും ഒളികണ്ണിട്ട് ഒരു നിമിഷം അമ്മയെ നോക്കി. ആ മുഖം വല്ലാതെ തിളങ്ങുന്നതു കണ്ടു.

"ആശുപത്രിയിലേക്കാണോ." അമ്മ ആവേശത്തോടെ തിരക്കി

അമ്മയുടെ സന്തോഷം അതിരിടുന്നതു കണ്ടിട്ടും നിഷേധിക്കാനാകാതെ ഒന്നും മിണ്ടാതെ പുറപ്പെടാൻ തയ്യാറെടുത്തു.

വാഹനത്തിലിരിക്കുമ്പോഴും അമ്മയുടെ വദനം വല്ലാത്ത സന്തോഷത്തിലായിരുന്നു. യാത്രയിലെവിടെയോ വച്ച് യഥാർത്ഥ്യം വെളിപ്പെടുത്തി. എതിർപ്പുണ്ടാകുമെന്നു ഭയന്നെങ്കിലും അമ്മ മറുത്തൊന്നും പറഞ്ഞില്ല.

"ആയിക്കോട്ടെ കച്ചവടം തുടങ്ങാനല്ലേ. വെറുതേ നില്ക്കുന്നതിനേക്കാൾ ഭേദം അതു തന്നെ." അമ്മയുടെ വാക്കുകൾ ആശ്വാസം പകരുന്നതായി തോന്നി. അമ്മ രജിസ്ട്രാഫീസിലേക്ക് കയറിയപ്പോൾ തനിക്ക് വാഹനത്തിൽ തന്നെ ഇരിക്കേണ്ടി വന്നു. ആമിൻഷയുടെ താക്കീതിനാൽ ഏറെനേരം ഏകയായ് അതിനുള്ളിൽ ചെലവഴിച്ചു. എന്നാൽ അകത്തേക്കു പോയ അമ്മയായിരുന്നില്ല തിരികെ വന്നത്. ആ മുഖം വല്ലാത്ത നിരാശതയിലാണെന്നു കണ്ടു. രാത്രിയിൽ ഭക്ഷണം കഴിക്കാൻ ഒത്തുകൂടിയപ്പോഴും ആ ഭാവം തന്നെയായിരുന്നു അമ്മയിൽ. പലവട്ടം അമ്മ തന്നെ നോക്കുമ്പോഴൊക്കെ അനുവാദമില്ലാതെ അമ്മയുടെ ബാഗ് തുറന്നതിന്, അമ്മയുടെ പേരിലുള്ള രേഖ കരസ്ഥമാക്കിയതിന്, മറ്റൊരാൾക്കത് കൈമാറിയതിനൊക്കെയുള്ള സ്വയം കുറ്റപ്പെടുത്തലാൽ ഒരു കള്ളിയെപ്പോലെ മുഖം തിരിച്ചു നടന്നു.

"കുട്ടീ ആ താക്കോൽ നിന്റെ കൈവശമാണോ? ഒന്നിങ്ങെടുക്കൂ ഞാൻ വീടുവരെ പോയ് വരട്ടെ."

പിറ്റേന്നു രാവിലെ അമ്മ ഏറെ സങ്കോചത്തോടെയാരാഞ്ഞപ്പോൾ മനസ്സിലായി; അമ്മയ്ക്കിവിടം വിടാൻ എന്തോ തക്കതായ കാരണമുണ്ട്. അതു താൻ ചെയ്ത പ്രവൃത്തിമൂലമാണോ? പൊടുന്നനെ ആമിൻഷായെ തേടി താക്കോലാരാഞ്ഞു.

"ഓ ഞാനതു മറന്നു. അതാ ബാങ്കുകാരുടെ കൈയിലാണ്. നാളെ വാങ്ങിത്തരാം." മയമുള്ളതായിരുന്നു അവന്റെ വാക്കുകൾ.

തുടർന്നുള്ള രണ്ടു ദിനങ്ങളിലും അവൻ ആ വാക്കുകൾത്തന്നെ ആവർത്തിച്ചു.

നാലാം ദിനത്തിൽ അമ്മ താക്കോലാവശ്യപ്പെടാതെ തന്നെ വീട്ടിലേക്കു പുറപ്പെടാനൊരുങ്ങി. പലതവണ തന്റേയും അമ്മയുടേയും ചുണ്ടുകൾ എന്തോ ഉരുവിടാൻ ശ്രമിക്കുന്നത് പരസ്പരം മനസ്സിലാക്കിയെങ്കിലും ഒന്നും പറയാതെ അമ്മ യാത്രയാകുന്നതും നോക്കി വെറുതെ നിന്നു.

സായാഹ്നത്തിനു മുമ്പേ അമ്മ മടങ്ങിയെത്തി. അതുകണ്ട് ഏറെ സന്തോഷിച്ചു. എന്നാൽ ആ കൺകളിലേക്ക് നോക്കിയപ്പോൾ ഏറെ അന്ധാളിച്ചുപോയി. വല്ലാതെ വീർത്തിരിക്കുന്ന കൺപോളകൾ.

മനോഹരമായ നീണ്ട നാസിക ഏറെ ചുവന്നിട്ടുമുണ്ടായിരുന്നു.

പലതും ചോദിക്കാനായി തങ്ങളുടേതായ സ്വകാര്യ നിമിഷത്തിനു വേണ്ടി കാത്തു കാത്തു നടന്നു. വീർപ്പുമുട്ടലിന്റെ നീണ്ടമണിക്കൂറുകളായിരുന്നു അത്. ഒടുവിൽ അമ്മയുടെ മുറിയിൽ വച്ചു മാത്രമാണ് ഇരുവരുമായ ഏതാനും നിമിഷത്തിൽ വിതുമ്പലോടെ അമ്മ ഒന്നു സംസാരിച്ചത്.

"നിന്റെ ബാപ്പയുടെ ആ കണ്ണട പോലും എടുക്കാനായില്ലല്ലോ കുട്ടീ. എന്നോടു ഒരു വാക്കെങ്കിലും നിനക്ക് പറയാമായിരുന്നില്ലേ."

അമ്മ അല്പം നിർത്തി കണ്ണുനീർ തുടച്ചുകൊണ്ട് വീണ്ടും പറഞ്ഞു.

"നിനക്കെങ്ങനെ തോന്നി ഇതിനൊക്കെ കൂട്ടു നില്ക്കാൻ."

ഒന്നും മനസ്സിലാകാതെ പകച്ചിരുന്നു പോയി. എന്താണു സംഭവിച്ചതെന്നാരായാനും അപ്പോൾ നാവു പൊന്തിയില്ല. ഏറെനേരം കഴിഞ്ഞ് എപ്പോഴോ അമ്മയുടെ മുഖത്തേക്കു പാളി നോക്കി. ആ മിഴികൾ ബീഭത്സമാകുകയായിരുന്നു. ഒരിക്കലും കണ്ടിട്ടില്ലാത്ത പുതിയൊരു ഭാവം അവിടെ നിഴലിച്ചു.

"നീയൊന്നുമറിഞ്ഞില്ലെന്നോ അതോ അറിഞ്ഞില്ലെന്നു നടിക്കുന്നതോ കുട്ടീ. ആ വീടും സ്ഥലവും വിറ്റത് നീ അറിയാതെയാണെന്ന് വിശ്വസിക്കണോ ഞാൻ."

ആരോടും ഇതുവരേയും അത്രത്തോളം കയർത്തു സംസാരിക്കാത്ത അമ്മയുടെ പൊട്ടിത്തെറി വെറുപ്പിന്റെ നാവുകൊണ്ടാണെന്ന് തിരിച്ചറിഞ്ഞെങ്കിലും ഒരു നിമിഷത്തെ നിശ്ചലതയിൽ എന്നോ കണ്ട ദുഃസ്വപ്നത്തിലെ വെറും ധാരണകളാകണേയെന്ന് മോഹിച്ചുകൊണ്ട് ചുറ്റും മിഴിച്ചു നോക്കി. അതെ മുന്നിൽ നില്ക്കുന്നത് തന്റെ അമ്മ തന്നെയാണ്. പറന്നിളകിയ ജാലക വിരികളെ മെല്ലെ സ്പർശിച്ചു നോക്കിയിട്ട് സ്വയം ഉറപ്പുവരുത്തി.

അല്ല നടന്നതൊന്നും ദുഃസ്വപ്നങ്ങളല്ല.

"ബാപ്പയുടെ ഓരോ വരവിലും എനിക്കും നിനക്കും സമ്മാനിച്ച വസ്തുക്കൾ, പഴയ നാളിലെ നമ്മുടെ ചിത്രങ്ങൾ, ഒന്നും എടുക്കാനായില്ല കുട്ടീ. പോട്ടെ ബാപ്പയുടെ ഒരു ചിത്രമെങ്കിലും......... ആ കണ്ണട."

അമ്മ വീണ്ടും വിതുമ്പാനൊരുങ്ങുന്നുവെന്നു കണ്ടപ്പോൾ എങ്ങോട്ടെങ്കിലും ഒന്ന് ഓടിപ്പോകണമെന്നു തോന്നി. തെല്ലൊന്നു വിതുമ്പാൻ, അമ്മയെയൊന്നാശ്വസിപ്പിക്കാൻ, ഒന്നിനുമാകാത്ത അവസ്ഥ.

പടവുകൾ ഓടിക്കയറി കിടപ്പുമുറിയിലെത്തി വാതിലടച്ചപ്പോൾ ശിരസ്സിലെ കടന്നലുകൾ കൂടുപൊളിച്ചു. അവ ചുറ്റാകെ മൂളിക്കൊണ്ട് തലങ്ങും വിലങ്ങും പറന്നു നടന്നു. പല്ലുകളിൽ കരിമ്പാറകൾ ഇളകിമറിഞ്ഞ് ശബ്ദം വെച്ചപ്പോൾ ആരും കാണാതെ ആരുമറിയാതെ തേങ്ങലുകളെ പുതച്ചുവെച്ച് മുഷ്ടി ചുരുട്ടി മെത്തമേൽ ആഞ്ഞാഞ്ഞടിച്ചു. നഖങ്ങൾ പട്ടുമെത്തയുടെ മൃദുലതയിൽ ശക്തിയായി മാന്തി.

അന്നാദ്യമായി അവനുവേണ്ടി കാത്തിരുന്നു; കാണുമ്പോൾ പറ

യേണ്ട വാക്കുകൾ ചുണ്ടുകളിൽ താളമിട്ടുകൊണ്ടുതന്നെ.

ഇനിയും സഹിക്കാൻ വയ്യ. ഒപ്പം ജീവിക്കാനും.

പല പ്രാവശ്യം ആരൊക്കെയോ വന്ന് വാതിലിൽ മുട്ടിയിട്ടും തുറക്കാൻ കൂട്ടാക്കാതെ അവനായ് മാത്രം കാത്തിരുന്നു. അവനുവേണ്ടി മാത്രം വാതിൽ തുറക്കുവാനായും. സന്ധ്യാവേളയിലെപ്പോഴോ അവന്റെ പദസ്വനം തിരിച്ചറിഞ്ഞതും നെഞ്ചകമാകെ നഖങ്ങൾ പൊന്തി നില്ക്കുന്ന പരുന്തിന്റെ ചിറകടി കേട്ടു. നാവിന്റെ മേലെ വമ്പനൊരു ഹിമ മല കട്ട പിടിക്കുന്നതുമറിഞ്ഞു. എങ്കിലും കതകു തുറന്നു.

“ങ്ഹും എന്താ കതകടച്ചിരിക്കുന്നത് എന്തു പറ്റി.”

ഏറെ ലാഘവത്തോടെയുള്ള അന്വേഷണം. അതുകേട്ട് നിശ്ശബ്ദരായിരുന്ന കടന്നലുകൾ പൊടുന്നനെ പുറ്റുപൊളിക്കാൻ തുടങ്ങി. അവ ഒന്നിനു പുറകെ ഒന്നായി പറന്നുവന്ന് നാവിനെ കൊത്താനൊരുങ്ങി. മെയ്യാകെ പനിച്ചു പൊന്തിയ ഉഗ്രതാപം നാവിൽ രൂപം കൊണ്ട മഞ്ഞു മലയൊന്നാകെ ഉരുകിയൊലിപ്പിച്ചുകൊണ്ടിരുന്നു. പിന്നെ തെല്ലും അമാന്തിക്കാനായില്ല.

“വയ്യ ഇനിയും സഹിക്കാൻ വയ്യ. വെറുത്തുപോയി. കൂടെ ജീവിക്കാനും.”

എന്തോ തമാശകേട്ടപോലെയായിരുന്നു അവനിലെ പ്രതികരണം. എന്തുവേണേലും ആകാമെടീ എന്ന മട്ട്. അത് തന്നെ കൂടുതൽ പ്രകോപിപ്പിച്ചു. തുറന്നിട്ടിരുന്ന വാതിൽപ്പാളിയിൽ അമർത്തിപ്പിടിച്ചിരുന്ന വലംകൈയെ അല്പം അയച്ച് ഊക്കോടെ വലിച്ചടച്ചതും ബംഗ്ലാവു വീടിനെ കിടിലം കൊള്ളിച്ച ശബ്ദംകേട്ടു. പൊടുന്നനെ അവന്റെ മട്ടും ഭാവവും മാറി.

“ങ്ഹും എന്താടീ കാട്ടണ. അന്തസ്സുള്ളൊരു വീടാണിത്. കണ്ട എന ജാതീല് പിറന്നോരല്ല ഇവിടെ താമസിക്കണത്. നീ ഇതും ഇതിനപ്പറോം കാണിക്കുമെന്ന് എനിക്കറിയാം. ഒപ്പം കഴിയാൻ വയ്യെങ്കിൽ പിരിഞ്ഞു പൊയ്ക്കോ. ഭർത്താവിനെ വെറുക്കുകയും അയാളോടൊപ്പം ജീവിക്കാൻ ഇഷ്ടപ്പെടാതിരിക്കുകയും ചെയ്യുന്ന സ്ത്രീക്ക് പറഞ്ഞിട്ടുള്ളതാണ് ഖുൽഅ്”

പത്നിയുടെ വേദനയിൽ അല്പമൊരു സഹതാപം, ചെയ്ത തെറ്റിലുള്ള അവനിലെ പശ്ചാത്താപം അതൊന്നുമല്ല അപ്പോൾ അവന്റെ വാക്കുകളിൽ പ്രതിദ്ധ്വനിച്ചത്. മറിച്ച് അവന്റെ ആദർശത്തിന്റെ അഹങ്കാര ധ്വനിയായിരുന്നു മുഴങ്ങിയത്.

“കുൽഹാണെങ്കിൽ കുൽഹ് തന്നെ. ഇനിയും വയ്യ” പല്ലുകൾ കൂട്ടി ഞെരിച്ച് അവനോടു പറഞ്ഞു.

“കുൽഹല്ല ഖുൽഅ്” - തറപ്പിച്ചൊന്നു നോക്കിയിട്ട് അവൻ തിരുത്താനൊരുങ്ങി.

“ങ്ഹും അല്ലെങ്കിലും കാഫിരീന്റെ ഗർഭത്തിൽ പിറന്നവൾക്ക് അതെങ്ങിനെ ഉച്ചരിക്കാനാകും.” അല്പം നിർത്തി തെല്ലൊന്നു ചുണ്ടു ചെരിച്ച്

ശിരസ്സനക്കി അവൻ തുടർന്നു.

"പിന്നെ ഒരു കാര്യം ഓർത്തോ. നീയായിട്ട് ഖുൽഅ് ചൊല്ലിപ്പിരിഞ്ഞാലേ; നിനക്ക് സ്വർഗ്ഗത്തിലെ സുഗന്ധം പോലും നിഷിദ്ധമായിരിക്കുമെന്നോർത്തോ."

സ്വർഗ്ഗം! ആത്മഗതം ചെയ്ത് അമർഷം കടിച്ചമർത്തി നിന്നപ്പോൾ അവൻ വീണ്ടും പറഞ്ഞു.

"ഈ ഖുൽഅ് സാധുതയാകണമെങ്കിലേ ഞാൻ തന്ന വിവാഹ മൂല്യം നീ എനിക്കു തിരിച്ചു തരണം."

"വിവാഹ മൂല്യമോ"

"ങ്ഹും വിവാഹ സമയത്ത് ഞാൻ തന്നത്."

"താങ്കൾ എന്തു തന്നെന്നാണ്."

"മഹറായി ആയിരത്തൊന്നു രൂപയും അഞ്ചു പവൻ സ്വർണ്ണവും."

ഇരു കൈകളും കാതുകളിൽ തിരുകി കണ്ണുകൾ ഇറുകെയടച്ച് ഒരു നിമിഷം തിരിഞ്ഞു നിന്നു. കേൾക്കണ്ടാ. അവന്റെ ആദർശവാക്കുകൾ കേൾക്കാൻ ഇനിയും വയ്യ.

"ആയിരത്തൊന്നു രൂപയും അഞ്ചല്ല അഞ്ചരപവനും ഉണ്ടോ? എങ്കിൽ തന്നിട്ട് പോയ്ക്കോ?"

അറപ്പുളവാക്കുന്ന വാക്കുകൾ. നീണ്ട ശണ്ഠയ്ക്ക് താല്പര്യമില്ലായിരുന്നിട്ടും അതുകേട്ട് പറഞ്ഞുപോയി.

"താങ്കളല്ലേ അതും തട്ടിയെടുത്തത്. ഇപ്പോൾ ഫ്രോഡു ചമഞ്ഞ് എന്റെ അമ്മയുടെ വസ്തുവും."

"ഏന്താടീ പറഞ്ഞത് അമ്മയെന്നോ? എന്റെ ഭാര്യയായി ജീവിച്ചു കൊണ്ട് വീണ്ടും നീയാപദം ഉപയോഗിക്കുകയാണോ?"

നീണ്ട താടിരോമങ്ങളെ കശക്കി നടന്ന അവൻ ചുറ്റിലും എന്തോ പരതാൻ തുടങ്ങി. ഭാര്യക്കു പ്രിയപ്പെട്ടതായുള്ള എന്തെങ്കിലും കണ്ടെത്താൻ. ഇല്ലെന്നു കണ്ടപ്പോൾ അടുത്തേക്കു നീങ്ങി നിന്ന് അവന്റെ ചൂണ്ടുവിരൽ തന്റെ കണ്ണുകളിലേക്കു തൊട്ടുതൊട്ടില്ലെന്ന മട്ടിൽ നിവർത്തി കാട്ടി അട്ടഹസിച്ചു.

"ഇനി നിന്റെ തള്ളയ്ക്കു ഇവിടെ തുടരണമെങ്കിൽ കാഫിരിച്ചിയെപ്പോലെ കഴിയാനാവില്ല. എന്റെ കുടുംബത്തിലെ സ്ത്രീകളെങ്ങനെയോ അങ്ങനെ കുപ്പായമിട്ട് ദീനിൻ ജീവിക്കാമെങ്കിൽ മാത്രം ഇവിടെ തുടരാം."

"നിന്റെ വായീന്ന് കേക്കാൻ ഞങ്ങൾ കാത്തിരിക്കുകയായിരുന്നു."

സഹോദരന്റെ കിടപ്പു മുറിയിലെ സംഭാഷണം ശ്രവിച്ച് വാതിലിനരികിൽ ഒളിഞ്ഞു നിന്ന റസിയ പെട്ടെന്ന് രക്തപക്ഷം ചേർന്നു.

"ശര്യാണ് ഇവ്ട ഇനീം ഇങ്ങന കഴിയാം പറ്റൂല. കുടുമ്മത്തില് വിരുന്നുകാര് വരുമ്പം വേലക്കാരീന്ന ഞാനവരോടൊക്കെ പറേണത്. മരുമോള ഉമ്മാന്ന് പറയാം പറ്റ്വോ. കോലം അങ്ങനല്ലേ."അമ്മായിയും അനുകൂലിച്ചു.

പെട്ടെന്നുള്ള വികാരത്താൽ രൂപം കൊണ്ട അഭിപ്രായങ്ങളായിരു

ന്നില്ല അത്. മറിച്ച് സംഘടിത ശക്തിയുടെ ഗൂഢതന്ത്രങ്ങളായിരുന്നു. അമ്മയെ പുകച്ച് പുറന്തള്ളിക്കാനുള്ള ബംഗ്ലാവു വീട്ടുകാരുടെ തന്ത്രം.

അമ്മ അതെല്ലാം കേട്ടുവോയെന്നായിരുന്നു അപ്പോഴത്തെ സന്ദേഹം. അതുകൊണ്ടുതന്നെ ധൃതിയിൽ അമ്മയെ തിരഞ്ഞു അവിടമാകെയ ലഞ്ഞു. അമ്മ പാർത്തിരുന്ന മുറിയിൽ കയറി നോക്കിയപ്പോൾ അവിടെ കണ്ടില്ല. അടുക്കളയിൽ പണിക്കാരികൾക്കിടയിൽ അന്വേഷിച്ചപ്പോൾ അവർ മൗനംകൊണ്ടു. തിരികെ ഹാളിലൂടെ നടന്ന് പൂമുഖത്തിറങ്ങാൻ തുടങ്ങിയതും ആമിൻഷയുടെ വാക്കുകൾ ഉച്ചത്തിൽ കേട്ടു.

"നീ എന്നെപ്പറ്റി എന്താ വിചാരിച്ചേ. വസ്തു പണയം വച്ച് പണമെടുക്കുമെന്നോ? ഞങ്ങൾക്ക് പണയം കൊടുക്കലും വാങ്ങലും നിഷിദ്ധമാണെന്നറിഞ്ഞൂടെ. ആ ശിക്ഷ ഞാൻ ഏറ്റു വാങ്ങുമെന്നു നീ കരുതിയോ."

ചതിയനും വഞ്ചകനുമുള്ള ശിക്ഷയേക്കാൾ കൂടുതലായിരിക്കില്ല അവയ്ക്കെന്ന് മനസ്സിൽ പിറുപിറുത്തുകൊണ്ട് വീണ്ടും അമ്മയെ തിരഞ്ഞു നടന്നു. എങ്ങും കാണാതായപ്പോൾ ബംഗ്ലാവു വീട്ടിലെ ഓരോ മനുഷ്യനോടും ആവർത്തിച്ചാവർത്തിച്ചാരാഞ്ഞു.

എവിടെ എന്റെ അമ്മ. നിങ്ങളാരെങ്കിലും കണ്ടോ.

എന്റെ ഇലാഹേ ഇവളെന്താ പറേണ അമ്മയെന്നോ; റസിയ അപ്പപ്പോൾ പ്രാകികൊണ്ട് അങ്ങുമിങ്ങും നടന്നു.

പതുങ്ങിയെത്തിയ ഇരുളിന്റെ മറവിൽ നടന്നുനീങ്ങുന്ന ഹസീനയെ കണ്ട് അവളോടും ചോദിച്ചു. നീ എന്റെ അമ്മയെ കണ്ടോ കുട്ടീ. അടുക്കള തളത്തിൽ മാറിനിന്ന് ആരും കാണാതെ അവളെന്തോ പറയാൻ ശ്രമിച്ചു. ഭയം അവളെ വല്ലാതെ മദിക്കുന്നുണ്ടായിരുന്നു. അതുകൊണ്ട് പതിയെ ചോദിച്ചു. നീ കണ്ടോ.

"ഇത്താ അവര് പോയി. അവരെ ഇവിടന്ന് ആട്ടിയോടിച്ചു വിട്ടു." അവൾ ചെവിയിൽ മന്ത്രിച്ചു തന്നു.

"ഓടിച്ചു വിട്ടോ എങ്ങോട്ടേക്ക്"

ഹസീന ചുണ്ടിൽ വിരൽ ചേർത്ത് പുറത്തേക്ക് വിരൽ ചൂണ്ടിയിട്ട് ഇരുളിൽ മറഞ്ഞു പോയി. ആട്ടിയോടിച്ചു. എല്ലാം പിടിച്ചു പറിച്ചിട്ട് ആട്ടിയോടിച്ച് വിട്ടു. ഉള്ളിലാ വാക്കുകൾ ഉരുവിട്ടുകൊണ്ട് ഇരുൾ മൂടിയ മുറ്റവും ചുറ്റുമതിലും കടന്ന് പറമ്പിലേക്കു നടക്കുമ്പോൾ പരിസരം തിരിച്ചറിയാനാവാത്തവിധം ഇരുട്ട് വ്യാപിച്ചിരുന്നു. നഗ്നപാദയാണെങ്കിലും കൂർത്ത കല്ലുകളേൽപ്പിച്ച ക്ഷതം ഒട്ടുമേയറിഞ്ഞിരുന്നില്ല. പാതയ്ക്കരികിൽ നിന്ന അത്തിമരത്തിൽ തൂക്കനാം കുരുവിയുടെ ചിലമ്പൽ കേട്ടു; മുട്ടയ്ക്കടയിരുന്ന തള്ളക്കുരുവിയുടെ കുറുകൽ.

"അമ്മേ" ഉറക്കെ വിളിച്ചു നോക്കി.

വിദൂരതയിലെവിടെയോ നിന്നും തള്ളപ്പശുവിന്റെ വിളിയുയർന്നതല്ലാതെ കേൾക്കാൻ കൊതിച്ചത് കാതുകളിലെത്തിയില്ല. കാലുകൾ വലിച്ചുനീട്ടി ഓടിയപ്പോൾ കൊടുങ്കാറ്റിനേക്കാൾ വേഗതയുണ്ടെന്നു

തോന്നി. ആരോ തന്നെ പിന്തുടരുന്നുവോയന്ന തോന്നലിൽ തെല്ലൊന്നു ശിരസ്സു തിരിച്ചു. ബംഗ്ലാവുവീടിന്റെ ഒരു തുള്ളി വെളിച്ചം മാത്രം അകലെ മിന്നി.

പറമ്പു കടന്ന് പൊതു തടത്തിൽ പ്രവേശിച്ചതും തെരുവുവിളക്കിന്റെ ഇത്തിരി വെട്ടം അങ്ങിങ്ങു ചിതറിക്കിടന്നതുകണ്ടു. അവയിലിത്തിരി നിഴലിക്കുന്ന ചെറിയൊരു രൂപം; ഏതു കൂരിരുട്ടിലും തിരിച്ചറിയുന്ന ആ രൂപത്തെ കണ്ട് തെല്ലിട നിന്നു എന്നിട്ട് നീട്ടിവിളിച്ചു.

"അമ്മേ"

അപ്പോൾ അല്പമകലെ നിന്ന് പയ്ക്കിടാവിന്റെ രോദനമുയർന്നിരുന്നു. അതു കേട്ടിട്ടാകാം ആ രൂപം മെല്ലെ തിരിഞ്ഞു നടക്കുന്നതു കണ്ടു. ഓടിയടുത്തെത്തിയ ആ ചുമലിൽ മുഖം പൊത്തി തേങ്ങികൊണ്ടു പറഞ്ഞു.

"അമ്മേ ഞാനും വരണു. എന്നെ കൂടെ കൊണ്ടു പോകൂ."

ശരീരങ്ങൾ അല്പമൊന്നയഞ്ഞപ്പോൾ ഇരു കരങ്ങളും പിടിച്ചുകുലുക്കിക്കൊണ്ട് അമ്മ ചോദിച്ചു.

"എന്റെ കുട്ടീ നീ ഇത്രയും സഹിക്കുകയായിരുന്നൂവെന്ന് ഞാൻ മനസ്സിലാക്കാൻ വൈകിയല്ലോ. നിനക്കെവിടുന്നു കിട്ടി ഈ ശക്തി."

"അതേ അമ്മേ ഞാനും വരാം. ഇനിയും വയ്യ"

"ഇല്ല കുട്ടീ ഇപ്പോൾ ഈ അവസ്ഥയിൽ നീ എന്നോടൊപ്പം വരരുത്. ഇത്രയും സഹിച്ച നിനക്ക് കുറച്ചു കൂടിയാകാം. പടച്ചവൻ എന്നൊരു സങ്കല്പത്തിൽ ഞാനും നീയും വിശ്വസിക്കുന്നെങ്കിൽ നീ ഇവിടെ കഴിയണം. കരുണാനിധിയായ അദ്ദേഹം നിനക്കൊരു വഴി തുറന്നു തരും. അതിലൂടെ നീ സഞ്ചരിച്ചാൽ തീർച്ചയായും നീ വിജയിക്കും. അതിലെനിക്ക് വിശ്വാസമുണ്ട് കുട്ടീ. നീ അനുഭവിച്ച സഹനത്തിന് ഫലം കിട്ടാതെവരില്ല. അതിനായി നീയിപ്പോൾ തിരികെപോണം."

ഇരുളിൽ മറയുന്ന രൂപത്തെ നോക്കി അന്ന് അനുസരണയോടെ തിരിഞ്ഞു നടക്കുമ്പോൾ പുതിയൊരു യുഗത്തെ പ്രതീക്ഷിക്കുകയായിരുന്നു.

ഇരുപത്തിയൊന്ന്

മലക്കുകൾ ആഗതമാകുന്നുവെന്നോ?

മരണത്തിന്റെ മാലാഖമാർ.

പടച്ചവനാൽ നിയോഗിക്കപ്പെട്ട അവർ തന്നെയാണോ മനുഷ്യാത്മാവിനെ പിടിച്ചെടുക്കുന്നത്? അദൃശ്യരായ അവരെ പടച്ചവന് മാത്രമാണത്രെ കാണാൻ കഴിയുക. മരണം ആസന്നമായവർക്കും അവറ്റകളുടെ വരവ് അനുമാനിക്കാനാവുമെന്ന് ആമിൻഷ പറയാറുണ്ട്; അതുകൊണ്ടാണുപോൽ അത്തരക്കാർ വെപ്രാളം കാട്ടുന്നതും.

സെൽമത്തിന്റേതും മരണവെപ്രാളമാണോ?

അപ്പപ്പോളുയരുന്ന അവ്യക്തമായ വാക്കുകൾ. ദീർഘനിശ്വാസത്താൽ പൊങ്ങുകയും താഴുകയും ചെയ്യുന്ന അവളുടെ തടിച്ച വയർ. പിന്നെ ശരിസ്സുരുട്ടിയുള്ള നോട്ടവും.

രണ്ടുദിനംകൊണ്ട് അവളാകെ മാറിയിരിക്കുന്നു. ഭക്ഷിക്കുവാൻ ഒന്നുമേ വേണ്ടാതായിരിക്കുന്നു. എണ്ണയിൽ വറുത്തെടുത്ത പലഹാരങ്ങൾ വേണ്ട. കോഴിത്തുടകൾ പുതച്ചുവച്ച് മസാലഗന്ധം പുറപ്പെടുവിക്കുന്ന ബിരിയാണി വേണ്ട. പാചകശാലയിൽനിന്നും കട്ടെടുത്ത് കീശയിൽ നിറയ്ക്കുന്ന അണ്ടിപ്പരിപ്പും ഉണക്ക മുന്തിരിയും ചവച്ചിറക്കാൻ പല്ലുകൾ ചലിക്കുന്നില്ല. ഒരിറ്റുജലം പോലും തൊണ്ടയിലൂടെ ഉള്ളിലേക്ക് പ്രവേശിപ്പിക്കുവാനുമാകുന്നില്ല.

ഈ രണ്ടു ദിനം കൊണ്ടാണ് എല്ലാം സംഭവിച്ചത്.

മനുഷ്യ ജീവിതം മാറിമറയുന്നത് എത്രപെട്ടെന്നാണ്! രോഗം നിർണ്ണയിച്ചതുമുതൽ ജീവിതാന്ത്യം വീട്ടിൽ വച്ചുമതിയെന്ന് വലിയ തങ്ങൾ ഫോണിലൂടെ കൽപ്പിച്ചുവത്രെ. അതുപ്രകാരം ചികിത്സ മതിയാക്കി പള്ളിഭവന വാസികളും അടുത്ത ബന്ധുക്കളും അന്ത്യ പ്രാർത്ഥനയാരംഭിക്കാൻ തുടങ്ങി. മുറിയിലാകെ ജപമാലകളിളക്കിക്കൊണ്ടും വിവിധ സൂറത്തുകളോതിക്കൊണ്ടും അവർ മരണത്തിനായി ആഗതമരുളുന്നു.

പ്രാർത്ഥനകൾ മുഴക്കുമ്പോഴാണത്രെ മരണം ഇളം തെന്നൽ പോലെ കടന്നുവരിക. കൊടുങ്കാറ്റുപോലുള്ളത് അപലക്ഷണമാണുപോൽ. അതിനാലാണവർ ഇടതടവില്ലാതെ ഓതിക്കൊണ്ടിരിക്കുന്നത്; മരണാസന്നയ്ക്കു സ്വർഗ്ഗം ലഭിക്കാൻ, അവൾക്കവിടെ ഭവനം കിട്ടാൻ, അവൾക്കായി അവിടെ ഈന്തപ്പനകൾ നട്ടുപിടിപ്പിക്കാൻ, തെളിഞ്ഞ അരുവികളൊഴുകാൻ.

മെഹ്റിനയും തലയ്ക്കൽ തന്നെയുണ്ട്. അവളുടെ കൈയിലുമുണ്ട് ജപമാല. അവയുടെ മുത്തുകൾ ചലിക്കുന്നുവോവെന്ന് സൂക്ഷ്മതയോടെ നോക്കി. അവളിലെ മൗനം പോലെ അവയും നിശ്ചലമായിരിക്കുന്നു.

മെഹ്റിനയുടെ വശത്തായി ഒതുങ്ങിനിന്ന് സെൽമത്തിന്റെ മിഴികളിലേക്കു ഒരു നിമിഷംപരതി. കറുത്ത വടുക്കൾ പുറ്റുപിടിച്ചിരിക്കുന്ന കൺപോളകൾ. അവ നിശ്ചലമാകുന്നുവോയെന്ന് ശങ്കിച്ച് ഉൽക്കണ്ഠയിലാണ്ടപ്പോൾ ഗോളങ്ങളിളകുന്നതു കണ്ടു. പരിഭ്രമത്തോടെ വലിച്ചെടുത്തു മിഴികൾ. പിന്നെയവ എണ്ണവടുക്കൾ ചിത്രം ചാലിച്ച മങ്ങിയ തലയിണയിലേക്കും ചിതറിക്കിടക്കുന്ന കറുപ്പും വെളുപ്പും ഇടകലർന്ന അവളുടെ മുടിയിഴകളിലേക്കും ഒഴുകി നടന്നു. അങ്ങിങ്ങായി ചിതറി നടക്കുന്നു പരാദങ്ങൾ. ഏതാനും ചിലത് തലയിണയിലുമുണ്ട്.

ജീവനറ്റ ദേഹത്തിൽ നിന്നാണല്ലോ പരാദങ്ങളൊഴിയുവാൻ തിടുക്കം കാട്ടുന്നതെന്നാലോചിച്ച് പെട്ടെന്നൊരുൾക്കിടിലത്തോടെ മെഹ്റിനയെ ചോദ്യഭാവേനെ നോക്കി. അവളും അപ്പോൾ ജപമാലകളിളക്കാൻ തുടങ്ങി. ചുണ്ടുകളിൽനിന്നും പ്രാർത്ഥനകളുതിരുന്നതും കണ്ടു. എങ്കി

ലുമവൾ വീതികുറഞ്ഞ കട്ടിലിന്റെ വശത്തേക്കു വിരൽ ചൂണ്ടി ഇരിക്കുവാൻ ആംഗ്യം കാട്ടി. ഒരാൾക്കായി മാത്രം അല്പം സ്ഥലം ഒഴിഞ്ഞുകിടക്കുകയായിരുന്നു അവിടെ. സെൽമത്തിന്റെ മുറിയിലപ്പോൾ രണ്ടു കട്ടിലുകളുള്ളതിൽ ഒന്ന് വീതിയേറിയതാണ്. അതിലാണ് സെൽമത്ത് കിടക്കുന്നത്. ഊഴത്തിനായി കാത്തുകിടക്കാറുള്ളതും അതിന്മേൽ തന്നെയായിരുന്നു.

സെൽമത്ത് യൗവനയായിരുന്നപ്പോൾ പള്ളി ഭവനമിത്രയും വലിപ്പമുള്ളതായിരുന്നില്ലത്രെ!. അധികം അറകളുമില്ലായിരുന്നു. വിരലിലെണ്ണാവുന്ന മനുഷ്യർ മാത്രം വസിച്ചിരുന്ന അവിടെ വൃത്തിയും വെടിപ്പുമുണ്ടായിരുന്നു. സെൽമത്തിന്റെ മുറിയിൽ വലിയ തങ്ങളുടെ ഗന്ധം എന്നും നിറയാറുമുണ്ടായിരുന്നു. ഊഴം എന്ന വാക്ക് പിന്നീടെപ്പോഴോ വന്നു ചേർന്നതും.

ഇപ്പോഴോ?

ആ മുറി മുഷിഞ്ഞതാണ്. ബിൻഷയുടെ മുറിയിലേതുപോലെ മച്ചിൽ വിവിധ വർണ്ണ ശരറാന്തലുകളില്ല. ഉയരുകയും താഴുകയും ചെയ്യുന്ന മാന്ത്രിക കിടക്കയില്ല. വിലപിടിപ്പുള്ള പട്ടുവിരികളോ നനുത്ത രോമാവരണത്താൽ പൊതിഞ്ഞ തലയിണകളോ ഇല്ല. ശീതത്തിലരിച്ചെത്തുന്ന കാറ്റിനേയും താപത്താൽ തുളച്ചിറങ്ങുന്ന ആവിയേയും വിലക്കാൻ തക്ക സുരക്ഷിതവുമല്ല അവിടുത്ത ജാലകങ്ങൾ.

മെഹ്റിനയുടെ മുറിയുമതേ.

മുഹ്സിനത്തിന്റെ മുറിയുമതേ.

കത്തിച്ചുവച്ച സാമ്പ്രാണി തിരികളും അന്തരീക്ഷത്തിൽ കലർത്തിയ വാതകങ്ങളും പരിമളം പൊഴിച്ചുകൊണ്ടിരുന്നെങ്കിലും വിയർപ്പിന്റേയും മലമൂത്ര വിസർജ്ജ്യത്തിന്റെയും ഗന്ധം അവയ്ക്കതീതമായി നിറഞ്ഞു നിന്നു. പല പ്രാവശ്യമായി മാറ്റി എറിയപ്പെട്ട വസ്ത്രങ്ങൾ. കറുത്ത വിസർജ്ജ്യത്തിന്റെ വടുക്കൾ നിറഞ്ഞ കിടക്ക വിരികൾ. കട്ടിലിനു കീഴെ കുന്നുകൂടി കിടക്കുന്ന അവയെ എടുത്തുമാറ്റാൻ പോലും കൂട്ടാക്കാതെ മരണമടുക്കുന്നതു കാണാനായി മാത്രം ഓരോ മിഴികളും ചിമ്മാതെ കാത്തുവെച്ചു.

“നെറ്റി വല്ലാണ്ട് വെയർക്കണ്”

“സക്രാത്തിന്റെ ഹാലായെന്നാ തോന്നണേ”

“നല്ല മരണത്തിന്റെ ലക്ഷണോണ്”

“ലാ ഇലഹാഹ ചൊല്ലിക്കൊണ്ടിരിക്കീം. മരണം ആസന്നമായോർക്ക് ലാഇലാഹ ചൊല്ലി കൊടുത്താൽ അയാൾക്ക് ഒരു ദിവസത്തെ സ്വർഗ്ഗവാസം ഉറപ്പാണ്.”

“ശരിയാണ് ശരിയാണ്. ഒരാൾ അവന്റെ അവസാനത്തെ സംസാരം ലാഇലാഹ ഇല്ലല്ലാഹു എന്നാണെങ്കിൽ അവൻ സ്വർഗ്ഗത്തിൽ പ്രവേശിച്ചു.”

“അവൻ വ്യഭിചരിച്ചാലും മോഷണം നടത്തിയാലും”

"ങ്ഹും"

ചുറ്റും കൂടിയവരോരുത്തരും അവരുടെ അറിവുകൾ വിളമ്പി സലാത്തും സൂറത്തുകളും ഓതിക്കൊണ്ട് മരണത്തെ വരവേല്ക്കാനൊരുങ്ങുന്നതു കണ്ടപ്പോൾ തെല്ലൊന്നു ചിന്തിച്ചുപോയി; എത്രമേൽ പ്രായമുള്ളവരായാലും എത്രമേൽ അസ്സഹനീയമായ രോഗിണിയായാലും മരണക്കിടക്കയിൽ കഴിയുന്ന ഒരാൾ ആഗ്രഹിക്കുന്നുവോ അയാളുടെ മരണം; ഒഴിച്ചു കൂടാനാവാത്ത ഒരു സത്യമാണെങ്കിൽകൂടി. അവശേഷിക്കുന്ന അല്പ നിമിഷത്തിലും ഒരുപാടൊരുപാട് സങ്കല്പിച്ചു കൂട്ടും. ഒരുപാടൊരുപാടു നെയ്തു കൂട്ടും സ്വപ്നങ്ങൾ.

സെൽമത്ത് അതിൽനിന്നും വിഭിന്നയാണോ?

അല്ല. അവൾക്കുമുണ്ടായിരുന്നു സ്വപ്നങ്ങൾ, ആഗ്രഹങ്ങൾ. എന്നാൽ അവളിലെ ആ വികാരങ്ങൾ വെറും വിഡ്ഢിത്തമാണെന്നു മാത്രം. എത്രമേൽ അവഗണിക്കപ്പെട്ടിട്ടും അവകാശങ്ങളപ്പടി നിഷേധിക്കപ്പെട്ടിട്ടും ഒരു നോക്കു കാണുവാനായി മാത്രം അവളുടെ കണ്ണുകൾ അടയാതെ കാക്കുന്നു. ആയുള്ളവനെ തിരയുവാനായി മാത്രം നാലഞ്ചു വാക്കുകൾ ചുണ്ടുകളിൽ നിറയ്ക്കുന്നു.

അവര് വന്നാ അവര് വന്നാ എനിക്കവരെ കാണണം.

ദീനക്കിടക്കയിലായതു മുതൽ പുലമ്പാൻ തുടങ്ങിയതാണവൾ. മകൾ വിദേശത്ത് ഭർത്താവിനോടൊപ്പണ്. എന്നാൽ ഒരുവാക്കുപോലും അവൾക്കായി ഉരുവിടുന്നില്ല. ഒരു നോട്ടം പോലും ആ മകൾക്കായി കാത്തു വയ്ക്കുന്നതും കണ്ടില്ല. പുറത്താരുടെയെങ്കിലും വാഹനം വന്നു നില്ക്കുമ്പോൾ, ആകാശത്തുകൂടെ വിമാനം പറന്ന് ഒച്ചവയ്ക്കുമ്പോൾ, കാറ്റിലടയുന്ന വാതിൽ ആരെങ്കിലും തള്ളി തുറക്കുമ്പോൾ; ഒക്കെ സെൽമത്ത് തിരയും;

അവര് വന്നാ അവര് വന്നാ അവരെ എനിക്ക് കാണണം.

ആരോ തുറന്നിട്ട ജാലകവാതിൽ മുറിയാകെ പ്രകാശം പരത്തി കാറ്റിനെ വരവേറ്റപ്പോൾ ഒരുവൾ പറഞ്ഞു.

"മലക്കുകള് കടന്ന് വരേണ് ഒറക്കെ ലാഇലാഹ ചൊല്ലീം"

ലാഇലാഹ ഇല്ലള്ളാ മുഹമ്മദ് റസൂലുള്ളാ

മുറിയാകെ ആ ഏകസ്വരം മാത്രം നിറഞ്ഞു നിന്നു.

എവിടെ നിന്നോ കടന്നെത്തുന്ന മാലാഖമാർ. അവർ വഴി റബ്ബിലേക്ക് സന്ദേശമെത്തുമത്രെ!

ഈ മലക്കുകൾ എവിടെ നിന്നാണ് വരുന്നത്?

കാറ്റിൽ നിന്നോ?

പ്രകാശത്തിൽ നിന്നോ?

മേഘക്കൂട്ടങ്ങൾക്കിടയിൽ നിന്നോ?

അതോ ആകാശത്താകമാനം നിറഞ്ഞു നില്ക്കുന്നുവോ അവർ?

അടുത്തുനിന്നവൾ പറഞ്ഞു; അറിയില്ല. അതിനടുത്തവൾക്കുമറിയില്ല. ആർക്കുമറിയില്ല. ആരോ അങ്ങനെയൊക്കെ പറഞ്ഞു; അതിലവർ

വിശ്വസിക്കുന്നു. അതിനാലവർ ആ ആദൃശ്യർക്കായി വേണ്ടി ആഗതമരുളുന്നു..

ഉള്ളിലേക്കു കടന്നുവന്ന പ്രകാശ കിരണങ്ങൾക്ക് മഞ്ഞളിപ്പ്. കതിരോന് പടിഞ്ഞാട്ടെത്താൻ ഇനിയുമേറെയുണ്ട് നേരമെങ്കിലും അവ സെൽമത്തിന്റെ കവിളുമായി ഇണചേർന്നപ്പോൾ ഇരട്ടി വർണ്ണവും. സെൽമത്തിന്റെ മുഖത്തുനിന്നും ചുമരിലേക്കു തെന്നിമാറിയ തന്റെ മിഴികൾക്കുമനുഭവപ്പെട്ടു ആ വർണ്ണം. അവ നോക്കുന്ന ദൃശ്യബിന്ദുവിലെവിടെയും പടർന്നുകൊണ്ടിരുന്നു.

"ഇത്താത്താ"

എപ്പോഴോ മുറിയിലെ ആരവങ്ങൾക്കല്പം ശമനം വന്നപ്പോൾ മെഹ്റിന മെല്ലെ സെൽമത്തിനെ വിളിച്ചു നോക്കി. സെൽമത്ത് പ്രതികരിച്ചില്ല. അവൾ അജ്ഞാതമായ ഏതോ ഒരവസ്ഥയിലേക്ക് പ്രവേശിച്ചുകൊണ്ടിരിക്കുന്നു. അവളിലെ ആഗ്രഹം ഉപേക്ഷിക്കാനാവാതെ തന്നെ അതിലേക്കു വീണുകൊണ്ടിരിക്കുന്നു. അവളിലെ അന്ത്യാഭിലാഷം സഫലീകൃതമാക്കാനാകുമോയെന്നാഗ്രഹിച്ച് മെഹ്റിന പലപ്പോഴായി ആവർത്തിച്ചു ചോദിച്ചു. സാമ്പ്രാണിതങ്ങളോട്, ബിൻഷയോട് അങ്ങനെ മറ്റു പലരോടും.

എപ്പോൾ വരും? ഉടനെ വരുമോ?

സാമ്പ്രാണി തങ്ങൾ പറഞ്ഞു;

ഉടനെ വരുമെന്നാ തോന്നണേ.

ബിൻഷ ഒന്നും പറഞ്ഞില്ല. മുഖംവെട്ടിച്ചു തിരിഞ്ഞു നടന്നു.

മരണം ഗ്രസിക്കാനിരിക്കുന്ന മുഖമാണെങ്കിലും അതിനെ നോക്കി പരിഹസിക്കാനൊരുമ്പെട്ടപ്പോൾ ചുണ്ടുകളിലെ ദൃഢത തിരിച്ചറിഞ്ഞ് പല്ലുഞെരിച്ച് തിരിഞ്ഞു നിന്നു. അപ്പോൾ കേട്ടു വീണ്ടും ആ ശബ്ദം; അവ്യക്തമാണെങ്കിലും പരിചിത വാക്കുകളുടെ ആവർത്തനം:

കൊച്ചേ അവര് വന്നാ എനിക്കവരെ........

ഇന്നാലില്ലാഹി ഇന്നാ ഇലൈഹി റാങിഹൂനഷഹാദ

പെട്ടെന്ന് അപരിചിതമായ വാക്കുകൾ മുഴങ്ങി. പുതിയ സന്ദേശം. മരണത്തിന്റെ സന്ദേശം. ആരോ ഒരാൾ ചൊല്ലിയത് കൂടി നിന്നവരൊക്കെ ഏറ്റുചൊല്ലിയപ്പോൾ സെൽമത്തിന്റെ മുഖത്തേക്കു ഒരിക്കൽകൂടി നോക്കി. കണ്ണിലൂടെ ഒലിച്ചിറങ്ങിയ മിഴിനീർ കണങ്ങൾ വായിന്റെ വശങ്ങളിൽ കൂടി ഒഴുകുന്ന അവസാന വെള്ളവുമായി ഇഴുകി ചേർന്ന് കവിളിലെത്തി കഴുത്തിൽ പടർന്നിറങ്ങുന്നു.

വിഡ്ഢി പമ്പര വിഡ്ഢി: സ്വയം പറഞ്ഞു.

കൈകൾ വലിച്ചുകെട്ടി, കാലുകൾ വലിച്ചു നീട്ടി, പല്ലുകൾ കൂട്ടിമുട്ടിച്ച് ആരൊക്കെയോ ചേർന്ന് വീണ്ടുമവളെ ബന്ധനത്തിലിട്ടപ്പോൾ വീണ്ടും മുഴങ്ങികേട്ടു പ്രാർത്ഥനാഗീതങ്ങളും വാഴ്ത്തിപാടലും.

"യാറബ്ബേ സ്വർഗ്ഗ പൂങ്കാവനത്തിലേക്കായിരിക്കണേ നിന്റെയീ യാത്ര."

“സ്വർഗ്ഗമല്ലാതെ പിന്നെന്താ ഇത്താത്താക്ക്. സ്വർഗ്ഗമല്ലാതെ പിന്നെന്താ.”

“അവസാന ശ്വാസംവരെ കെട്ടിയോനെ സ്നേഹിച്ച അവർക്ക് സ്വർഗ്ഗം തന്നെ കിട്ടും.”

ആരൊക്കെയോ പാടിയും സ്തുതിച്ചും അഭിനന്ദനങ്ങൾ ചൊരിഞ്ഞു കൊണ്ടിരുന്നു.

സെൽമത്തുമായി ഏറെ ബന്ധമില്ലെങ്കിലും അവളുമായുള്ള അല്പ ദിന ഇടപെടലുകളിൽ നിന്നും മനസ്സിലാക്കിയിട്ടുണ്ട്; അവൾക്കേറെ മോഹ ങ്ങളില്ലായിരുന്നു, സ്വപ്നങ്ങളില്ലായിരുന്നു. എന്നിട്ടുമവൾ സന്തുഷ്ടയാ യിരുന്നുവോ? സന്തോഷവതിയായിരുന്നുവോ?

കുന്നിക്കുരുവോളമുണ്ടായിരുന്ന അവളുടേതായ ഇഷ്ടങ്ങളിൽ; ഇഷ്ട മുള്ള വസ്ത്രം, ഇഷ്ടമുള്ള ആഹാരം, ഇഷ്ടമുള്ള വിനോദം, ഇഷ്ടമു ള്ളിടത്തേക്കുള്ള സഞ്ചാരം, അയാളിൽനിന്നും കേൾക്കുവാനാഗ്രഹിച്ച വാക്കുകൾ അയാളോടു ചൊല്ലാൻ കാത്തുവച്ചവ; ഏതെങ്കിലുമൊക്കെ സഫലീകൃതമായിരുന്നുവോ?

ദുനിയാവ് നരകമാക്കി കുന്നിക്കുരുവോളമുള്ളവപോലും പുരുഷന്റെ പാദത്തിനടിയിൽ എറിഞ്ഞുകൊടുത്ത് അതിലവൻ ചവിട്ടിനിന്ന് അധിപ തിയാകുമ്പോൾ അവൾക്കു കിട്ടും സ്വർഗ്ഗം! കുളിരൊഴുകുന്ന, നിലാവു പതിയുന്ന, തേൻ കിനിയുന്ന, സുഗന്ധം വമിക്കുന്ന സ്വർഗ്ഗം!

ജീവനറ്റ ശരീരത്തെ കുളിപ്പിച്ച് പുതുവസ്ത്രങ്ങളണിയിച്ചു. സുഗന്ധം പൂശി താഴേക്കു കൊണ്ടുപോയതും മുറിയാകെ നിശ്ചലമായി. ആളൊ ഴിഞ്ഞ ആരവം നിലച്ച ആ മുറിയിൽ സെൽമത്തിന്റെ പലഹാര പാത്ര ങ്ങളിൽ ചിലതിന്റെ മൂടികൾ തുറന്നു കിടക്കുന്നതു കണ്ടു. അവയെ അടച്ചുവയ്ക്കാൻ തുടങ്ങിയപ്പോൾ ഉള്ളിൽ പതുങ്ങിയിരുന്ന വായുവിന് വല്ലാത്തൊരു വിതുമ്പലുണ്ടെന്നു തോന്നി. അവ മെല്ലെ നിലച്ചതും കാതു കളിൽ ശൂന്യതയുടെ താളം മുറുകി.

തെല്ലുമാറി നിന്ന് ജാലക വാതിലിലൂടെ പുറത്തേക്കു നോക്കി നിന്നു. പള്ളിമുറ്റത്തും തെക്കുഭാഗത്തുള്ള ഇത്തിരി ഒഴിഞ്ഞ സ്ഥലത്തും വേപ്പിൻ ഇലകൾ ചിതറി കിടക്കുന്നു. മഞ്ഞിച്ച ഇലകൾക്ക് സെൽമത്തിന്റെ നിറ മായിരുന്നു. അങ്ങിങ്ങായി പുതഞ്ഞു കിടക്കുന്ന കായകൾക്കുമുണ്ട് അതേ വർണ്ണം.

എങ്ങുനിന്നോ വന്ന കാറ്റിന്റെ കരങ്ങൾ അവയെ തട്ടിവീഴ്ത്തിയിരി ക്കുന്നു.

പള്ളിയങ്കണത്ത് വാഹനങ്ങൾ വന്നും പോയുമിരുന്നു. താടിക്കാരും മക്കനതലകളും തലപ്പാവു ധാരികളും തൊപ്പിയണിഞ്ഞവരുമൊക്കെ വാഹനത്തിലും കാൽനടയായും എത്തിക്കൊണ്ടിരുന്നു. മയ്യത്തിനെ ഒരു നോക്കു കാണുവാൻ, നാട്ടുമര്യാദയനുസരിച്ച് മരണഗൃഹം സന്ദർശിക്കു വാൻ, സ്വർഗ്ഗത്തിനായി സ്തുതി ഗീതം പാടുവാൻ. അങ്ങനെ പലരും അക്കൂട്ടത്തിലുണ്ടായിരുന്നു.

"വാ നിനക്ക് കാണണ്ടേ"

മെഹ്റിനയുടെ കരസ്പർശം തോളിലേറ്റപ്പോൾ മെല്ലെ തിരിഞ്ഞു നോക്കി. അവളുടെ കണ്ണുകൾ ചുവന്നിരിക്കുന്നു. ഇത്താത്തയുടെ വേർപാട് അവളെ വേദനിപ്പിച്ചിരിക്കുന്നു.

വേണ്ട എനിക്കു കാണണ്ട; മനസ്സുവിലക്കി.

നിസ്സംഗതയുടെ ആവരണം പൊളിച്ചു നീക്കി ഒന്നു വിതുമ്പാനോ സഹതപിക്കാനോ കഴിയാതെ ജീവിതം വലിച്ചു നീട്ടുന്ന താൻ എന്തിന വളെ കാണണം.

ഇവിടെ മരണത്തെ ആഘോഷിക്കുന്നവരുണ്ട്. അതിൽ സഹതപി ക്കുന്നവരുണ്ട്.

തനിക്ക് ഒന്നിനുമാവില്ല.

പിന്നെ എന്തിനുവേണ്ടി അവിടേക്കു പോകണം.

"ഇല്ല ഞാൻ വരുന്നില്ല."

മെഹ്റിന രൂക്ഷമായൊന്നു നോക്കിയപോലെ തോന്നി.

"മഗ്രിബിന് മുമ്പ് എടുക്കുമെന്നാ പറയുന്നത്."

"അപ്പോൾ കാത്തു വയ്ക്കുന്നില്ലേന്നോ"

"ആർക്കുവേണ്ടി" പുച്ഛത്തോടെയുള്ള ആ വാക്കുകൾ മുറിയിലെ ശൂന്യതയിൽ പ്രതിദ്ധ്വനിച്ചപ്പോൾ അതൊരാക്രോശമായി തോന്നി.

"നിനക്കും കാണണ്ടേന്നോ" അതൊരാജ്ഞാപനവും.

പിന്നെ നിഷേധിക്കാൻ മനസ്സുമടിച്ച് മെഹ്റിനയോടൊപ്പം മെല്ലെ നടക്കുമ്പോൾ കാതുകളിൽ വീണ്ടും തുളച്ചിറങ്ങുന്ന വാക്കുകൾ

ആർക്കുവേണ്ടി.

പ്രദർശന ശാലയിൽ ജനാരവം തടിച്ചുകൂടിയിട്ടുണ്ട്. ഒരുമിച്ചു ഒരേ വാഹനത്തിലെത്തിയവർ. ഒരേ വാതിലിലൂടെ പള്ളി മുറ്റത്ത് പ്രവേശിച്ച വർ. ഒത്തൊരുമിച്ച് മുറ്റത്തു നിരന്നുനിന്നവർ. അവരൊക്കെയിപ്പോൾ രണ്ടായി പിരിഞ്ഞിരിക്കുന്നു. ചേതനയറ്റ ശരീരത്തെ കാണാൻ ഇരുനിര കളായി കാത്തുനില്ക്കുന്നു. പൂമുഖത്തൂടെ പുരുഷനും അടുക്കള ഭാഗ ത്തൂടെ സ്ത്രീയും.

രണ്ടു നിരയായ് തിരിച്ച വരികളിലൊന്നിൽ കയറി നിന്ന് ഊഴത്തി നായി കാത്തു, മെഹ്റിനയുടെ പിന്നിലായി നിന്നുകൊണ്ട്.

കാണണ്ട നിന്നെ എനിക്കു കാണണ്ട.

അടുക്കുന്തോറും ആ മുഖത്തേക്കു നോക്കണ്ട എന്നു കരുതി ശിരസ്സ് വലത്തോട്ട് തിരിച്ചു വച്ചു.

- നീയിപ്പോൾ വല്ലാതെ മാറിയിരിക്കുന്നു. വല്ലാതെ ഗൗരവക്കാരി യായിരിക്കുന്നു. എന്നോടൊന്നുരിയാടാൻ പോലും താല്പര്യം കാട്ടുന്നി ല്ലേന്നോ! നിന്നെ എനിക്കു കാണണ്ട. നിന്നെ എനിക്കു കാണണ്ട.

"ഈ പെണ്ണെന്താ പിറുപിറുത്ത് നിക്കണത്. അങ്ങാട്ട് നീങ്ങ്."

പിറകിൽ നിന്നവൾ ശകാരത്തോടെ മുതുകത്തിട്ട് മെല്ലെയൊന്നു തള്ളിയതും അറിയാതെയാണെങ്കിലും ശിരസ്സ് ഇടത്തേക്കൊന്നു തിരി

ഞ്ഞുപോയി.

സന്ദർശകർക്കായി ഉയരുകയും താഴുകയും ചെയ്യുന്ന മുഖപടത്തിനടിയിലെ തുടുത്തു മഞ്ഞിച്ച കവിളുകൾക്കുള്ളിൽ ഒരു കിണ്ണം അണ്ടിപ്പരിപ്പ് ഒളിപ്പിച്ചു വച്ചിരിക്കുന്നു. ഹൽവയുടെ എണ്ണവറ്റിയ കറുത്തു കരുവാളിച്ച നേർത്ത ചുണ്ടുകൾ മെല്ലെ വിടരുന്നു. കൂടെ ഇരുൾവീണ കൺപോളകൾ തെല്ലൊന്നനക്കി ചുറ്റും തിരിയുന്നുമുണ്ട്.

കൊച്ചേ അവര് വന്നാ കൊച്ചേ ഇന്ന് എന്റെ ഊഴോന്നാ തോന്നണേ.

മുറിയിലാകെ കാറ്റുപരത്തുന്ന പങ്കയുടെ ആരവത്തിനൊപ്പം ആ വാക്കുകൾ മുഴങ്ങിയെന്നു തോന്നിയപ്പോൾ പങ്കയുടെ ശബ്ദം വേണ്ടെന്നു തോന്നി. വെളുത്ത തുണിയിൽ പുതഞ്ഞുകിടക്കുന്ന തണുത്ത ശരീരത്തിനെന്തിനീ പങ്കയുടെ കാറ്റ്? ചൂടകറ്റാനാണ് ഇപ്പോൾ കാറ്റിനെ തിരയുന്നത്. ജീവനുള്ള ശരീരമാണല്ലോ ചൂടത്ത് തണുപ്പിനേയും തണുപ്പത്ത് ചൂടിനേയും വെയിലത്ത് മഴയേയും മഴയത്ത് വെയിലിനേയും തിരയുന്നത്. ഇരുട്ടിൽ വെളിച്ചവും വെളിച്ചത്തിൽ മറകളേയും സൃഷ്ടിച്ച് സുഖം തേടുന്നത്. ഭൗതികമായ സുഖം.

ഈ കിടക്കുന്ന ശരീരം ഇപ്പോൾ സുഖം തേടുന്നില്ല. അതുകൊണ്ടുതന്നെ വേണ്ട പങ്കയുടെ കാറ്റ്. മെല്ലെ, സ്വിച്ചിൽ വിരലമർത്തി.

"ഹൊ, എന്തൊരു ചൂട്"

"കറന്റ് പോയെന്നാ തോന്നണേ"

"പെട്ടെന്ന് പെട്ടെന്ന് കടന്നുപോകീൻ"

"ആ വിശറി ഇങ്ങെട് കൊച്ചേ"

പലരും കാറ്റിനുവേണ്ടി എവിടെയൊക്കെയോ പരതി. സുഖത്തിനുവേണ്ടി. അവരിൽ ആണും പെണ്ണുമുണ്ടായിരുന്നു.

കട്ടിയുള്ള പുതപ്പിനുള്ളിൽ കിടന്നിട്ടും പങ്കയുടെ കാറ്റു നിലച്ചിട്ടും അകത്ത് താപം യാതൊരു കൂസലുമില്ലാതെ ചുറ്റിയടിച്ചിട്ടും ഒരേയൊരു ദേഹം മാത്രം പുതപ്പിനെ വലിച്ചെടുത്ത് ദൂരേക്കെറിയുകയോ ആശ്വാസത്തിനായി എങ്ങും എണീറ്റു പോകുകയോ ചെയ്തില്ല. ആ കിടപ്പിൽ തന്നെ കിടന്നു.

"കറന്റ് പോയതല്ല ആരോ അണച്ചതാണ്."

ഒരു നിമിഷത്തെ ഇടവേളയ്ക്കുശേഷം പങ്കയുടെ ചിറകുകൾ വീണ്ടും ചലിക്കാൻ തുടങ്ങി. കൂടെ സുഖമുള്ള വാക്കുകളും മുഴങ്ങി.

"ഹൊ, എന്തൊരാശ്വാസം"

"ഹായ് എന്തൊരു കാറ്റ്"

"സ്വർഗ്ഗം കിട്ടിയപോലെ"

ഭൂമിയിലും അവർ സ്വർഗ്ഗം കാമിക്കുന്നു. പുറത്തുപോയവരൊക്കെയും പതിയെ പതിയെ തിരികെ വന്നു.

വലിയ തങ്ങൾ നിർദ്ദേശിച്ച പ്രകാരം തന്നെ മഗ്‌രിബിന് മുമ്പേ സെൽമത്തിനെയവർ ഒരുക്കിയെടുത്ത് പുതിയൊരു ഭവനത്തിലേക്കു യാത്രയാക്കി. അവിടെ വച്ച് ഇണയെ കണ്ടുമുട്ടാമെന്ന ആശീർവാദ

ത്തോടെ:

നിന്റെ ഇണയെ അവിടെ വച്ച് കണ്ടുമുട്ടാം. പിന്നെ നിനക്കെന്നെന്നും കണ്ടുകൊണ്ടേയിരിക്കാം. അവൻ നിനക്കു തക്ക ഇണയും നീ അവനു തക്കതും.

അവിടെയും അയാൾക്ക് ധാരാളം ഹൂറിമാരുണ്ടാകുമല്ലോയെന്നു ചിന്തിച്ചപ്പോൾ ദുനിയാവിലും ആഹിറത്തിലുമുള്ള സെൽമത്തിന്റെ കാത്തിരിപ്പ് വൃഥാവിലാകുമെന്നു കരുതി വ്യസനം തോന്നി. അവിടെ; വിശാലമായ നയനങ്ങളുള്ള വെളുത്ത തരുണികളും ചിപ്പികളിൽ ഒളിപ്പിച്ചുവെക്കപ്പെട്ട മുത്തുപോലെയുള്ളവരും ചുറ്റും കൂടുമ്പോൾ സെൽമത്തിന് വീണ്ടും മറ്റൊരൂഴത്തിനായി കാത്തിരിക്കേണ്ടി വരുമല്ലോ! അപ്പോഴും പ്രതീക്ഷ കൈവിടാതെ അവൾ പറയുമായിരിക്കും.

വരും അവര് വരും. ഇന്ന് എന്റെ ഊഴമാണെന്നാ തോന്നണേ.

വന്നു.

ആദ്യ ഭാര്യ മരിച്ച് മൂന്നാം നാൾ അയാൾ വന്നു. രാത്രിയിലാണെത്തിയത്. സമൃദ്ധമായ ഭക്ഷണമൊരുക്കി കുളിക്കുവാനുള്ള വെള്ളം ചൂടാക്കി ദേഹത്തു പുരട്ടാനുള്ള ലേപനങ്ങളൊരുക്കി പട്ടുടയാടകൾ എടുത്തുവച്ച് പള്ളിവീട് അയാളെയും കാത്തിരിക്കുകയായിരുന്നു.

മരണം ആചരിക്കരുത്, മരണാനന്തര കർമ്മമരുത്, മരണാനന്തര പ്രാർത്ഥനയരുത്, ദുഃഖമരുത് അതായിരുന്നു അദ്ദേഹത്തിന്റെ തത്ത്വം. അതുകൊണ്ടുതന്നെ ബിൻഷയുടെ മുറി വാസന തൈലങ്ങളാൽ നിറഞ്ഞുകൊണ്ടിരുന്നു. അവിടേക്കു പ്രവേശിക്കാൻ അയാൾ തയ്യാറെടുത്തുകൊണ്ടും.

അപ്പോഴാണ് പൊടുന്നനെയൊരു മറുചിന്ത ഉള്ളിലെവിടെയോ ഉടലെടുത്തത്; വലിയ തങ്ങളാണ് മരണപ്പെട്ടിരുന്നതെങ്കിൽ!

എങ്കിലെങ്കിൽ ബിൻഷയും മെഹ്റിനയും മുഹ്സിനത്തും സെൽമത്തും അധികമാരെയും ദർശിക്കാതെ നാലുമാസവും പത്തു ദിവസവും മറയിലിരിക്കുമായിരുന്നു. വർണ്ണ ശബളമായ ആഭരണങ്ങൾ ഉപേക്ഷിച്ച്, ചായങ്ങളും സുറുമയും പുരട്ടാതെ, സുഗന്ധ ദ്രവ്യങ്ങൾ പൂശാതെ, സ്വമനസ്സിൽ അറിയാതെ പോലും ലൈംഗിക തൃഷ്ണ വളർന്നു വരുന്ന വിധത്തിൽ ചിന്തിക്കാതെ, അന്യപുരുഷന്റെ മുഖം അല്പമേ ദർശിക്കാതെ എല്ലാ കാര്യങ്ങളിൽനിന്നും അകന്ന് വീടിന്റെ മൂലയിൽ 'ഇദ്ദ' ഇരിക്കുമായിരുന്നു; പിറക്കാൻ പോകുന്ന കുഞ്ഞിന്റെ പിതൃത്വം തിരിച്ചറിയാൻ, ഇണയുടെ വേർപാടിന്റെ ദുഃഖമനുഷ്ഠിക്കാൻ.

സെൽമത്ത് ഗർഭവിരാമമിട്ടവളാണ്. ആയതിനാൽ അവൾ പ്രസവിക്കുകയുമില്ലായിരുന്നു. എങ്കിലും അവളിരിക്കണം ഇദ്ദയിൽ. ദുഃഖമാചരിക്കാനായി.

മുഹ്സിനത്തുമതേ. അവൾക്ക് പിതൃത്വം തെളിയിക്കേണ്ടെന്നു മാത്രമല്ല സ്വത്വബോധം നശിച്ചവൾക്ക് ദുഃഖം പ്രകടിപ്പിക്കാനാകുമോവെന്നതും സംശയകരമാണ്.

മെഹ്റിന വലിയതങ്ങളുമായി ഒരിക്കൽപോലും ലൈംഗിക വേഴ്ച യിലേർപ്പെട്ടിട്ടില്ലെന്ന് അവൾക്കുമറിയാം അയാൾക്കുമറിയാം. ആ വിശ്വാസം സമൂഹത്തിനറിയാത്തതുകൊണ്ട് അവരെ ബോദ്ധ്യപ്പെടു ത്താൻ അവളും ഇദ്ദയിൽ പ്രവേശിക്കണം.

ബിൻഷയെപ്പോലുള്ളവർ ഇദ്ദയിൽ പ്രവേശിക്കുന്നതുചിതമെങ്കിലും (സമൂഹത്തിനറിയാൻ കഴിയുമോ യഥാർത്ഥ പിതൃത്വം) ദുഃഖാചരണ ത്തിന് സ്ത്രീ പുരുഷ വ്യത്യാസമുണ്ടോ?

തൊണ്ണൂറു വയസ്സു കഴിഞ്ഞ വിധവയും ഇദ്ദയിലിരിക്കേണ്ടി വരു മ്പോൾ ദുഃഖം എന്ന വികാരത്തിന് വലിപ്പചെറുപ്പമില്ലെന്നു കാണാം. അപ്പോൾ ലിംഗ വ്യത്യാസവും പാടുള്ളതാണോ?

ഇഷ്ടപ്പെടുന്നത് നഷ്ടപ്പെടുമ്പോൾ ദുഃഖം വരാം. പ്രിയപ്പെട്ടവർ വേർപിരിയുമ്പോഴും ദുഃഖം വരാം.

പുരുഷനിലും സ്ത്രീയിലും

ഭർത്താവിലും ഭാര്യയിലും

അങ്ങനെ വരുമ്പോൾ ദുഃഖാചരണം സ്ത്രീകളിൽ മാത്രം ഒതുങ്ങു ന്നതാണോ? വലിയ തങ്ങൾക്കുമാകാം ദുഃഖാചരണം.

ഓർത്തോർത്തു കിടന്നപ്പോൾ ഉറക്കം വന്നില്ല. മരണ വീടാണെ ങ്കിലും ഇന്നും ഇന്നലെയും ആളനക്കമുണ്ടായിരുന്നു.

ഇന്നിതാ എല്ലാം മാറിയിരിക്കുന്നു.

മെഹ്റിനയും ഉറങ്ങിയില്ലെന്നു തോന്നുന്നു. രാത്രിയുടെ നിശ്ശബ്ദത വല്ലാതെ അലോസരപ്പെടുത്തിക്കൊണ്ടിരുന്നു.

പെട്ടെന്നെവിടെയോ നിന്നും തേങ്ങലിന്റെ രവമുയർന്നു. അതു പിന്നെ വല്ലാത്തൊരലർച്ചയായി മാറി.

മുഹ്സിനത്തിന്റേത്. അവൾക്കു മാത്രമേ പള്ളി ഭവനത്തിൽ ഇത്ര യുമുറക്കെ ശബ്ദിക്കാനാവൂ. അവൾക്കൊന്നിനേയും പേടിയില്ലല്ലോ. വില ക്കുകളെ, നിയന്ത്രണങ്ങളെ, വലിയതങ്ങളെ, സമൂഹത്തെ, സമുദായത്തെ.

മുഹ്സിനത്തിന്റെ അലർച്ചയും നിലച്ചു. വീണ്ടും ശൂന്യതയുടെ താളം മുഴങ്ങിയപ്പോൾ വെറുതെ മോഹിച്ചുപോയി; എന്തെങ്കിലുമൊരു ശബ്ദം, അലർച്ചയോ പൊട്ടിച്ചിരിയോ സംഗീതമോ എന്തുമാകാം.

മെഹ്റിനയും ഉറങ്ങിക്കഴിഞ്ഞിരിക്കുന്നു.

വാതിൽപ്പടിക്കൽ ആരുടെയോ കാൽപ്പെരുമാറ്റം കേട്ടപോലെ.

ആരാണ് ഈ പാതിരാത്രിയിൽ എഴുന്നേറ്റു നടക്കാൻ ധൈര്യം കാട്ടു ന്നതെന്നു ചിന്തിച്ച് കാതോർത്തു കിടന്നു.

അല്പം നിലച്ച ശബ്ദം വീണ്ടുമുയർന്നു.

അതേ ആ ശബ്ദം തന്നെ. പരിചിത സ്വരം

കൊച്ചേ അവര് വന്ന്, ഇന്ന് ഒറപ്പായും എന്റെ ഊഴം തന്നെ.

ഇരുപത്തിരണ്ട്

അമലയുടെ തുണികൾ വല്ലാതെ പൂഴി പിടിച്ചിരിക്കുന്നു. ബാഡ്മിന്റനു ചേർന്നതിനുശേഷം അവളുടെ തുണികളപ്പടി ചെമ്മണ്ണിന്റെ നിറമാണ്.

ആഴ്ചയിലൊരിക്കലെ ഒരേ ഒരു ദിവസം കുട്ടികൾക്കായി മാത്രം അവധി വയ്ക്കും. അന്ന് ഏറെ നേരവും ചെലവാകുന്നത് അമലയുടെ വസ്ത്രങ്ങളലക്കാനും അവളുടെ സാധനങ്ങൾ ക്രമീകരിക്കാനുമാണ്.

ഒന്നിനും ഒരടുക്കും ചിട്ടയുമില്ലാത്ത പെണ്ണെന്നു നിനച്ചുകൊണ്ട് നീലം മുങ്ങിയ തുണിയെ അശയിൽ വിരിച്ചിട്ടു. വെളുത്ത സ്കൂൾ വസ്ത്രത്തിൽ മായാത്ത ചെങ്കൽ വർണ്ണം. പരിഭ്രമത്തോടെ ഒരു നിമിഷം നിന്നപ്പോൾ അതിൽ സൂര്യവെട്ടം ആളിപ്പടർന്നു.

പത്തു മണിയേയായിട്ടുള്ളൂവെങ്കിലും കണ്ണഞ്ചിപ്പിക്കുന്ന തീവ്രത. മുന്നിലെ നഗ്നമാക്കപ്പെട്ട ഭൂമിയിൽനിന്നും തെറിച്ചു വീഴുന്ന അവ നരകാഗ്നിപോലെ ആളികത്തുന്നു. കണ്ണിലാകെ ചൂഴ്ന്നിറങ്ങി കാഴ്ചയെ മറച്ചപ്പോൾ മെല്ലെ ഇമകൾ പൂട്ടി വടക്കോട്ടു തിരിഞ്ഞു.

തുറക്കുമ്പോൾ കാണേണ്ടത് മനോഹരമായിരിക്കണം.

തെക്ക് റബ്ബർ കാടുകളാണ്. വേണ്ട അവയെ കാണണ്ട.

വടക്ക് അലുക്കത്തുമ്മയുടെ അടുക്കള തോട്ടമുണ്ട്. അവ കണ്ണിന് കുളിർമ്മയായേക്കും.

എന്നാൽ ഇമകളുയർന്നപ്പോൾ കണ്ടത് പച്ചപ്പല്ല. മറിച്ച് അവയെ മറച്ച് വട്ടം കൂടി നില്ക്കുന്ന ഏതാനും മനുഷ്യരെയാണ്.

ഒമ്പതാം നമ്പരിലെ മുസ്തഫ. അഞ്ചാം നമ്പറിലെ ഷെയ്ഖ്. രണ്ടാം നമ്പറിലെ സുലൈമാൻ. പുതുതായി രൂപികരിക്കപ്പെട്ട ഇരു സഖ്യത്തിലൊന്നിലെ പക്ഷക്കാർ. താന്തോന്നിയായ യൂസഫിന്റെ കീഴിലെ അണികൾ.

സരസുവിന്റെ മകന്റെ നേതൃത്വത്തിലാണ് മറ്റൊരു സഖ്യം. അവർ ഇന്നും ഇന്നലെയുമായി അങ്ങിങ്ങായി നിന്ന് യോഗം ചേരുന്നുണ്ട്.

കോളനിക്കാരൊരുമിച്ചുള്ള ഒത്തു ചേരൽ പതിവുള്ളതാണ്; കുടുംബശ്രീ കാര്യങ്ങൾ ചർച്ചചെയ്യാൻ, കിണർ വൃത്തിയാക്കാൻ, തടത്തിലെ കാടുതെളിയിക്കാൻ. ആണും പെണ്ണും മുസൽമാനും ഹിന്ദുവും ക്രിസ്ത്യാനിയുമൊക്കെയുണ്ടാകും അക്കൂട്ടത്തിൽ. ആരും ആരോടും പക്ഷം ചേരാതെ ആരും ആരുടേയും നേതാവാകാതെ നല്ല തീരുമാനങ്ങളോട് യോജിച്ച് സ്വതന്ത്രമായി നിലകൊള്ളുമായിരുന്നു.

എന്നാൽ ഇപ്പോഴത്തെ തീരുമാനങ്ങൾക്ക് പുതുമയുണ്ടെന്നറിഞ്ഞു.

തടം വീതികൂട്ടുമെന്ന് മുറവിളി കൂട്ടി യൂസഫും കൂട്ടാളികളും ഒരു വശത്ത്.

പ്രതിഷേധിക്കുമെന്നു പറഞ്ഞ് സരസുവിന്റെ മകനും കൂട്ടരും മറു

വശത്ത്.

നെടുവീർപ്പോടെ നഗ്നമാക്കപ്പെട്ട ഭൂമിയിലേക്കു തുറിച്ചു നോക്കി. അവിടെയാണ് പുതിയ ഭവനമൊരുങ്ങാൻ പോകുന്നത്. അവിടേക്കുള്ള പാതയ്ക്കിടം നല്കുമ്പോഴാണ് സ്വർഗ്ഗ പന്ഥാവു വികസിക്കുക.

ഇന്നലെയായിരുന്നു ഭൂവുടമ ആ ഭൂമിയെ വിവസ്ത്രയാക്കിയത്.

ഹരിത ചേല ചുറ്റി ഭംഗിയായി ഒതുക്കിവച്ചിരുന്ന നിമ്നോന്നതങ്ങൾ.

ആരാമങ്ങളാലലങ്കരിച്ച് പരിശുദ്ധി കാത്ത നീർത്തടാകങ്ങൾ.

പവനന്റെ തലോടലേറ്റു ഇളകിക്കൊണ്ടിരുന്ന നേർത്ത ശിഖരങ്ങൾ.

അസ്വസ്ഥമാകുന്ന ജീവിത നിമിഷങ്ങളിൽ തെല്ലുനേരം അവിടേക്കു നോക്കി നില്ക്കുക പതിവാണ്.

കുളിരിനുവേണ്ടി.

തണലിനുവേണ്ടി.

നെടുങ്കൻ കെട്ടിടത്തിനും റബ്ബർക്കാടുകൾക്കുമിടയിലെ ആ ഇത്തിരി ഇടം കാവുപോലെ പന്തലിച്ചു കിടന്നിരുന്നു. ഏറെ ആശ്വാസദായകമായിരുന്നു ആ സുന്ദര ഭൂമിക. അവിടമാണ് വെട്ടി നിരത്തപ്പെട്ടിരിക്കുന്നത്.

ഓർത്തപ്പോൾ ലജ്ജ തോന്നി. സ്വന്തം ശരീരം നഗ്നമാക്കപ്പെടുമ്പോഴുള്ള അപഹാസം.

ആകാശത്തേക്കു നോക്കി മലർന്നു കിടക്കുകയാണാ ഭൂമി.

മറ്റുള്ളവർക്കായി അപഹാസിതയായവൾ.

അവൾക്ക് നാണം നശിച്ചിരിക്കുന്നുവെന്നോ?

ഒരിക്കൽ കൂടി ഓരോന്നിലും തുറിച്ചു നോക്കി.

വേട്ടക്കാരന്റെ കരുത്തിൽ ഒരായിരം കഷണങ്ങളായി കീറിമുറിക്കപ്പെട്ടിരിക്കുന്ന ഹരിത കഞ്ചുകം.

മുറിവേറ്റു ചതഞ്ഞും നിലയ്ക്കാതൊഴുകുന്ന ചോരപ്പാടിനാലും അങ്ങിങ്ങായി ചിതറിക്കിടക്കുന്ന അവയവങ്ങൾ.

വേട്ടക്കാരന്റെ ചവിട്ടേറ്റു ചതഞ്ഞു വാടിയിരിക്കുന്നു സുമങ്ങൾ.

തടയാൻ കഴിഞ്ഞില്ലല്ലോ.

ഒരു ചെറുവിരൽ പോലും ചലിപ്പിക്കാനായില്ലല്ലോ.

ഇന്നലെ ഓട്ടം കഴിഞ്ഞെത്തിയ നിമിഷം മുതലേ കുത്തി മുറിവേല്പിക്കുന്നു ആ ദൃശ്യങ്ങൾ.

അവരുടെ ഭൂമി. അവരുടെ അവകാശം. ആ അവകാശത്തിൽ കടിച്ചു തൂങ്ങി എന്തും ചെയ്യാൻ മുതിരുന്നവരെ എങ്ങനെ നേരിടും? സ്വർഗ്ഗമെന്ന സങ്കല്പത്തിൽ ഉന്മാദം കൊണ്ട് മതിമറന്നവരെ എങ്ങനെ പറഞ്ഞു മനസ്സിലാക്കും?

ആർക്കൊക്കെയോ വേണ്ടി, പാത്തുവിന്, കൊന്നപ്പൊക്കത്തിന്, കൊതുകുമീരാന്, കോളനിയിലെ ഒരു പ്രത്യേക വിഭാഗത്തിനാകമാനമുള്ള സ്വർഗ്ഗമൊരുക്കലിൽ കുടിയനായ യൂസഫാണ് മുൻപന്തിയിൽ. പള്ളി വരാന്തയിൽ പോലും കയറാതിരുന്ന യൂസഫ്. അവന്റെ ഇന്നത്തെ കിനാക്കളെല്ലാം വാഗ്ദാനം ചെയ്യപ്പെട്ട ആ പുതിയ ലോകത്തെ കുറി

ച്ചാണ്. അവിടെ അവന് ആസ്വാദ്യമായ മദ്യത്തിന്റെ കവിഞ്ഞൊഴുകുന്ന നദികൾ സ്വന്തമാക്കാമത്രെ! അതിൽ കിടന്നവന് നീന്തികളിക്കാം. നിത്യ ജീവിതം നല്കപ്പെട്ട പിഞ്ചുബാലന്മാർ കോപ്പകളും കൂജകളുമേന്തി തുളു മ്പുന്ന പാനപാത്രവുമായി ആവശ്യക്കാരനു മുന്നിലെത്തുമ്പോൾ മതി യാവോളം കുടിച്ചു തിമിർക്കാം.

എത്ര കുടിച്ചാലും മതിയാവില്ലത്രെ!

എത്ര കുടിച്ചാലും ആരും വിലക്കുകയുമില്ലപോൽ.

ആയതിനാലാണവൻ സ്വർഗ്ഗ ദാതാവിന്റെ ഏറ്റവുമടുത്ത ശ്രോതാ വായത്. അദ്ദേഹത്തിനുവേണ്ടി എന്തു ചെയ്യാനും തന്റേടമുള്ള ആജ്ഞാ നുവർത്തിയായത്.

അതിനാലാണത്രെ അവൻ സ്വന്തം മാതാവിന്റെ കിടപ്പാടം പോലും ദാനം ചെയ്യാൻ തയ്യാറായിരിക്കുന്നതും.

“മക്കളെ പെർമാണത്തിനായി അവൻ ബഹളം വയ്ക്കണ്. വിക്കാൻ ഒപ്പിട്ടുകൊടുക്കാനും പറേണ്.”

ഇന്നലെ സവാരി കഴിഞ്ഞുപോരുമ്പോൾ അലുക്കത്തുമ്മ വേവലാ തിയോടെ പറഞ്ഞത് ഓർമ്മയിൽ പ്രകമ്പനമുണ്ടാക്കി. യൂസഫ് മാത്ര മല്ല ദാനശീലരിൽപ്പെട്ടതെന്നറിഞ്ഞു. കൊന്നപ്പൊക്കം, കൊതുകുമീരാൻ, പൊട്ടക്കണ്ണൻ അയൂബ് അവരൊക്കെ അവരുടെ കുഞ്ഞു ഭൂമികൾ പൂർണ്ണമായും വിട്ടുകൊടുക്കാൻ സമ്മതിച്ചിരിക്കുന്നുവത്രെ.

ഓർത്തപ്പോൾ ഭയാശങ്കകൾ മനസ്സിനെ മഥിച്ചു.

ബക്കറ്റിലിരുന്ന ബാക്കി തുണികൾ കൂടി അശയിൽ വിരിച്ചിട്ട് തട ത്തിലേക്കിറങ്ങി നോക്കി.

നേരത്തെ കണ്ടതിനെക്കാളുപരി തെക്കുവടക്കായി നിരന്നു നില്ക്കുന്ന പുരുഷാരം. കൈയിൽ പണിയായുധങ്ങളേന്തിയവർ.

കുട്ട, പിക്കാസ്, മൺവെട്ടി, കമ്പിപ്പാര............

ആയുധങ്ങളില്ലാതെ പിറകുവശത്ത് കൈയും കെട്ടി ജാഗ്രതയോടെ അങ്ങോട്ടുമിങ്ങോട്ടും ഉലാത്തുന്നവരുമുണ്ട്.

എന്റെ ദൈവമേ ഭയന്നതു പോലെ തന്നെ സംഭവിക്കാൻ പോകു ന്നുവെന്നോ? ഇളകി വീഴാൻ പോകുന്നത് ആരുടെയൊക്കെ മൺകട്ടക ളായിക്കും? പൊളിഞ്ഞു വീഴാൻ തുടങ്ങുന്നത് ആരുടെയൊക്കെ ഓലപ്പു രകളായിരിക്കും?

വല്ലാത്ത മരവിപ്പു തോന്നി. എങ്കിലും ഉള്ളിലെവിടെയോ തെല്ലുരു ത്തേജനമുണ്ടായപ്പോൾ മെല്ലെ നടന്നു.

ജോസഫിന്റെ വീടിനു മുന്നിലെത്തിയതും ദൂരെ പൊട്ടക്കണ്ണൻ അയൂബിന്റെ കുടിലിനു മുന്നിൽ മൺവെട്ടികളുയരുന്നതു കണ്ടു. ആദ്യം പണി തുടങ്ങുന്നത് അവിടെ നിന്നാണെന്ന് ആരോ പറഞ്ഞതോർത്തു.

സ്വർഗ്ഗത്തിനായുള്ള റിസർവേഷൻ കൗണ്ടർ പൂർത്തിയാകുമ്പോൾ അവിടേക്കുള്ള വാതായനം ആ പത്തൊൻപതാം നമ്പർ കുടിലിനു മുന്നിൽ നിന്നായിരിക്കുമെന്ന് ഒരിക്കൽ പള്ളിവീട്ടിലെ ഡ്രൈവർ പയ്യനും പറയു

കയുണ്ടായി.

ആയുധങ്ങളുടെ കൊലകിലുക്കം അന്തരീക്ഷത്തിൽ മുദ്രാവാക്യമായി. പേമാരിയിൽ കുതിർന്ന് മൺകട്ടകളിടിഞ്ഞിടത്തു മറച്ചുകെട്ടിയ ടാർപാളിനിൽ തെറിച്ചു വീഴുന്ന മണ്ണിന്റേയും കല്ലിന്റെയും ചറപറ ശബ്ദം കാതുകളെ അലോസരപ്പെടുത്തി.

ജന്മനാ അന്ധരായ അയൂബും ബീബിയും. അവർ കുടിലിനകത്തില്ലെന്നത് ഉറപ്പാണ്. പകൽ നേരങ്ങളിലവരെപ്പോഴും പാടിപ്പാടിനടക്കും. കവലകളിലും ബസ് സ്റ്റാന്റുകളിലുമൊക്കെ. മാപ്പിളപ്പാട്ട്, കെസ്സുപ്പാട്ട്, പക്ഷിപ്പാട്ട്, കുപ്പിപ്പാട്ട് അങ്ങനെ ഓരോന്നിനുമീണമിടുമ്പോൾ സ്കൂളിൽ പോകാതെ കറങ്ങി നടക്കുന്ന ചില കള്ള പിള്ളേരും ഒപ്പം കൂടും. ചില തെമ്മാടിപ്പരിശകൾ അവരെ നോക്കി കൂക്കി വിളിക്കുക പതിവാണ്.

ധൃതിയിലോടുന്ന മാനവർ ചിലപ്പോൾ എന്തെങ്കിലും വലിച്ചെറിയും. മുന്നിൽ വീഴുന്ന നാണയങ്ങൾ അവർ പെറുക്കിയെടുത്ത് കീശയിൽ തിരുകും. ദൂരേക്കു തെറിച്ചു വീഴുന്നത് കുട്ടികൾ കൈക്കലാക്കി പലഹാരങ്ങൾ വാങ്ങി വിഴുങ്ങും.

അങ്ങനെ വിരൽ കൊണ്ടു പരതിപ്പരതി എണ്ണി തിട്ടപ്പെടുത്തിയ തുട്ടുകൾ സ്വരുക്കൂട്ടി പണിതതാണാ കുടിൽ. കല്ലുപാകിയത് പണിയാളുകളാണെങ്കിലും മണ്ണുകുഴച്ച് കട്ടകളുണ്ടാക്കിയതും പാഴ്കമ്പുകൾ പെറുക്കി കഴുക്കോലുകൾ തീർത്തതും അയൂബും ബീബിയുമായിട്ടാണ്. ആസ്ബറ്റാസ് പാകി താമസം തുടങ്ങിയിട്ട് ഏറെ നാളുകളായില്ല. കട വരാന്തയിൽ അന്തിയുറങ്ങിയ ഇരുവർക്കും ആ കുടിൽ സ്വർഗ്ഗമായിരുന്നു.

വീട്ടിലെത്തുന്നതുവരെ പാടിക്കൊണ്ടിരിക്കുക അവരുടെ ശീലമാണ്. ചില രാവുകളിൽ അതിന്റെ ഈരടികൾ കോളനിയാകെ പ്രതിദ്ധ്വനിച്ച് മാനംമുട്ടെയുള്ള അയൽ മാളികയ്ക്കു ചുറ്റും അലഞ്ഞുതിരിയും. അതു കേട്ട് പറുദീസയിൽ വാഴുന്നോർ താളംപിടിച്ച് ഏമ്പക്കം വിട്ടുറങ്ങുമ്പോഴും ഒട്ടിയ വയറുകളിലപ്പോഴും ചുള്ളിവിരലുകളിളകും. പ്രഭാതം ഭൂമിയെ തുറിച്ചു നോക്കാനൊരുങ്ങുമ്പോൾ അടയാത്ത ഇമകൾ സാക്ഷിയാക്കി എങ്ങോട്ടെങ്കിലും അവർ നടന്നു നീങ്ങും.

ഒന്നും കാണെണ്ടാന്ന് ഒരു നിമിഷം തോന്നിപ്പോയി. അതുകൊണ്ടു തന്നെ തിരിഞ്ഞു നടന്നു. അടുക്കളയിൽ കയറി പാചകം ചെയ്യാനൊരുങ്ങി. ആഴ്ചയിലെ ഒരേയൊരു ദിവസമാണ് ചൂട് ചോറ് കുട്ടികളുമായി പങ്കിട്ടു തിന്നുക.

സ്റ്റൗ കത്തിച്ചിട്ട് ചോറു കലം തിരഞ്ഞു. നാഴി എടുത്ത് അരിയളന്നപ്പോൾ അമല എന്തൊക്കെയോ ആരാഞ്ഞു.

"ങ്ഹും ങ്ഹാ" വെറുതെ മൂളി

"അമ്മയ്ക്കെന്താ ചെവികേട്ടൂടെ" അവൾ പരിഹസിച്ചു.

അമലയോടൊന്നും മറുപടിയായ് പറയാതെ അളന്നിട്ട അരി മുറത്തിൽ ചിക്കിയിട്ട് നെല്ലുംകല്ലും തിരയാൻ തുടങ്ങി. വിരൽകൊണ്ടു പരതിയിട്ട അരിമണികൾക്കിടയിലൂടെ പൊടുന്നനെ പുതിയൊരു ചിത്രം

തെളിഞ്ഞു വരുന്നതു കണ്ടു ഞെട്ടിപ്പോയി.

ആകൃതി നശിച്ച പാതയ്ക്കും നിലം പതിച്ച കുടിലുകൾക്കുമിടയിൽ ഉപഭൂഖണ്ഡങ്ങൾപോലെ തള്ളി നില്ക്കുന്ന ഏതാനും ചില കൂരകൾ. എന്തോ നിനച്ചുകൊണ്ട് പൊടുന്നനെയാചിത്രങ്ങൾ മായ്ച്ച് മുറത്തിന്റെ ഒത്ത നടുക്കായി അരിമണികളെ കുന്നുകൂട്ടിയിട്ട് പുറത്തേക്കിറങ്ങി.

അന്തരീക്ഷത്തിനിപ്പോൾ തിളയ്ക്കുന്ന തേയിലയുടെ ഗന്ധം. ഈ കടുംവെയിലത്തും സരസുവിന്റെ ചായക്കലം വെട്ടി തിളയ്ക്കുകയാവാമെന്ന് മനസ്സിൽ കരുതി.

വീടിനോടു ചേർത്തിറക്കി പാഴ് കമ്പുകൾ പാകി ഓലമേഞ്ഞ തുറന്ന തിണ്ണയിൽ ബീഡി, സിഗരറ്റ്, തീപ്പെട്ടി, മുറുക്കാൻ, മിഠായി പായ്ക്കറ്റുകൾ, തേയില അങ്ങനെ പലതും നിറച്ചു വച്ച് കച്ചവടം തുടങ്ങിയത് അവളവിടെ ജീവിതം തുടങ്ങിയ കാലം മുതലാണ്. പ്രഭാതങ്ങളിലും പ്രദോഷങ്ങളിലും കോളനിക്കാരുടെ സൗഹൃദ ഇടനാഴിയാകാൻ അവിടം വേദിയായിരുന്നു. ലോട്ടറി മീരാനും, സുകുമാരൻ നായരും, സുലൈമാനും ജോസഫും മാത്രമല്ല കൊന്നപ്പൊക്കവും സാറാമ്മയുമൊക്കെ പരസ്പരം പായാരം ചൊല്ലി ചായമോന്തി അല്ലറ ചില്ലറ സാധനങ്ങൾ വാങ്ങി പിരിയാറുണ്ടിവിടെ നിന്നും.

എന്നാൽ അടുത്തകാലത്തായി ചായ തിണ്ണയ്ക്കുചുറ്റും കൂട്ടം കൂടുന്നവരുടെ എണ്ണം നന്നേ കുറവായിരിക്കുന്നു. പുതുപുതുതർക്കവാദങ്ങൾ അങ്ങിങ്ങ് പൊട്ടിമുളച്ച് പടർന്നേറിക്കൊണ്ടിരിക്കുന്നതിനാൽ പലരും അവിടെ വരാൻ മടികാണിച്ചു.

കടത്തിണ്ണ പുറമ്പോക്കിലാണെന്ന വാദം ആദ്യം ഉന്നയിച്ചത് യൂസഫാണ്. പിന്നീട് കൊതുകുമീരാനും, ഷെയ്ഖും, സുലൈമാനുമൊക്കെ യൂസഫിനെ ശരിവെച്ചപ്പോൾ സരസുവിന്റെ മകനുമുണ്ടായി പുതിയ വാദങ്ങൾ; അലുക്കത്തുമ്മയുടെ പച്ചക്കറിത്തോട്ടം പുറമ്പോക്കിലാണ്, കൊന്നപ്പൊക്കത്തിന്റെ കുടിൽ തടത്തിലേക്കിറങ്ങി സ്ഥിതിചെയ്യുന്നു.

സരസുവിന്റെ കടത്തിണ്ണയിലേക്കു തെല്ലൊന്നു പാളിനോക്കി. അവിടെ ഇതുവരേയും കണ്ടിട്ടില്ലാത്ത ജനത്തിരക്ക്. അപരിചിതരാണേറെയും. കൈയിൽ ചരടണിഞ്ഞവരും അങ്ങിങ്ങ് വർണ്ണം പൂശിയവരുമുണ്ട്. കൂട്ടത്തിൽ കോളനിയിലെ സുകുമാരൻ നായരും വിജയൻ പണിക്കരുമുണ്ട്.

പാത വികസിതർ നിലവിലുള്ള പാതയുടെ തന്നെ മണ്ണുകളിളക്കി ചിലരുടെ മുറ്റങ്ങൾ അങ്ങിങ്ങു നിറയ്ക്കുന്നുണ്ടായിരുന്നു. യൂസഫു തന്നെയാണ് അവരുടെ സംഘത്തലവൻ. മേൽച്ചുണ്ട് മറയ്ക്കുന്ന പരന്ന മീശയിൽ അപ്പപ്പോൾ തള്ളവിരലും ചൂണ്ടുവിരലും തെരുപിടിച്ച് അവൻ അങ്ങോട്ടുമിങ്ങോട്ടുമുലാത്തി നിർദ്ദേശം നല്കുന്നതു കണ്ടു.

അങ്കണങ്ങൾ മാത്രം ദാനം ചെയ്തവരിൽപ്പെട്ടവരായ ഷെയ്ഖിന്റേയും സുലൈമാന്റേയും മുറ്റങ്ങളിലാണ് മണ്ണു വീണു കൊണ്ടിരുന്നത്. അവ നിറയപ്പെട്ടപ്പോൾ സരസുവിന്റെ കടത്തിണ്ണ പാതയിലേക്കു തള്ളി

വന്നു. അതുകണ്ട് ചായമോന്തി നിന്നവരിലാരൊക്കെയോ മുറുമുറുക്കാൻ തുടങ്ങി. അല്പം വിശ്രമിക്കാനെന്നോണം യൂസഫും കൂട്ടരുമപ്പോൾ കൽമതിലിൽ ചാരി സിഗരിറ്റിന് തീ കൊളുത്തി. യൂസഫ് ചെവിയോട് ചേർത്ത് സെൽഫോണിലെന്തോ അടക്കം പറഞ്ഞുകൊണ്ടുമിരുന്നു.

കടത്തിണ്ണയ്ക്കു മുന്നിലെ നഗ്നമായ പാതയിലപ്പോൾ ആരോ വിരിച്ചിട്ട ചാക്കു തുണ്ടിൽ എന്നോ ഉണങ്ങിക്കഴിഞ്ഞ കപ്പത്തുണ്ടുകൾ വീണ്ടും ഉണങ്ങാൻ കിടന്നിരുന്നു. പൂപ്പ് മാറ്റാൻ നിരത്തിയിട്ട പോലെയാണവയുടെ കിടപ്പ്. അതിലൊന്നെടുത്ത് രണ്ടായി പൊളിച്ചിട്ട് കൽമതിലിലേക്കു വലിച്ചെറിഞ്ഞു ഒരുവൻ.

പുകച്ചു തീരാത്തവ ചുണ്ടത്തും പുകഞ്ഞു കഴിഞ്ഞവ എങ്ങാണ്ടും തുരുതുരാ വീണുകൊണ്ടുമിരുന്നു. പുകയും തീയും ബാക്കിനിന്ന ഒരെണ്ണം പൊടുന്നനെ കപ്പത്തുണ്ടുകൾക്കിടയിൽ ആഞ്ഞു പതിച്ചപ്പോൾ ബാക്കിയുണ്ടായിരുന്ന കട്ടംചായ നിലത്തേക്കൊഴിച്ച് ഒരുവൻ ഉറക്കെ അട്ടഹസിച്ചു.

“എന്താ കണ്ണുകണ്ടുകൂടേ”

“കണ്ണു കാണാൻ ഇത് പൊതുവഴിയാണ്. ഞങ്ങളെന്തും ചെയ്യും.”

പിന്നെയവിടം ചില കശപിശകളുടെ വേദിയായി. ഇരുവശത്തേയും വരത്തൻമാർക്കായിരുന്നു ശക്തിയേറെ. പാതവികസിതരുടെ പണിയായുധങ്ങളിൽ ചിലത് ദൂരേക്കു വലിച്ചെറിയപ്പെട്ടു. മറുപക്ഷക്കാർ കടതിണ്ണയിൽ ഇടിച്ചു കയറി കച്ചവട സാമാനങ്ങൾ പുറത്തേക്കെടുത്തിട്ടു. നാനാദിക്കിലേക്കു ചിതറി തെറിച്ച അവയ്ക്കിടയിൽ പുതുതായി പ്രതിഷ്ഠിച്ച പ്രതിമയും.

സരസുവിന്റെ വീടിനോടു ചേർന്നുള്ള വശത്ത് കടത്തിണ്ണയ്ക്ക് ബദലായി മറ്റൊരു തിണ്ണകൂടി അടുത്ത കാലത്താണ് കെട്ടിപ്പൊക്കിയത്. അവിടെ അരയാൾ പൊക്കത്തിൽ അരയാൾ വലിപ്പത്തിൽ പ്രതിഷ്ഠിക്കപ്പെട്ട പ്രതിമയ്ക്ക് അതുവരെ കണ്ടിട്ടില്ലാത്ത പുതിയൊരു മുഖഭാവമുണ്ടായിരുന്നു. വിവിധ വർണ്ണലോഹങ്ങളാൽ പൂശപ്പെട്ട അവയ്ക്കു ചുറ്റും ചന്ദനവും കുങ്കുമവും കൊണ്ട് കളഭം ചാർത്തിയ ചിത്രങ്ങളും ഞാത്തിയിരുന്നു. ദിവസവും ചാർത്തുന്ന പൂമാലയ്ക്കരികിൽ സദാ പുകഞ്ഞു കൊണ്ടിരിക്കുന്ന ചന്ദനത്തിരികളും.

ആ വസ്തുവിനെ ചൂണ്ടി സരസുവിനോടൊരിക്കലാരാഞ്ഞപ്പോൾ

സരസു ആ പ്രതിമയുടെ ചരിത്രം പറഞ്ഞു തന്നു.

അടുത്ത കാലത്തായി ആരുടെയോ സ്വപ്നത്തിൽ തെളിഞ്ഞതാണത്രെ! പൗരാണിക കാലത്തെ ഏതോ മഹാസിദ്ധൻ ജന്മം കൊണ്ട സ്ഥലമാണവിടം. കേട്ടപ്പോൾ അവളോട് അരിശം തോന്നി. ഇതുവരെയില്ലാത്ത പുതിയൊരു കണ്ടെത്തലെന്നു പറഞ്ഞ് അവളെ ശകാരിച്ചു. അവളപ്പോൾ സംശയ മിഴികൾ തന്നിലേക്കെറിഞ്ഞിരുന്നു.

അങ്ങിങ്ങായി ഉടഞ്ഞു ചിതറിയ ചില്ലുകളിൽ പൊടുന്നനെ സൂര്യബിംബം ആളികത്തിയതും ആരുടെയൊക്കെയോ കൺകളിൽ അന്ധത

പരക്കുന്നതു കണ്ടു. എങ്ങാണ്ടൊക്കെയോ ഓടിയും തിരഞ്ഞും എന്തെല്ലാമോ കാട്ടികൂട്ടിയപ്പോൾ ആരുടെയൊക്കെയോ ചട്ടിയും കലവും കീറപ്പായയും പിന്നെ ഉടുതുണിയും പല പല തുണ്ടുകളായി കിളച്ച മണ്ണിൽ പെയ്തിറങ്ങിക്കൊണ്ടിരുന്നു.

പുതുതായ് മറിച്ചിട്ട മണ്ണിൽ മനുഷ്യ ചോരപ്പാടുകളും കിനിഞ്ഞു വന്നു. എല്ലാം ഏറെ പരിശീലിച്ച് അരങ്ങു കൊഴുപ്പിക്കാനൊരുങ്ങുന്ന നാടകത്തിലെ രംഗങ്ങൾപോലെ തോന്നി. എന്നാൽ ഇരുകൂട്ടരിലെയും വരുത്തന്മാർക്ക് ഒരു പോറൽ പോലുമേറ്റിരുന്നില്ല.

ആർക്കുവേണ്ടിയാണിവർ കാര്യനിർവ്വഹകരാകുന്നത്?

ആർക്കുവേണ്ടിയാണിവർ ജിഹാദികളാകുന്നത്?

മനസ്സു തേങ്ങി.

മണിമേടകളിൽ സുഖിച്ചിരുന്ന് തൊടുത്തുവിടുന്ന ഒളിയമ്പുകൾ ആരെയാണ് അരിഞ്ഞുവീഴ്ത്തുന്നത്? മനസ്സു ഭയന്നു.

ഭീരുക്കളാണിവർ. ഭിന്നിപ്പിക്കാനൊരുങ്ങി തിരിച്ചവരുടെ കൈയിലെ വെറും പ്രതിമകൾ. പൊട്ടിച്ചിതറി നാനാഭാഗത്തും തെറിച്ചുവീണ ആ പ്രതിമ പോലെ ഇവരും ചിന്നിച്ചിതറും. പാടില്ല. തടയണം.

താനിപ്പോൾ ഏകയാണ്. എങ്കിലും കൈയുംകെട്ടി നോക്കി നില്ക്കാൻ വയ്യ. മനുഷ്യനെന്ന അന്തസ്സിൽ ജനിച്ചിട്ട് വീട്ടിനകത്ത് അടയിരിക്കാൻ വയ്യ.

മുന്നോട്ടു പാദങ്ങൾ ചലിച്ചു. കൊലവിളി നടത്തുന്ന കലാപകാരികൾക്കു മുന്നിലേക്കു നടന്നു.

നാവിനപ്പോൾ പതിവില്ലാത്തൊരുത്തേജിത ഭാവം വന്നു. സരസുവിന്റെ മകനോടെന്തോ പറയുവാനതു വെമ്പു കാട്ടി. സൂര്യബിംബത്തിൽ തിളങ്ങുന്ന ധൂളികളോരോന്നായ് പെറുക്കി മാറ്റിക്കൊണ്ട് അവനെ നോക്കി പറഞ്ഞു.

"പെറുക്കിമാറ്റാം നമുക്കീ പ്രതിഷ്ഠയുടെ ധൂളികൾ. ഇവിടെ കിടന്നാൽ അവ നമ്മെത്തന്നെ മുറിവേല്പിച്ചുക്കൊണ്ടിരിക്കും. സ്വപ്ന കഥയിൽ നിന്നിറങ്ങിവന്ന വെറുമൊരു സങ്കല്പത്തിനു മുന്നിൽ എന്തിനിനിയും കൈകൂപ്പണം. ഏകോദര സഹോദരരായി ജീവിക്കേണ്ടവരായ നാം നിർജ്ജീവമായ ആ പ്രതിമയെപ്പോലെ വിവേകശൂന്യരാകരുത്. മനുഷ്യർക്കു മാത്രമല്ലേ സുന്ദരങ്ങളായ സ്വപ്നങ്ങൾ കാണാനാകൂ. ഞാനും കണ്ടു ഒരുപാടൊരുപാട് സ്വപ്നങ്ങൾ. നക്ഷത്രങ്ങൾ പെയ്തിറങ്ങി ഭൂമിയിൽ പുതുവെളിച്ചം വിതറുന്ന സ്വപ്നം. കുടിലിനു മേളിലൂടെ സ്വർണ്ണതളികകൾ പറന്നു നടക്കുന്ന സ്വപ്നം. വെട്ടിത്തിളങ്ങുന്ന ഗരുഡാകൃത വിമാനത്തിൽ ആരോ പറന്നിറങ്ങുന്ന സ്വപ്നം. ദേ ഈ പാതയിലാണ് ആ വിമാനം വന്നിറങ്ങുന്നത് കണ്ടത്. അതുകൊണ്ട് നാം നടക്കുന്ന ഈ പാതപൊളിച്ച് വലിയൊരു വിമാനത്താവളം കെട്ടി സ്വപ്നത്തെ സാക്ഷാൽക്കരിക്കണമെന്നുണ്ടോ? കുടിലുകൾക്കു മുകളിലൂടെ തളികകളെ പറത്തിവിടണമെന്നുണ്ടോ?"

ആരോടോ വിരൽചൂണ്ടി തെല്ലൊന്നു നിർത്തിയപ്പോൾ നിശ്ശബ്ദതയ്ക്കിടയിൽ നിന്നും അപരിചിതമായ കൊഴുത്ത വാക്കുകളുയർന്നു.

"ഈ ഈ ഈനാംപേച്ചി ആരാണ്?"

"ഞങ്ങളുടെ പുണ്യഭൂവിൽ ജീവിച്ചുകൊണ്ട് ഇവളെന്താണീ പറേണത്."

"വർക്കത്തുകെട്ടവളെ ആട്ടിയോടിക്ക്."

എല്ലാം നിസ്സാരമായി കേട്ടു. അവരുടെ ചെയ്തികളെ നിസ്സാരമല്ലാതെ കണ്ടു. എന്നിട്ട് കൽ കഷണങ്ങൾ എഴുന്നു നില്ക്കുന്ന കൽമതിലുകൾക്ക് കീഴെ നിന്ന് സിഗരറ്റു പുകയ്ക്കുന്നവർക്കരികിലേക്കു നടന്നു.

"പാവങ്ങളുടെ കുടിലുകൾ ഇടിച്ചു നിരത്തി വേണോ സ്വർഗ്ഗത്തിലേക്കുള്ള പന്ഥാവിനു വീതി കൂട്ടാൻ. അവയെ അപ്പാടെ വിഴുങ്ങിയാണോ ഭീമാകാരങ്ങളായ ആരാധനാലയങ്ങൾ പണി തീർക്കുവാൻ. നമുക്കീ വീഥിയിലൂടെ വലിയ വലിയ വാഹനങ്ങളുരുട്ടണ്ട. വിമാനങ്ങളിറക്കണ്ട. ഈ ഇത്തിരി ഇടങ്ങൾ കാത്തു സൂക്ഷിച്ചും അവയിലേക്കെത്തപ്പെടാൻ ഈ ചെറിയ വീഥികളെ മനോഹരമായി ഒരുക്കി നിർത്തിയും ഇനിയും നമുക്കിവിടെ ജീവിക്കാം."

നഗ്നമാക്കപ്പെട്ട ഭൂമിയിലപ്പോൾ ലേശം തണൽ പരന്നെന്നു തോന്നി. അങ്ങോട്ടു നോക്കി അവിടേക്കു വിരൽ ചൂണ്ടിക്കൊണ്ട് തുടർന്നു.

"നോക്കൂ നിങ്ങൾക്കുവേണ്ടി ഒരുക്കപ്പെടും എന്നു പറയപ്പെടുന്ന ആ ഭവനത്തിൽ നിങ്ങൾക്കായി എന്താണൊരുങ്ങുന്നത്. പ്രഭാതമുണരുമ്പോൾ ജീവിതം തുടങ്ങി കഞ്ഞിയും കറിയും വെച്ച് വിശപ്പടക്കി സമാധാനമായി ജീവിക്കാനുള്ള ഇടമാണോ അവിടം. കുട്ടികളെ ജനിപ്പിച്ച് അവർ ഓടിക്കളിച്ച് വളരാനാണോ പുതിയ ഭവനമൊരുങ്ങുന്നത്. ജോലി കഴിഞ്ഞു തളർന്നു വരുമ്പോൾ തലചായ്ച്ച് എല്ലാം മറന്നുറങ്ങുവാൻ അവിടം നിങ്ങൾക്ക് തുണയാകുമെന്നു തോന്നുന്നുവോ? നമ്മുടെ ഈ ചെറിയ കൂരകൾക്ക് പകരം വയ്ക്കാനായി എന്താണവിടെ ഒരുക്കപ്പെടുന്നത്. ആരുടെയൊക്കെയോ വരുമാന സ്രോതസ്സിനുള്ള കേന്ദ്രമാകാൻ നാമെന്തിന് നമ്മുടെ ഇടങ്ങൾ വിട്ടുകൊടുക്കണം."

വരത്തൻമാരിൽ ചിലരുടെ ചുണ്ടിൽനിന്നും പിന്നെ യൂസഫിന്റെ നാവിൽ നിന്നും പ്രതിഷേധങ്ങൾ പൊട്ടി പുറപ്പെട്ടെങ്കിലും ആരൊക്കെയോ ചിലർ തിരിഞ്ഞു നടക്കുന്നതു കണ്ടു. ഷെയ്ഖും, സുലൈമാനും മുസ്തഫയും വിജയൻ പണിക്കരും സുകുമാരൻ നായരുമൊക്കെ താന്താങ്ങളുടെ കുടിലുകൾ ലക്ഷ്യം വച്ച് നടക്കാൻ തുടങ്ങി. ചെരിഞ്ഞ ആകാശത്തപ്പോൾ നീലമേഘങ്ങൾ കൂട്ടം കൂട്ടമായി ഒഴുകിക്കൊണ്ടിരുന്നു. അവയുടെ നിഴലുകൾ പാതയിലുടനീളം മെല്ലെ മെല്ലെ ഇളകുന്നതും നോക്കി ഒരു നിമിഷം നിന്നു.

എത്ര മനോഹരമാണീ നിഴലുകൾ. എന്നും അവ ഇവിടെയങ്ങനെ ഒഴുകണേ.

ഞൊടിയിടയിൽ സൂര്യബിംബം ആളികത്തി. പെറുക്കി കളയുവാ

നിനിയുമവശേഷിച്ച ചില്ലുകളിലവ ആഞ്ഞു പതിച്ചു. പുതുതായ് പെയ്തിറങ്ങിയ രശ്മികൾക്ക് വല്ലാത്ത തീവ്രതയും.

"നീ എന്തിന് ഞങ്ങളുടെ വിശ്വാസത്തിൽ തലയിടുന്നു. കടന്നുപോ ദൂരേക്ക്."

യൂസഫിന്റെ പിന്നിലായി നിന്ന വരത്തനിലൊരുവൻ മുന്നോട്ടാഞ്ഞ് ദിക്കുകളെ പ്രകമ്പിതമാക്കും വിധം ഉച്ചത്തിൽ അലറി.

"ഇത് ഞങ്ങളുടെ മാത്രം കാര്യമാണ്. അതിൽ അന്യയായ നീ എന്തിന് ഇടപെടുന്നു" യൂസഫും ആക്രോഷിച്ചു.

അന്യ! ആ വാക്ക് ഉള്ളിലെവിടെയോ പ്രകമ്പിതമായി. ഒരേ ദേശത്ത് ഒത്തൊരുമയോടെ ചിരിച്ചും സന്തോഷിച്ചും ഒരുമിച്ചു കഴിയുന്നവർക്ക് എങ്ങനെയാണ് അന്യ എന്ന പദം ചേരുക. എന്തിന്റെ അടിസ്ഥാനത്തിലാണവർ വേർതിരിവ് പ്രകടിപ്പിച്ചത്. മതത്തിന്റെ, സമുദായത്തിന്റെ......... ഓർത്തപ്പോൾ പരിഹാസം തോന്നി. അതുകൊണ്ടുതന്നെ തുറന്നടിച്ചു.

"ഇത് ഞങ്ങളുടെ ദേശമാണ്. സോദരരായ നമ്മുടെ ജീവനും കിടപ്പാടവും സംരക്ഷിക്കേണ്ടത് അയൽക്കാരായി കഴിയുന്ന നമ്മുടെ ഓരോരുത്തരുടേയും പരസ്പര കടമയാണ്. നിങ്ങളുടെ പാത നിങ്ങൾക്ക് വികസിപ്പിക്കണമെന്നുണ്ടെങ്കിൽ ദേ അവിടം പൊളിക്കൂ. അതുകൊണ്ട് പാവങ്ങൾക്ക് നഷ്ടം സംഭവിക്കില്ലെന്നാണ് എന്റെ വിശ്വാസം."

മുന്നിലെ കൽമതിൽ; അതങ്ങിങ്ങ് പൊട്ടിപ്പൊളിഞ്ഞിരിക്കുന്നു. അടിസ്ഥാനത്തിലിളകിയ വിള്ളലുകളിൽ പുതു ചാന്തിന്റെ കൂട്ടുകൾ മുഴച്ചു നില്ക്കുന്നുമുണ്ട്. അതും നോക്കി അവിടേക്കാണ് വിരൽ ചൂണ്ടിയത്.

ഇവിടെ ഇടിച്ചു പൊളിക്കുകയോ; ഓരോരുത്തരും മൂക്കത്തു വിരൽവച്ചു.

"പോരിഷ തങ്ങൾ അന്ത്യവിശ്രമം കൊള്ളുന്ന പരിശുദ്ധ ഭൂമിയാണിത്;" അവർ പറഞ്ഞു.

"പോരിഷ തങ്ങൾ മാത്രമല്ല എത്രയോ തായമാരെയും ഉമ്മത്തിമാരേയും ഇവിടെ അടക്കിയിരിക്കുന്നു." വെളുത്ത മസ്‌ലിൻ തുണിയിൽ പച്ച വരകളുള്ള ഷോൾ മാറിൽ വിടർത്തിയിട്ട വെള്ള തലപ്പാവുകാരൻ നിലത്തു കിടന്ന മൺവെട്ടി കൈയിലെടുത്തു കൊണ്ടലറി.

"ഛീ കടന്നു പോ" ഓങ്ങിക്കൊണ്ട് അയാൾ വീണ്ടും ഗർജ്ജിച്ചു.

"കടന്നുപോകാൻ പറയാൻ താങ്കൾക്കെന്തവകാശം" അയാളോടു കൈയുയർത്തി ആരാഞ്ഞു.

"ഞങ്ങളുടെ ഉമ്മമാരുടെയും പെങ്ങൻമാരുടേയും ചാളകുടിലുകൾ വെട്ടിപ്പൊളിച്ചു വേണ്ട എന്നോ മരിച്ച് മണ്ണടിഞ്ഞ നിങ്ങളുടെ തായമാർക്കും അപ്പച്ചൻമാർക്കും വിശ്രമകേന്ദ്രങ്ങളൊരുക്കാൻ. ഇത് ഞങ്ങളുടെ മണ്ണാണ്. ജീവശ്വാസം നിലയ്ക്കും വരെ ജീവിച്ചു തീർക്കാനുള്ള മണ്ണ്." അയാളോട് തന്റേടത്തോടെ തന്നെ പറഞ്ഞ് തിരിച്ച് നടക്കുമ്പോൾ ഭൂമിയാകെ കുലുങ്ങും വിധമുള്ള അലർച്ചകൾ കേട്ടു.

"ഇവളെ കൊല്ല്, ഇവളെ കൊല്ല്. ഇവൾ ഷെയ്ത്താന്റെ സന്തതിയാണ്. കല്ലെറിഞ്ഞ് കൊല്ല്."

ഇരുപത്തിമൂന്ന്

ചൂടിന് ഒരു ശമനവുമില്ല. നീലാകാശം കത്തിജ്വലിക്കുന്നു. ഇരു കൈകളും മുഖത്തിനു മീതെ വലയം തീർത്തുകൊണ്ട് അല്പനേരം കിടന്നു.

തുടരെ തുടരെയുള്ള ശരവർഷങ്ങൾക്കു തെല്ലൊരു വിരാമമായ പ്പോൾ ദേഹമാകെ ചുട്ടുപൊള്ളുന്ന വേദനയറിഞ്ഞു.

കൽമതിലിനകത്തുനിന്നും പുറത്തുനിന്നും നിപതിച്ച പ്രതിഷേധ ത്തിന്റെ കൂർത്ത കല്ലുകളുടെ നീറ്റൽ ഉള്ളാകെ കുത്തിയിറങ്ങുന്നു. എങ്കിലും ഏറെ വേദനിപ്പിക്കുന്നത് ചുറ്റിലുമുള്ളവരുടെ നാവുകൾ ദുർബ്ബ ലമായതോർക്കുമ്പോഴാണ്. ഇവൾ ഇവൾ ഞങ്ങളുടെ സോദരിയാണെന്നു പറയാൻ, ഇവൾ ഇവൾ ഞങ്ങളുടെ അയൽക്കാരിയാണെന്നു പറയാൻ ഒരു കരം പോലും ഒരു നാവുപോലും ഉയർത്തുവാൻ ആരും ധൈര്യം കാട്ടിയില്ലല്ലോയെന്നു ചിന്തിച്ചപ്പോൾ പതർച്ച തോന്നി. ബന്ധങ്ങൾക്കു പുതിയ അതിർവരമ്പുകൾ കല്പിച്ചവർ വിശ്വാസികളേയും അവിശ്വാസി കളേയും സൃഷ്ടിച്ച് വേർതിരിവു പ്രഖ്യാപിച്ചിരിക്കുന്നു. അതുകൊണ്ടു തന്നെ അവിശ്വാസികളെ കല്ലെറിയുന്നത് പാപികളെ കല്ലെറിയുന്നതിനു തുല്യമാണെന്നു വിശ്വസിക്കാൻ പലരും താല്പര്യം കാട്ടുന്നു.

"അമ്മേ" - കെട്ടടങ്ങാത്ത ആരവങ്ങൾക്കു മീതെ അമലയുടെ തളർന്ന രോദനം കേട്ടു. പായുന്ന കല്ലുകൾക്കിടയിലൂടെപ്പോഴോ അവൾ മാറത്തു ചാഞ്ഞതോർമ്മയുണ്ട്.

"ദൈവമേ തന്റെ കുട്ടിക്കെന്തെങ്കിലും? പൊടുന്നനെയൊരുൾക്കിടി ലത്തോടെ ചാടിയെണീറ്റ് അവളുടെ ദേഹമാകെ പരതി നോക്കി. ഇല്ല ഒരു പോറലുപോലുമേറ്റിട്ടില്ല. തെല്ലൊരാശ്വാസത്തോടെ അരുണിനെ തിര ഞ്ഞു.

"അമ്മേ ഞാനവരെ" - പല്ലിടറി മുന്നിൽ നില്ക്കുന്ന അവന്റെ വാക്കു കളിൽ പകയുടെ വിഷസർപ്പങ്ങളുയരുന്നു.

വേണ്ട കുട്ടീ വേണ്ട, അവരുടെ ചിന്തയിലാകെയിപ്പോൾ വിഷപ്പുക പടർന്നേറിയിരിക്കുന്നു. അവ തെളിയുന്നതു വരെ നമുക്ക് കാത്തു നില്ക്കാം. ക്രമേണയത് തെളിയുമെന്നുതന്നെ പ്രതീക്ഷിക്കാം; ആത്മ ഗതം ചെയ്തുകൊണ്ട് കരമുയർത്തി അവനെ വിലക്കി.

തന്നെ ബന്ധിക്കുന്ന കണ്ണികളിത്രമാത്രമായ് ചുരുങ്ങിയോ?

തെല്ലൊരു സന്ദേഹത്താൽ ചുറ്റിലും തിരഞ്ഞു. എപ്പോഴോ ഓടി ക്കിതച്ചെത്തിയ അലുക്കത്തുമ്മ അരികിലുണ്ട്. പിന്നെയാരുമില്ലെന്നു കണ്ട പ്പോൾ ദൂരേക്കു മിഴികളൂന്നി.

അങ്ങോട്ടുമിങ്ങോട്ടുമിളകുന്ന നിഴലുകൾ. എത്ര വിദൂരതയിലും ഏതു കൂരാകൂരിരുട്ടിലും തിരിച്ചറിയപ്പെടുന്ന നിഴലുകൾ. അവ ഏറെ അകന്നുപൊയ്ക്കൊണ്ടേയിരിക്കുന്നു.

ആയുധങ്ങളുടെ കൊലകിലുക്കവും കലാപകാരികളുടെ ആക്രോഷങ്ങളും കെട്ടടങ്ങുന്നില്ല. നാശങ്ങൾ വിതച്ച് വിജയം കൊയ്ത് സായുജ്യരാകാൻ കച്ചകെട്ടി മുന്നേറുന്നവർ. സരസുവിന്റെ തിണ്ണപൊളിക്കാനും അലുക്കത്തുമ്മയുടെ വീടും തോട്ടവും തീയിടാനും ആവേശം കാട്ടുന്നുമുണ്ട്.

നിലം പരിഷാകുന്ന കടതിണ്ണയും കൊച്ചുവീടും.

എരിഞ്ഞടങ്ങുന്ന അഗ്നിക്കുള്ളിൽ ഒരു നുള്ള് ചാരമാകുന്ന ഉമ്മയുടെ കൂരയും തോട്ടവും.

അത്യാഹിതമോർത്തപ്പോഴുണ്ടായ ഉണർവ്വിന്റെ ബലത്തിൽ അമലയെ മെല്ലെ വിടർത്തി ചാടിയെണീറ്റു. ദേഹമാകെ ചുട്ടുപൊള്ളുന്ന വേദന. അറിയാതെയുഴറി നടക്കുന്ന മിഴികളിൽ ചതഞ്ഞ മുറിപ്പാടുകളുടെ ചിത്രം. കൈയിലും കാലിലും നെറ്റിയിലൂടെയുമൊഴുകുന്ന ചുടു ചോരയുടെ ഗന്ധം മൂക്കിൽ തുളച്ചു കയറിയപ്പോൾ ദുഃസ്വപ്നം കൊണ്ടെഴുന്നേറ്റപോലെ. അമലയതുകണ്ട് നിലവിളിച്ചു.

ഒന്നുമില്ല കുട്ടീ ഒന്നുമില്ല.

തോർത്തുമുണ്ടെടുത്തു അവളുടെ ദേഹത്തു പറ്റിയ ചോര തുടച്ചു മാറ്റി നടക്കാനൊരുങ്ങി.

കൽമതിലിനകത്തു ഇനിയുമവശേഷിക്കുന്ന ഏതാനും ചില വൃക്ഷങ്ങളുടെ നിഴലുകൾ കോളനിപ്പാതയിൽ തണൽ ചൊരിയുന്നു. അവയ്ക്കു കീഴെ ഒരു നിമിഷം നില്ക്കണം. കനത്ത മതിൽക്കെട്ടു ഭേദിച്ചു കടന്നെത്തുന്ന കാറ്റിന്റെ ശീതളിമയിൽ ഒരു നിമിഷം ലയിക്കണം.

റോഡു ഭേദിച്ചു അവിടേക്കു നടന്നു. വല്ലാത്തൊരാശ്വാസം. കാറ്റിനും തണലിനും താൻ ശത്രുവല്ല. കോളനിപ്പാതയാകെ നിരന്നു നില്ക്കുന്ന ഇരുകൂട്ടരിലും പെട്ടെ തന്റെ മിത്രങ്ങൾക്കാണ് താനിപ്പോൾ പൊതുവായൊരു ശത്രു.

അലുക്കത്തുമ്മ പലതും പറഞ്ഞ് തിരികെ വീട്ടിലേക്കു നടക്കാൻ അഭ്യർത്ഥിച്ചു.

"അവനെന്തര് ചെയ്യാനും മടിക്കില്ല മക്കളേ." - ആരെക്കാളും ഉമ്മ ഭയക്കുന്നത് അവനെയാണെന്നറിയാം. സ്വന്തം ഗർഭപാത്രത്തിൽ പിറന്നവനെ. ആരെക്കാളും തന്നോടേറെ ശത്രുതയുള്ളതും അവനു തന്നെയാണ്. പഴയ ചൊരുക്കിന്റെ പക തീർക്കാൻ കിട്ടിയ സന്ദർഭം അവൻ വേണ്ടപോലെ ഉപയോഗിക്കുന്നു.

യൂസഫിനെ കാണാൻ തുടങ്ങിയ കാലം മുതലേ അവനോടു വല്ലാതെ അനിഷ്ടം തോന്നുമായിരുന്നു. അവനും അയാൾക്കും ഒരേ മുഖമാണെന്നതു തന്നെ കാരണം. മദ്യപന്റെ മുഖം. എന്നാലാ സംഭവത്തിനു ശേഷമാണ് അവന്റെ നിഴലിനെപ്പോലും വല്ലാതെ വെറുത്തുപോയത്. ആയിരം കഷണങ്ങളായി വെട്ടി നുറുക്കിയാലും തീരാത്ത കലിയുണ്ടവനോട്.

രാവിലെ സവാരിക്കായി പോകുമ്പോഴും തിരികെ വീടണയുന്നതിനു

മുമ്പും ഉമ്മയെ കണ്ട് അഭിവാദ്യം ചെയ്യുക പതിവാണ്. ഉമ്മാ ഞാൻ പോട്ടെ. ഉമ്മാ ഞാൻ വന്നു. അല്ലെങ്കിൽ തുടരെത്തുടരെയുള്ള രണ്ടോ മൂന്നോ ഹോൺ മുഴക്കം. പകരമായുള്ള പുഞ്ചിരിയിലും ചെറു വാക്കുക ളിലും നിന്നുതിരുന്ന ഉത്തേജനം എന്നുമെന്നും ആത്മ ധൈര്യം നല്കി ക്കൊണ്ടിരുന്നു.

ആ ത്രിസന്ധ്യക്കും പുറത്തു കാണാഞ്ഞ് ഹോണടിച്ചു കാത്തു നിന്നു. മുറിക്കുള്ളിൽ വെളിച്ചം പരന്നു കിടന്നെങ്കിലും പുറത്തു വരാത്ത തിൽ വണ്ടി പാതവക്കത്തു ചേർത്തു നിർത്തി പുറത്തേക്കിറങ്ങി. കല്ലു കൾ പാകിയ മുറ്റത്തേക്കുള്ള പടവുകളിൽ കാൽ വെച്ചപ്പോൾ ആരു ടെയോ ശകാരം കേട്ടു. യൂസഫിന്റേതാണെന്നു തന്നെ തിരിച്ചറിഞ്ഞ് തിരികെ പോകാനൊരുങ്ങി. പണത്തിനോ പ്രമാണത്തിനോ വേണ്ടിയുള്ള അവന്റെ വിരട്ടൽ കൂടെക്കൂടെയുള്ളതാണ്. എന്തൊക്കെ കാട്ടിക്കൂട്ടിയാലും മകന്റെ മുന്നിൽ ഉമ്മ മൗനിയാകാറാണ് പതിവ്. ഒന്നും കിട്ടുകയില്ലാ യെന്നു ബോദ്ധ്യമാകുമ്പോൾ പുലഭ്യം പറഞ്ഞും വീട്ടിലെ തട്ടുമുട്ടു സാധ നങ്ങൾ വലിച്ചെറിഞ്ഞും അവൻ ഇറങ്ങിപ്പോകും. അതുകൊണ്ടുതന്നെ മുന്നോട്ടുവച്ച കാൽ പിന്നോട്ടെടുത്ത് മടങ്ങാനൊരുങ്ങി. എന്നാൽ നാവു കുഴഞ്ഞ വാക്കുകളുടെ ഗർജ്ജനം കേട്ടപ്പോൾ മടങ്ങിപോകാൻ തോന്നി യില്ല.

“എടുക്കെടീ........ അല്ലെങ്കി ഞാനിപ്പം നിന്നെ..........” അശ്ലീല ചുവ യുള്ള അവന്റെ വാക്കുകൾ.

“നിന്നെ പെറ്റുവളർത്തിയ തള്ളയല്ലേടാ ഞാൻ”

“ഈ പാപം എവിടെ കൊണ്ടോയി കഴുകി കളയും നീ”

“പോ എറങ്ങിപോ വെളീല്” - ഇടവിട്ടുള്ള തേങ്ങലുകളുയർന്ന പ്പോൾ ഉമ്മയെയവൻ ഉപദ്രവിക്കുകയാകും എന്നു ഭയന്ന് അടഞ്ഞു കിടന്ന വാതിലിൽ തുരുതുരെ തട്ടി നോക്കി. തുറക്കാതെ കണ്ടപ്പോൾ ചിതലു കൾ കാർന്നു തിന്ന ജാലക വിടവിലൂടെ ഒളിഞ്ഞുനോക്കി.

ഹോ! ഒരിക്കലും ഓർക്കാൻ ഇഷ്ടപ്പെടാത്ത ആ കാഴ്ച........

ഓർമ്മയിൽനിന്നും ഇതുവരേയും മായാത്തതിൽ തന്നോടു തന്നെ അരിശം തോന്നുന്നു ഇപ്പോഴും.

സ്വന്തം രക്തത്തിൽ പിറന്ന കുഞ്ഞിന്റെ പിഞ്ചിളം മേനിയിലൂടെ ഉത്തേജിതയാകാൻ വിരലോടിച്ച അയാളും പെറ്റുവളർത്തിയ മാതാവിന്റെ മുന്നിൽ ഉത്തേജിതനായി നില്ക്കുന്ന യൂസഫും തമ്മിൽ എന്തു വ്യത്യാ സമെന്ന് തോന്നിയ ആ നിമിഷം. മനസ്സിൽ പുകഞ്ഞു കൊണ്ടിരുന്നത് അവനിൽ വർഷിക്കാമെന്നു തന്നെ കരുതി ചുറ്റിലും തിരഞ്ഞുകൊണ്ടി രുന്നു പലതും. റബ്ബർകറ ഊറയ്ക്കിടാനായി ഉമ്മയുടെ വരാന്തയിൽ സൂക്ഷിച്ച ദ്രാവകം കൂടി കണ്ടപ്പോൾ പഴയ ക്രൂരതയുടെ മുഖം ഒരിക്കൽ കൂടി ഓർമ്മയിൽ ഓളം വെട്ടി.

സേതുവിന്റെ വിവാഹ ദിനം.

ഒരേയൊരാങ്ങളയുടെ വിവാഹ സൽക്കാരത്തിനായി ദിനങ്ങൾക്കു

മുമ്പേ എത്തേണ്ടവർ. പെങ്ങളും അളിയനുമായി നിന്ന് രംഗം മോടികൂട്ടേണ്ടവർ. പ്രഭാതത്തിലെങ്കിലും പുറപ്പെടാനാകുമോയെന്ന ശങ്കയാലാണ് കല്യാണനാളിൽ എഴുന്നേറ്റത്. കുട്ടികളെ കുളിപ്പിച്ച് വസ്ത്രങ്ങളണിയിച്ചു നിർത്തിയപ്പോൾ അയാൾ തിരക്കി.

"ഇന്നെന്താ പുതുമ"

അന്നേ ദിവസത്തിന്റെ പ്രാധാന്യം അറിയാമെങ്കിലും അറിയാത്തവനായി നടിച്ചു.

"മാമന്റെ കല്യാണം." അരുൺ പറഞ്ഞു

"കണ്ട കാക്കയ്ക്കും പൂച്ചയ്ക്കുമൊക്കെ കല്യാണമുണ്ടാകും. അതിനു നിനക്കെന്താ കാര്യം." നിസ്സാരമായി പരിഹസിച്ച് അവനോടു തട്ടിക്കയറി അയാൾ പുറത്തേക്കു പോയി.

വിവാഹ ബന്ധത്തോടെ മറ്റു ബന്ധങ്ങൾക്ക് ചങ്ങല തീർത്തവനിൽ നിന്നും മറ്റൊന്നും പ്രതീക്ഷിക്കേണ്ടതില്ലെന്നു കരുതി വേവലാതി പൂണ്ടു നിന്നപ്പോൾ പൊടുന്നനെയയാൾ കയറിവന്ന് കുട്ടികളോടായി പറഞ്ഞു.

"ഒരുങ്ങി നിക്കീം ഞാൻ വണ്ടിയുമായി വരാം." അപൂർവ്വമായി മാത്രം വാഹന യാത്ര ചെയ്യുന്ന കുട്ടികളതു കേട്ട് ഉല്ലാസത്തോടെ തുള്ളിച്ചാടി. വീട്ടിൽനിന്നും തങ്ങളെ ഒഴിവാക്കാനുള്ള അയാളുടെ ശ്രമമാണെന്ന് മനസ്സിൽ തോന്നിയെങ്കിലും അവരിലെ ആഹ്ളാദം തല്ലിക്കെടുത്തണ്ട എന്നു കരുതി ഒരാഴ്ച മുമ്പ് സേതു വാങ്ങി ഏല്പിച്ച മൂന്നു വിരലോളം വീതിയിലെ കസവു നെയ്ത പട്ടുസാരിയെ തിടുക്കത്തിലെടുത്തുടുത്ത് ഞൊറികൾ തീർത്തപ്പോൾ വാടകയ്ക്കെടുത്ത വാഹനവുമായി അയാൾ വന്നെത്തി. പുറപ്പെടാനമാന്തിച്ചാൽ കലി തുള്ളുമെന്നറിയാം. അതുകൊണ്ടുതന്നെ എങ്ങനെയൊക്കെയോ വാരി ചുറ്റി വണ്ടിക്കരികിലേക്കു നടന്നു. ലഹരിമയങ്ങിക്കിടന്ന അയാളുടെ കണ്ണുകളപ്പോൾ പട്ടിന്റെ ഇഴകളിലും വർണ്ണങ്ങളിലും തുറിച്ചു പായുന്നതു ശ്രദ്ധിച്ചു.

വിവാഹ കർമ്മങ്ങൾ നടക്കുമ്പോഴും നാത്തൂന്റെ കടമകൾ ചെയ്യുമ്പോഴുമൊക്കെ സദസ്സിനാകമാനം ആ തുറിച്ച രണ്ടു ചോരക്കണ്ണുകളാണെന്നു തന്നെ തോന്നി. വിവാഹാരവങ്ങൾക്ക് കുഴഞ്ഞ നാവിന്റെ അട്ടഹാസങ്ങളും. മനസ്സ് വല്ലാതെ വേവലാതിപ്പെട്ടുകൊണ്ടിരുന്നു. വളരെ നാളുകളായി കാണാതിരുന്ന ബന്ധുക്കൾ. അവരുടെ കുശലാന്വേഷണങ്ങൾക്ക് വിരുദ്ധങ്ങളായി പലതും പറഞ്ഞു. ഇളയമ്മാവന്റെ ശാസനയ്ക്കു വഴങ്ങി വധൂവരൻമാരോടൊപ്പം ഉണ്ണാനിരുന്നെങ്കിലും നിരന്നിരിക്കുന്ന കറിക്കൂട്ടുകൾക്കുമീതെ തുരുതുരെ വിരലുകളോടിച്ചുകൊണ്ട് ഒന്നും കഴിക്കാതിരുന്നു. തുളച്ചുകയറുന്ന ഇരമ്പലുകളായിരുന്നു ഉള്ളിൽ.

അവളെവിടെ?

എഴുന്നേല്ക്കെടീ?

ഒരു കല്യാണം കൂടാൻ വന്നിരിക്കണ്.

പ്ഫൂ അണിഞ്ഞൊരുങ്ങി നിക്കണത് ആരെ വശീകരിക്കാൻ?

കാതുകൾ ജാഗ്രമാക്കി അപ്പപ്പോൾ ചുറ്റിലും കണ്ണോടിച്ചെങ്കിലും

വെറും തോന്നലായതിലാശ്വാസം കൊണ്ട് നില്ക്കുമ്പോഴാണ് അരുൺ ഓടിക്കിതച്ചെത്തിയത്.

"അമ്മേ അച്ഛൻ വിളിക്കണ്."

"ഉണ്ണാൻ വരാൻ പറ"

ബന്ധുക്കളിലാരോ അങ്ങനെ പറഞ്ഞപ്പോൾ ഇമവെട്ടാതെ തന്നെ മാത്രം നോക്കി നിന്ന അരുണിന്റെ മുഖത്ത് ലഹരി മൂത്ത അച്ഛനെ കാണുമ്പോഴുള്ള ഭാവമുണ്ടായിരുന്നു. കൈ കഴുകാൻ പോലും നില്ക്കാതെ ധൃതിയിൽ പുറത്തേക്കു നടക്കവെ സേതുവിൽനിന്നും നെടുവീർപ്പുയരുന്നതു കണ്ടു. അമ്മയുടെ മിഴികളിൽ തുളുമ്പി നിന്ന മിഴിനീർ കണങ്ങൾ ഇലയിലേക്കു വീണ് സദ്യയോടൊപ്പം അലിഞ്ഞു ചേർന്നത് അച്ഛനെയോർത്തു മാത്രമായിരുന്നില്ല.

പ്രതീക്ഷിച്ചതുപോലുള്ള ലഹരിയിലായിരുന്നില്ല അയാളപ്പോൾ. വീട്ടിലെത്തിയ പാടെ വസ്ത്രം മാറ്റിയ കുട്ടികൾ പുറത്തെങ്ങോ ഓടിപ്പോയി. ആരോ തിരുകി തന്ന വാസനാ പുഷ്പത്തെ മുടിയിൽ നിന്നിളക്കി ജാലകത്തിലൂടെ പുറത്തേക്കെറിയുമ്പോൾ സാരിയുടെ മുന്താണി പുറകോട്ടു വലിക്കുന്നതറിഞ്ഞ് തിരിഞ്ഞു നോക്കി. അയാളുടെ കണ്ണുകൾ പതിവിലേറെ ചുമക്കുന്നു. കറപറ്റിയ ചുണ്ടുകൾ മുറുകുന്നു.

"പൂവും ചൂടി പട്ടും ചുറ്റി.... ആരെ വശീകരിക്കാനെടീ പോയത്. ഇനി നീ ഈ മോന്തേം കൊണ്ട്.........."

ഞെരിയുന്ന പല്ലുകളാൽ വാക്കുകൾക്ക് വിരാമമിട്ടു. വാഹനത്തിൽ നിന്നിറങ്ങുമ്പോൾ കടലാസുപൊതിയിൽ കരുതിയിരുന്നത് ലഹരിയടക്കം ചെയ്ത കുപ്പിയായിരുന്നില്ല. എങ്കിലയാൾ ഗ്ലാസുമെടുത്ത് അടുക്കള ഭാഗത്തെവിടേക്കെങ്കിലും പോകുമായിരുന്നു!

കൈയുറയണിഞ്ഞിരുന്ന അയാളുടെ കരുതിക്കൂട്ടിയുള്ള പദ്ധതികളായിരുന്നു എല്ലാം. തുറന്ന് മുഖത്തേക്കു തെറിപ്പിക്കുമ്പോൾ ഒഴിഞ്ഞു മാറാൻ തെല്ലെങ്കിലും സമയം കിട്ടിയിരുന്നെങ്കിൽ.........?

ചോരമണക്കുന്ന വിരലുകൾ അറിയാതെ മുഖത്തേക്കുരസിയപ്പോൾ വീണ്ടും ഉമ്മയുടെ മുന്നിലന്നു നിന്ന യൂസഫിന്റെ ചിത്രം തന്നെ തെളിഞ്ഞുവന്നു.

തുടരെ തുടരെ വാതിലിൽ ആഞ്ഞു മുട്ടിയതും അരിശത്തോടെ വാതിൽ തുറന്ന് പുറത്തേക്കിറങ്ങുമ്പോൾ കൈയിൽ കരുതിയിരുന്ന ദ്രാവകത്തെ യൂസഫിന്റെ ഉത്തേജിതാംഗത്തിലേക്കു തന്നെ വർഷിച്ചു. എന്തൊരാശ്വാസമായിരുന്നു ഉള്ളിൽ. വർഷങ്ങളായി എരിഞ്ഞുകൊണ്ടിരുന്ന കനൽ അല്പമൊന്നു കെട്ടടങ്ങിയതുപോലെ തോന്നി അപ്പോൾ.

ചുക്കിച്ചുളിഞ്ഞ മാറിൽ ഇരുകൈകളും ചേർത്ത് തുടകൾ തമ്മിൽ പൂട്ടിട്ട് കാൽ മുട്ടിനുമേലെ മുഖം പൂഴ്ത്തി ഇരുന്ന ഉമ്മ പുറത്തു സംഭവിച്ചതൊന്നും അറിഞ്ഞിരുന്നില്ല. കട്ടിലിനു പുറത്തെങ്ങോ ചുരുണ്ടു കൂടി കിടന്ന വസ്ത്രമെടുത്തപ്പോൾ അവയിൽ പുതുതായ് കീറിയ വിള്ളലുകളുണ്ടായിരുന്നു. ഉമ്മയതു നോക്കി വിതുമ്പിയെങ്കിലും ആശ്വസിപ്പിക്കാൻ

കൈയുയർത്തിയില്ല. പുതിയ പൊള്ളലുകൾ തീർത്ത പുറം കൈ ആരും കാണാതെ സൂക്ഷിക്കാൻ പാടുപെടുകയായിരുന്നു അപ്പോൾ.

“അവൻ പോയോ മക്കളേ” - ഇന്നും ഉമ്മ അതുതന്നെ തിരക്കുന്നു.

മുറിക്കുള്ളിലേക്കു കയറി കൈയിൽ കിട്ടിയ വസ്ത്രവുമെടുത്തു പരക്കം പാഞ്ഞോടുന്ന യൂസഫിന്റെ ചിത്രം കൂടെക്കൂടെ തെളിയുമ്പോൾ വല്ലാത്ത കൗതുകം തോന്നും. ഏറെ നാൾ അദൃശ്യനായിരുന്ന അവൻ എന്നോ പ്രത്യക്ഷപ്പെട്ടപ്പോൾ കാലിൽ തെറിച്ചവയുടെ പാടുകൾ വെളുത്ത ചിഹ്നങ്ങളായി ബാക്കികിടക്കുന്നതു കണ്ടു.

“അവൻ പോയില്ല മക്കളേ. അവൻ പോവൂല. അവൻ പോവൂല” ഉമ്മ പിറുപിറുത്തുകൊണ്ടിരുന്നു.

മുറിവുകളിൽ വീണ്ടും ചോരയിളകുന്നു. കത്തുന്ന ഉച്ചവെയിലിനു പോലും അവയെ ഉണക്കാനാവുന്നില്ല. എങ്കിലും നടന്നു. ശിരസ്സ് വെട്ടി പൊളിക്കുന്ന വേദന. കാലുകൾ തളരുന്നു. എവിടെയെങ്കിലും ഒന്നു തല ചായ്ക്കാൻ കഴിഞ്ഞിരുന്നെങ്കിൽ.......

പാടില്ല.......... എങ്കിലവർ......... എങ്കിലവർ.....

പുതുതായാരൊക്കയോ വന്നു ചേർന്നവരിൽ ചിലർ തനിക്കു നേരെ ക്യാമറകൾ ചലിപ്പിക്കുന്നതു കണ്ട് അമ്പരന്നു പോയി. ചോദ്യ ഭാവേന അവരെ തന്നെ തുറിച്ചു നോക്കി നിന്നപ്പോൾ അവർ പറഞ്ഞു.

“ഞങ്ങളുടെ സമുദായത്തിൽപ്പെട്ട ഒരാളുടെ ചോര ചിന്തിയത് ഞങ്ങൾ സഹിക്കില്ല. ഞങ്ങൾക്കിത് ലോകത്തോടു വിളിച്ചു പറയേണ്ടി യിരിക്കുന്നു.”

“അതേ കാഞ്ചന ചേച്ചി അതേ” സരസുവിന്റെ മകൻ ഏറ്റു പറയു ന്നതു കേട്ടപ്പോൾ പരിഹാസം തോന്നി. നെറ്റിയിലൂടൊഴുകുന്ന ചോര കണ്ട് അമല വീണ്ടും നിലവിളിക്കാനൊരുങ്ങിയപ്പോൾ ഉമ്മ അവളെ ആശ്വ സിപ്പിച്ചു.

“ഒന്നുമില്ല മക്കളേ” - തോർത്തുമുണ്ടെടുത്തു രക്തം തുടച്ചു നീക്കി അമലയെ കൈയിൽ പിടിച്ച് ഉമ്മ ഒപ്പം നടന്നു.

പൊടുന്നനെ ഉമ്മയുടെ കുടിലിനു മുന്നിൽ ആരൊക്കെയോ ഓടി ക്കൂടാൻ തുടങ്ങി. അവർ ഉച്ചത്തിൽ അലറുന്നതും കേട്ടു.

“കത്തിക്ക് കത്തിചാമ്പലാക്ക്”

ഇല്ല അവർ ഒന്നും ചെയ്യില്ല; എവിടെ നിന്നോ കിട്ടിയ ആത്മ ധൈര്യ ത്തോടെ അവർക്കു മുന്നിലേക്കു നടന്നു. താങ്ങി നടക്കുന്ന അലുക്ക ത്തുമ്മയുടെ വലം കൈ ഇടം കൈയോടു ചേർത്തുപിടിച്ചുകൊണ്ടു തന്നെ. അരുണിന്റെ ഇടം കൈയിൽ വലം കൈയും. അരുൺ അമല യുടെ ഇടം കൈ പിടിച്ചു. ശിരസ്സിലൂടെ തുളച്ചുകയറുന്ന ആരവങ്ങൾക്കു മീതെ ഉച്ചത്തിൽ ആ ശബ്ദം മുഴങ്ങി കേട്ടു; സ്വന്തം ശബ്ദം.

“ധൈര്യമുണ്ടെങ്കിൽ കത്തിക്ക്. ഞങ്ങളുടെ ശരീരങ്ങൾ കൂടി അതി ലേക്കു വലിച്ചെറിഞ്ഞുകൊണ്ട് കത്തിക്ക്.”

ഇരുപത്തിനാല്

പരക്കം പായുന്ന നഗരം.

നിരത്തിനിരുവശവുമുള്ള കടകളിൽ വെളിച്ചം തെളിയുന്നുണ്ട്. തെരുവോരത്തെ മണ്ണെണ്ണ വിളക്കുകൾക്കു മുന്നിൽ നിരന്നിരിക്കുന്ന മുക്കുവ സ്ത്രീകൾക്കു മുന്നിൽ നല്ല തിരക്കാണ്.

ഇന്നിനി തിരിഞ്ഞു നില്ക്കാൻ സമയമില്ല. അരുണിന് മീൻകറിയില്ലാതെ ആഹാരം കഴിക്കാൻ ഏറെ വിമ്മിട്ടമാണ്. എങ്കിലും ഇറങ്ങാൻ മനസ്സുവരുന്നില്ല. വല്ലാതെ അസ്വസ്ഥമാകുന്നു മനം. ഇരുൾ വീഴാൻ തുടങ്ങുമ്പോളവ പതിവുള്ളതാണ്.

ഒടുവിൽ കിട്ടിയ ഓട്ടം ലോങ് ആയതുകൊണ്ടുതന്നെ തിരികെയെത്തിയപ്പോൾ ഏറെ വൈകിപ്പോയി. കുറച്ചു ദൂരമേയുള്ളൂവെന്നു പറഞ്ഞെങ്കിലും കുണ്ടനിടവഴിയിലൂടെയുള്ള സഞ്ചാരം ദുഷ്കരമായിരുന്നു.

എങ്ങുനിന്നോ വന്ന പ്രായമായ ദമ്പതിമാർ. മകന്റെ വീട്ടിലേക്കാണ് യാത്രയെന്ന് അവരുടെ സംഭാഷണം വെളിപ്പെടുത്തുന്നുണ്ടായിരുന്നു. ആ സ്ത്രീ പാവം പിടിച്ചതാണെന്ന് കണ്ട മാത്രയിൽ തന്നെ മനസ്സിലാകും. അയാൾ ഒരു മഹാ പിശുക്കനും. ഉദ്ദേശിച്ച കൂലി പോലും തന്നില്ല അയാൾ.

മത്സ്യം വാങ്ങി റോഡു മുറിച്ചു കടന്നുപോകുന്നുണ്ട് ധാരാളം പേർ. ചീറിപ്പായുന്ന വാഹനവെട്ടത്തിൽ കാണാം വീടണയാനുള്ള അവരുടെ തത്രപ്പാടുകൾ. വൃത്തിയുള്ളൊരു സഞ്ചി ഇടതുകൈയിൽ തിരുകി ദേഹത്തു നിന്നേറെ നീട്ടിപ്പിടിച്ച് റോഡിന്റെ തലങ്ങും വിലങ്ങും നോക്കി നിന്ന പ്രൗഢയായൊരു സ്ത്രീ വാഹനത്തിന്റെ മുന്നിലേക്കെടുത്തു ചാടിയപ്പോൾ ഹോണടിച്ചു സഡൻ ബ്രേക്കിടേണ്ടി വന്നു.

ഹോണിന് വല്ലാത്ത പതർച്ച.

രാവിലെ മുതൽ തുടങ്ങിയതാണീ സ്വരമാറ്റം. ദുർബ്ബലമായ രോദനം പോലെ. വർക്ക്ഷോപ്പിൽ ഒന്നു കാണിക്കാമെന്ന് പലവട്ടം ശ്രമിച്ചിട്ടും നടന്നില്ല. ഓരോരോ ഓട്ടം പോയി തിരികെ വരുന്നേരം വീണ്ടും പുറപ്പെടലാകുകയായി. ഉച്ചകഴിഞ്ഞതിനു ശേഷം വർക്ക്ഷോപ്പ് തുറന്നും കണ്ടില്ല. അതിലെ ഉടമസ്ഥൻ ഒരു മഹാതല്ലിപ്പൊളിയനാണ്. ഉച്ചയ്ക്കല്പം സേവിച്ചു കഴിഞ്ഞാൽ അയാൾ സന്ധ്യവരെ കിടന്നുറങ്ങും. അതുകഴിഞ്ഞ് രാത്രി ചുവന്ന കണ്ണുമായി അവിടെ കുത്തി ഇരിക്കുന്നതും കാണാം.

നാളെയാക്കരെച്ചിൽ മാറ്റിയിട്ടുമതി സവാരി.

കൂടെക്കൂടെ തന്നെ സമാശ്വസിപ്പിക്കുന്ന തന്റെ സഹയാത്രികയുടെ വേദന ശമിച്ചിട്ടുമതി സമ്പാദ്യം.

തിരക്കുള്ള നിരത്ത് പിന്നിട്ടപ്പോൾ ഒരാവർത്തികൂടി പരീക്ഷിക്കാമെന്നു കരുതി ഉള്ളം കൈയിലൊതുക്കി ശക്തിയോടമർത്തി. അതേ സ്വരം

തന്നെ.

എന്തു പറ്റീ നിനക്ക്; പതിയെ വിരലോടിച്ചുകൊണ്ടു ചോദിച്ചു.

ഇന്നലെ പറ്റിയ എന്റെ വേദനകളുടെ വിതുമ്പലുകളാണോ നിന്റെയീ സ്വര തകർച്ച. വേണ്ട. അതൊന്നുമോർക്കണ്ട. അതെല്ലാം നമുക്കങ്ങ് മറന്നേക്കാമെന്നേ.

കോളനി തടം പ്രവേശിച്ചതും കൂരിരുട്ടിൽ പതുങ്ങി നില്ക്കുന്ന കുടിലുകളെ കണ്ടു. ചിലതിനു മുന്നിൽ ചിമ്മിനികൾ കത്തുന്നുണ്ട്. അവയുടെ നേർത്ത നാളങ്ങൾക്കു മുകളിൽ വളഞ്ഞു പുളയുന്ന പുകച്ചുരുളുകൾ. വീടിനു മുന്നിൽ കൂടിക്കിടക്കുന്ന കല്ലുകൾക്കിടയിൽ കൂടെക്കൂടെ പ്രത്യക്ഷമാകാറുള്ള ഒരു ഇഴജന്തുവിന്റെ നാവുപോലെയവ വളയുന്നു.

അതോർത്തപ്പോൾ വല്ലാത്ത പേടി തോന്നി. അമല, അവൾ വല്ലാതെ ഭയക്കും. ഇതിപ്പോൾ ഇവിടെ പതിവായിരിക്കുന്നു. സന്ധ്യ മയങ്ങുമ്പോൾ ഒന്നുകിൽ വെളിച്ചമില്ല. ഉണ്ടെങ്കിൽ തന്നെ മങ്ങിയതും. വെളിച്ചം പോയാൽ ഒരു മെഴുകുതിരി പോലും കത്തിച്ചു വയ്ക്കില്ല അവൾ. വെളിച്ചം മായുന്ന ആ നിമിഷം മൂലയിലെങ്ങാനും പെട്ടെന്ന് പതുങ്ങാനൊരുങ്ങും. താനുണ്ടെങ്കിലും ഗതി അതു തന്നെ. വെട്ടം തെളിഞ്ഞാലേ ഇരുന്നേടത്തു നിന്നനങ്ങൂ.

അരുൺ ട്യൂഷനെടുക്കാൻ പോയിട്ട് എത്തിച്ചേരാൻ സമയമായില്ലല്ലോയെന്നോർത്ത് വീണ്ടും മനസ്സ് അസ്വസ്ഥമാകാൻ തുടങ്ങിയതും വാഹനത്തിനല്പം വേഗത കൂട്ടി. ഇളകി മറിഞ്ഞ പുതുമണ്ണിൽ ചക്രങ്ങൾ പുതയുന്നു. പൊടുന്നനെ വിരലുകൾക്കയവുകൊടുത്ത് വേഗത കുറച്ചു.

വീടിനു മുന്നിലെത്തി വാഹനം നിലച്ചതും അവിടം പൂർണ്ണമായും അന്ധകാരത്തിലാണെന്നു കണ്ടു. സാമ്പ്രാണി തിരിയുടേതായിട്ടുപോലുമില്ല ഒരു നുറുങ്ങുവെട്ടം.

ഹൊ മഹാകഷ്ടം തന്നെ!

മനുഷ്യജീവിയായി ഒരാൾ വീട്ടിലുണ്ടായിരുന്നിട്ടും ഒരു അന്തിത്തിരി പോലും കൊളുത്തി വച്ചില്ലല്ലോ! കഷ്ടം തന്നെ.

അമ്മ താമസിക്കുമെന്നു കാണുമ്പോൾ അവൾ അമ്മയുടെ പതിവുകൾ തെറ്റിക്കാറുള്ളതല്ല. വിളക്കു തെളിയിക്കാനും തിരികത്തിക്കാനും പൂമാലകൾ നേരെ എടുത്തിടാനുമൊക്കെ മറക്കാറില്ല. എന്നാൽ ഇന്ന് യാതൊന്നും തന്നെ ചെയ്തിട്ടില്ലെന്നാണ് തോന്നുന്നത്.

ഒരിക്കൽ കൂടി വാഹനം സ്റ്റാർട്ടു ചെയ്ത് വാഹനവെട്ടം വീടിന്റെ വാതിൽ ദിശയിലേക്കു ആഞ്ഞു പതിപ്പിച്ചു.

ഹൊ! വാതിലും തുറന്നു കിടക്കുന്നല്ലോ!

ഇരുളിന്റെ മറവിൽ ആരെങ്കിലും വീട്ടിൽകയറി ഉള്ളത് കട്ടെടുത്താലും ഈ പെണ്ണ് അനങ്ങാതിരിക്കുമെന്നോ? നേരത്തെ എത്താൻ കഴിയാത്തതിൽ പിശുക്കനായ വയോധികനെ ഒരിക്കൽ കൂടി മനസ്സാൽ പ്രാകാൻ തോന്നി. എന്നാൽ അച്ഛനെ കുറിച്ചോർത്തപ്പോൾ തെല്ലു നിശ്വാ

സത്തോടെ വണ്ടിയുടെ ലൈറ്റണച്ച് പുറത്തിറങ്ങി.

വല്ലാത്ത ഇരുട്ടു തന്നെ. കറുത്ത വാവിന്റെ ദിനങ്ങളായതുകൊണ്ടാകാം ഇത്രയും കൂരിരുട്ട്. ദൂരെ ഇരുണ്ട ആകാശത്തിനു കീഴെ കരിമഷിച്ചാലിന്റെ നേർത്ത വരകൾ. വിഷാദ ചിത്രകാരന്റെ ചായക്കൂട്ടുകൾ ചിതറിക്കിടക്കുന്നു അന്തരീക്ഷമാകെ. ചിലപ്പോൾ അമല വരയ്ക്കാറുള്ള ചിത്രങ്ങൾക്കുമുണ്ടാകും ഇത്തരം ഭാവം.

പൊടുന്നനെ യാത്രയ്ക്കിടയിലെപ്പോഴോ വാങ്ങിസൂക്ഷിച്ച ചായക്കൂട്ടുകളെക്കുറിച്ചോർത്ത് വണ്ടിയിൽ തപ്പാൻ തുടങ്ങി. പിന്നിലെ അറയിൽ സൂക്ഷിച്ചിരുന്ന അവകളെ വലിച്ചെടുത്ത് കൈയിൽ കരുതി.

- അമ്മേ ഇന്നെങ്കിലും മറക്കല്ലേ; നാലഞ്ചു ദിനംകൊണ്ടേ അവൾ പറയാൻ തുടങ്ങിയതാണ്. എന്നാൽ ഇന്നുമാത്രം പറഞ്ഞതായി കേട്ടില്ല.

ഇന്നലത്തെ സംഭവങ്ങൾ തന്റെ കുട്ടികളെ വല്ലാതെ വേദനിപ്പിച്ചിരിക്കുന്നു......

എന്തെന്തു ചിത്രങ്ങളാണവൾ വരച്ചുകൂട്ടുന്നത്. പലപ്പോഴും വല്ലാത്തൊരു ബഹുമാനം തോന്നും അവളോട്. ഒരിക്കൽ സുന്ദരിയായൊരു സ്ത്രീയുടെ തലയിൽനിന്നും എന്തോ താങ്ങിയെടുക്കുന്ന ഒരു പെൺകുട്ടിയുടേയും ആൺകുട്ടിയുടേയും ചിത്രം വരച്ചു. സ്കൂളിൽ ഏതോ പരിപാടിക്കു സമർപ്പിക്കാനായിരുന്നു അത്. അതിനായി ഒരു തലക്കെട്ടു വേണമെന്നവളാവശ്യപ്പെട്ടപ്പോൾ അവളോടു ഗർവ്വിച്ചു.

"ഈ വകകളെ കുറിച്ച് ഒന്നുമറിയാതെ ഞാനെങ്ങനെയാണ് പേണ്ണേ........

എന്നാൽ ആ ചിത്രത്തിലെ സ്ത്രീയെ ചൂണ്ടിക്കാട്ടി അവളന്ന് പറഞ്ഞു:

"ഇതെന്റെ അമ്മയെപോലുണ്ട്"

"ആ അതി സുന്ദരിയായ സ്ത്രീ നിന്റെ അമ്മയെപ്പോലെന്നോ കളിയാക്കല്ലേ പെണ്ണേ"

"സത്യമായും ഇതെന്റെ അമ്മയെപ്പോലെ" മുഴുവനാക്കാതെ അവൾ തന്നെ കെട്ടിപ്പിടിച്ചപ്പോൾ അവൾ കാണാതെ മിഴിനീർ തുടയ്ക്കാൻ ശ്രദ്ധിച്ചിരുന്നു.

"മോളേ, നീ എവിടെ പെണ്ണേ"

ഇറയത്തു കയറി മൂലപ്പലകയിൽ തലകീഴായി സ്ഥാപിച്ചിരുന്ന ടോർച്ചെടുത്ത് തെളിയിച്ചു നോക്കി. അതിന്റെ ബൾബ് മിന്നാമിന്നിപോലെ തിളങ്ങുന്നു.

ഒന്നും കാണാൻ കഴിയുന്നില്ലല്ലോ!

ഇന്നലെയെപ്പോഴോ ചാർജു കയറ്റാൻ കൈയിലെടുത്തതാണ്. എന്തോ ഓർത്ത് തിരിച്ചുവച്ച് മറന്നുപോയി.

സാമ്പ്രാണി തിരികൾക്കിടയിൽ തപ്പി മെഴുകുതിരിയും തീപ്പെട്ടിയുമെടുത്തു. തീപ്പെട്ടിയുടെ അറ വലിച്ചുതുറന്നപ്പോൾ അതും കാലിയാണെന്നു കണ്ടു. അടുക്കളയിലേക്കു തപ്പിത്തടഞ്ഞ് നടന്നുപോയി ലൈറ്റ

റെടുത്ത് കത്തിച്ച് മെഴുകുതിരിയിൽ തീ പടർത്തുന്നതിനിടയിൽ വീണ്ടും വിളിച്ചു നോക്കി.

"മോളേ, നീ എവിടെ, എവിടെയാണെങ്കിലും എഴുന്നേറ്റുവാ"

ഹൊ! ഒരനക്കവുമില്ലല്ലോ! ഇനി ഈ പെണ്ണ് വല്ല പട്ടിയും പൂച്ചയും കടിപിടികൂടുന്നതു കണ്ടുകണ്ട് കറണ്ട് പോയപ്പോൾ അവിടെതന്നെ നിന്നുപോയോ ആവോ? അതോ അയൽക്കാരുടെയാരുടെയെങ്കിലും വീട്ടിൽ നാണയം ശേഖരിക്കാനോ മറ്റോ പോയിട്ടുണ്ടാകുമോ?

കത്തുന്ന മെഴുകുതിരിയെ മൂലപ്പലകയിൽ സ്ഥാപിച്ചിട്ട് കിടപ്പുമുറിയിലേക്കു കയറി നോക്കി. അവിടെ വല്ലാതെ സുഗന്ധം പടർന്നിരിക്കുന്നു. ചില വിദേശ മലയാളികൾ വണ്ടിയിൽ കയറുമ്പോൾ അനുഭവിക്കാറുള്ള ഗന്ധം പോലെ. ഇടയ്ക്കെപ്പോഴോ അരുൺ വന്നു പോയിട്ടുണ്ടാകാം? അവന് ഇപ്പടി ശീലങ്ങളധികമാണ്. ട്യൂഷനെടുത്തു കിട്ടുന്ന കാശുകൊണ്ട് ഇത്തരത്തിൽ ചിലത് വാങ്ങിക്കൂട്ടും. ഓൺലൈൻ വഴിയാണ് പലതും വാങ്ങാറ്. അത്തരമൊരു കമ്പം അടുത്ത കാലത്തായിട്ടാണ് അവനിൽ കണ്ടു തുടങ്ങിയത്. എന്നാൽ അമ്മയോട് അനുവാദം ചോദിച്ചിട്ടേ എന്തും വാങ്ങുകയുള്ളൂവെന്നത് ഏറെ ആശ്വാസകരം തന്നെ.

മൂലപ്പലകയിൽ ഊന്നിവച്ച മെഴുകുതുരിയുടെ തീനാളങ്ങൾ കിടപ്പുമുറിയിലേക്ക് എത്തിനോക്കി. അവ അമലയുടെ പഠിപ്പുമേശയ്ക്കു മീതെയും ചിതറി വീണു. അവിടെ ചായക്കൂട്ടുകളുടെ ചെപ്പിരിപ്പുണ്ട്. വരയ്ക്കാനുപയോഗിച്ച കടലാസാണെന്നു തോന്നുന്നു നിലത്ത് കമിഴ്ന്നു കിടക്കുന്നു. അതെടുത്ത് വെട്ടത്തിനു നേരെ പിടിച്ചു നോക്കി. വരച്ചു തീർക്കാത്ത ചിത്രം. പെൺകുട്ടിയുടേതായൊരു പകുതി ചിത്രം. കടലാസു നിറയെ ചോരതുള്ളികൾ പോലെ വിവിധാകൃതി വർണ്ണങ്ങൾ. അവ കടലാസിന്റെ ഇരുപുറങ്ങളിലായി ചിതറിക്കിടക്കുന്നു.

മിന്നുന്നതാണെങ്കിലും ടോർച്ചെടുത്ത് കൈയിൽ തിരുകി വാതിൽ ചാരി പുറത്തേക്കു നടക്കുമ്പോൾ കൽക്കൂട്ടങ്ങളിലൊളിഞ്ഞു കിടന്ന ഏതോ ജീവി എത്തിനോക്കി. അവയുടെ കണ്ണുകൾ ഇരുട്ടിൽ വെട്ടിതിളങ്ങുന്നു.

മുക്കുപണ്ടത്തിന്റേയും കൊന്നപ്പൊക്കത്തിന്റേയും കുടിലുകളിൽ ചിമ്മിനിയെരിയുന്നുണ്ട്. കാറ്റേറ്റ് ഇടതും വലതും ചാഞ്ഞു കളിക്കുന്ന തീ നാളത്തെ വലതു കൈയിലെ വിരലുകളാൽ കോട്ടി മറച്ചു പിടിച്ചുകൊണ്ട് കൊന്നപ്പൊക്കം തലപൊക്കി ചോദിച്ചു.

"ഈ കുറ്റാ കൂരിരുട്ടില് ആരാണവിടെ പത്ങ്ങണത്."

"ഇത് ഞാനാണ്. കാഞ്ചന. അമല അവിടെ ഇരിപ്പുണ്ടോ?"

ചിമ്മിനിയെ അതേ അവസ്ഥയിൽ തന്നെ തിരിച്ചുപിടിച്ചു അവൾ. എന്നിട്ട് തിരിഞ്ഞു നടക്കുന്നതു കണ്ടു.

"ഇവിടാരും വന്നില്ല. ഈ കുറ്റാം കൂരിരുട്ടില് തെരക്കാം വന്നിരിക്കണ്." പെട്ടെന്നടിച്ചെത്തിയ നനുത്ത കാറ്റിനോടൊപ്പം അവളുടെ കനത്ത വാക്കുകളും കാതുകളിൽ തുളച്ചു കയറി. പിന്നെ മുക്കുപണ്ടത്തിന്റെ

കുടിലിനു മുന്നിലേക്കു നടന്നു.

അവിടുത്തെ ചിമ്മിനി കെട്ടിരിക്കുന്നു.

എങ്കിലും തിരക്കി നോക്കാം.

കൊതുകുമീരാൻ കൊണ്ടുവരാറുള്ള അപൂർണ്ണ നാണയങ്ങൾ ചിലപ്പോഴൊക്കെ മുക്കുപണ്ടം അമലയ്ക്കായി സമ്മാനിക്കാറുണ്ടായിരുന്നു. അതിനായി അവിടെയെങ്ങാനും പോയോ ആവോ? അവിടെ തിരക്കിയപ്പോഴും പ്രതികരണം കൊന്നപ്പൊക്കത്തിന്റേതിൽനിന്നും വ്യത്യസ്തമല്ലെന്നു കണ്ട് കാലുകൾ എങ്ങാണ്ടൊക്കെയോ പരക്കം പായാനൊരുങ്ങി. എന്നാൽ പെട്ടെന്ന് വെളിച്ചം തെളിഞ്ഞതും വീടിനകം അരിച്ചുപെറുക്കിയിട്ടു മതി പുറത്തേക്കുള്ള തിരയൽ എന്നു കരുതി വീട്ടിലേക്കു നടന്നു.

വീടിനകത്ത് അവൾക്കായി ഒളിച്ചിരിക്കത്തക്ക ഇടമൊന്നുമില്ല. വലിയ പത്തായം, ഒരാൾപൊക്കത്തിലുള്ള അലമാര, വീതിയേറിയ മേശ ഒന്നുമില്ല. എങ്കിലും ഈ പെണ്ണ് കുസൃതി കാട്ടി ഒളിഞ്ഞിരിപ്പുണ്ടാവും എവിടെയെങ്കിലും. പിന്നാമ്പുറത്തും കൽക്കൂട്ടുകൾക്കിടയിലും തിരഞ്ഞിട്ട് ഇറയത്തെ ചെറുബഞ്ചിനടിയിലും തപ്പിനോക്കി. എങ്ങും കാണാഞ്ഞ് കിടപ്പുമുറിയിലേക്കു പ്രവേശിച്ചപ്പോൾ അവിടെ നിലമാകെ പുസ്തകങ്ങളും പേനകളും ചിതറിക്കിടക്കുന്നതു കണ്ടു. നിറം മങ്ങിയ കുമ്മായ ചുമര് അങ്ങിങ്ങായി വിവിധ വർണ്ണ ചായങ്ങളാൽ വൈകൃതം ചാർത്തിയിരിക്കുന്നു. ചുളിവില്ലാതെ വിരിച്ചുപോയ കിടക്കവിരിപ്പ് ചുമരോടു ചേർന്ന് ചുരുണ്ടു കിടക്കുന്നു. തലയിണയിലൊന്ന് നിലത്തും മറ്റേതു കാണാനുമില്ല.

അയ്യോ എന്റീശ്വരാ.............. എന്റീശ്വരാ.........

ഒരായിരം ചിന്തകൾ കൂടിക്കുഴയുന്നു; അനുഭവ ചിന്തകളുടെ ആവർത്തനങ്ങൾ. കേട്ടവാർത്തകളുടെ ദുരന്ത ചിത്രങ്ങൾ.

- ഇല്ല എന്റെ കുട്ടിക്ക് ഒന്നും സംഭവിച്ചിട്ടില്ല. അത്രയ്ക്കു പാപിയൊന്നുമല്ല ഞാൻ; ഒരു നിമിഷം കണ്ണുകൾ പൂട്ടി പിറുപിറുത്തു.

- നീ കണ്ണുതുറന്ന് നോക്ക്. അവൾ നിന്റെ മുന്നിൽ തന്നെയുണ്ട്. അവൾ കാട്ടുന്ന കുസൃതികൾ നിനക്കറിയില്ലേ; ആരോ പറയുന്നപോലെ തോന്നിയപ്പോൾ തന്നെ പറ്റിക്കാൻ എവിടെയെങ്കിലും പെണ്ണ് ഒളിച്ചിരിക്കയാകും എന്നു കരുതി പൊടുന്നനെ കണ്ണുകൾ വലിച്ച് തുറന്ന് തിരഞ്ഞ ഇടങ്ങൾ തന്നെ വീണ്ടും തിരയാനൊരുങ്ങി. ഗ്യാസ് സിലിണ്ടറിനു മറുവശത്ത്, പഴയ സാധനങ്ങൾ കൂട്ടിവച്ചിരിക്കുന്ന ചാക്കുകെട്ടുകൾക്കിടയിൽ, ഒളിച്ചിരിക്കാനിടമില്ലെങ്കിലും അലമാര തുറന്ന് നാലഞ്ചുവട്ടം അവിടെയും. കക്കൂസ് വാതിൽ അടച്ചതിനും തുറന്നതിനും കണക്കില്ല.

കട്ടിലിനടിയിൽ ഒളിഞ്ഞു നോക്കിയപ്പോൾ അവിടെ ഇരുൾ കനത്തു കിടക്കുന്നതു കണ്ടു. എന്തോ ഒന്ന് തലയിണയിലൊന്നാണെന്നു തോന്നുന്നു നിഴൽപോലെ ചാരിയിരിക്കുന്നതും. കട്ടിൽ ചലിപ്പിക്കാനായി മെല്ലെ എഴുന്നേറ്റതും പൊടുന്നനെ എന്തോ ശബ്ദം കേട്ടു. പലകയിൽ തട്ടുന്നതുപോലുള്ള ശബ്ദം.

ഹോ! തന്റെ കുട്ടി എത്തിച്ചേർന്നിരിക്കുന്നുവെന്നോ! ആശ്വാസ ത്തോടെ പുറത്തേക്കു നടന്ന് മിഴികൾ വിടർത്തി ചുറ്റുപാടും തിരഞ്ഞു. എന്നാൽ എങ്ങും അരണ്ട വെളിച്ചം മാത്രം കണ്ടു. ചിമ്മിനി വെട്ടത്തിനു പകരം മങ്ങിയ വൈദ്യുത വിളക്കുകൾ മാത്രം.

ദൂരെ ഇരുട്ടിലേക്കു തുറിച്ചു നോക്കിയിട്ട് വീണ്ടും കട്ടിലിനരികിലേക്കു നടന്നു. വീണ്ടും അതേ ശബ്ദം. ആ ശബ്ദം കട്ടിലിനടിയിൽ നിന്നു തന്നെ. തന്നെ പറ്റിക്കാൻ അവൾ മൂലയിലെങ്ങാനും ഒളിച്ചിരിക്കയാകും.

"ഇറങ്ങിവാ എന്റെ കള്ളി പെണ്ണേ. നിനക്ക് പുതിയ ചായക്കൂട്ടുകൾ കൊണ്ടുവന്നിരിക്കുന്നത് കാണണ്ടേ. വാ ഇറങ്ങിവാ. എന്നെ പറ്റിക്കാൻ നോക്കണ്ട."

പ്രതികരിക്കുന്നില്ലെന്നു കണ്ടപ്പോൾ മെല്ലെ കട്ടിലിനെ വലിച്ചു നീക്കി മൂലയ്ക്കരികിലേക്കു തെല്ലു നീങ്ങി നിന്നു. കാൽ മുട്ടുകൾക്കു മീതെ കൈമുട്ടുകൾ കുത്തി നിർത്തി കൈപ്പത്തികളിൽ ശിരസ്സൊളിപ്പിച്ച് ചാരി യിരിക്കയാണവൾ. കൈകൾക്കു മീതെയും തോളത്തുമായി കാടുപോലെ കറുത്തുനീണ്ട തലമുടി വിരിച്ചു കിടക്കുന്നു. പൂർണ്ണമായും മുടിയാവര ണത്തിനുള്ളിലായി ഒളിച്ചിരിക്കയാണ് പെണ്ണ്.

ഒട്ടകപക്ഷി; മനസ്സാൽ പിറു പിറുത്തപ്പോൾ അറിയാതെ ചിരിപൊ ട്ടിപ്പോയി.

കുഞ്ഞുനാളിൽ ഇത്തരത്തിൽ പലപ്രാവശ്യം ഒളിച്ചിരുന്നിട്ടുണ്ടവൾ. ആരും കാണില്ലെന്നാണ് പെണ്ണിന്റെ വിചാരം.

"മണ്ടിപെണ്ണേ" - ഇരുകൈകളാലും അവളുടെ തലമുടിയെ വാരി വലിച്ച് ഒതുക്കാനൊരുങ്ങിയപ്പോൾ അമ്പരന്നുപോയി. ശരീരത്തിലല്പം വസ്ത്രം പോലുമില്ല.

"വളർന്നുവരേ ഈ പെണ്ണിന് നാണവുമില്ലെന്നോ."

"എഴുന്നേല്ക്കുപെണ്ണേ. എന്താണിങ്ങനെ" തോളത്തു കുലുക്കി കൊണ്ട് അവളെ ശാസിച്ച് എഴുന്നേല്പിക്കാൻ ശ്രമിച്ചു. കൂട്ടാക്കാത്തി നാൽ കട്ടിൽ അല്പം കൂടി നീക്കിയിട്ടിട്ട് നിലത്ത് കുത്തിയിരുന്ന് കൈ കൾ നീട്ടി അവളുടെ ഇരുകൈകളിലും പിടുത്തമിട്ടതും ചുമരിലൂടുരഞ്ഞ അവളുടെ ശിരസ്സ് നിലം പതിച്ചു. പൃഷ്ടം തിരുകിയിരുന്നേടത്തു നിന്നും ഒഴുകി പരക്കുന്ന ചോര. തുടകളിലവ ഒലിച്ചിറങ്ങിയതിന്റെ കനത്ത ചാലു കൾ.

എന്റെ കുട്ടി വയസ്സറിയിച്ചിരിക്കുന്നുവെന്നോ? അതുകൊണ്ട് നാണ ത്താൽ മൂലയിൽ പതുങ്ങിയിരിക്കുന്നുവെന്നോ?

കുരുത്തോല പാമ്പുപോലെ നിലത്ത് ചുരുണ്ടു കിടക്കുന്ന അവ ളുടെ വെളുത്ത ഫ്രോക്കിന്റെ വേർപെട്ട ഞൊറികളിലും കണ്ടു ചുവന്ന പാടുകൾ.

- അതേ എന്റെ കുട്ടി ഋതുമതിയായിരിക്കുന്നു; മനസ്സിലുറപ്പിച്ച് അവളെ വാരിയെടുത്ത് കട്ടിലിൽ കിടത്തി.

നിലമാകെ ഒഴുകി പരന്നിരിക്കുന്ന ചോര അവ്യക്തമായ ചിത്രങ്ങൾ

കോറിക്കൊണ്ട് ചാലുപോലെയൊഴുകുന്നു.

- ആദ്യമായി വയസ്സറിയിക്കുന്ന ഒരു പെൺകുട്ടിയിൽ ഇത്രയും; തെല്ലു സന്ദേഹത്തോടെ അവളുടെ കണ്ണുകളിലേക്കു തുറിച്ചു നോക്കി. എപ്പോഴും എന്തൊക്കെയോ തിരയും പോലുള്ള കുസൃതി കണ്ണുകൾ പാടേ അടഞ്ഞിരിക്കുന്നു. ജാമ്പക്കാനീർ പുരണ്ടതുപോലുള്ള കുഞ്ഞു ചുണ്ടുകൾ വല്ലാതെ വീർത്തിരിക്കുന്നു. കുഞ്ഞുനാളിൽ അവൾക്കു വാങ്ങി നല്കാറുള്ള കുരങ്ങു ബലൂണിന്റെ വീർത്തവാലു പോലുണ്ടത്.

- ഈശ്വരാ............ എന്റെ കുട്ടിയെ; നിയന്ത്രിക്കാനൊരുമ്പെട്ടെങ്കിലും അവളുടെ കവിളുകളിലെ ചതഞ്ഞ ചോരപ്പാടുകളിലൊന്നിൽ നീർകണങ്ങളറിയാതെയടർന്നു വീണു. അവ അവളുടെ കവിളിലൂടൊലിച്ചിറങ്ങി തുടച്ചു മാറ്റുമ്പോൾ അല്പം പോലും വിടരാൻ തുടങ്ങാത്ത മുലമൊട്ടുകൾക്കു ചുറ്റും ചതഞ്ഞരഞ്ഞ ചെമ്പരത്തി പൂക്കളുടെ ചിത്രങ്ങൾ കണ്ടു. എങ്ങുനിന്നോ വലിച്ചെടുത്ത വിരിപ്പെടുത്ത് അവളെയാകെ പുതപ്പിക്കുമ്പോൾ ഇരു തുടകളിലേയും നീണ്ട പോറലുകളിൽ അവയുടെ പരുക്കൻ നൂലുകൾ ഉരസി വേദനിക്കാതിരിക്കാൻ ശ്രദ്ധിച്ചു.

- അരുത്. കരയരുത്. അവൾക്കൊന്നും പറ്റിയിട്ടില്ല.

അവളപ്പോൾ ഉണരാതിരിക്കണേയെന്നു മാത്രം പ്രാർത്ഥിച്ചു. പിന്നെ മെല്ലെ താങ്ങിയെടുത്ത് കുളിമുറിയിലേക്കു നടന്നു.

വെടിപ്പാക്കണം. എല്ലാം വെടിപ്പാക്കണം. മാലിന്യങ്ങൾ കഴുകി കളയണം.

കുളിമുറിയിൽ അവളെ ചാരിയിരുത്തി പ്ലാസ്റ്റിക് കപ്പെടുത്ത് ബക്കറ്റിലെ വെള്ളം കോരിയെടുത്തതും ഉള്ളം കൈയിലെ തണുപ്പ് ശരീരമാകെ പടർന്നേറി.

രാവിലെ എടുത്തുവച്ച വെള്ളം വല്ലാതെ തണുത്തിരിക്കുന്നു.

തണുത്ത ജലത്തിന് ഇത്രയും ശക്തിയോ? ഉണർവ്വോടെ അമലയുടെ ഉച്ചിയിൽ ധാരധാരയായി അവ ഒഴുകികൊണ്ടിരുന്നപ്പോൾ ഉള്ളിൽ തിരമാലകൾ ശക്തമായി.

- ഇല്ല ഞാനിവളെ നിയമത്തിന്റെ മുന്നിൽ കുരങ്ങു കളിക്കാൻ വിട്ടു കൊടുക്കില്ല. അവർ ഇവളെ നോക്കി ചിരിക്കും. സഹതപിക്കും. കണ്ണുരുട്ടും. ഇര ഇര എന്ന പേർ നല്കി അമലയെന്ന പേരിനെ മായ്ച്ചുകളയും. വേണ്ട........ വേണ്ട......

ആരായാലും അവനായുള്ള ശിക്ഷ എന്റെ കോടതിയിൽ ഞാനിതാ കരുതി വയ്ക്കുന്നു.

നിലത്തു കിടന്ന അവളുടെ വസ്ത്രങ്ങളും കട്ടിലിൽ കിടന്ന വിരിപ്പും അമർഷത്തോടെ വലിച്ചെടുത്ത് പുറത്തേക്കെറിഞ്ഞു.

- അലക്കിയാലും വൃത്തിയാകാത്ത മാലിന്യങ്ങൾ. അവ ഇനി എരിതീയിൽ ചാമ്പലാകണം.

അലമാരയിൽ നിന്നെടുത്ത വൃത്തിയുള്ള വസ്ത്രങ്ങൾ ധരിപ്പിച്ച് നിലത്തു വിരിച്ച പായയിൽ നിവർത്തി കിടത്തുമ്പോൾ അവളുടെ കണ്ണു

കൾ മെല്ലെ തുറന്നെങ്കിലും അവ ബീഭത്സമാകുന്നതും ചുറ്റും നോക്കി ഭയക്കുന്നതും കണ്ടപ്പോൾ സ്വയം പറഞ്ഞു.

- ഇല്ല അവൾ ഭയക്കാൻ പാടില്ല. അവളിലേല്പിച്ച മുറിവുകളാൽ അവൾ ദുർബ്ബലയാകാൻ പാടില്ല.

എന്തെങ്കിലും പരിഭവം കാട്ടി പിണങ്ങിയിരിക്കുമ്പോൾ കൈവിരലുകളാൽ ദേഹമാകെ പരതിക്കൊണ്ട് ഇക്കിളിയിക്കിളി എന്നു പറഞ്ഞ് അവളെ മാറോടു ചേർക്കാറുണ്ട് ചിലപ്പോഴൊക്കെ. അവളപ്പോൾ എല്ലാം മറന്ന് ചിരിക്കുക പതിവാണ്. അതുപോലെ തന്നെ അവളെ ഇപ്പോഴും ചിരിപ്പിക്കണം.

"ഇക്കിളിക്കിളി"

കഴുത്തിലും വയറിലും കശത്തും വിരലുകൾ പരതിക്കൊണ്ട് അങ്ങനെ പറഞ്ഞെങ്കിലും ചിരിക്കാൻ കൂട്ടാക്കാത്ത അവളെ കണ്ടപ്പോൾ ചോദിച്ചു.

"നീ സ്വപ്നം കണ്ടോ കുട്ടീ. ദുഃസ്വപ്നം. സന്ധ്യക്ക് കിടന്നുറങ്ങല്ലേന്ന് ഞാൻ പലപ്രാവശ്യം പറഞ്ഞിട്ടില്ലേ. നീ അനുസരിക്കാതെ ഉറങ്ങിയതിനാലല്ലേ ഇത്തരം ദുഃസ്വപ്നങ്ങളൊക്കെ കാണുന്നത്. നാമം ജപിച്ചോളു കുട്ടീ നന്നായി നാമം ജപിച്ചേ."

"ദേ ഇങ്ങോട്ടു നോക്ക് മോളേ. നിന്റെയീ കിളിത്തുവലുകളിലേക്ക്, നാണയങ്ങളിലേക്ക്, ചിത്രങ്ങളിലേക്ക്. എല്ലാം നീ ഉറങ്ങും മുമ്പ് കണ്ടതുപോലില്ലേ. ഒന്നിനും മാറ്റം സംഭവിച്ചിട്ടില്ലല്ലോ. നീ കണ്ട സ്വപ്നത്തിലെന്തൊക്കെയോ സംഭവിച്ചിരിക്കുന്നുവെന്ന് തോന്നുന്നു. കറന്റ് പോയപ്പോൾ ഒളിച്ചിരുന്ന് ഉറങ്ങിപ്പോയതുകൊണ്ടല്ലേ അത്തരം സ്വപ്നങ്ങൾ കണ്ടത്. എന്റെ കള്ളിപ്പെണ്ണേ നീ എഴുന്നേല്ക്ക്. കണ്ടതൊക്കെയങ്ങ് മറന്നേക്ക്. നീ കൂടെക്കൂടെ പറയാറുണ്ടല്ലോ ദീപാലങ്കാരം കാണണമെന്ന നിന്റെ ആഗ്രഹം. നഗരം ഇന്ന് വല്ലാതലങ്കരിച്ചിരിക്കുന്നു മോളേ. നമുക്കങ്ങോട്ടു പോകാം. അരുണുമൊരുപക്ഷേ, അവിടെ എത്തിയേക്കും. അവനോടു ഞാൻ പറഞ്ഞിട്ടുണ്ട്. അതുകൊണ്ട് വേഗം എഴുന്നേല്ക്ക്. അമ്മയും റെഡിയായി നില്ക്കണത് നീ കാണുന്നില്ലേ."

അമലയെ എഴുന്നേല്പിച്ച് കതക് പൂട്ടി വണ്ടിയിലേക്കു കയറ്റുമ്പോൾ അവളോടൊരു കാര്യം കൂടി പറയാൻ മറന്നില്ല.

"പോകും വഴിയിൽ നമുക്കാ ഡോക്ടറാന്റിയുടെ വീട്ടിൽ കൂടി ഒന്നു കയറിയിട്ടു പോകാം കുട്ടീ. നിന്നെ കാണണമെന്ന് അവർ എത്ര നാളായി പറയുന്നുവെന്നോ."

ഇരുപത്തിയഞ്ച്

ആകാശത്തിനപ്പോൾ മുലചുരന്നു.

അപ്രതീക്ഷിതമായുണ്ടായതാണത്. നട്ടുച്ച നേരത്തെ വെയിലിന്റെ

ഉച്ചിയിൽ അവ ഒഴുകിപ്പരക്കാൻ തുടങ്ങി. വെയിൽ തുള്ളികൾ വേപ്പുമരത്തിന്റെ ഇലകളിലും ശാഖകളിലും മിന്നിപ്പതഞ്ഞുകൊണ്ടുമിരുന്നു.

കുറുക്കന്റെ കല്യാണം; ദേവി പറയുന്നതോർത്തു. മഴയും വെയിലും ഒന്നിച്ചു വീഴുമ്പോഴാണു പെണ്ണേ കുറുക്കന് കല്യാണം കഴിക്കാൻ തോന്നുകയെന്ന് അവൾ പറയുമായിരുന്നു.

ചെള്ളാടിപ്പച്ചകളും, ചെവിയൻ പുല്ലുകളും കൂട്ടംകൂടി നിന്ന ഒരു കുന്നിൻ ചെരുവ്. മന്ദസ്മിതം തൂകി നില്ക്കുന്ന മലരുകളെ നുള്ളിയെടുക്കാനോ പഴുത്തു വീണ മാങ്ങകൾ പെറുക്കി കൂട്ടാനോ എന്തിനെന്നറിയില്ല അന്ന് ഇരുവരും ഉല്ലാസത്തോടെ നടക്കവെ വേനൽമഴ പെയ്തിറങ്ങി ഇരുവരേയും പുളകിതരാക്കി.

കുറച്ചൊക്കെ വിലക്കുകളുണ്ടായിരുന്ന ബാല്യം. എങ്കിലും കാലുകളനായാസം വളയുകയും പുളയുകയും ചെയ്തപ്പോൾ വിരലുകളറിയാതെ മുദ്രകാട്ടി. അതുകണ്ടിട്ടാകാം കുന്നിൻ നെറുകയിലെ മാരിവില്ലുകളും പീലിവിടർത്താൻ തുടങ്ങിയത്.

വർണ്ണങ്ങളൊന്നൊന്നായി വളർന്നുകൊണ്ടേയിരുന്നു ഞൊടിയിടയിൽ. മിഴികളെയവ വല്ലാതെ പ്രലോഭിപ്പിച്ചുകൊണ്ടും. വേർതിരിച്ച് ഉറക്കെ ചൊല്ലാൻ മോഹം തോന്നി ദേവിയോടൊപ്പം മത്സരിച്ചു.

-പച്ച, മഞ്ഞ........... ദേവി പറഞ്ഞു.

-ചോപ്പ്, നീല............ തന്റെ ഇഷ്ട വർണ്ണങ്ങളെ ചുണ്ടോടു ചേർത്തു പിടിച്ചു.

-നീല, ഇന്ദ്രനീലം............ അത് മറ്റാരുടെയോ സ്വരമായിരുന്നു. മൂന്നാമനാരെന്നറിയാനുള്ള ജിജ്ഞാസയെക്കാൾ എല്ലാം കൂടി ചേർത്തിണക്കി ആ ശബ്ദത്തിനു മുന്നിൽ വിജയിക്കാനാണപ്പോൾ തോന്നിയത്. അതുകൊണ്ടുതന്നെ പറഞ്ഞു.

-വിബ്ജിയോർ.

-ഹൊ ഒരു ഇംഗ്ലീഷുകാരി വന്നിരിക്കണ്.

അധിക്ഷേപ വാക്കുകേട്ട് വല്ലായ്മ തോന്നിയെങ്കിലും അവനോടങ്ങനെ തോറ്റുകൊടുക്കാൻ തയ്യാറായില്ല.

-ചോപ്പ്, ചക്രവാള ചുവപ്പ്.

-പച്ച, കാടിന്റെ പച്ച ദേവിയും പറഞ്ഞു.

-നീല, തടാകത്തിന്റെ നീല.

-മഞ്ഞ പഴുത്ത മാങ്ങയുടെ മഞ്ഞ; ദേവി മുന്നിൽ വീണു കിടന്ന മാങ്ങയെ ചൂണ്ടുകയായിരുന്നു.

-ഇന്ദ്രനീലം. അപ്പോഴേക്കും മാരിവില്ല് മാഞ്ഞുപോകുന്നതു കണ്ടു. തെല്ലൊന്നു സങ്കോചം തോന്നി മൗനംകൊണ്ടെങ്കിലും ഞൊടിയിടയിലാണവൻ ഇന്ദ്രനീലത്തിന് ഉപമ നല്കിയത്.

-എന്റെ മുന്നിൽ നില്ക്കുന്ന ഈ കുട്ടീടെ കണ്ണിൽ കാണുന്ന ഇന്ദ്രനീലം.

അതുകേട്ട് ഉള്ളം നിർവൃതമായി. എന്തൊക്കെയോ ഭാവങ്ങൾ

മേലാകെ മിന്നിമായുന്നെന്നു തോന്നി. ദേവിയതു ശ്രദ്ധിക്കാതിരിക്കാൻ ഏറെ പാടുപെട്ടു. എങ്കിലും അല്പനേരം അങ്ങനെതന്നെ നിന്നുപോയി.

വെയിൽ പിന്നെ മെല്ലെ മെല്ലെ മാഞ്ഞുകൊണ്ടേയിരുന്നു. പ്രകൃതി കവിൾ വീർപ്പിച്ച് ഗർവ്വ് കാട്ടിക്കൊണ്ടും. ദേവിയുടെ മുഖത്തും കണ്ടു അവയുടെ നിഴലുകൾ. സരസ്വതി വലിയമ്മയുടെ ശാസനയുടെ ഭയം കൊണ്ടോ എന്തോ അവൾ നടക്കാൻ തുടങ്ങി. മനസ്സില്ലാമനസ്സോടെ അവളെ അനുഗമിച്ചുകൊണ്ട് താനും.

ഏറെ ദൂരം പിന്നിട്ട് കുളക്കരയിലെത്തിയപ്പോൾ അകലേക്കു കണ്ട കള്ളച്ചിമഴ എങ്ങോ പോയ്മറയുന്നതു കണ്ടു. വിണ്ണാകെ വീണ്ടും ചാന്തിന്റേയും പൊട്ടിന്റേയും ശലകങ്ങളും. മുന്നോട്ടു നടക്കാൻ മടി കാട്ടിയതു കണ്ടിട്ടാകാം ദേവി ശകാരിച്ചു. എങ്കിലും തെല്ലൊന്നു തിരിഞ്ഞു നോക്കിയപ്പോൾ അകലെ കുന്നിൻ ചെരുവിൽനിന്നും ഒരായിരം ഇന്ദ്രനീലങ്ങൾ പെയ്തിറങ്ങുന്നതു കണ്ടു. ദേ പിടിച്ചോ എല്ലാം നിനക്കു മാത്രമാണെന്ന വെല്ലുവിളിയാണവയ്ക്കുള്ളതെന്നു തോന്നി.

വല്ലപ്പോഴുമുള്ള ഓർമ്മചികയലിൽ ചിലത് അറിയാതെ തന്നെ ഒളിച്ചൊളിച്ച് ഹൃത്തിനുള്ളിലേക്കോടി കയറി ശരീരമാകെ കുളിർകോരിയിടുമ്പോൾ നെടുവീർപ്പിന്റെ മൂർദ്ധന്യതയ്ക്കാശ്വാസമാകാറുണ്ട് ആ ദൃശ്യങ്ങൾ. ഇനിയും ഓർമ്മയിൽനിന്നും മാഞ്ഞിട്ടില്ലാത്ത അവയെ വീണ്ടും വീണ്ടും കാണാൻ കൊതിക്കുന്നു.

ഇന്നത്തെ പ്രകൃതിക്കും അതേ ഭാവമാണെന്നു തന്നെ തോന്നി. അതേ നിറവും. അതു തന്നെ വായോവായോയെന്ന് പുറത്തേക്കു ക്ഷണിക്കുന്നതായി തോന്നിയപ്പോൾ തിരിഞ്ഞിരുന്നിട്ട് ലെസ്സർ ദാൻ ഗ്രേറ്റർദാൻ ചിഹ്നങ്ങളുള്ള അഴികളിലൂടെ പുറത്തേക്കു നോക്കി. ഭക്ഷണം മുന്നിൽ വച്ചിട്ടും നേരെയിരിക്കാൻ കൂട്ടാക്കാത്തതുകൊണ്ടാകാം ആരൊക്കെയോ പിറുപിറുത്തു. ചിലരിലപ്പോഴും കണ്ടു സംശയത്തിന്റെ നിഴലുകൾ. ഭ്രാന്തിയാണെന്ന ഭയത്തിന്റെ നിഴലുകൾ. അതുകൊണ്ടുതന്നെ അവരുടെ നോട്ടങ്ങളിൽനിന്നും വിടുതൽ നേടാൻ മെല്ലെയെഴുന്നേറ്റ് നിലത്തു നോക്കി അങ്ങോട്ടുമിങ്ങോട്ടും നടന്നു.

കഴിക്കാനായി സ്ഥാനമുറപ്പിച്ചാൽ കഴിച്ചിട്ടേ എഴുന്നേല്ക്കാവൂവെന്നാണ് പള്ളിവീട് നിയമം. അതു തെറ്റിച്ചതു കണ്ടിട്ടാകാം ആരോപിടിച്ചിരുത്താൻ നോക്കി. എന്നാൽ അവരെ നിഷേധിച്ച് വീണ്ടും ഒന്നു രണ്ടു കാൽ കൂടി മുന്നോട്ടുവച്ച് സെൽമത്തിന്റെ ഇരിപ്പിടത്തിനരികിലെത്തി. അവിടം ശൂന്യമാണ്.

-വരും അവരിന്ന് ഒറപ്പായി വരും കൊച്ചെ. സെൽമത്തിന്റെ വാക്കുകളെയോർത്ത് വല്ലാത്തൊരമർഷത്തോടെ അവളുടെ ഇരുപ്പിടത്തിൽ തന്നെ അല്പനേരമിരുന്നിട്ട് എഴുന്നേറ്റ് ഊക്കോടെ നാലഞ്ചു ചാൽ കൂടി നടന്നു.

കാലുകൾക്ക് വല്ലാത്ത വേദന തോന്നുന്നു. ഇരുകാലുകളിലും ചാക്കുകൾ തൂക്കിയിട്ടിരിക്കുന്നതുപോലുള്ള വേദന. വിരലുകൾ കൊണ്ട് മെല്ലെ

തഴുകി നോക്കിയപ്പോൾ തുടകൾക്കു മാത്രമല്ല അങ്ങു കീഴോട്ടും വല്ലാതെ ഘനം വച്ചിരിക്കുന്നു. പാദം വരെയുണ്ടാ ഭാരം. കാൽമുട്ടുകൾ അപ്രത്യക്ഷമായതു പോലെയും. നിലത്തു വീണുപോകുമോയെന്ന് ഭയന്ന് ഭിത്തിയിൽ കൈകുത്തി ഒരു നിമിഷം നിന്നപ്പോൾ മനസ്സിലായി; എത്രയോ നാളുകൊണ്ടായാസമില്ലാതിരിക്കുന്ന കാലുകൾക്ക് നന്നായി പ്രവൃത്തിക്കാൻകൂടി കഴിയുന്നില്ല. ബംഗ്ലാവു വീട്ടിലായിരുന്നപ്പോൾ അടുക്കളയ്ക്കും കിടക്കമുറിക്കുമിടയിലുള്ള ദൂരം. ഇപ്പോൾ മെഹ്റിനയുടെ മുറിക്കും ഭക്ഷണശാലയ്ക്കുമിടയിലുള്ള ദൂരം. അത്രകൊണ്ട് കാലുകളുടെ പ്രവൃത്തി പരിമിതപ്പെട്ടിരിക്കുന്നു. ചുണ്ടുകളിലുണ്ടായിരുന്ന മനുഷ്യ സിദ്ധി നഷ്ടപ്പെട്ടതുപോലെ നടക്കാനുള്ള കാലുകളിലെ കഴിവും ഇല്ലാതാകുമോയെന്ന് ഭയന്ന് ശക്തിയോടെ ചലിപ്പിക്കാൻ നോക്കിയെങ്കിലും അനങ്ങിയില്ലെന്നു മാത്രമല്ല വല്ലാത്ത ഭാരവും തോന്നി. ഒപ്പം ഉള്ളിലെന്തോ ഞെരിഞ്ഞമരുന്ന ശബ്ദവും. ഈർഷ്യയാൽ പല്ലുകളെ ശക്തിയോടെ ഞെരിച്ചമർത്തി. കൂരമ്പുപോലെ കുത്തിയിറങ്ങുന്നു തേറ്റകൾ. അവ കവിൾ ചുരന്ന് പുറത്തേക്കു ചാടി ചുറ്റിലുമുള്ളവരെ ഭയപ്പെടുത്തുമോയെന്ന് ശങ്കിച്ച് തോളിൽ കിടന്ന ദുപ്പട്ടയെടുത്തു. അവയെ മറച്ചുവയ്ക്കാമെന്നു കരുതി മുഖത്തിനരികിലേക്കു കൊണ്ടുവന്നതും വല്ലായ്മ തോന്നി.

ഇല്ല പാടില്ല. ആരോ തീർത്ത മാമൂലുകൾക്കടിമപ്പെട്ടുണ്ടായ ദംഷ്ട്രത്തെ സ്വമനസ്സാലെ മറച്ചുവയ്ക്കാനൊരുങ്ങുന്നതുചിതമല്ല. അവയ്ക്കു മറ തീർത്ത് വീണ്ടും വീണ്ടും അപഹാസിതയായി അപകർഷതയാൽ ജീവിക്കാതെ അവയെ പൊഴിച്ചു കളയുകയാണു വേണ്ടത്. തന്റേതു മാത്രമല്ല. ചുറ്റിലുമിരിക്കുന്ന പലരുടേയും പൊഴിക്കണം. ഇന്ദ്രിയങ്ങൾക്കുള്ള കഴിവുകൾ നഷ്ടപ്പെട്ട് 'മയ്യ'ങ്ങളെപ്പോലെയാണ് ചിലരിരിക്കുന്നത്. പാദങ്ങളടുപ്പിച്ച് കൈകൾ കൂട്ടികെട്ടി നിശ്ശബ്ദതയുടെ തോടിനുള്ളിൽ ഉൾവലിഞ്ഞ് അന്നത്തിനും സ്വർഗ്ഗത്തിനും വേണ്ടിയുള്ള ഇരിപ്പ്.

മുമ്പ് അവരിൽ തേറ്റകൾ കണ്ടതുപോലെ ആരുടെയൊക്കെയോ കാലുകളും ഇപ്പോൾ ഘനം വച്ചിരിക്കുകയാണ്. അതിനാലവർക്ക് ഒരു ചെറുവിരൽപോലുമനക്കാനാവുന്നില്ല. അവരിലെ ലാവണ്യവും കിലുക്കങ്ങളും ഒരുനാൾ കണ്ടതാണ്. സംരക്ഷകന്റെ സാന്നിദ്ധ്യമുള്ളതിനാലാണോ ഭയത്താലവർ അതെല്ലാം ഒളിപ്പിച്ചു വച്ചിരിക്കുന്നത്. സങ്കോചത്തോടെ പുറത്തേക്കു നോക്കി.

പുറത്ത് മഴതുള്ളികൾ വീണ്ടും വെട്ടിത്തിളങ്ങുന്നു. ആകാശം കൂടുതൽ വർണ്ണങ്ങൾ വാരിവിതറികൊണ്ടുമിരിക്കുന്നു. അവയിലേതിന്റേയോ ഓളങ്ങൾ ഭക്ഷണത്തിനായി ചാരിയിരിക്കുന്ന 'മയ്യ'ങ്ങളിൽ കണ്ടപ്പോൾ കാലുകളിലനുഭവപ്പെട്ട ഭാരം കൂട്ടാക്കാതെ തന്നെ മുന്നോട്ടു നടന്നു. വേപ്പിൻ ചില്ലകളിൽനിന്നും നീർതുള്ളികൾ ഭൂമിയിൽ പതിക്കുന്നതവസാനിച്ചിട്ടില്ല. ഇനിയും ബാക്കിയുണ്ട് തുള്ളികൾ. അവയെ ദേഹമാകെ കുടഞ്ഞു വീഴ്ത്തണമെന്ന മോഹത്താൽ പുറത്തിറങ്ങിയിട്ട് തെല്ലൊന്നു തിരിഞ്ഞു നോക്കി. കസേരകളിൽ ചാരിയിരിക്കുന്ന 'മയ്യ'ങ്ങളിൽ പുതി

യൊരു ഭാവം. തന്റേതായ ഭാവം തന്നെ. അതുകൊണ്ട് അവരേയും കൂട്ടുന്നതാണുചിതമെന്നു കരുതി മാടി വിളിച്ചു.

"പോരുന്നോ കൂട്ടരേ. എന്നോടൊപ്പം നിങ്ങൾ പുറത്തേക്കു പോരുന്നോ. അടുക്കളയിലും പ്രാർത്ഥനാലയത്തിലും പതിയാൻ മാത്രമുള്ളതാണോ നമ്മുടെ പാദങ്ങൾ. ആ മൃദു പാദങ്ങൾ ഭൂമിയെ തൊട്ടറിഞ്ഞ് അവയിലെ ഭാവഭേദങ്ങൾ കൂടിയറിയണ്ടേ. അനാവൃതമാക്കാനനുവദിച്ചുതന്ന മനോഹര മിഴികളില്ലേ. അവ ആരോ തന്ന ഏടുകൾ മാത്രം നോക്കി ഇരുന്നാൽ മതിയോ? അവകൊണ്ട് വേനൽ മഴയുടെ കുമിളകളിൽ സൂര്യകിരീടം തീർക്കുന്നതു കാണണ്ടേ. നോക്കൂ. അങ്ങോട്ടു നോക്കൂ അവയുടെ വജ്രശോഭ ഉലകാകെ വെട്ടിത്തിളങ്ങുന്നത്. അവകളെ കാണാതിരിക്കാൻ നാം മാത്രമെന്തിന് നമുക്ക് സ്വന്തമായുള്ളവയെ ഒളിപ്പിച്ചു വയ്ക്കണം. ആകാശച്ചെരുവിലിപ്പോൾ മാരിവില്ലുകൾ വർണ്ണം തീർക്കുമെന്നാണ് തോന്നുന്നത്. അവ മിന്നിമായുന്നതിനു മുമ്പേ നമുക്കതിനെ കാണണം. അതുകൊണ്ട് പോരൂ കൂട്ടരേ. ഉലകിന്റെ മാന്ത്രിക സൗന്ദര്യത്തെ വാരിപ്പുണർന്ന് നൃത്തം ചെയ്യാൻ പോരൂ. അതിനായി എന്റെ പാദങ്ങൾ വല്ലാതെ കൊതിക്കുന്നത് ഞാനറിയുന്നു. മുന്നിൽ കൊട്ടിയടച്ച വാതായനങ്ങൾ മലർക്കെ തുറന്നിട്ടുകൊണ്ട് നമുക്ക് പുറത്തേക്കു പോകാം. അതിനായി പോരൂ"

പൊടുന്നനെ, അല്പംമുമ്പ് കാലുകളിൽ ബാധിച്ച ഭാരം വിട്ടൊഴിയുന്നതായി തോന്നിയപ്പോൾ ആകാശപ്പരപ്പിലപ്പോൾ കണ്ട പഞ്ഞിമേഘങ്ങളിഴയുന്നപോലെ അവ അനായാസം മുന്നോട്ടു ചലിച്ചു.

വേപ്പിൻ ചുവട്ടിൽ തളിരിലകളും പഴുത്തിലകളും ചിതറിക്കിടക്കുകയാണ്. തളിരിലകളിലപ്പപ്പോൾ നിപതിച്ചുകൊണ്ടിരുന്ന കുമിളകൾക്ക് ആദ്യമായി പൊന്തികാണുന്ന മസൂരി കുമിളകളുടെ സാദൃശ്യം. കുനിഞ്ഞ് അതിൽനിന്നൊരിലയെടുത്ത് പാദത്തെ തഴുകിയതും ഉടലാകമാനം കുളിർകോരിയിട്ട നിർവൃതി തോന്നി; നാഴികയ്ക്കു നാല്പതു വട്ടം കണ്ണാടിയിൽ നോക്കി സ്വന്തം സൗന്ദര്യത്തെ ഭോഗിക്കുന്നവന്റെ ഉടലാകെ മസൂരി പടർന്നുപിടിച്ച് മുഖം വല്ലാതെ വികൃതമായിരിക്കുന്നുവെന്ന് കേട്ടപ്പോൾ തോന്നിയ കുളിർമ.

പുറത്തിറങ്ങാതെ ബംഗ്ലാവു വീടിന്റെ ഒരു മുറി ചുമരുകൾക്കിടയിൽ മാത്രം ഒതുങ്ങിയിരിക്കയാണത്രെ അവൻ.

"വലിയ വലിയ പൊക്കങ്ങളാണു മക്കളേ."

അലുക്കത്തുമ്മ എന്ന വയോധികയിൽനിന്നാണ് ഇന്നലെ ആ വാർത്തയറിഞ്ഞത്. മെഹ്റിനയുടെ ഉമ്മുമ്മയുടെ ചങ്ങാതിയായിരുന്ന ആ ഉമ്മ, വലിയ തങ്ങളറിയാതെ മെഹ്റിനയ്ക്കാവശ്യമായ പലതും അവരുടെ കാശുകൊണ്ടുതന്നെ വാങ്ങിക്കൊടുക്കാറുണ്ടത്രെ! ബാല്യം മുതലേ പള്ളിവീട്ടിലൊതുങ്ങിക്കൂടിയ മെഹ്റിനയെ പുസ്തകങ്ങളും മറ്റും കൊണ്ടുകൊടുത്ത് മാതൃഭാഷ പഠിക്കാൻ സഹായിച്ചിരുന്നുവെന്നു കേട്ടപ്പോൾ വല്ലാത്ത അതിശയം തോന്നി. അക്ഷരമെന്തന്നറിയാഞ്ഞിട്ടും വിദ്യാഭ്യാ

സത്തെ പ്രോത്സാഹിപ്പിച്ച ആ ഉമ്മയും ഭാര്യക്കു കിട്ടിയ ഡിഗ്രികളെ വലിച്ചെറിയുമെന്നാജ്ഞാപിച്ച ജ്ഞാനിയും തമ്മിലുള്ള അന്തരത്തെ തെല്ലൊന്നു സങ്കല്പിച്ചു നോക്കി. ഒരു അളവുകോലിനുമാകില്ല അതള ക്കാൻ. ശ്രമിക്കുന്നത് തന്നെ ശുദ്ധ അബദ്ധവുമാണ്.

"വേറെ കെട്ടാനുള്ള ഒരുക്കത്തിലാണു മക്കളേ അവൻ. ആദ്യ പെണ്ണിന് പ്രാന്ത് പിടിച്ചോണ്ടാണ് രണ്ടാമതൊന്നിനൊരുങ്ങുന്നതെന്നാണ് നാട്ടുകാരെ വിശ്വസിപ്പിച്ചിരിക്കണത്."

ങ്ഹും പ്രാന്തത്രെ!

"ഏതോ പണ്വൊള്ള കുടുംബത്തീന്നാണ് കെട്ടാനൊരുങ്ങിയത്. അതെന്തരായാലും മൊടങ്ങി. അവന്റെ മോറ് കണ്ട് മയങ്ങിയോക്ക് ദീനം വന്ന മോറുള്ളേനെ ഇനി വേണ്ടെന്ന്!"

തെല്ലുനിർത്തിയിട്ട് അലുക്കത്തുമ്മ അനാവൃതമായിക്കിടന്ന തന്റെ മുഖത്തേക്കു നോക്കി തുടരുകയായിരുന്നു.

"ഈ തങ്കം പോലിരിക്കണ കുട്ടിയെ കളഞ്ഞിട്ടാ അവൻ വേറെ കെട്ടാൻ തുനിഞ്ഞത്."

അല്ലുമ്മാ. അവന് അതിനുള്ള നിയമാനുവാദം അനുവദിച്ചതുകൊ ണ്ടാണ് തന്നെ ഭ്രാന്തിയാക്കിയതെന്നു പറയാൻ തോന്നിയെങ്കിലും ഒന്നും പറഞ്ഞില്ല.

"അത് തന്ന മക്കളേ അവന് കിട്ടിയത്. മുഴുത്ത വസൂരി. അങ്ങനെ പറഞ്ഞൂടെങ്കിലും പറഞ്ഞു പോയതാണ്. പടച്ചോൻ എല്ലാം കണ്ടും കേട്ടും മോളിലിരിക്കേല്ലേ."

അങ്ങിങ്ങായി ചിതറികിടക്കുന്നതിൽ തളിരിലകളെ മാത്രം പെറു ക്കിയെടുത്ത് കൈയിലൊതുക്കാമെന്നു കരുതി വേപ്പിൻചോട് വലംവെച്ചു ഏതാനും ചിലത് വലതു കൈയുടെ ഉള്ളാകെ നിരത്തിവെച്ചിട്ട് ആക മാനം മേലേക്കെറിഞ്ഞു. അതേ കൈകൊണ്ടുതന്നെ അവയെ പിടിച്ചെ ടുക്കാൻ ശ്രമിച്ചെങ്കിലും എങ്ങാണ്ടൊക്കെയോ തെറിച്ചു പോയതല്ലാതെ ഒന്നുമേ കൈയിൽ തങ്ങിയില്ല. എങ്കിലും കാലുകൾക്കപ്പോൾ വല്ലാത്ത ഭാരക്കുറവു തോന്നി.

തൂവലിനേക്കാൾ കുറഞ്ഞ ഭാരം.

അതുകൊണ്ടുതന്നെ മേലേക്കു ചാടി കൊമ്പൊന്നു കുലുക്കാമെന്ന മോഹത്താൽ നാലഞ്ചുവട്ടം തുടരെ ചാടി. ചില്ലകളില്ലൊന്നിലെപ്പോഴോ അമർന്ന പിടിയിൽ മരമാകെ പേറിനിന്ന കുമിളകൾ ദേഹമാകെ ചിതറി വീഴാൻ തുടങ്ങി. ഉടലാകെ കോരിത്തരിക്കുന്ന നിർവൃതി. അതിൽ ലയിച്ച് ഒരു നിമിഷം നിന്നു. അപ്പോൾ ചില്ലകൾക്കിടയിൽ നിന്നും ശലഭങ്ങൾ പെയ്തിറങ്ങി. കുഞ്ഞാറ്റക്കിളികൾ ശിരസ്സിനു ചുറ്റും വലം വച്ച് അങ്ങോ ട്ടുമിങ്ങോട്ടും പറന്ന് പാട്ടുപാടി. ആകാശത്തിനു മാരിവില്ലിൻ ചാരുത. അങ്ങ് കോണിലെവിടെയോ നിന്നും ഇന്ദ്രനീലങ്ങൾ ശരവേഗത്തിൽ പെയ്തിറങ്ങി ഭൂമിയാകെ പ്രഭ ചൊരിഞ്ഞു. അതുകണ്ട് അവയെ നോക്കി ഉച്ചത്തിൽ ചൊല്ലി.

ചോപ്പ്, നീല.

മഞ്ഞ, പച്ച.......... ദേവിയാണോ ബാക്കി ചൊല്ലിയതെന്നു നിനച്ച് ചുറ്റിലും കണ്ണോടിച്ചു. ദേവിയെ കണ്ടെത്താനായില്ല. എങ്കിലും തല്സ്ഥാനത്ത് ഒരുപാട്പേരെ കണ്ടു. ഭക്ഷണശാല വിട്ടിറങ്ങി വന്ന അവർ അല്പം മുമ്പ് 'മയ്യ'ങ്ങളായി കസേരയിൽ ചാരി ഇരുന്നവരായിരുന്നു. എന്നാൽ അവരിപ്പോൾ മയ്യങ്ങളല്ലാതായിരിക്കുന്നു. അഗ്നിജ്വലിക്കുന്ന മിഴികളും കുങ്കുമ വർണ്ണ ചാരുതയുള്ള കപോലങ്ങളും ചിരിയുടെ മേമ്പൊടി വിതറിയ അധരങ്ങളുമുള്ള അവർ ഊർജ്ജസ്വലരായി മാറിയിരുന്നുവെന്ന് തിരിച്ചറിഞ്ഞപ്പോൾ എന്നോ നഷ്ടപ്പെട്ട സിദ്ധിയെ വീണ്ടെടുക്കാമെന്ന് ശ്രമിച്ചു അവരോടൊപ്പം കൂടി. ഹേമയും ശാരിയും, നീലിമയും ഇഷ്ടപ്പെട്ടിരുന്ന പ്ളസ് പോയിന്റ് അതിനെ വീണ്ടെടുക്കാൻ പറ്റിയ അവസരമിതു തന്നെയെന്നു കരുതി ചുറ്റിലും തിരഞ്ഞു. അതിനായ് മെഹ്റിനയും കൂടെ വേണം. അവളും അവരോടൊപ്പം പുറം പ്രകാശത്തിൽ കുളിച്ചു നില്ക്കുകയാണ്. അനാവൃതമുഖിയായ അവളുടെ അരികിലേക്കു മെല്ലെ നടന്നു ചെന്ന് ചുണ്ടുകൾ വിടരുന്നുവോയെന്ന് സൂക്ഷിച്ചു നോക്കി. കോണിലെവിടെയോ ഇത്തിരി തിളക്കമുണ്ട്. എങ്കിലും തേറ്റകൾക്ക് യാതൊന്നുമേ സംഭവിച്ചിട്ടില്ല എന്നു മനസ്സിലായി.

തന്നിലും അവളിലും മറ്റു ചില സ്ത്രീമുഖങ്ങളിലും മുളച്ചവ, അവ ഒന്നിച്ചപ്പാടെ പൊഴിച്ചു കളയണമെങ്കിൽ ചിലങ്കകളുടേയും വളകളുടേയും പൊട്ടിച്ചിരികളുടേയുമാരവത്താൽ ചിരിച്ചുല്ലസിച്ചു പാട്ടുപാടി നൃത്തം ചെയ്ത് ഉള്ളിനെയാനന്ദത്തിലെത്തിക്കണം. സ്ത്രീക്കു മാത്രം വിലക്കിടുന്ന മാമൂലുകളെ പറിച്ചെറിയണം. ചിന്തിച്ചും തെരഞ്ഞെടുത്തും പണിയെടുത്തും ജീവിച്ച് ഭൂമിയിൽ സ്വർഗ്ഗം പണിയണം. അങ്ങനെ എന്തൊക്കെയോ ചിന്തിച്ച് തെല്ലു നിന്നപ്പോൾ പള്ളിവീടങ്കണമാകെ ചിലങ്കകളുടേയും വളകളുടേയും പൊട്ടിച്ചിരികളുടേയും സമ്മിശ്രാരവം മുഴങ്ങി. കൂട്ടത്തിൽ ആരുടെയൊക്കെയോ കാൽപ്പെരുമാറ്റവും, ശാസനകളും പള്ളിവീടിന്റെ വാതായനങ്ങൾ ഊക്കോടെ തുറക്കുന്ന ശബ്ദവും കേട്ടു. പല കോണുകളിൽനിന്നും പൊടുന്നനെ ആരൊക്കെയോ ഓടിയുമെത്തി. അവരിൽ പെണ്ണായി ജീവിച്ചിട്ടും ഇനിയും ദംഷ്ട്രങ്ങൾ മുളയ്ക്കാത്തവരുണ്ടായിരുന്നു. കീഴ്വഴക്കങ്ങളെ പൂർണ്ണമായും അംഗീകരിച്ച് അജ്ഞത കൊണ്ട് പുരുഷാധിപത്യത്തെ അംഗീകരിക്കുന്ന പാവം പിടിച്ചവർ. പിന്നെ തന്ത്രശാലിയും സ്വർഗ്ഗദാതാവിന്റെ പ്രിയ സഖിയുമായയവളും. ഒളിവോടെയാണെങ്കിലും അവളാഗ്രഹിക്കുന്ന ആനന്ദം കണ്ടെത്തുന്നതിനാൽ അവൾക്ക് മുളയ്ക്കാത്തതുപോലെ മോഹങ്ങൾ മുരടിച്ച പ്രായം ചെന്നവർക്കുമില്ലായിരുന്നു തേറ്റകൾ.

"പിടിച്ചുകെട്ടീം ഇവറ്റകളെ. ഇവറ്റകൾക്കെന്താ കൂട്ടത്തോടെ പ്രാന്ത് പിടിച്ചോ. യാ അള്ളാ ഇത് കിയാമനാളിന്റെ ലക്ഷണോ. ആടേം പാടേം തുണിയില്ലാതെ മോറും കാട്ടി നിക്കേം ചെയ്യണത് കിയാമം നാളിന്റെ ലക്ഷണോല്ലാത പിന്നെന്താ."

സാമ്പ്രാണി തങ്ങളുടെ ദീനസ്വരം. കേട്ടപ്പോൾ അറപ്പുതോന്നി; പെണ്ണ് ചിരിച്ചാൽ അവൾ ആനന്ദിച്ചാൽ ലോകം അവസാനിക്കുമത്രെ!

എന്നാൽ അതൊന്നും ഗൗനിക്കാതെ നൃത്തം തുടർന്നു.

എങ്ങോ വലിച്ചെറിയപ്പെട്ട മുഖപടങ്ങൾ. അവ കലപിലകൂട്ടി കട ന്നുപോയ കാക്കകളുടെ വിസർജ്ജ്യത്താൽ മലിനമാകുന്നതും നോക്കി നിന്നപ്പോൾ ബിൻഷ തനിക്കു നേരെ കൈചൂണ്ടി.

“ഇവളാണെല്ലാറ്റിനും കാരണം. വിഷമുള്ളുകൾ വിതറാൻ വന്ന അവിശ്വാസി.” അവൾ ഉറക്കെ അലറി.

“അവിശ്വാസി ആ പദം നിനക്കാണ് കൂടുതൽ ചേരുന്നതെന്നു തോന്നുന്നു. വിശ്വാസിയാണെന്ന് മറ്റുള്ളവരെകൊണ്ട് വിശ്വസിപ്പിക്കുന്ന അവിശ്വാസി.” മെഹ്റിനയതു പറഞ്ഞപ്പോൾ എവിടെ നിന്നോ മറ്റൊരു ശബ്ദം കൂടി കേട്ടു.

“പിടിച്ചു കെട്ടൂ അവളെ. അവളിലേറ്റ ബാധ ഇനിയുമുണ്ട് ബാക്കി. സത്യവിശ്വാസികളായ എന്റെ സോദരിമാരെ അവൾ സത്യനിഷേധിയാണ്. അങ്ങനെയുള്ളവരോട് ഒരിക്കലും ചങ്ങാത്തം കൂടാൻ പാടില്ലെന്നറിയില്ലേ. വിലക്കപ്പെട്ട ജീവിതം നയിച്ചാൽ നിങ്ങൾക്കായി അങ്ങ് പരലോകത്ത് പണിതു വച്ചിരിക്കുന്ന നിങ്ങളുടെ സ്വർഗ്ഗപൂങ്കാവനം നഷ്ടമാകുമെന്നുമ റിയില്ലേ. അതുകൊണ്ട് കയറി വരൂ. അകത്തേക്കു കയറി വരൂ.” അതൊ രശരീരിയായിരുന്നു. അങ്ങു മുകളിൽ ചില്ലു മേടകളാൽ തീർത്ത സ്വർഗ്ഗ സിംഹാസനത്തിൽ നിന്നുള്ള അശരീരി. അതു കേട്ടിട്ടാകാം തെല്ലൊന്നു നൃത്തം നിലച്ചെങ്കിലും ആരൊക്കെയോ വിളിച്ചു പറയുന്നതു കേട്ടു.

“ഞങ്ങൾ കണ്ടെത്തിക്കോളാം ഞങ്ങളുടെ സ്വർഗ്ഗം. അതീ ഭൂമിയിൽ തന്നെയുണ്ട്. അതു കണ്ടെത്തുകയാണ് ഇനിയുള്ള ഞങ്ങളുടെ മുന്നോ ട്ടുള്ള ജീവിത ലക്ഷ്യം.”

അന്തരീക്ഷമാകമാനപ്പോൾ വല്ലാത്തൊരു പ്രകാശത്താൽ ശോഭി തമായി. വിണ്ണാകെ ഇന്ദ്രനീലങ്ങൾ വെട്ടിത്തിളങ്ങി. നൃത്തത്തിന്റെ ചടു ലതയിൽ ചിലരിലവശേഷിച്ച മുഖപടങ്ങൾ കൂടി ദൂരേക്കു തെറിച്ചു വീണു.

“പിടിച്ചു കെട്ടൂ അവളെ. ഇനിയുമമാന്തിക്കണ്ടാ.”

അശരീരി തുടരവെ താനേ തുറന്ന ചില്ലുജാലകവാതിലിലൊന്നിൽ നിന്നും താഴേക്കിറങ്ങിവന്ന കനത്തൊരു ചരട് അന്തരീക്ഷത്തിൽ തൂങ്ങി നിന്നു. സാമ്പ്രാണി തങ്ങൾ അതിനെ വലിച്ചെടുക്കാനോടിയപ്പോൾ മെഹ്റിന മുകളിലേക്കു നോക്കി വിളിച്ചു പറഞ്ഞു.

“സ്ത്രീയായി പിറവികൊണ്ടവരെ മാത്രം ബന്ധിതയാക്കാൻ നിർമ്മിച്ച ചരട്, അവളെയാകമാനം വേദനിപ്പിക്കാനുതകുന്ന ചരട്, അത ങ്ങനെ തന്നെ തൂങ്ങി നിന്നോട്ടെ. താങ്കളതു വലിച്ചെടുത്ത് ഇങ്ങോട്ടു കൊണ്ടുവന്ന് മെനക്കെടേണ്ട കാര്യമില്ല. വേണമെങ്കിൽ അതെടുത്ത് ചാട്ട വാറാക്കി നിങ്ങളുടെ വർഗ്ഗത്തിനുമേൽ തന്നെ പ്രയോഗിച്ചാൽ ഒരുപക്ഷേ, നിങ്ങളിലേറ്റ ബാധ ഒഴിഞ്ഞുപോകും. ഞങ്ങൾക്കു വേണ്ടത് നേർത്ത ഇഴകൾകൊണ്ടുള്ള വർണ്ണാഭമായ നൂലുകളാണ്. അതു ഞങ്ങൾ തന്നെ

നെയ്തു കൊള്ളാം. എന്നിട്ടതുകൊണ്ട് കിന്നരികൾ വച്ചുപിടിപ്പിച്ച് പുതു പുതു കുപ്പായങ്ങൾ തയ്ച്ചുകൊള്ളാം. നിങ്ങൾ വിശ്വസിക്കുന്ന പ്രസ്ഥാനം ഉടലെടുത്ത ദേശത്തു പോലുമിപ്പോൾ" മെഹ്റിന അല്പമൊന്നു നിർത്തിയതും വീണ്ടും ചില്ലുമേടയിൽ നിന്നും അശരീരി ഒഴുകിയെത്തി.

"സഭ്യമായതിന് അധികാരികൾ വിലക്കേർപ്പെടുത്തിയിട്ടില്ല. നീയും അവിശ്വാസികളുടെ കൂട്ടത്തിലകപ്പെടുന്നുവോ എനിക്കതിൽ ദുഃഖമുണ്ട്. എങ്കിലും ഞാൻ പറയുകയാണ്. നീ കയറിപ്പോ. നിന്റെ ഇടം ദേ അവിടെയാണ്. നിനക്കായ് ഞാൻ പണിതുതന്ന നിന്റെ ഇടത്തേക്ക്. അല്ലെങ്കിൽ എനിക്കു മൂന്നേമൂന്ന് വാക്കുമതി നീയുമായുള്ള ബന്ധം അവസാനിപ്പിക്കാൻ."

അതുകേട്ട് മെഹ്റിന പുച്ഛത്തോടെ പറഞ്ഞു.

"ബന്ധം. ഊഴംവെച്ചുള്ള ബന്ധം. അതില്ലാതാക്കാൻ മൂന്നു ചൊല്ലി താങ്കൾ മെനക്കെടണമെന്നില്ല. ഞാൻ ജീവിക്കുന്ന എന്റെ ദേശത്ത് അതിനിനി നിയമ ബലമില്ലെന്നറിയില്ലേ. എങ്കിലും താങ്കളത് ചെയ്യില്ലെന്നറിയാം. കാരണം താങ്കളുടെ ആദ്യ ഭാര്യ മരിച്ചു. രണ്ടാം ഭാര്യക്ക് ഭ്രാന്ത്. പിന്നെ ഇവിടെയായിരിക്കുമ്പോൾ താങ്കളുടെ നാലാം ഭാര്യക്ക് ആർത്തവമുണ്ടാകുകയോ പ്രസവത്തിലിരിക്കുകയോ ചെയ്താൽ നിങ്ങളിലെ വികാരങ്ങൾക്കൊരു പെണ്ണുവേണ്ടേ. അതുകൊണ്ട് നിങ്ങൾ ഒന്നും ചെയ്യില്ലെന്നറിയാം. കാരണം പുരുഷന്റേത് അടക്കി വയ്ക്കാനാവുന്നതല്ലെന്നാണല്ലോ താങ്കളുടെ വാദം."

പൊടുന്നനെയന്തരീക്ഷത്തിൽ തൂങ്ങി നിന്ന ചരട് അല്പാല്പം താഴോട്ടിറങ്ങികൊണ്ടിരുന്നതും പിടിച്ചു കെട്ടൂ പിടിച്ചു കെട്ടൂ എന്ന അശരീരി തുടർന്നുകൊണ്ടേയിരുന്നു. ആദ്യമാരെയാണെന്ന് ബിൻഷയാരാഞ്ഞെങ്കിലും നിരാകായനതു വെളിപ്പെടുത്താത്തതിനാൽ സാമ്പ്രാണിതങ്ങൾ ഒന്നും ചെയ്തില്ല. എന്നാൽ മെഹ്റിന എവിടേക്കോ ഓടിപ്പോകുന്നതു കണ്ടു. എന്തോ കരുതി വന്ന് പറയുന്നതും കേട്ടു. "ഇത് അധികാരത്തിന്റെ ചിഹ്നമായി മമ്പറത്തിരുന്നതാണ്. ഏതോ പഴയകാല രാജാവിന്റ ആയുധ ചിഹ്നം."

മെഹ്റിന തെല്ലൊന്ന് നിർത്തിയിട്ട് തിളങ്ങുന്ന വാളെടുത്ത് നിലം തൊടാറായി നിന്ന ചരടിനെ ആഞ്ഞൊന്നു വെട്ടി. അതുകണ്ട് രംഗമാകെ സ്തബ്ദമായി.

"ഇതു ഛേദിച്ചതുപോലെ ആധിപത്യം സ്ഥാപിക്കുന്നവനധികമുണ്ടെന്നഹങ്കരിക്കുന്നതെന്തോ അതും തുണ്ടായി ഛേദിക്കപ്പെടുമെന്ന് കരുതിക്കോ."

ഇരുപത്തിയാറ്

"**അ**മലാ നീ എവിടെ പെണ്ണേ. ഇന്ന് ഏട്ടന്റെ പെറന്നാളായിട്ടും" ഏട്ടന്റെ പിറന്നാളിന് എത്ര വിഭവങ്ങളൊരിക്കിയാലും മതിയാവില്ല

വൾക്ക്. അവളുടെ പിറന്നാളിനൊരുക്കുന്നതിനെക്കാളേറെ വേണം ഏട്ട ന്റേതിന്. ഓരോ വർഷവും പുതു വിഭവങ്ങളുൾപ്പെടുത്തിയുള്ള കുറിപ്പു തരുമ്പോൾ വെല്ലുവിളിയോടെ പറയുക പതിവാണ്;

- ഇപ്രാവശ്യം ഞാൻ പത്തു കിണ്ണം. ഒറപ്പാണ്.

പിങ്കിൽ നീലപൂക്കൾ വിതറിയ കുടുവൻ പിഞ്ഞാണകിണ്ണം അത വളുടെ ആറാം പിറന്നാളിനാണ് വാങ്ങി നല്കിയത്. ഏട്ടന്റേയും അവളു ടേയും പിറന്നാളിനു മാത്രം പുറത്തെടുത്തുപയോഗിച്ച് ഭദ്രമായി കാത്തു സൂക്ഷിക്കുമവൾ ഒരു നിധി പോലെയത്. വീമ്പു പറച്ചിലല്ലാതെ ഒരു പിഞ്ഞാണം പോലും തികച്ചു കുടിച്ചിട്ടില്ലിതുവരെ. എങ്കിലും കുറിപ്പ് തരുമ്പോളോർമ്മപ്പെടുത്താൻ മറക്കില്ലായിരുന്നു;

-അമ്മേ ഇപ്രാവശ്യം കഴിഞ്ഞവർഷത്തേക്കാൾ പായസം കൂടുതൽ തയ്യാറാക്കണേ. ഏട്ടനെ തോൽപ്പിച്ച് തുന്നം പാടിക്കണമെനിക്ക്. പിന്നെ വയസ്സിനനുസരിച്ചുള്ള കറികൂട്ടുകളും വേണം കേട്ടോ.

ഇപ്രാവശ്യം തലേന്നുകൂടി ഒന്നും പറഞ്ഞു കണ്ടില്ലെല്ലോയെ ന്നോർത്ത് നെടുവീർപ്പോടെ മേശപ്പുറത്തു നിരത്തിവെച്ച കറി കൂട്ടുകൾ ഒരിക്കൽ കൂടി എണ്ണി തിട്ടപ്പെടുത്തി. പിറന്നാളിന്റെ എണ്ണം തികഞ്ഞിരി ക്കുന്നു. പുതുതായൊന്നുമില്ലെന്നതേ ഒരു കുറവായുള്ളൂ. എല്ലാ കൊല്ലവും ഒരെണ്ണത്തിന് വ്യത്യസ്തത കാണും. അതുവരെ തങ്ങളാരും രുചിച്ചിട്ടി ല്ലാത്തത്.

പോയ വർഷത്തിൽ സോയ കുതിർത്തുണ്ടാക്കിയതായിരുന്നു പുതു വിഭവം. അതിനുമുമ്പ് പനീർചേർത്ത മറ്റെന്തോ ഒന്ന്. കൂട്ടുകാരികൾ കൊണ്ടുവരുന്ന വിഭവങ്ങൾ നോക്കി അതെങ്ങിനെയാണ് പാചകം ചെയ്യു ന്നതെന്നാരാഞ്ഞ് അമ്മയെ വിവരിച്ചു കേൾപ്പിക്കാൻ അവൾക്കേറെ ഇഷ്ട മാണ്.

സോയയെ വെള്ളത്തിലിട്ടന്ന് കുതിർത്തപ്പോൾ വെള്ളം കുടിച്ചു വീർത്ത വിരൽതുണ്ടുപോലെ കണ്ട് അറപ്പ് തോന്നി. എങ്കിലും കറിവെ ച്ചപ്പോൾ നന്നായിരുന്നു. അന്ന് അലുക്കത്തുമ്മ നല്ലാഭിപ്രായത്തോടെ ഏറെ കഴിച്ചത് ഇപ്പോഴുമോർക്കുന്നു.

ഇരുവരുടേയും പിറന്നാളുകൾ അയൽക്കാരില്ലാതെ കൊണ്ടാടുക അപൂർവ്വമാണ്. കൊന്നപൊക്കവും മുക്കുപണ്ടവും താനുണ്ടാക്കാറുള്ള പ്രഥമൻ ഏറെ ഇഷ്ടത്തോടെയാണ് കഴിച്ചിരുന്നത്. എന്നാൽ ക്ഷണി ച്ചിട്ടും കഴിഞ്ഞ രണ്ടു വർഷങ്ങളിലും അവരാരും വന്നിരുന്നില്ല. മാനവ രായി ജന്മം കൊണ്ടവർക്ക് ജന്മദിനാഘോഷം പാടില്ലത്രെ! പുതുവിശ്വാ സത്തിന്റെ വെളിപ്പെടുത്തലാണത്.

അലുക്കത്തുമ്മ എല്ലാ കൊല്ലവും എത്തുക പതിവുള്ളതെങ്കിലും ഇപ്രാവശ്യം ഓർമ്മപ്പെടുത്താൻ താല്പര്യം തോന്നിയില്ല.

പാത്രങ്ങളിലോരോന്നിലും വിരലോടിച്ചപ്പോൾ ചിലതൊക്കെ തണു ത്തിരിക്കുന്നതറിഞ്ഞു. ഇലയെടുത്ത് നിരത്താമെന്നു കരുതി അവ വലി ച്ചെടുത്തു. ഇലകൾക്കടിയിലായി പിറന്നാളുകാരൻ സ്കൂളിൽ വിളമ്പി

യിട്ട് ബാക്കിവന്ന മിഠായിയടങ്ങിയ പായ്ക്കറ്റു കണ്ടു. പകുതിയേ തീർന്നിട്ടുള്ളൂ.

രണ്ടുപേരും കൊണ്ടുപോകും കൂട്ടുകാർക്കായി ഇരുവരുടേയും ജന്മദിനത്തിന് വലിയ വലിയ പായ്ക്കറ്റുകൾ. ബാക്കിവരുന്നവയെ വന്നപാടെ മേശമേൽ നിരത്തിവച്ച് അതിഥികളായെത്തുന്നവർക്ക് ആദ്യം താനെന്ന ഭാവേന മത്സരിച്ചു വിളമ്പും. അമല ധൂർത്തയാണെങ്കിലും ബാക്കിയായി കുറച്ചെങ്കിലും കൊണ്ടുവരാതിരിക്കില്ല. അതുകൊണ്ടുതന്നെ പഠിപ്പുമേശപ്പുറത്തു കിടന്ന അവളുടെ സ്കൂൾ സഞ്ചിയെടുത്ത് പരിശോധിച്ചു. മുന്നിലെ അറയിൽ മിഠായി പായ്ക്കറ്റ് അരികുപോലും പൊട്ടാതെ അതുപോലിരിക്കുന്നു. നെടുവീർപ്പോടെ അടച്ചുവച്ചിട്ട് തിരികെ നടക്കുമ്പോൾ മനസ്സിലെ വിതുമ്പലുകൾ പ്രാർത്ഥനയായി രൂപം കൊണ്ടു.

- ഏട്ടന്റെ ജന്മദിനത്തിനെങ്കിലും എന്റെ കുട്ടിയൊന്നു ചിരിച്ചുല്ലസിക്കുമെന്ന പ്രതീക്ഷ വൃഥാവിലാക്കല്ലേ എന്റീശ്വരാ.

പിറന്നാളുകാരൻ കേക്കിന്റെ ആവരണത്തിൽ കെട്ടിവെച്ച റിബൺ വലിച്ചെടുക്കാനൊരുങ്ങി. അതുകണ്ട് അവളെ ആവേശം കൊള്ളിക്കാൻ പറഞ്ഞു.

"മോളേ വാ. ദേ എട്ടൻ കേക്കിന്റെ കവറ് പൊളിക്കാനൊരുങ്ങണ് വേഗം വാ. നീയാണാദ്യം മുറിക്കേണ്ടത്. വേഗം വാ."

പിറന്നാളുകാരന്റെ പേരും പിറന്നാൾ വർഷവും കുറിച്ചുവെച്ച വെളുത്ത ക്രീമിന്റെ അക്ഷരങ്ങൾ. അവ ഓർമ്മയിൽ മധുരം കിനിഞ്ഞിട്ടുകൊണ്ടേയിരുന്നെങ്കിലും അവളൊന്നും പറഞ്ഞു കാണാത്തതിൽ കുണ്ഠിതം തോന്നി.

പശപശപ്പുള്ള ക്രീം വിരൽകൊണ്ട് പരതിയെടുത്ത് മുഖമാകെ പരസ്പരം തേച്ചുകൊണ്ടവർ പറയുമായിരുന്നു.

- ഈ പെണ്ണ് ജോക്കറെ പോലുണ്ടമ്മാ

- ഈ ചെറുക്കൻ ജോക്കറെ പോലുണ്ടമ്മാ

-അല്ലേലും നീ ജോക്കറ് തന്നെടാ.

- അല്ലേലും നീ ജോക്കറ് തന്നെടീ.

മനസ്സിലവ താലോലിച്ച് തെല്ലുനേരം നിന്നപ്പോൾ അരുൺ ധൃതി കാട്ടി.

"ആ പെണ്ണ് എവിടെയമ്മേ. ഒന്നു വേഗം വരാൻ പറ അവളോട്."

"അവൾ സ്കൂൾ വസ്ത്രം മാറ്റി വരും മോനേ."

കേക്ക് മുറിക്കാൻ കത്തി എടുക്കേണ്ടതുണ്ടല്ലോവെന്നു കരുതി അടുക്കളയിലേക്കു നടന്നു. കഴുകി തുടച്ചെടുത്തപ്പോൾ പ്രതലങ്ങൾ പളപളാ മിന്നുവാൻ തുടങ്ങി. അങ്ങോട്ടുമിങ്ങോട്ടുമതിനെ ചലിപ്പിച്ചതും വെള്ളം തിളപ്പിക്കാനായി അല്പം മുമ്പ് പിടിപ്പിച്ച സ്റ്റൗവിന്റെ തീയലകൾ കത്തിയുടെ ഇരു തലങ്ങളിലും ആളികത്തി. അവ ഉള്ളിലെങ്ങോ പടർന്നേറുന്നതായി തോന്നിയപ്പോൾ പ്രഥമനോടൊപ്പം വിളമ്പാൻ കാത്തുവെച്ച വാഴപ്പഴം തെരുതെരെയരിഞ്ഞു. നാലഞ്ചുവട്ടം കത്തിവച്ചിട്ടും മതിയാകാഞ്ഞിട്ട്

ഏഴെട്ടു തുണ്ടാക്കി. അതുകണ്ട് എന്താണമ്മേ ഈ കാട്ടണതെന്ന ഭാവ ത്തോടെ അരുൺ തലയുയർത്തി നോക്കി. പൊടുന്നനെ മുറിഞ്ഞു ചതഞ്ഞ തുണ്ടുകളെയെടുത്ത് അടുക്കള ചവറുകൾക്കിടയിലേക്കെറിഞ്ഞ് മൗനം കൊണ്ടു.

സ്കൂൾ വസ്ത്രം പോലും മാറ്റാതെ പഠിപ്പു മേശയ്ക്കു മുന്നിലെ കസേരയിൽ ചടഞ്ഞിരിക്കുകയായിരുന്നു അമല. അരുൺ അവളുടെ പിന്നിൽ ചെന്നുനിന്ന് അവളെ ചൊടിപ്പിക്കാനൊരുങ്ങി. മെടഞ്ഞിട്ടിരുന്ന തലമുടിക്കെട്ടിനെ മെല്ലെ പിടിച്ചുവലിച്ചു.

"നിന്റെ ബർത്തഡേക്കു ഞാനും കാണിച്ചു തരാമെടീ. ജാഡക്കാരി പവറുകാരി."

തലമുടിയിലാരുതൊട്ടാലും ശുണ്ഠിയെടുക്കാറുള്ളവളാണ്. എന്നാൽ ചുവന്ന റിബൺ വലിച്ചു നീക്കിയിട്ടും മുടിക്കെട്ടിന്റെ തുമ്പിനെയെടുത്ത് അവളുടെ കവിളിനെ തന്നെ ഇക്കിളിപ്പെടുത്തിയിട്ടും അവൾ അനങ്ങി യില്ല. അതുകണ്ട് അരുൺ മൂന്നു നാലു നാൾകൊണ്ട് ചോദിക്കുന്ന ചോദ്യം വീണ്ടും ആവർത്തിച്ചു.

"ഈ പെണ്ണിന്റെ മൗനവൃതം ഇനിയും അവസാനിച്ചില്ലേയമ്മേ"

അവൻ വീണ്ടും അവളെ ശല്യപ്പെടുത്തി വെല്ലുവിളിക്കാനൊരുങ്ങി.

"പെണ്ണേ ഞാനിന്നു പത്തു കിണ്ണം കുടിക്കും. വേണേൽ മത്സരി ച്ചോ."

അതു കേട്ടിട്ടും അവൾ ഒന്നും മിണ്ടിയില്ല. ശൂന്യമായ ചുവരിലേ ക്കു നോക്കി ഇരുന്നതല്ലാതെ ആരെയും ഗൗനിച്ചുമില്ല. പഠിപ്പു മേശയ്ക്ക രികിലെ കസേരയാണ് അവളുടെ ഇപ്പോഴത്തെ വാസസ്ഥലം. സ്കൂൾ വിട്ടു വന്നാൽ അതിലിരുന്ന് ചുമരിലെ ഒരേ ബിന്ദുവിൽ തന്നെ ഏറെ നേരം നോക്കി ഇരിക്കും. ചിലപ്പോൾ പുസ്തകങ്ങളിലേതെങ്കിലുമൊന്നിൽ കണ്ണുനട്ടിരിക്കും. അവൾക്കു പിന്നിലൂടെ അങ്ങോട്ടുമിങ്ങോട്ടും നടക്കു മ്പോൾ പുസ്തകത്തിലേക്കൊന്നു കണ്ണുകൾ പാറി വീഴുകിൽ അതേ പുസ്തകവും അതേ താളുമായിരിക്കും ആവർത്തിച്ചു കാണുക. മോളേ എന്താ കുട്ടീ ഇതൊക്കെയെന്നൊരിക്കിയാലാരാഞ്ഞപ്പോൾ ഒന്നും മിണ്ടാതെ അവൾ തുറിച്ചു നോക്കുക മാത്രമാണുണ്ടായത്.

"മോളേ കേക്ക് മുറിക്കണ്ടേ. അതിനുമുമ്പായി നീ ഏട്ടന് സമ്മാനം കൊടുക്കണില്ലേ."

എല്ലാ വർഷവുമുള്ള പതിവിനെ ഓർമ്മിപ്പിച്ചു. അതിനും അവ ളൊന്നും ഉരിയാടിയില്ല. അവളുടേതായ പ്രത്യേക സമ്മാനം എല്ലാകൊ ല്ലവുമുള്ളതാണ്. ഏട്ടന്റെ ചിത്രം വരച്ച് അവളതിൽ മീശ ചാർത്തും. താടി തീർക്കും. വയസ്സനാക്കി മാറ്റും. ഒരു പെണ്ണിന്റെ കൂടി ചിത്രം വരച്ചിട്ട് ഏട്ടത്തിയമ്മയാണെന്ന് പറഞ്ഞ് പരിഹസിക്കും. അതുകണ്ട് അവനവളെ തല്ലാനോടിക്കും.

"ഓ. ഒരു സമ്മാനക്കാരി. ഈ പെണ്ണിന് ഒന്നും വരയ്ക്കാനറിഞ്ഞു കൂടമ്മേ."

അന്നു ചിതറിക്കിടന്ന വർണ്ണ ചെപ്പുകൾ എപ്പോഴോ അവളെടുത്ത് പുറത്തേക്കെറിഞ്ഞിരുന്നു. അവൾ കാണാതെയവയെടുത്ത് മേശയ്ക്കുള്ളിൽ സൂക്ഷിച്ചിരുന്നെങ്കിലും വീണ്ടും അവ വലിച്ചെറിയപ്പെട്ടപ്പോൾ വീണ്ടും എടുത്തുവയ്ക്കുവാൻ മനസ്സു വിലക്കി.

അവളിനിയും സ്കൂൾ വസ്ത്രം പോലും മാറ്റാതെയാണിരിക്കുന്നത്. അതുപറഞ്ഞ് ഇനിയും വൈകുന്നത് നന്നല്ല. അതുകൊണ്ട് അവളുടെ അരികിലേക്കു നടന്ന് അഭ്യർത്ഥനയോടെ പറഞ്ഞു.

"വാമോളേ. ഇനി കേക്ക് മുറിച്ച് സദ്യകഴിക്കാം. പിറന്നാളുകാരൻ വിശന്നിരിക്കുന്നതു കണ്ടില്ലേ. അതു പാടില്ല കുട്ടീ. വാ എഴുന്നേറ്റുവാ."

അവളെഴുന്നേറ്റ് ഒരു യന്ത്രത്തിന്റെ അനുസരണയോടെ നടന്നുവന്ന് മേശയ്ക്കരികിൽ നിന്നു. എന്നാൽ ഏട്ടനായി പിറന്നാൾ ആശംസകൾ നേരുവാൻ ചുണ്ടനക്കുകയോ കൈകൾ ചലിപ്പിക്കുകയോ ചെയ്തില്ല. അതുകൊണ്ടുതന്നെ അരുണവളെ വീണ്ടും ചൊടിപ്പിക്കാനൊരുങ്ങി. ക്രീം പുരളാത്ത കാപ്പിപ്പൊടി വർണ്ണം മാത്രമുള്ള കേക്കിൻഭാഗം അവൻ അവൾക്കു നേരെ നീട്ടി. അതവൾ വാങ്ങാതെ എങ്ങോ നോക്കി നില്ക്കുന്നതു കണ്ടപ്പോൾ അരുണിൽനിന്നും കത്തിവാങ്ങി ക്രീം പൊതിഞ്ഞ ഭാഗങ്ങൾ വെട്ടിയെടുത്ത് രണ്ടായി പകുത്ത് ഒരു തുണ്ട് അരുണിനും പിന്നെയവളുടെ കൈയ്ക്കുള്ളിലും തിരുകിപ്പിടിച്ച് കൊടുത്തു.

"മോളത് ഏട്ടന്റെ വായിൽ വെച്ച് കൊടുക്ക്."

അവൾ കൈ തെല്ലൊന്നുയർത്തി. ഉള്ളാകെ നുരഞ്ഞുപൊന്തിയ ആവേശത്താൽ ആ മൃദുകരം വലിച്ചെടുത്ത് അരുണിന്റെ വായ്ക്കരികിലേക്കുയർത്തിയിട്ട് അവളുടെ ചുണ്ടുകളിലേക്കു കാതുകൾ കൂർപ്പിച്ചു നിന്നു. ഒരു ചെറു സ്വനം, ഏട്ടനെ ആഹ്ലാദിപ്പിക്കുവാനായി ആശംസകൾ നേർന്നുകൊണ്ടുള്ള ഒരു ചെറുവാക്ക്. അതുണ്ടോ അവളുടെ നേർത്ത ചുണ്ടിൽ നിന്നുതിരുന്നു? ഒരംഗുലി ദൂരം കൂടി കാതിനെ അവളുടെ ചുണ്ടോടുപ്പിച്ചു ചേർത്ത് ഒരു നിമിഷം നിന്നപ്പോൾ ഒരു മൂളൽപോലെ കാതുകളിലലച്ചെത്തി.

"ഹാപ്പിബെർത്ത്ഡേ ടൂ യൂ" അതേ അതവൾ തന്നെയാണ് പറയുന്നത്.

"പെണ്ണിന്റെ മൗനവൃതം അവസാനിച്ചെന്ന് തോന്നണമ്മേ." അരുണും ആഹ്ലാദം കാട്ടി. മേശപ്പുറത്തിരുന്ന കേക്കിനെയവൻ പല പല തുണ്ടുകളാക്കി പൊടിച്ചിട്ട് ക്രീമിന്റെ ഭാഗങ്ങൾ മാത്രം വിരലാകെ പൊതിഞ്ഞുകൊണ്ടിരുന്നു. അടുത്ത നിമിഷം അതവളുടെ കവിളിലും നെറ്റിയിലും മൂക്കിലും താടിയിലുമൊക്കെ പിടിപ്പിച്ചുകൊണ്ടവൻ അവളെ ജോക്കറാക്കി തിമിർപ്പ് കാട്ടി.

അവളിലും കണ്ടു ചെറിയൊരുൽസാഹത്തിന്റെ നുര.

കേക്കിൻതുണ്ട് കൈയിലിട്ട് ഞെരടി അവനെയും തേച്ചു പിടിപ്പിച്ചു.

വീണ്ടും അരുൺ അവളുടെ ഷർട്ടിനു മുകളിലുള്ള മേൽക്കോട്ടിൽ പിടിപ്പിക്കുവാനായി കേക്കെടുത്ത് കഴുത്തിന് കീഴെയുള്ള നെഞ്ചിൻ

ഭാഗത്തെ വസ്ത്രത്തിൽ തേയ്ക്കാൻ വിരൽ ചേർത്തതും അവളിലല്പം മുമ്പുകണ്ട നിലാവളിച്ചം തെന്നിയകലുന്നതു കണ്ടു. പകരം കുറ്റാംകൂരിരുട്ടിലെ കൊടുംകാറ്റിന്റെ വന്യത ഇരമ്പിയെത്തുന്നതും.

കൈയിലിരുന്ന കേക്കിനെ നിലത്തേക്കു വലിച്ചെറിഞ്ഞ് ഇരുപാദങ്ങൾ കൊണ്ടും അവയെ ചവിട്ടിമെതിച്ച് അവൾ അരുണിനെ ശക്തിയോടെ തള്ളി നിലത്തിട്ടു. ഒരു പ്രാവിൻ കുഞ്ഞിനെ പോലെ പേടിച്ചു വിറച്ച അവൻ പതിയെയെഴുന്നേറ്റ് തന്റെ മാറിടത്തിൽ ചാഞ്ഞു നിന്നപ്പോൾ അവൾ അലറിക്കൊണ്ട് മുന്നോട്ടടുത്തു.

“പോ പോടാ നീ. ദൂരെപോ. എന്നെ തൊട്ടുപോകരുത് ദൂരെപോ.”

മേശമേൽ ബാക്കിയിരുന്ന കേക്ക്കൂടി അവൾ ഭിത്തിയിലേക്കു വലിച്ചെറിഞ്ഞിട്ട് തലമുടി വലിച്ചു പിരുത്തുകൊണ്ട് കട്ടിലിനടിയിലേക്കു ശിരസ്സുകുനിച്ച് നുഴഞ്ഞു കയറി മുഖമൊളിപ്പിച്ച് വീണ്ടും അലറി.

“പോടാ നീ ദൂരെപോ........... എന്നെ തൊട്ടുപോകരുത്.”

ആ അലർച്ച ആവർത്തിച്ചാവർത്തിച്ച് ചെറുമൂളലായി മാറിയപ്പോൾ അരുണിന്റെ പൊട്ടിക്കരച്ചിൽ ഉച്ചത്തിലായി. ഒപ്പം അവന്റെ ചോദ്യവും.

“എന്താണമ്മേ ഇവളിങ്ങനെ. ഇവൾക്കെന്തുപറ്റി”

“ഒന്നുമില്ല മോനേ ഒന്നുമില്ല. അവൾ രണ്ടുനാൾക്കുമുമ്പ് എന്തോ ഒരു ദുഃസ്വപ്നം കണ്ടു. അതിന്റെ ഓർമ്മകൾ അവളെ ഞെട്ടിപ്പിക്കുന്നതാകാം. അതോർത്ത് നീ വെഷമിക്കണ്ട കുട്ടീ. പെറന്നാളിന് ആരെങ്കിലും കരയ്യോ. അതും ആൺ കുട്ടിയായ നീ. മോശം തന്നെ. മഹാമോശം.”

കരച്ചിലമർത്താതെ കട്ടിലിനടിയിലേക്കു തുറിച്ചുനോക്കി അവൻ വീണ്ടും ആരാഞ്ഞു.

“പറയമ്മേ. ഇവൾക്കെന്തുപറ്റി. ഇവൾക്കെന്തോ പറ്റിയിരിക്കുന്നു. ഇവളെന്താ ഇങ്ങനെ.”

ഇല്ല അവനോടൊന്നും പറയാൻ പാടില്ല. അവനൊന്നുമറിയണ്ട. അവനറിയാതിരിക്കുന്നതാണ് നല്ലത്; മനസ്സ് പാകപ്പെട്ടുകൊണ്ടിരുന്നപ്പോൾ വീണ്ടുമവനിലെ ചോദ്യം കേട്ട് അവനെ ശാസിക്കാമെന്നു തന്നെ തീരുമാനിച്ചു.

“ഒന്നുമിണ്ടാതിരിയെടാ ചെക്കാ മിണ്ടാതിരി. ആ പെണ്ണ് എന്തെങ്കിലും വട്ട് കാണിക്കണതെന്ന് വെച്ച്. നീ അതൊന്നും ശ്രദ്ധിക്കണ്ട. വാ നിനക്ക് വിളമ്പിത്തരാം. എന്തെങ്കിലും കഴിക്ക്.”

അതുകേട്ട് അല്പനേരം നിശ്ശബ്ദനായി നിന്നു അരുൺ. എന്നിട്ടവൻ കണ്ണു തുടച്ച് പുറത്തിറങ്ങിയപ്പോൾ സമ്മർദ്ദം നിറഞ്ഞ കാറ്റിന്റെ ഇരമ്പൽ കട്ടിലിനടിയിൽ നിന്നും മുഴങ്ങി കേട്ടു. നാസികയിൽ നിന്നുയിർകൊണ്ട രവം.

തെല്ലുനേരം അവളങ്ങിനെതന്നെ ഇരുന്നോട്ടെ എന്നുകരുതി കട്ടിലിനെ രണ്ടടി നീക്കിയിട്ടിട്ട് കാറ്റിന്റെ വേഗത കൂട്ടിക്കൊണ്ട് അവളെ ഉറ്റുനോക്കി.

ഇരുകരങ്ങളും നെഞ്ചോടു ചേർത്ത് കൈപ്പത്തികൾക്കുള്ളിൽ താടി

തിരുകി കയറ്റി കുനിഞ്ഞിരിക്കുകയാണവൾ. ശിരസ്സിൽനിന്നും നാലുദിക്കിലും പാറിപ്പറക്കുന്ന കാർക്കൂന്തൽ ദേഹമാകെ പൊതിഞ്ഞിരിക്കുന്നു. അന്നിരുന്ന അതേ രൂപം തന്നെ. മനസ്സിലതു തെളിഞ്ഞപ്പോൾ വീണ്ടുമവൾ അവിടേക്കു തന്നെ ഉൾവലിയുന്നുവോവെന്നു പേടിച്ച് അരികിലേക്കു നടന്നു ചെന്ന് പിടിച്ചെഴുന്നേല്പിച്ചു.

"മോളേ എന്റെ പൊന്നുമോളേ നീ ഇനിയും ആ ദുഃസ്വപ്നത്തിലേക്കു തന്നെ കാൽതെറ്റി വീഴുന്നുവെന്നോ. വേണ്ട മോളെ വേണ്ട. അതു വെറും തോന്നലല്ലേ. അതങ്ങ് മറന്നേക്ക്."

ഭീതിയുടെ കുടത്തിനുള്ളിൽ ഒളിച്ചിരിക്കാൻ ഇനിയുമവളെ അനുവദിച്ചുകൂടെന്ന ചിന്തയാൽ അങ്ങനെ പറയുമ്പോഴും ഉള്ളിലെങ്ങോ ഒരു സംശയമുയർന്നു;

അവൾക്കങ്ങിനെ പെട്ടെന്ന് മറക്കാനാകുമോ ആ സ്വപ്നത്തെ?

"അമ്മേ ഞാനൊന്ന് പുറത്തേക്ക് പോയ്വരാമമ്മേ;" അരുൺ വാതില്ക്കൽ വന്നുനിന്ന് അകത്തേക്കു നോക്കി വിളിച്ചു പറഞ്ഞു. ഒന്നും കഴിക്കാതെയാണോയെന്ന് അവനോടു ചോദിച്ചെങ്കിലും മനസ്സിൽ അവന്റെ അസാന്നിദ്ധ്യമപ്പോൾ തെല്ലൊരാശ്വാസത്തിന് വക നല്കി.

ഇരുപത്തിയേഴ്

എല്ലാം നന്നേ തണുത്തിരിക്കുന്നു.

മേശപ്പുറത്ത് നിരന്നിരിക്കുന്ന പാത്രങ്ങളുടെ വശങ്ങളിൽ തണുത്ത ജലകണങ്ങൾ; ആരുമുണ്ണാത്ത പിറന്നാൾ സദ്യയിലെ അവസാന താപത്തിന്റെ പാടുകൾ.

നിലത്തു പറ്റിയിരുന്ന കേക്കിന്റെ ശകലങ്ങൾ പാദത്തിലൊട്ടിപ്പിടിച്ചപ്പോൾ കൈകൊണ്ട് തൂത്തെറിഞ്ഞു. പോകാഞ്ഞ് ചൂലെടുത്ത് നിലമൊന്നടിച്ചു വാരിയതും ഇരുളിന്റെ അലകൾ നിലത്തു ചിതറിക്കിടക്കുന്നതു കണ്ടു.

പുറത്ത് പ്രാർത്ഥനാ ഗീതങ്ങളുടെ ആരവമാണ്. ഇന്നേതോ പ്രത്യേകതയുള്ള ദിനമാണത്രെ! അതുകൊണ്ടുതന്നെ പള്ളി വീടാകെ പ്രാർത്ഥനയാൽ മുഖരിതവും.

നാലുമണി മുതലേ തുടങ്ങി ഭക്തരുടെ വരവ്. നീണ്ട കുപ്പായക്കാർ. പൂർണ്ണമായും ആവൃതയായവർ. സ്വദേശത്തു നിന്നുമാത്രമല്ല. ദൂരെ നിന്നു പോലും എത്തിച്ചേർന്നുകൊണ്ടേയിരിക്കുന്നു. സ്വർഗ്ഗദാതാവിന്റെ ഒരു നിമിഷ ദർശനത്തിനായി മണിക്കൂറുകളോളം കാത്തുനിന്ന് കൂട്ടപ്രാർത്ഥനയിൽ പങ്കെടുക്കാനവർ മത്സരം കാട്ടുന്നു.

പാപങ്ങൾ കഴുകി കളയുന്നതിന്റെ സംഗമരാവ് കൂടിയായ ഇന്നിന് മറ്റെന്തോ പ്രത്യേകത കൂടിയുണ്ടെന്ന് ആരോ പറഞ്ഞു കേട്ടു; കൂട്ടായ പ്രാർത്ഥനയ്ക്കൊടുവിൽ ആർക്കെങ്കിലും ഒറ്റയ്ക്കായി സ്വർഗ്ഗദാതാവിനെ

ദർശിക്കണമെന്നുണ്ടെങ്കിൽ ചിലർക്കായി മാത്രം അവസരമൊരുക്കും. സ്വർഗ്ഗദാതാവിന്റെ ആജ്ഞാനുവർത്തികളാൽ തെരഞ്ഞെടുക്കുന്നവർക്കു മാത്രം. അതിനായി അവരെ സ്വാധീനിച്ച് അവരിൽ മതിപ്പുളവാക്കണം.

പായ്ക്കറ്റിൽ പറ്റിയിരുന്ന അല്പമാത്ര കേക്കിൻ ശകലങ്ങളിൽ ചോനനുറുമ്പുകളിഴയുന്നു. അവ എടുത്തു മാറ്റാമെന്നു കരുതി കൈയിലെടുത്തപ്പോൾ ഇരു കരങ്ങളിലും അവ ഇക്കിളിപ്പെടുത്തി.

മേശപ്പുറത്തിരുന്ന കത്തിയിലുമുണ്ട് എട്ടുപത്തെണ്ണം.

കേക്കിൻ പൊതിയെ റാക്കിൽ തിരുകിയിട്ട് കത്തിയെടുത്ത് കഴുകി. അതിൽ തുണിയിട്ട് തുടച്ചപ്പോൾ വെട്ടിത്തിളങ്ങിയ വായ്ത്തല ഉള്ളിലെങ്ങോ നിർവൃതിയുണ്ടാക്കി.

"അമ്മേ അവളെവിടെയമ്മേ"

പുറത്തേക്കു പോയ്‌വന്ന അരുണിന്റെ ശബ്ദം കേട്ടതും പൊടുന്നനെ കത്തിയൊളിപ്പിച്ചു കൊണ്ടു പറഞ്ഞു.

"അവൾ പഠിക്കുകയാണ്." ഏറെനേരം കൊണ്ട് പുസ്തകം നിവർത്തി ഇരിക്കുന്നതോർത്താണ് പറഞ്ഞത്.

"അവളെന്തെങ്കിലും കഴിച്ചോ"

"ഇല്ല. നമുക്കൊരുമിച്ച് കഴിക്കാം."

എല്ലാം ഒരാവർത്തി കൂടി ചൂടാക്കാമെന്നു കരുതി സ്റ്റൗവിന് തീപിടിപ്പിച്ചു. അതിഥിയായി ആരുമില്ല. എങ്കിലും എല്ലാം മുറപോലെ വേണം. കരുതി വെച്ച ഇലകെട്ടിൽ നിന്നും മൂന്നെണ്ണമെടുത്ത് നിരത്തി യഥാവിധി കറികൂട്ടുകൾ വെച്ചു. ചോറ് നിറച്ച പാത്രമെടുത്ത് ഇലയ്ക്കരികിൽ വെച്ചിട്ട് അമലയെയും അരുണിനേയും മാടിവിളിച്ചു. അരുൺ കൈകഴുകി വന്നിരുന്നെങ്കിലും അമലയെ കാണാത്തതുകൊണ്ട് അവളുടെ അരികിലേക്കു നടന്നു ചെന്നു പറഞ്ഞു.

"വാ മോളേ എഴുന്നേറ്റുവാ"

മുന്നിലുള്ള പുസ്തകം കുത്തനെയാണ് പിടിച്ചിരിക്കുന്നത്. പതിയെ അതുവാങ്ങി മടക്കിവെച്ചപ്പോൾ അവൾ വീണ്ടും അനുസരണയുള്ള യന്ത്രമായി. ഒപ്പം നടന്നുവന്ന് കസേരയിലിരുന്നു; എതിർ കസേരയിലിരുന്ന അരുണിനെ കണ്ടിട്ട് ഒരു ഭാവചലനവും കാട്ടാതെതന്നെ. ഇരുവരുടേയും ഇലയിലേക്കു ചോറിട്ടു കൊടുത്തെങ്കിലും അരുൺ അവളെതന്നെ നോക്കിയിരുന്നതല്ലാതെ ഒന്നിലും വിരൽ തൊടുന്നതു കണ്ടില്ല. അമല ചോറിൽ തന്നെ കണ്ണുനട്ട് കറികൂട്ടുകളിലേതിലൊക്കെയോ വിരലുകൾ പരതി വാരി തിന്നുകൊണ്ടിരുന്നു. ഒരിക്കൽ പോലും നിവർന്നു നോക്കാതെയും ഒരക്ഷരം ഉരിയാടാതെയുമാണവൾ കഴിച്ചത്.

ആദ്യം വിളമ്പിയ ചോറ് തീർന്നതും പായസമെടുത്ത് വിളമ്പാനൊരുങ്ങിയപ്പോൾ അവളെഴുന്നേല്ക്കുന്നതു കണ്ട് ചോദിച്ചു.

"പായസം വേണ്ടേ കുട്ടീ"

മറുപടിയായി ഒന്നും പറയാതെ നിലത്ത് മിഴികളൂന്നി പുസ്തകമേശയ്ക്കരികിലേക്കവൾ നടന്നു. അപ്പോൾ എവിടെ നിന്നോ ഒരു നെടു

വീർപ്പിന്റെ സ്വരം കേട്ടു. അതുതന്റേതോ എതിർ കസേരയിലിരിക്കുന്ന അരുണിന്റേതോയെന്ന് തിരിച്ചറിയാനാകാതെ അവനെ തന്നെ ഏറെനേരം നോക്കി നിന്നു.

"അമ്മ എന്താ ഉണ്ണണില്ലേ. അമ്മ ഇരിക്ക് ഞാനിട്ടുതരാം."

"വേണ്ട മോനേ നീ ഇരുന്നോ. ഞാൻ വിളമ്പാം."

അമലയുടെ ഇലയിൽ തന്നെ ചോറിട്ടു. തനിക്കായി വെച്ച ഇല ശൂന്യമാണ്. അതിലൊന്നും വിളമ്പിയില്ല. അതിനെ അരുകിലേക്കു നീക്കി വച്ചുകൊണ്ട് അരുണിനെ ശാസിച്ചു.

"നീയെന്താ കഴിക്കാത്തെ"

"ഒന്നുമില്ലമ്മേ. കഴിക്കാൻ തോന്നണില്ല. പറയമ്മേ എന്താ അവളിങ്ങനെ"

"അതുമിതും പറയാതെ മിണ്ടാതിരുന്ന് വാരിത്തിന്നെടാ"

വീണ്ടുമവനോടു അരിശം കൊണ്ടപ്പോൾ എന്തോ കഴിച്ചെന്നു വരുത്തി തന്നോടൊപ്പമിരുന്നെങ്കിലും എഴുന്നേറ്റപ്പോൾ ഇലയിൽ ബാക്കി കിടക്കുന്നതു കണ്ടു.

ഏറെ നേരം എന്തൊക്കെയോ ആലോചിച്ച് അങ്ങോട്ടുമിങ്ങോട്ടും നടന്നതല്ലാതെ അടുക്കള വൃത്തിയാക്കാനൊന്നും തോന്നിയില്ല. പാത്രങ്ങളെല്ലാം ഒരിടത്ത് കുന്നുകൂട്ടി ഇട്ടു.

സാധാരണ ഉറങ്ങാൻ കിടക്കുന്ന സമയത്തേക്കാൾ നേരത്തേ അരുൺ കിടന്നു. അമലയും പുസ്തകം നിവർത്തി കിടക്കയിലമർന്നു. അവൾ ചുമരിലേക്ക് മുഖം തിരിച്ചാണ് കിടക്കുന്നത്. എപ്പോഴോ അവളുടെ കൂർക്കം വലി കേട്ടു. അരുണും ഉറങ്ങിയെന്ന് ബോദ്ധ്യമായപ്പോൾ പതിയെ എഴുന്നേറ്റു.

പുറത്ത് പ്രാർത്ഥന മൂർദ്ധന്യതയിലാകുകയാണ്. അവ വല്ലാതെ പ്രകമ്പിതമായി ഭൂമിയാകെ പിളർക്കുന്നു. ഇടവേളയിലെപ്പോഴോ അവയുടെ തീവ്രത അല്പമൊന്നു കുറഞ്ഞതും അമലയുടേയും അരുണിന്റേയും കൂർക്കം വലി മുഴങ്ങി കേട്ടു.

പതിയെ നടന്ന് അരുണിന്റെ കിടക്കയ്ക്കരികിലെത്തി. അവിടെയാണ് വസ്ത്രങ്ങൾ നിറഞ്ഞ പെട്ടി സൂക്ഷിച്ചിരിക്കുന്നത്. അവിടെവെച്ചു തുറന്നാൽ ഇരുവരും ശബ്ദം കേട്ട് ഞെട്ടിയുണരും. അതുകൊണ്ട് പെട്ടിയെ മെല്ലെ താങ്ങിയെടുത്ത് അടുക്കളയിൽ കൊണ്ടുവന്നു വെച്ചു. വാതിൽ ചാരി കൊളുത്തിട്ടിട്ട് അതിലടക്കം ചെയ്ത വസ്ത്രങ്ങളൊന്നൊന്നായി പുറത്തെടുത്തിട്ടു. ഏറ്റവും അടിയിലിരുന്ന കുപ്പായം; മുഖത്തെ വൈകൃതം മറയ്ക്കാൻ ഒരിക്കലണിഞ്ഞത്; അതിനെ കൈയിലെടുത്തുകൊണ്ട് പിറുപിറുത്തു; മുഖവും ശരീരവും ആവരണം ചെയ്യുന്ന നിന്നെ എനിക്കിന്ന് വേണ്ടിയിരിക്കുന്നു. ബാക്കിയുള്ളവയെ അടക്കം ചെയ്ത് പെട്ടി ഇരുന്നേടത്തു തന്നെ കൊണ്ടുവച്ചിട്ട് കണ്ണാടിയിൽ മുഖം നോക്കി നിന്നു. വെറുപ്പുളവാക്കുന്ന മുഖം.

ധരിച്ചിരുന്ന മുഷിഞ്ഞ വസ്ത്രം അഴിച്ചു മാറ്റി. ദേഹം സുന്ദരം തന്നെ.

അതിലാകെ വാസനാ തൈലവും സുഗന്ധ ചൂർണ്ണവും പുരട്ടി. എന്നിട്ട് നീളം കുപ്പായത്തെ വലിച്ചിട്ട് മുഖം മറച്ച് വീണ്ടും കണ്ണാടിയെ ദർശിച്ചു.

കൊള്ളാം നീയിപ്പോൾ സുന്ദരിയായിരിക്കുന്നു.

പുറത്തു കാണാവുന്ന നയനങ്ങൾക്കു ചുറ്റും കരുവാളിപ്പുണ്ട്. സുറുമയിട്ടലങ്കരിച്ചപ്പോൾ അവയും മനോഹരമായി. കൈപ്പത്തിയും കാൽപ്പാദവും നേർത്തതും നനുത്തതുമായ ഉറകൾ കൊണ്ടലങ്കരിച്ച് സുന്ദരമാക്കി.

കൊള്ളാം.

പുരുഷനിൽ മതിപ്പുളവാക്കാനിത്രയൊക്കെമതി.

ആജ്ഞാനുവർത്തികളെ പ്രീതിപ്പെടുത്താനും ഇതുമതി.

അരുണിന്റെ മേശവലിപ്പിൽ പ്രത്യേക ഗന്ധമുള്ള ദ്രവ്യമുണ്ട്.

പാതിരാവിന്റെ മയക്കത്തിൽ മോഹം ജനിപ്പിക്കുന്ന ഗന്ധം. അതെടുത്ത് വസ്ത്രമാകെ പൂശി അടുക്കളയിലേക്കു നടന്നപ്പോൾ കൂരിരുട്ടിൽ കത്തിയുടെ വായ്ത്തല വല്ലാതെ തിളങ്ങി. ഇരുട്ടിൽ ഭയപ്പെടുത്താനിരിക്കുന്ന ഏതോ ജീവിയുടെ കണ്ണുപോലെ. അവിടേക്ക് നടന്നിട്ട്; പിന്നെ വാതിൽ ചാരി പുറത്തേക്കും;

അവസാന ദർശനക്കാരിയായി പ്രാർത്ഥനാന്ത്യം വരെ കാത്തു നില്ക്കാൻ പോണം. പോയേ തീരൂ.

ഇരുപത്തിയെട്ട്

പോണം പോയേ തീരൂ. എനിക്കവനെ കണ്ടേ തീരൂ.

പള്ളിവീടാകെ പ്രാർത്ഥനാരാവിന്റെ ആലിംഗനത്തിലമർന്ന് പുളകം കൊണ്ടപ്പോൾ മനസ്സിൽ നിശ്ചയം ചെയ്തു.

പുലരാൻ ഇനിയുമുണ്ട് നേരം. തീർത്ഥാടകരിതുവരെയും മടങ്ങി തീർന്നിട്ടില്ല. ഇനിയുമുണ്ട് ബാക്കി. അവർക്കിടയിലൂടെ അവരിലൊരാളായി ഇവിടെ നിന്നു രക്ഷപ്പെടണം.

"വെളുക്കുമ്പോൾ ഞാനിവിടം വിടും."

പാതിരാവിന്റെ മയക്കത്തിൽ കണ്ണുചിമ്മി കിടന്നിരുന്ന മെഹ്റിന അതുകേട്ട് ചാടിയെണീറ്റു.

"എങ്ങനെ എങ്ങനെ പൂജാ" അവൾ ഉദ്വേഗത്തോടെ ആരാഞ്ഞു.

"ദേ കണ്ടില്ലേ. ഇവർക്കിടയിലൂടെ അവരിലൊരാളായി. അതിനായി ഞാനിത് വീണ്ടുമണിയും."

മെഹ്റിനയുടെ അലമാരയിൽനിന്നും വലിച്ചെടുത്തത് അവൾക്കു നേരെ കാട്ടി. എന്നോ ഉപേക്ഷിച്ചതാണ്. മറ തീർക്കാൻ അതിപ്പോൾ യോജ്യമാണെന്നു തന്നെ തോന്നി വീണ്ടുമെടുത്തണിഞ്ഞപ്പോൾ.

"എന്തിനു നീയിപ്പോൾ പോകുന്നു."

"പോണം എനിക്കിതിപ്പോൾ അവന് സമ്മാനിച്ചേ മതിയാകൂ. അവന്റെ വൈകൃതത്തിനിപ്പോൾ ഇതുത്തമമായിരിക്കും."

മെഹ്റിന തുടർന്നൊന്നും വിലക്കിയില്ല. പകരം അവളൊന്നു പുഞ്ചി

രിച്ചതേയുള്ളൂ. ലേശം വശ്യമാർന്ന ചിരി. ഇതുവരേയും അത്തരം ചിരി അവളിൽ കണ്ടിട്ടില്ലായിരുന്നു. അതുകൊണ്ടുതന്നെ തേറ്റകളപ്പാടെ പൊഴിഞ്ഞിട്ടുണ്ടോയെന്ന് സൂക്ഷിച്ചുനോക്കി. അതെ അവൾ മനോഹരമായി ചിരിക്കുകയാണ്. അതിന്റെ അലകൾ മുറിയാകെ നിലാവു പൊഴിക്കുന്നു.

പുറത്ത് വവ്വാൽ രൂപങ്ങളുടെ നീണ്ട നിരയാണ്. നടന്നുചെന്ന് അവർക്കിടയിലായി സ്ഥാനം പിടിച്ചു. അവിടെ ആരും ആരേയും തിരിച്ചറിയുന്നില്ല. ആരും ആരേയും നോക്കി സൗഹൃദം കാട്ടുന്നില്ല. ചുണ്ടുകളിൽ ചിരിക്കുപകരം മന്ത്രങ്ങൾ. സ്വർഗ്ഗത്തിലേക്കുള്ള വഴി തെളിയിക്കാനുള്ള മന്ത്രം. രാത്രിയുടെ വിടവാങ്ങലിലും അവ പ്രതിദ്ധ്വനിച്ചുകൊണ്ടിരുന്നപ്പോൾ പതിയെ പുറത്തിറങ്ങി.

ആരൊക്കെയോ പരസ്പരം സലാംചൊല്ലി പല ദിക്കിലേക്കു നടക്കുന്നുണ്ട്. പല ദിക്കിൽനിന്നും വന്നവർ അവിടേക്കു തന്നെ തിരിച്ചു പോകാൻ വെമ്പുന്നു. തനിക്ക് പോകാനൊരിടമുണ്ടോ? സ്വയം ആരാഞ്ഞു. ഇല്ല. എങ്കിലും പോണം പോയേ തീരൂ. എങ്ങോട്ടെങ്കിലും പേയേ തീരൂ.

നവപാഥയിലേക്കുള്ള സഞ്ചാരം അത്യന്താപേക്ഷിതമായിരിക്കുന്നു തുടർന്നുള്ള ജീവിതത്തിന്. അല്ലെങ്കിൽ പൊട്ടിത്തകർന്ന് തരിപ്പണമാകും ഈ ജന്മം. അവിടെ അവിടയവിടെ തന്റെ ഉറ്റവർ വേണം. അതിനായി ആദ്യം അമ്മയെ കണ്ടെത്തണം. എന്നിട്ട് മാരിവില്ലുകൾ വർണ്ണം വിതയ്ക്കുന്ന ആകാശം തിരയണം. മഞ്ഞുകണങ്ങൾ പുളകം കൊള്ളിക്കുന്ന രാത്രികളെ വരവേല്ക്കണം. ഇന്ദ്രനീലങ്ങൾ വാരിച്ചൊരിയുന്ന കുന്നിൻ ചെരുവിൽ നിന്ന് ചെള്ളാടിപ്പച്ചകളുടെ നറുമണമാസ്വദിക്കണം. അതിനായി പോകേണ്ടതുണ്ട്. അതിനുമുമ്പേ പഴയതിലേക്കൊന്നു മടങ്ങിപ്പോകേണ്ടത് ആവശ്യമായി വന്നിരിക്കുന്നു. അതുകൊണ്ട് ആദ്യയാത്ര അങ്ങോട്ടേക്കാകാം.

തീർത്ഥാടകർക്കിടയിലൂടെ നടന്നു. നടക്കുന്തോറും പള്ളി വീടിനെ പൊതിയുന്ന വേപ്പിൻ മരങ്ങളിൽ മഞ്ഞിൻ തുള്ളികൾ പതിക്കുന്നതിന്റെ രവം കേട്ടു. അവ ഉള്ളിലെങ്ങോ ഒലിച്ചിറങ്ങി വല്ലാത്തൊരു നിർവൃതിയുണ്ടാക്കി.

തടംവിട്ട് പ്രധാന നിരത്തിലെത്തിയപ്പോൾ വണ്ടികൾ നാലഞ്ചെണ്ണം കടന്നു പോകുന്നതു കണ്ടു. അതിലൊക്കെയും തീർത്ഥാടകരാണ്. ഒന്നും ഒഴിഞ്ഞുപോകുന്നില്ല.

അല്പം കാത്തുനില്ക്കാമെന്നു കരുതി തെല്ലുനേരം നിന്നു. കോളനി തടത്തിൽ നിന്നാണെന്നു തോന്നി ഏതോ വണ്ടി കടന്നുവരുന്നതിന്റെ ഒച്ച കേട്ടു. മുന്നിലെത്തിയപ്പോൾ അതിൽ യാത്രക്കാരില്ലെന്നു കണ്ട് കൈ കാണിച്ചു. മെഹ്റിന തന്ന പണം കൈയിലുണ്ട്.

വണ്ടി മുന്നോട്ടെടുത്ത് ഏതാണ്ട് പോയെങ്കിലും അല്പമകലെ ചെന്ന് ബ്രേക്കിട്ടു നിന്നു. വണ്ടിയുടെ സാരഥി പരിചിതയാണ്. പരിചിതയായിട്ടും അപരിചിതയാണ് താനവൾക്ക്.

“എങ്ങോട്ടേക്ക്” അവൾ തിരക്കി.

"കുറച്ച് ദൂരേക്ക് ബംഗ്ലാവ് വീടെന്നു കേട്ടിട്ടുണ്ടോ. അവിടേക്ക്."

അവൾ തല തിരിച്ച് തിരിഞ്ഞു നോക്കിയിട്ട് ഒന്നുമുരിയാടാതെ ധൃതിയിൽ വണ്ടിയോടിച്ചുകൊണ്ടിരുന്നു. അപ്പോൾ മനസ്സെന്താക്കെയോ പിറുപിറുത്തു.

- നിങ്ങൾക്കെന്നെ അറിയില്ല. എന്റെ മുഖം നിങ്ങളിതുവരേയും കണ്ടിട്ടില്ലല്ലോ. എന്നാൽ എനിക്ക് നിങ്ങളെയറിയാം. എപ്പോഴൊക്കെയോ എന്നിൽ പ്രചോദനമുണ്ടാക്കിയിരുന്നു നിങ്ങൾ. അതിപ്പോഴുമുണ്ട്.

ബംഗ്ലാവ് വീടിനടുത്തെത്തിയപ്പോൾ കിഴക്കിന്റെ കിരണങ്ങൾ പ്രഭ ചൊരിഞ്ഞ് ഭൂവാകെ ശോഭിതമാകാൻ തുടങ്ങി. മുന്നിലെ വാതായനം തുറന്നു കിടക്കുകയാണ്. കുറച്ചുനേരം കാത്തു നില്ക്കാൻ കാഞ്ചനയോടപേക്ഷിച്ചിട്ട് ഗേറ്റു കടന്നു.

പ്രഭാതത്തിന്റെ കിലുക്കങ്ങൾ അകത്തുനിന്നും കേൾക്കാമായിരുന്നെങ്കിലും പുറത്ത് മനുഷ്യ രൂപങ്ങളായി ആരെയും കണ്ടില്ല. എങ്കിലും തൊഴുത്തിലേയും കോഴികൂട്ടിലേയും ജീവജാലങ്ങൾ ആഗതയെ കണ്ട് ശബ്ദംവെച്ചു.

മുൻവാതിൽ അടഞ്ഞുകിടക്കുകയാണ്.

പറക്കുന്ന കിളിയുടെ ചിത്രമുള്ള സ്വിച്ചിൽ അല്പനേരം നോക്കിനിന്നു. എന്നിട്ട് പരിഹാസത്തോടെ കൈയമർത്തി. അകത്ത് കിളിചിലയ്ക്കുന്നതിന്റെ ശബ്ദം. ആരോവന്ന് വാതിൽ തുറന്നു.

റസിയയാണ്. ആരാണീ അതിരാവിലെയെന്ന ചോദ്യം അവളുടെ കണ്ണുകളിലുണ്ട്. പതിയെ മുഖപടം മാറ്റി അവളെ നോക്കി.

"എന്റള്ളോ. ഉമ്മാ ദാ അവള് വന്നിരിക്കണ്"

റസിയ വലിയ വായിൽ വിളിച്ചു കൂവി. പൊടുന്നനെ നാലുപാടും ഒച്ചയിട്ടുകൊണ്ട് ബംഗ്ലാവു വീട്ടിലെ മനുഷ്യ ജന്മങ്ങൾ ചുറ്റിലും നിരന്നു നിന്നു. അമ്മായിയുമുണ്ട് കൂട്ടത്തിൽ.

"പ്രാന്ത് മാറിയില്ലെന്നാ തോന്നണേ." റസിയ അമ്മായിയോട് ശബ്ദം താഴ്ത്തി പറയുന്നതു കേട്ടു. അതുകേട്ട് നീണ്ടകുപ്പായത്തെ ശിരസ്സിലൂടെ വലിച്ചു മാറ്റി തോളിൽ തൂക്കിയിട്ടു.

"കണ്ടില്ലേ ഇപ്പഴുമുണ്ട് തുണിയുരിയല്."

പണിക്കാരികളിലൊരുവളും ശരിവെച്ചു.

"ആരും കാണാതെ ഒളിച്ചോടിയതായിരിക്കും." അമ്മായി റസിയയോടായി പറഞ്ഞു.

ആരെയും തിരുത്താൻ മിനക്കെട്ടില്ല.

ഒരേയൊരു മുഖം മാത്രം ആൾക്കൂട്ടത്തിൽ തിരഞ്ഞു;

കാണേണ്ടതവനെ മാത്രം.

പറയേണ്ടതവനോടും

-വിടപറയാൻ ഞാനിതാ വന്നിരിക്കുന്നു പ്രിയപ്പെട്ടവനേ;

മുകളിലേക്കുള്ള പടവുകളിലാദ്യത്തേതിൽ കാലുവെച്ചപ്പോൾ ആരൊക്കെയോ വിലക്കായി കുറുകെ നിന്നു.

- നീ എന്തിനു വന്നു.
- പോ കടന്നു പോ.
- എന്തിനിപ്പോൾ കാണുന്നു.

അപ്പറഞ്ഞത് ഉമ്മലുവായിരുന്നു. അവളിലപ്പോൾ വിഷാദത്തിന്റെ നിഴലുകൾ. ഒരിക്കലും കണ്ടിട്ടില്ല അവളിലത്തരം ഭാവം. എന്തേ എന്തെന്ന് ചിന്തിച്ച് വിഘ്നം വെച്ച കൈകൾ തട്ടിമാറ്റി ധൃതിയിൽ പടികൾ ചവിട്ടി കയറി ഹാളിലും ബാൽക്കണിയിലും തിരഞ്ഞു. എങ്ങും കാണാഞ്ഞ് കിടപ്പുമുറിക്കു മുന്നിലെത്തിയപ്പോൾ അവിടം അടഞ്ഞു കിടക്കുന്നതു കണ്ടു. പുറത്തുനിന്നുള്ള ബന്ധനമാണെന്ന് മനസ്സിലായപ്പോൾ പറയേണ്ട വാക്കുകൾ മനസ്സിൽ കരുതി കാത്തു നിന്നു; കാണുന്ന മാത്രയിൽ പറയണം;

- ഞാനിതാ എത്തിയിരിക്കുന്നു. എന്റെ പ്രിയപ്പെട്ടവനേ ഈ സമ്മാനം താങ്കൾക്കു നല്കുവാൻ മാത്രം എത്തിയിരിക്കുന്നു. പുറത്തു പോകുമ്പോൾ എന്റെ സൗന്ദര്യം പൊതിഞ്ഞു വയ്ക്കുവാൻ താങ്കൾ തന്ന സമ്മാനമില്ലേ. അതിപ്പോൾ താങ്കളുടെ വൈകൃതം മറയ്ക്കാൻ നല്ലൊരാവരണമായി തീരും. നിങ്ങളൊരിക്കൽ എന്നോടു പറഞ്ഞതോർക്കുന്നുണ്ടോ; വിവാഹമൂല്യം നല്കി പിരിഞ്ഞുപോകാൻ. ജ്ഞാനിയായ താങ്കൾക്കറിയില്ലേ വിവാഹമൂല്യം തരാതെയും പിരിയാമെന്ന്. ഫസഖ് ചൊല്ലി നിങ്ങളെയെനിക്ക് വേണമെങ്കിൽ വേർപെടുത്താം. എന്നാൽ അത് പുരുഷ വിഭാഗത്തോടുള്ള ഞങ്ങളുടെയൊരു പ്രോത്സാഹനമായേ ഞാനതിനെ കാണുന്നുള്ളൂ. ഞാനങ്ങനെ ചെയ്യാൻ ആഗ്രഹിക്കുന്നില്ല. നാമിപ്പോൾ നിയമത്തിന്റെയും സമൂഹത്തിന്റെയും മുന്നിലെ ഭാര്യാഭർത്താക്കന്മാർ. എങ്കിലും ആരൊക്കെയോ നിർമ്മിച്ചു കൂട്ടിയ സ്വോച്ഛാധികാരങ്ങളിൽ എന്റെ ജീവിതം ഇനിയും തള്ളിയിടാൻ വയ്യ. മാമൂലുകളുടെ ചങ്ങലകെട്ടുകളെ ഞാൻ പുച്ഛിക്കുന്നു. അത്തരം ചങ്ങലകളാൽ തളച്ചിടാതെ ചിറകുവിടർത്തി പറക്കാൻ പ്രോത്സാഹിപ്പിക്കുന്ന ഒരു പുരുഷന്റെ തണല്; അതാണെനിക്കാവശ്യം. അവനിലെ സ്നേഹത്തിന്റെ തലോടലിൽ, വിശ്വാസത്തിന്റെ ദൃഢതയിൽ, ഇണയാണെന്നുള്ള പരിഗണനയിൽ എനിക്കു ജീവിക്കണം. അവനിലെ കുളിരണിഞ്ഞ് മനുഷ്യ സ്ത്രീയായി തന്നെ ജീവിക്കണം. ഇനിയും പാഴാക്കുവാൻ എന്റെ ബാക്കി സമയത്തെ വെറുതെ നഷ്ടപ്പെടുത്തുന്നില്ല. ജീവിക്കാൻ ഒരു വഴി കണ്ടെത്തണം. പിന്നെയുമുണ്ട് ഒരുപാടൊരുപാട് ചെയ്തു തീർക്കാൻ. നൈമിഷമായ ഈ ഇത്തിരി ജീവിതം ഇനിയും ഇഴയാൻ വിട്ടുകൊടുക്കുന്നതുചിതമല്ല. അതുകൊണ്ട് വിട..... വിട.....

വാക്കുകൾ പരസ്പരമേറ്റുമുട്ടി നാവ് വല്ലാതെ കൊതിച്ചുകൊണ്ടിരുന്നു. ഏതൊക്കെയോ വാക്കുകൾ അറിയാതെ തന്നെ പുറത്തേക്കു തെറിച്ചപ്പോൾ ചുറ്റും നിന്നവർ സംശയത്തോടെ നോക്കി പിറുപിറുത്തു. എങ്കിലും ആ നിമിഷം ആഗതമാകുന്നതിന്റെ നിർവൃതിയായിരുന്നു

ഉള്ളാകെ. ഏറെനേരം ആ നിമിഷത്തിന് വേണ്ടി കാത്തു നിന്നപ്പോൾ സമയം പോയതറിഞ്ഞില്ല. എന്നാൽ ആരും മിണ്ടാതിരുന്നപ്പോൾ റസിയയോടു തിരക്കാമെന്നു കരുതി ചോദിച്ചു.

"എവിടെ എവിടെ താങ്കളുടെ സഹോദരൻ"

റസിയ മറുപടിയായി ഒന്നും പറഞ്ഞില്ല. അതേ നില്പിൽ തന്നെ നിന്നു. ചുറ്റും നിന്നവർ പരസ്പരം നോക്കിയിട്ട് റസിയയിലും പൂട്ടിക്കിടന്ന വാതിലിലും നോട്ടം അവസാനിപ്പിച്ചു. അതുകണ്ട് പൊടുന്നനെ ഉള്ളിലൊരു ചോദ്യം ഉടലെടുത്തു; പുതിയൊരു മണവാട്ടിയുമായി മുറിക്കുള്ളിൽ കേളി നടത്തുകയാണോ അവൻ?

ഉമ്മുലുവിൽ കണ്ട ഭാവം അതിന്റെ നിഷേധമാണോ?

ഉമ്മുലു, അവൾ താഴെ ഹാളിൽ തന്നെ നില്ക്കുകയാണ്. കയറി വരാൻ താല്പര്യം കാട്ടാതെ എങ്ങോ നോക്കി നില്ക്കുകയാണ്.

- ഇല്ല. നീയവനെ ഭർത്താവായി മോഹിക്കണ്ട. ഒരിക്കലുമതു നടക്കില്ല ഉമ്മുലു. നിനക്ക് ആനയ്ക്കെടുപ്പത് പണമുണ്ടോ? പൊന്നുണ്ടോ? സ്വത്തുണ്ടോ? അതുകൊണ്ടുതന്നെ ബംഗ്ലാവു വീട്ടുകാർക്ക് നിന്നെപ്പോലുള്ള നിസ്വയായ മരുമകളെ ആവശ്യമില്ല. അവർക്കാവശ്യം നിന്റെ സേവനമാണ്. അതിനായവർ നിന്നെ വെപ്പാട്ടിയാക്കുകയാണ്. അതിനിയും മനസ്സിലാക്കാത്ത വെറും വിഡ്ഢിയാണ് നീ. ഉമ്മലൂ നീ ..... നീ മാത്രമല്ല നാമെല്ലാം അറിയാതെ വിഡ്ഢികളാവുകയാണ്............

സ്വയം പിറുപിറുത്തുകൊണ്ട് സ്വർണ്ണ നിറമാർന്ന പൂട്ടിലേക്കൊരിക്കൽ കൂടി നോക്കി നിന്നപ്പോൾ വീണ്ടുമൊരു ചോദ്യം ഉടലെടുത്തു. കേളിയാടാൻ എന്തിനീ പുറത്തുനിന്നുള്ള ബന്ധനം? അപ്പോൾ അസുഖം മാറിയില്ലെന്നാണോ? ഇല്ല അങ്ങനെയാകാൻ സാദ്ധ്യതയില്ല. എങ്കിലും ചോദിച്ചു.

"അസുഖം മാറിയില്ലേ"

"ഹെന്തസുഖം" കണ്ണു തുറിച്ച് തലകുലുക്കി ചുണ്ട് കോട്ടിയുള്ള റസിയയുടെ മറുചോദ്യം എന്തോ ഒളിപ്പിക്കുന്നതിന്റെ കള്ള ലക്ഷണമാണെന്നുതന്നെ തോന്നി. മുമ്പ് പല പ്രാവശ്യവും ഈ ലക്ഷണം അവളിൽ കണ്ടിട്ടുണ്ട്. അവളിൽ മാത്രമല്ല ബംഗ്ലാവു വീട്ടുകാർ പലരിലും. മാന്യതയ്ക്ക് ഭംഗം വരുത്തുന്നതെന്തും രഹസ്യമായി സൂക്ഷിക്കാൻ മിടുക്കരാണവർ.

"പിന്നെ എവിടെ നിങ്ങളുടെ സഹോദരൻ. എന്തിനാണ് കതക് ബന്ധിച്ചിരിക്കുന്നത്."

"നീയാര് ഇതൊക്കെതെരക്കാൻ........... നീ എന്തിന് ഇപ്പൊ വന്നു." പോ ഇവിടന്ന് പോ"

"ഞാൻ പോകാം. എന്നാൽ കണ്ടിട്ടേ മടങ്ങൂ. എത്ര നേരമായാലും കാത്തിരിക്കാം."

അതുകേട്ട് റസിയയുടെ ഭാവം മാറി. വല്ലാത്ത കോപത്തോടെ കത

കിൽ ചാരി നിന്നിട്ട് നിലത്തേക്ക് ഒന്നുരണ്ടുതവണ നീട്ടി തുപ്പി.

“പ്ഫൂ അപ്പം നീ എല്ലാം അറിഞ്ഞ് വന്നതാണല്ലേ. കണ്ടേ പോവോള്ളൂ”

“ങ്ഹും അറിഞ്ഞുവന്നതു തന്നെ” ഒന്നും അറിയാതെയാണെങ്കിലും അങ്ങനെ പറയാനാണ് തോന്നിയത്.

“നിനക്ക് കണ്ടേ തീരൂ.......... വാ കാണിച്ചു തരാം” റസിയ നാലഞ്ചു തവണ അങ്ങോട്ടുമിങ്ങോട്ടും നടന്ന് പല്ലുകടിച്ച് ചുണ്ടുപിളർത്തി. ഹാലിളകുമ്പോൾ അവളിലത് പതിവുള്ളതാണ്. പല പ്രാവശ്യമത് കണ്ടിട്ടുമുണ്ട്.

“ആ താക്കോലിങ്ങ്കൊണ്ട്വാ എവക്ക് കാണിച്ച് കൊടുക്കട്ടെ.”

ഉച്ചത്തിലവൾ വിളിച്ചു പറഞ്ഞപ്പോൾ ആരോ ഒരു താക്കോൽ കൂട്ടം അവളെയേല്പിച്ചു. ധൃതിയിലതിൽനിന്നും ഒരെണ്ണം വലിച്ചെടുത്തിട്ട് പൂട്ട് പൊളിച്ച് ഇരുപാളികളും ശക്തിയോടെ തള്ളി തുറന്നു. എന്നിട്ടതേ ശക്തിയോടെ തന്നെ അകത്തേക്കു തള്ളിയിട്ട് കതകടച്ചു.

“ഇന്നാ കണ്ടോ. കണ്ടാസ്വദിക്ക്”

വീണ്ടുമൊരു ബന്ധനമോവെന്ന് ശങ്കിച്ചു ഭയന്നുവെങ്കിലും നിലത്തുനിന്നും ശക്തിയോടെ ചാടിയെണീറ്റ് ഊക്കോടെ കതകു തുറക്കാൻ പാടുപെട്ടു. ശ്രമം വിഫലമാണെന്ന് കണ്ടപ്പോൾ നിശ്ശബ്ദം ഇന്ദ്രിയങ്ങളെ ജാഗരൂകമാക്കി.

മുറിയാകെ കട്ടപിടിച്ച ഇരുട്ട്.

മുമ്പു വിരിച്ചിരുന്ന നേർത്ത ജാലകവിരികൾ മാറ്റിയിരിക്കുന്നു. പകരം പരുക്കനായതെന്തോ ഞാത്തിയിരിക്കുന്നു.

വല്ലാത്ത ഭീതിയോടെ വെളിച്ചം തെളിയിക്കാമെന്നു നിനച്ച് ചുമരി നടുത്തേക്കു പോയതും കാലിലെന്തോ പിടുത്തമിട്ടു. ഞെട്ടിപ്പിടഞ്ഞ് കാലു വലിച്ചെടുത്ത് അല്പം മാറിനിന്ന് ശ്വാസമടക്കി ശ്രദ്ധിച്ചു. ആരുടെയോ പിറുപിറുക്കൽ പോലെ. ഒപ്പം പുളിച്ച ദുർഗ്ഗന്ധം. നാസാഗ്രന്ഥികളിൽ അവ തുളച്ചു കയറി.

ആൾപാർപ്പില്ലാത്ത മുറിയാകും ഇത്. അവൻ മറ്റെങ്ങോ പോയിട്ടുണ്ടാകും. എന്തായാലും മുറിയുടെ സ്ഥിതിഗതിയറിയാൻ വൈദ്യുതി തെളിയിക്കുന്നതുചിതമെന്നു കരുതി സ്വിച്ചിൽ വിരലമർത്തി. മഞ്ഞിച്ച പ്രകാശത്തിൽ അലങ്കോലപ്പെട്ട മുറി. ഓരോന്നിന്റേയും സ്ഥാനമൊന്നു തെറ്റിയാൽ കലിതുള്ളുമായിരുന്ന കർക്കശകാരന്റെ പട്ടുമെത്തയാകെ ഞൊറിവീണിരിക്കുന്നു. വിരിയും തലയണയും ചുരുണ്ടുകൂടി മൂലമേൽ കിടക്കുന്നുമുണ്ട്. നനുത്ത പഞ്ഞി തുണ്ടുകൾ മെത്തമേലമ്പാടും ചിതറിയും. ചുമരിലും കിടക്കയിലുമായി കറുത്തതും മഞ്ഞിച്ചതുമായ പാടുകൾ. മനുഷ്യ വിസർജ്ജ്യത്തിന്റേതായ പാടുകൾ. നിന്നേടത്തു നിന്ന് നാലഞ്ചടി മാറി നിന്നു. പാദങ്ങളിൽ ചൂടുള്ള നനവ്. കുനിഞ്ഞു നോക്കിയപ്പോൾ മുറിയുടെ ഒരു ഭാഗത്തുനിന്നും മറുവശത്തേക്കൊഴുകുന്ന മഞ്ഞിച്ച

ജലം. അറപ്പോടെ പിന്നെയും നീങ്ങി നിന്നു. ആ നില്പ് പലപ്പോഴും ദംഷ്ട്രങ്ങളെ നോക്കിനിന്നിരുന്ന ദർപ്പണത്തിന്റെ മുന്നിലായി . അതിനിപ്പോൾ ചിലന്തി വലയുടെ രൂപം. തെളിവുള്ളതിലേതോവൊന്നിൽ അറിയാതെ കണ്ണുകളുടക്കി നിന്നു. ചുണ്ടുകൾ മെല്ലെ വിടരുന്നതും കണ്ണുകളിലവയുടെ പ്രകാശം വെട്ടിത്തിളങ്ങുന്നതും കണ്ടപ്പോൾ തെല്ലൊരു ശബ്ദത്തിൽ പിറുപിറുത്തു.

– ഇളകിയിരിക്കുന്നു. അതെ തന്റെ ദംഷ്ട്രങ്ങൾ ഇളകിയിരിക്കുന്നു.

നിർവൃതിയോടെയൊരു നിമിഷം നിന്നതും കട്ടിലിന്റെ പാദത്തിനരികിലായി കണ്ട രോമപ്പുതപ്പിളകി. ഉൽക്കണ്ഠയോടെ തുറിച്ചു നോക്കി പതിയെ ഓരത്ത് കാലമർത്തിയതും സട കുടഞ്ഞെണീറ്റ സിംഹത്തെ പോലെ ഉള്ളിൽ നിന്നെന്തോ ചാടിയെണീറ്റ് മുന്നിൽ നിന്നലറാൻ തുടങ്ങി. ഞെട്ടിപ്പിടഞ്ഞ് ചുമരിലേക്ക് മുഖം പൂഴ്ത്തി തെല്ലുനേരം നിന്നു. പിന്നെ എന്തും വരട്ടെയെന്നു കരുതി തിരിഞ്ഞു നിന്ന് കണ്ണ് തുറന്നു. പതിനാലാം രാവെന്ന് അമ്മായി പറയാറുള്ള അവന്റെ മുഖത്ത് അനേകം ഗർത്തങ്ങൾ. താടി രോമങ്ങൾ നീണ്ട മുഖത്തെ ഒരു കണ്ണ് ബീഭത്സവും.

ദർപ്പണത്തിനു മുന്നിലൂടങ്ങോട്ടുമിങ്ങോട്ടും നടന്ന് മുഷ്ടി ചുരുട്ടി കണ്ണാടിയിലും പിന്നെ ചുമരിലും തെരുതെരെയിടിച്ചുകൊണ്ട് വൈദ്യുത വിളക്കിനെ ചാടിപ്പിടിക്കാൻ ശ്രമിച്ചു ആ രൂപം. അവിടേക്ക് കൈകൾ എത്തുന്നില്ലെന്നു കണ്ടപ്പോൾ പല്ലുകൾ ഞെരിച്ച് വീണ്ടും പൊട്ടിച്ചിരിച്ചു. പിന്നെ രോമപുതപ്പിനെ വാരിവലിച്ചെടുത്ത് ശിരസ്സിലേക്കണിയാൻ ഒരുമ്പെട്ടു. പൊടുന്നനെയത് ഊർന്നിറങ്ങി നിലത്തു പതിച്ചപ്പോൾ പരക്കം പാഞ്ഞ് വീണ്ടും എന്തോ തിരഞ്ഞുകൊണ്ടിരുന്നു.

താൻ തോളത്തു സൂക്ഷിച്ചിരുന്ന നീളൻ കുപ്പായത്തിലേക്ക് പെട്ടെന്നാണവന്റെ ദൃഷ്ടികൾ പാഞ്ഞു വന്നത്. എന്തോ അപശബ്ദം പുറപ്പെടുവിച്ച് അട്ടഹാസത്താൽ അതിനെയവൻ പിടിച്ചു വാങ്ങി. പിന്നെയവൻ അതിന്റെ വലിയവായ നിവർത്തി ശിരസ്സിലൂടെ കയറ്റി പൂർണ്ണാവൃതനായി നിലത്തു കമിഴ്ന്നു കിടന്നു. അതുകണ്ട് ദുഃഖം തോന്നാതിരുന്നില്ല. എങ്കിലും പുറത്തേതോ വാഹനത്തിന്റെ ഹോണടി കേട്ടപ്പോൾ ജാലക വാതിൽ തുറന്ന് ഉച്ചത്തിൽ പറഞ്ഞു.

“നില്ക്കൂ. കാത്തു നില്ക്കൂ കാഞ്ചനാ. ഞാനിതാ വരുന്നു.”

ഇരുപത്തിയൊൻപത്

പ്രഭാതത്തിൽ പള്ളിവീട് മുഴങ്ങുംവിധമൊരലർച്ച.

“പോയി ഞങ്ങളുടെ നാഥൻ പോയി. ആരാണീ കടുംകൈ ചെയ്തത്? പോയീ;” സാമ്പ്രാണി തങ്ങളുടെ രോദനം.

കേട്ടവർ കേട്ടവർ ഓടിക്കൂടി.

ആരൊക്കെയോ ഒപ്പം അലറി.

ശിരസ്സ് നിലത്തടിച്ച് വിലപിച്ചു മറ്റു ചിലർ.

ഒരു നോക്കുനോക്കി കണ്ണുപൊത്തി പിൻമാറിയവരുമുണ്ട്.

വിലപിടിപ്പുള്ള വിദേശ പട്ടുമെത്തയ്ക്കു കീഴെ വെളുത്ത പ്രതലത്തിൽ നിലമാകെ പടർന്നുള്ള ദ്രാവകത്താൽ തീർത്ത ചുവന്ന പരവതാനി. അതിൽ നഗ്നമായൊരുടൽ. തുടകൾക്കിടയിൽനിന്നും ആർത്തവരക്തം പോലെ ഒലിച്ചിറങ്ങിയ കനത്ത ചാലുകൾ.

ഓടിക്കൂടിയവരിൽ മെഹ്റിനയുണ്ട്, ബിൻഷയുണ്ട്, അന്തേവാസികളേറെയുണ്ട്. ബിൻഷയുടെ പൊട്ടിക്കരച്ചിലിനിടയിൽ നറുപുഞ്ചിരിയുടെ നിലാവെളിച്ചം. മറ്റു ചിലരുടെ വിലാപവും മന്ദഹാസ പൂരിതം. അവർ മുമ്പ് ദംഷ്ട്രങ്ങളുണ്ടായിരുന്നവരാണ്. അവ ഇപ്പോൾ പൊഴിഞ്ഞു കിടക്കുന്നു.

അറ്റു തെറിച്ച നീണ്ട വിരൽ പോലെയൊന്ന് ഉതിർന്നു വീണ ദംഷ്ട്രങ്ങൾക്കിടയിലുണ്ട്. വെള്ളം കുടിച്ചു വീർത്ത സോയയിൻ തക്കാളി നീര് പുരട്ടിയ പോലുള്ള അതിനുചുറ്റും അഹങ്കാരത്തോടെ പാറി പറക്കുന്ന ഈച്ചകൾ; ഏതോ വിശിഷ്ടന്റെ രക്തം നുണഞ്ഞതിന്റെ അഹങ്കാരം.